44 Năm Văn Học
Việt Nam Hải Ngoại (1975-2019)
TẬP 6

44 năm văn học
Việt Nam hải ngoại (1975-2019)
Tập 6
Nguyễn Vy Khanh
Luân Hoán
Khánh Trường
Mở Nguồn xuất bản
Bìa Khánh Trường
Kỹ thuật: Tạ Quốc Quang
Dàn trang: Nguyễn Thành
Đọc bản thảo: Vy Thượng Ngã

NGUYỄN VY KHANH
LUÂN HOÁN
KHÁNH TRƯỜNG

44 NĂM VĂN HỌC VIỆT NAM HẢI NGOẠI (1975-2019)

6

T(2)-U-V-X-Y

Chủ trương
KHÁNH TRƯỜNG

MỞ NGUỒN

2019

TÁC GIẢ GÓP MẶT TRONG TUYỂN TẬP
44 NĂM VĂN HỌC VIỆT NAM HẢI NGOẠI
(1975-2018)

Ái Cầm, Bạt Xứ, Bắc Phong, Bùi Bảo Trúc, Bùi Bích Hà, Bùi Vĩnh Phúc, Cái Trọng Ty, Cao Bình Minh, Cao Đông Khánh, Cao Mỵ Nhân, Cao Nguyên, Cao Tần (Lê Tất Điều), Cao Xuân Huy, Chân Phương, Chim Hải, Chu Vương Miện, Cung Tích Biền, Cung Trầm Tưởng, Cung Vũ, Diên Nghị, Doãn Quốc Sỹ, Du Tử Lê, Duyên Anh, Dư Mỹ, Dương Kiền, Dương Như Nguyện, Dương Thu Hương, Đặng Hiền, Đặng Mai Lan, Đặng Phú Phong, Đặng Phùng Quân, Đặng Thơ Thơ, Đặng Tiến, Đinh Cường, Đinh Huyền Dương, Đoàn Nhã Văn, Đoàn Nhật, Đoàn Thêm, Đoàn Xuân Kiên, Đỗ Hoàng Diệu, Đỗ Kh., Đỗ Quí Toàn, Đỗ Quyên, Đỗ Trường, Đông Duy, Đức Phổ, Giang Hữu Tuyên, Hà Huyền Chi, Hà Kỳ Lam, Hà Nguyên Du, Hà Thúc Sinh, Hà Thượng Nhân, Hạ Quốc Huy, Hạ Uyên, Hàn Song Tường, Hoa Văn, Hoài Ziang Duy, Hoàng Anh Tuấn, Hoàng Chính, Hoàng Du Thụy, Hoàng Khởi Phong, Hoàng Lộc, Hoàng Mai Đạt, Hoàng Nga, Hoàng Ngọc-Tuấn, Hoàng Phủ Cương, Hoàng Quân, Hoàng Thị Bích Ti, Hoàng Xuân Sơn, Hồ Đình Nghiêm, Hồ Minh Dũng, Hồ Phú Bông, Hồ Trường An, Huy Trâm, Huy Tưởng, Huỳnh Hữu Ủy, Huỳnh Liễu Ngạn, Hư Vô, Khánh Trường, Khế Iêm, Kiệt Tấn, Kiều Diễm Phượng, Kinh Dương Vương, Lâm Chương, Lâm Hảo Dũng, Lãm Thúy, Lâm Vĩnh Thế, Lê An Thế (Lê Bi), Lê Cẩn Thơ, Lê Đại Lãng, Lê Giang Trần, Lê Hân, Lê Lạc Giao, Lê Mai Lĩnh, Lê Minh Hà, Lê Nguyên Tịnh, Lê Phương Nguyên, Lê Thị Huệ, Lê Thị Nhị, Lê Thị Thấm Vân, Lê Thị Ý, Lê Uyên Phương, Lê Văn Tài, Lệ Hằng, Liễu Trương, Linh Vang, Luân Hoán, Lương Thư Trung, Lưu Diệu Vân, Lưu Nguyễn, Lữ Quỳnh, M.H. Hoài Linh Phương, Mai Khắc Ứng, Mai Ninh, Mai Thảo, Mai

Trung Tĩnh, Miêng, Minh Đức Hoài Trinh, Nam Dao, Nghiêu Đề, Ngọc (Ngọc Nguyễn), Ngọc Khôi, Ngô Du Trung, Ngô Nguyên Dũng, Ngô Thế Vinh, Ngu Yên, Nguyên Lương, Nguyên Nghĩa, Nguyên Sa, Nguyên Vũ, Nguyễn Âu Hồng, Nguyễn Bá Trạc, Nguyễn Chí Kham, Nguyễn Đăng Thường, Nguyễn Đăng Trúc, Nguyễn Đăng Tuấn, Nguyễn Đình Toàn, Nguyễn Đông Giang, Nguyễn Đông Ngạc, Nguyễn Đức Bạt Ngàn, Nguyễn Đức Lập, Nguyễn Hải Hà, Nguyễn Hàn Chung, Nguyễn Hoàng Nam, Nguyễn Hoàng Văn, Nguyễn Hưng Quốc, Nguyễn Hương, Nguyễn Hữu Nhật, Nguyễn Lương Vy, Nguyễn Mạnh An Dân, Nguyễn Mạnh Trinh, Nguyễn Minh Nữu, Nguyễn Minh Phương, Nguyễn Mộng Giác, Nguyễn Nam An, Nguyễn Ngọc Ngạn, Nguyễn Phước Nguyên, Nguyễn Sao Mai, Nguyễn Tấn Hưng, Nguyễn Tất Nhiên, Nguyễn Thanh Châu, Nguyễn Thị Hải Hà, Nguyễn Thị Hoàng Bắc, Nguyễn Thị Minh Ngọc, Nguyễn Thị Ngọc Lan, Nguyễn Thị Ngọc Nhung, Nguyễn Thị Thanh Bình, Nguyễn Thị Vinh, Nguyễn Tiến, Nguyễn Trung Hối, Nguyễn Vạn Lý, Nguyễn Văn Sâm, Nguyễn Văn Trung, Nguyễn Vy Khanh, Nguyễn Xuân Hoàng, Nguyễn Xuân Quang, Nguyễn Xuân Thiệp, Nguyễn Xuân Tường Vy, Nguyễn Ý Thuần, Nhã Ca, Nhật Tiến, Như Quỳnh de Prelle, Phạm Cao Hoàng, Phạm Chi Lan, Phạm Công Thiện, Phạm Hải Anh, Phạm Hồng Ân, Phạm Miên Tưởng, Phạm Ngũ Yên, Phạm Nhã Dự, Phạm Quốc Bảo, Phạm Thăng, Phạm Thị Hoài, Phạm Thị Ngọc, Phạm Trần Anh, Phạm Văn Nhàn, Phạm Việt Cường, Phan Huy Đường, Phan Lạc Tiếp, Phan Nguyên, Phan Nhật Nam, Phan Nhiên Hạo, Phan Ni Tấn, Phan Quỳnh Trâm, Phan Tấn Hải, Phan Tấn Uẩn, Phan Thị Trọng Tuyến, Phan Việt Thủy, Phan Xuân Sinh, Phùng Nguyễn, Phương Tấn, Phương Triều, Quan Dương, Quyên Di, Quỳnh Thi, Sĩ Trung, Song Hồ, Song Nhị, Song Thao, Song Vinh, Sương Mai, Sỹ Liêm, Tạ Tỵ, Tâm Thanh, Thái Tú Hạp, Thái Tuấn, Thanh Nam, Thanh Tâm Tuyền, Thành Tôn, Thảo Trường, Thận Nhiên,

Thế Giang, Thế Uyên, Thi Vũ, Thu Nga, Thu Thuyền, Thụy Khuê, Thường Quán, Tiểu Thu, Tiểu Tử, Tô Thùy Yên, Tôn Nữ Thu Dung, Trạch Gầm, Trang Châu, Trầm Phục Khắc, Trân Sa, Trần Dạ Từ, Trần Diệu Hằng, Trần Doãn Nho, Trần Đại Sỹ, Trần Hạ Vi, Trần Hoài Thư, Trần Hồng Châu, Trần Hồng Hà, Trần Long Hồ, Trần Mộng Tú, Trần Phù Thế, Trần Thị Diệu Tâm, Trần Thị Hương Cau, Trần Thị Kim Lan, Trần Thị Lai Hồng, Trần Thu Miên, Trần Trúc Giang, Trần Trung Đạo, Trần Văn Nam, Trần Văn Sơn, Trần Vũ, Trần Yên Hòa, Triều Hoa Đại, Triệu Châu, Trịnh Gia Mỹ, Trịnh Khắc Hồng, Trịnh Thanh Thủy, Trịnh Y Thư, Trung Hậu, Trùng Dương, Trương Anh Thụy, Trương Văn Dân, Trương Vũ, Túy Hồng, Tường Vũ Anh Thy, Tưởng Năng Tiến, Uyên Nguyên, Vi Khuê, Vĩnh Hảo, Võ Đình, Võ Hoàng, Võ Kỳ Điền, Võ Phiến, Võ Phú, Võ Phước Hiếu, Võ Quốc Linh, Võ Thị Điểm Đạm, Vũ Huy Quang, Vũ Kiện, Vũ Quỳnh Hương, Vũ Quỳnh N.H., Vũ Thị Thanh Mai, Vũ Thùy Hạnh, Vũ Thư Hiên, Vũ Trà My, Vũ Uyên Giang, Vương Đức Lệ, Vương Trùng Dương, Xuân Vũ, Xuyên Trà, Y Chi, Yên Sơn.

TÁC GIẢ TRONG NƯỚC

Bùi Chát, Bùi Ngọc Tấn, Cao Thoại Châu, Dương Nghiễm Mậu, Đoàn Văn Khánh, Hoàng Hưng, Khoa Hữu, Khuất Đẩu, Lê Văn Trung, Lê Vĩnh Thọ, Nguyên Cẩn, Nguyên Minh, Nguyễn An Bình, Nguyễn Dương Quang, Nguyễn Hiến Lê, Nguyễn Hữu Hồng Minh, Nguyễn Huy Thiệp, Nguyễn Lệ Uyên, Nguyễn Thành, Nguyễn Thụy Long, Nguyễn Văn Gia, Nguyễn Viện, Như Không, NP Phan, Phạm Hiền Mây, Phạm Ngọc Lư, Phan Huyền Thư, Phùng Cung, Thiếu Khanh, Tiêu Dao Bảo Cự, Trần Đĩnh, Trần Mạnh Hảo, Trần Thị Ng.H., Trần Vạn Giã, Trần Vàng Sao, Văn Quang, Vy Thượng Ngã

Nguyễn Xuân Hoàng by Đinh Cường

TRẦN THỊ KIM LAN

Sinh tại Cà Mau, lớn lên ở Bạc Liêu và Sài Gòn.
Hiện sống tại Brighton, tiểu bang Massachusetts, Hoa Kỳ.
Viết văn, dịch và kể chuyện.
Đã cộng tác với các báo *Văn Học, Thế Kỷ 21...*

Tác phẩm đã xuất bản:
- *Gió Đêm* (tập truyện, Văn Nghệ, Hoa Kỳ, 1989)
- *Tết, The New Year* (Modern Curriculum Press, Hoa Kỳ, 1992).

Đi trong giấc mơ

Lớp học. Học trò. Cô giáo. Lớp học thoáng, cửa sổ mở tung, gió luồn qua hàng cây xanh, là đà trên ngọn cỏ, ùa vào lớp học, làm mát rượi những tâm hồn thơ trẻ. Những ngày mùa đông, tuyết phủ trắng xóa, cửa đóng im ỉm, các trò nhỏ thu mình trong áo ấm, các trò lớn tỏ vẻ "anh hùng", mặc áo không tay khoe bắp thịt. Môi tím rịm. Cô giáo nhắc nhở:

"Ở đây xứ lạnh, không như xứ mình. Các em phải chịu khó mặc áo ấm, quấn khăn".

"Ối, lạnh lẽo gì. Thằng này gian khổ quen rồi. Vượt biên lênh đênh ngoài biển cả tháng trời còn chưa thấm tháp gì".

"Thôi đi cha nội. Phách hoài. Hôm qua thằng đầu bò nào mượn áo tao?"

Cô giáo lên giọng một bậc:

"Cô nói phải nghe. Đau ốm mất bài vở. Nằm nhà buồn. Hiểu chưa?"

"Hiểu rồi. Dạy thì lo dạy đi. Nói hoài chán thấy mẹ".

Cô giáo lên giọng cao hơn:

"Nhuận, em mất dạy quá!"

Thằng Nhuận mặt nhơn nhơn:

"Thằng này mất dạy lâu rồi. Không có ai dạy hết, cô dạy sao ra vậy".

Cô giáo đổi giọng trầm dằn cơn giận:

"Nhuận, em muốn tôi gửi em xuống văn phòng không?"

"Đi thì đi chớ. Thằng này ngán gì ai. Ỷ cô giáo làm phách!"

Nhuận tự động đứng lên bước ra ngoài. Cô giáo gọi giật lại:

"Trở vào lấy giấy phạt!"

"Ê, quên sao mậy, ra khỏi lớp không có giấy phép bị công an bắt. Ông Mỹ bụng bự đứng rình ngoài kia kìa".

"Cô cô, thằng Nhuận kiếm chuyện cho cô đuổi học đặng nó đi phố Tàu xem phim tục đó cô".

Thằng Nhuận quay trở vào giựt tờ giấy trên tay cô giáo, ngó xuống chỗ thằng Sâm đưa tay lên hăm dọa:

"Oánh chết mẹ mày. Đồ con nít biết gì".

Thằng Sâm nói với theo:

"Tao con nít thiệt còn mày con nít giả. Cô ơi cô, nó mười lăm tuổi mà trong giấy khai có mười hai à cô".

Cô giáo nạt thật lớn:

"Thôi không nói nữa!"

Học trò giật mình ngồi yên. Cô giáo phát bài thi xong ngồi phịch xuống ghế, khổ sở về sự vắng mặt của thằng Nhuận. Một lúc nghe tiếng thổi kẹo cao su bốc bốc, cô ngẩng mặt lên hỏi:

"Em nào nhai gum?"

"Ê, đứa nào đó, tự giác đi, đừng để cô phát giác gặp khó khăn đó bây!"

Cô giáo ra dấu cho một cô bé son môi đỏ choét, mắt tô xanh đậm, tóc kiểu gì như ai chơi ác xén mất một bên, bảo đi tới chỗ giỏ rác. Con bé nhăn nhăn miếng cao su, cười toét miệng, ủng đỉnh đứng lên.

Thằng Hòa lên tiếng:

"Cô này lợi hại thiệt. Ngồi trên đó mà thấy hết ráo ta!"

Cô giáo nói:

"Các em chỉ còn hai mươi phút để làm bài. Đừng nói

chuyện nữa".

Cô giáo vừa dứt lời đã có tiếng khác nổi lên:

"ĐM. tiếng Mỹ học khó thấy mẹ. Mới học hồi hôm bây giờ quên hết trọi".

"Giỏi! Em hứa với cô không chửi thề".

"Quên quên. Xin lỗi xin lỗi. ĐM. tính bỏ mà ĐM. quên hoài".

Nói xong nó đưa tay tự tát vào mặt một cái bốp để phạt cái tội hay quên, cả lớp cười ồ. Cô giáo cố nhịn cười nói lớn:

"Đừng ồn nữa. Em nào cần hỏi gì giơ tay, cô không muốn nghe ai nói gì hết".

"Thưa cô cho em hỏi. Sao mấy thằng Mỹ hỗn quá. Con nó nó kêu bằng you mà ông nội nó nó cũng kêu bằng you.Lộn xộn khó phân biệt quá".

Cô giáo chưa kịp trả lời đã nghe tiếng con Xuân xỉa xói:

"Trả viết lại tao, thằng quỷ sứ!"

"Tao lấy viết mày hồi nào mậy. Đồ voi mập!"

"Tao mập bộ tao ăn hết của ông nội mày hả?"

"Ê Xuân mập, cá bao nhiêu một ký? Hồi đó mày bán cá ở chợ cầu Ông Lãnh hay chợ cầu Muối? Đồ con gái gì nói chuyện vừa trợn vừa liếc thấy mà ghê. Tao thù cái thứ…"

Cô giáo cắt lời thằng Tâm:

"Mấy em gọi bạn bằng tên được rồi. Bỏ hết mấy chữ mập, lé, lùn, hô, sún. Mấy em nói cho thích miệng, người ta nghe một lần có khi buồn suốt đời".

Chữ "buồn" bỗng có tác động mạnh. Cả lớp im lặng làm bài được khá lâu. Riêng có một cậu ngồi gục mặt xuống bàn. Cô giáo đến rờ trán thằng bé hỏi nhỏ:

"Mạnh, em có sao không? Ra ngoài cô hỏi thăm chút".

"Em biết, em biết nè cô. Nó thất tình. Hồi hôm nhậu say ói mửa tùm lum. Nó nói hận đời đen bạc hận kẻ bạc tình".

Thằng Mạnh rán sức tàn nạt thằng Giỏi:

"Câm họng lại thằng chó. Chiều về tao bẻ lọi cổ mày. Đồ súc vật. tao ghét cái dòng họ bên nội mày lắm".

Thằng Phong lớn giọng đính chính:

"Nó đâu phải chó. Nó là Đại Hàn. Thiệt đó cô. Thằng em là Đại Hàn. thằng anh lai Tây. Cô không thấy thằng Mạnh đẹp trai hơn lai Mỹ sao?"

Thằng Mạnh vừa bước ra khỏi lớp, ngoái đầu lại cự:

"Tao lai Tây hồi nào mậy? Bà già tao lai Tây chứ bộ tao sao? Tao lai Mỹ đàng hoàng nè mày".

"Các em làm xong bài để trên bàn. Rán im lặng để cô nói chuyện với Mạnh".

Ra khỏi lớp, Mạnh đứng tựa sát vào tường ngó xuống đất, dáng điệu thiểu não. Cô giáo hỏi:

"Trông em đừ quá, có sao không Mạnh?"

"Đâu có gì cô".

"Em còn nhỏ, mới mười bốn tuổi mà đã tập uống rượu. Đừng uống nữa, hại người lắm. Có chuyện gì vậy? Cho cô biết được không?"

"Đâu có gì cô. Con Yến tự nhiên không nói chuyện với em. Buồn nhậu chơi".

"Để cô hỏi nó xem. Có khi nó bị rầy hay bị bệnh gì đó. Chuyện gì cũng từ từ, em chưa biết nguyên nhân đã vội buồn. Rán học lại bài, cô cho thi sau".

"Dạ cám ơn cô".

Thằng Mạnh bước vào lớp xụi lơ như kẻ chiến bại.

Con Nhi cất giọng lõi đời của nó:

"Ê tụi bay coi kìa. Mặt thằng Mạnh thất tình mà giống như bị mất sổ gạo".

Thằng Ngọ nhảy ra khỏi ghế hét con Nhi:

"Im mày! Để tao làm bài. Cà chớn vừa thôi. Bộ mày mua gạo ở supermarket phải có sổ hả?"

Thằng Tính cao nhất lớp, chân dài, tay dài, vươn vai ngáp, nói đổng:

"Ú mẹ cái xứ gì mà lạ. Thịt cơm ăn lòi họng mà buồn thấy mẹ. Cho tao về xứ cày cấy sướng hơn".

Nghe tiếng cười rúc rích, nó nói tiếp:

"Tụi bay biết gì mà cười. Tao cấy có lý lắm đó".

"Xí! Tao cũng biết vậy. Tao cá với mày tao cấy hay hơn mày".

Thằng Tám nãy giờ ngồi yên, tự nhiên đứng dậy nhìn cả lớp quơ tay nói lớn:

"Cấy lúa mà ai không biết! Để tao cấy cho coi".

Nói xong nó khom khom làm động tác cấy thật điêu luyện, nhịp nhàng như một điệu vũ. Cô giáo đứng ngây người nhìn nó. Cô chưa bao giờ thấy thằng Tám sinh động và hớn hở như thế. Cô vờ bước ra ngoài, xoay lưng che giấu niềm xúc động. Thương cho các em luyến nhớ cảnh ruộng đồng.

Tiếng cười, tiếng nói lại vang lên. Thằng Giỏi không bỏ qua một cơ hội hiếm có như vậy, giả bộ tức cười quá, chịu không nổi, ôm bụng lăn tròn dưới đất. Một trò lớn nạt to.

"Im coi! Thấy cô dễ làm tới hả? Cô giận rồi kìa. Giống thứ tụi bay mắc chứng gì cười hoài. Chưa thấy quan tài chưa đổ lệ đâu nghe mấy con!"

Chuông reo hết giờ. Cô giáo thu bài xong bước ra ngoài canh học trò đổi lớp. Học sinh nam, nữ, Âu, Á, Phi từ các lớp hai bên hành lang túa ra. Đứa uể oải bước đi từng bước nặng nề, đứa lấn, đứa chen, đẩy vội vàng. Cô giáo đứng dưới chân cầu thang rao lên như người Tàu bán tiệm phổ ky: "Single line on the right!"Một cậu học trò Mỹ đem đi sát lại cô nói nhỏ:

"Đây không thích đi hàng một và bị dị ứng kinh niên cái gì có chữ 'phải' trong đó".

Cô giáo vờ không để ý, bận rộn ngó qua ngó lại với học sinh Việt Nam: "Đi hàng một về phía tay phải!"

Từ trên lầu những đôi giày tung dây nhảy một bước hai, ba nấc thang, ùn ùn kéo xuống. Đoàn hùng binh lướt qua, bụi mù bay trong vệt nắng. Cô giáo nín thở, tránh mùi keo xịt tóc, mùi dầu thoa da hăng hăng, gắt gắt.

Hành lang phút chốc trở lại vắng vẻ, chỉ còn vài cô cậu cố tình đi chậm, mong giảm bớt vài phút giây buồn nản trong lớp học. Một cô bé có bộ tóc đen thắt thành nhiều bím nhỏ cong queo như rắn uốn mình đang dật dờ đi tới. Bộ ngực căng đầy rung rinh theo nhịp bước. Đôi mắt nai mở rộng nhìn vào khoảng không. Cô bé có vẻ không thấy ai và cũng chẳng cần biết những gì đang xảy ra quanh mình. Nghe nói đã có con nhỏ. Chắc con khóc suốt đêm qua. Thống kê đã chẳng ghi rõ cứ mỗi hai phút có một cô bé cho ra đời một em bé là gì! Nước Mỹ chiếm hàng đầu về việc mang bầu và phá thai trong tuổi vị thành niên. Cô giáo vừa bước sang một bên bỗng giật mình vì có tay ai phớt nhẹ trên đầu cô. Một cậu học trò cao nghều đang đi thụt lùi theo kiểu "moonwalk",hai chân lõng thõng mở ra, khép vào như ca sĩ Machael Jackson, cái cổ dài đưa tới đưa lui giống động tác vũ của người Ấn Độ. Thấy cô nhìn, cậu ta cười nhăn nhở, nhại giọng Tàu nói với cô:

“Hầy, sịn sọn lớ”.

Cô giáo lắc đầu:

“Tôi là người Việt, không phải người Tàu”.

“Có gì khác đâu”.

Cô giáo làm thinh. Cô đã bỏ thói quen gồng gân đính chính khi bị lầm lẫn người nước này, nước nọ. Chắc không có mấy ai muốn biết Việt với Tàu khác nhau ra sao. Lại nghe nói người Mỹ thương người Miên, người Tàu hơn người Việt. Cô đâm lo, sợ có ngày phải nhận mình là dân tộc khác để được thương lây.

Cô giáo đang miên man với ý nghĩ bỗng nghe có tiếng gọi tên cô:

“Linh! Linh! Đến đây tôi hỏi cái này”.

Linh bước đến cạnh ông bạn tên Bob. Bob nói:

“Xem giùm miếng giấy nói gì đây. Tôi gỡ trên lưng một thằng bé Việt Nam”.

Linh dịch ra tiếng Anh hàng chữ Việt: “Xin đấm đá tự nhiên đừng khách sáo”. Bob cười thích chí khen:

“Học trò Việt Nam đánh lộn cũng lễ phép! Bạn có giờ nghỉ hả? Vào dạy giùm tôi lớp này coi. Tôi ngán tụi nó quá!”

Linh liếc nhanh vô lớp bên cạnh. Những cái đầu tóc đen quăn quíu, tóc đen thẳng, tóc vàng dợn sóng đang nhô lên hụp xuống tránh, né trận mưa đạn bằng giấy vò viên bay tứ phía. Linh nói an ủi bạn đồng nghiệp:

“Ở xứ tôi có câu nói: ‘Nhứt quỷ, nhì ma, thứ ba học trò’”.

“Sao? Bạn nói sao? Tới hàng thứ ba lận? Xứ này nhứt học trò, thứ nhì nhiều loại khác, quỷ ma thuộc hạng bét”.

“Ồ, xin lỗi. Tôi còn nhiều điều ngớ ngẩn lắm!”

"Thôi đi! Tôi bây giờ không còn lầm cái kiểu ngớ ngẩn của người Á Đông nữa đâu! Cái gì cũng yes, yes, ok, ok mà lúc chịu nói ra thì ý kiến khác người ta hết thảy".

Bob nhìn vào lớp lẩm bẩm như chỉ để riêng mình nghe:

"Chán quá, ba mươi năm rồi còn gì. Muộn mất. Đáng lẽ hồi đó phải chọn nghề nha sĩ. Không, không nên, có nhiều tiền nhưng cũng gặp con nít. Làm phi công! Làm phi công bay trên trời, bỏ cái mặt đất này…"

Linh chậm bước về lớp, đứng nhìn những dãy bàn trống, nghĩ đến thằng Nhuận. Thằng bé cao, gầy, áo quần diêm dúa, tóc dài chĩa cả vào hai con mắt hí nheo nheo vì cận thị nặng không mang kính. Linh nghĩ thầm học trò mình như thế mà các đồng nghiệp người Mỹ vẫn cho là mình may mắn được dạy học trò Việt Nam. Linh nhớ lại thời "oanh liệt" trong đời dạy học của cô ở quê nhà. Tỏ vẻ không bằng lòng, cô chỉ cần ném một cái nhìn nghiêm khắc là các cô sinh viên ngượng ngùng cúi mặt, các cậu sửa bộ lắng nghe. Cái danh hiệu "du học" cô mang bên mình đã tô điểm cho cô một chút màu sắc trong cái nhìn của các học viên buổi tối. Có lần cô đọc xong một đoạn Anh ngữ, cố bắt chước cho thật giống giọng của người tiểu bang Mát-sa-xú-xịt, bỗng nghe một học viên khoái chí vỗ đùi đánh đét la to: "Hết sẩy!"

Đó chỉ là chuyện đời xưa, khi cô còn dạy Anh ngữ cả ngày lẫn đêm, từ trường này sang trường khác, từ nhà này qua nhà nọ. Các phụ huynh giàu có đã xúi cô bỏ dạy ở trường, tăng tiền gấp năm gấp ba, chuộc cô như chuộc đào hát đem về nhà riêng dạy cấp tốc cho con họ lên đường đi Mỹ. Bây giờ thì khác. Các trò nhỏ chỉ cần đôi ba năm ở Mỹ đã có giọng nói như người bản xứ. Hôm nào trong người ương yếu cô nhấn nhá sai vần một vài chữ, tụi nhỏ phản đối, phải lật đật xin lỗi. Ngày trước nói một câu, sinh viên nghe phục ít nhất cũng được vài hôm, bây giờ vừa cất tiếng khuyên bảo đã bị các em gạt ngang không muốn nghe tiếp.

Linh đi quanh lớp, hình dung từng khuôn mặt, từng điệu bộ của những học sinh mà cô có dịp gần gũi mấy năm qua. Đây là chỗ ngồi của thằng Đực. Thằng bé không ngồi yên được năm phút. Nói mãi không được cô mắng nó:

"Em khó dạy quá!"

Đực đáp không chút do dự:

"Đưa một trăm đô-la đây dễ dạy liền. Thằng này chỉ biết có tiền thôi".

Nó tưởng lớp học là chợ trời nên hay kì kèo xin thêm điểm, bớt bài học, rình mò mấy đứa học gian thi lận, cà rà theo cô năn nỉ cho trước con A, thề bán mạng sẽ học bài trả lại sau. Bị gán cho biệt hiệu là "thằng điểm chỉ", nó vẫn tỉnh bơ tiếp tục bắt kẻ gian, báo cáo không sai một chi tiết nhỏ.

Bàn giữa bên phải là chỗ của thằng Nhâm. Mồm lúc nào cũng hăm he dợt mấy thằng Mỹ làm phách. Cả lớp đều thuộc lòng câu châm ngôn: "Nhịn là nhục, cự là đục" của nó. Nó thường kể lại thành tích bị tù ở Cali về tội đập lộn, không quên dặn dò bạn bè:

"Đứa nào bị tụi nó ăn hiếp nói với tao, tao đục văng hết. Chết là cùng, tao cóc sợ".

Mấy tháng nay vắng bóng nó, chẳng biết đang chu du ở tiểu bang nào tiếp tục nhiệm vụ diệt ác trừ gian. Hai cái bàn cuối lớp là chỗ thằng Ngọn kéo sát lại để nằm ngủ. Đánh thức thế nào cũng không dậy nổi. Nó đi làm ca đêm. Cả đời chưa biết dùng chữ "dạ", Hỏi tại sao không "dạ" chỉ "ừ", nó nói cả làng nó không "dạ" sao cô bắt "dạ" làm chi? Nghe đâu đã hút sách hư người, có lúc cứ ngồi cười cười mãi. Tội nghiệp thằng Kiên hay thương bạn xin cô ngó lơ cho bạn ngủ. Nhớ tới thằng Kiên là phải nhớ tới hai cánh tay lực lưỡng của nó. Nhiều năm kéo lưới đã luyện cho nó hai bàn tay to xòe rắn chắc. Nó đặc biệt quên viết và quên tập. Mãi về sau cô mới biết cậu thanh niên này sợ cầm viết rớt lên rớt xuống bạn cười. Tuần trước gặp lại cô nó khoe: "Học được rồi cô! Khổ cái là đang học ngon trớn thì bị tình yêu đột nhập. Kỳ này chắc giã biệt con A, chào con F! Tình yêu mạnh khủng khiếp cô ơi. Một thằng vạm vỡ như em mà nó cũng quật ngã tơi bời!"

Những khuôn mặt còn lại là những con người sớm trở thành mẫu mực. Các em học chăm, học giỏi và khả năng thích nghi cao cho đến nỗi các giáo sư Mỹ hết lời ca ngợi, đề cao luôn cả giống Lạc Hồng. Có vài cô cậu cứ như là những triết nhân chân chính. Không nghe những gì không cần thiết phải nghe, không thấy những gì không muốn thấy, các em im lặng cần cù lo việc riêng của mình. Bài vở làm xong, xin cô cho chỉ giúp những bạn quá kém. Lớp vui, các em cười, lớp ồn ào các em kiên nhẫn ngồi đợi cho qua. Những Trần, Nguyễn, Lê, Huỳnh đã bao lần chiếm chỗ nhiều hơn những họ Smith, họ Brown trên trang báo dành cho học sinh danh dự. Một chút vinh quang mà gian nan biết mấy.

Linh ngồi xuống ghế thừ người nhìn ra cửa sổ. Qua hàng cây khô nổi lên cao nóc tu viện uy nghi. Linh tự hỏi trong đó có được sự yên lành? Nghe tiếng gõ cửa, Linh quay lại cười bâng quơ với một anh bạn đồng nghiệp tên Jeff. Jeff hỏi:

"Lại mơ mộng gì đó? Đừng lãng mạn nhé. Thứ đó cũng làm cho người ta dễ chết lắm!"

Linh đáp:

"Đâu dám. Biết liệu sức mình chứ! Hôm nay không được khỏe, tôi thả trôi, tụi nhỏ lộng quá. Ngồi buồn nghĩ lung tung".

"Lớp tôi cũng vậy. Chắc là ngày trăng tròn, hay tại chúng nó ăn quá nhiều chất đường. Chuyện hằng ngày, đừng ngồi đó mà khổ. Học trò đứa này đi, đứa khác tới, tính khổ hoài sao?

Tôi đã nói với chị là chỉ có những con người tuyệt vọng như bọn mình mới gặp gỡ nơi đây, chọn đúng cái nghề này".

"Thôi đi anh. Anh thương học trò chết được. Chịu thiệt đi. Có hôm tôi đi ngang lớp thấy anh giảng dạy như người đang lên đồng".

Jeff cười hích hích:

"Có khi quên, tưởng mình được Thượng đế gởi xuống giáo huấn nhân loại! Xuống kia uống cà phê không?"

"Cám ơn anh. Tôi sắp có lớp. Bỏ đi ai làm cảnh sát viên khu này? Anh biết không, ở xứ tôi làm thầy chỉ lo việc dạy học thôi, ở đây kiêm luôn cả nhiệm vụ của thư ký, vú em, mật thám. Phải giữ hồ sơ cá nhân của từng đứa, nhắc nhở tắm gội, theo dõi chúng nó đi những đâu, giấu xì ke, dao, súng chỗ nào. Nhiều lúc tôi nản lắm".

"Ừ… ừ… cái hệ thống giáo dục này khỏi nói. Còn có nhiều điều cần phải sửa đổi. Phần thì xã hội càng buông thả, bọn mình càng vất vả hơn. Chị đến đây chịu chung số phận với tụi này. Dạy trường tư đỡ hơn, nhưng họ trả ít quá".

Chuông reo. Jeff khoát tay chào, nói lời an ủi:

"Nè, vui lên đi. Hôm nay thứ sáu lại là ngày phát lương. Đời ưu đãi quá, còn gì hơn nữa!"

Linh cười, cám ơn, vội bước ra hành lang làm nhiệm vụ canh gác, không dám chểnh mảng. Chỉ cần một phút lơ đễnh cũng có thể xảy ra bất cứ chuyện gì. Nếu không cậu này hôn đại cô kia thì cũng có một vụ khều chân cho té. Chỉ có thế cũng đủ là nguyên nhân cho một trận đánh lớn. Hai phe Việt, Mỹ đều hùng hậu. Khổ cho mấy ông cảnh sát viên phải dàn xe quanh trường chống tay ngồi ngủ gục mấy hôm liền, chờ cho các chú nhỏ nguôi ngoai thù hận.

Linh dù đang bận rộn giải quyết những vụ kiện thưa,

gây hấn của nhiều phe phái, tai cô vẫn nghe điệp khúc hằng ngày từ trên lầu vọng xuống: "Brian, nhả gum ra liền bây giờ! Natasha, lấy ngón tay ra! Năm nay mấy tuổi rồi? Mười lăm hay mười sáu? Còn tiếc gì mà cứ bú ngón tay? Fernando, để yên cái tủ. Nó làm hại gì ai mà đá nó? Shirley hôn từ giã cái bàn đi. Chuông reo nãy giờ sao chưa chịu đứng lên? Mấy người có nghe tôi nói gì không? Đi hàng một có nghĩa là một cái đầu trước, một cái đầu theo sau. Tôi nói tiếng Anh chứ có nói tiếng gì khác đâu mà không ai chịu hiểu hết vậy?" Tiếp theo có tiếng một cậu học trò: "Ê, Nicole, buông ông thầy ra. Làm gì ôm ổng hoài vậy. Mày thiếu tình cha hả?"

Linh thở ra. Cô thầm nghĩ ở xứ lạ thấy gì, nghe gì cũng lạ. Nhưng phải cố giữ thái độ thật thản nhiên, không khéo lại mất lòng. Cô sắp quay lưng bước vào lớp bỗng nghe có tên gọi trên ống loa. Cô ngoắc Bob lại canh giùm lớp, chạy vội lên văn phòng.

Ông hiệu trưởng nói:

"Thằng bé này không chịu học. Mỗi lần đến trường làm dữ lắm. Nó có cha mẹ nuôi người Mỹ. Ông bà ấy nghĩ có lẽ nó cần một bàn tay ấm áp của người đồng hương nên mang nó đến đây. Cô đến nói chuyện với nó đi".

"Bàn tay ấm áp của người đồng hương".

Trúng chỗ yếu của Linh. Không một giây ngần ngại, Linh đặt bàn tay lên vai thằng bé. Nó vung tay hất cô ra, và sẵn đà đá mạnh vào chân cô. Linh lảo đảo, cố lấy lại bình tĩnh nói với thằng bé:

"Cô là cô giáo dạy ở đây. Em xuống lớp cô học thử đi. Có nhiều bạn vui lắm. Học thử thôi".

"Tui đã nói không học là không học. Tại sao bắt vô trường hoài vậy? Tức quá trời đi là trời!"

Vừa nói, nó vừa khóc, vung chân đá tứ tung. Bị ông

hiệu trưởng nạt, nó quơ ống khóa để trên bàn định ném vào ông. ông siết chặt tay nó, giành lại cái ống khóa. Thằng nhỏ giãy dụa, la hét, phun nước miếng đầy người ông. Tức giận, ông ấn nó xuống đất, kềm chặt nó lại. Khi giữ được thế chủ động, ông quẹt nước miếng trên mặt ông trét lên trán nó, trả thù. Linh quỳ xuống cạnh hai người năn nỉ cả hai. Ông hiệu trưởng quay sang bảo cô, giọng run run:

"Cô đừng lo. Tôi đang bình tĩnh đây. Cô nói với nó nếu nó còn tiếp tục làm dữ tôi sẽ kêu cảnh sát".

Nghe đến cảnh sát thằng bé dịu lại đôi chút. Nó rên rỉ với cô:

"Dì ơi dì, ông này ổng giết em, kẹt tay đau quá, biểu ổng buông em ra đi". Ông hiệu trưởng nới tay dần. Thằng bé bò vào góc phòng ngồi khóc thút thít, về sau Linh biết được nó tên Tôn, trốn gia đình người chú nuôi theo lính vượt biên, tung hoành ở trại tị nạn. Rượu, gái đầy đủ. Tuổi thật 15, tuổi giả 11. Người đèn đẹt, mặt choắt lại phong trần. Hai cánh tay ốm nhách nổi lên vòng bắp thịt nhỏ có xâm chữ "T.T", tức tuổi trẻ, tương tư, tình tiền, tù tội, tự tử… Mỗi lúc nó cắt nghĩa một khác. Nó đặt chân lên đất Mỹ trở thành một thử thách lớn về lòng nhân đạo của người bảo trợ, nỗi ray rứt không nguôi của các nhà giáo dục, và là gánh nặng trần gian của các nhân viên xã hội. Tụi nhỏ gọi nó là "Tôn Ngộ Không Đại Náo Học Đường". Một hôm người ta tìm kiếm nó khắp nơi nhưng không thấy.

*

Tuyết rơi lã chã. Linh sốt nặng. Cô co ro bước đến chỗ băng đá bên đường. Trạm xe buýt vắng ngắt, chỉ có một người ủ rũ ngồi phà khói thuốc. Linh chợt nhận ra học trò của cô:

"Ủa, Nhuận, sao hôm nay không đi học?"

"Bị thằng cha thầy Mỹ đuổi học ba ngày".

"Tội gì vậy?"

"Phá ổng chơi. Sao cô không đi dạy?"

"Cô đau. Đi bác sĩ".

Im lặng.

"Sao em không ở nhà? Mặc vậy lạnh chết".

Nhuận cười buồn, phà khói thuốc mịt mù đáp:

"Ở nhà ông bác ổng đánh".

"Em không có cha mẹ ở đây sao?"

"Ổng hui nhị tì lâu rồi. Qua đây với bà già. Bả mới chết. Chán. Đi lang thang chơi".

Im lặng.

"Kỳ này vào chịu khó học. Nếu em bằng lòng cô dạy thêm cho em".

"Thôi, học mắc công quá".

Hai người lên xe ngồi cạnh nhau. Linh muốn khuyên bảo hay nói điều gì đó tỏ vẻ săn sóc thằng bé một chút, nhưng cô sốt hoa cả mắt và thằng Nhuận im quá. Một lúc cô hỏi:

"Bây giờ em đi đâu?"

"Không biết".

Linh bước xuống xe, kéo cao cổ áo, cúi mặt rưng rưng.

*

Ốm xong Linh trở dậy vào lớp dạy như người mới hồi sinh. Những ngày trên giường bệnh cô nghĩ nhiều đến tâm sự của từng đứa học trò và cô muốn làm cái gì đó thiết thực hơn là chảy nước mắt hay nói mãi với mọi người nỗi xót xa của mình về sự bất hạnh của đàn con lạc xứ. Cô đi vào lòng từng đứa, kiên trì dạy những điều các em chưa được dạy, chỉ từng chút những gì các em chưa được học. Cô không đòi hỏi quá sức học trò và sẵn sàng khen ngợi từng tiến bộ nhỏ nhất. Những lời thô tục trước kia mỗi khi nghe như đạn nã vào tai, bây giờ có lúc cô giả điếc chờ các em tập thói quen nói lời tao nhã. Cô nhắc nhở cho các em nhớ các em là ai và phải làm gì trên đất lạ để được sống còn mà không làm nhơ danh Tổ quốc. Giây phút vui sướng của cô là được nghe thằng Thanh rán kìm cái tật cà lăm, tình nguyện đọc bài "Giờ Quốc Sử" của Đ.V.C.

"..."

"Ta chắc rằng sau một cuộc xoay vần

Dân nước Việt lại là dân hùng kiệt.

Ta tin tưởng không bao giờ tiêu diệt

Giống anh hùng trên sông núi Việt Nam".

Cô nhớ khi thằng Thanh dứt lời, con Xuân mắt sáng long lanh giơ tay xin nói:

"Thưa cô cho học bài thuộc lòng nữa đi, đọc lên sao nghe nó rờn rợn chỗ xương sống. Sao kỳ vậy cô?"

Hơn mười mấy năm trong nghề dạy học, lần đầu tiên Linh cảm thấy thực sự hãnh diện với nghề nghiệp của mình. Cô không còn tiếc những lời khen thoáng qua, những bó hoa hồng ôm đầy tay vào những ngày mãn khóa của một thời. Cô ngắm nhìn không chán những đôi mắt giương tròn trong sáng, và những nụ cười hớn hở ra vào lớp cô. Cô tập không mắng học trò mất dạy hay ngu dốt, và học trò đã bớt nói ngang với cô. Thằng Giỏi không còn chửi thề tự do như trước. Hôm nào thuộc bài nó nhảy tung tăng, níu áo cô giựt giựt:

"Ê cô, bữa nay thuộc bài rồi nè. Hồi hôm bỏ coi phim chưởng học đã lắm. Chiều nay cho bài nhiều nhiều nghe".

Thằng Đực dạo này thôi mặc cả. Linh thấy nó nâng niu ngắm nghía mấy bài làm được chữ A do công trình học hành khó nhọc của nó. Thằng Mạnh leo lên điểm cao nhất về mọi môn. Nó hăm he học thì học chứ nhất định không bỏ tật mê gái, tuyên bố rùm beng rằng con Yến đã thuộc về lịch sử. Con bé bắt đầu và chấm dứt những trang tình sử đầu tiên của thằng Mạnh chỉ bằng nụ cười chúm chím giấu sau mái tóc dày đen nhánh mượt mà.

Cuối năm học các cô các cậu xum xoe áo mão, chuẩn bị ra sân khấu lãnh bằng tốt nghiệp lên lớp chín. Thằng Tâm nói với cả lớp:

"Tụi bay ơi, chụp ít tấm hình gởi về Việt Nam cho bà con hoảng hồn chơi. Một thằng mù chữ như tao qua Mỹ một năm cũng tốt nghiệp như thường".

Con Nhi vẫn giữ giọng lõi đời:

"Ờ. Ở bển tưởng bên này có phép. Không ngờ tụi bay chỉ học mấy chữ tiếng Anh đủ chửi tục cũng lên lớp! Đúng tuổi người ta bắt lên mà cũng giựt le!"

"Kệ tao. Mày học giỏi dòng họ mày nhờ. Mắc gì khi dễ tao?"

Linh can gián:

"Thôi, mấy em sao… cứ vậy hoài. Đến xứ người ta rồi mà còn gây gổ nhau luôn".

Thằng Tâm ấm ức nói thêm:

"Ai biểu nó lên mặt. Em mà qua đây trước nó hai năm thì còn khuya nó mới thắng em. Chưa chắc ai ngon à…"

Linh ngắt lời thằng Tâm, hỏi thằng Nhuận sao chưa chịu mặc áo vào còn đi loanh quanh trong lớp.

Nó đáp gọn lỏn:

"Áo ủi cháy mẹ nó rồi".

Thằng Hải đứng gần nghe vậy nháy nháy mắt với Linh. Linh hiểu ý nói lảng sang chuyện khác. Đợi thằng Nhuận bước ra ngoài, thằng Hải đến gần Linh nói: "Nó nói giả bộ đó cô. Nó nói với em nó học dở quá bận áo tốt nghiệp vô coi kỳ lắm".

Lớp học chỉ còn lại cô giáo. Học trò đã nghỉ hè từ hôm trước. Linh đang thu dọn lớp ngày cuối cùng trong năm học. Nắng bên ngoài rực rỡ làm sáng lên những "tác phẩm lớn" của học trò cô treo trên tường. Bức tranh "Con Rồng Cháu Tiên" của thằng họa sĩ Nghĩa chẳng những đáng chú ý ở chỗ mặt mũi của một đàn con nở ra từ một trăm cái trứng thật dễ thương mà còn lạ một điều là có nhiều đứa chân không sát đất. Điềm gì vậy? Gió tạt mạnh vào cửa sổ. Bài luận của cô học trò xinh đẹp tên Tơ rơi xuống đất. Linh cúi xuống nhặt định vất đi, chợt thấy tiếc vì chữ quá đẹp và sạch sẽ. Con bé bây giờ đã nặng nề tay nách tay mang. Đứa con thứ nhất của một người đàn ông biết được phải làm cha, vội vàng từ giã đi làm ăn ở một tiểu bang khác không thấy trở về. Đứa trong bụng là một chút gì đó của người cha ghẻ.

Linh định bỏ vào giỏ những tập "Nhật Ký Viết Cho Cô" bỗng nhận ra còn cả giờ nữa mới được về. Cô ngồi xuống ghế giở ra từng tập, đọc đi đọc lại những dòng đáng lưu ý:

"… Thưa cô, ba má em nói ba má em liều mạng sống qua đây để cho tụi em học, cho nên em muốn học thiệt giỏi. Nhưng em mới qua, tiếng Anh còn dở, và ở đây đi xa quá. Chờ subway, xe buýt mất nhiều giờ làm bài không kịp. Chớ em đâu có muốn không làm bài đâu. Cô đừng rầy, đừng giận em nghe cô…"

"… Thưa cô, em giữ em cho má em đi làm. Em nó khóc hoài. Tới chừng nó chịu ngủ đem bài cô ra học mắt nó cứ ríu lại rán mở không ra. Nhà em đông công chuyện làm không xuể, ba em đánh em bầm mình còn biểu em tự vận đi. Thưa cô sao anh của em không làm gì hết mà không bị rầy còn được đi chơi? Hẹn cô trang sau. Học trò của cô. Hiền".

"… Em sẽ trở thành Hero. Rồi em có rất nhiều tiền. Em sẽ cứu hết mấy đứa con nít ở Africa, đem tụi nó qua America cho học English get được good job. Goodbye cô. Quốc Nguyễn".

"…Thưa cô ở quê em khi trăng lên thì sáng cả bầu trời. Ở đây trăng sáng chỗ này, không sáng chỗ kia. Những ngày có trăng gia đình em ăn cá nướng ngoài sân. Nhớ lại hồi ở Việt Nam thiệt là vui. Ở đây chỉ có học là vui còn cái gì cũng buồn hết".

"… Tui vuôi mừng được đi học lại. Tui lớn tuổi tối dạ chậm hiểu thật nhiều, đều gáng học cũng hiểu chút đỉnh. 12 tuổi tui đi làm nui va đình. Bây giờ 17 tuổi tui đi học để nữa nui thân. Tui hoàn toàn chách nhiệm. Hết chiện đời tui".

"…Đêm qua em nằm mơ thấy về Việt Nam. Lúc đó em giàu có lắm. Vui thiệt là vui. Lúc đó em 21 tuổi, đi về bằng máy bay riêng của em. Em đáp máy bay xuống phân phát đô-la, vàng, kim cương cho từng nhà. Chưa hết xóm thì đồng hồ reo sáng rồi phải dậy đi học. Em tức thiệt là tức, em nhắm mắt cho ngủ lại để phát hết cho mọi người".

"…Trên tàu em làm thinh mười ngày. Không nói tiếng nào. Em tỉnh lại em thấy em đang ở trên đảo. Bây giờ em ở đây. Em đi từ xứ này qua xứ khác như đi trong giấc mơ. Tụi nó đặt tên em là thằng Hoàng câm, nhưng em không giận tụi nó. Em thích học lắm cô à".

"…Thưa cô, hôm qua em được thư của má em. Má em biểu ba em đừng uống rượu. Ba em bỏ đi chiều tối về thì thấy ổng say. Ba em nói mày đừng tưởng tao không nghe lời má mày. Tại tao nhớ má mày quá nên tao uống rượu. Như vậy là em biết ba em nghe lời má em, và em với ba em ngồi khóc.

Em nằm chiêm bao thấy má em hoài. Má kỳ lắm cô à, lần nào em đưa tay níu má cái thì giựt mình thức dậy".

Linh vuốt từng quyển tập cất vào giỏ. Cô nhìn xuống hàng ghế trống tưởng chừng như thấy rõ từng tâm hồn dễ thương và cao đẹp đang hòa trộn trong niềm yêu mến dạt dào đang tràn ngập lòng cô. Cô lật vội sổ tay ra viết vội mấy dòng:

Nhật Ký Viết Cho Học Trò.

Các em thân yêu, cô đang vùng thoát ra khỏi mộng mị của đời mình, gạt bỏ những ước mơ không tới, những lý tưởng xa vời, để sẵn sàng hơn bao giờ cả cầm lấy tay các em. Bởi cô đã nhìn các em tường tận, và cô đang thấy những bàn tay… những bàn tay mà mới ngày nào hãy còn lẹ làng tung lưới cá, thoăn thoắt cấy ngoài đồng, bỗng hóa thành vụng về trên đất lạ, lạc lõng giữa học đường… Và đêm đêm còn có những bàn tay đưa ra, chới với bắt hụt hình bóng mẹ khi giấc mơ tàn…

Trần Thị Kim Lan

TRẦN THỊ LAI HỒNG

Tên thật. Sinh trưởng tại Huế, dạy học ở Nha Trang.
Chủ biên tin tức Đài phát thanh Sài Gòn trước 1975.
Di tản sang Hoa Kỳ. Làm Tổng thư ký tạp chí Đất Mài (1981-
1984). Chủ trương (cùng Lê Thị Huệ, Túy Hồng, Bùi Bích
Hà) nguyệt san Phụ Nữ Ngày Nay (1986-1987). Dạy học.
Cộng tác với vài tạp chí văn học hải ngoại như *Văn, Làng
Văn, Văn Học.*
Thành lập cơ sở Sắc Lụa (Art ofSilk)năm 1992, trưng bày màu
nhuộm vẽ trên tơ tằm tại Seattle, WA (Bảo tàng viện Wing
Luke), Houston, Texas (nhóm Phượng Vĩ), Westminster, CA
(Hội Nghệ Thuật Việt-Mỹ).
Năm 1994 một buổi trình diễn Sắc Lụa được tổ chức lại
McLean, VA.

Áo dài Việt Nam

"Có tìm hiểu dĩ vãng của chính mình thì mới quý nó được, và có quý trọng dĩ vãng thì mới tìm được hướng đi cho tương lai". Đó là lời của cố học giả Nguyễn Hiến Lê mà người viết bài này muốn gửi đến các bạn trẻ và những ai quan tâm đến việc bảo vệ kho tàng văn hóa dân tộc.

Khi tìm đọc Văn học sử Việt Nam, chiếc áo dài quả đã ghi lại rất nhiều nét đan thanh không những qua ca dao tục ngữ mà còn qua điêu khắc, hội họa, kịch nghệ, văn chương và âm nhạc.

Ngược dòng thời gian tìm về nguồn cội, chiếc áo dài Việt Nam đầu tiên với hai tà áo thướt tha bay lượnđã đượctiền nhân ghi khắc trên cổ vật, như trống đồng Ngọc Lũ, Hòa Bình, Hoàng Hạ... từ trên ba ngàn năm trước.

Áo dài Việt Nam quả đã có một quá trình đi sát với lịch sử dân tộc để lắm phen khóc cười theo mệnh nước nổi trôi. Trải qua cả mười thế kỷ bị Trung Hoa đô hộ – một Trung Hoa vĩ đại về mọi phương diện – rồi ngót một thế kỷ dưới ách thống trị của Pháp – quốc gia đứng hàng đầu về thời trang quốc tế – tà áo dài Việt Nam vẫn uyển chuyển tung bay, biểu dương tinh thần bất khuất, đặc tính thích nghi với hoàn cảnh, và khiếu thẩm mỹ của người Việt.

Dưới thời kỳ bị Trung Hoa đô hộ, dân ta đã bao phen bị người Tàu ra lệnh đồng hóa: Đàn ông phải dóc tóc bím đuôi sam, đàn bà phải cắt tóc ngắn và mặc quần thay vì mặc váy, mọi người đều phải để răng trắng không được nhuộm... Nhưng những cổ vật tiền nhân để lại cho thấy người Việt xưa vẫn búi tóc, vẫn mặc áo dài và váy.

Chiếc áo dài xưa nhất là áo giao lãnh, tương tự như áo

tứ thân nhưng khi mặc thì hai thân trước để giao nhau mà không buộc lại. Áo mặc phủ ngoài yếm lót, váy tơ đen, thắt lưng màu buông thả. Xưa các bà các cô búi tóc trên đỉnh đầu hoặc quấn quanh đầu, đội mũ lông chim dài; về sau bỏ mũ lông chim để đội khăn, vấn khăn, đội nón lá, nón thúng, cổ nhân xưa đi chân đất, về sau mang guốc gỗ, dép, giày.

Vì phải làm việc đồng áng hoặc buôn bán, chiếc áo giao lãnh đượcthu gọn lại thành kiểu áo tứ thân với váy xắn quai cồng đểtiện việc gồng gánh, nhưng vẫn không làm giảm nét đẹp của người nữ.

Vẻ yêu kiều, nét duyên dáng, nết đoan trang của phụ nữ thời áo tứ thân đượcmô tả rõ rệt qua bài ca dao Mười Thương.

> *Một thương tóc bỏ đuôi gà*
> *Hai thương ăn nói mặn mà có duyên*
> *Ba thương má lúm đồng tiền*
> *Bốn thương răng nhánh hạt huyền kém thua*
> *Năm thương cổ yếm đeo bùa*
> *Sáu thương nón thượng quai tua dịu dàng*
> *Bảy thương nết ở đoan trang*
> *Tám thương ăn nói lại càng thêm xinh*
> *Chín thương cô ở một mình*
> *Mười thương con mắt hữu tình với ai?*

Ngoài đồng ruộng hay trong những buổi chợ, chiếc áo tứ thân có màu nâu non, nâu già hoặc đen, mặc với váy vải thô nhuộm bùn, nhưng trong những dịp hội hè đình đám cưới hỏi, áo được may bằng hàng the, nhiễu, thao, lụa, khoác bên ngoài chiếc yếm đỏ thắm hay hồng đào và phủ lên chiếc váy lĩnh hoa chanh hoặc váy sồi có thắt lưng màu lá mạ hay màu cánh chả bay lượn trong gió. Các bà các cô vấn tóc trong khăn nhung hoặc vấn trần có một lọn để đuôi gà làm duyên, đội nón thượng quai thao, lưng đeo bộ xà tích bằng bạc, tay đeo vòng hay xuyến, cổ đeo chuỗi hạt vàng, chân mang giày dừa, dép cong.

Bộ áo tứ thân đứng vững trên đất nước Việt Nam cả mấy ngàn năm trong khi bộ xiêm y lượt thượt của người nữ Trung Hoa chỉ còn xuất hiện trong cung điện hoặc trong những nhà quyền quý. Đến thế kỷ thứ ba sau Tây lịch thì đàn bà Trung Hoa bỏ váy để mặc quần, khi chiếc quần xuất hiện dưới thời Gaulois bên Pháp truyền sang cổ Ba Tư rồi vào đất Tàu. Phụ nữ Trung Hoa lại tiến xa hơn dưới thời vua Võ Vương nhà Thanh năm 1774, mặc kiểu áo xường xám không có… quần!

Trong thời gian đó, truyền thống mặc váy vẫn tồn tại ở Việt Nam cho đến thế kỷ mười bảy như đã ghi trong sách Lê Triều Thiên Chính đời vua Lê Huyền Tông, tháng 3 năm 1665 với sắc lệnh nhắc nhở: "…áo đàn bà con gái không có thắt lưng, quần không có hai ống từ xưa đến nay đã có tục cũ…"

Tuy nhiên, thời trang Việt Nam cũng thay đổi theo thời gian. Phụ nữ tỉnh thành chế biến kiểu áo ngũ thân từ áo tứ thân để có dáng dấp trang trọng hơn.

Áo ngũ thân cũng cắt may giống như áo tứ thân nhưng vạt trước là một vạt lớn như vạt sau, còn vạt nửa trước bên phải của áo tứ thân nay trở thành vạt con. Áo ngũ thân che kín thân hình không để hở áo lót. Mỗi vạt có hai thân nối sống tượng trưng cho tứ thân phụ mẫu, và vạt con nằm dưới vạt trước, là thân thứ năm tượng trưng cho người mặc áo. Vạt con nối với hai vạt cả nhờ cổ áo có bâu đệm, và khép kín nhờ năm chiếc khuy tượng trưng cho đạo làm người theo quan niệm Nho giáo: Nhân, Nghĩa, Lễ, Trí, Tín. Áo ngũ thân không những tôn vinh giá trị cao quý của người nữ trong gia đình cũng như xã hội, mà còn gói ghém nhân sinh quan của dân tộc: Con người nhờ cha sinh mẹ dưỡng, khi thành thân có cha mẹ người bạn đời cùng che chở bao bọc là tứ thân phụ mẫu, luôn tôn trọng đạo làm người và giữ lòng nhân ái, ăn ở có nhân nghĩa trên kính dưới nhường, biết nơi trọng chỗ khinh, biết suy luận tính toán và giữ vững niềm tin nơi người.

Áo ngũ thân đi đôi với quần hai ốngvà khăn đội đầu cũng là Quốc phục của phái nam. Các bà các cô dùng màu sắc óng ả dịu mát trong khi đàn ông con trai chỉ dùng màu đen, trắng, hoặc lam thẫm.

Một kiểu thời trang mới đưa ra bao giờ cũng xuất phát từ thành thị và phải mất cả chục năm – nếu không bị đào thải – mới được phổ biến sâu rộng về thôn quê. Do đó, có thể nói rằng bộ áo ngũ thân xuất hiện vào khoảng đời vua Gia Long (1802-1819) nhà Nguyễn Phúc. Sở dĩ có sự ước đoán này, vì mặc áo dài thì phải mặc quần chớ không thể mặc váy. Và 163 năm sau khi vua Lê Huyền Tông bắt đàn bà mặc váy, thì vào năm Minh Mạng thứ 9 tức là năm 1828, triều đình Huế ra chiếu chỉ cấm đàn bà mặc váy và bắt phải mặc quần. Hồi ấy dân gian có câu ca dao than vãn:

> *Chiếu Vua mồng sáu tháng ba*
> *Cấm quần không đáy, người ta hãi hùng!*
> *Không đi thì chợ không đông*
> *Mà đi thì... lột quần chồng sao đang!*
> *Có quần ra đứng bán hàng*
> *Không quần đứng nấp đầu làng trông quan!*

Trước sự than vãn và chống đối của giới nữ, phe đàn ông con trai an ủi vỗ về:

> *Trúc xinh trúc mọc ngoài sân*
> *Em xinh thì váy hay quần vẫn xinh!*

Từ chiếc áo ngũ thân, vạt con nấp sau vạt trước được cắt ngắn bớt cho gọn, và đó là hình dáng chiếc áo dài Việt Nam, còn giữ lại cho đến bây giờ.

Thời đó, các bà các cô giới thượng lưu hoặc nhà giàu, có những cách phô trương áo quần như mặc áo mớ ba mớ bảy tức là nhiều lớp áo mặc chồng lên nhau, nhất là về mùa Đông. Mùa Hè, họ mặc áo the mỏng phủ ngoài áo dài trắng bên trong. Các kiểu trang sức thì đeo chuỗi hạt trai, hạt ngọc, hạt cườm, hoa tai, vòng, xuyến, nhẫn… Tóc vẫn còn để dài. Khi trẻ thì xõa rồi cặp rồi búi sau gáy hoặc vấn khăn nhung, trời lạnh thì trùm khăn nhung khăn nỉ. Từ đôi guốc gỗ thô sơ, các bà các cô có những đôi hài nhung thêu cườm hoặc chỉ ngũ sắc, hoặc những đôi dép da bóng.

*

Tuy nhiên, quá trình chiếc áo dài chưa chịu ngưng ở kiểu áo ngũ thân. Nhật nhật tân, hựu nhật tân, nhất là trang phục.

Sau Đông phương, áo dài Việt Nam một lần nữa chịu ảnh hưởng Tây phương, bởi thời trang cũng đi liền với lịch sử. Nhưng cũng một lần nữa, tinh thần bất khuất của dân tộc Việt lại được biểu lộ qua chiếc áo dài.

Việt Nam thoát ách đô hộ của người Tàu không bao lâu thì lại rơi vào tay người Pháp. Khi văn hóa Lang-sa tràn vào nước ta thì chữ Quốc ngữ thay thế chữ Nôm và Hán, và cách ăn lối ở của ta cũng lần lần thay đổi và cố nhiên áo quần cũng chịu ảnh hưởng.

Một nhân vật có tên là Cát Tường – có người cho biết đó là một họa sĩ tên là Nguyễn Cát Tường – tung ra kiểu áo dài mới mệnh danh áo Lemur.Chữ Lemur viết trại theo danh từ Pháp le mur có nghĩa là cái tường viết trại tên họa sĩ Cát Tường.

Áo Lemur ra đời vào năm 1930 lúc nhóm Tự Lực Văn Đoàn cổ xúy cải cách xã hội, và được cổ động mạnh mẽ trên báo Phong Hóa, gây chấn động tại các đô thị, nhất là tại Hà Nội, nơi từng được mệnh danh là đất ngàn năm văn vật.

Áo Lemur cắt may hoàn toàn theo lối Tây phương nối vai ráp tay phồng, cổ bồng, cổ lá sen, cổ nhún tai bèo hoặc táo bạo hơn được khoét rộng để hở cổ. Vạt áo không nối sống nữa vì hàng vải mới sản xuất hoặc nhập cảng từ Pháp có khổ rộng hơn hàng nội hóa thời đó, nhưng vẫn giữ nguyên hai tà dài với gấu áo viền tròn nên tà áo không được mềm mại, được các cô tân thời dùng khăn "san" bằng "voan" mỏng quấn lơi quanh cổ để níu kéo nét dịu dàng yểu điệu. Áo mặc với quần dài trắng, chân mang giày cao gót, vai đeo bóp đầm, che dù tránh nắng. Phụ nữ thời đại cải cách này không nhuộm răng đen nữa mà để trắng, tóc vấn trần hoặc búi lỏng, rẽ ngôi lệch.

Hồi đó, ngay tại thủ đô Huế nơi có triều đình Việt Nam và Tòa Khâm Sứ Pháp, một số các cô tân thời a dua mặc "mốt" Lemur, và dân Huế có bài vè như sau:

Vè vẻ vè ve
Nghe vè "mốt" áo
Bận áo lơ-muya
Đi giày cao gót
Xách bóp-tờ-phơi
Che dù cánh dơi
Đi chơi Cụ Ngáo
Ăn cháo không tiền
Cổi liền lơ-muya!

Tại Hà Nội, cây bút châm biếm thời đại Tú Mỡ cũng có bài nhại Mười Thương về áo tân thời như sau:

Một thương tóc lệch đường ngôi
Hai thương quần trắng, áo mùi, khăn "san"

> *Ba thương hôm sớm điểm trang*
> *Bốn thương răng mọc hai hàng trắng phau*
> *Năm thương lược Huế cài đầu*
> *Sáu thương ô lụa ngả màu thanh thiên*
> *Bảy thương lắm hạc nhiều tiền*
> *Tám thương động tý "nữ quyền" giở ra*
> *Chín thương cô vẫn ở nhà*
> *Mười thương... thôi để mình ta thương mình!*

Tại Sài Gòn vào năm 1934, trong truyện dài bằng thơ *Lời Tâm Sự* của Thuần Phong đăng trên tạp chí *Cùng Bạn*, cũng có một bài thơ giễu nhẹ các cô tân thời:

> *Một yêu mặt trắng má tròn*
> *Hai yêu môi mọng thoa son điểm hồng*
> *Ba yêu mắt sáng mày cong*
> *Bốn yêu mái tóc nực nồng nước hoa*
> *Năm yêu mảnh áo ngắn tà*
> *Sáu yêu quần trắng là đà gót sen*
> *Bảy yêu vóc liễu dịu mềm*
> *Tám yêu giọng nói vừa hiền vừa vui*
> *Chín yêu học thức hơn người*
> *Mười yêu, yêu cả đức tài hình dong!*

Những hình ảnh lố lăng quá trớn của một số phụ nữ chạy đua theo thời trang và kiểu áo Lemur mới mẻ đã được Vũ Trọng Phụng mô tả tỉ mỉ trong tác phẩm trào lộng thời đại Số Đỏ. Một số các bà thủ cựu đã không ngần ngại tẩy chay kiểu áo quá tân thời này, thậm chí có bà đã xé toang vạt áo Lemur khi gặp một cô ăn mặc táo bạo trên đường phố Hà Nội.

Bốn năm sau khi áo Lemur xuất hiện và chết yểu, vào năm 1934, họa sĩ Lê Phổ đã cải tiến Lemur, loại bỏ những đường nét Tây phương táo bạo để dung hòa với kiểu áo ngũ thân cũ, không nối vai nối tay, không tay phồng cổ hở mà vẫn cổ kín vạt dài không viền tròn nhưng ôm sát thân người để hai tà áo mềm mại tự do bay lượn.

Chiếc áo dài canh tân này được hoan nghênh nhiệt liệt trong Hội Chợ Nữ Công Đà Nẵng năm 1934 với gian hàng phụ nữ có các bà các cô đứng bán mứt, bánh và đồ thêu đan, đoan trang hiền thục dịu dàng với áo màu quần trắng tóc búi lỏng hoặc vấn trần hay vấn khăn nhung. Tới đây, chiếc áo dài dung hòa được mới với cũ để tôn vinh những nét đẹp của người nữ và tìm được nhân dáng chính xác, để đứng vững từ đó cho đến bây giờ.

*

Suốt cả ba thập niên sau đó, chiếc áo dài không có nhiều thay đổi lớn ngoại trừ cổ áo khi cao lúc thấp, khi vuông lúc tròn, khi kín lúc hở; chiều dài cũng lên xuống khi minilúc maxi, gấu áo cũng khi lớn lúc nhỏ; vòng eo có khi rộng lúc thắt chặt. Chiếc quần cũng thay đổi từ kiểu cặng què qua đáy giữa, lưng từ to bản luồn giải rút đổi sang lưng nhỏ luồn dây thun rồi đổi gài nút, và sau cùng là khóa kéo kiểu Tây phương; trong khi ống quần cũng theo thời khi chân voi lúc ống túm.

Cho đến cuối thập niên 50, áo dài Việt Nam theo dòng lịch sử thay đổi từ chế độ Quân chủ sang chế độ Cộng Hòa với một nhân vật nữ: Bà Ngô Đình Nhu nhũ danh Trần Lệ Xuân, phu nhân bào đệ cố Tổng Thống Ngô Đình Diệm. Ngày 6 tháng 12 năm 1958, trong dịp khai mạc Triển Lãm Nữ Công tại Cô Nhi Viện Nữ Vương Hòa Bình ở Sài Gòn, bà Nhu xuất hiện với kiểu áo dài không cổ tay ngắn mang bao tay trắng, tóc bới cao. Một số các bà các cô trong Hội Phụ Nữ Liên Đới vội vàng may mặc theo kiểu mới hở cổ: cổ thuyền, cổ vuông, cổ tròn, cổ trái tim…

Nhưng bà Nhu lộng quyền thao túng nền Đệ Nhất Cộng Hòa và gây bất mãn khắp nơi. Nhiều vụ xuống đường, tuyệt thực, tự thiêu đã xảy ra để bày tỏ chống đối. Chiếc áo dài cũng tham gia cuộc chống đối nhưng thầm lặng hơn, với kiểu áo dài cổ cao tận cằm đối lập kiểu áo không cổ. Sau đó, áo không cổ của bà Nhu cũng theo bà qua Tây nấp trong bóng tối mà mai một.

Đầu thập niên 60, nhà may Dung Dakao ở Sài Gòn tung một kiểu mới: Áo dài tay Raglan mặc với quần xéo ống rộng. Kiểu áo cập nhật này giúp xóa bớt những đường nhăn hai bên nách và vai vì được ráp tay xéo vai, nên thân hình người nữ được ôm gọn trong hàng lụa một cách đầy thẩm mỹ.

Thuở đó, giới nữ sinh thích mặc ngắn gọn nên có kiểu mini-raglan tay ngắn vạt nhỏ và tà áo chỉ dài tới gối, trong khi các bà thích kiểu maxi-raglan tha thướt nhu mì hơn. Chiếc quần xéo may bằng hàng mềm xếp xéo góc khi cắt, ôm sát hông nhưng hai ống lòa xòa mà mỗi bước đi thấp thoáng thấy mũi giầy ẩn hiện dưới sóng lụa. Nhiều người còn cầu kỳ hơn, may quần xéo bằng hàng mỏng hai lớp trông thật yểu điệu.

Sau đó, một vài nhà may ở Sài Gòn tung kiểu áo ba tà gồm thân sau nguyên một vạt nhưng thân trước chia làm hai như kiểu áo tứ thân xưa, gài nút từ cổ xuống ngực rồi tới bụng thì để thả mặc với quần tây kiểu chân voi để cập nhật với thời trang Âu Mỹ đang có kiểu quần "bell bottom".

Cuối thập niên 60, nhiều bà đưa ra một "mốt" hay hay là mặc nguyên một bộ áo dài và quần màu phấn tiên, may bằng tơ lụa nội hóa trông rất dịu dàng khả ái. Một số ca sĩ lên sân khấu lại mặc nguyên bộ màu sắc đỏ chói hay xanh ngắt viền kim tuyến sặc sỡ.

Từ kiểu Raglan có nhiều kiểu biến chế lạ mắt: Thân áo may bằng hàng dày, nhưng phía ngực và tay ráp bằng hàng ren hoặc hàng mỏng; hoặc thân áo khác màu với hai tay, có khi là hai màu tương phản như đen trắng, hoặc đậm nhạt, và có khi may bằng hàng rất mỏng nên phải dùng hai hoặc ba lớp, ý hẳn nhắc nhở đến ngày xưa các cụ mặc áo mớ ba mớ bảy để phô trương sự giàu có của mình.

Nữ sinh Việt Nam trước 75 đến trường đều thường là "áo trắng học trò", nhưng thứ hai chào cờ phải mặc đồng phục: Áo trắng nữ sinh Đồng Khánh Huế, áo lam Hà Nội, áo xanh da trời Trưng Vương, áo hồng Gia Long… những màu áo thơ mộng đã một thời lên hương qua thơ nhạc.

Một điều ghi nhận là sau khi không còn thể chế quân chủ, kể từ thời Đệ nhất Cộng hòa (tháng 7-1954), hầu hết các cô dâu đều mặc quốc phục áo dài có khoác ngoài một áo thụng rộng may theo kiểu áo mệnh phụ hoặc áo hoàng hậu, và đội khăn vành xanh hoặc vàng. Ý hẳn đó là ngày nàng trở thành một bậc mệnh phụ và bước lên ngôi hoàng hậu trong cuộc đời của chàng vậy.

Từ cuối thập niên 60, nhà may Thanh Khánh ở Dakao đưa ra những mẫu hàng thêu hoa lá cành để may áo dài, và tiệm Saigon Souvenirs khu Thương xá Tax Sài Gòn đưa ra những mẫu hàng vừa vẽ vừa thêu trên lụa rất quý phái lịch sự. Ba nhà may nổi tiếng tại Sài Gòn trước 75 là nhà may Thanh Khánh – nay mở tại Paris, Pháp – nhà may Dung Dakao và nhà may Thiết Lập Pasteur – nay mở tại đường Brookhurst, Garden Grove, California, Hoa Kỳ.

*

Như trên đã nói, chiếc áo dài Việt Nam có số phận gắn liền với lịch sử dân tộc. Khi Cộng sản xâm chiếm miền Nam vào cuối tháng Tư, 1975, chiếc áo dài cũng theo những bước chân di tản lưu vong ra ngoại quốc, trong khi chính sách đàn áp và nền kinh tế kiệt quệ trong nước đã đẩy lui chiếc áo dài vào bóng tối hoặc chôn kín trong đáy tủ và chỉ được đưa ra ánh sáng trong dịp cưới hỏi lễ lạc.

Trên bước đường lưu vong, bất cứ ở Mỹ, Phi, Âu, hay Á, chiếc áo dài được nâng niu bảo trọng hơn bao giờ. Ở đâu có người Việt ty nạn là ở đó có áo dài, áo lụa, áo nhung, áo tơ, áo gấm, áo vải, áo thêu, áo vẽ… kể cả áo gấm lam, áo thụng khăn đóng của quý vị tu mi nam tử. Phẩm chất, màu sắc cũng như những hình tượng trên áo được hòa hợp với trình độ thẩm mỹ khá cao.

Trong số những nhà sáng chế kiểu áo, phải kể đến Thành Lễ Hoàng Đình Tuyên ở Paris với những kiểu hoàn toàn mới lạ và táo bạo như áo dài hở ngực hở cổ, áo dài không có tay hoặc chỉ có một tay kiểu… độc thủ nữ hiệp, áo dài cũn cỡn ngắn trên đầu gối kiểu… lính thú đời xưa, áo dài năm lớp hàng màu v.v… Đặc biệt các kiểu áo dài mới của Thành Lễ đều mặc với quần cùng màu hoặc màu tương phản để tạo sự bắt mắt. Rất may, đa số các kiểu mới này đều còn giữ nguyên hai tà áo bất khuất bay lượn, nét đặc biệt của áo dài Việt Nam.

Hiện nay phong trào áo vẽ và nhuộm màu đang lấn át những mẫu áo thêu loan phượng giao long, cúc trúc lan mai và cảnh trí thời xưa, đồng thời với sự tái xuất kiểu áo Lemur tay phồng nối vai.

Nhiều họa sĩ nổi danh tung ra vô số mẫu vẽ trên lụa: Thành Lễ Hoàng Đình Tuyên, Thúy Uyển, Nhung ở Paris, Tiểu Linh, Frederic Thọ ở Cali, Anh Đào, Kim Liệu ở Virginia…Người viết bài này vì yêu áo dài Việt Nam nên cũng mượn màu sắc ghi lại những hình ảnh quê hương qua hoa lá cành mây nước trăng sao trên lụa, để mong phổ biến những vẻ đẹp của quê hương thể hiện qua tà áo, đóng góp phần nào vào việc gìn vàng giữ ngọc.

Những chiếc áo dài Việt Nam dù với màu sắc đậm chói hay dịu mát, may bằng hàng vải thô sơ hay tơ gấm lụa là, vạt áo có ngắn cũn hay dài thượt, thân áo có nhỏ hẹp hay rộng rãi, cổ áo có kín cổng cao tường hay hở hang lộ liễu… vẫn là một kết hợp của chân thiện mỹ. Áo dài Việt Nam không những nói lên nhân sinh quan Việt Nam mà còn gói trọn tinh thần Việt Nam: Dù ở bất cứ hoàn cảnh nào cũng chỉ tiếp nhận tinh hoa mà gạn lọc cặn bã, tô bồi thêm nét đẹp mà vẫn giữ cá tính độc lập.

Áo dài Việt Nam là niềm kiêu hãnh của người Việt Nam. Chính vì vậy mà người Việt vẫn yêu quý tà áo Việt, nhất là thế hệ trẻ lưu vong trong sứ mạng gìn vàng giữ ngọc.

Ngày áo dài hồi hương hẳn không xa.

Phan Kế Bính, "Việt Nam Phong Tục", Phong Trào Văn Hóa.

Trần Trọng Kim, "Việt Nam Sử Lược", Đại Nam.

Toan Ánh, "Phong Tục Việt Nam", Xuân Thu.

Nhất Thanh, "Đất Lề Quê Thói", Sống Mới.

Nguyễn Khắc Ngữ, "Những Hình Ảnh Xưa", Nhóm Nghiên Cứu Sử Địa.

P. Huard và M. Durand, "Connaissance du Vietnam", E.F.E.O.

W. Robert Moore và Maynard Williams, "Portrait of Indochina", The National Geographic Magazine.

TRẦN THU MIÊN

Tên cha mẹ đặt: Trần Văn Thành, tên gọi: Trần Thành, tên Mỹ: Thanh V Tran, tên tự đặt: Trần Thu Miên.

Học Sinh Trung Học: Đệ Tử dòng Xiô Châu Sơn Đơn Dương, Lâm Đồng, VN.

Đại Học: Thụ Nhân, Đà Lạt, Mississippi Gulf Coast Community College, Jackson County Campus, Jackson State University, Mississippi, North Texas State University (University of North Texas), University of Texas at Arlington.

Dạy Học: California State University, Los Angeles (Giáo Sư Khoa trưởng), Boston College (Giáo Sư), Massachusetts, University of Kentucky, Lexington (Giảng Sư), University of Michigan, Ann Arbor (Giảng Viên), University of Texas at Arlington (Phụ Giảng), Loma Linda University (Giáo Sư tạm thời).

Sinh Hoạt Văn Nghệ: vui chơi với đời. Sáng lập tạp chí *Sứ Điệp* (Đình bản).

Cộng tác không thường xuyên: Trang Nhà Dũng Lạc (Tuyệt bản), Trang Nhà Du Tử Lê & Người Việt Boston.

Tác phẩm đã xuất bản:
- *Mưa Nắng Sân Trường* (thơ)
- *Câu Kinh Tôi Đọc Giữa Đời Tha Hương* (thơ)
- *Hành Trình Linh Hồn Biệt Xứ* (thơ)
- *Giã Từ Giọng Hát Em* (truyện & tuỳ bút, 2016)

Cái chăn

(Truyện lẫn lộn đời thường và hư cấu. Nếu độc giả thấy mình trong truyện thì cũng tình cờ như những tình cờ khác trong đời sống).

Tin nhà tôi cháy lan nhanh từ sân đại học ra thành phố. Báo sinh viên và báo thành phố đăng những bài dưới tựa đề như "Ba Sinh Viên Việt Nam Tỵ Nạn Phải Di Tản Thêm Lần Nữa", hay "Hỏa Hoạn Làm Ba Sinh Viên Việt Nam Trở Thành Những Kẻ Không Nhà". Hai đài truyền hình thành phố cũng gửi phóng viên đến phỏng vấn và thu hình chúng tôi về vụ cháy nhà đêm thứ hai vừa qua.

Ba thằng vô gia đình (gia đình chúng tôi lúc đó còn ở cả bên Việt Nam) gặp nhau ở một đại học miền Tây Nam Hoa Kỳ. Mùa hè năm 1977, cả ba thằng làm việc cho một nhà hàng Mễ Tây Cơ, đứa bồi bàn, đứa rửa chén nên chúng tôi thuê phòng ở ngắn hạn gần nhà hàng cho tiện đi làm. Ngày nghỉ nào ba đứa cũng về đại học tìm nhà thuê cho kịp khai giảng vào đầu mùa thu. Điều kiện tài chánh eo hẹp bắt chúng tôi phải tìm nhà thật rẻ và gần trường. Một sáng Chủ Nhật gần cuối hè, thằng Quan nằm đọc báo bỗng hô lên sung sướng.

"Được rồi! Ông chắc chắn lần này phải được. Bảo đảm tụi mày sẽ thích căn nhà này. Nhà nằm ngay trong campus. Ngày mai phải đi xem kẻo trễ".

"Nhà ở đường nào?" Tôi hỏi Quan.

"Ngay trên đường North, khúc gần thư viện chính".

Quan trả lời xuôi chảy vì nó đã học ở trường này ba năm rồi, lại thay đổi chỗ ở nhiều lần nên biết rành campus.

Thứ Hai là ngày chúng tôi nghỉ làm và cả ba thằng đã dậy sớm để đi coi nhà. Chỉ còn hai tuần nữa nhập học, chúng tôi sẽ nghỉ làm ở nhà hàng trước khi nhập học một tuần để chuẩn bị sẵn sàng cho niên học mới. Trên đường đi xem nhà, ba đứa bàn đủ chuyện lan man đến việc trang hoàng nhà cửa, chia nhau chỗ ở, hay tìm cách mời mấy cô sinh viên Việt Nam quanh vùng đến nhà văn nghệ cho vui. Tôi đã ở chung với nhiều bạn trước khi dọn về đây, nhưng hai thằng bạn này thì hơi khác người. Chúng có vẻ quá bận tâm về chỗ ở.

Ba đứa bàn cãi inh ỏi suốt quãng đường đi. Thằng Quan bao giờ cũng tỏ ra nhanh nhẹn về mọi việc nên đã tính toán giờ giấc cẩn thận để đúng hẹn với chủ nhà. Khi chúng tôi tìm ra địa chỉ, bà chủ nhà cũng vừa đến. Bà cụ già tuổi khoảng tám mươi, nhưng diện mạo và phong cách còn cứng cáp khỏe mạnh. Chưa mở cửa cho chúng tôi vào xem nhà bà đã ra điều kiện.

"Tiền cọc là trăm rưỡi, tiền nhà một trăm một tháng, bao luôn điện nước. Lầu này có một phòng khách, một phòng ngủ và nhà bếp. Cả lò bếp điện và tủ lạnh còn tốt".

"Thưa bà, có mấy người đang ở nhà này?" Tôi hỏi.

"Hiện giờ thì ba. Một người ở phòng sát mái nhà (attic) còn hai người ở sàn trệt. Cả ba đều là sinh viên trong đại học này".

"Họ ở nhà này lâu chưa?" Quan hỏi.

"Người ba năm người một tuần". Bà cụ nói tiếp, "Cặp vợ chồng ở tầng trệt ra trường nên vừa dọn ra hai tuần trước. Hai sinh viên ở tầng trệt mới dọn vào".

Chúng tôi theo bà vào nhà. Căn nhà cũ kỹ nên cầu thang lên lầu kêu cọt kẹt. Có lẽ nhà đã được sửa lại nên cầu thang lên lầu không dính dáng gì với các căn phòng của tầng trệt. Tôi có cảm tưởng đang leo cầu thang lên lầu của một căn nhà hoang. Khi bà mở cửa, cả ba thằng trợn mắt kinh ngạc vì sự dơ bẩn và tàn tạ của căn phòng. Biết ý chúng tôi, bà chủ nói chặn đầu.

"Các cháu phải sửa sang lại nhà mà ở. Ta không thuê

người đến sửa chữa vì cho sinh viên thuê nên có sửa chữa cũng vậy thôi. Vả lại, giá thuê rẻ mạt nên Ta không bận tâm về việc sửa chữa". Bà chủ nói thong thả rõ ràng như một vị giáo sư đứng giảng bài trong lớp.

"Đại học này năm nào cũng gửi người đến năn nỉ Ta bán nhà để họ xây thêm văn phòng, nhưng Ta từ chối. Có chết Ta cũng không bán. Khu đất này xưa kia là nông trại của ông cố Ta, nhưng đại học đã tìm cách chiếm dần. Căn nhà này là dấu tích cuối cùng của dòng họ Ta nên không đời nào Ta bán". Hình như bà nghĩ là chúng tôi cần phải biết những chi tiết này nên đã nói với vẻ trang trọng và nghiêm nghị.

"Bà có mang theo tờ giao kèo thuê nhà không?" Quan hỏi một cách rành rõi.

"Không, mấy cháu muốn thuê thì đóng tiền cọc rồi Ta đưa chìa khoá cho bây giờ. Hằng tháng Ta sẽ đến thu tiền. Ta ở rất gần đây. Nhà có hư hỏng gì thì tự sửa chữa lấy mà ở". Bà nói như ra lệnh và tỏ vẻ không cần chúng tôi thuê nhà của bà.

Dù căn nhà quá cũ và tiều tuy, nhưng tiền thuê rẻ và nhà nằm ngay trong đại học nên chúng tôi nhìn nhau cùng gật đầu đồng ý thuê.

"Bà có nhận check không?" Quan vừa hỏi vừa móc túi lấy quyển check ra.

"Tốt, các cháu phải trả hai trăm rưỡi để dọn vào. Tiền cọc và một tháng tiền nhà. Dọn vào ngay hôm nay cũng được".

Trong khi Quan ký check, bà lục túi xách lấy chìa khóa cho chúng tôi. Trước khi đi, bà đưa tấm danh thiếp của bà để chúng tôi liên lạc khi cần. Chưa bao giờ tôi chứng kiến cảnh đi thuê nhà quái đản như hôm ấy. Bà chủ chẳng cần biết tông tích lý lịch chúng tôi và ngược lại chúng tôi cũng chẳng biết chi tiết gì về bà. Ngay sau khi bà bỏ đi, chúng tôi bắt tay vào việc dọn nhà. Ba thằng vội vã đi mua sắm dụng cụ vệ sinh để lau chùi. Sau cả buổi sáng quét dọn, lau chùi, gian phòng coi như tạm được. Thằng Quan quyết định sơn lại các phòng và chúng tôi bắt đầu khởi sự ngay. Sau ăn trưa, Quan mua sơn và cọ sơn về, chúng tôi tiếp tục làm việc đến khuya. Cả ba phòng từ bếp ra phòng khách đã được sơn sửa lại, coi như sạch sẽ đủ cho chúng tôi dọn vào.

Một tuần lễ trước ngày khai giảng, chúng tôi đã nghỉ làm để thu dọn trả lại phòng thuê tạm mùa hè và dọn về nhà mới trong khuôn viên đại học. Nội thất nhà mới của chúng tôi được trang bị tương đối đầy đủ bằng các đồ dùng mua tại tiệm hàng từ thiện Goodwill nơi chuyên bán hàng cho người nghèo. Phòng khách được sử dụng như phòng học và phòng họp bạn bè. Ba cái nệm cũ được đặt vào ba góc của phòng ngủ. Phòng bếp nhỏ, nhưng đủ kê bàn ăn và 3 ghế. Tuần đầu tiên dọn vào tôi đã có linh tính không tốt về căn nhà này. Không khí nhà lúc nào cũng có vẻ âm u ma quái. Dường như chúng tôi không có cơ hội gặp mặt những người thuê chung nhà nên chỉ nghe được các tiếng động do họ gây ra từ căn gác sát mái dội xuống hay từ tầng trệt vọng lên. Cô sinh viên ở phòng trên sát mái nhà học vẽ, hay đưa bồ về ngủ và thường gây ra những tiếng động và âm thanh nghe ngượng cả người. Hai sinh viên âm nhạc ở sàn trệt hay hút cần sa và chơi nhạc Jazz vào giữa đêm khuya khoắt. Mùi cần sa và tiếng đàn của họ khiêu gợi khung cảnh trụy lạc buông thả. Tuy thế căn nhà ở địa điểm rất tiện cho chúng tôi. Buổi trưa chúng tôi có thể về nhà ăn cơm và buổi tối ở lại thư viện học đến khuya mà không ngại.

Sau lễ Tạ Ơn (Thanksgiving) năm ấy, chúng tôi sửa soạn học thi cuối khóa. Thằng Quan đi chợ mua nhiều thức ăn vặt để chúng tôi thức khuya học bài. (Lúc đó việc học rất khó khăn đối với chúng tôi vì trở ngại Anh Văn). Trong tủ lạnh tràn ngập thực phẩm. Có cả một đùi heo muối khói

(Smoked Ham) to thuộc loại đắt tiền, bánh kẹo, cà phê và nhiều thứ khác. Hỏi sao mua nhiều vậy? Quan trả lời "Có thực mới vực được đạo. Ăn ngon học tốt". Tôi thắc mắc tại sao Quan mua nhiều thức ăn sang trọng mà không đòi anh em đóng thêm tiền. Trong bụng tôi nghi ngờ có lẽ thức ăn đã hay sắp hết hạn. Nghĩ vậy, nhưng không tìm hiểu thêm.Thằng nào cũng bận làm bận học. Có thực phẩm trong tủ lạnh là may mắn rồi. Nhất là cuộc thi cuối khóa sắp bắt đầu.

Đêm thứ hai, một tuần sau Lễ Tạ Ơn, chúng tôi thức tới ba giờ sáng học thi. Vừa tắt đèn nằm xuống là đứa nào cũng ngủ như chết. Tôi bỗng giật mình và ho vì mùi khói thổi vào đầy phòng ngủ. Có linh tính là hỏa hoạn nên tôi hoảng hốt hét lên rất lớn.

"Cháy nhà! Cháy! Cháy!"

Thằng Quan ngủ say nhưng nghe được tiếng tôi hét, lải nhải trong miệng chửi vì tưởng tôi nằm mơ.

"Đ.M. ngủ đi, lại mơ nữa rồi".

"Dậy đi, cháy, cháy, cháy…"

Tôi hét lên thật lớn rồi dựng đầu Quan và Bằng dậy. Cùng lúc xe cảnh sát và xe chữa lửa hú còi inh ỏi. Lửa đã bùng lên ngoài phòng khách. Cả Quan và Bằng đều kinh ngạc tột độ khi nhìn thấy lửa bốc lên ngoài phòng khách. Nhưng muốn chạy thoát, chúng tôi phải đi qua cửa chính của phòng khách để ra cầu thang. Phòng ngủ và nhà bếp không có cửa sổ, chỉ có lỗ thông hơi nên chúng tôi bị kẹt. Nhà có cầu thang cấp cứu phía sau phòng bếp, nhưng chúng tôi đã đóng đinh cửa chặt lại từ phía bên ngoài vì ổ khóa cửa đã bị hư từ khi dọn vào nhà.

"Chết rồi! Làm sao ra đây?" Quan vừa hét lên hoảng hốt vừa nhìn quanh tìm lối thoát.

"Phá cửa sau phòng bếp". Tôi hét như ra lệnh.

Quan và Bằng ghé vai vào cửa hô lên "Đẩy mạnh! Đẩy mạnh thêm!" nhưng cửa vẫn không nhúc nhích.

"Xê ra!"

Tôi hét lớn, lấy thế nhảy lên, đạp mạnh vào cửa. Không ngờ trong lúc hoảng hốt tôi bỗng thấy mình khỏe hơn một cách lạ lùng. Sau cái đạp bất thường của tôi, cánh cửa mở tung. Lửa cũng vừa lan vào phòng bếp nên chúng tôi phải tìm cách nhảy xuống đất. Ba thằng hốt hoảng chạy ra ngoài, nhưng cầu thang cấp cứu đã mục gãy. Cũng may tầng lầu không cao nên chúng tôi bám vào miếng ván cầu thang còn sót lại rồi nhảy xuống đất an toàn. Cả ba đứa đều mặc quần lót, cởi trần đứng ôm tay trước ngực co ro giữa tiếng hò hét của nhân viên chữa lửa và cảnh sát. Không ai để ý đến chúng tôi ngay vì mọi người phải lo cứu hai sinh viên ở sàn trệt và cô sinh viên ở trên tầng sát mái nhà. Mấy người này chắc say rượu hay say cần sa nên không biết được nhà cháy. Xe cứu thương đã chờ sẵn và hai sinh viên ở tầng trệt bị phỏng nặng nên được đưa vào bệnh viện cấp cứu. Khi cảnh sát biết không còn ai trong nhà họ mới để ý đến chúng tôi. Trong vòng vài phút họ phát cho mỗi đứa một cái chăn để cuốn vào người. Chúng tôi được đưa vào phòng đợi của một nội trú sinh viên gần nhà cháy ngồi chờ đến sáng. Khi lửa tàn thì trời cũng sáng. Tất cả áo quần và sách vở của chúng tôi coi như bị cháy hết. Lúc lửa hoàn toàn đã tắt, chúng tôi đi quanh đống tro và đồ đạc chưa cháy để tìm xem còn gì dùng được không. Đồ đạc sách vở của ba đứa coi như cháy rụi chỉ còn sót lại chồng báo Playboy của thằng Quan. Có lẽ các tạp chí này đã được giấu trong phòng tắm nên không bị cháy. Đang lo không biết tìm đâu ra chỗ ở thì văn phòng Hồng Thập Tự thành phố đến cứu trợ kịp thời. Trong vòng vài tiếng đồng hồ, họ đã thương lượng với đại học để trả tiền cho chúng tôi dọn tạm vào một cư xá sinh viên cho tới khi tìm được chỗ ở khác. Đây là lần đầu tiên và cuối cùng trong đời tôi được ở cư xá sinh viên.

Các bạn học cùng lớp tôi đã quyên tiền giúp đỡ chúng tôi. Mỗi lần vào lớp ai cũng chạy tới hỏi thăm rồi kẻ cho tiền người cho quà làm tôi phát ngượng. Có lẽ thời đó dư âm cuộc chiến Việt Nam vẫn còn đậm nét trong lòng nhiều người Mỹ nên tin nhà chúng tôi cháy giữa đêm đầu mùa Giáng Sinh đã làm nhiều người xúc động. Đó cũng là giai đoạn còn một số người Mỹ dành cảm tình tốt với dân Việt Nam tỵ nạn. Văn phòng sinh viên vụ cũng thành lập ngân quỹ cứu trợ để thay mặt chúng tôi nhận tiền giúp đỡ của các nhà hảo tâm trong thành phố. Chưa bao giờ trong đời tôi nhận được nhiều quà như lần nhà cháy ấy.

Trong đám bạn sinh viên ngoại quốc học chung lớp với tôi có người con gái tên Lin Wu. Lin là người Đài Loan sang Mỹ du học cùng thời tôi sang đây tỵ nạn. Chúng tôi quen nhau vì cùng học chung lớp Công Dân (American Government). Thật ra đây là môn học không có gì khó nuốt lắm, nhưng được coi là khó đối với nhiều sinh viên du học hay sinh viên tỵ nạn thời ấy. Vì kém Anh ngữ nên chúng tôi phải khổ sở nghe thầy giảng bài và ghi chép lời giảng. Các bạn tôi học toán, học điện toán, hay các môn khoa học dễ dàng nhưng lại sợ môn học này. Trước những bài thi, chúng tôi thường tụ nhau học bài ở trung tâm sinh viên. Từ những buổi học bài chung, tình bạn trong nhóm nảy nở rất chân tình. Tôi chưa thấy người sinh viên nào chăm học như Lin. Nhiều lần tôi chọc nàng là học nhiều quá ế chồng, Lin chỉ cười híp mắt lại, không tỏ vẻ giận dữ hay khó chịu. Lin có lẽ thua tôi một hai tuổi, nhưng vì thiếu nhan sắc, lại không phấn son, không ăn diện nên nom già trước tuổi. Lin tâm sự với tôi là nhà nàng nghèo lắm. Bố mẹ nàng là dân quê sống bằng nghề nông. Nàng là chị cả nên trách nhiệm tương lai sẽ nặng nề vì bố mẹ kỳ vọng nàng sẽ giúp năm đứa em đi học. Lin học giỏi và được học bổng du học của chính phủ Đài Loan. Tiền học bổng chỉ đủ trang trải học phí và tiền nhà tiềm ăn nên nàng luôn luôn chật vật. Nàng phải đi làm cho một nhà hàng Tàu trong thành phố vào cuối tuần để có tiền mua quà gửi về cho em.

Những người bạn ngoại quốc trong nhóm học chung với tôi ai cũng cho tôi một món quà từ nước họ mang sang. Người cho tôi cái áo len đan tay từ Nam Mỹ, người cho tôi cái mũ có màu da sư tử từ Phi châu. Đại khái thì ai cũng cho tôi món quà rất đẹp, được coi như sản phẩm độc đáo từ quê hương họ. Chỉ có Lin là không cho tôi gì cả. Dĩ nhiên tôi không hề nghĩ hay mong các bạn tôi giúp đỡ vì vừa gặp hỏa hoạn. Ngược lại, mỗi lần nể tình nhận quà của ai là tôi ngượng ngùng khôn tả. Đối với tôi lúc đó, nhà cháy chẳng ảnh hưởng tí gì đến đời sống kinh tế hay tình cảm. Thú thực, tôi không mất gì giá trị ngoài những quyển sách học cũ (tôi chỉ mua sách cũ) và mớ quần áo mua từ những tiệm dành cho người nghèo. Gia tài tôi cộng lại chắc được vài chục đô-la. Ngược lại, sau khi nhà cháy, tôi được sống sung túc hơn vì có sự giúp đỡ từ các hội từ thiện và trường đại học. Chúng tôi không đứa nào nộp đơn ngỏ ý xin xỏ bất cứ điều gì, nhưng các ân nhân và hội từ thiện cứ tìm gặp để giúp đỡ. Mình từ chối, họ lại hiểu lầm chúng tôi mắc cỡ vì khác biệt văn hóa nên làm đủ cách bắt chúng tôi nhận sự giúp đỡ. Ở cư xá sinh viên khoảng hai tuần, hội Hồng Thập Tự thuê cho ba đứa gian Apartment hai phòng ngủ trong chung cư khang trang gần đại học. Hội trả tiền thuê nhà cho đến hết năm học. Hóa ra vì nhà cháy mà chúng tôi được ở nhà miễn phí trong khu sang trọng hơn trước trăm lần.

Tôi đã nghĩ trong bụng sẽ hỏi Lin xem nàng có cần những thứ đồ dùng hằng ngày như chén đĩa nồi niêu vì chúng tôi nhận được quá nhiều từ các ân nhân và hội đoàn. Mỗi lần Lin thấy những người bạn trong nhóm cho tôi quà, nàng cũng tỏ vẻ áy náy. Tôi đã phân trần rất nhiều lần cho các bạn và nàng biết rằng tôi không thiếu hay cần bất cứ thứ gì. Nhà cháy nhưng tôi không mất mát gì đáng giá ngoài sách vở. Các bạn tôi kể cả Lin cũng không thể hiểu được đối với một người như tôi, đến Hoa Kỳ tay không từ một xứ sở chiến tranh, nghèo đói, thì chẳng có sự mất mát vật chất nào còn có thể làm tôi đau khổ nữa cả.

Hôm qua sau giờ học, Lin tìm gặp tôi và nàng hỏi với vẻ ngại ngùng "Anh có rảnh chiều mai không?"

"Chuyện gì vậy?" Tôi nhìn nàng thắc mắc.

"Em muốn rủ anh đi uống cà phê".

"Ngày nào tôi cũng uống cà phê từ sáng đến tối, cô rủ tôi làm gì cho phí". Tôi nói một cách rất cà rỡn. Lin biết tính tôi nên không bao giờ giận.

"Không uống cà phê thì uống thứ khác". Lin cười híp mắt nói.

"Giỡn thôi, cô định rủ tôi uống cà phê ở đâu vậy?"

"Ở Student Center được không?"

"Trời ơi, rủ uống cà phê ở trung tâm sinh viên mà cũng rủ. Cà phê ở đó chua phè". Tôi cười to để chọc ghẹo Lin.

"Thôi đi! Ba giờ chiều mai nhé! Lin có lớp kế toán phải đi đây".

Tôi gật đầu và nàng bỏ đi vội. Thật ra chúng tôi vẫn gặp nhau uống cà phê ở trung tâm sinh viên những lần học bài thi, nhưng chưa bao giờ Lin rủ tôi hay tôi rủ nàng uống cà phê hoặc đi chơi riêng ở đâu cả. Lúc nào chúng tôi cũng đi một nhóm bốn năm người.

Tôi đã đến quán cà phê trong trung tâm sinh viên trước Lin vài phút. Biết nàng uống cà phê sữa và thích ăn bánh dừa nên tôi đã mua sẵn. Vừa trả tiền xong thì Lin đến, Tay ôm một gói bọc gấy báo cũ, nhưng rất gọn ghẽ, vuông vắn. Nàng đặt gói xuống ghế rồi nhìn tôi trách móc.

"Sao lại mua cà phê trước khi Lin tới? Hôm nay Lin mời anh mà".

"Đừng lo, cô bán hàng là bạn nên không tính tiền". Tôi cười và đưa cà phê mời Lin.

"Anh xạo, mình uống cà phê ở đây nhiều lần rồi, có bao giờ thấy anh nói chuyện với cô ta đâu mà bảo là bạn?"

"Không tin? Cứ hỏi đi!" Tôi cười thách thức Lin.

"Tin làm sao được, thế cô ấy tên gì?" Lin vặn hỏi.

Tôi liếc mắt nhanh về phía quầy tính tiền, đọc vội bảng tên đeo trên ngực cô bán hàng rồi mỉm cười trả lời Lin.

"Cô ấy tên Linda".

Hình như Lin cũng đoán ra việc tôi làm nên nàng hỏi vặn.

"Thế tên họ Linda là gì?"

"Mới làm bạn, ai hỏi tên họ!" Tôi tìm cách giải thích.

Lin nguýt thật dài rồi cười thân thiện. Chúng tôi ngồi uống cà phê và bàn chuyện học bài cho kỳ thi cuối khóa sắp tới. Gần đến giờ đi làm ở thư viện nên tôi đứng lên chào Lin. Nàng cũng vội đứng dậy, níu Tay tôi, nói một cách ngại ngùng.

"Nhà anh cháy mà Lin chả có gì cho anh".

"Cô này khách sáo quá! Đã bảo, tôi chẳng cần gì". Tôi nhìn nàng trách móc.

Lin cúi xuống giấu ánh mắt để khỏi phải nhìn tôi. Nàng đưa cái bao bọc giấy báo cho tôi.

"Anh nhận món quà này cho Lin vui nhé".

Không trả lời. Tôi nhận gói quà từ tay nàng và khóe mắt rướm lệ. Cố giấu xúc động, tôi đưa Tay vỗ nhẹ lên vai nàng cảm ơn rồi bỏ đi vội.

Buổi chiều giữa Tháng Mười Hai dày đặc mây xám. Tôi kéo cổ áo khoác lên để tránh cơn gió đầu mùa khô khan lạnh buốt. Vai đeo túi đựng sách, tay ôm gói quà Lin vừa cho, tôi bước những bước rất bâng khuâng giữa sân trường. Tôi không cần biết Lin cho tôi gì, nhưng ánh mắt nàng nhìn tôi lúc trao gói quà chan chứa tấm lòng mộc mạc chân thành đã làm tôi rưng rưng cảm động. Tự nhiên tôi muốn khóc. Cử chỉ ân cần của Lin làm tôi không cầm được nước mắt. Tôi ôm chặt gói quà trước ngực như ôm một vật quí hóa, thiêng liêng. Dù tôi rất mang ơn những người tốt bụng trong đại học và thành phố đã vồn vã mang quà đến cứu trợ chúng tôi sau cơn hỏa hoạn, nhưng chưa ai khiến tôi xúc động như Lin. Vào thư viện làm việc mà lòng cứ chia trí nghĩ đến Lin.

Buổi tối, tôi về nhà sau Quan và Bằng. Chúng nó đã ăn xong cơm chiều, đang châu đầu vào coi một màn hài kịch trên tivi. Thấy tôi mở cửa vào, ôm gói quà trước ngực một cách trân quí, Bằng hắng giọng hỏi "Có cái gì mà mày ôm một cách kính cẩn vậy?"

"Không biết! Em Lin Đài Loan cho Tao chiều nay". Tôi trả lời.

"Lin 'hô'? Con nhỏ hay học bài chung với mày ở Student Center chứ gì?" Quan nhìn tôi soi mói.

"Ừ!"

"Em cho mày mấy quần áo lót cũ hả? Sợ bay mùi hay sao mà gói giấy báo kỹ thế?" Bằng vừa nói vừa cười sặc sỡ. Nó có tính phát ngôn bừa bãi, đôi khi vô tình làm mất lòng người khác mà không biết.

"Em đó rách bỏ mẹ lấy gì mà cho mày?" Quan châm biếm thêm.

Tôi không trả lời, lẳng lặng bỏ vào phòng ngủ, ngồi lên giường mở gói qùa. Lin cho tôi một cái chăn len màu xanh đã bạc màu. Nàng đã cẩn thận ủi chăn cho phẳng phiu. Khi cầm chăn lên tôi ngửi được mùi thơm hoa bưởi nhẹ nhàng ấm áp tỏa ra. Lin kẹp trong chăn một phong thơ. Tôi mở phong thơ ra đọc những dòng chữ nàng viết nắn nót, thẳng thắn, nhưng hiện rõ tấm lòng quí hoá đáng yêu.

Anh Hoàng thân mến:

Từ hôm biết tin nhà anh cháy, Lin không có gì để giúp đỡ chia sẻ với anh. Lin thật áy náy quá. Đáng lẽ Lin đã đi tiệm mua quà tặng anh tuần rồi, nhưng ông chủ nhà hàng gặp trở ngại giấy tờ nên chưa trả lương cho Lin được. Cuối cùng thì Lin đã tìm ra được món quà quí nhất của mình để tặng anh. Cái chăn màu xanh này là do chính tay mẹ Lin đan. Mẹ đan cho Lin làm quà đi du học. Vài tháng trước khi Lin lên đường du học, mẹ đã thức đêm, ngồi đan chăn này làm kỷ vật cho Lin mang lên đường viễn hương. Lin đã có ý định giữ nó, khi ra trường mang về kể cho mẹ nghe cái chăn đã sưởi ấm mình những đêm xa xứ, nhớ nhà lạnh buốt. Mỗi lần cuốn chăn vào người là mỗi lần tưởng như đang được ôm mẹ. Nhưng bây giờ Lin nghĩ mẹ sẽ vui hơn khi biết Lin mang cái chăn mẹ đan tặng cho một người bạn vừa bị cháy nhà. Xin anh nhận cái chăn này như nhận tấm lòng chân tình Lin muốn chia sẻ với anh.

Đọc những dòng chữ Lin viết mà lòng mình ấm áp, rưng rưng cảm động. Tôi nâng chăn gần mũi để ngửi được sự thơm tho chân thành mà Lin đã gói kỹ để tặng mình. Gấp cái chăn lại theo nếp cũ rồi để lên đầu giường làm gối. Tôi nằm gối đầu lên chăn với niềm hạnh phúc ngọt ngào. Bên ngoài cơn mưa đầu mùa đông bắt đầu nhỏ hạt. Trong giấc ngủ, tôi mơ thấy nụ cười trên hàm răng hô của Lin bỗng rực lên những đóa hoa tuyệt đẹp, thơm tho.

Trần Thu Miên

TRẦN TRÚC GIANG

Sinh năm 1962
Đến Mỹ năm 1979
Bắt đầu viết năm 1984, nghỉ viết năm 1990.
Hiện sống tại California.

Tác phẩm đã xuất bản:
- *Đời Sống Và Cây Bút Chì* (1986)
- *Con Đường Âm Phủ* (1987)
- *Thế Giới Của Loài Bò Sát* (1989)
- *Tác giả, tác phẩm* (chung với nhiều tác giả, 1989)

Hai mươi ba
(Phần 23 trong Đời Sống Và Cây Bút Chì)

Em ngồi đó
chân co lên
gần đường xích đạo
chân trời ửng hồng
gió thổi mùa xuân vào đôi mắt em

mùa hạ về
mùa hạ về đơm bông màu tím
mùa hạ về mưng mủ vết thương

em ngồi đó lặng yên như thạch nhũ
nước mắt buổi chiều nhỏ xuống trái tim

có một người lang thang khắp phố
chân mỏi nhừ bóng đổ về nam

lỗi tại tôi
lỗi tại em
lỗi tại tiếng kêu uất nghẹn
rớt xuống từ mặt trời
rớt xuống trái tim

em không còn líu lo buổi sáng
em không còn ngúng nguẩy yêu tôi

tại tôi
lỗi tại tôi
chim đen chắp cánh
cây bút chì
phố mùa xuân vào mắt em

em ngồi đó lặng thinh như cây cỏ
những ngón tay mềm che dấu môi hôn

mùa hạ về
mùa hạ về hoa rơi trước ngõ
mùa hạ về ôm ấp vết thương

tôi không còn yêu em buổi sáng
tôi không còn đón bước chân chim

có một người đi qua góc phố
môi thì thầm bóng đổ về nam

em ngồi đó lặng im như mùa hạ
gió đổi chiều thổi tóc em bay

em ngồi đây
co chân lên
gần bầu khí quyển
mắt nhòa dần
bóng vẫn đổ về nam

(1985)

Tuổi thơ và đàn bà

Một sớm thức dậy
Mặt trời mở hừng đông trên mí mắt
Chuyến xe nối dài
Từ Los Angeles đến San Francisco
Chạy quanh mép ly cà phê đen
Nhỏ lên đầu, tôi chào buổi sáng

Nhìn qua cửa kiếng
Lờ mờ đôi mắt hai tháng
Ứa những hạt lưu ly
Khi mùa hè bị đè trên cỏ

Ôi,
Xanh
Xanh cây
Đẫm
Mồ hôi
Hơi thở tôi em lấy
Cuộc đời tôi em trả
Có trả về còn có hay không?

Một sáng tại San Jose
Giẫm lên từng viên gạch trong lòng thành phố
Giấc mộng ban đêm lột da thực tại ban ngày
Con mèo đen nhảy lên mui xe
Lè lưỡi
Liếm bàn chân
Gõ cửa thiên đàng

Bước vào con đường âm phủ của thi sĩ
Ngôi sao lý trí xòe năm ngón tay khoe móng

Vuốt
Ngược tóc tôi
Gió
Đẩy hòn sỏi
Lăn
Về nguyên thủy

Sáng dậy ở San Jose
Thấy cuồng phong giãy giụa trên ngực thành phố
Nắng Sunnyvale đậu trong những kẽ móng tay
Những kẻ móng tay lao đao trong nắng

Sáng ở San Jose
Lòng bàn tay áp trên đỉnh đầu Santa Clara
Sợi tóc bạc mọc ngược
Rỉ máu màng tang
Thi sĩ già, bạc suốt phận người, vạch quần giữa phố
Sáng tinh sương, quảy cả cuộc đời, đứng đái thênh thang

Mời người anh em hớp cà phê
Mễ Tây Cơ ngơ ngác nhìn
Bắt tay Mỹ đen, hey man what ya doln' dude
Khà lên hơi nóng
Phủ cả không gian

Thung lũng màu vàng có người đàn bà
Nở nốt ruồi đen chỉ vào buổi chiều
Nở nốt ruồi chỉ đen vào buổi chiều

Người tình nhỏ tại Downey
Thành phố cũ
Cũ như cuộc đời, như mặt trời
Và cũ như chuyện tình, mà có lần
Chiếc xe bus đà đà màu da thịt

Chở tình anh chở tình em ném phía sau lưng
Rớt xuống băng sau, bước qua tấm kiếng chắn gió
Cái chỗ có hòn đá xoáy vỡ hộp đèn thắng phía trái

Chuyện cũ lắm rồi, ôi, cũ lắm rồi

Tôi đi trên tiểu lộ Almaden
Những con kiến theo nhau về tổ
Bình minh nhóm lên những ngọn đèn vừa mất hơi ấm
Buổi sáng, buổi sáng tinh khôi rớt xuống cuộc đời

Moulin Rouge mở cửa buổi sáng
Cánh cửa khép ngang vạt nắng thiên thanh
Người con gái rót rượu đặt trên thành cửa sổ
Có một con ruồi vừa chết đêm qua

Bốn giờ chiều khói cà phê thơm ngát
Những giọt sữa đặc lều nhễu chân không
Chiếc ghế bỏ hoang ưỡn mặt chờ người
Có những buổi chiều không bao giờ có thi sĩ.

(1966)

Tình yêu
(Tặng những người hâm mộ thơ Cao Đông Khánh)

1.
Thôi chẳng còn những cơn say mộng mị
Với những buổi chiều em cắp sách về nhà
Gió ở trên vai ở ngoài ở trên cây cỏ
Mang đến cho anh sự tái tạo lạ kỳ

Những ngón chân những hình thù quen thuộc
Ngón có mùa xuân có thu hạ có lập đông
Để một lúc cùng nảy chồi trong tâm tưởng
Trổ ngọn trên đầu xuyên thủng cả thái dương

Anh chạy trốn đạp trên những điều quen thuộc
Tối ngủ ở phi cơ và sáng thức ở vệ đường
Ly cà phê tìm thấy trong tiệm donut
Uống một hớp vào bỏng cháy cả tương lại

Với hai trăm bạc đổi lấy chai rượu quý
Anh tập làm thơ và tập nói bâng quơ
Tập uống rượu tập cua cô hầu nước
Anh còn nói rằng anh là thi sĩ của quê hương

Mở mắt dây thấy hình hài tục tĩu
Nằm tênh hênh và nàng cũng tênh hênh
Cười một tiếng như sư vương Tạ Tốn
Anh tưởng rằng đã quên hẳn những ngón chân

2.
Anh về thế giới có cánh cửa khép kín
Thế giới của anh và đã là của em
Anh bây giờ tan thương như thời tiết
Mưa bão ở trên đầu và hạn hán khắp châu thân

Phòng ngủ của anh treo ngọn đèn màu hồng nhạt
Tỏa xuống thân anh những hư ảnh lao xao
Chăn gối nhiễu nhương ở trên giường ở dưới đất
Sách vở ngủ với anh mang hơi hướm của em

Anh mở cửa sổ ném ra ngoài tư tưởng
Mẫu tự của hung hăng ngôn ngữ của bạo tàn
Nhưng đối với em chỉ cần một ánh mắt
Đủ để anh nhắm mắt và mỉm cười

Anh bây giờ cầm bút như tên hề cầm gậy
Múa hung hăng cốt để lấy tiếng cười
Trong trung kỳ có máu cải lương miệt nam bộ
Tán kiểu nào chỉ để nói yêu em

Anh đi tắm anh đi cầu anh đi đái
Anh chỉ cho tuyệt chẳng nhận điều gì
Chữ thì chữ của chữ và chữ chỉ
Cũng để làm thơ mà bất kể đến thi ca

3.
Em thường nói anh làm thơ cho em đọc
Anh chỉ cười và nói yêu em
Anh chỉ làm thơ cho những người đã chết
Ngay kẻ làm thơ cũng đã chết từ thuở nào

Thơ với thẩn thẩn thơ thờ thẩn
Làm rất nhiều mà chẳng được bao nhiêu
Chữ mới chữ cũ chữ chơi chữ
Còn quanh quẩn trong đầu thì đừng nghĩ đến thơ

Mười hai tháng chất đầy tình nghĩa
Gửi tặng em như kỷ vật ăn năn
Chỉ một lần như nhát dao chém thẳng
Chặt xuống không gian cắt đứt thương yêu

Anh tơi tả mưa cũng rơi tầm tã
Quá khứ rơi từ đầu rụng thấu gót chân
Xẻ hạ bộ hai miền tả hữu
Em muốn phần nào anh tặng cả giang sơn

Còn dải biên thùy rươm rướm máu
Thấm ở chân trời nhễu xuống bình minh
Chim non ở sa mạc kêu tên anh kêu tên em thảm thiết
Anh đang làm thơ nhưng đã chết từ lúc mới bắt đầu.

(1988)

 # TRẦN TRUNG ĐẠO

Trần Trung Đạo sinh quán Duy Xuyên, Quảng Nam. Học Trung Học Duy Xuyên, Trung Học Trần Quý Cáp, đại học Luật Khoa Sài Gòn, đại học Vạn Hạnh Sài Gòn.

Vượt biên và được tàu Mỹ vớt vào tháng 6, 1981. Sau thời gian tạm trú tại trại tỵ nạn Palawan Philippines, định cư tại Boston, Massachusetts, Hoa Kỳ vào tháng 11, 1981. Học điện toán tại Wentworth Institute of Technologyvà Boston University. Hành nghề kỹ sư điện toán tại Sun Microsystem Inc và Fidelity Investments tại Boston.

Tác giả của 14 tác phẩm thơ, văn, tâm bút, tiểu luận và chính luận.

Buổi sáng qua đồi

Sóng vẫn gọi từ ngày anh xa biển
Bờ cát trôi, cuốn mất tuổi tên mình
Một buổi sáng qua đồi nghe nước chảy
Cội thông già quên nhớ chuyện hồi sinh

Anh đứng lặng nhìn mây bay trên núi
Thương đời mình hơn nửa kiếp đi hoang
Từ dạo ấy, rừng phương đông ngút cháy
Con sông nào từng nhánh nhỏ lang thang

Anh vẫn hát bài tình ca thuở đó
Trong những chiều rất lạnh thiếu quê hương
Và những lúc một mình đêm khuya vắng
Anh ngồi mơ tha thiết buổi lên đường

Người năm trước ra đi không trở lại
Người năm xưa ở lại biết về đâu
Trên bến cũ, trăng thu vàng mấy độ
Ngọn đèn đêm, tiếng nước vỗ chân cầu

Tuyết rơi rải trên đồi dăm đốm bạc
Anh nghe lòng thương tiếc tuổi hai mươi
Dẫu mai mốt có còn ngày trở lại
Tìm quê hương hay chỉ thấy quê người.

Nhớ núi thương rừng

Ta vẫn hằng mơ ngày trở lại
Thăm rừng Nghi Hạ, núi Nghi Sơn
Núi đứng chờ ai khô lệ đá
Rừng xưa mấy độ lá thu rơi

Mưa có buồn hơn trên xóm vắng
Nắng có vàng thêm những buổi chiều
Ta đi tuyết đổ lên đời trắng
Mưa buồn như mắt mẹ đêm khuya

Chùa xa ai giục hồi chuông đổ
Hay tiếng ru con dưới mộ phần
Cả đời ta chưa yên giấc ngủ
Chập chờn mộng mị trắng thâu canh

Hàng tre Nghi Hạ còn hay mất
Có phải nơi này mẹ gặp cha
Ai uống ngày xưa ly nước vối
Mà nay cay đắng đọng đời ta

Quê hương, ta sẽ về thăm nhé
Dẫu ước mơ xưa đã tật nguyền
Lưng ta đời chém hàng trăm nhát
Còn đây nguyên vẹn một con tim

Ta vẫn hằng mơ ngày trở lại
Thăm rừng Nghi Hạ, núi Nghi Sơn
Sông Thu nước lớn bao mùa lụt
Có xóa giùm ta những tủi buồn

Biết còn chi nữa không Nghi Hạ
Chén rượu hoa niên đã nhạt rồi
Rừng xưa lá đã bao mùa rụng
Lòng người sao còn mãi chia phôi

Ta sẽ nói gì khi trở lại
Nghìn lời không đủ để quên đau
Giữa một non sông tràn máu lệ
Khóc cười cũng chẳng khác chi nhau

Phủi bụi giang hồ trên nếp áo
Ta về như gái khách hoàn lương
Mình ta đứng giữa trời mây trắng
Khóc tuổi xuân phai ở cuối đường.

Nếu mai mốt tôi về

Có còn nhận ra tôi không
Hỡi thành phố cũ
Những mái ngói xanh rêu
Bức tường vôi loang lổ
Bài thơ xưa ghi dấu một phần đời.

Có còn nhận ra tôi không
Hỡi mơ ước tuổi hai mươi
Bờ bến cũ, ngậm ngùi thân sỏi đá
Tôi về đây, sông xưa, dòng nước lạ
Ngó mây trời mà khóc tuổi hoa niên.

Có còn nhận ra tôi không
Hỡi cây đa cũ trong sân
Nơi tôi đứng những chiều thu lá đổ
Đừng hát nữa đa ơi, bài ca buồn vạn cổ
Tấm thân gầy đau nhức nhối trong đêm.

Có còn nhận ra tôi không
Hỡi những giọt cà phê đen
Ly rượu đắng cho môi đời bớt nhạt
Khói thuốc bay như mây trời phiêu bạt
Trên con đường nay đã đổi thay tên.

Có còn nhận ra tôi không
Hỡi bè bạn anh em
Ai còn sống và ai đã chết
Ai ở lại lao đao, ai phương trời biền biệt
Giờ chia tay sao chẳng hẹn quay về.

Có còn nhận ra tôi không
Hỡi ghế đá công viên
Những mái lá che tôi thời mưa nắng
Từ nơi đấy trong đêm dài yên lặng
Tôi ngồi nghe sông núi gọi tên mình.

Có còn nhận ra tôi không
Hay tại chính tôi quên.

Đổi cả thiên thu tiếng mẹ cười

Nhấc chiếc phone lên bỗng lặng người
Tiếng ai như tiếng lá thu rơi
Mười năm mẹ nhỉ, mười năm lẻ
Chỉ biết âm thầm thương nhớ thôi

Buổi ấy con đi chẳng hẹn thề
Ngựa rừng xưa lạc dấu sơn khê
Mười năm tóc mẹ màu tang trắng
Trắng cả lòng con lúc nghĩ về

Mẹ vẫn ngồi đan một nỗi buồn
Bên đời gió tạt với mưa tuôn
Con đi góp lá nghìn phương lại
Đốt lửa cho đời tan khói sương

Tiếng mẹ nghe như tiếng nghẹn ngào
Tiếng Người hay chỉ tiếng chiêm bao
Mẹ xa xôi quá làm sao vói
Biết đến bao giờ trông thấy nhau

Đừng khóc mẹ ơi hãy rán chờ
Ngậm ngùi con sẽ giấu trong thơ
Đau thương con viết vào trong lá
Hơi ấm con tìm trong giấc mơ

Nhấc chiếc phone lên bỗng lặng người
Giọng buồn hơn cả tiếng mưa rơi
Ví mà tôi đổi thời gian được
Đổi cả thiên thu tiếng mẹ cười.

Trần Trung Đạo

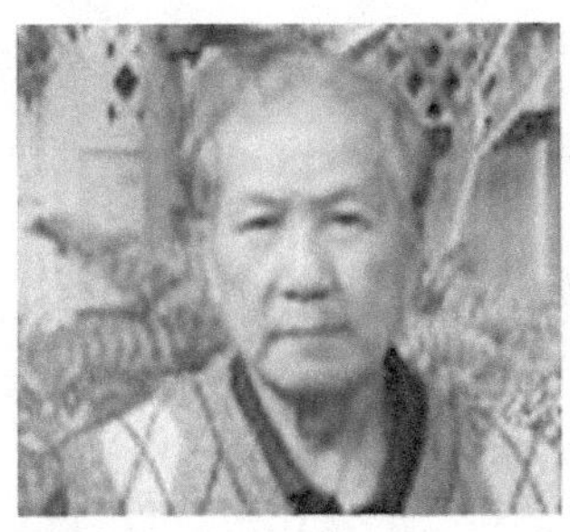

TRẦN VĂN NAM

Nhà thơ và lý luận văn học. Sinh ngày 18-11-1939 tại Bến Tre.

Trước 1975 là giáo sư Việt Văn và Triết tại miền Tây.

Ông sớm có bài đăng trên *Nhân Loại*, rồi *Văn, Văn Học, Nghệ Thuật, Khai Phá, Văn Khoa, Đối Thoại, Trình Bầy, Vấn Đề, Thời Tập*, báo *Dân Chúng*, ...

Ở hải ngoại, ông viết cho *Khởi Hành, Thư Quán Bản Thảo*.

Ông mất ngày 10-1-2018 tại Walnut, California.

Tác phẩm đã xuất bản:

* *Văn Nghệ Đã Đi Đến Đâu? Từ 1954 Đến Bây Giờ* (nhận định văn học). Phụ Tập: Thơ Và Triết Học – *Trường Ca Của Dòng Sông Xuyên Á* (TGXB, 1966)

* *Tập Thơ Độc Nhất* (thơ và triết học; Trình Bầy, 1963)

* *Tập Thơ Bổ Khuyết* (TGXB, 1963)

* *Trong Dòng Cảm Thức Văn Học Miền Nam – Phân Định Thi Ca Hải Ngoại* (sưu tầm và tiểu luận; Walnut CA: TGXB, 2006)

* *Tiếp Nối Dòng Cảm Thức Văn Học Sau Năm 1975* (TGXB, 2016)

Đọc những chủ trương
và thơ gọi là triệt để cách tân

Đọc thơ trên các tạp chí Việt ấn hành tại Úc [1], Chủ đề ấn hành tại California [2], Thơ ấn hành tại California [3]: ta vẫn lại bắt gặp những bài thơ hoặc đoạn thơ khá đạt theo lối thơ Tự do; trong đó gồm đủ dáng vẻ Siêu thực, Tượng trưng, Hiện sinh, Ngôn ngữ tân kỳ, Tu từ khó hiểu, Dung tục; chưa thấy gì khác lắm với thơ Tự do tiếp theo sau nhóm *Sáng Tạo* hoặc thời Triết lý Hiện sinh trong văn học miền Nam trước 1975. Nhưng dần dần ta đã thấy xuất hiện lối Thơ Vắt dòng theo lý thuyết Tân hình thức của tạp chí Thơ, lối thơ Liên văn bản hoặc "tránh xa tu từ thi tính cổ điển" theo lý thuyết Hậu hiện đại của tạp chí Việt; được sự hỗ trợ triệt để của tạp chí Chủ đề qua các biên khảo về thuyết Hủy tạo của Derrida (với tác giả Nguyễn Minh Triết), hoặc từ chối không bao giờ đăng thơ vần dù không phủ nhận giá trị của thơ vần (với chủ biên Nguyễn Trung Hối.) Ta cần phải kể thêm tạp chí Hợp lưucũng chủ trương văn chương cấp tiến. [4]

Đọc thơ trên các tạp chí kể trên: ngoài một số bài hoặc những đoạn tiêu biểu cho chủ trương cách tân, còn có khá nhiều bài cường điệu dung tục, cường điệu làm thơ về những điều tầm thường, từ chối triệt để chất thơ, hoặc sắp xếp các câu thơ rối rắm trên trang giấy, hoặc vắt dòng tùy tiện không đúng với lý thuyết Tân hình thức, hoặc cốt gây dị ứng; tất cả những điều ấy làm độc giả nhàm chán. Từ sự nhàm chán đó, đã làm nhiều người thờ ơ không muốn đọc để biết những mới lạ quả là có từ Cấu trúc luận đến Giải cấu trúc (tức Thuyết hủy tạo) rồi đến Hậu hiện đại, từ Thơ Tự do theo cách hiểu của người Việt đến Thơ Tự do của ngôn ngữ Tây phương, từ Thơ Không vần đến Thơ Tân hình thức đặc biệt trong ngôn ngữ Anh Mỹ, và áp dụng Thơ Tân hình thức vào ngôn ngữ Việt thì phải như thế nào. Những bài thơ không đúng cách theo chủ trương của các tạp chí làm nhiều người chán ngán cho là "tào lao, bày đặt, lập dị". Người viết bài này xin chỉ ghi nhận những điều thật sự là mới, khác với nền Văn học miền Nam trước đây, để kể thêm một điều đóng góp của Văn học Hải ngoại nối tiếp theo sau cuộc chiến tranh chấm dứt năm 1975. Rõ ràng là có sự thừa kế nhưng cũng đã cố gắng khai phá về một hướng khác với nền Văn học miền Nam mà Thơ Tự do kiểu Thanh Tâm Tuyền, Thơ Vần kiểu tu từ tân kỳ, thơ Hiện sinh kiểu táo bạo dung tục, vẫn là những ảnh hưởng còn bao trùm chưa cho thấy một bước ngoặt khác hẳn. Ghi nhận những cái thực sự mới không phải ta đều là đồng hội đồng thuyền những cách tân này. Xin để cho các bài giới thiệu hoặc tiểu luận hoặc trích dẫn sáng tác dần dần phát biểu chủ trương trên các tạp chí ấy. Ví dụ tạp chí Chủ đề chủ trương Thơ Tự do kiểu tu từ, phần nào ủng hộ Hậu hiện đại, thì phần trích dẫn thơ gồm những dáng vẻ Tự do kiểu tu từ cũ thuộc khuynh hướng Siêu thực, Tượng trưng; trộn lẫn với trích dẫn thơ Hậu hiện đại triệt hạ tu từ (thơ viết về những điều rất đời thường, không cần chất thơ). Trong khi đó, đối với tạp chí Việt, vì ít thấy thơ sát nghĩa với Hậu hiện đại nên đành trích dẫn những câu thơ rải rác vẫn đầy vẻ thi tính, và cũng có vẻ Siêu thực hay Tượng trưng. Còn đối với tạp chí Thơ, trong 14 kỳ báo thì dĩ nhiên số thơ rất nhiều, xin chỉ trích dẫn những đoạn thơ hoặc bài thơ vắt dòng gọi là tạo được nhạc tính; hoặc tính truyện đời thường mà độc đáo đưa vào thơ (vì đời thường thì hằng hà); hoặc lục bát hay thơ bảy chữ kiểu Tân hình thức; hoặc dung tục kiểu lời trong nhạc Rap có tính chất phản kháng xã hội mà thôi (không trích dẫn thơ dung tục quá lắm). Mục đích của việc trích dẫn thơ sáng tác là làm sao cho độc giả thấy được quả đó là những đóng góp hoàn toàn mới, khác hẳn thi ca trong Văn học miền Nam trước đây. Riêng tạp chí Chủ đề với chủ trương chỉ đăng thơ Tự do mà thôi, nhưng không kèm lý thuyết làm khác với Thơ Tự do trong Văn học miền Nam trước 1975, nên phần trích dẫn vẫn là Thơ Tự do như đã từng hiện diện thời trước.

Riêng về những trích dẫn các bài giới thiệu thuyết Cấu trúc luận, tiền đề làm phát sinh thuyết Giải cấu trúc (hay còn gọi là Hậu cấu trúc, thuyết Hủy tạo) áp dụng vào văn chương với thuyết Hậu hiện đại; hoặc về lý thuyết Tân hình thức đi từ Thơ truyền thống Tây phương đến Thơ Tự do kiểu Anh Mỹ rồi đến Thơ Không vần kiểu Hoa Kỳ; xin chỉ trích dẫn những chi tiết riêng trong mỗi bài, còn những điều gì chung bài nào cũng có nói đến thì cố tránh né không lặp lại, chỉ trích dẫn một lần mà thôi. Ví dụ trong bài của Nguyễn Minh Triết trong tạp chí Chủ đề về Thuyết hủy tạo có những điều chưa được nói đến trong bài giới thiệu thuyết Giải cấu trúc của Nguyễn Minh Quân trong tạp chí Việt, và ngược lại thì trong bài của Nguyễn Minh Quân phong phú ở những điều gì. Ngoài ra hai bài đó đều xuất hiện gần như đồng thời vào năm 2001 (giữa năm và mùa Hạ), nghĩa là không phải bài này phản bác bài kia, vậy mà có vài điều như trái ngược. Điều ta lưu ý trong bài giới thiệu của tác giả Nguyễn Minh Triết (tạp chí Chủ đề số 6) là ở điểm: Derrida chủ trương giải thể mọi cơ cấu, nên không có điều gì trở thành Trung tâm, không điều gì được gọi là Hiện hữu, dù là khoảnh khắc tiếp xúc cụ thể xác thực trong viễn tượng Ý hướng tính (Intentionality) trong triết lý Hiện tượng luận về tri giác của Husserl (ví dụ nhận biết về thời gian, theo Husserl: ý thức luôn luôn là ý thức về một điều gì, vậy chỉ có hiện tại là xác thực, còn tương lai hay quá khứ chưa bao giờ là đối tượng cụ thể nên đều hư vô trước tri giác.) Bài của ông Nguyễn Minh Quân bàn về thuyết giải thể tất cả, nhưng còn một Trung tâm Tối thượng như lò lửa trung ương quy tụ mọi tan rã, như một Đại Ngã gồm thâu mọi tiểu ngã tản mác… Bài của tác giả Nguyễn Đăng Thường (tạp chí Thơ số 22 và 24) giới thiệu nhạc Blues và nhạc Rap của người da đen Hoa Kỳ, hoặc nhắc lại kỷ niệm đọc thơ Lục bát Tân hình thức của Đỗ Kh., hoặc phê bình lời nhạc có tính chất hoài cổ hoặc viễn mơ của Trịnh Công Sơn… đều có xu hướng ủng hộ cho cả hai chủ trương cách tân kiểu trần trụi muốn từ chối tất cả tu từ của Hậu hiện đại, và kiểu Lục bát Vắt dòng theo Tân hình thức. Nguyễn Lương Ba (tạp chí Thơ số 25) qua bài đọc các tập Thơ Tân hình thức của Lưu Hy Lạc (thi phẩm *Yên đi*), của Hà Nguyên Du (thi phẩm *Gene Đại dương*), của Đoàn Minh Hải (thi phẩm Đại nguyện, xuất bản trong nước) nêu đúng tính chất đời thường của cảnh đời bụi bặm và hàng quán ăn nhậu ưa xuất hiện trong cả thơ Hậu hiện đại lẫn Thơ Tân hình thức. Khi Nguyễn Lương Ba bàn một bài thơ Tân hình thức mà nói thơ đi về hướng trừu tượng thì hình như không phản ảnh đúng tính chất "bốn không" của thơ cách tân. Bốn không do ông Nguyễn Đăng Thường liệt kê, đó là: không ẩn dụ, không siêu hình, không vũ trụ, không ngôn ngữ tu từ. Bài của thi sĩ người Chăm (Inrasara, tạp chí Thơ số 28) đọc thơ của thi sĩ người dân tộc Tày (Dương Thuấn) cũng lại lôi kéo về hướng tân kỳ Hậu hiện đại: bàn về thơ Dương Thuấn viết về những điều gần gũi đời sống người dân tộc (chọn vợ có bắp chân cho khỏe để đi nương và để đêm gác nằm) thì Inrasara nói đây là chiều hướng từ bỏ ngôn ngữ tu từ thơ cũ mà đạt tới ngôn ngữ trần trụi hồn nhiên đồng điệu với Hậu hiện đại. Phan Tấn Hải (tạp chí Thơ số 26) khi đọc Thơ Tân hình thức của người khác đã nhấn mạnh thơ Tân hình Thức muốn chụp bắt phần mảnh của đời thường, nắm bắt khoảnh khắc của hiện tại, ném nó lên thành thơ ngay tức khắc, chớ nghiền ngẫm suy nghĩ so đo lâu lắc mà tiêm nhiễm phép tu từ của kiến thức văn chương nhà trường. Quỳnh Thi (tạp chí Thơ số 27) đề cao hồn nhiên: "Những nhà Thơ Tân hình thức không cần phải buồn… Nó cũng không cần ẩn dụ… Ta viết Tân hình thức như thằng bé con thả diều". Khế Iêm (tạp chí Thơ số 27) ca ngợi lục bát không vần do vắt dòng chuyển từ giai điệu êm ái nhẹ nhàng do vần… sang nhịp điệu sôi nổi của cú pháp, dồn dập từ sáu chữ xuống dòng tám chữ một cách bất ngờ khi chưa trọn nghĩa trong mỗi câu và lục bát cứ tiếp tục như vậy. Nhà biên khảo Hoàng Ngọc Tuấn (tạp chí Thơ số 29) đọc thơ của Nicanor Parra trích dẫn một đoạn thơ kể lể chuyện đời thường trong đời sống, nào chuyện hình sự, chuyện ăn mặc, chuyện trộm vặt, chuyện cảnh sát xét hỏi, thỉnh thoảng lại xen vào nửa câu "dưới ánh trăng" hoặc "chiếc lá đầu tiên của mùa thu", đó là cách đánh thức ta phải ra khỏi sáo ngữ của thi ca, đó là cách phản thơ để cứu thơ. Cứu thơ là trở lại chuyện đời thường theo chiều hướng Hậu hiện đại. Thiết nghĩ thì việc trở lại chuyện đời thường phải theo phương pháp ngược lại: giữa thật nhiều câu mơ mộng sáo ngữ làm người đọc phát chán thì có một câu cứu vãn, như nhắc đến một chi tiết tầm thường bị bỏ quên, nhờ vậy ta sực tỉnh mà đi ra khỏi một thế giới không thực… Khế Iêm (tạp chí Thơ số 24 trong bài: "Tân hình thức và Thể Thơ Không vần") là người rành về âm tiết nhấn hay không nhấn trong cách nói thông thường của người Anh người Mỹ; nhờ vậy ông phân biệt rõ thơ Truyền thống, thơ Tự do, thơ Không vần của Anh ngữ căn cứ vào nhịp điệu của cú pháp. Thơ Truyền thống khác với thơ Không vần ở chỗ gồm bao nhiêu âm tiết trong mỗi câu, còn thơ Tự do tùy mỗi nhà thơ mà sáng tạo bao nhiêu âm tiết trong mỗi câu, tất cả ba loại thơ ấy do phát xuất từ ngôn ngữ đa âm. Thật khác với quan niệm thơ Tự do của ta căn cứ vào toàn bài, căn cứ vào cách không cần hiệp vận, mỗi câu dài ngắn không cần quy định. Câu nói thông thường trong giao tiếp hằng ngày của người Anh Mỹ phần nhiều gồm 10 âm tiết, phải ngừng lại để thở, thơ không vần đã căn cứ vào nhịp điệu cú pháp đó. Một kỹ thuật gắn bó với thơ không vần là vắt dòng, mỗi câu cứ đủ 10 âm tiết thì xuống dòng dù chưa trọn nghĩa một câu. Nếu trọn nghĩa một câu thì gọi là kết dòng (end-stopped) không phải vắt dòng (enjambment) mà Tân hình thức muốn áp dụng thành một thể thơ. Nhưng ngôn ngữ Việt là loại ngôn ngữ độc âm, nên muốn tạo nhịp thay thế nhấn hay không nhấn (chỉ có trong thơ Anh Mỹ) thì phải tận dụng kỹ thuật lặp lại. Thiết nghĩ phải lặp lại như thế nào cho có nghệ thuật, có như vậy mới tạo được nhạc tính muốn đều đều như dòng nước chảy, hay muốn dồn dập như cuộc rượt đuổi, hay đứt khoảng như một dò dẫm trên đường gập ghềnh… Cứ lặp lại mà không tạo được nhịp điệu gì muốn diễn tả, thì đó chỉ là cách lặp lại máy móc. Nhà thơ Phan Nhiên Hạo (Đinh Linh phỏng vấn trong tạp chí Việt, số 8 năm 2001), ngoài khả năng Việt ngữ xuất sắc học ở Việt Nam sau năm 1975, lại còn có dịp trau dồi biết nhiều sách vở trong Văn học miền Nam trước 1975 do trong nhà còn chứa lén lút nhiều sách cũ, và qua Mỹ tốt nghiệp văn chương Đại học UCLA., nhờ vậy nhà thơ có đủ sự hiểu biết; so sánh cho ta thấy sự dị biệt giữa văn chương Âu châu có tính triết lý và nhiều thể nghiệm; khác với văn chương Mỹ được xây dựng rất có ý thức và hệ thống làm nổi bật "tính chất trực tiếp không cầu kỳ, phù hợp với một xã hội tiêu thụ và một nền văn hóa thực tế". Như vậy, nhà thơ Phan Nhiên Hạo có phần nào tán đồng với chủ trương thơ trần trụi không tu từ của văn chương Hậu hiện đại. Chủ trương của tạp chí Thơ cũng muốn trở về tính truyện đời thường, nhưng muốn "nhập cảng" thêm nhịp điệu cú pháp vào trong thơ Việt. Cùng trong số tạp chí ấy, Đinh Linh phỏng vấn Nguyễn Quốc Chánh. Nhà thơ này phát biểu bằng trực giác như sau: thơ mơ hồ, tụ lắng, âm vang, truyền cảm… thuộc về âm; thơ va chạm, tán và động, biểu tượng và cụ thể… thuộc về dương. Tương tự như trong tiếng Pháp có sự phân biệt âm dương như vậy: mặt trời chói chang thuộc về dương (le soleil); mặt trăng êm dịu thuộc về âm (la lune). Và nhà thơ muốn thơ mình hướng về cực dương. Phát biểu như trên thì nhà thơ này cũng phần nào đồng tình hướng về ngôn ngữ bạch thoại trong thi ca, càng triệt hạ tu từ càng tốt, theo đường lối "bốn không" mà nhà thơ Nguyễn Đăng Thường đã nêu ra. Nhưng khuynh hướng văn chương Hậu hiện đại xây trên nền tảng giải thể mọi cấu trúc (Hậu cấu trúc), nên cũng gồm thâu mọi khuynh hướng, gọi là trò chơi văn chương có tính dân chủ, vì vậy nói triệt hạ tu từ hay "bốn không" hình như chưa đi sát với chủ trương phi tâm hóa. Cho nên ta thấy những khuynh hướng thể nghiệm văn chương có tính riêng biệt của nhà văn, như Hiện thực huyền ảo của Gabriel Garcia Marquez; tiểu thuyết Quỷ thi của Salman Rusdie… cũng có thể liệt vào hướng Hậu hiện đại.

Tạp chí Chủ đề không dựa vào một lý thuyết cách tân thi ca như Hậu hiện đại với tạp chí Việt, hay Tân hình thức với tạp chí Thơ, nhưng chủ biên Nguyễn Trung Hối (Chủ đề số 6, Mùa Hạ năm 2001, ghi lại cuộc phỏng vấn của phóng viên Minh Nguyệt trên đài Phát thanh Úc Đại Lợi) chủ trương lấy dịch thuật để thúc đẩy người làm văn chương hải ngoại nên hướng về phía cách tân, nhất là cách tân triệt để về thơ. Ông cũng đồng ý với nhà văn Phạm Thị Hoài là "nhà văn hải ngoại chỉ viết bằng bụng chứ không viết bằng đầu… văn học hải ngoại không thiếu Việt Nam mà thiếu thế giới". Ý ông muốn nói nhà văn nhà thơ hải ngoại ít đọc sách báo ngoại ngữ để trau dồi kiến thức, thâm nhập vào đề tài mới, thử nghiệm thể loại văn chương mới. Họ chỉ viết theo cảm tính hoặc tình cảm về những vấn đề phát xuất từ kinh nghiệm đời sống, nhất là về những đề tài chiến tranh vừa qua, đề tài cuộc sống hải ngoại hiện nay, đề tài hoài hương, đề tài chính trị trong nước ngoài nước. Nhiều người không chịu đọc sách báo kiến thức bằng Việt ngữ, hoặc tìm hiểu các khuynh hướng văn chương Việt cách tân, đừng nói chi đọc sách báo tiếng nước ngoài. Ông đồng ý một số khía cạnh khuynh hướng cách tân Hậu hiện đại, nhưng không đồng ý thơ Vắt dòng theo lối Tân hình thức của tạp chí Thơ. Vì vậy trên tạp chí Chủ đề có những bài giới thiệu khá công phu về Mỹ học (ít có bài báo Việt ngữ về đề tài Mỹ học) và bài giới thiệu Thuyết hủy tạo (tức Giải cấu trúc), cả hai đều của tác giả Nguyễn Minh Triết.

Bài của ông Nguyễn Minh Triết với tựa đề "Derrida và thuyết Hủy tạo" đăng trong tạp chí Chủ đề số 6, số Mùa Hạ năm 2001, xin trích dẫn những điều đặc biệt không có trong các bài khác:

"Phương pháp căn bản của Hủy tạo là tìm các cặp từ đối nghịch ẩn giấu trong văn bản... Phương pháp của Derrida là nghiên cứu những giây phút đặc biệt khi văn bản có vẻ thiếu quyết đoán... Trong trường hợp của Husserl (Triết lý về Hiện tượng luận), sự truy tìm một hình thức biểu lộ thuần túy (pure expression). Sự hiện hữu ngay tức khắc, điều này ám chỉ sự tự hiện hữu là một điều chắc chắn... Bằng sự bài bác sự hiện hữu, Derrida cũng bài bác luôn hiện tại. Thuyết hủy tạo của Derrida đã đe dọa cả Thực chứng luận (positivism) và Hiện tượng dọc (hay Hiện tượng luận, Phenomenology)... Derrida gọi sự xem lời nói quan trọng hơn chữ viết của Saussure, sự gán ghép cho chữ viết một vai trò thứ yếu, đều mang thành tố Trung tâm (Centrism)... Theo Levi-Strauss, chữ viết là công cụ của đàn áp, là phương tiện thuộc địa hóa những trí óc sơ khai. Derrida nhận thấy là Levi-Strauss thường xuyên đặt nặng ưu tiên cho thiên nhiên (lời nói) trên văn hóa (chữ viết). Ông ta luôn luôn khoác lên mình một giấc mơ hồn nhiên và mơ về những xã hội thiên nhiên nguyên sơ... thực ra thì bên dưới mặc cảm tội lỗi (đàn áp các nước sơ khai) và sự luyến tiếc quá khứ (xã hội gần thiên nhiên) là bệnh chung của nhân chủng học (được ngụy trang như một chủ nghĩa tự do và nhân ái".

Xin nhắc lại, bài của Nguyễn Minh Triết nêu ra sự bác bỏ "cái ngay tức khắc" của khoảnh khắc hiện tại do tri giác cụ thể (nhắc đến Hiện tượng luận), từ đó bác bỏ sự hiện hữu (nhắc đến thuyết Hiện sinh), bác bỏ những gì mon men thành Trung tâm (nhắc đến Cấu trúc luận). Những bác bỏ này dường như khác hẳn bài giới thiệu của ông Nguyễn Minh Quân với những điều nêu ra như Derrida chủ trương về sự hiện hữu của một Thực thể Tối thượng (phân biệt giữa phát ngôn lời nói và phát ngôn câu Khải huyền, Trung tâm cục bộ và Trung tâm gồm thâu mọi mâu thuẫn), đăng trong tạp chí Việt số 8, giữa năm 2001. Trước hết, ông giới thiệu Cấu trúc luận có vẻ như thuộc về triết lý Duy tâm Chủ quan (vật giới được thực hữu hóa do con người qua ngôn ngữ, nhưng không phải ngôn ngữ từng cá nhân mà từ một Cấu trúc Ngôn ngữ tồn tại từ trước);"từ ngữ mang tính chất quy ước và tự ý dựa trên sự cảm nhận chủ quan của con người, chứ không tồn tại trong bản thân sự vật… sự hình thành ý nghĩa của một từ ngữ mang tính chất hoàn toàn chủ quan và quy ước của con người mà không bao giờ tồn tại từ trước với sự vật của thế giới hiện thực… nhà phê bình thường tập trung vào tác giả… Cấu trúc luận có quan điểm hoàn toàn trái ngược, bất cứ một văn bản nào đều không có nguồn gốc; tác giả thuần túy là người sống trong những cấu trúc đã tồn tại từ trước mà nhờ vào đó họ viết nên một câu văn hay một câu chuyện, do vậy, ngôn ngữ nói tư tưởng của con người chứ không phải con người diễn đạt tư tưởng… Cấu trúc luận không bao giờ chấp nhận có một thế giới hiện thực tồn tại độc lập ngoài ý tưởng của loài người… Cấu trúc luận đặt cấu trúc vào trung tâm, chính cấu trúc phát sinh ra ý nghĩa chứ không phải bản ngã cá nhân…"

Như vậy thì Cấu trúc luận muốn xóa nhòa tác giả, nhưng không xóa nhòa Trung tâm là những cấu trúc ngôn ngữ, như đại tự sự chẳng hạn. Mà đại tự sự hay cấu trúc tồn tại từ trước thì cũng do con người, con người tập thể. Đến đây bài viết của ông mới bắt đầu giới thiệu về Hậu cấu trúc (Giải cấu trúc, hay Thuyết hủy tạo) của Derrida. Đoạn này như khác với bài giới thiệu của ông Nguyễn Minh Triết trên tạp chí Chủ đề. (Xin nhắc lại, theo ông Nguyễn Minh Triết, Derrida không chấp nhận có điều gì mon men thành hiện hữu, dù là một khoảnh khắc tiếp xúc cụ thể của hiện tại mà Hiện tượng luận của Husserl muốn truy lùng). Còn bài của ông Nguyễn Minh Quân thì giới thiệu:

"Trong lý thuyết căn bản của triết lý phương Tây, phần đứng trước (Derrida lý luận) luôn luôn có giá trị hơn phần đứng sau (như cặp tốt/xấu, sáng/tối, nam/nữ, phải/trái…) Derrida đã chú ý một cách đặc biệt đến cặp đối lập Nói/Viết và kết luận rằng Nói bao giờ cũng quan trọng hơn Viết… nói gắn liền với tính chất của sự hiện hữu, và khi nói thì một ai đó phải có mặt để phát ngôn… sự tồn tại của một bản ngã làm hành động phát ngôn… ý tưởng về sự Hiện hữu (Presence) là Trung tâm đối với tất cả các hệ thống triết lý phương Tây từ Plato cho đến thời đại của Derrida…"

Mãi đến đoạn nói về sự áp dụng Hậu cấu trúc vào phê bình văn học, bài giới thiệu của ông Nguyễn Minh Quân mới làm thấy rõ Derrida chủ trương phi tâm hóa:

"…học thuyết mới ra đời (Giải cấu trúc, Thuyết hủy tạo) phản bác rằng ngôn ngữ không tồn tại như những khuôn mẫu cấu trúc hằng định… không có một cấu trúc văn bản nào bền vững… ngôn ngữ trượt đi trong một mạng lưới chằng chịt… chúng chuyển dịch không ngừng nghỉ trong hệ thống liên văn bản".

Bài "Chủ nghĩa Hậu hiện đại và văn học Việt Nam" của tác giả Nguyễn Hưng Quốc (đăng trong tạp chí Việt, số 7, số đầu năm 2001) cho ta thấy Hậu hiện đại không trịnh trọng làm lịch sử, không cổ vũ làm cách mạng, không viễn kiến tương lai… như Chủ nghĩa hiện đại, mà chỉ như trò chơi có tính cách dân chủ chấp nhận mọi dị biệt, cũ mới, truyền thống hay cách tân:

"Tính chất đa nguyên ấy… theo Lyotard, xuất phát từ sự sụp đổ các đại tự sự vốn là nền tảng trên đó người ta xây dựng các trung tâm quyền lực… xóa bỏ sự phân biệt giữa trung tâm và ngoại biên, nhờ đó (các nền văn học nghệ thuật bị xem là thuộc ngoại biên) nổi lên thành bình đẳng: văn học của các thổ dân, của các cộng đồng di dân và tỵ nạn, những người đồng tính luyến ái, văn học nữ quyền và Hậu thực dân… Sự phá vỡ khung tự sự; dùng kỹ thuật lồng chuyện này vào chuyện khác, thủ pháp lắp ghép và nhại lại…”

Bài của tác giả Hoàng Ngọc Tuấn “Viết: từ Hiện đại đến Hậu hiện đại” (đăng trong tạp chí Việt, số 5, số đầu năm 2000) đã phân tích cho ta thấy rõ hơn giữa Hiện đại và Hậu hiện đại. Trước hết, ông nêu ra tính chất đại tự sự của Cấu trúc luận theo Saussure: “ngôn ngữ tạo ra ý nghĩa cho hiện thực”, và tính chất Duy tâm chủ quan của Wittgenstein: “ngôn ngữ tạo ra thế giới”, còn Hậu hiện đại làm nổi bật tính chất phi trung tâm:

“Nhà văn hiện đại cố gắng đặt những mảnh vụn vào một cấu trúc chặt chẽ… còn nhà văn Hậu hiện đại lại để cho mỗi mảnh vụn nằm vào chỗ riêng của nó… nhà văn Hậu hiện đại không kể một câu chuyện nào cả, mà chỉ tạo ra những khả thể về những câu chuyện… mọi thứ trên đời đều có thể trở thành chất liệu cho tác phẩm (ví dụ những tin tức vặt vãnh, chuyện ngồi lê đôi mách, thông báo của chính quyền, thực đơn biên lai hàng hóa…)”.

Bài dịch của Nguyễn Thị Ngọc Nhung “Chủ nghĩa Hậu hiện đại và văn chương” đăng trong tạp chí Việt số 7, số đầu năm 2001, cho ta biết thêm một tính chất viết truyện lối Hậu hiện đại: kết thúc câu chuyện kể ở vào khả thể của một trong ba kiểu chấm dứt, gọi là phương thức đa kết. Trong một truyện tình đã viết năm 1969 (“The French Lieutenant’s woman”), tác giả John Fowles “từ chối sự lựa chọn” giữa hai kết cuộc; một, tái hợp sau cuộc tình bão tố; và hai, họ sẽ xa nhau mãi mãi. Như vậy, ông đã đưa một nguyên tắc bất định vào trong truyện. Ông còn đùa cợt với khả thể thứ ba (tác giả làm rối loạn dòng kể… tự bước vào trong truyện như một nhân vật.)

Phần trích dẫn thơ trong các tạp chí chủ trương cách

tân, đành phải hạn chế. xin chỉ lấy ra những câu thơ tiêu biểu thuộc về Hậu hiện đại, tránh trích dẫn những câu thơ quá cường điệu dung tục. Điển hình như dung tục trong lời một bản nhạc Rap của người Mỹ da đen, đó là những lời dung tục vô hại, chỉ là tiếng chửi thề phản kháng sự kỳ thị chủng tộc:

Elvis was a hero to most
But he never, meant shit to me, you see
Motherfuck him and John Wayne

Trích dẫn thơ dung tục hạn chế như vậy, vì độc giả đã khám phá ra con số những bài thơ dùng lời dung tục xuất hiện rất nhiều, điều đó làm người đọc chán ngấy. Thơ trích dẫn đúng theo hướng Hậu hiện đại thiết nghĩ phải là: Thơ trần trụi bạch thoại, thơ liên văn bản, thơ thuộc phần mảnh có liên hệ lỏng lẻo giữa các câu thơ, thơ dung tục nói cho hả giận… Thơ Tân hình thức nếu trích dẫn đúng theo hướng chủ trương thì thiết nghĩ phải là Vắt dòng dưới hình thức 5, 6 hoặc 7 chữ, hoặc Vắt dòng kiểu Lục bát không vần và không trọn nghĩa từng câu, nhưng phải có nhạc tính do sự lặp lại; và tính truyện đời thường phải là đời thường chưa có ai đả động tới để hạn chế bớt phần trích dẫn tính truyện đời thường trùng hợp; hạn chế tính dung tục quá lắm. Riêng thơ trong tạp chí Chủ đề, phần trích dẫn sàng lọc những câu thơ hoàn toàn không vần, khuynh hướng thì có thể Siêu thực, Tượng trưng, Hiện sinh, và đôi câu Hậu hiện đại trần trụi do cố ý trút bỏ các tu từ thuộc thi tính mỹ cảm (vì tạp chí Chủ đề cũng ủng hộ Hậu hiện đại.)

Trước hết, đây là các câu thơ trích dẫn trong tạp chí Việt từ số 5 đến số 8. Dòng thơ này có lẽ hiện nay vẫn có một số người đóng góp trên các Mạng lưới Toàn cầu như Tiền Vệ, Da Màu ở hải ngoại, và "Vọt Trào" ở trong nước. Tạp chí Việt mà cao điểm phổ biến lý thuyết Hậu hiện đại là từ số 5 đến số 8, nên phần trích thơ dẫn chứng sát với Hậu hiện đại khá ít ỏi, chỉ trích dẫn những câu mà người viết bài này cho còn theo hướng Thơ Tự do chưa thực sự thuộc Hậu hiện đại:

> ... ngồi chẻ ngọn tre non
> phơi trên đầu gió
> sục vào giấc mơ vắng mặt

("Ngữ điệu dấu sắc" của Uyên Nguyên)

> ... nhớ hoài đường phố sau giới nghiêm
> những vòng xe lăn về cư xá
> những cây cầu bắc ngang lạch cạn
> mùi tanh phả từ lòng sông
> cọng giá, tô cháo lòng
> bà xẩm già nhăn nheo thế kỷ
> những đứa con gái nhăn nheo tóc chấm vai
> gã giang hồ với ngón nghề tẩm quất
> đốm lửa trên môi thằng bé còi xương
> mọi người đều cần một chỗ ngồi chờ ngày rạng
> riêng tôi
> cần một khoảng không trong em

("Thắp lửa" của Thận Nhiên)

> ... Não bộ sắm tuồng diễn trò sân khấu tính âm
> Bàn tay độc quyền ấn vào thiên chức động vật
> ... Côn trùng thi nhau đồng ca điệp khúc đầm lầy. Mưa
> đang. Không trốn nỗi vào. Bên ngoài vẫn tiến trình
> những toa
> tàu không tải.

("Cơn mê đầm lầy" của Nguyễn Quốc Chánh)

> ... những hợp âm chim sẻ lướt mái hoàng hôn
> đêm lầm lụi xám

("Ghi chép rời trước ngưỡng thiên niên kỷ" của Huy Tưởng)

... túi mắt đựng trời
trưa trắng
co quắp ký ức
nén tiếng rên
phố chết nửa ngày

("Chùm không" của Chim Hải)

... Tôi ngủ bảy ngày trong khách sạn với T.
khi thức dậy tôi đã là một người khác
tôi muốn kiếm tiền, tôi muốn làm một con chim trống.

(Trích bài "Sau bảy ngày trong khách sạn với T." của Phan Nhiên Hạo)

... gió tuột quần cởi trắng hiên rêu
cỏ lá nửa khuya bò cứng ao hồ

("Mớ đá" của Phạm Miên Tưởng)

... Rực nóng
Mặt trời nhoài xa.
Những hàng cây đuối lửa.
Trong tôi vẫn dịu lãng một đêm rất cũ
Em khỏa thân
Trên nền đen của mộng
Tôi vo ve...

("Đêm bình minh" của Đinh Trường Chinh)

... còi tàu tốc hành rướn cong
thành phố nhướng đôi mắt đỏ

("Downtown" của Ý Liên)

... Bị cuộc đời xua đuổi
Tôi nhảy ùm xuống trang giấy
Tự trầm
Giữa những đám bèo chữ

("Tôi, nhà thơ" của Trần Lộc Bình)

> *... hơi nước đục khoét vành đai của đất xuyên qua*
> *nhĩ hồ im lặng*
> *... hơi thở phôi thai rụng trứng trên khu rừng già*
> *... vực thẳm chẻ núi ra khỏi cơn mộng của nước*
> *và đơn bào đầu tiên*

("Phù sa" của Nguyễn Hoàng Tranh)

Tạp chí Chủ đề chỉ không chấp nhận đăng những bài thơ vần điệu, nhưng không cổ xúy lối cách tân Hậu hiện đại, mặc dầu người chủ biên tạp chí cũng ủng hộ. Vì vậy sự trích dẫn thơ có phần không đắn đo, không cần xem thuộc Hậu hiện đại hay không. Vả lại, những câu trích dẫn như trên trong tạp chí Việt như vẫn còn chịu ảnh hưởng của thi ca thiên về mỹ cảm có vẻ cổ điển. Vậy trích thơ trong tạp chí Chủ đề chỉ cần thấy đó là Thơ Tự do, không ngại trích dẫn thơ vẫn phảng phất mỹ cảm của Thơ Siêu thực nghiêng về những thi ảnh lạ thường (kiểu "chòm tóc trắng trên nòng súng lục"), nghiêng về trực giác siêu hình lối Thơ Tượng trưng (kiểu "một vũng cô liêu cũ vạn đời"), hoặc Thơ Ngôn ngữ tân kỳ (kiểu "gà truyền nhiễm gáy" hay "tôi la qua mái ngói"):

> *... Khi trở lại vườn xưa*
> *em giấu thơ ta trong mắt biếc*
> *từ lúc em chưa là mùa màng*

("Khi ta trở lại vườn xưa" của Hải Phương)

> *... Bãi lau đùa gió dạt*
> *Đêm thăm thẳm*
> *Đêm già*
> *Một tiếng mõ từ đâu văng vẳng*
> *Về ta...*

("Đêm thăm thẳm" của Nam Dao)

> *... lo ơi chim non đường bay*
> *xót lá cội cây già kẻ bứng*

... chút rán em pha vòm cây cuối ngõ
núi đứng u tình sợ bóng đi qua

("Dụ ngôn mùa Đông" của Hà Nguyên Du)

... trong ký ức nóng rung mùa hạ
loài ve sầu rũ chết trong mơ
hoa cúc thắp lửa vàng lối cỏ
nỗi buồn không đắn đo
sâu thẳm mang chiều dài nỗi nhớ

("Dạ khúc Xiv" của Phạm Ngọc)

... Tôi đứng giữa chiều HalfMoon Bay
Mặt trời đỏ bừng đánh rơi hạt nắng
Biển gọi khan lời, ầm ì sóng vỗ
Cát mệt nhoài mờ mịt dấu chân

("Chiều Halfmoon Bay" của Tường Vi)

... rõ ràng anh thấy em đi dưới bầu trời thủy tinh
vậy mà bỗng chốc anh lùi về nơi chốn hồng hoang dự
trữ
thời tối tăm đại cổ sơ
như tình yêu ở đó những con thú long tiền sử
vẫn kêu hoài tiếng kêu mất mẹ

("Phương trượng" của Hoàng Xuân Sơn)

... Trên bờ biển những tảng đá được lau chùi bởi sóng
Lại lau thêm lần nữa
Bởi tình anh.

("Ngày của em" của Nguyễn Đức Tùng)

... trời nghiêng xế rợi thanh âm
khuất lẫn vàm em, phong rêu
dựng bờm gợi khêu dị cảm.
Nghe khó tin. Bữa ghé San
Francisco đã hồn ngát nguyệt.

("Bữa ghé San Francisco đã hồn ngát nguyệt" của Đức Phổ)

Bắt đầu từ số Mùa Xuân năm 2000 trên tạp chí Thơ đã xuất hiện từ từ lý thuyết Tân hình thức với lối Thơ Vắt dòng, và tạp chí thay đổi ban phụ trách từ số Mùa Xuân 2005 đến nay, nhưng đường lối chủ biên không khác, và có thêm một số bài viết đóng góp về lý thuyết Hậu hiện đại. Với 14 số báo từ năm 2000 đến 2007, Thơ Tân hình thức lối Vắt dòng hiện diện rất nhiều, nên phần trích dẫn trong bài này rất hạn chế. Xin chỉ trích dẫn những câu thơ tiêu biểu đúng theo lý thuyết Tân hình thức: vắt dòng dù thành thơ 5, 7 chữ hay lục bát phải có nhạc tính (theo lý thuyết là bằng cách lặp lại một số từ, thay thế cho nhịp điệu của vần); hoặc phải có tính chuyện đời thường hết sức đơn giản (như việc làm bánh, như về con cá nuôi trong bể kiếng, vì đời thường mà cường điệu thì có tính chất triết lý hơn là cách tân kiểu Hậu hiện đại). Và hạn chế không thể trích dẫn quá dài:

> ... *Nửa khờ nửa dại*
> *Vừa mái vừa trống*
> *Rỗng rinh đại không*
> *Gió lùa mưa động*
> ... *Yên yên yên yên*
> *Bật không tiếng động*
> *Đậy kín tiên thiên*
> *Không mầm không mống*
> *Nửa mái nửa trống*

("Bán Tân hình thức" của Nguyễn Tôn Nhan)

Một ví dụ về Liên văn bản:

> ... *Buồn ơi tôi thấy tôi*
> *Bàn ghế áo nàng xanh*
> *Tôi mến lá sân trường*
> *Thà như giọt mưa rớt*

Trên tượng đá nghe giá
Băng mòn hết tuổi thơ

("Liên khúc ngũ ngôn" của Đỗ Kh.)

Một ví dụ về từ lặp đi lặp lại:

... đã dặn tôi rằng những gì tôi
đang có là những gì không ai
có, cho nên thôi em đừng khóc
nữa bởi vì những gì em có
là những gì tôi không có. Vậy
em đừng đau khổ nữa bởi vì
bây giờ chúng ta lại có cả
những gì mà chúng ta không có

("Xấu gái" của Trầm Phục Khắc)

... cho bột trộn vào khuôn. Đút lò
một giờ chẵn hoặc khi cắm tăm
vào giữa lấy ra không dính bột
là chín. Rưới thấm Brandy pha
cà phê cắt bánh dọn nơi bụng
trần. Em chỉ làm được có thế.
Với anh và cho anh.

("Chỉ có thế" của Nguyễn Thị Ngọc Nhung)

... tôi đã thấy ông lão làng tôi
ăn trăng với nước lã trừ bữa.
Trước nữa, cha kể, ông cố ngoại
tôi chạy càn Minh Mệnh đã đọc
kinh lễ, đốt thi phẩm Glang Anak
pha nước đái trẻ uống thay vì
ăn chữ. Ông sống trên trăm tuổi
("Chuyện 40" của Inrasara)

... quen những cành rong biển

nhựa- mai kia có cho
ra sông ra biển thì
cá tôi cũng sẽ đòi
về đòi về ăn những
thứ ăn quen, chơi với
cành rong biển nhựa và
ánh đèn điện xanh đỏ.

("Một nơi" của Nguyễn Thị Khánh Minh)

Thơ nói về vũ trụ hay siêu hình chắc là chưa hợp với "bốn không":

... Mặt trời bắc bếp
đặt lên chiếc bình
pha trà
hồng hào ham muốn
vật chất lên men
... Đom đóm về
tiết điệu hạt mưa
... Đầm lầy xáo động
lật ngược dải ngân hà
vòng xoáy lỗ đen vũ trụ

("Thực dụng hư vô" của Phan Huyền Thư)

... Một hàng người ngồi trên băng ghế, trên
băng ghế một hàng người ngồi, từng người
từng người giống y như khuôn, từng người...
... băng ghế một hàng người ngồi; nhìn đăm
đăm, đăm đăm, đăm đăm...

("Một hàng người" của Khế Iêm)

Một ví dụ về thơ 7 chữ vắt dòng, viết hoa ở đầu mỗi câu:

... Họ nhìn lên những giá sách và
Lấy cuốn Les Misérables
Ngoài trời tuyết vẫn rơi, có người

Bước vào móc chiếc áo khoác phủi
Tuyết chọn một cái bàn nhìn ra.

("Quán cà phê" của Nguyễn Lương Ba)

Một ví dụ về thơ 5 chữ vắt dòng, không viết hoa đầu câu:

... thúc quân hay kèn truy
điệu dù đuốc soi dẫn
hay đuốc truy kích dù
nến sinh nhật hay nến
liên hoan nến tưởng niệm
sau cùng vẫn là kèn
vẫn là đuốc vẫn là
nến gặp nhau trong ngày
một ngày tiễn đưa nhau!

("Kèn, đuốc, và nến" của Hà NguyênDu)

... tôi vừa xoa bụng nàng vừa dõi
mắt phía nghĩa địa, ngó lom lom
lên từng hàng bia trắng hếu dưới
sương, thật không dễ chút nào khi
buộc phải giải thích đâu là mộng
đâu là thực nơi cuộc đời này.

("Những ngày nắng nóng thực mất dạy" của Lưu Hy Lạc)

[Walnut, California, tháng 12-2007- Trích *Tiếp Nối* Dòng
Cảm Thức *Văn Học Sau Năm 1975*]

---

[1] từ số 5 đến số 8 năm 2000 và 2001.

[2] từ số 5 đến số 12 năm 2001 và 2002.

[3] từ số Mùa Xuân 2000 đến số Mùa Thu 2007 gồm 14 số báo.

[4] Nhưng chủ trương chính gây nhiều dư luận của tạp chí này là đăng bài gửi ra từ trong nước (cách nay hơn 16 năm, số ra mắt tháng 10 năm 1991, đó là một điều mới và bạo dạn).

TRẦN VĂN SƠN

Trần Văn Sơn sanh dưới chân Lầu Ông Hoàng, Phan Thiết, Bình Thuận.
Trước 1975, thơ đăng trên các tạp chí *Văn* , *Thời Nay, Nghệ Thuật* , *Phổ Thông…*
Hiện sống tại California.

Tác phẩm đã xuất bản:
- *Vườn dĩ vãng* (Khai Phá, 1972)
- *Thấp thoáng vài nụ hoa* (Hoa Kỳ, 2008)

Điềm lạ

Đêm nằm trăn trở mơ điềm lạ
Hồng Hà dâng nước ngập Thăng Long
Thủy quái trơ xương trong mộ đá
Trấn Quốc chùa nghiêng lấp miệng rồng

Nắng dữ hỏa thiêu bầy nhện đỏ
Mưa dầm quét sạch nọc xà vương
Hồi chuông giải nghiệp tan oan khí
Tiếng mõ công phu tiếp dẫn đường

Điềm lạ vùi sâu hình tượng cũ
Hồn thiêng sông núi vẫn ngàn năm
Phù sa lấn biển bình nguyên mở
Đất nở hoa bát ngát hương trầm

Ta về ngó lại mây Tần Lĩnh
Thương kẻ chăn dê hận Bắc triều
Tây nguyên địa chấn chôn chồn cáo
Bản Giốc thác gầm diệt ác miêu

Ta về bụi phủ đời du tử
Ánh sáng tây phương đủ ấm lòng
Biển đông sóng dựng ngăn bờ cõi
Hải đảo chim trời nối Cửu Long

Điềm lạ khơi nguồn dòng chính sử
Núi liền sông nhân loại một nhà
Thế giới nẩy mầm cây bất tử
Vô sinh vô diệt đạo tâm Ta.

Bài ca vũ trụ

Ta là khách ghé chơi trong chốc lát
Nào ngờ đâu phiêu bạt đến hôm nay
Chốn trần gian ôm một khối tình say
Ta đắm đuối quên đường về cố xứ
Cõi xa xăm vang vọng lời thiên sứ
Gọi ta về nối nghiệp cả ngôi hai
Trái đất này không khác cảnh thiên thai
Về và ở cũng như nhau, không thể
Bởi vì ta trót yêu người dương thế
Ta yêu đời và ta cũng yêu em

Thế giới quanh ta cuộc sống êm đềm
Sông uốn khúc như rồng thiêng giỡn ngọc
Biển trân châu trải lụa vàng gấm vóc
Thiên nhiên nhiệm mầu rừng núi bao la
Vũ trụ là em không ở đâu xa
Em nhan sắc muôn triệu người có một
Em tinh túy muôn triệu năm có một
Kết hoa đăng mừng sáng thế ra đời
Em và thơ mở hồn đất hồn trời
Mở cửa vĩnh hằng vô sinh vô diệt

Người dù đến hay ra đi biền biệt
Em và thơ cuồn cuộn một dòng sông
Máu tim ta hòa nhịp thái dương chung
Hòa ánh sáng vượt lên trên huyền thoại
Hai thái cực cùng quay về nguồn cội
Ngày và đêm mưa nắng sắc màu xưa
Lịch sử ngổn ngang nhật nguyệt giao mùa
Cơn hồng thủy tạo mùa xuân vĩnh cữu
Em vô nhiễm giữa trùng vây thiên cổ
Em hào quang giữa lớp lớp thiên hà
Vẫn thạch sao băng bão táp mưa sa
Hương thanh khiết quyện hồn ta trùng điệp
Ta hôn mê như lên cơn đồng thiếp
Quên tiền thân quên thiên sứ gọi về
Thiên sứ là em tinh thể đam mê
Soải đôi cánh mang tình yêu bất diệt
Vạn vật hồi sinh bài ca nhân loại
Ta cùng em bay lượn giữa bao la
Vũ trụ là em không ở đâu xa…

Lòng vòng

Gió quật rừng thiêng sấm động
Kình ngư quẫy đuôi biển đông
Chớp mắt đại dương dậy sóng
Gác chèo ngư phủ hát rong

Ôm đàn dạo khúc đoạn trường
Sỏi đá ngậm ngùi lệ ứa
Gục đầu cạn chén hồ trường
Ly vỡ rượu tràn đất Hứa

Chân quen lạ từng vụn đất
Quẩn quanh lạ phố lạ người
Gặp nhau lạ lời nói thật
Đêm ngày lạ tiếng ma trơi

Loay hoay nát nhàu nếp nghĩ
Gậy thiền lẩy bẩy chưa buông
Vách núi ghi lời thiên sứ
Rành rành sinh kí tử qui

Sấm truyền bão dữ phương đông
Ngờ đâu bốn phương mưa lũ
Giật mình cập bến Cửu Long
Ngờ đâu mịt mờ cố xứ

Vũ trụ lòng vòng tĩnh động
Lòng vòng chuyển hóa có không
Nhân gian chập chờn ảo vọng
Thiên thu sinh diệt lòng vòng.

Giấc ngủ phương đông

Cho anh mượn mái tóc em mười sáu
Dệt màn mây che gió bụi bên đường
Cho anh mượn mười ngón tay ngà ngọc
Vẽ thuyền hoa trên biển thái bình dương

Cho anh mượn đôi mắt em thiếu nữ
Soi vầng trăng tỏa sáng mặt trời hồng
Cho anh mượn đôi môi em rạng rỡ
Hát tình ca ru giấc ngủ phương đông

Cho anh mượn thân em làm cổ thụ
Che nắng mưa sưởi ấm cuộc nhân sinh
Đường ta đến dù chông gai trắc trở
Vẫn hồn nhiên tĩnh tặng đón bình minh

Cho anh mượn bóng em làm chỗ dựa
Cùng bóng anh đôi bóng nhập chung đời
Nơi ta đến có phải miền vĩnh cữu
Vườn địa đàng thần tượng mới lên ngôi

Cho anh mượn trái tim em Bồ Tát
Ngày phục sinh ta rắc nước Cam Lồ
Đất hồi sinh nẩy mầm cây bất tử
Nhân loại bắt đầu mở hội Long Hoa

Cho anh mượn những gì em đang có
Cả linh hồn lẫn thân xác em yêu
Chắc em hiểu vạn vật đồng nhất thể
Anh và em tinh thể của hư vô.

Hương thời gian

Nắng rải lửa ruộng khô cằn nứt nẻ
Gõ sừng trâu mục tử hát ngêu ngao
Lều xiêu vẹo rạ rơm rơi tơi tả
Bếp lửa tình quê sưởi ấm niềm đau

Cây trút lá chờ mưa về nảy lộc
Cụm hoa xuân bật gốc gió giao mùa
Người ly tán nên thánh đường cô độc
Đất hoang vu còn vọng tiếng chuông chùa

Ta nhiều lần vào thánh đường xin tội
Chúa mỉm cười trao bánh thánh bình an
Rất nhiều lần ta niệm kinh sám hối
Phật phiêu bồng mỗi bước một hoa sen

Ta điên loạn vào rừng sâu ẩn dật
Cõi vĩnh hằng đi, đến để tìm quên
Khi ta đến mang vết thương còn, mất
Khi ta đi chưa phủi sạch bụi trần

Mùa gặt mới não nề con nước lũ
Ta sẩy chân úng thủy trôi xuôi dòng
Phù sa cuộn tro than nuôi mầm nhú
Mạch sống ngầm sôi sục nước tràn sông

Ta ôm mộng theo sông về với biển
Ngặt sông dài biển rộng thác ghềnh xa
Nên không thể hòa tan sông vào biển
Ở nơi đâu cũng thấy bóng quê nhà

Đôi khi gặp người quen nơi góc phố
Kịp chào nhau vội hẹn một ngày gần
Xe chóng mặt ngược xuôi đời sương gió
Hẹn trăm năm thấp thoáng lá vàng sân

Ta gội rửa thân tâm hong nắng hạ
Hương thời gian rộn rã tiếng chim cười
Khu vườn cũ còn nguyên pho tượng Chúa
Khoảng trời xanh tĩnh lặng đón, đưa người.

TRẦN VŨ

Tên thật là Lưu Linh Vũ, sinh năm 1962 tại Sài Gòn, theo học tiểu học và trung học đệ nhất cấp tại tư thục Lasan Taberd. Sau giải thể 1976 chuyển sang Bùi Thị Xuân (nữ trung học Nguyễn Bá Tòng cũ) rồi Lê Thị Hồng Gấm (Couvent des Oiseaux cũ).

Vượt biên đến Phi Luật Tân và định cư tại Pháp từ tháng 12-1979. Tốt nghiệp cao đẳng Tin học tại Lille. Làm phân tích viên điện toán rồi quản lý dự án tin học cho Liên Hiệp Quốc Gia Bảo Hiểm Pháp (FNMF). Định cư tại California từ 2013. Chủ biên tạp chí *Hợp Lưu* giai đoạn 2003 đến tháng 7-2005. Có tác phẩm đăng trên các tập san *Granta*, *Le Serpent à Plume*, *Văn*, *Văn Học*, *Hợp Lưu*, *Làng Văn*, *Thế Kỷ 21*.

Tác phẩm đã xuất bản:
- *Ngôi Nhà Sau Lưng Văn Miếu* (Thời Văn, 1988; Hồng Lĩnh tái bản, 1994)
- *Cái Chết Sau Quá Khứ* (Hồng Lĩnh, 1993)
- *Sous Une Pluie d'Epines* (Flammarion, 1998)
- *The Dragon Hunt* (Hyperion, 1999)

Góp mặt trong các tuyển tập nhiều tác giả:
- *The Funerary Association of Nothern Viet Nam Cimetery*, bản dịch Đỗ Lê Anh Đào 2004
- *Au Rez de Chaussée du Paradis*, nxb Philippe Piquier 2004, bản dịch Đoàn Cầm Thi

- *The Other Side of Heaven*, nxb Curbstone Press 1995, bản dịch Thái Tuyết Quân
- *Night Again*, Seven Stories 1996, bản dịch Nina Mc Pherson
- *Terre des Ephémères*, nxb Philippe Piquier 1994, bản dịch Phan Huy Đường
- *En traversant Le Fleuve*, nxb Philippe Piquier 1996, bản dịch Phan Huy Đường
- *Tuyển tập truyện ngắn 20 năm văn học Việt Nam Hải Ngoại 1975-1995*, Pen Club 1995
- *Truyện Hay Hải Ngoại*, nxb Phù Sa 1991
- *Hai Mươi Năm Văn Học Việt Nam Hải Ngoại*, nxb Đại Nam 1995
- *Khi Tan Nắng*, nxb Hội Nhà Văn 1993
và nhiều tuyển tập tiếng Việt khác xuất bản tại Pháp, Gia Nã Đại và Hoa Kỳ, v.v…

Phép tính của một nho sĩ

Về Vũ Thị Thanh Mai sinh 2 tháng 4-1962

Mỗi thời đại thờ cúng một vị thần. Thần sông Tô Lịch khi dâng nước mênh mông, khi hiền hòa tưới mát các đồng lúa, ở mãi với dân Giao Châu. Cho đến khi Tiết độ sứ Cao Biền sang trấn thủ, bày trò trấn yểm, dìm chúng tôi xuống móng thành Đại La.

Tôi với Tiểu Khanh chết đi ở giấc canh khuya, khi mặt sông đã hóa bùn và nước sông đã đặc tóc. Song tóc Tiểu Khanh làm sông Tô Lịch chảy mềm mại và từ bấy mang màu tóc Tiểu Khanh. Sông xanh tóc con gái ước mơ và kiên nhẫn.

Chết trong sóng nước quê mình là một hạnh phúc. Sống vì quê, chết về quê. Đã bao ngày chúng tôi tin vậy, từ khi lọt lòng, khi biết chạy nhảy qua các đồng rạ rồi trèo lên các gốc mận chia trái ngọt của quê mình. Chết, khi tuổi trẻ ngập kín hồn là tuyệt phúc. Vì chết mà nụ cười vẫn tươi. Còn mang hồn nhiên thánh thoát. Tôi nói Tiểu Khanh đừng ngại chết. Tiểu Khanh biết tôi nói dối. Vì chết khi chưa kịp sống, là chết oan. Tiểu Khanh hiểu mà vẫn thương lời nói dối. Chết đi không than trách. Sử Giao Châu không chép, nhưng tôi mang ánh mắt của Tiểu Khanh xuống tuyền đài. Ánh mắt còn chứa chan tình yêu đất này và lấp lánh niềm hoài cảm.

Cao vương trù tính chúng tôi phải làm âm binh. Tôi hầu quạt còn Tiểu Khanh làm ca kỹ cho Thành hoàng. Chúng tôi cứ thế, ngày ôm móng thành, đêm trồi lên mặt nước, đôi khi ráng chiều muộn còn vỡ trên ruộng mạ phì nhiêu chan chứa tình người mà chúng tôi quyến luyến. Đôi khi mây xám vừng lên những giấc mưa, làm ướt tóc Tiểu Khanh, làm ướt ánh mắt u hoài. Chúng tôi thân với nhau từ ngày vỡ lòng Tam Tự kinh, chết đi thành hồn âm nhưng vẫn thương xứ này. Đất Giao Châu muôn thuở, nơi chúng tôi sinh ra, lớn lên và khám phá tình tự đầu đời. Chưa phải là tình yêu vì chúng tôi chưa biết đến, chưa kịp mặn nồng vì chúng tôi chưa biết thề nguyền, nhưng đã là sự trân quý của tuổi trẻ cảm thấu và độ lượng.

Lìa trần làm âm binh, kiếp người hòa vào kiếp nước, nước của sông Tô Lịch của đất Giao Châu vạn đời. Song chúng tôi phải sống trong chật hẹp, không thể tự do mơ ước, không thể tự do bay nhảy, hay đạt chí cả của đời mình. Vì phải đội sức nặng của thành Đại La cho đến khi vỡ thành như bùa yểm của Cao Biền. Thần sông Tô Lịch cũng lắm phong trần. Khi giữ chức Đô phủ Thành hoàng Thần quân, khi nhận tước Đô quốc Thành hoàng Đại vương, đến triều Trần, năm Trùng Hưng lãnh Bảo quốc, năm Hưng Long lãnh thêm Định bang, toàn hàng mã. Chúng tôi chết đã năm trăm năm, tuổi ma già theo tuổi sông, mà vong linh vẫn tươi trẻ, như dòng nghịch thủy còn xanh tóc Tiểu Khanh.

Một ngày thầy An đi qua sông.

Từ xa chúng tôi đã biết gặp một nho sĩ. Thầy An mang linh hồn của một nho sĩ. Chỉ một nho sĩ mới biết viết lên trời xanh. Chỉ một nho sĩ mới biết ẩn sâu vào lòng đất chữ Thánh Hiền. Chúng tôi ngắm bóng thầy xa xa. Tâm hồn thầy thanh sạch. Sức trinh bạch làm trong sắc trời. Giống thầy An làm tan biến mây mù và hiện cầu vồng lướt trên sông. Tiểu Khanh níu tôi, Tiểu Khanh ngửi ra mùi bột gạo của huyện Thanh Đàm, quê của Tiểu Khanh mà cũng là quê của thầy An, tên chữ của thầy là Linh Triệt. Chúng tôi có khả năng ngửi thấy tông tích người sống, cũng như đoán biết đến khi nào các búp lan rừng sẽ chậm rãi nở, sẽ phả hương tinh khiết.

Chúng tôi trầm dưới sông. Tôi với Tiểu Khanh đùa

giỡn. Chúng tôi tự nhiên như hai thiếu niên đang vẫy vùng giữa sông, tin sông Tô Lịch nghìn năm mây phủ và tin chúng tôi đã mất dáng người. Tiểu Khanh cười khúc khích, trong lúc tôi làm trò. Nhưng thầy An trông thấy chúng tôi, mặc dầu chúng tôi vô hình, thầy gọi:

- Sao không học hành mà tắm dưới sông?

Chúng tôi rùng mình. Lần đầu tiên một người sống trông thấy chúng tôi. Tiếng thầy cất trên sông như tiếng hò, của người Giao Châu, gọi nước, gọi hồn. Chúng tôi biết thầy An không phải pháp sư, mà sao thầy trông thấy các hồn âm? Tiểu Khanh nói khẽ: Thầy trông thấy nỗi oan khiên ở đời. Chúng tôi trồi lên, quỳ trên sóng sông Tô Lịch.

Chúng tôi chắp tay, thưa, chúng tôi rất hiếu học mà khổ nỗi bị xiềng vào chân thành Đại La chìm sâu dưới nước. Chúng tôi thác oan nhưng lễ giáo vẫn giữ. Vẫn tin học lễ rồi mới học văn. Tin vào chữ Thánh Hiền. Tin vào tình yêu xứ này. Thầy nhìn chúng tôi chăm chú. Thầy biết chúng tôi là quỷ. Nhưng hôm ấy, chừng như thầy thương cảm và xúc động. Thầy nói Tiểu Khanh có thần thái sáng láng, còn tôi tuy bặm trợn vẫn giữ cốt cách có giáo dục. Hôm sau nữa, thầy An trở lại khúc sông vắng, bày hương án, làm lễ xá thủy thần. Thầy lập đàn giải oan, cúng Thành hoàng, rồi lấy bút nghiên viết lên mặt sông những chữ đại tự. Chữ thầy viết đến đâu, mặt sóng lặng như trang giấy. Chữ thầy lan đến đâu, mặt nước thành mặt gương, phản chiếu. Chữ thầy thẳng, như sự ngay thẳng trong lòng thầy. Liễn mực cạn dần theo nét chữ thảo vừa viết trên sông, mà đã thoắt lên trời cao. Nét chữ như nét roi. Nét chữ của một nho sĩ, mang sức mạnh của lương tri mà ghè đá, sóng nước, không cản nổi ý chí viết trên sông, viết lên cái chết oan của tuổi thanh xuân không phạm tội. Đến khuya, chúng tôi được thả.

Từ bấy, kiếp ma và kiếp đời. Chúng tôi vẫn là hồn âm, nhưng đã thành môn sinh của thầy Chu Văn An. Học thầy phải theo thầy, thầy An dạy, khi chúng tôi bước qua cổng Quốc Tử Giám.

***

Vũ trụ là những thời quán, mà mỗi thời quán dài ngắn tùy theo ký ức. Kiếp ma vô tận nên tôi đầy ký ức. Tôi vẫn chưa quên buổi sáng trở về ngôi nhà cũ của thầy An dưới chân núi Chí Linh. Buổi sáng có sắc trắng chập chờn của cội mai già hiu hắt. Có sắc trắng hiu quạnh của bụi lài cô độc. Có sắc trắng nhờ của vài nhành huệ lay lắt trước gió hú kéo lê lá khô qua nền nhà cũ.

Khi về đã lạnh vườn xưa, tôi biết thầy An muốn hét to vào hướng núi, muốn hét to vào xa vắng, muốn thả nước mắt rơi phương trời. Thiên nhiên không đáp trả tấm lòng thầy. Núi Chí Linh tịch liêu, bất lực với nỗi đau của thầy. Nỗi đau câm. Nỗi đau trong im lặng. Vì suốt đoạn đường thầy không một lần trò chuyện, không một lần cất tiếng. Thầy bước những bước dài, thẳng, không một lần quay lại. Tôi với Tiểu Khanh gánh sách và vật dụng cá nhân, tất tả từ kinh sư theo thầy về Chí Linh, từ buổi trưa thầy ra khỏi Cấm Đình. Chúng tôi quảy gánh như ma, lướt đi giữa phố phường kín cửa. Bóng chúng tôi lướt qua phố xá im phắc. Thiên hạ bạc như lớp vôi quét trên vách. Chúng tôi làm ma đã đành, thầy An vẫn còn sống mà các môn sinh của thầy, nhiều kẻ đậu đến đại khoa như Phạm Mạnh Sư và Lê Bá Quát, không một ai đưa tiễn. Tất cả sợ. Sợ dây vào mình "Thất trảm sớ". Sợ sai nha của nịnh thần. Sợ mất phú quý. Chỉ một mình thầy An qua cửa Ô. Gần như một phát vãng, tự nguyện, vẫn là phát vãng. Tiểu Khanh khóc, vì thương thầy, chúng tôi ngậm ngùi rời Văn Miếu Môn.

Ký ức tôi vang động, như đã khảm vào não. Tôi hãy còn nhớ, khi thầy bắt Tiểu Khanh và tôi quỳ lạy tượng Khổng Tử và Tứ Phối ở nhà Khải Thánh. Khi thầy đứng trên bục giảng, luận về Nhan Tử, Tăng Tử, Tử Tư và Mạnh Tử, cho chúng tôi chép vào vở. Tôi với Tiểu Khanh mang nhân dáng nhuyễn thể, vì dìm dưới sông quá lâu, nên chúng tôi có thể treo trên xà nhà, hay trườn dưới mái, hoặc thoắt ở ngọn cây, hoặc trầm dưới Thái hồ. Những ngày ở Quốc Tử Giám là những ngày diễm phúc. Tiểu Khanh được thầy An cho ở nhà Thái học sinh, dãy nhà xây tường ngang, lợp ngói đồng. Tôi được ở khu Tam xá, ba dãy, mỗi dãy 25 gian, phía gần bức tường vôi đắp gạch Bát Tràng, kết bạn cùng với các đồng môn.

Với thầy An, không có học trò ma, chỉ có học trò của thầy. Mà đã là môn sinh thì phải học làm người. Xác ma nhưng biết chính trực, cốt cách tinh thần thì vẫn là người, như thầy dạy. Cấm ma mãnh. Thầy cấm tất. Học đạo của người quân tử và học cách ký thác lương tri của mình vào chữ. Chữ của người quân tử. Thầy bắt chúng tôi và các môn sinh mỗi ngày tập đồ chữ. Miệt mài cho đến khi nét chữ thật thẳng, như vết phóng. Chữ có thẳng, thì lòng mới ngay. Như thầy bảo. Các môn sinh phải tập viết ra sự ngay thẳng của lý trí mình. Cấm cong, cấm uốn, cấm run rẩy.

Giữ chức Tư nghiệp Quốc Tử Giám, thầy An còn dạy thêm khoa lý số, phép tính xác suất của thời Phong kiến. Phép tính giản lược mà khó khăn: Tìm giới hạn của một cá nhân bằng cách tính hiệu năng của cá nhân đối với bách tính. Chúng tôi cần mẫn tu tập. Đôi lúc, tôi mê giọng đọc Luận ngữ của Tiểu Khanh. Đôi lúc, tôi say nét chữ của Tiểu Khanh chép Nam Hoa kinh lên lá bàng. Tình yêu của một nho sĩ phải đẹp như tâm hồn của một nho sĩ. Tôi muốn trở thành nho sĩ để tình yêu thánh khiết của mình trong sáng vĩnh cửu. Nhưng tôi chỉ là ma da. Ma da của sông Tô Lịch. Một ma da tập làm người. Thầy An hiểu, thầy thường khuyên nhủ: Ma vẫn phải trọng danh dự, để không ai khinh, để không nhục, để có thể nhìn thẳng vào mắt người sống mà không cúi đầu, không lạy lục, không van xin. Đôi khi thầy cho phép các môn sinh ra ngoài. Chúng tôi bay lượn khắp kinh kỳ, ngắm hoàng thành rực rỡ, nhìn mặt hồ Thiền Quang sóng khói phả từng giấc mơ. Nhìn những váng mưa phất qua thôn Liên Thủy, chao xuống hồ, như nước giao với nước, thành làn hơi thở mỏng của Tiểu Khanh thu vào từng lời hứa. Tôi say Tiểu Khanh. Say Thăng Long, say nét hoài cổ thắm sắc vàng. Tôi vẽ chân dung Tiểu Khanh lên giấy bảng. Vẽ từng lọn tóc, vẽ từng sợi, như chải tóc cho Tiểu Khanh. Vẽ ánh mắt nhu mì mà u hoài. Vẽ sóng mũi thanh của con gái Giao Châu. Vẽ chân mày hiếu học và khóe môi biết vâng lời thầy.

Thăng Long rộn rã xe ngựa. Rộn rã phường tuồng. Rộn rã các vườn hoa Bình Than, Diên Hồng. Ngày ngày kép Dương Khương uốn éo với đào thương Dương Mẫu. Các hoàng thân mê đắm Dương Mẫu, đến nỗi Dương Mẫu có mang với Dương Khương vẫn được Cung túc vương Trần Nguyên Dục rước về. Rồi Thánh thượng Trần Dụ Tông cũng đắm say với Dương Mẫu, phục chức cho Đỗ Tử Bình, đã bị truất vì tham ô, đồ làm đinh nhân, được thăng lên làm Hành khiển Nghệ An. Đó là ngày Cát hung mà thầy An tức uất. Giận dữ vì điềm suy vi nhà Trần đã thấy rõ. Chưa bao giờ chúng tôi thấy thầy giận đến như vậy. Thầy không ngớt quát tháo, xỉ vả triều chính vô đạo.

Đó là đêm thầy An thảo sớ. Chúng tôi rúc trên mái, bên trên thư phòng vắng vẻ của thầy An. Đêm thâu, vẫn nét chữ roi quất của một nho sĩ, có thể viết lên trời xanh, có thể viết xuống sông sâu, có thể ấn xuống huyệt đất thứ chữ của người quân tử. Vẫn nét chữ rắn của thầy An, rắn trên lá sớ mong manh, rắn tựa thầy lấy thép viết lên tàu lá chuối, để lá chuối ghi tấm lòng sắt son của thầy.

Thầy quất bảy lần roi. Bảy lần thụy hiệu và tên cúng cơm của bảy nịnh thần hiện ra dưới vết đánh. Thầy hạ bút ký Văn Trinh Công. Không một do dự. Không một giọt mực thừa. Chúng tôi nín thở. Thư phòng lẫm liệt nét chữ. Tiểu Khanh siết lấy tay tôi sợ hãi. Chúng tôi hiểu, thầy đương đầu với xiểm nịnh. Mà xiểm nịnh trên đất nước này lúc nhúc, chúng cùng khắp. Chúng uy quyền và ngạo mạn. Chúng có thể đánh tàn tật bất kỳ kẻ nào. Chúng chỉ chờ dịp để giết thầy. Bắt thầy thú tội. Nhận tội phản triều đình. Chính chúng mới là kẻ có tội, song chúng tiếm danh vua, tiếm danh sơn hà. Chúng tôi thức đêm cuối cùng với thầy An ở Quốc Tử Giám.

Bảy trăm năm sau, tôi hãy còn nhớ. Bảy trăm năm như một thời quán. Bảy trăm năm trôi vụt, mà những lời tâm huyết cuối cùng của Chu Văn An hãy còn vang trên mặt Thái hồ. Làm như thầy muốn mặt hồ phong phải giữ lấy dư âm, để lớp rêu ẩm, xanh rì, còn giữ được lời thầy. Truyền cho hậu thế. Để mai này hậu thế biết ngày xưa, ở Quốc Tử Giám, các tôn sư đã dạy học như thế nào. Văn Miếu, nơi thầy được tòng tự. Văn Miếu nơi tiếng thầy sang sảng: Chữ thầy là chữ thật. Lời thầy là lời thật. Thầy dạy sao, thầy sống vậy. Mai này ra làm quan phải nhớ lời thầy dạy. Tiếng Chu Văn An sang sảng, nghiêm khắc: Thầy dạy những gì, môn sinh đã biết. Cấm tham ô. Cấm cửa quyền. Thấy sai phải cất tiếng. Không trái với lương tri mình. Đó là những lời cuối, trước khi Văn Trinh Công rời Văn Miếu Môn.

Thầy sẽ vĩnh viễn không bao giờ quay trở lại nữa, nơi thầy đã đào tạo biết bao môn sinh, biết bao khoa bảng, tiến sĩ, bảng nhãn, thám hoa… Thầy ra khỏi Văn Miếu khi trời đổ mưa. Buổi trưa ấy, nắng nhạt không đủ làm sáng mưa, nắng nhạt không sáng mặt người. Mưa cũng không đủ dội tắt nắng, giống lòng người buổi giao thời, không trông thấy rõ đâu là thiện, đâu là ác, không biết mưa hay nắng, chỉ trông thấy mái điện vàng ban áo gấm. Văn Trinh Công đứng đợi băng qua đường. Trông thầy già nua, nhỏ bé. Thầy cố giữ vạt áo thâm thật thẳng, cố giữ khăn nhiễu quấn chữ Nhất đừng lệch, cố giữ cốt cách của một vị thầy, và cố ôm trong lòng túi vải chứa lá sớ. Thầy ôm chặt túi vải vào mình, vì sợ ướt mưa, khiến chữ nhòe khiến sau này hậu thế không đọc được thụy hiệu của bảy nịnh thần. Thầy ôm chặt vào lòng, vì sợ chúng giật, trước khi lá sớ đến tay Trần Dụ Tông. Không phải vì thầy sợ Trần Dụ Tông không kịp đọc để phê duyệt, mà vì thầy muốn Trần Dụ Tông phải gánh lấy trách nhiệm. Vì thầy biết Trần Dụ Tông sẽ bất động. Sẽ liếc mắt rồi phê "Bất đệ". Không ngự lãm vì phạm lễ. Không ai được quyền dạy vua trảm thần. Thầy biết tất. Biết, nên thầy ôm chặt túi vải. Chúng có thể giật mất lá sớ rồi cho xe ngựa cán thầy. Chúng có thể xóa mọi vết tích mà thầy muốn hậu thế phải biết đến. Không phải quan triều nào cũng im lặng. Không phải nho gia nào cũng bán chữ Thánh Hiền. Còn Chu Văn An giữ tiết tháo.

Chúng tôi lẩn quất sau lưng thầy. Núp sau bóng thầy với tất cả kinh sợ. Tiểu Khanh khóc vì biết thầy đương đầu với nguy hiểm. Không ai viết sớ xin chém kẻ cầm quyền, khi chính kẻ ấy giữ đao trong tay, chăn đồ tể. Vậy mà thầy viết. Vậy mà thầy đọc sớ trước mặt chúng. Chúng nham hiểm bao nhiêu trò, làm sao thầy thoát. Chúng tôi níu áo thầy. Khi cổng Cấm Đình hiện ra, thầy An lặng lặng, quay lại dặn chúng tôi về thu xếp hành trang về núi Chí Linh. Nếu thầy không trở ra, cứ về mà ở. Nếu thầy trở ra, thầy sẽ cùng về. Thầy điềm đạm. Sự trầm tĩnh của một nho sĩ. Giống thầy đã sắp đặt hết.

Vì thầy hiểu chỉ có những hồn âm thác oan mới theo thầy, vì chúng tôi không còn gì để mất. Thầy sắp đặt hết. Trảm đầu thầy thì Trần Dụ Tông càng thêm tội. Không trảm thì thầy phải tự phát vãng vì lũ nịnh thần sẽ hãm hại một khi thầy còn ở kinh sư. Chúng tôi khóc, van lạy thầy đừng dâng sớ. Thầy quắc mắt: "Nho sĩ chết không khóc. Chết phải giữ đạo". Rồi thầy dứt áo the thâm, bước vào Cấm Đình. Bước chân của một nho sĩ mang sự quyết liệt khẳng khái của một nho sĩ. Chúng tôi chỉ kịp nhìn thấy vạt áo thâm thẳng tắp giữa hàng sai nha. Giữa đám quan hoạn. Giữa cung phi diêm dúa. Đám đông hiếu kỳ vây quanh cổng. Các tiếng xì xầm bàn tán. Vọng lên dần thành tiếng xôn xao. Rồi cả kinh thành rúng động. Tin lan nhanh như làn nước: Văn Trinh Công dâng "Thất trảm sớ".

***

Khi về đã lạnh vườn xưa. Bảy trăm năm sau tôi còn nhớ, khi về, vườn lạnh băng. Thầy muốn hét to vào núi, muốn hét to vào xa vắng, muốn thả nước mắt rơi phương trời. Tôi nhớ, vì đã khảm vào não. Chúng tôi đã đợi cho đến khi vãn mặt trời. Mỗi tiếng trống phiên làm đám đông co rúm vì nghĩ trống tử hình. Mỗi tiếng chuông ngân làm đám đông nghẹn, úp mặt, vì nghĩ chuông trảm thủ cấp. Khát khô môi. Khát mặn lưỡi. Vì cắn dập môi. Cắn dập lưỡi. Trong lạnh toát sợ hãi. Trong xanh mướt hy vọng. Hy vọng thầy An thay đổi đất nước. Thay đổi đất nước đã tím bầm mặt. Nhưng Văn Trinh Công trở ra. Gương mặt thầy tuyệt vọng vì bất lực. Thầy đã hiểu thầy chỉ có thể lập đàn giải oan cho người chết, không thể giải oan cho người sống. Thầy đã hiểu một cá nhân thầy không thể vực dậy triều chính ngu muội. Thầy đã hiểu phải đi đến cùng phép tính của mình. Trần Dụ Tông phải gánh lấy phán xét của lịch sử. Chúng tôi về núi Chí Linh.

Triều Trần rồi vụt qua như một làn gió. Đi ngược làn gió, chúng tôi gánh sách qua các dãy phố kín cửa, cửa cái, cửa con đóng sập, để hiểu lòng người quay thoắt. Hương thu còn dậy ở Đồng Xuân mà cả một phiên chợ dừng bán. Chúng tôi lướt qua các tấm phản bất động và các chảo đậu rán ngừng sôi. Lướt qua thau bún lạnh tanh lũ ruồi. Đôi mắt chúng xanh to như hạt đỗ, nhìn chúng tôi trừng trừng. Chúng cợt nhả rồi bay tản từng đàn rình rập. Chúng là lũ phi liêm mọc cánh. "Đừng dây với Chu An" là tiếng chó sủa khi qua bến đò. Bóng tôi với Tiểu Khanh va vào nỗi đau tê tái vì thương thầy. Mới trưa kia Thất trảm sớ làm chấn động, vì thầy lập thụy hiệu gian thần cho các quan đầu triều, nay đã bạc bẽo. Sách Dương Chu, Mặc Tử nặng vì chứa trong mình vũ trụ, sách Kinh Lễ của Khổng Phu nặng vì chứa phép làm người. Ngũ viên và Nhị thập triết khiến chúng tôi mất sức, phải cố gánh thật nhịp nhàng để theo kịp bước chân thầy. Bước chân của một nho sĩ nhẹ tênh, vì lòng không hổ thẹn.

Tôi muốn nghĩ đến những điều đẹp đẽ. Sắc vân tím trên áo của Tiểu Khanh hay sắc trưa huyền quang khi chúng tôi trốn tiết Hiến Văn lẻn ra cửa Thành Đức, bên hông Văn Miếu, đi viếng cảnh chùa. Có nghe tiếng chuông Chiêu Thiền Tự ngân nga bến Yên Lãng rồi vang sang tận Hoài Đức trên tháp Quảng Nghiêm trước khi về lại Trấn Quốc mới hiểu vì sao chúng tôi thích giẫm lên tiếng Đại hồng chung để gan bàn chân đỏ hồng những âm trầm. Tôi muốn nghĩ điều đẹp đẽ mà ký ức chứa bẽ bàng. Trương Hán Siêu gả con cho tù trưởng Nùng Ích Vấn xin đất, kết giao với quan hoạn Phạm Nghiêu Tư để xin chức Tham tri chính sự. Ký thệ tự với thầy, mà trưa thầy đọc sớ, Trương Hán Siêu cáo ốm không vào triều. Văn của một nho sĩ phải hiển lộng. Văn của Trương Hán Siêu chỉ lộng lẫy mà chưa phải bút Tả thanh thiên.

Bảy trăm năm, bay ngược gió, tôi nghiền ngẫm. Phép tính của một nho sĩ giản dị: Quốc gia ở tính nhân, ở lòng chính trực. Lấy một thân thầy chống với thói gian tà, lấy một thân thầy cảnh cáo lương tri quốc dân. Thầy hiểu lượng vàng mua chuộc, bồ thóc nhấn chìm, chính vì vậy phải lấy một con người với hai tay trắng để chống với đám đông gậy gộc, để sự can đảm càng thêm can đảm, để sự tự tin càng thêm tự tin, và chân lý càng thêm sáng. Số đông bao giờ cũng thắng, nên phép tính lũy thừa của thầy thêm vào thời gian, vì sự chính trực khi lũy thừa thời gian của lòng người sẽ tiến đến vô cực. Từ một cực tiểu trở thành cực đại mà không một triều chính nào có thể hãm.

Chu Văn An đã muốn hét to vào mai hậu, còn Cao Biền? Hắn muốn trở về đất này để trấn yểm thành Đại La thêm một lần nữa.

Chu Văn An gửi cho hậu thế:

$$Lim(ct)^{tg} = \infty$$

Lim: Giới hạn
ct: Chính trực
tg: Thời gian

[Paris, 6 tháng 8-2009]
Trần Vũ

(*) Khi về đã lạnh vườn xưa, Tâm sự cùng Nguyễn Du, thơ Võ Việt Dũng.

Nhạc sĩ Ngô Tín by Trương Đình Uyên

 **TRẦN YÊN HÒA**

Tên thật là Trần Văn Hòa. Sinh ngày ngày 20 tháng 12 năm 1947, tại Kỳ Mỹ, Tam Kỳ, Quảng Nam.

Học trường Trần Cao Vân Tam Kỳ suốt thời gian Trung Học. Vào Sài Gòn học ở Đại Học Luật Khoa. Sau xin đi dạy ở Trung Học Mộ Đức, Quảng Ngãi, rồi Trung Học Lý Tín, Quảng Tín. Cựu Sĩ Quan VNCH. Sang Mỹ tháng 3/1995, định cư tại Nam California. USA.

Truyện ngắn đầu tiên đăng trên tờ *Hoa Đàm*, ký tên Thùy Phương Linh và thơ đăng trên *Tuần San Thứ Tư, Tiểu Thuyết Thứ Năm* ký tên Trần Hoài Huyền. Có thơ trên *Tuổi Ngọc, Khởi Hành*, nhật báo *Tiền Tuyến* và các Đặc san quân đội.

Ở hải ngoại, viết nhiều thể loại, có nhiều bài đăng trên các báo Việt ngữ: *Văn, Văn Học, Khởi Hành, Sóng Văn, Tân Văn*. Các *Đặc san Quảng Nam, Đặc san Úc Trai*, nhật báo *Người Việt, Viễn Đông, Việt báo, Saigon nhỏ*...hay các báo tuần như *Sài Gòn nhỏ, Hồn Việt, Trẻ Magazine, Phụ Nữ Diễn Đàn, Chí Linh* và các trang mạng như Văn Chương Việt, Du Tử Lê, Luân Hoán, Phạm Cao Hòang, Sáng Tạo, Phố Văn, Học Xá...

Hiện chủ trương Trang Văn Học Nghệ Thuật Bạn Văn Nghệ banvannghe.com.

Chủ trương nhà xuất bản Bạn Văn Nghệ.

Tác phẩm đã xuất bản:
- *Lời Ru Tình* (thơ, in chung, 1971)
- *Khan Cổ Gọi Tình, Về* (thơ, 2001)
- *Những Chuyến Mưa Qua* (truyện ngắn, 2001)
- *Áo Gấm Về Làng* (tập truyện, 2004)
- *Mẫu Hệ* (truyện dài, 2004)
- *Nét Em* (truyện ngắn, 2009)
- *Uyên Ương – Phượng Hề – Và Khát Vọng* (thơ, 2009)
- *Rớt Xuống Tuổi Thơ Tôi* (truyện ngắn, 2014)
- *Sấp Ngửa* (truyện và ghi nhận, 2016)
- *Trần Yên Hoa Hơn Năm Mươi Lăm Năm* (thơ 2018)

Áo gấm về làng

1.

Phải trở về quê một chuyến xem thử chỗ ngồi bên gốc cây bàng trong khuôn viên chợ Quán Rườn nay có còn không? Chắc còn, và chẳng có gì thay đổi. Bởi vì Hạo đã ngồi ở đó suốt mười hai năm, ngày ngày ngắm ông đi qua bà đi lại, mỗi khi có ai xe đạp bị hư, bể ruột, cong niềng, trật ốc, dắt lại sửa thì anh mừng húm lên, bởi vì anh sẽ có được chút tiền công mang về cho ba đứa con đang đợi ở nhà.

Từ ngày ra khỏi trại tập trung, Hạo trở về đây, ngồi dưới gốc cây bàng này, sửa xe đạp. Dù ai có nói ra nói vào, "cha Hạo đã một thời là thiếu tá, từng làm tiểu đoàn trưởng chỉ huy lính đánh địch kinh hoàng, từng một thời có xe 'díp' cần câu, có cận vệ chạy rần trời, thế mà nay thất thế, mười năm ở tù về, chả lại dám ngồi dưới gốc cây bàng sửa xe, thằng cha khùng, làm mất mặt bầu cua sĩ quan", Hạo nghĩ, "có gì mà mất mặt, đi ở tù, hốt phân tươi tưới rau, giòi bọ bò lổn ngổn, đi đốn gỗ, cuốc đất, tăng gia rau xanh, làm 'tà lọt' cho vệ binh, cho quản giáo, suốt mười năm, mà chả có lấy một xu tiền công, còn ăn đói nhịn khát, mặc rách. Bây giờ về, làm việc để kiếm miếng cơm chứ có gì mà mắc cỡ". Có người cho Hạo đã bị khùng nặng, ngơ ngơ ngác ngác. Họ cho rằng, sau khi đi tù về, vợ đã đi theo người khác, Hạo phải nuôi ba đứa con, nên Hạo bị "mát dây" là chuyện bình thường. Hạo lại nghĩ khác. Mình làm ăn lương thiện thôi, đem mồ hôi đổi lấy bát cơm, có gì mà mặc cảm.

Bây giờ thì anh quyết định trở về thăm quê, sau năm năm ở Mỹ. Các con anh đã lớn, đã đi làm, anh yên tâm và thấy mình may mắn. Năm năm anh đã trút bỏ đi một phần cái thân thể gầy còm ốm nhách của ngày ra đi. Anh đã mập lên, nước da hồng hào hơn, phổng phao hơn. Người ta nói vật chất đã làm thay đổi con người, đúng vậy, dinh dưỡng đầy đủ của xứ Mỹ đã biến anh ra một con người khác. Anh đã làm hết bổn phận với các con, nay anh phải tự lo lấy phần đời còn lại, cho nên anh dự định, sẽ tìm về quê, thăm mồ mả cha mẹ, ông bà, tổ tiên, nhưng cốt lõi trong lòng anh là muốn về quê cưới một người vợ, rồi sẽ bảo lãnh vợ sang đây sống cùng anh, cho đời anh đỡ đi phần hiu hắt.

2.

Hạo đi chuyến bay China Airline, mang theo hai vali quần áo cũ mà các con đã mua ở chợ trời, định sẽ đem về cho bà con ở quê nhà, cùng với bảy ngàn đồng anh gom góp để dành suốt mấy năm ròng. Anh nghĩ mình sẽ chi tiêu dè sẻn, cho anh cho chị, cho bà con mỗi người một ít, còn lại anh sẽ làm mộ cho cha mẹ anh thật tươm tất. Và khi kiếm được người đàn bà nào vừa ý như người chị hứa sẽ dắt cho anh xem mặt mấy mối, anh sẽ đem số tiền còn lại làm quà cưới, tiệc cưới, chắc cũng tạm đủ, vì quê anh là một xóm quê nghèo, cuộc sống lam lũ, dân chúng không ăn xài bao nhiêu.

Chị Nhường đón anh ở sân bay Tân Sơn Nhất với nước mắt đầm đìa. Tánh của chị anh thật giống mẹ anh ngày xưa, ngày anh đi lính, đi hành quân, lúc nào mẹ cũng cúng vái khấn nguyện, và cuối cùng là khóc. Nước mắt vui, nước mắt buồn đều có cả. Bây giờ mẹ mất rồi mẹ để lại cho chị Nhường hồ nước mắt ấy. Ngày anh cùng các con khăn gói đi Mỹ, chị khóc, bây giờ anh trở về thăm chị, chị cũng khóc.

Anh loay hoay với mớ hành lý đem về. Ở trên phi cơ, bà con đi về kháo nhau, cửa hải quan này cho 5 đô, cửa công an kia cho 5 đô, cứ thế coi như đấm nắm xôi vào miệng chúng cho qua truông suông sẻ. Hạo cũng làm theo, nhưng anh không ngờ bọn cò mồi đứng chỗ lấy hàng, bọn nó chỉ lấy tay chỉ trỏ hay lấy tay xách hành lý cho khách mà không ai nhờ, cuối cùng thì bọn chúng xin tiền, anh phải móc hầu bao nhưng lòng cứ ấm ức. Đến khi đẩy xe ra cửa phi trường Hạo mới thấy như thoát nợ. Chị Nhường nhận ra Hạo ngay khi anh vừa mới ra khỏi khu cách ly. Chị vẫy tay lia lịa và kêu: "Hạo, Hạo, cậu Hạo".

Hạo đến chỗ chị và ôm lấy chị. Năm năm mà chị già đi quá, mái tóc lưa thưa bạc, mắt có những vết nhăn, anh ứa nước mắt, chị khóc. Hai chị em đi ra chỗ chiếc taxi đã được chị thuê đậu phía bên ngoài. Hai chị em về khách sạn nghỉ một đêm, ngày mai mới đáp xe tốc hành thuê bao về quê nhà.

3.

Ngày Hạo đi quê của anh nghèo khổ, nay anh trở về quê vẫn không thay đổi gì mấy. Hai cây cầu có tên "Cầu Lỡ" vẫn lồi lõm từng nhịp, xe chạy qua gập ghềnh như đi xiếc. Đã hai mươi lăm năm gọi là hòa bình và tái thiết đất nước mà những vết tích của chiến tranh, bom đạn và nghèo khổ vẫn trùm lên mỗi thân phận con người. Dọc đường từ ngã ba Chiên Đàn lên đến chợ Quán Rườn, người dân đi bộ, đội những mớ rau, củ sắn từ miền quê xa xuống chợ bán vẫn còn.

Đây là hình ảnh mà ngày nhỏ, cách đây cũng ba bốn mươi năm, ngày anh còn là cậu học trò đi học ở trường Chiên Đàn anh đã thấy. Hình ảnh những người dân quê còm cõi đó vẫn ăn sâu vào lòng anh như một tì vết của nghèo khổ. Anh đã từng cạn kiệt sức sống trong những trại tập trung, đã từng lê tấm thân ngồi nơi gốc bàng vá từng lỗ vá ruột xe đạp để kiếm miếng cơm củ khoai về nuôi con, nên anh biết rõ một điều là ai cũng mong có cơm ăn áo mặc, mà đến ngày nay xem ra ước mơ ấy cũng chưa đạt được.

Xe chạy về đến nhà chị Nhường thì trời cũng quá trưa. Đi một đoạn đường dài mất một ngày một đêm mới tới. Các con cháu của chị Nhường đứng ở sân nhà chờ đợi. Chị Nhường con đông đến bảy đứa, có mấy đứa lớn có vợ, có chồng, có con, tay bồng tay bế đứng nơi sân đợi.

Và cả bà con lối xóm nữa. Họ đứng lố nhố chung quanh sân. Chắc là họ muốn nhìn một người đi Mỹ trở về ra sao?

Một người mà cách đây năm bảy năm còn ngồi bên gốc bàng sửa xe đạp, ốm o gầy mòn, bây giờ đã thay da đổi thịt, đã phổng phao thấy rõ.

Một người mà cách đây mười năm theo lệnh của công an xã, nhân dân đã tụ họp ra ngoài trụ sở uỷ ban để "giải chế" cho. Có nhiều ý kiến nói ra nói vào về "tội ác ngày xưa" của Hạo, khi anh còn làm tiểu đoàn trưởng. Nhưng cuối cùng thì theo "ý dân", anh được giải chế, nghĩa là chính quyền không còn quản chế anh nữa. Nay thì cũng đám dân đó đứng trước sân nhà anh đợi anh về, ngoắc tay, kêu lớn tiếng: "Anh Hạo ở Mỹ về đó hả, anh khỏe ghê he".

4.

Hạo nói chị Nhượng chia phần cho những người bà con thân sơ, mỗi người một lọ dầu gió xanh, năm chục ngàn bạc VN, và một số quần áo cũ mà các con anh đã tìm mua ở chợ trời hay các tiệm Goodwill. Với bấy nhiêu thôi, Hạo đã được tiếng đồn lành *"ông Hạo mới năm năm đi Mỹ, về mua quà cho cả làng"*. Ngày trước cách đây mười mấy năm chứ có đâu xa, ngày Hạo được kêu lên xã "giải chế", trong một đêm tối trời trong hội trường tỏa ánh sáng đèn măng sông, cũng những người dân kia đã giơ tay cao, đã phát biểu những lời độc địa: "Ông Hạo thuộc thành phần nguy dữ dằn, đã từng làm tiểu đoàn trưởng, chỉ huy quân ngụy đi càn biết bao nhiêu trận, có tội rất lớn đối với nhân dân và cách mạng". Câu nói như một vết chém đâm ngập vào tim Hạo, làm tâm hồn anh tê điếng, ám ảnh Hạo suốt mấy năm ròng.

Cũng những người đó hôm nay đến đây thăm anh, ai nhìn anh cũng khen anh khỏe mạnh, mập ra, da thịt hồng hào. Thì ra cơm gạo tư bản dư dã quá, xứ sở người ta văn minh tiến bộ quá, còn xứ sở mình thì đã hai mươi năm "giải phóng" mà người dân vẫn ăn đói mặc rách. Hạo nghĩ, nếu không có cuộc ra đi thì chắc anh vẫn mãi ngồi bên gốc cây bàng vá từng lỗ vá ruột xe đạp kiếm ăn, các con anh vẫn phải đi bán cà rem dạo hay bán trà đá dạo, chứ có bao giờ nghĩ chúng sẽ được đi học đàng hoàng

Chị Tửu, một phụ nữ từng bỏ làng nhảy núi ngày chiến tranh, đã từng là trung đội trưởng du kích xã, từng bị thương mất đi một mắt, bây giờ phục viên trở về làm ruộng, bị thiếu ăn, đói lên đói xuống, bế đứa con gái ba tuổi đến nhà Hạo thăm.

Từ đàng xa chị Tửu đã lên tiếng:

- Nghe nói anh Hạo từ Mỹ về, tôi ghé thăm anh chút, ai cũng đồn về anh.

- Đồn gì vậy chị Tửu.

- Thì nói anh khỏe mạnh, lột xác cũ đi.

- Vậy còn chị thế nào, nay có khá không?

- Khá gì mà khá, đói rã ra anh ơi. Từ ngày anh đi Mỹ tôi cũng nghỉ việc luôn, anh nghĩ tôi tàn tật như vầy mà còn lao động gì được nữa, thế mà tôi có được cấp dưỡng gì đâu.

Anh chạnh nhớ đến chị Tửu ngày anh ra xã "giải chế", Tửu đã đứng lên phát biểu "Với sự khoan hồng của cách mạng, xin chính quyền xã thôi không quản chế anh Hạo nữa", điều này Hạo mang ơn chị Tửu. Dù gì thì trong những lúc anh bị mọi phía xô anh xuống dưới bùn đen mà có người kéo anh lên. Hôm nay để đền bù lại tấm lòng ấy, cùng với lòng muốn cứu giúp một người hàng xóm trong cơn ngặt nghèo, anh lấy cho Tửu những món quà anh đem về và anh cho riêng chị Tửu 100 đô-la. Chị Tửu không ngờ mình được cho nhiều như vậy, chị quỳ xuống níu lấy tay Hạo:

- Tôi không biết lấy gì để cảm ơn anh đây, quý hóa quá, quý hóa quá.

5.

Đến ngày thứ năm thì Hạo mệt mỏi quá rồi. Anh định về quê chơi một tháng để nghỉ dưỡng sức rồi qua lại Mỹ tiếp tục "cày". Nhưng cái mục tiếp khách này anh thấy quá mệt, những người ở đâu rất xa nghe anh về cũng ghé thăm để được anh cho một lọ dầu, một ít áo quần cũ. Thì ra, tiếng lành thì đồn xa, cứ cái đà này, mỗi người đến thăm anh, anh tiếp khoảng hai mươi phút thì anh cũng mệt ứ hơi rồi, huống hồ gì có người ngồi hỏi anh đủ thứ chuyện.

Anh qua Mỹ mới năm sáu năm, mà cả ngày quần quật trong hãng làm việc, có hôm hãng cho làm over time thì anh đi từ sáng sớm đến tối mịt mới về nhà, chẳng biết trời trăng mây nước gì cả, về đến nhà cũng không buồn mở tivi. Ở trong hãng anh làm assembly, nghĩa là công việc sai đâu làm đó, sợ từ người chủ đến supervisor, sợ sẽ không được lòng họ, sẽ không được lên lương, không được kêu làm thêm giờ.

Anh nhiều lúc tự cười với chính mình, tưởng qua Mỹ làm quan làm tướng gì, lại phải chun vào làm công nhân cấp thấp. Sợ mất việc, sợ sếp không vui nên ai cũng phải nói cười hỷ hả trong những lúc, những chuyện không đáng cười chút nào. Sếp đặt đâu làm đó, nhiều khi lại phải nói đệm thêm những câu cho xếp vui lòng. Anh chợt nhớ đến ngày anh còn làm tiểu đoàn trưởng, lúc còn "hét ra lửa", bọn lính thấy anh là sợ xếp vó, đang vui đùa, cười nói đó, thấy anh lại im ngay, họ phải vui theo cái vui của anh, buồn theo cái buồn của anh, quyền lực và đồng tiền vẫn ngự trị mãi trên đời này. Cuộc sống cứ như là một cái bóng, ở đầu này thì thấy đầu kia cao lớn, ở đầu kia thì ngược lại.

Nhân lễ cúng ông bà ngày Hạo về cũng như cúng hai ngôi mộ cha mẹ anh vừa mới xây, anh đưa 500 đô cho chị Nhường lo liệu một bữa tiệc mời dân cả xã đến dự. Chị Nhường đã thuê hai cây dù lớn, che rợp cả một khoảng sân và cả khu vườn, cùng thuê bàn ghế kê san sát để tiếp đãi khách. Trong lòng Hạo coi đây là một lễ tạ ơn, tạ ơn cha mẹ, ông bà, đã cho gia đình anh được đi Mỹ, con cái có tương lai và đời sống chính anh được sung túc hơn, với lại trong thâm tâm, anh cũng muốn nở mày nở mặt với bà con lối xóm. Từ ngày đứt phim, gia đình anh tan hoang, anh em đều đi tù, đều bị đày đọa. Nhưng bây giờ cả hai đều ở Mỹ, anh muốn cho những người cán bộ xã ấp gọi anh là ngụy, nay phải thấy rằng điều anh chọn lựa ngày trước là đúng đắn…

6.

Khi lễ cúng gần xong thì khách khứa cũng lục tục kéo đến. Toàn là những người bà con trong xóm, trong làng ngày trước. Có người lúc anh gặp nạn thì xót thương giúp đỡ, có người quay lưng, có người hận thù đòi đem anh ra xử trước tòa án nhân dân. Bây giờ đã mười mấy năm trôi qua, mọi điều đã lắng xuống, cũng có một số người làm ra vẻ cố quên.

Hạo ra đứng trước cổng nhà để đón khách, gặp ai anh cũng vui mừng bắt tay thăm hỏi. Ai cũng dừng lại với anh ít phút để hỏi người nọ người kia ở Mỹ hay ở Sài Gòn…

Những chức sắc trong Ủy ban nhân dân và công an xã cũng kéo đến dự dù anh không mời. Có lẽ họ nghe anh về và nghe bà con xôn xao bàn tán, họ muốn tới xem thực hư ra sao. Khi tất cả đã vào bàn, thực khách tràn đầy cả một khoảng sân và khu vườn. Hạo đến từng bàn chúc mừng khách, ai cũng níu anh lại làm một ly, dù chỉ nhấp môi cho có lệ nhưng rượu cũng thấm làm anh choáng váng và bừng bốc. Khi anh đến bàn của đám công an và ủy ban thì họ đồng loạt đứng dậy mời anh cạn ly. Anh thấy mặt mày người nào cũng đỏ ửng vì men rượu.

Ông Trà, Chủ tịch ủy ban cầm ly rượu lên mời anh:

- Mừng anh Hạo đã trở về quê thăm bà con, tụi tôi

mừng lắm.

- Thì đi lâu cũng nhớ quê nên muốn trở về thăm.

Ông Hữu, Trưởng công an xã, người đã từng quản chế anh trong suốt ba năm, cũng cầm ly rượu đứng lên:

- Anh Hạo, tụi tôi đến đây dự cùng anh hôm nay cũng có ý là, thứ nhất chia vui cùng anh, thứ hai là nhờ anh cộng tác với xã để xây dựng một vài công trình mà xã đang còn bế tắc.

Đáng lẽ chuyện này phải mời anh ra Ủy ban để nói, nhưng sẵn đây, anh em với nhau cả nói anh dễ thông cảm hơn, xã nhờ anh chung góp một ít để làm cây cầu lỡ mà từ lâu ta không làm được, biết anh ở Mỹ làm ăn dễ dàng với trình độ của anh cũng cao nên chắc làm ăn khá.

Thôi thì xin anh đóng góp cho mười ngàn đô cho công tác chung của xã chắc anh chẳng từ nan. Ông Hữu nói một hơi dài, cái giọng vẫn còn cái giọng kẻ cả và ra lệnh, Hạo thấy như quá đường đột, anh vẫn biết rằng về quê sẽ gặp những cảnh mồi chài tiền bạc nhưng anh không ngờ anh đang ở trong một hoàn cảnh khó xử như thế này.

Anh tìm kế hoãn binh:

- Các anh nói chuyện đó đúng chớ, mình đi xa về phải góp phần xây dựng quê hương chứ anh, nhưng đây là chuyện lớn mình phải có kế hoạch, mai mốt mình sẽ bàn nhiều hơn.

Hạo nói giả lả thêm mấy câu rồi anh tìm cách qua bàn khác sau khi anh nhận một tràng pháo tay dài của đám chính quyền. "Chu cha! Nó nghĩ như mười ngàn đô-la làm ra ở Mỹ dễ dàng lắm vậy, sức như anh làm mười ngàn cả năm chưa chắc đã có mà còn biết bao nhiêu là chi phí, anh ky cóp, chắt bóp cả hơn năm năm mới được bảy ngàn mang về mà nay nó bảo đóng góp cho xã mười ngàn, làm như ở Mỹ đi ra *đường là lượm đô-la không bằng"*. Hạo vừa đi vừa chửi thầm trong bụng.

7.

Tối đó, xong công việc mọi chuyện, Hạo mới khều chị Nhường ra ngoài bàn nói nhỏ:

- Em về đây làm mả cha mẹ, thăm bà con như vậy cũng đủ rồi, hồi hôm bọn ủy ban còn muốn vòi tiền để xây cầu, em kiếm đâu ra, em hứa cho qua chuyện. Thôi thì mai em đi, em vô lại Sài Gòn chơi mấy tuần rồi đi Mỹ luôn, chứ ở đây không yên với họ đâu!

Chị Nhường hỏi lại:

- Còn chuyện vợ con em tính sao, chị đã nhắn con Lan lên rồi, nó là giáo viên, hơn ba mươi tuổi chưa chồng, không đẹp nhưng hiền lành.

Hạo thấy chán nản nên nói với chị:

- Em còn khoảng năm trăm, đem về bảy ngàn mà lo công việc và cho bà con cũng gần hết, lại phải vô Sài Gòn ở mấy tuần, thôi chị nói với Lan em qua Mỹ sẽ viết thư về.

Đó là quyết định của anh, Hạo sáng hôm đó nhờ thằng cháu chở xuống bến xe rồi ra thẳng Đà Nẵng mua vé máy bay về Sài Gòn. Chị Nhường vẫn khóc nhưng anh thì đi như một cuộc chạy trốn, anh không có thì giờ để nhìn lại gốc cây bàng ở ngoài chợ, nơi anh ngồi đó suốt bảy năm để vá xe đạp lề đường kiếm ăn. Thôi cái gì cũng nên gói cất trong ký ức.

TRIỀU HOA ĐẠI

- Tên thật Đỗ Xuân Nho. Sinh quán tại huyện Ý Yên, Nam Định, Bắc Việt.
- Các bút hiệu khác: Thợ Húc, Lão Nho, Phạm Đỗ.
- Nguyên ủy viên kiểm soát nghiệp đoàn Ký Giả Việt Nam.
- Di tản qua Mỹ ngày 30 tháng Tư, 1975.
- Hiện làm công chức.
- Đã cộng tác với các tuần báo trào phúng: *Muỗi Sài Gòn, Con Ong.* Các nhật báo: *Tiền Tuyến, Sài Gòn Mới, Đông Phương Sống Còn,* v.v…
- Thơ đăng trên các tạp chí: *Phổ Thông, Ngày Nay, Phụ Nữ, Ngàn Khơi, Mai, Bạn Trẻ, Gió Mới...* (trước 1975, tại Sài Gòn). Và *Việt Nam Tự Do, Canh Tân, Làng Văn, Văn Học, Thời Tập, Nắng Mới, Hoa Sen, Sóng, Chính Ngôn, Rạng Đông, Hương Quê, Lạc Việt, Thế Kỷ 21, Thơ, Hợp Lưu* (sau 1975, hải ngoại).

Tác phẩm đã xuất bản:
- *Buồn Lên Đôi Vai* (thơ, in chung, 1962)
- *Con Phố Điêu Tàn* (thơ, 1965)
- *Những Bài Âu Ca* (thơ, nhạc chung với Hoàng Châu, Diên Nghị, Kim Tuấn 1976)
- *Dấu Huệ Hồng* (thơ, 1992)

Tình bậu

Đêm nằm
trên cõi bao la
nghe như
chuông gọi
hồn xa trở về
ru nhau, từng
cõi
xuân chia
lượng đời dầu dễ
đi về mặc ai

Sớm hôm
tình bậu vắn, dài
lửa hương ấm bếp
nhạt phai
mấy đường
dẫu
trăm năm
có
thất thường
sầu ai một cõi
tóc sương, đọng
hờ.

Thấy ai bồ tát

Còn không một hạt bụi
đứng ngồi như mưa rơi
lay chỗ nào cũng động
chỉ tâm đứng ngậm ngùi

qua đêm một cành mai
đỡ sương rơi, ngủ tạm
một kiếp rồi cũng qua
sầu còn như ở lại

gửi gì chuyện sắc, không
tiếng thở buồn hiu hắt
chuông, kinh tự nơi khác
chẳng đến được cùng ta?

này đây hồn đã mở
trí lại thấy trăng tà
này đây. Tâm đã mở
chỉ nhớ giọt mưa qua

không còn kinh, còn tâm
ta ngủ vùi suốt kiếp
mơ thấy ai bồ tát
hun hút đời trăm năm.

Trăng lu

Có khi trời đất, không
trở lại
ta hóa làm chim khóc bốn mùa
soải cánh bay trong vùng
nhật nguyệt
đêm nằm nghe
thoảng giọt mưa qua

cõi tạm, nhớ thương người
quay quắt
biển vỗ mênh mông
dội tiếng về
bao nhiêu năm, dài cơn
mộng dữ
hồn còn theo gió
mãi bay đi

nối tiếp là đây, dòng lịch sử
hai mươi năm
những chuyện hoang đường
ghi thấm vào tim
vào phế phủ
ai hồn
u uất cõi tang thương

hai mươi năm, tưởng mới
hôm nào
chiều phai, lá rụng
ước mơ đâu?
về đây theo bước chân ngày tháng
chẳng tỏ
trăng lu, bạc mái đầu.

TRIỆU CHÂU

- Tên thật Nguyễn Xuân Nghĩa. Sinh năm 1944.
- Hiện sống tại California.
- Viết nhiều thể loại.
- Thường xuyên cộng tác với tạp chí *Văn Học, Thế Kỷ 21*...
tại California.

Hoa vì ta nở

1.

Người Mường không có tính giảo hoạt. Nhưng miệng lưỡi tên bán thuốc Mường này thì ăn đứt cả mấy cửa ô. Không ai biết hắn từ đâu tới, tự bao giờ, chỉ thấy ăn mặc theo lối Mường và bán thuốc ngoài chợ, thì người ta cho hắn là thổ mù, đần độn từ trong Thanh ra Kinh đô kiếm ăn. Vì vậy mới càng chết về miệng lưỡi bán thuốc Mường của hắn. Không bán thuốc vặt dọc quanh các chợ thì hắn kiếm ăn bên doanh trại của bọn lính trong phủ.

Những năm lính Tam Phủ làm loạn, dân kẻ chợ thấy hắn thập thò ở cửa Tuyên Vũ, chè chén với binh Thanh Nghệ, nói đặc giọng Thanh Hóa. Khi chư quân nổi loạn giết Quận Huy, tên bán thuốc Mường này múa may mừng rỡ, đứng ngoài tung hô bọn kiêu loạn. Được dịp vào dinh hôi của, hắn không Mường tí nào cả, nhanh chân chẳng kém ai. Kinh kỳ nghỉ phiên chợ mừng Chúa mới lập thì hắn túy lúy nơi cửa phủ, nồng nặc hơi rượu, chắc là cũng do quân sĩ phá kho rượu trong phủ chia lộc cho mấy be.

Ngày vui nhất của hắn, có lẽ là hôm được theo chân bọn lính Nhưng Kiện vào cung Vạn Thọ. Hôm ấy, chúng thuê vài anh nho sinh lỡ thời làm tờ khải đòi lĩnh lương, kể công đã rước Hoàng tôn từ trong ngục ra. Hoàng thượng phải cho bọn Thanh Nghệ ngang ngược này vào tận cung Vạn Thọ ban vài câu khích lệ. Chúng chưa chịu. Ngài lại lệnh phiên tả sai người đánh cá trắm từ hồ sen lên làm gỏi thết đãi chư quân. Thật là một ngày hội lớn, chẳng khác gì một thời Thái Bình Diên Yến vậy. Không biết nhờ ăn nói ra sao mà giữa đám người nửa lính nửa cướp om sòm trong cung, tên bán thuốc Mường cũng có mặt, râu tóc lởm chởm, và có lẽ còn phởn hơn cả bọn kiêu binh. Hắn uốn éo hoa chân múa tay như kẻ say rồi cao hứng líu lo mấy bài hát Mường, làm đám lính bụng phệ phun cả rượu thịt ra áo.

Nhưng, say vậy chứ khi quan Chiêm Vũ Hầu cầm gươm dẫn lính Phong Vân vào điện để bắt đám binh kiêu lộng này, hắn là tên nhanh chân chạy trước hết, sau khi đã nhẹ tay thủ bộ chén kiểu vào bọc. Bộ chén đáng giá mấy lượng bạc, cho hắn no đủ được hết mùa Xuân năm Thìn đó. Vài tháng sau, khi kiêu binh lại có thế, ép Chúa Trịnh Tông và ném đá giết Chiêm Vũ trả thù, hắn lại có mặt, ngông nghênh ngoài chợ, như chính mình đã cầm giáo cướp cờ trong phủ ra vậy.

Mùa Hè năm Ngọ, kiêu binh tan tác trong cơn lốc Tây Sơn, cũng chính hắn đã rượt theo ném đá bọn bại binh quanh bến Tây Long. Tên Mường chây lì này hùa theo dân chúng dồn nỗi căm hận lên đầu bọn lính Thanh Nghệ. Họ rủa xả bọn lính chỉ biết hống hách ngoài chợ, hằng ngày ép dân đòi rượu thịt chứ khi lâm trận thì cúp đầu lủi như chuột. Thực ra, binh Tây Sơn không biết tài tráo trở của hắn, và cũng chẳng ngờ một gã Mường rách rưới bẩn thỉu như vậy lại biết mặt Trịnh Tông. Nếu không thì đã theo lời hắn chỉ điểm mà tóm được Tông ngay cửa ô Yên Phụ rồi. Chứ việc gì mà phải đuổi theo đến tận làng Hạ Lôi nữa.

Tên bán thuốc Mường này cười khẩy nhìn binh Tây Sơn như bầy sói cầm điểu thương vắt dao ngắn lao vào phủ, không nghe lời hắn đón bắt tên quân lộn áo vải bám cái hòm da phía sau yên voi đi ra hồ Minh Đường. Trịnh Tông đấy chứ ai! Hắn còn nhớ lắm vì đã bao lần theo binh Thanh Nghệ vào phủ ăn bám uống càn, nên biết mặt không sai được.

"Thây kệ! Việc ai người ấy lo, mạng ai người ấy giữ".

Vả lại, hắn còn bận ra cửa Tây đuổi theo đám tôn thất của phủ Chúa để lột của. Lũ thân quân của Trịnh Tông ngày thường oai vệ thế, khi có giặc thì lại quẳng cả gươm giáo cùng đồ đạc chạy thục mạng. Thấy quan quân chạy qua, dân

Từ Liêm chưa hiểu gì còn nhìn nhau thăm hỏi nghe ngóng thì hắn đã vụt lên như ma đói. Vừa ném đá hét hò, hắn vừa xông ra đạp chúi nhũi viên quan văn đi sau cùng, giựt được mấy vóc lụa, một ít bạc vụn và cả gương lược. Toàn thứ hiếm quý ít đâu thấy. Dân quê hiểu ra tình thế bèn ùa theo làm bọn quyền thần trong phủ Chúa lại một phen thất điên bát đảo chạy chối chết về hướng Yên Lãng.

Họ tất tả chạy, khóc lóc bảo nhau "bạc như dân, bất nhân như lính", phía sau, dân đen reo hò chọi đá chửi rủa như quỷ sống! Tên bán thuốc Mường cung tay gạt mấy dân làng đang mon men xán lại xin xỏ, rồi rảo ngược về đê Yên Phụ. Hắn cười khoái trá khi thấy lính của Hiệu Tả Bộ cởi trần hốt hoảng chạy từ trong thành ra. Xa xa, kinh sư vẫn còn tiếng hỏa mai nổ lốp đốp, và những đám cháy do dân nổi lửa đốt nhà các quan vét của làm hắn muốn mọc cánh trở về cho nhanh. Hắn không biết là nơi đó quân Tây Sơn đã hạ lệnh nghiêm cấm cướp bóc, và từ ngày đó hắn sẽ phải trở về nghề bán thuốc dạo ngoài chợ.

2.

Trong suốt những ngày nhiễu nhương của kinh thành, con bé vẫn lặng lẽ sống với bà cô, bên ven chợ. Hai cô cháu chỉ có một gánh hàng xén, bán rặt thứ tầm tầm để rau cháo qua ngày. Nó tên Ly, mà có mấy ai thèm biết hoặc gọi cho đúng tên, bắt đầu từ chính bà cô kèn kẹt của nó. Suốt ngày, bà ngồi bên chợ vung cái quạt nan xua nó ra ngoài như đuổi ruồi:

"Tao bận trông cửa hàng, mày xéo đi đâu kiếm cái gì về mà ăn. Cứ cái mặt gớm ghiếc của mày vất vưởng ở đây, ma nào nó ghé mua?"

Con bé lủi thủi bước đi, ú ớ mấy câu rồi tần ngần xếp lại xấp giấy phóng, mấy guồn chỉ và dăm ba chai lọ đặt vào hộp kính. Cô nó ghét bỏ, bảo mặt nó gớm ghiếc vậy chứ thực ra con bé cũng không đến nỗi nào. Nó thoăn thoắt chỉ trỏ, ý muốn đỡ đần bà một tay. Bà cô thì coi nó như của nợ. Nhoẻn miệng cười thân thiện, nó tưởng cô nguôi ngoai nên mon men bước lại thì thấy mắt bà long lên sòng sọc nên vội lảng ra xa. Bà nhổ quết trầu đánh bẹt xuống rãnh nước ngoài hiên:

"Đã bảo! Có xéo đi hay đợi bà phải đốt vía? Đồ ăn hại!"

Con Ly không phải đứa ăn hại. Bố nó bị bắt tòng quân, chết mất xác ở mãi tận Trấn Ninh khi nó chưa ra đời. Nó nào biết Trấn Ninh xa gần thế nào, chỉ nghe kể là năm Sửu đó mẹ nó đẻ nó ra rồi bị hậu sản chết ngay ngoài vườn. Trong nhà chẳng còn ai, cô nó bị phường bắt phải nhận về nuôi từ khi nó còn đỏ hỏn. Bà cô này không chồng, tính tình khắc khổ lại đơn chiếc nuôi cháu giữa những rối ren cùng cực của kinh thành nên càng thêm bẳn gắt. Tình hình khó khăn, loạn lạc rồi mùa màng thất bát, dân cư xiêu tán khắp nơi đổ về chợ cạnh tranh kèn cựa từng tí để kiếm sống, nên cô nó không còn một chút kiên nhẫn nào nữa với một con cháu ấp úng ngớ ngẩn như vậy.

Nó lớn lên như cỏ dại ngoài đồng, sống trong thế giới của nó, con bé vẫn luôn luôn tươi tỉnh với mọi người, nhất là với bà cô lúc nào cũng chỉ nghiến răng trợn mắt than thở. Trừ những lúc ngoắc tay gọi nó vào bắt chấy khi hàng họ ế ẩm dưới mưa phùn mục đất, hoặc cần bảo nó đi khất nợ thì bà còn dịu giọng được một chút. Con gái mười lăm mười sáu ngần ấy, ở những nhà khá giả thì đã lụa là tươm tất, và chuyện gả cưới sẽ phải là chuyện thường tình. Con Ly thì không thể, nó còi cọc như đứa trẻ mười ba, áo quần vá chằng vá đụp, chẳng hơn lũ ăn mày ngoài chợ được mấy tí.

Nhưng, lạ một cái là khổ đến mấy nó cũng vẫn tươi cười, hai tay lúc nào cũng như múa, miệng mấp máy muốn hát. Dù chẳng mấy ai hiểu nó muốn gì, nghĩ gì, người ta cũng biết rằng nó không phải là đứa đần độn dở người, và chẳng bao giờ biết oán than. Đôi mắt nó nói lên điều đó. Bà cô nó, đã quá ngũ tuần và héo quắt như quả trám khô, cứ mở miệng là nghiến răng trèo trẹo, lên tiếng là tru tréo giọng kim nghe nhức óc. Con Ly cũng tạng người như cô nó, nhưng khuôn mặt nhẹ nhõm hơn và đôi mắt luôn luôn rạng rỡ như muốn cười nói với mọi người. Nó tốt bụng, hiền tựa bụt và nhẫn nại với cô nó như con chó già chung thủy với người chủ khó tính vậy.

Nhiều khi bị bà cô giận dữ lấy nan quạt gõ lên đầu hay co cả chân đạp nó lăn ra ngoài rãnh, nó vẫn tươi tỉnh đứng dậy phủi áo, chờ bà nguôi giận ra hiệu để lại len lén trở vào.

Bà cô không muốn nhận ra thực tế, chứ người ta có ghé vào gánh hàng xén của hai cô cháu cũng chỉ vì cái vẻ nhanh nhẩu tươi vui của con bé. Được ai dúi cho mấy trinh tiền kẽm, nó đều ngoan ngoãn trở lại nhét vào túi bà. Mỗi khi thấy bà thoải mái được một chút nó sướng hẳn lên, tung tăng ra vào trong nhà như có hội. Hôm cô nó trợt mưa sái cổ chân không dậy được, nó khóc sưng cả mắt và chạy khắp chợ chỉ trỏ xin thuốc về bón chân cho bà.

"Cái con này! Làm gì mà cứ cuống lên thế? Tao đã chết đâu? Đã hết nợ mày đâu cơ chứ?"

Nó nghe mà hiểu hết, nhưng chẳng tỏ vẻ buồn rầu gì, cứ lặng lẽ hơ lá trầu không trên ngọn đèn dầu lạc và luôn tay xoa bóp cho cô. Chỉ có bà cô nó mới hiểu là nó đang lâm râm khấn Phật phù hộ cho cô nó chóng khỏi. Bà nguýt dài, vẻ khinh khỉnh chán chường:

"Phật nào vào đây. Nếu có Trời Phật, tao đâu có khổ thế này? Cái hôm giặc nó vây Phủ Liêu, cứ như con nhà người ta thì mày đã vào đó khuân ra được ít của, biết đâu chẳng có cao sâm hay mật gấu gì cho tao? Đã bảo theo lão Tám Chương vào trong đó mót của đi thì lại lắc đầu không nghe. Khốn nạn, nghèo tướt ra như vậy mà còn đòi nhân nghĩa!”

Nó có biết nhân nghĩa là gì đâu. Nhưng thấy mấy gia đình xớn xác trong phủ chạy ra, áo quần tơi tả vẻ mặt thất thần, nó không nỡ theo dân ngoài chợ vào cướp đồ của họ. Nó khẩn khoản giơ tay giải thích mà cô nó không nghe. Bà cô nó muốn trèo vào phủ ăn cướp, nhưng lại sợ. Bảo con cháu đi, nó khóc ròng như bị sai đi giết người vậy. Nghĩ lại, bà còn thấy tiếc nên nổi đóa giật tóc con bé, miệng méo xệch vì giận dữ:

“Nhẹ tay chứ, mày muốn giết tao hay sao vậy, của nợ? Mày xoa dầu cho tao hay đánh đòn thù, con ranh này? Nó muốn bẻ gãy chân tôi đây, làng nước ơi…”

Con Ly ngồi thụp xuống, xoa đầu cho đỡ đau và nhìn cô nó với ánh mắt van nài, phân trần. Khi thấy bà cô dịu cơn giận, nó lết tới với một lá trầu nóng khác, và nhẹ nhàng xoa thật chậm lên chỗ bong gân, thấy xót xa vì da cô nó khô nẻ, bị nước ăn chân thành rãnh, chung quanh chỗ bong gân sưng vù vẫn còn thâm đen nốt muỗi đốt.

“Ừ, nhẹ nhẹ như vậy đó, cái gì cũng phải bảo”, quay nhìn trời mưa lất phất ngoài liếp cửa lụp sụp, bà cô lẩm bẩm bực dọc, đưa tay lải nhải, “cảnh này thì phải hai ba hôm nữa tao mới đi được. Mày liệu mà trông cửa hàng cho tao. Và nhớ là cấm tiệt không cho ai mua chịu nữa đấy. Ai cũng tin, cái đồ dở hơi lẩn thẩn! Mày tưởng là vì mày như vậy rồi người ta thương mà tha đấy? Thời nay, cứ cả tin nhẹ dạ như mày thì chết đói sớm!”

Nhìn vẻ rầu rĩ nhẫn nhục của con cháu, bà im lặng một chốc rồi bật cười củng một nan quạt lên chỗ tóc vừa bị bà giật. Nó toét miệng cười nhận ra cử chỉ không ác ý của bà.

“Mà dễ có thế thật đấy, tao thấy họ chẳng có ai quịt tiền của mày cả…Rõ là thánh nhân đãi kẻ khù khờ”.

Thấy cô vui vẻ, nó lắp dấp đôi môi thành vẻ chim chóc đáng yêu. Con bé có khù khờ ngớ ngẩn gì đâu. Đối với bà cô, nó mang một cái tội còn nặng hơn thế. Cái tội thương người. Nó thật thà nhân hậu đến phát bực. Ở vào hoàn cảnh của nó, đấy mới là điều ngược ngạo.

Con bé bị câm từ thuở mới lọt lòng.

3.

Hắn lấy chổi xể vun đám cỏ khô dưới đất hót vào mo cau, nghĩ sao hắn đứng dậy trút cả nắm rác này vào nồi. Cầm lấy que quấy quấy mấy vòng thấy cao đã sền sệt, hắm mỉm cười hài lòng, cúi đẩy thanh củi vào sâu dưới đáy nồi. Hắn sẽ làm kịp mẻ cao này cho phiên chợ sáng mai. Vớ được lão ăn mày từ ngoài vào làng Mọc này, sáng mai thế nào hắn cũng sẽ phát tài lớn. Quay lại nhìn lão ăn mày co quắp nằm bên bếp như cái xác chết, hắn chợt cau mặt giật mạnh tấm dạ khiến lão cựa mình ú ớ, rồi lại thiếp đi.

"Ăn mày mà đòi xôi gấc! Cả nhà có tấm dạ mà đã tiện thiện kéo xuống đắp. Tởm thật!"

Rũ mạnh tấm dạ làm lò lửa bùng lên nổ lép tép, hắn vứt chăn vào một góc nhà rồi kéo áo bông lên che lưng. Hắn bắt đầu chùi mấy cái lọ con đã xếp sẵn trên bàn gỗ. Phủi tay ưng ý, hắn ra sau nhà lấy cóng nước và đồ nghề làm ăn của hắn ra. Ánh sáng bập bùng từ bếp lửa soi bóng hắn xù xì trên vách. Hắn lần giở ra một tấm vải bố viết chằng chịt những hình và chữ khó hiểu, cuộn bên trong là những mảnh giấy nhỏ, chừng một chục chai thuốc cam, dăm cây bút lông và một cái kéo rỉ đen ngòm. Hắn moi trong bọc treo trên tường xuống một năm rễ cây quái quỷ gì đó, nhẹ tay giã thành bột, thấy gã ăn mày còn nằm ngáy bên bếp, phì phì xùi nước dãi xuống tận cổ, hắn phủi tay lấy tấm lá chuối khô làm phễu trút bột vào chai. Nghiêng cóng nước rót vào một mảnh sành làm nghiên, hắn dặm dặm đầu bút cho thấm mực và liền tay viết những chữ nhỏ li ti hình thù kỳ dị lên từng mảnh giấy nhỏ cắt sẵn thành hình tròn. Xong một loạt, hắn moi dưới gầm chõng một keo hồ. Gõ mạnh trên nền đất để xua bầy kiến đi, hắn phết hồ lên giấy, dán nhãn thật đều tay lên mỗi lọ.

Tấm vải bố là để quảng cáo thuốc Mường của hắn. Mười mấy lọ bột là những thuốc hàn thuốc cảm, những ve nhỏ dán giấy là đựng thuốc cao.

Ngày mai này, khi phiên chợ bắt đầu đông người, lão ăn mày sẽ từ đâu đó chống nạng khập khiễng bước qua. Lão sẽ rạc cổ kêu van là mình già yếu bệnh tật, phong thấp kinh niên làm bại liệt cả hai chân, ê ẩm cả mình mẩy và lết đi không nổi, chắc phải chết đói thôi nếu không có người thí cho chút cháo. Lão sẽ len vào giữa đám đông, thấy thầy bán thuốc Mường đang múa mấy đường quyền miền thượng du bèn cất tiếng dèm là thuốc Mường không hay, vì mấy thầy Khách còn lắc đầu chê là chẳng có cách gì chữa được cái phong tật kinh niên đã ăn vào đến cốt của lão. Phụ họa theo dân ngoài chợ, hắn sẽ lớn tiếng đuổi lão đi, trong khi lão cứ lết hai chân như què và lằng nhằng kể bệnh. Sau cùng, hắn sẽ bực dọc gọi lão tới, lớn giọng hỏi bệnh dăm ba câu cho mọi người nghe rõ. Hắn sẽ làm bộ trầm ngâm suy nghĩ và moi trong bọc ra một ve thuốc gọi là thần dược gia truyền của dân bản Mường. Hắn sẽ huyên thiên những câu như thần chú nửa Kinh nửa Mường. Bệnh quỷ tất có thuốc tiên. Thuốc này trong uống ngoài xoa, chưa đếm đến ba thì bệnh đã khỏi.

Hắn sẽ hoa chân múa tay đi vòng vòng mấy bận cho mọi người nóng ruột chờ đợi, rồi mới cho lão chiêu ít thuốc với nước vối, và bôi thuốc cao lên các khớp xương. Hắn sẽ luôn tay xoa thuốc trong khi líu lo tiếng Mường ca tụng sự công hiệu của phương thuốc gia truyền lần đầu mới được đem xuống Kinh chữa chạy cho dân kẻ chợ. Hắn sẽ miệng nói tay múa, pha cả tiếng Mười lẫn tiếng Hoa giới thiệu những xương trăn mật gấu, những vị thuốc quý nấu với mật ong ngải cứu và hổ cốt sừng tê. Toàn là những vật quý phải tìm trên rừng mới có…

Hắn đi hết bài rao thì lão ăn mày chợt kêu ối chà, thổ ra một búng những quết trầu và rơm rác với đờm dãi. Rồi lão vùng chạy như trai tráng, quăng cả nạng cười sằng sặc. Lão ăn mày vừa khỏi bệnh, mạnh hơn lính hổ bôn và quay về lạy ông thầy Mường như tế sao. Lão sẽ vung tay vung chân đi mấy vòng khen thuốc Mường công hiệu hơn thuốc thánh và lên tiếng rủa các thầy lang cắt thuốc Bắc đắt như vàng mà chẳng khỏi bệnh gì. Thuốc Mường có mấy tiền một ve, vừa bổ vừa tả, cả âm lẫn dương, tật ngoài đã khỏi bệnh trong cũng trừ.

Sau đó, lão ăn mày sẽ dốc túi đếm được bao nhiêu xu bao nhiêu hào đều trả kỳ sạch cho hắn, rồi xin ve thuốc gói giấy hồng điều nâng niu cất vào bị. Tặng lại hắn cây nạng ra điều đã hoàn toàn khỏi bệnh, lão sẽ lẩn vào đám đông biến dạng. Lúc đó, hắn sẽ rất bận bán thuốc cho thiên hạ.

Chiều về, lúc xâm xẩm tối, lão ăn mày sẽ mò đến chòi lá của hắn, xin chia tiền.

Lão không biết là chiều về, gã bán thuốc Mường quái quỷ này đã có mấy tên côn quang ngồi uống rượu ngoài ngõ và lão sẽ chỉ được nắm cơm nếp rồi bị bầu bạn của hắn đuổi ra đến đầu ngõ. Ăn mày như lão, múa may có mấy độ mà được nắm xôi là phúc lộc song toàn rồi!

Liếc nhìn lão ăn mày ngủ dưới đất vẻ thanh thản, hắn chợt nổi cục, vô cớ đạp cho một cái vào ống quyển:

"Ông cho mày què thật, mai vào chợ khập khiễng mới giống!"

Lão ăn mày bật choàng dậy, ngơ ngác nhìn hắn không hiểu gì. Lép nhép cái miệng, thấy tên Mường đang lầm lì múc cao đổ vào dãy lọ nhỏ, lão thở dại nằm xuống sát bếp lửa hơn, đôi mắt vẫn mở thao láo mà chẳng thấy gì. Người Mường nó như con thú, ấy cứ im lìm như vậy mà nổi hung bất ngờ. Nhưng, chẳng hiểu tên này có phải dân Mường thật không, chứ sao đáo để quá… Lão nghĩ đến khoản tiền sẽ được chia vào ngày mai nên thở hắt ra chịu đựng.

Hắn không phải người Mường, dĩ nhiên. Nhưng cha hắn tòng quân vào Thanh Hóa, tằng tịu với một mụ cư dân không biết từ đâu tới, đẻ ra hắn rồi cũng biến đi đâu chẳng ai rõ. Cha hắn na theo đứa con khi quân đóng gần mấy bản Mường. Hắn lăn lộn trên mạn ngược đó bao nhiêu năm cùng thổ dân, cho tới khi cha chết trong vụ đánh giặc Lê Duy Mật vào năm Đinh Hợi thì hắn lột áo Kinh, sống luôn với dân Mường để trốn sưu dịch binh ngũ vì đã đến tuổi tuần phiên. Được ít lâu, đến người Mường hiền lành vậy cũng không chịu nổi tính quay quắt xảo quyệt của hắn nên hắn phải bỏ xuống đồng bằng sống phiêu dạt nơi này nơi khác với dân Kinh bằng đủ loại nghề ngỗng. Hắn chẳng tin một ai, chẳng biết nể trời sợ Bụt và trong mọi tình huống đều tìm ra cách thủ lợi cho mình. Hắn gian trá vượt qua biết bao hiểm nguy đói khổ, coi binh lính triều đình như lang sói, coi dân chúng như gà lợn. Hắn tránh lính và cướp dân mỗi khi có dịp. Đi nhiều, sống nhiều, lại nhanh trí sớm nhìn trước sau, hắn học được biết bao nghề tạp và biết rút tỉa một lẽ sống riêng.

Đó là khôn sống mống chết. Chứ nào có trời đất thần phật gì là đáng sợ, có nhân nghĩa đạo lý gì là đáng quý? Cha hắn, cả một đời cắp giáo theo các quân tử khắp miền Thanh Nghệ, vào đến Thuận Quảng, ra tận Sơn Nam, khổ như chó rồi cũng chết không manh chiếu, làm sao hắn quên được. Thời nay, những đứa nhẹ dạ cả tin, cứ không đói rã họng ra thì cũng tù mọt gông. Chậm chân khờ khạo thì bị bắt lính tòng quân, rồi chết thảm vì những chuyện không đâu. Thiên hạ giặc giã như ong, nay quan mai cướp, chẳng biết phải quấy là thế nào nữa. Có ngu mới để lọt vòng nô lệ như vậy.

Hắn vào Kinh, sống chui rúc trong chợ và mở nghề bán

thuốc bịp cho qua ngày.

4.

Con bé Ly lách được vào vòng và kịp thấy lão ăn mày ném lại cây nạng trước khi lão nhanh chân chuồn ra ngoài trong tiếng trầm trồ của đám kẻ chợ hiếu kỳ. Nó há hốc mồm, chợt nghĩ tới bà cô với cổ chân bị bong gân ở nhà. Lần trong túi áo bông sờn rách, nó lẩm nhẩm định đếm xem mình có đủ tiền hay không thì chợt thấy lạnh mình. Mặt nó trắng bệch ra, đôi môi nhợt nhạt run rẩy trong khi dân chúng chung quanh bắt đầu xô đẩy nhau vào mua thuốc.

Ngón tay nó lần vào tận áo trong, ỉ sờ thấy cạnh sườn lạnh buốt. Túi nó bị ai rạch mất rồi có khổ không cơ chứ. Con bé thấy hai chân mềm nhũn và nghĩ đến trận đòn của bà cô mà sợ thất thần. Tiền chợ búa bà dúi cho sáng nay và căn dặn thật kỹ là phải coi chừng trộm cắp như rươi. Vì tò mò nghe người ta đồn thầy Mường bán thuốc cao hay lắm, nó len vào rồi bị kẻ cắp rạch túi lấy sạch. Nó sẽ ăn nói làm sao bây giờ… về cô nó sẽ đập nó chết mất.

Con Ly nghĩ đến thanh củi tạ sẽ nện lên đầu và vẻ đau khổ của bà cô, nó muốn lăn ra chết quách. Trời Phật đâu, sao con khổ quá thế này.

Đám đông xô đẩy nhau, mặc cả om sòm và người nào mua được lọ thuốc thì vùng quay trở ra, vẻ mặt hể hả vui mừng. Kẻ không tiền thì làu bàu chê thuốc bán đắt. Họ cứ ra vào bát nháo như vậy giữa cơn gió lạnh mùa Đông, trong khi con bé vẫn như người mất hồn đứng chết trân ở giữa. Khi dân chúng giãn ra một khoảng, con Ly thấy mình bị xô tới ngay bên góc bàn gỗ, ở trên là bọc thuốc của thầy Mường. Nó nhìn những ve thuốc trong tầm tay và suy nghĩ rất nhanh rồi chợt muốn lùi lại. Nó niệm Phật trong miệng và thầm xin Trời Phật tha tội vì vừa thoáng có ý nghĩ ăn cắp lóe sáng trong đầu. Cơ khổ, con bé sợ quá phát cuồng rồi. Chứ không, làm sao nó dám nghĩ đến việc lấy cắp thuốc đem về cho bà cô.

Nhìn con bé tần ngần bên cạnh, hai tay thủ trong túi áo bông đã lộn bông ra ngoài, hắn đoán con bé vẫn còn do dự. Hắn còn mấy ve thuốc chưa bán hết, chung quanh dân có tiền hay chịu mua đã thưa thớt dần… Xua cái nạng đẩy dân hiếu kỳ dạt ra, hắn lấy giọng hiền lành gọi con bé:

"Bé con ơi, em bước vào đây. Mua thuốc cho em hay cho thầy để vậy? Thuốc này hay đáo để, phong mạo cảm hàn gì cũng khỏi, uống vào da dẻ hồng hào, con gái đắt chồng đàn ông khỏe mạnh. Em muốn mấy lọ, bác còn giữ cho em này…"

Làm sao nó bày tỏ được nỗi lo âu của nó đây? Con Ly định lùi thì bị xô tới, mặt mày nó đỏ gay và miệng lắp bắp, hai bàn tay cứ múa lên loạn xạ, chẳng ai hiểu gì. Hắn càng tò mò nhìn đôi mắt rưng rưng lệ của con bé. Hắn đoán là nó sắp bật khóc nên gắt một tiếng lớn rồi nhoài người kéo thốc nó đến gần bên mình. Con bé gầy gò, nhẹ như một đứa trẻ còi, bị lôi vào đến mép bàn gần muốn ngã. Cái áo bông cộc bung cả chỉ. Dân chúng chợt im lặng khi thấy ông thầy Mường gắt lên giận dữ. Họ nhìn ra con bé Ly bán hàng xén bên kia chợ. Một vài người chợt thì thầm vẻ đanh ác.

Họ đẩy con bé tới trước và tủm tỉm cười khi thấy nó lúng túng hoa tay ra dấu mà ông thầy Mường cứ chố mắt ra không hiểu.

Con Ly ra dấu kể lể về bà cô bị bong gân, nó bị mất cắp, không còn một xu mua thuốc dù rất muốn. Nó phân trần bằng tay là hết sức tin ông thầy, nhưng bị rách túi hết tiền rồi. Phẫn chí khi thấy mọi người ngơ ngác không hiểu, nó òa lên khóc ằng ặc chẳng ra tiếng. Chỉ thấy những giọt lệ chảy dài trên gò má tái ngắt. Hắn chưa hiểu ra đầu đuôi câu chuyện nhưng đã thất vọng. Con bé này là không có tiền rồi…

"Này, bác thầy Mường ơi… Con ranh này nó bị bệnh câm đấy!"

"Nó nói nó bị mất cắp, xin mua thuốc cho bà cho cô gì đó ở nhà, và xin đem thân ra trả".

"Bà cô cháu bóng gân, cháu bong miệng không nói được…"

"Thuốc Mường chữa bệnh câm được không?"

Có người cười hô hố trong khi con Ly lắc đầu nguây nguẩy. Nó có dám mua thuốc cho nó đâu, nó định mua thuốc cho bà cô nó đây chứ. Bệnh của nó, làm sao nó không biết. Trời Phật bắt vậy thì nó xin chịu, chỉ khổ là bị mất cắp nên muốn mua thuốc cho cô cũng không được. Nó lùi bước định chạy ra thì có người đa sự lại đẩy nó vào:

"Này, nhà bác thầy Mường ơi, cái của vô phúc này thì uống thuốc gì cho khỏi! Thầy có giỏi thì thử cho nó một chai xem sao?"

"Uống vào hết câm thành ngọng thì cũng là khá rồi!"

Thiên hạ chung quanh hùa theo bàn tán và xô đẩy trong khi con bé cứ cuống cuồng chỉ trỏ lung tung. Đột nhiên, nó thấy mình bị giựt tung lên và quýnh quáng bốc mình trong hụt hẫng. Thầy thuốc Mường vừa bế thốc nó lên và đặt nó đứng ngay trên bàn gỗ. Dân chúng cười ồ khi thấy con bé bẽn lẽn kéo vạt áo xuống che bụng, mỗi người bàn vào một tiếng làm nó xấu hổ bừng hai má mà quên cả nỗi lo bị mất cắp.

"Tiền không có, lại đòi thuốc tiên!"

"Thầy thuốc có chữa được bệnh câm đâu mà cũng đòi!"

"Ôi, cái ngữ đó, ma có rước, không lấy Mường thì ở với Mán!"

"Con câm mà lấy thằng Mường, để con ngọng líu ngọng lường cũng vui!"

"Bé quắt như cái kẹo lạc ý thì đẻ đái gì?"

"Bệnh đâu khai ra, chứ cứ chỉ trỏ như vậy thầy nào hiểu được?"

5.

Dân ngoài chợ thường ngày chỉ bị răn đe hiếp đáp, có ngờ đâu sáng nay lại được thấy cảnh ngộ nghĩnh như vậy, nên họ nhao nhao bàn tán, cười nói om sòm thật khả ố. Hắn nhanh trí đoán ra cớ sự. Chán ngán định gạt con bé xuống đất thì hắn bỗng thấy khó chịu vì vẻ đanh ác của mọi người. Không hiểu vì sao, tự nhiên hắn bực dọc từ khi con bé ngồi thụp ngay trên bàn. Nó co rúm như kẻ bị hành tội, hai tay ôm lấy đầu bưng lấy mặt khóc thút thít không thành tiếng. Nhìn hai vai con bé gầy gò hụp lên hụp xuống trong tiếng nấc không rõ, hắn quay ra quơ một vòng nạng và dõng dạc hết lớn:

"Im đã nào, cái lũ người kỳ cục!"

Mọi người ngạc nhiên vì phản ứng hung tợn của hắn nên cùng im bặt.

Hắn đảo mắt nhìn quanh và cao giọng hỏi:

"Có ai thực sự hiểu nó muốn gì, làm ơn kể cho tôi nghe… làm gì cứ ào ào như chợ vỡ thế này. Vâng, nhà bác kia, bác nói sao, nó bị câm à?"

Người nhà quê bị hỏi ngó quanh do dự rồi bước tới ra dấu nói chuyện bằng tay với con bé trong khi hắn ngó chăm chăm vào mặt nó, như muốn hiểu thẳng ý con bé từ ánh mắt và đôi bàn tay quơ ra chỉ trỏ. Người nhà quê tằng hắng một tiếng rồi lấy vẻ quan trọng nói lớn cho mọi người nghe:

"Nó có bà cô, nhà nghèo, cô nó bị bong gân không đi được từ gần tháng nay. Vừa rồi, thấy bán thuốc cao Mường, nó len vào định mua cho cô nó thì bị kẻ cắp rạch túi lấy hết tiền. Nó vừa thương bà cô, vừa sợ bị cô đánh vì mất tiền, nên… khóc!"

Nghe bác nhà quê giải thích, hắn cau mặt hỏi tiếp:

"Thế nó bị câm ra sao?"

"Khốn nạn, đẻ ra là câm và điếc luôn", bác nhà quê vừa ra dấu hỏi con bé vừa kể lại… "Mày nói sao? Cái gì trời đất? Các bác xem, nó lại còn lý sự nữa chứ! Nó bị tật vì trời Phật muốn vậy chứ có mong gì khỏi. Nó bảo có đến mua thuốc chữa bệnh câm đâu mà cười nó. Nó chỉ than là mất tiền nên không kịp đem thuốc về thử cho bà cô…Con bé này thế mà lại khí khái!"

Hắn trầm ngâm nhìn con bé câm, mặt hơi ửng đỏ. Hắn suy nghĩ mông lung, thuốc Mường, tỉnh Thanh, rễ cây, lá ổi, thuốc cao… Không hiểu sao, hắn thấy lạ quá. Lần đầu tiên trong đời, hắn thấy khó chịu vì sự vô tâm ác độc của thiên hạ chung quanh. Con bé bị ác chứng lại chẳng xin xỏ gì hắn, chỉ nằng nặc muốn có thuốc cho một bà cô bong cân trẹo cẳng. Hắn thầm mong chính con bé khỏi được bệnh câm.

Hắn thừa biết những ve thuốc cao thuốc bột này chẳng chữa trị được bất cứ một thứ bệnh gì. Dù hắn có lõm bõm hiểu biết về thuốc Mường và dùng vài xảo thuật trong Thanh để tăng phần kỳ bí cho thuật lường gạt của mình, hắn cũng hiểu là thầy thuốc chính hiệu cũng phải bó tay, chứ làm sao mà chữa khỏi bệnh câm. Vậy mà, lạ chưa, hắn thấy rõ ràng là mình đang nặn óc nghĩ cách chữa chạy cho con bé. Làm gì có thuốc! Hắn biết vậy mà vận thầm mong. Thấy người bán thuốc Mường lặng thinh vẻ nghiêm trang, mọi người cũng đâm chột dạ nhìn nhau bán tín bán nghi, không ai nói gì. Trong lúc đó, con Ly đưa tay áo chùi nước mắt ngưng khóc, nhìn hắn với vẻ cầu khẩn. Chính ánh mắt thiết tha của con bé đã khiến hắn có quyết định liều lĩnh khó hiểu. Hắn dõng dạc tuyên bố, chắc nịch:

"Đã bảo là thuốc này chữa được mọi ác tật ác chứng. Bà cô nó vừa uống vừa xoa sẽ khỏi. Tôi cho nó mấy chai không lấy tiền… Cả nó nữa, uống… vài bữa rồi cũng sẽ khỏi!"

Nói xong, hắn biết là mình đã nói ẩu. Nghĩ đến cảnh sẽ phải thu dọn trốn đi nơi khác làm ăn, hắn không ân hận gì cả. Đôi mắt con bé nó thiết tha quá, hắn không đành tâm. Không đành tâm, mà sao lạ như vậy? Tâm là gì, tại sao hắn lại mong mỏi rồi phân vân và bận tâm về một việc không đâu như vậy? Hắn cúi đầu có vẻ bối rối, moi trong bọc ra mấy ve thuốc khác, hắn ngắm nhìn lưỡng lự rồi chợt cầm ve thuốc đưa lên trán lâm râm khấn khứa như một mụ già nhà quê.

Lần đầu tiên trong đời, hắn moi óc cố tìm ra những danh hiệu thần linh Bồ Tát trời Phật từng loáng thoáng nghe thấy trong quãng đời bệ rạc của mình để cầu xin một việc rõ là bất khả. Hắn lấy hết tâm thành để cầu một sự lạ mà chẳng vì lợi riêng. Hắn thấy mình chớm âu lo là những việc sai quấy trong quá khứ sẽ ảnh hưởng xấu đến lời khấn nguyện.

Hình như con bé là người duy nhất hiểu ra sự thể, vì nó cũng cúi đầu khấn khứa cho cô nó sớm khỏi bệnh. Nó nhìn ông thầy Mường này mà cảm nhận được vẻ thành khẩn chỉ thường thấy ở các vị sư trong chùa. Nó không biết kinh kệ, chẳng nghe tiếng người, nhưng nó biết là ông thầy đang cầu cho nó.

Nhận ve thuốc bột cho bà cô, nó cất kỹ vào trong áo và khi đón lấy bát nước vối chiêu xuống phần thuốc của nó, con bé Ly đã đầm đìa nước mắt. Nó bật khóc vì nhìn ra sự lo âu của ông thầy Mường. Lần đầu tiên trong đời, nó biết là có người lo cho nó.

Nó cầu khẩn là mình cũng sẽ khỏi, để người bán thuốc tốt bụng này không thất vọng.

Dân chúng đứng quanh không ai hiểu vì sao gã Mường

cương cường kia lại cúi đầu có vẻ xúc động và dịu dàng phủi áo cho con bé khi đặt nó xuống đất. Vẻ mặt hắn không có một chút tà ý, những kẻ đáo để xảo quyệt nhất cũng thấy như vậy. Nhưng, có ai hiểu là họ vừa chứng kiến giữa chợ một sự nhiệm mầu kỳ diệu?

Hắn nhìn theo con bé nhỏ thó lủi thủi giữa đám đông cho tới khi nó mất hút mới quay về thu dọn đồ nghề của hắn. Con người táo tợn và tàn nhẫn này thấy như có đóa hoa vừa nở lên ở vùng đất khô cằn trong lòng. Hắn thành thật ân hận đã có cả một quãng đời ác độc. Điều đó sẽ khiến lời cầu khẩn của hắn trở thành vô vọng. Con bé tin hắn như là thần linh, làm hắn càng ân hận như đã hai lần lường gạt nó. Hắn thất thểu ra về và chợt tiếc là quên không hỏi xem nhà cửa con bé ở đâu.

Hắn uể oải quảy đồ lên vai, buông ra một câu chán nản:

"Khỏi thế nào được mà còn muốn nghe tin tức. Rõ là mình lẩn thẩn rồi!"

Mai này, hắn sẽ đổi xuống cửa Nam kiếm ăn, để khỏi gặp lại vẻ tuyệt vọng của con bé câm nữa.

bạt.

Nhưng rồi tin con bé câm uống thuốc Mường được khỏi bệnh cũng lan ra khắp kinh thành, đến tai hắn… Hắn không để ý gì đến kinh thành đang sôi động vì những tin tức về tình hình chiến cuộc bất lợi ở mạn Bắc, trong lòng hắn chỉ thấy dạt dào một niềm vui mới lạ. Trong không khí ưu lo đè nặng trên Thăng Long, hắn là người duy nhất nghêu ngao hát. Lòng thành của hắn dường như đã cảm được đất trời và những ve thuốc giả đã công hiệu chẳng khác gì thần dược. Hắn quyết định bỏ nghề bán thuốc bịp, tìm gặp con bé hỏi thăm sự thể và sẽ rời kinh đô đi làm nghề lương thiện hơn.

Con bé Ly cũng vậy, nó lân la quanh chợ tìm gặp ông

thầy Mường kỳ dị để cám ơn. Nó bập bẹ tiếng người khiến bà cô nó bật cười, dân kẻ chợ thì bảo là nó líu lo như con Mường…

Khi theo lời chỉ dẫn của dân trong phường, hắn vừa tìm đến căn nhà lụp sụp của bà cụ bán hàng xén có con cháu câm vừa biết nói thì cũng là lúc binh Mãn Thanh tràn vào kinh. Buổi sáng cuối Đông đó, gặp đám giặc Thanh vung roi kéo đổ vách nhà con bé lấy chỗ cho quan binh cưỡi ngựa vào phủ, hắn chạy lên như mũi tên bắn. Thấy con bé ôm bà cô lạy van với giọng nói ngọng nghịu, hắn phẫn uất bất ngờ và không còn suy nghĩ nữa. Hắn thấy bất nhẫn quá, chịu không được. Con bé bị đạp sang một bên vẫn cứ lăn xả dưới chân ngựa nhặt nhạnh những đồ đạc rơi vãi trên mặt đất. Cơ ngơi hàng xén của bà cô nó chỉ có vậy, nó nghe tiếng bà khóc thất thanh mà không còn biết sợ hãi gì cả. Nó vừa luôn miệng van xin vừa thoăn thoắt len chân ngựa nhặt lấy mấy vuông vải và chai lọ lỏng chỏng, trong khi roi da cứ vun vút quất lên đầu lên lưng nó như mưa.

Giữa tiếng xì xồ của đám giặc, con bé Ly chợt nghe một tiếng gào và một người từ đâu chạy đến túm tên lính Thanh giằng cây roi trong tay và đấm đá liên hồi như người lên cơn điên. Mấy tên giặc khác thấy vậy vòng ngựa lại la lối và dân chúng sợ hãi dạt sang hai bên. Con bé bật khóc thành tiếng vì nhận ra ông thầy Mường đang loay hoay chống đỡ đám kỵ binh Mãn tộc. Có tiếng người thét lên và nó lăn ra bất tỉnh trên mặt đất giá lạnh khi một lưỡi dao hoa lên từ trên lưng ngựa và ông thầy Mường mà nó muốn tìm gặp bấy lâu nay chợt lăn ra quằn quại dưới chân ngựa. Máu phun có vòi nhuộm đỏ cả mặt đất.

Gã bán thuốc Mường vô lại này là nạn nhân đầu tiên của quân giặc khi chúng tràn vào mé Đông của kinh đô trống trải. Sau đó, cả kinh thành đều chìm vào nạn nước với tiếng người than khóc như ri. Cho đến ngày mùng 5 Tết Kỷ Dậu, giặc bị đánh thóc ra khỏi kinh thành trong tiếng trống trận kinh hoàng và tiếng quân Nam reo hò rung chuyển năm cửa ô.

Thành Thăng Long mở hội lớn và ngoài chợ mọi người đều vui cười sau bao hoạn nạn. Nhưng, bên hông chợ, người ta không thấy con bé Ly múa hát líu lo nữa.

Nó lang thang nơi chân đê ngắt từng đóa hoa dại đặt lên một nấm mộ thô sơ, đánh gò thấp lè tè. Nó quỳ xuống bập bẹ đọc một bài kinh. Bài học đầu tiên nó gắng sức học từ khi biết nói. Bài kinh nói về những người đã hy sinh vì lòng từ bi hỷ xả thì sẽ được sống nơi an lành sạch sẽ.

May cho nó, nó không biết là chính lòng thành của nó đã cảm hóa một tên vô lại bán thuốc bịp kia. Và người nằm đó đã làm một việc đầu tiên, một việc duy nhất anh hùng trong đời, từ khi hoa nở trong lòng vì lời khấn nguyện của nó.

TRỊNH GIA MỸ

Lấy tên thật để viết. Cha là người Phước Kiến, Mẹ Việt Nam.
Năm 1975 học năm cuối Đại Học Luật Khoa Saigon, qua Mỹ
học Electronic, làm nghề Computer.
Viết cho *Đời, Làng Văn, Văn, Văn Học, Hợp Lưu…*
Hiện cư ngụ tại California.

Đã xuất bản tập thơ:
- *Yêu Em Mùa Xuân* (1988).

Sang mùa

Chừng như mùa mới đã sang
Buổi sáng mù sương ẩm ướt
Bước ra ngoài, trời gió ngược
Hất tung mái tóc bời bời

Nắng hiu hắt như không thở
Vàng hoe chiếc lá vừa rơi
Phất phơ nửa đời lưu lạc
Xuống, lên mãi ở quê người

Bến lạ, đôi chân hụt hẫng
Tìm hoài con sóng xưa, xa
Nỗi buồn ghé qua mấy bận
Mắt sao mãi lạc quê nhà

Lắng nghe ầm ầm gió hú
Cười khà một tiếng mênh mông
Nửa đời làm thân lữ thứ
Buồn, vui có tựa bằng không

Bâng khuâng thấy mình bỗng lạ
Xòe tay, một nắm hư không
Vốc ngược thời gian xa lắc
Mù sương trôi dạt bềnh bồng

Thở ra, nhìn trời, ngẩng mặt
Quạnh hiu nhen nhúm cõi lòng
Thấy ta từ trong tiền kiếp
Vô thường một đóa thinh không.

Đời vẫn dễ thương

Hôm qua gặp lại đôi người bạn
Ngồi nói chuyện mưa nắng thất thường
Lâu lâu tụm lại vài ba đứa
Thấy cõi đời buồn hóa dễ thương

Nhắc lại chuyện xưa, thời áo trắng
Tập tễnh làm thơ, quên học bài
Trong lớp cứ mộng ra ngoài cửa
Thẫn thờ theo bóng áng mây bay

Phương trình đại số lung linh nắng
Đáp số hình học tròn ước mơ
Ngọn gió nào phất phơ qua cửa
Hết giờ, cũng xong một bài thơ!

Rủ nhau ra quán cà phê nhạc
Học làm "thi sĩ" giống như ai
Gọi hủ "Da Ua" ngồi nhấm nháp
Lim dim nhìn lá úa vàng phai

Cuộc đời tưởng đâu toàn mộng đẹp
Cái gì rồi cũng như ước mơ!
Ai dè một phút, đời thay đổi
Lửng thửng trông như những đứa khờ!

Đứa "khờ" nhìn đứa "khôn" múa rối
Ôi! Thấy mà như trong chiêm bao
Chiêm bao có rất nhiều mộng đẹp
Đâu như ác mộng ở đây nào!

Ác mộng nuôi thêm đời khôn lớn
Nhưng tánh ngu ngơ mãi vẫn còn
Một đêm trăng sáng thuyền vượt thoát
Hành lý chỉ là ánh trăng con

Trốn qua nửa biển, trăng là bạn
Xa nhà, tưởng mất hết thật rồi
Nước mắt âm thầm lăn xuống má
Mỗi đêm nhìn thấy cuộc đời trôi

Buồn, lại ngồi viết bài thơ nhỏ
Như thuở nào phấn trắng, bảng xanh
Màu nắng vàng hoe, thân biệt xứ
Bài thơ hiu hắt, cũng… thôi đành!

Nào dè gặp lại người xưa cũ
Thế giới coi vậy mà nhỏ xinh
Có duyên, lạc đâu rồi cũng gặp
Tưởng xa, nhưng vẫn ở quanh mình!

Gặp nhau, nhắc lại thời tuổi nhỏ
Coi như giấc mộng của đêm qua
Chuyện buồn vui, cười ra nước mắt
Mà sao lại thấy dửng dưng à!

Thôi gặp lại nhau là đã đủ
Cuộc đời như những áng mây qua
Mây bay, hiển lộ trời xanh ngắt
Là chính cõi lòng ta với ta!

Gặp nhau, nhắc chuyện còn, chuyện mất
Để vui trong cõi tạm, vô thường
Một mai ai có về với đất
Còn thấy cuộc đời thật dễ thương!

Hồn nhiên cho, hồn nhiên nhận

Bạn tôi không nhà, sống vỉa hè
Nắng Cali biến bạn thành con mọi
Mái tóc bện những chùm chỉ rối
Bạn gầy nhom như que củi biết đi!

Bạn lạc loài giữa phố phường nhộn nhịp
Áo rộng thình trông như gã Hippy
Quần ngắn cũn như phu xe thổ mộ
Đôi giày bata há mõm, đen xì

Bạn đẩy cái xe cút ka, cút kít
Moi trong thùng rác kiếm từng lon nhôm
Nhặt đó đây những tờ giấy vụn
Còng lưng đem cân, bán kiếm tiền

Bạn làm việc say mê quá sức!
Chăm chỉ xem từng thứ trong thùng
Đôi mắt bạn dõi theo mọi góc
Theo dấu từng mảnh giấy bay tung

Bạn chú ý kiếm tìm từng chút
(Như cái gì cũng quí vô cùng)
Chẳng có chi đáng gọi là rác
Mà vứt bỏ đi, phí phạm lung tung

Bạn không màng người qua, kẻ lại
Cũng không nhìn xe cộ lượt là
Bạn an nhiên bên đời lận đận
Như sống sao cho trọn tháng ngày qua

Trông thấy bạn, tôi giật mình nhìn lại
Bỗng dưng thấy mình quá đỗi thẹn thùng
Chúng ta cùng một màu da, màu máu
Có nỗi buồn sao chẳng ghé vai chung?
Tôi muốn nói một lời an ủi bạn
Nhưng mà sao cứ cảm thấy ngại ngần
Trong chúng ta ai cần lời chia sẻ?
Bạn hay tôi? Nên hoài mãi phân vân

Bỗng bạn ngước mắt nhìn lên phía trước
Trông thấy tôi bạn liền mỉm miệng cười
Ôi nụ cười vui, hồn nhiên thơ trẻ
Chẳng vướng ưu phiền, trong trắng, xinh tươi

Bạn thiếu những đồng tiền trong túi áo
Nhưng bạn có dư nhiều nụ cười hiền
Khi bất chợt gặp một người trước mặt
Bạn mỉm miệng cười trông thật hồn nhiên

Cám ơn bạn cho tôi niềm vui mới
Xin đón nhận bằng tất cả tấm lòng
Bạn hồn nhiên cho, tôi hồn nhiên nhận
Chúng ta cùng vui hưởng nụ cười chung.

Sang mùa

Chừng như mùa mới đã sang
Buổi sáng mù sương ẩm ướt
Bước ra ngoài, trời gió ngược
Hất tung mái tóc bời bời

Nắng hiu hắt như không thở
Vàng hoe chiếc lá vừa rơi
Phất phơ nửa đời lưu lạc
Xuống, lên mãi ở quê người

Bến lạ, đôi chân hụt hẫng
Tìm hoài con sóng xưa, xa
Nỗi buồn ghé qua mấy bận
Mắt sao mãi lạc quê nhà

Lắng nghe ầm ầm gió hú
Cười khà một tiếng mênh mông
Nửa đời làm thân lữ thứ
Buồn, vui có tựa bằng không

Bâng khuâng thấy mình bỗng lạ
Xòe tay, một nắm hư không
Vốc ngược thời gian xa lắc
Mù sương trôi dạt bềnh bồng

Thở ra, nhìn trời, ngẩng mặt
Quạnh hiu nhen nhúm cõi lòng
Thấy ta từ trong tiền kiếp
Vô thường một đóa thinh không.

Cánh diều và tôi

Cánh diều bay giữa bầu trời
Tôi vui chơi giữa cuộc đời mênh mông
Cánh diều lên xuống, bềnh bồng
Tôi nhìn tôi, những thăng trầm, buồn vui

Cánh diều chao lượn khôn nguôi
Tôi an nhiên với nụ cười sớm mai
Cánh diều phất phới tung bay
Tôi bình yên giữa trùng vây mộng đời

Cánh diều lơ lửng lưng trời
Tôi tung tăng giữa bến đời phù du
Cánh diều vi vút xa mù
Tôi nghe có tiếng êm ru bên trời

À ơi, mộng giữa lòng đời
Cánh diều cùng với tôi hòa nhịp ca
Lên cao, xuống thấp vậy mà!

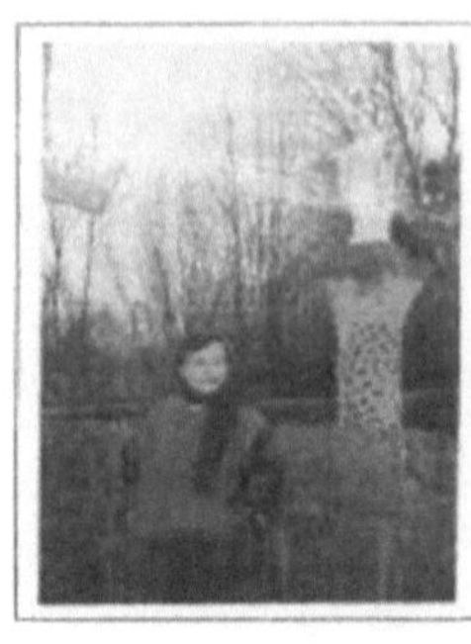

TRỊNH KHẮC HỒNG

Tên thật. Sinh ngày 04-6-1944 lại Đà Nẵng.
Luật sư.
Đến Pháp tháng 11-1992 do gia đình bên vợ thuộc diện cựu quân nhân trong Quân đội Pháp.
Học tại Đại học Paris 8.
Đã cộng tác với *Mai,* tuần báo *Thanh Niên,* tạp chí *Diễn Dàn. Hợp Lưu.*

Tác phẩm đã xuất bản:
- *Pháp Trường* (tập truyện – Văn Nghệ, TP. Hồ Chí Minh, Việt Nam)

Hừng đông trên cầu

Tình cờ anh lại lọt vào cuộc vây ráp của bọn mật thám Pháp chiều hôm đó. Anh làm nghề mua bán ve chai, giấy vụn như nhiều người đồng hương khác trong thành phố giặc giã này. Thường ngày anh chỉ đi mua bán vào buổi sáng. Buổi chiều anh ở nhà để phân lại cái đống hổ lốn đã gánh về trong đôi thúng cũ nát và để lo cơm nước, chăm sóc bà mẹ già đã mờ mắt. Ở cái tuổi bốn mươi, anh đã lội qua hết các con đường cũng như mọi xó, hẻm trong thành phố này. Trên đôi chân đó, chỗ hai bắp chuối, những mạch máu nổi lên đen thẩm như những con đỉa. Trưa hôm ấy trời nắng gắt, đường phố vắng hoe, thỉnh thoảng mới có một thân cây đứng trơ trọi, xơ xác ven đường, tự nhiên anh thấy buồn quá mà đôi chân lại mỏi nhừ. Anh muốn được chuyện trò với một ai đó. Ở nhà có mỗi bà mẹ đã khô quắt vì những cơ cực, chỉ mở miệng nói năm, ba tiếng mỗi khi thật cần thiết. Anh chưa có vợ con gì hết, chưa tính được chuyện đó. Mỗi lúc nhớ lại mình vẫn còn trai tân, anh thấy mắc cỡ, máu nóng như dồn lên mặt. Anh đã ghé lại nhà một người bạn đồng nghiệp, đồng hương trong xóm này để uống chén nước, nói vài câu chuyện cho khuây khỏa. Bạn anh đã giữ anh ở nán lại chơi, bảo chiều mát hẵng về. Ở nhà bà lão không có anh một buổi chiều cũng chẳng sao… Hai người đã nói với nhau nhiều chuyện. Họ gợi lại những hình bóng lờ mờ của quê hương xa tít tắp, cái quê hương giờ chỉ còn mang máng trong trí nhớ.

Đúng lúc ấy cuộc vây ráp xảy ra. Một vòng rào lính đã vây chặt xóm nhỏ. Ngồi trong nhà, trước đó anh đã nghe tiếng xe nhà binh đỗ lại nhưng cũng chẳng để ý. Trong thành phố này tiếng xe nhà binh thì có gì lạ. Rồi một bọn lính kín vừa Pháp vừa Việt tràn vào xóm. Chúng lùng vào từng nhà, sục xuống bếp, lên gác, vào các xó kẹt, lùa hết đám đàn ông, con trai ra bãi cát trống bên hông xóm. Chúng tập trung họ lại thành những hàng ngang. Thế này là nguy rồi. Có chuyện gì lớn đây. Chắc du kích vừa tấn công đồn bót nào đó. Anh vái thầm ông Bổn phù hộ mình tai qua, nạn khỏi. Anh rất năng đi lễ chùa đình. Rằm, mồng một nào anh cũng đi cúng vái hết. Anh tiêu tốn khá vào khoản này. Có lẽ đó là khoản xài hoang duy nhất của anh. Anh cầu cứu ông Bổn vì giữa thời buổi súng đạn này, trên đất nước lạ lẫm này, anh còn biết cầu cứu ai khác. Lúc anh đang thầm khấn vái, hai chiếc xe tù đến đậu ngay trên bãi cát. Một tên lính kín người Việt, súng ngắn trên tay giải một người xuống. Từ trên đỉnh đầu người này xuống đến quá bụng, một chiếc bao bố trùm kín, chỉ khoét hai lỗ nhỏ dành chỗ cho đôi mắt. Bao bố nhìn mặt. Anh đã từng phải chịu cảnh này một lần. Một cảm giác lạnh toát đã chụp xuống người anh lúc tên trùm bao bố bước đến gần. Anh đứng không muốn nổi nữa. Anh không dám nhìn vào đôi mắt của y, đôi mắt soi mói từng dấu vết trên người anh. Khoảng cách giữa sống và chết, tự do và tù tội chỉ là một cái lắc hoặc một cái gật đầu. Lúc được bước ra khỏi hành lang, anh mới biết mình đã đái trong quần từ lúc nào không hay. Sau chuyến đó anh như già đi mấy tuổi. Lần này anh đứng ở hàng thứ hai. Cũng đỡ. Như vậy thời gian chờ đợi sẽ chóng qua hơn. Anh chỉ sợ mình đứng không vững, quỵ xuống, sẽ nguy to. Chúng sẽ tình nghi rồi bắt anh, không cần xét hỏi gì hết, mặc dầu ngay cả trong ý nghĩ anh cũng không bao giờ dám dính dáng đến chuyện đánh nhau giữa hai phe. Còn thường ngày nhất thiết anh không đụng đến chuyện này. Nghe người khác nói, anh vội tảng lờ đi chỗ khác. Anh đã trốn tránh chuyện đánh nhau đổ máu, chết chóc và bỏ xứ sở qua đây. Ý nghĩ duy nhất đeo đuổi anh là phải dành dụm tiền cho đủ để cưới vợ, một cô vợ trẻ trẻ một chút so với tuổi anh. Anh rất sợ phải mang tội đại bất hiếu, không có con nối dõi. Anh khấn vái liên hồi. Tên trùm bao bố đã đến trước mặt. Nhìn anh một hồi, nó gật đầu. Đúng lúc đó, anh đổ nhào xuống. Hai tên lính chạy lại, lôi anh thảy lên xe tù. Trong lúc hốt hoảng, lờ mờ anh còn nhớ sáng nay đã nấu sẵn phần cơm cả ngày cho bà lão và đôi gánh đã để trong nhà bạn. Cùng bị bắt với anh chiều đó có năm người nữa.

Chúng lùa bọn họ vào một phòng giam chật hẹp, hôi hám. Anh lặng lẽ nằm xuống một góc. Nằm như thế một hồi thật lâu, anh đã bớt hốt hoảng. Chúng đã bắt lầm anh. Anh vẫn chưa việc gì. Có thể chúng sẽ thả anh ra sau khi biết là anh không hề làm bất cứ một điều gì bị cấm đoán. Tại sao tên nọ lại gật đầu khi đứng trước mặt anh? Anh giống một người nào đó chăng? Thật không thể nào hiểu nổi. Vì là người từ nơi khác đến, anh không quen ai trong số người vừa cùng bị bắt nên anh không đến gần họ để hỏi han. Với lại, chắc gì? Biết đâu trong số đó chẳng có một tên làm chỉ điểm? Nghĩ một hồi, anh cho là đến lúc cái số mình phải chịu cảnh tù tội. Anh sống trên đời mới khoảng bốn mươi năm mà thấy sao số kiếp của mình quá nặng nề. Anh sinh ra trong một làng nhỏ bé của tỉnh Phúc Kiến xa xôi bên đất nước mênh mông kia. Lúc mới chập chững biết đi, anh đã thấy có giặc giã rồi. Hết quân của ông tướng này tràn qua làng đến quân của ông tướng khác. Mỗi lần một đạo quân tràn qua, đám trai tráng lẫn đàn ông trong làng bị vét sạch. Chỉ người nào nhanh chân mới thoát kịp. Đi đôi với giặc giã là đói khát. Chúng cặp kè với nhau như bạn bè thân thiết. Trong một trận đói gia đình anh phải bỏ làng ra đi, xuôi về phương Nam. Đôi chân của anh đã lê qua khắp vùng đất bao la kia và cũng chẳng dừng lại ở đâu được. Đều khắp là cảnh chiến tranh và đói khổ. Lúc đầu gia đình anh còn đi chung với nhau. Sau đấy để dễ kiếm miếng ăn, họ tách ra làm hai. Bố với em gái anh đi cùng một dòng người về một hướng. Mẹ với anh theo một dòng nữa về một hướng khác. Họ hẹn lúc nào kiếm sống được sẽ nhắn tin cho nhau. Nhưng cho đến bây giờ anh vẫn không có tin tức gì của bố và em gái. Đứa em gái với đôi mắt tròn xoe như to thêm trên khuôn mặt bé choắt lại vì đói ăn. Rồi anh đưa mẹ xuống tận đất nước này. Anh đã làm đủ mọi công việc mà tấm thân anh có thể kham nổi: Khuân vác ở chợ, trên bến tàu, kéo xe, đẩy xe thồ… Nói tóm lại, đủ mọi thứ việc vất vả trên đời. Ổn định được một thời gian, anh chưa kịp lo cho cái ước muốn lớn nhất của đời mình là tìm một người vợ rồi sinh con cái, chiến tranh lại nổ ra. Tiếp đó là một trận đói dữ dội không thua bất cứ trận đói nào anh đã từng gặp phải ở quê nhà. Rồi chiến tranh liên miên đến tận bây giờ. Nhưng anh không thể đi xa hơn nữa. Bà lão nay già yếu rồi, còn anh cũng đã quá mệt mỏi. Mà nếu đi, ví thử đã biết đi đâu? Chắc gì nơi anh sẽ đến khỏng có giặc, đói khát?

Chúng bỏ đói những người mới bị bắt từ chiều hôm đó qua cả ngày hôm sau. Chỉ có mỗi một lần một tên lính mở cửa phòng giam đẩy vào một thùng nước với một cái ca nhà binh, bảo họ chia nhau mà uống. Xong nó bỏ họ đấy và không có ai đến nữa. Trong lúc lo âu, bụng đói cồn cào, anh như ngửi thấy mùi cá biển nấu trong một cái lẩu. Đây là món ăn anh thích nhất và từ ngày bỏ làng ra đi anh chưa được nếm lại. Trên một con đường trong thành phố này có một nơi chỉ bán độc món lẩu cá. Mỗi lúc đi qua đó, anh thấy khách khứa ngồi ăn uống vui vẻ. Mùi cá như còn sống tỏa ra trong không khí. Nhưng anh chưa lần nào thử bước vào quán đó. Ngày anh còn bé, bố cũng rất thích món này. Những ngày trời lạnh bố ngồi bên chiếc bàn gỗ cũ kỹ trên đã bày sẵn cái lẩu, bên dưới than còn cháy đỏ. Nước dùng sôi lên. Bố gắp từng lát cá đã thái sẵn bỏ vào rồi cho thêm thật nhiều rau mùi còn tươi. Chờ cho cá vừa chín tới, bố múc nước dùng chan vào một tô bún bên cạnh và từ từ gắp từng lát cá chấm vào chén nước tương đen sẫm, béo ngậy. Anh được cùng ngồi ăn với bố. Không khí quanh bàn ấm áp, dễ chịu. Thỉnh thoảng bố lại gắp cho anh một miếng.

Đấy là những ngày sung sướng trước khi chiến tranh lan đến quê anh. Sau đó đám đàn ông, con trai trong làng mất tăm dần. Không có người để lo làm ăn, chỉ còn lại phần lớn đàn bà, con nít nheo nhóc. Bêncạnh nhà anh có một con bé, người cha cũng bị bắt đi rồi. Một hôm anh thấy nó ngồi thơ thẩn trước thềm nhà. Có lẽ nó đang đói. Anh ra sau bếp nướng một trái bắp, bôi mỡ lên, đem qua cho nó. Con bé ăn ngon lành. Nó nhỏ hơn anh vài tuổi, người ốm tong teo. Ăn xong, nó cười như muốn cảm ơn anh rồi chạy vào nhà.

Đêm đó từng người một trong đám bị bắt chiều hôm trước bị dẫn đi hỏi cung. Lâu lâu cửa phòng giam được mở ra, bọn lính lại đẩy vào một thân hình tơi tả. Người tù bước không vững, cố lê về chỗ nằm của mình. Anh là người sau cùng bị giải đi. Trong phòng điều tra anh chẳng biết gì để khai hết, chỉ một mực kêu oan. Bọn chúng đánh anh đến tóc máu. Nhưng cũng không lâu. Anh chỉ là hạng tình nghi tép riu. Rồi chúng cũng trả anh về phòng. Rạng sáng bọn lính vào lùa cả đám người lên xe tù, trên xe đã có sẵn một đám tù nữa. Tất cả nhập chung khoảng mười người. Chúng định chở anh đi đâu, anh cũng không biết. Hay chúng cho anh về nhà? Anh không dám mừng vội. Ngồi trên xe, lúc thấp thoáng thấy cây cầu, anh biết ngay. Thế là hết. Chúng thường đem tù lên cầu này bắn rồi phơi xác mấy ngày trước khi hất xuống sông để trả thù du kích và cũng để khủng bố tinh thần dân chúng, những người mỗi ngày phải đi qua cầu vào chợ hoặc từ trung tâm thành phố ra ngoại ô có công chuyện. Chúng đẩy cả đám tù đã bị trói thúc ké xuống mặt cầu. Từ một chiếc xe nhà binh kèm xe tù, một toán lính vội vàng nhảy xuống vây họ lại, trên tay súng ôm lăm lăm. Tên chỉ huy ra lệnh cho toán tù xếp thành hàng ngang trước mặt bọn lính đã dàn thành hình vòng cung. Đến lúc đó anh cảm thấy mình cũng chẳng còn sợhãi gì cho lắm nữa. Trong anh chỉ còn lại một nỗi chán ngán, mệt mỏi vô bờ.

Anh bỗng giật mình vì bên trái anh có người nào đó hô câu gì thật to. Anh nghe loáng thoáng hai tiếng "Muôn năm, muôn năm!". Và một người nào khác hô theo. Rồi thêm những tiếng hô khác nữa. Anh bối rối không biết mình có nên hô theo hay không. Bọn lính vội đưa súng lên vai. Một loạt đạn vang lên. Tiếp theo là những loạt khác. Tất cả những âm thanh đó qua rất nhanh.

Anh ngã gục xuống kế bên những xác khác. Bọn lính lên xe nổ máy, chạy đi. Anh chưa chết hẳn. Đạn không trúng vào chỗ hiểm trên cơ thể. Những tia nắng đầu tiên loang loáng trên mặt cầu, lấp lánh trên dòng sông đang trôi bên dưới. Anh nhìn thấy dòng nước qua kẽ hở giữa hai tấm ván lót cầu. Anh nhớ đến bố mẹ với đứa em. Rồi những hình ảnh đó qua đi, anh trở về làng cũ. Ngôi nhà anh mới cất lại sau này khang trang hơn trước. Anh đang ngồi cạnh chiếc bàn cũ, chỗ bố vẫn thường ngồi xưa kia. Trước mặt anh cái lẩu cá đang bốc khói, chung quanh là bốn, năm đứa con vừa trai, vừa gái đang tíu tít. Vợ anh tươm tất trong chiếc áo hoa với bím lóc đen nhánh thả dài sau lưng đang gắp từng lát cá bỏ vào nước dùng. Bọn trẻ tranh nhau. Anh gắp cho đứa bé nhất. Vợ anh cười vui vẻ. Vợ anh chính là cô bé ngày xưa anh đã cho trái bắp. Ngoài trời đang lạnh. Anh thong thả nhai từng miếng một và thỉnh thoảng nhấm một tí rượu nồng, thứ rượu đặc biệt của vùng quê anh. Anh vẫn ngửi rõ mùi cá tươi và định bụng bảo vợ lần sau nên mua loại cá khác. Anh cảm thấy hài lòng. Nhưng không biết chứng bệnh gì đang âm ỉ trong người mà đột nhiên hông trái anh đau nhói lên. Rồi nhiều chỗ khác nữa. Đau dữ dội. Anh gắng mỉm cười cho vợ con yên tâm.

Anh nghe đâu đây có tiếng chim cất lên trong nắng sớm.

Trịnh Khắc Hồng

TRỊNH THANH THỦY

Tiểu sử ngắn
Bút hiệu khác: Tóc Dài.
Định cư tại Nam California, Hoa Kỳ.
Cộng tác với: Tiền Vệ, Da Màu, Tallawas, Hợp Lưu, Văn, Chủ Đề, Thơ, Văn Học Nghệ Thuật Liên Mạng, Người Việt Hải Ngoại, Việt Báo, Báo Trẻ Dallas, Khoa Học Net, Chim Việt Cành Nam, Người Việt Boston v.v...

Tác phẩm [in chung]:
- *Giữa L và C* (Tập thơ do Văn Học Nghệ Thuật Liên Mạng phát hành, 2001).

Những đôi mắt tháng Tư

Tôi đến Đế Thiên Đế Thích
một ngày tháng tư
ngửa mặt lên trời hôn Phật,
giữa khoảng trán trần và bờ vú
điểm nụ cười bí hiểm Bayon
chốn sâu rốn nữ thần Apsara
mở òa những ngữ ngôn mẫu hệ
từ đôi mắt nhắm

không có Chế Lan Viên, không có Mậu Thân
không có cuộc tàn sát 2 triệu người của Polpot
trí tôi vẫn vơ hồi chuông ngày 30 tháng tư
cùng đôi mắt dại đi của người lính bị thương khi nghe tin
Dương Văn Minh tuyên bố đầu hàng
36 năm qua rồi
sao còn chưa hết dại?

Sala Sala Sala
những đóa Ưu Đàm tươi nở
hồng như chiếc rèm treo trước cửa nhà những cô gái Miên
chưa chồng
xanh ngát màu lục bình dạt giữa dòng Biển Hồ ngầu đục
xám tựa đôi mắt ngây thơ những em bé Việt kiều nằm phơi
bụng
trên những chiếc thuyền mẹ chúng chèo đến xin tiền du khách

Oải quá những giấc mơ nóng chiều Sài Gòn
thiếu hương nồng hạt Vô Ưu
vất vả làm sao cánh diều không gió nằm cạnh em bé đánh
giày
mắt miệt mài trên đôi chân người du khách lề đường Lê
Thánh Tôn
khuôn mặt ông trễ xuống một dấu hỏi
"Người ta gọi hôm nay là ngày giải phóng,
sao em gọi là ngày mất nước?"

chiếc lưng còng bà cụ bán vé số
lên xuống con dốc già
mỏi như tiếng thời gian
rỉ từ cuống họng khô
"Cô mua giùm già tờ vé số,
đi mãi mệt lắm rồi"
đôi mắt ứa ghèn hướng lên tìm gì
tia hy vọng nào bay qua?

Mưa lá xanh

Mưa tạt tiếng hát em vào ban mai anh
Gã hành khất bên đường ngửa tay chờ lòng nhân ái lại
nhận được những giọt từ trời. Một thi sĩ đã nói như vậy
Mưa xanh lá. em xanh anh. em nhuốm xanh anh…

Nếu chạy quanh chính mình tìm bóng thì đuối đà hãy ngã
vào nhau. Anh nói như vậy
Anh hôn bức tường in lấy bóng em (*)
Một thi sĩ khác cũng nói như vậy

Long trọng đón tình yêu
Người ta phải tân trang các công viên
Kéo sập những mảng tường loang lổ
chừa không gian cho em nghĩ về đường gân lá ngái mùi
mưa vàhơi sương đầu ngày của cỏ
Để nhớ về anh
Thi sĩ cuối cùng đã nói như vậy

Nghĩ về anh
Người đàn ông mắt biển trao em nhánh hồng gai xước
Hòn bi màu biển anh giấu ở đâu?

Nhánh hồng trốn vào gầm ghế
Hoa ơi sáng nay sao thắm đến vậy?
Màu thắm đến từ đâu?
Mưa đến từ đâu?
Sương đọng vì đâu?
Lời hát đến từ đâu?

Em kịp thấy mình là cánh bướm
Cánh bướm nhung đậu đáp xuống đời anh cong
một vành cong. Sao thơ mềm như vậy?

Cơn mưa sẽ bay đi
Nước đọng trên hàng cọ nhỏ xuống dáng tay rẽ hình nan quạt
Ngón em mở mầm sống ở nguồn anh
Tình yêu khởi đầu từ đâu?
Em cất mưa vào mắt
Em thơ mềm như vậy
Anh cất em vào đâu?

(*): Thơ Nguyễn Quang Tấn

Thiên thể muộn

Anh đến muộn buổi ra mắt sách.
Người nữ sĩ bắt đầu nhắm một mắt lao vào cuộc
truy tìm hướng đi cho lối đọc thơ mới
Đời sống hồ như những siêu thị mở cửa 24 giờ
Sáng tạo là quầy hải sản trong khu chợ ế

Bà ta miên man nói với cử tọa về vũ điệu của giống khổng tước
cánh rực hào quang chữ nghĩa
Anh có lần nói với em về loài hoa vô ưu
về người tu sĩ trong vườn vắng dáng mảnh hơn mai,
khuôn mặt an nhiên như họa
chiếc tăng bào không màu

Người khách cuối vỗ vỗ bờ lưng mỏi đứng lên
Dưới đất một con bọ lật ngửa đập đôi cánh hoảng loạn
những cái chân quơ quào trên không tuyệt vọng
Em theo anh ra biển
Đứa con văn chương của người nữ sĩ thành chiếc tăng bào
sũng nước dạt vào bờ dềnh sóng

Biển quẫy những con giao long ngân quang
Em gấp nếp giữa hai tay anh
Trăng đổ vào sóng thác lửa xanh bừng bừng
Em hội tụ
Em lan tỏa vào cát bờ tóc đêm thẳm

Anh đến muộn cho một cuộc tình
lúc sao chổi Perseids đã ra khỏi quỹ đạo trái đất
Cơn mưa thiên thể bỏ lại con đường tinh vân lấp lánh bụi nhiễm sắc
Anh để lại trong em cơn địa chấn những hạt mẫn cảm li ti
Bài thơ về đêm từng con sóng trăng chết.

Trịnh Thanh Thủy

TRỊNH Y THƯ

Tên thật Phạm Ngọc Minh. Sinh năm 1952 tại Hà Nội.
Lớn lên ở Sài Gòn. Du học Hoa Kỳ trong thập niên 70.
Hiện sống tại quận Cam, tiểu bang California, Hoa Kỳ.
Viết văn, làm thơ, dịch thuật.
Nguyên chủ bút tạp chí *Văn Học*, California (1990-1994).
Đã cộng tác với các tạp chí *Văn, Văn Học, Hợp Lưu, Nhân Văn, Thế Kỷ 21,...*

Tác phẩm đã xuất bản:
- *Đời Nhẹ Khôn Kham* (The Unbearable Lightness of Being của Milan Kundera; Tạp chí Văn Học, 2002)
- *Căn Phòng Riêng* (tiểu luận A Room of One's Own của Virginia Woolf; Tri Thức, 2009)
- *Người đàn bà khác* (tập truyện; Thế Giới, 2010)
- *Chỉ Là Đồ Chơi* (tạp bút; tạp chí Hợp Lưu, 2012)
- *Jane Eyre* (Charlotte Bronte; Nhã Nam, Hà Nội, 2016)

Bốn mùa

1.

Anh đến thăm cô lần thứ nhất vào một buổi tối mùa Đông trời dày đặc sương mù. Cô mở cửa, nhìn anh hơi sững sờ trong vài giây. Ánh sáng yếu ớt của ngọn đèn cửa không đủ sức đẩy rạt màn sương đêm, lờ mờ phả xuống thành một vũng sáng nhập nhòa trước mặt hai người. Cô bảo sao anh không gọi trước. Anh nói anh không thích gọi trước và nếu cô không có nhà, anh lại cuốc bộ thêm một quãng đường nữa trước khi về ngủ. Cô bảo chắc anh lại có chuyện cơm không lành canh không ngọt gì đó với vợ rồi phải không, hay anh dở chứng rắc rối tìm chuyện bi lụy vô cớ nữa đây. Anh nhìn cô không nói gì, hai mắt như bị thôi miên bởi khuôn mặt diễm ảo mơ màng như trời sương buốt giá ngoài kia.

Cô bảo anh vào nhà cô pha cà phê uống cho ấm bụng. Anh ngoan ngoãn để cô nắm tay kéo vào. Ngọn đèn trên chiếc bàn viết ở góc phòng tỏa một thứ ánh sáng từ mù buồn ngủ. Cô để anh ngồi ở phòng ngoài rồi xuống bếp lúi cúi mở bếp điện nấu nước. Anh ngồi im lặng quan sát gian phòng. Một kệ sách lớn choán gần hết bức tường trước mặt, ngăn phòng ngoài và nhà bếp. Một chiếc dương cầm cũ trông ra cửa sổ. Chiếc ghế dài anh đang ngồi hình như cũng là giường ngủ vì nó rộng hơn sô-pha bình thường một chút, trên đó chăn gối lẫn lộn với hai ba con gấu nhồi bông. Nhà không có phòng ngủ. Ngoài chiếc dương cầm, đồ đạc đáng giá trong nhà không còn thứ gì khác. Không TV, không máy hát. Thế giới của cô hình như chỉ có sách vở và âm nhạc. Anh nghĩ thầm như vậy.

Anh lan man chắp nối những mảnh nghĩ rời đến lúc cô trở ra mới chợt như giật mình bừng tỉnh. Cô đặt xuống hai tách cà phê nóng rồi ngồi xuống bên cạnh anh, lưng dựa vào thành ghế, hai chân co lên giấu trong chiếc áo ngủ rộng. Cô nhìn anh hỏi chuyện bâng quơ rồi bảo anh đàn cho cô nghe một khúc nhạc gì đó. Anh bảo anh muốn nghe cô đàn. Cô bảo từ hôm nghe anh đàn ở Vance Hall cô không đụng đến phím đàn nữa mà chỉ ước ao có lúc nào ngồi riêng một mình nghe anh đàn.

Anh đoán cô đang nhắc đến hôm anh và cô gặp gỡ lần đầu khi anh được mời trình diễn trong buổi hòa nhạc của trường đại học nơi anh đang giảng dạy. Buổi trình diễn có tính cách thân mật để các giáo sư trong trường có cơ hội đưa gia đình đến gặp gỡ tiếp xúc nhau. Cô đi một mình. Anh có vợ ngồi dưới khán giả vỗ tay tán thưởng. Sau khi ban nhạc gồm anh chơi dương cầm và bốn người bạn khác chơi đàn dây trình tấu xong những khúc nhạc cổ điển, anh bước xuống nhập vào đám đông và gặp cô ở đó. Qua sự giới thiệu của vị giáo sư khoa trưởng, cô và vợ chồng anh thân mật dễ dàng. Vợ anh làm cô cười ngặt nghẽo với những câu tiếng Việt lõm bõm học được từ anh. Cô mới tốt nghiệp ở California, về đây dạy học năm đầu.

Anh bị thu hút ngay bởi khuôn mặt Á Đông lạ lùng đó.

Phải đợi cô nhắc đến lần thứ hai anh mới bước lại giở nắp chiếc dương cầm rồi ngồi xuống dạo khúc Estampes của Debussy. Lúc trở lại ghế ngồi, anh thấy mắt cô dường như trơn trớt. Anh kéo cô vào lòng. Cô dụi đầu vào ngực anh trong lúc nước mắt chảy dài không ngớt. Cô bảo anh làm tình với cô đi. Cô nói không hiểu sao tiếng đàn lại làm cô thèm khát được yêu như vậy. Anh nhẹ nhàng đưa tay lên cởi chiếc áo ngủ trên người cô rồi úp mặt xuống bờ ngực đầy đặn trắng ngần. Anh ngậm đầu vú cô và thấy vị nước mắt mặn mặn, ấm.

2.

Lần thứ nhì anh đến cũng vào buổi tối nhưng là một buổi tối mùa thu. Ngọn đèn trước cửa nhà đêm đó bị cháy bóng nhưng nhờ có ánh trăng sáng tỏ nên anh thấy mặt cô hốc hác, hai mắt cô sâu vào tiều tụy. Anh thương cảm vô cùng, ôm cô thật lâu trước khi vào nhà. Trong nhà không bật đèn, tối om om. Cô níu lấy cổ anh, hai chân co lên quặp ngang hông anh. Môi cô dán chặt vào môi anh. Cô thở hào hển lúc anh giật phăng chiếc áo ngủ trắng mỏng. Anh làm tình với cô trong im lặng và mặt cô lại đầm đìa nước mắt.

Lần đó cô đàn cho anh nghe. Anh phải nói mãi cô mới chịu ngồi vào đàn. Tiếng đàn cô nhẹ, thanh thoát. Cô bảo cô thích Debussy vì nhạc của ông làm cô liên tưởng tới những làn sóng bất tận ngoài biển khơi. Cô hỏi anh thích Debussy không. Anh gật đầu. Hỏi vậy nhưng cô lại đàn một khúc ngắn trong Frauenliebe und Leben của Schumann. Khúc nhạc là bài hát êm ái và anh chỉ muốn nằm trên ghế nhắm mắt ngủ một giấc ngon lành cho đến sáng.

Dứt bản nhạc cô lại nằm với anh. Chiếc ghế khít khao chỉ đủ chỗ cho hai người nằm nghiêng, da thịt cọ sát, và môi dính chặt vào nhau.

3.

Lần thứ ba, anh đến lúc côkhông có nhà. Bấygiờ là mùa hè, nhà trường đóng cửa ngoài vài lớp học đặc biệt. Khuôn viên ngôi trường tĩnh mịch tưởng như nghe đượctiếng gót giày anh đều đặn nện xuống mặt con đường lát gạch đỏ từ thư viện về nhà mỗi buổi chiều. Anh rảnh rỗi nên càng nhớ thương cô. Bao lần dối vợ lội bộ đến trước nhà cô rồi lại quay về.

Nhưng hồi chiều, vợ anh đưa con về thăm nhà và anh có đến ba ngày không làm gì ngoài việc nhớ thương cô. Anh sung sướng như điên dại. Vợ vừa lái xe ra khỏi nhà anh đã vội vã phóng chân đến nhà cô. Nhưng cô không có nhà. Anh không biết đi đâu bèn ngồi ở bậc cấp chờ cô về. Mãi đến mười một giờ khuya cô mới về. Đưa cô về là một bà bạn hình như cũng là giáo sư trong trường. Cô buông túi giấy đựng hàng vừa mua sắm, choàng hai tay ôm hôn anh trên bục cửa trong lúc bà bạn vọt xe đi khỏi. Hình như bà bạn cô biết mặt anh và có lẽ chỉ vài hôm nữa sẽ có không ít những lời bàn tán xì xầm sau lưng anh, sau lưng cô. Nhưng anh thây kệ. Cô cũng thây kệ. Anh bảo cô anh chán ngấy cái tính đạo đức giả của bọn trí thức trưởng giả trong thành phố này lắm rồi.

Lần đó cô vui sướng một cách khác thường. Lúc làm tình, anh không phải hôn lên khuôn mặt đầy nước mắt của cô. Hai hàng nước mắt chỉ lăn dài khi cô đưa anh ra cửa lúc gần hai giờ sáng. Anh bảo anh không ở lại ngủ đêm với cô được vì có thể vợ anh sẽ gọi về nhà.

4.

Lần thứ tư, mùa Xuân, anh đem đến tặng cô một bó hoa hồng.

Đó là lần đầu tiên anh mua hoa tặng cô. Cô bảo hình như đây là lần đầu tiên anh đến với cô vào ban ngày. Anh bảo đúng và sẽ không bao giờ anh phải đến vào lúc đêm tối nữa vì anh vừa làm giấy tờ ly dị vợ. Anh sẽ về sống với cô. Cô bảo sao anh lại làm thế, cô sắp đi khỏi nơi đây rồi. Anh nói anh không hiểu cô nói gì. Cô bảo vào nhà anh sẽ rõ. Anh vào nhà và thấy đồ đạc trong nhà đóng thành từng thùng lớn nhỏ. Một tấm vải phủ kín chiếc dương cầm, dây nhợ buộc kỹ càng chung quanh. Tranh ảnh trên tường đã tháo gỡ hết. Tất cả như đang chuẩn bị cho một chuyến du hành xa không có ngày trở lại. Anh hoang mang quay lại hỏi cô thế này nghĩa là gì. Cô bảo cô quyết định xa anh, quay về California, nơi có những người thân yêu của cô. Cô không thể tiếp tục sống ở cái thành phố nổitiếng là thành phố văn hóa nhưng buồn thê thiết này thêm một ngày nào nữa vì nơi đây giết chết cô lần mòn. Anh hỏi cô về California làm gì. Cô bảo không biết. Cóthể sẽ lấy chồng. Cóthể sẽ làm ănbuôn bán. Có thể đi dạy học tiếp. Có thể ngồiviết văn.Anh bảo cô đừngđùa với anh. Anh không cho cô bỏ anh đi đâu cả vì anhchỉ cònmình cô. Anhhỏicô khôngcòn yêu anh nữasao. Cô bảo cô vẫn yêuanh,côyêu anh hơn bao giờhết và sẽkhông bao giờ còn khả năng yêu được người đàn ôngnào khác như đãyêu anh. Anh hỏi nếu vậy tạisao cô lại bỏ đi. Tại saoem lạibởđi khi anh không cònvướng bậnchuyện gia đình nữa. Cô bảo đó là sự mâu thuẫn lớn trong cô. Thế thôi. Anh nói anh không hiểu được cô.

Anh không hiểu cô thực. Nhưng khi biết cô không có ý đùa, anh ngồi phệt xuống sàn nhà ôm đầu khổ sở. Sàn nhà gỗ lạnh lẽo vì tấm thảm Ba Tư đã được cuộn tròn lại dựng nơi góc tường. Cô đến ngồi bên cạnh vuốt mái tóc rối bù của anh như bà mẹ vuốt tóc đứa con trai.

Cô ôm lấy anh và anh bắt đầu khóc. Anh khóc mùi mẫn. Lần đầu tiên anh khóc từ khi trưởng thành. Nước mắt anh làm ướt cả vạt áo trước của cô.

Có tiếng chuông điện thoại. Cô đứng lên nhấc máy trả lời. *Vâng, các ông đến ngay đi. Đồ đạc tôi đã chuẩn bị sẵn sàng.* Anh nghe giọng cô ráo hoảnh như đang gọi đặt mua món hàng gì.

Anh đã hết khóc. Cô đem đến nhét vào tay anh một món vật vuông vức, dẹp mỏng. Anh nhìn xuống nhận ra đó là một dĩa nhạc. Dĩa The Four Seasonscủa Vivaldi. Cô bảo cô mua dĩa nhạc này lâu rồi, định tặng anh nhưng hôm nay mới có dịp. Nói xong cô bỏ anh ngồi đó, vào nhà bếp tiếp tục thu dọn đồ đạc.

Còn lại một minh ở phòng ngoài, anh bần thần mân mê dĩa nhạc trong tay, mắt nhìn ra cửa sổ. Nắng xuân ngoài kia bỗng bừng lên, rực rỡ chói lòa. Một chùm nắng xuyên qua cửa sổ soi lên bó hồng nằm lặng lẽ trên sàn nhà trơ trọi.

Trịnh Y Thư

TRUNG HẬU

Trung Hậu tên thật là Hoàng Văn Dũng, sinh 26 tháng 6, 1955 tại Đà Nẵng.

Học trường Nam Tiểu Học và trung học Phan Chu Trinh.

Đôn quân 1972, Đại Đội 92, Tiểu Đoàn 9, Lữ Đoàn 1 Nhảy Dù.

Sau 1975 đi học lại ở Mỹ.

Viết khi còn học ở Phan Chu Trinh. *Giấc Đá* là bài lục bát đầu tay đăng ở *Tuổi Ngọc*.

Tác phẩm đã xuất bản:

- *Đất Đỏ Bụi Mù Quân Đi Về Núi* (thơ; Quyên Book, California, xuất bản)

Đêm nhìn đồi đỏ cháy

đêm nhìn pháo dội từ phương bắc
chụp xuống đồi tây những đợt dài
thằng bạn nói để cho mày báo cáo
tao bấm máy này một nhớ nhân năm

đồi đỏ cháy trung đội hai nằm đó
huấn hồng hồ liệu những tên quen
thùy ơi mày bấm chi nhiều quá
cúi xuống kẻo mà rách cái lưng

đêm nghe hò hét từ đông bắc
tiếng quỷ gờm lên đợt xung phong
đích thân bắn che giùm hướng ấy
điều chỉnh cho gần hố tan hoang

đồi đất đỏ trung đội hai nằm đó
đêm sông thạch hãn chảy vô tình
mười mấy cái lưng cùng trỗi dậy
chết thì cùng chết để cùng đi

sáng xách poncho đi khiêng xác
vừa đi vừa nguyện với tên quen
sống khôn thác thiêng nghe mới khuất
phù hộ cho tao gánh mày về

đồi đất đỏ nhìn qua thạch hãn
hồng nằm đất đỏ tóc hai mươi
huấn chết sao hiền như con gái
thùy ơi mày rán để tao dìu

đồi đất đỏ nhìn qua năm tháng
sao đêm nằm ngủ vẫn còn nghe
tiếng ai gọi máy từ tây bắc
tiếng lòng tan nát tiếng con sông.

Thư gửi 922

khi mình rơi xuống vực sâu
dù không bung nữa ngẩng đầu trèo lên
dẫu gì mình cũng là tên
của thời chấp hết ở bên kia trời

dẫu gì mình cũng một thời
đâu cần phải gọi bỏ đời mà đi
[mai sau cỏ mọc xanh rì
trên đồi mây trắng chẳng vì em đâu].

Sao rụng ở Austin

đi giữa Austin nhớ bước chân Quảng Trị
trời ở đâu nắng lửa cũng như nhau
tại sao cứ theo ta vậy hoài chiếc bóng
để chia nỗi buồn hay nặng nhẹ ba lô
thức giữa Austin thấy sao treo lạc hướng
đêm ở đâu khắc khoải cũng theo sâu
tại sao cứ theo ta vậy hoài chiếc bóng
để cọng nỗi buồn hay trừ bớt âu lo

ở giữa Austin thấy nơi đâu cũng vậy
chẳng phải hiên nhà chỗ lạ ngủ không quen
ừ sao ta thèm poncho nền đất đỏ
hố bên kia thằng bạn ngủ mơ người
mỗi thành phố buồn ghê đời trôi nổi
đi ngang đâu cũng thấy lạc quê nhà
ba giờ sáng nhìn sao rơi lặng lẽ
mơ ước của người hay chỉ của riêng ta.

Mùa phượng nở công viên

bây giờ là tháng Sáu
mùa phượng nở công viên
vẫn một con đường đó
mà sao lạ chân về

mỗi ngày anh thức dậy
tưởng đời như giấc mơ
gối còn vương sợi tóc
mà xa tận bao giờ

bây giờ là tháng Sáu
mùa phượng đỏ trong hồn
vẫn góc qua nhà đó
mà sao ngại chân đi

mỗi đêm anh về ngủ
buồn như thuở trong rừng
ơi em bàn tay lạnh
co về chỗ riêng thôi.

Trung Hậu

TRÙNG DƯƠNG

Tên khai sinh là Nguyễn Thị Thái, sinh năm 1944 tại Sơn Tây, di cư vào và lớn lên tại miền Nam từ 1954. Nguyên chủ nhiệm – chủ bút nhật báo *Sóng Thần* (Sài Gòn, 1971-75), bà là tác giả của nhiều truyện ngắn, truyện dài, biên khảo, phóng sự, minh hoạ, và một vở kịch ba màn, *Các Con Tôi Đã Về* (1978).

Tị nạn Cộng sản tại Hoa Kỳ từ 1975. Sau khi tốt nghiệp cử nhân và cao học ngành báo chí, công quyền và các vấn đề quốc tế, Đại học Tiểu Bang California, Sacramento; bà làm phóng viên cho tờ *The Mountain Democrat, Placerville, Calif.*, từ 1991-93; sau đó về cộng tác với nhật báo *The Record, Stockton, Calif.*; làm copy editor rồi trưởng thư viện tin tức (chief news librarian) từ 1993 tới khi về hưu năm 2006.

Bà hiện cư ngụ tại tiểu bang Oregon.

"Bên kia là núi, bên này là sông"

Ai đem tôi đến chốn này,
Bên kia là núi, bên này là sông.
(Ca dao)

Lời giới thiệu: Vào đầu thập niên 1980, một người bạn từ Thái Lan chuyển cho tôi một mẩu tin trên tờ Bangkok Post về bốn cha con anh Nguyễn Văn Tuấn vượt biên giới Trung Hoa-Miến Điện đang ở trong tù tại Miến. Bốn cha con sắp hết hạn tù về tội nhập cảnh bất hợp pháp, nhưng nhà chức trách không biết phải trả họ về đâu. Họ đến từ Trung Hoa nhưng không thuộc về bên đó. Việt Nam cũng từ chối nhận cha con anh Tuấn vì họ không phải người Việt. Giản dị: anh Tuấn là người da đen, tuy không đen cái đen tuyền như các con anh, và có những nét Phi châu. Anh Tuấn nói cha anh là người Pháp, nhưng anh lại không biết tí tiếng Pháp nào. Câu chuyện của họ đeo theo tôi trên hai thập niên. Thoạt đầu nó thành hình qua truyện ngắn dài, một thứ novella, có tựa "Bên Kia Là Núi, Bên Này Là Sông", rút từ ca dao.

Do dự tính khai thác thành một truyện dài, về một hoàn cảnh bi đát và độc đáo này, tôi đã cẩn thận ghi tên theo học một lớp viết tiểu thuyết. Chưa có một dự án tiểu thuyết nào mà tôi đã nghiên cứu, dàn bài, xây dựng nhân vật, cảnh trí, kể cả vẽ lại ngôi làng quê của bố mẹ tôi mà tôi mượn cho truyện, kỹ lưỡng như cuốn truyện mà tôi tạm đặt tên là "Tiếng trống trong rừng thẳm", do biệt tài chơi trống đến xuất thần của nhân vật chính (do tưởng tượng của tôi, dĩ nhiên), một người Việt lai Phi châu, và chỉ trong tiếng trống anh mới thực sự tìm thấy mình trong cuộc sống nhiều biến chuyển ở một làng quê Việt miền Bắc qua ba cuộc chiến từ 1953 tới 1983, là năm tác giả của bài báo bắt gặp cha con anh trong một nhà tù Miến Điện. Truyện có một kết cuộc "có hậu" mà tưởng tượng của tôi dẫn dắt tới.

Dự án bị bỏ dở. Có nhiều lý do, không tiện kể ra và cũng không cần thiết để kể. Nhưng trong thâm sâu lòng mình thì có lẽ phải nhìn nhận là hình như tôi đã định viết vì nhu cầu muốn giải tỏa một nỗi bất lực, đó là tôi đã không làm gì được cho các nạn nhân. Tôi hoàn toàn, cho đến bây giờ, không biết gì về số phận của bốn cha con anh Tuấn. Tôi vẫn hy vọng là Pháp, với truyền thống nhân bản và tinh thần trách nhiệm đối với đứa con rơi của người lính đã chiến đấu cho họ, đã cuối cùng thuận cho mấy cha con anh Tuấn tới định cư ở nước họ. Tôi hiểu không thiếu tác phẩm văn chương là kết tụ của những ước mơ không đạt được trong thực tế. Song tôi cảm thấy không muốn tự đánh lừa và ru ngủ mình.

Dù vậy, tôi còn giữ được truyện ngắn này, in lần đầu trên bán nguyệt san Kháng Chiến số 27, tháng Năm 1984. Vào năm 2009, cố nhà văn Cao Xuân Huy, tác giả của Tháng Ba Gãy Súng, giúp chuyển sang bản điện tử từ bản thảo viết tay của tôi, và tạp chí Hợp Lưu đã in lại trên báo giấy số 107, tháng Chín, 2009. Nay đưa nguyên văn bản điện tử như khi xuất hiện trên Hợp Lưu vào tuyển tập "44 Năm Văn Học Việt Nam Hải Ngoại", như ngôi nhà cuối cùng cho một truyện ngắn và dự tính tiểu thuyết dở dang. [TD, 2018]

Một số tài liệu liên quan tới dự án tiểu thuyết dựa trên truyện ngắn "Bên kia là núi, bên này là sông" (Ảnh TD)

1953 Tại một làng quê ở miền xuôi Bắc Việt

Cha Hoài, một linh mục ngoài 50 tuổi, vừa bưng bát cơm lên miệng chưa kịp và miếng nào, bỗng khựng lại khi nghe từ trong xóm vọng lên tiếng tru dài thảm thiết, rồi kế đó là một tràng kể lể giọng phụ nữ đã có tuổi, lẫn trong tiếng thổn thức ai oán ngân dài tưởng như vô tận trong bóng chiều chạng vạng về trên thôn xóm hiu hắt. Con Mực đang đứng bên chân Cha Hoài chầu ăn cũng vùng chạy ra ngoài hiên cất tiếng sủa oăng oẳng.

Nữ tu Têrêsa, một phụ nữ ngoài 60 lâu nay vẫn hầu cạnh Cha Hoài như người chị săn sóc cho em, vừa đặt xuống bàn bên mâm cơm chiếc đèn dầu lạc heo hắt hắt lên tường hai cái bóng người chập chờn nhấp nha nhấp nhổm, cũng chợt khựng lại trong thoáng giây, nghe ngóng, rồi khẽ thở dài. Bà lên tiếng suỵt suỵt cho con Mực im.

"Gia đình nhà Cả Lụa chết đã được mấy tháng rồi nhể?" Cha Hoài hỏi, mắt nhìn mông ra ngoài trời chiều.

"Năm tháng tròn, thưa cha", bà Têrêsa đáp không cần suy nghĩ, như thể cái ấn tượng của hôm gia đình Cả Lụa toàn gia bị thiêu sống như một đàn lợn quay trong ngôi nhà gianh bị trúng mọt-chê Pháp vẫn còn sống động trong tâm trí bà.

Năm tháng đã qua, kể từ cái đêm kinh hoàng đó, mỗi chiều, đúng vào ngày tai nạn xảy ra, mẹ của chị Lụa, bà Trùm Lĩnh, ra ngồi trước nền ngôi nhà đã cháy rụi của gia đình con gái và cất tiếng khóc tru thảm não cho tới khi mệt lả, hay có thể nói là cho đến khi màn đêm dày đặc đầy đe dọa buông phủ xuống một vùng quê đã đè nghẹn chính tiếng khóc của bà.

Lúc đầu, mọi người đều thảng thốt, tưởng lại có chuyện gì xảy ra. Nhưng rồi khi nghe ngóng, thấy giọng khóc tru đó cứ đều đều nỉ non, không lên cao để nói lên tính cách báo động một điều gì khác thường, nên họ thôi không còn thảng thốt nữa, mà bắt đầu hiểu, mà bắt đầu hồi tưởng lại cái cảnh kinh hoàng xảy ra trước đó một tháng khi họ tiếp tay với vợ chồng bà Trùm bới những cái xác cháy đen của vợ chồng Cả Lụa và ba đứa con nhỏ ra khỏi đống tro tàn. Đứa con gái lớn của Cả Lụa, con Hài, 15 tuổi, may mắn sao, vì đang bị lên sởi và đã được bà Trùm đón qua nhà để chăm nom và cũng không để truyền qua mấy em nó từ tuần trước, nên sống sót.

Giờ Hài đã khỏi, nhưng như người mất hồn, không nói năng gì, có lẽ đã bị câm, đôi mắt thao láo như chả bao giờ chịu nhắm nữa.

Bây giờ thì mọi người trong xóm đã quen với tiếng khóc thảm não của bà Trùm vào mỗi ngày ấn định trong tháng.

Dù vậy, Cha Hoài cũng không thể nuốt trôi miếng cơm nào, mặc bà Têrêsa phản đối.

"Cha không ăn, đêm chạy giặc thì dài, đói nó cào ruột làm sao chịu thấu?" bà cằn nhằn.

"Chạy giặc…" Cha Hoài lầm bầm. Đêm nào cũng như đêm nào, cứ khi màn đêm buông xuống, dân làng lũ lượt bồng bế nhau và quang gánh ra đồng ngủ trên những gò đống, bờ đê, gốc đa hoặc trong Đất Thánh, là nghĩa địa của người theo đạo Công giáo. Ban ngày làng thuộc quyền kiểm soát của quân đội Pháp, một thứ quân đội lẫn lộn người Pháp, người da đen nghe đâu được tuyển tận từ Maroc qua, và cả người Việt Nam. Ban đêm của Việt Minh. Ai là giặc? Ai là thân? Cha Hoài cảm thấy mình bị giằng co giữa con người mang dòng máu Việt và khao khát độc lập, với con người của Thiên Chúa không chấp nhận chủ nghĩa Cộng sản. Cha chỉ còn biết cầu nguyện và cố gắng bảo bọc cho đám con chiên của mình được chừng nào hay chừng ấy. Sống hay chết là ở tay Chúa. Thực ra Cha Hoài không muốn chạy giặc. Cha không quen, như đám con chiên lam lũ nọ, ngủ bờ ngủ bụi. Nhưng sự có mặt của Cha giữa đám người khốn khổ ấy là cần thiết, nên Cha thường miễn cưỡng ra ruộng với họ, cùng với một cái tráp trong đựng Mình Thánh và vài đồ vật dụng tế lễ. Cái gì có thể mất, kể cả nhà thờ có thể sập, nhưng cái tráp này cần được bảo vệ bằng mọi giá và cũng là nơi nương tựa tinh thần của mọi người.

Từ sau đêm gia đình Cả Lụa bị thiêu sống, mọt-chê từ đồn trên huyện vẫn thỉnh thoảng câu về làng, nhưng không có thiệt hại nào lớn, trừ đôi chuồng gà, chuồng trâu hay hàng hiên, cây mít nào đó bị sụp đổ. Một vài người đổ lì, không chạy nữa. Vì chạy thì chạy, việc đồng áng vẫn phải tiếp tục, nếu không, lấy gì mà sống. Ngủ bờ ngủ bụi chập chờn, không bao giờ đẫy giấc, rồi hôm sau lại lo làm ruộng, ai nấy cùng cảm thấy không đủ sức. Dần dần nhiều người khác cũng ở lại làng ban đêm. Nhưng thay vì ở nhà, có một số kéo nhau đến Cha Hoài xin phép ngủ trong ngôi nhà thờ tường lỗ chỗ những vết đạn, ngói nhiều chỗ bị chóc. Bình thường đấy là điều cấm kỵ. Chỗ thờ phụng, nằm ngủ ngả nghiêng, coi sao được. Nhưng rồi Cha Hoài cũng nhượng bộ, thỏa thuận cho họ nằm ở gần lối cửa ra vào. Có người tiếc lứa lợn con mới đẻ, đem luôn cả bầy lợn mẹ lợn con vào nhà thờ. Cũng may việc này chỉ xảy ra có một lần vì mọi người đều phản đối, tránh cho Cha Hoài phải khe khắt với con chiên.

Dân làng nghĩ, nếu Pháp có câu mọt-chê về làng, thì vì cũng là người Công giáo, thế nào họ chẳng chừa nhà thờ ra. Người Pháp họ chừa nhà thờ, nhưng Việt Minh thì không. Thành ra, vào một đêm nọ, có điềm chỉ báo chi đó, trước khi Việt Minh kéo vào nhà thờ để tuyên truyền lũ người nhà quê – vốn chỉ cầu sao yên ổn để làm ăn, vì độc lập hay Pháp thuộc thì họ vẫn phải làm ruộng vẫn phải đóng thuế – trên đồn đã câu mọt-chê xuống sớm và nhiều hơn thường lệ. Nguyên một gác chuông nhà thờ bị đổ sụp, với vài người bị thương. Đêm đó cả nhà thờ nhao lên như Ngày Tận Thế đã đến. Từ đó, người ta lại kéo nhau ra ngoài đồng hoặc vào Đất Thánh, mỗi khi đêm xuống.

Chạy giặc. Cha Hoài cảm thấy quá mệt mỏi. Bệnh lao phổi đã khiến ông không còn bao nhiêu nghị lực.

“Đêm nay Cha sẽ ở lại làng”, Cha Hoài nói.

“Giê-su Ma-ri-a Giu-se! Ngộ nhỡ… rồi làm sao?” bà Têrêsa kêu lên. “Cha không biết là sau cái đêm gác chuông bị trúng mọt-chê sụp, 'họ' nói là làng mình cộng tác với địch, cho điểm chỉ về đồn báo…"

Cha Hoài bỗng cay đắng:

"Trong khi đó Cha lại nghe trên đồn nói mình cộng tác với bên kia, che chở cho bên kia…" Cha bỏ lửng câu nói, nhắm nghiền đôi mắt, nét mặt bi thương. Lạy Chúa, khi nào Chúa sẽ gỡ bỏ cho chúng con cây Thánh Giá với Mão Gai này? Hay ý Chúa muốn chúng con phải chết trên ngọn Cavaliô như khi xưa Chúa đã làm để cảnh tỉnh đám nhân loại mê muội? Nguyện xong rồi, Cha Hoài cảm thấy lòng thư thái hẳn đi. Cha cũng thêm cương quyết hơn trong việc ở lại làng đêm nay.

"Vả lại", Cha nói chậm rãi, "nhà Tư Sở đang hấp hối, chắc không chạy được. Cha phải ở lại để nhỡ…"

"Nếu Cha ở lại, con cũng ở lại", bà Têrêsa nói.

"Đâu có được. Phải có một người ở ngoài Đất Thánh với các bổn đạo, nhất là bọn nhỏ hay sợ ma…"

Bỗng ông Trùm Lĩnh chạy hộc tốc vào, cúi rạp mình thật nhanh chào hai nhà tu hành. Con Mực đang nằm trên thềm nhổm dậy, sủa một tiếng ngắn, rồi đứng ngoắt ngoắt cái đuôi đón một người quen biết.

"Lạy Cha ạ! Lạy Dì ạ!" Xong, ông ngó ngang ngó dọc, mắt thất thần. "Cha với Dì có thấy con Hài nhà con ở đâu không? Vợ chồng con tìm khắp nơi trong thôn mà không thấy. Chúng con phải ra ngoài Đất Thánh ngay bây giờ…" Rồi hạ thấp giọng, ông Trùm vừa nói vừa thở, câu được câu mất. "Con nghe phong thanh tối nay trên đồn sẽ cho lính về càn quét tận nơi tận chốn… Con mụ vợ con nó không chịu đi ra Đất Thánh… nếu không có con Hài đi cùng… Cơ khổ!"

Thay vì đáp lại vẻ sôi nổi hốt hoảng của người đàn ông nhà quê, bà Têrêsa quay sang Cha Hoài:

"Đấy, Cha không thể ở lại đây được. Cha phải đi với chúng con…"

Cha Hoài ngắt lời bà Têrêsa, quay sang đặt tay lên vai ông Trùm Lĩnh:

"Dì Têrêsa đây sẽ qua thuyết phục bà Trùm đi ra đồng với ông. Phần Cha, Cha sẽ đi kiếm con Hài, rồi ra sau".

Nói xong, Cha vào phòng trong bê cái tráp đựng các vật tế lễ ra, trao cho bà Têrêsa trước đôi mắt mở to của bà.

"Dì mang tráp này theo ra Đất Thánh trước", Cha Hoài nói. "Nói với bà Trùm cứ đi ra Đất Thánh trước. Cha sẽ kiếm con Hoài rồi cùng ra theo. Thôi đi đi, kẻo trễ".

Vừa nói, Cha vừa giang rộng đôi tay. Biết không thể làm khác, bà Têrêsa ôm tráp vào ngực, quỳ mọp xuống dưới chân Cha Hoài làm dấu thánh giá. Một chân trong ngưỡng cửa, một chân ngoài, ông Trùm Lĩnh cũng vội quỳ thụp xuống theo. Cha Hoài làm dấu thánh giá ban phép lành cho họ bằng một tràng tiếng La-tinh, giọng đều đều, xa xôi, u hoài.

"A-men!" bà Têrêsa nghẹn ngào thốt lên khi Cha Hoài dứt lời. Ông Trùm cũng vội vã phụ họa. Rồi hai người tất tả bước ra ngoài sân, nhòa mình vào trong bóng tối. Con Mực đứng phe phẩy đuôi dáng thắc mắc nhìn theo, rồi quay lại nhìn Cha Hoài, dò hỏi.

*

Đêm hôm ấy, ngoài Đất Thánh, người lớn không ai ngủ được đã đành, trẻ con sợ ma, nên cũng không dám ngủ nốt.

Màn đêm buông xuống dày đặc đã lâu mà vẫn không thấy bóng dáng Cha Hoài với cái Hài đâu. Ông Trùm đã đôi phen tính lẻn về xem xét động tĩnh, nhưng phần sợ, phần bị những người khác can ngăn, nên lại thôi. Bà Têrêsa cũng đứng ngồi không yên, luôn tay lần chuỗi tràng hạt. Bà Trùm

Lĩnh thì thỉnh thoảng nấc lên trong bóng đêm. Mọi người nằm ngồi túm tụm sát bên bức tường thấp bao quanh khu Đất Thánh. Thỉnh thoảng có tiếng ho khan của một người già hoặc trẻ con, tiếp theo là tiếng suỵt suỵt, chứng tỏ mọi người đều tỉnh thức, hồi hộp.

Riêng bà Têrêsa có linh cảm về một cái gì ghê gớm lắm sắp xảy ra. Từ mấy tuần nay, từ sau khi Cha Hoài lên tỉnh tham dự buổi họp các linh mục về, Cha đã cho bà biết về việc nhiều linh mục ở các làng khác đã được triệu hồi về tỉnh để chờ quyết định di chuyển xuống Hải Phòng chờ đáp tàu đi Nam.

Có làng Công giáo đã rục rịch di chuyển cả làng. Có nhiều làng đã không còn vị lãnh đạo tinh thần. Chẳng thế mà mỗi ngày Chủ Nhật, làng của bà đã có dịp đón những con chiên ở các làng xa về dự lễ, không quản đường xá xa xôi, trắc trở. Cha Hoài không bao giờ đề cập đến chuyện chính Cha sẽ đi Nam. Việc này không bó buộc. Vả, phải có người ở lại, dù tình thế biến chuyển ra thế nào, để còn dìu dắt đám con chiên chọn ở lại vì không nỡ xa lìa mảnh đất của tổ tiên và vì không biết đời sống nào chờ đón mình ở miền Nam xa lạ như một quốc gia khác kia. "Họ" sắp chia cắt đất nước. Một cuộc mặc cả đang diễn ra ở bên Giơ-neo mà bà Têrêsa có nghe Cha Hoài nói đến nhưng không còn nhớ là ở đâu, hình như xa lắm, gần chỗ Tòa Thánh nơi Đức Giáo Hoàng ngự kìa. Cuộc mặc cả giữa Pháp và Việt Minh. Khi người ta mặc cả với nhau về một món hàng, đã hẳn, bà Têrêsa nghĩ, là phải gay go, nhiều dối trá, lừa lọc, phản bội. Và người dân cứ việc trên đe dưới búa. Ruộng vườn cứ việc tan nát. Người cứ việc chết hoặc đui mù què quặt hoặc tán gia bại sản. Làng làng chỉ còn người già với đàn bà, trẻ con. Trai tráng thì hoặc theo du kích, hoặc bị bắt đi lính cho Pháp, hoặc trốn về thành phố sống chui rúc. Người có tiền của hơn chút hoặc có bà con ở ngoài tỉnh thì ra tỉnh lánh nạn. Chỉ còn lại những người nông dân nghèo khổ làm ruộng chỉ đủ ăn ở lại làng. Những người còn lại thì câm lặng chừng nào hay chừng ấy, nhưng cũng không tránh khỏi cảnh bị bên này cho là thân bên kia và ngược lại, cứ thế. Như một lũ chuột bị dồn đuổi. Hay nhỏ nhoi hơn cả chuột nữa, họ là ruồi muỗi trong trận trâu bò húc nhau.

Nhiều tiếng súng nổ từ phía làng vọng lại làm mọi người cùng thảng thốt. Họ nghển cổ giương mắt nhìn về làng như muốn đục thủng màn đêm dày đặc để nghe ngóng động tĩnh. Họ chợt xôn xao khi thấy mái tranh nhà ai vừa bốc cháy. Một đám cháy, rồi hai đám cháy, rồi ba, bốn… Và cứ thế cả ngôi làng bỗng chốc trở thành biển lửa. Tiếng xôn xao của đám người khốn khổ bây giờ trở thành những tiếng khóc rên hốt hoảng đau đớn. Không còn ai buồn suỵt ai để giữ im lặng nữa. Trẻ con lúc này quên cả sợ ma. Chúng trèo lên tường Đất Thánh để nhìn đám cháy làng cho rõ, khuôn mặt chúng bất động như pho tượng Đức Mẹ Fatima hộ mệnh của làng tạc bằng xi-măng, dựng giữa Đất Thánh, với mồ mả bao quanh.

*

Bà Têrêsa không thể chờ lâu hơn được nữa. Ngay khi trời vừa rạng sáng, bà đã ôm cái tráp Thánh tất tả cùng với ông Trùm Lĩnh và đôi ba người đàn ông khác chạy về làng khi những đám cháy chỉ còn là những cụm khói uể oải bốc lên.

Họ sục sạo khắp nơi, vừa sục sạo vừa gọi tên Cha Hoài, tên con Hài. Trong làng dường như không còn nhà nào còn nguyên vẹn. Nhà tranh thì cháy rụi tới tận nền, nhà gạch thì còn đứng nhưng các kèo cột vẫn còn đang âm ỉ cháy un khói đen khắp các mặt tường lỗ chỗ đầy vết đạn. Trâu bò heo gà lớp chết, lớp đi ngờ ngờ, sục sạo tìm cái ăn.

Ngôi nhà gạch nơi Cha Hoài ở cũng cùng chung số phận. Cửa nẻo, đồ đạc nửa cháy nửa bị quăng vứt tứ tung ngoài sân. Không thấy bóng dáng Cha Hoài đâu hết. Bà Têrêsa gọi đã khan cả tiếng, khóc đã sưng cả mắt. Chợt có tiếng chó tru ở phía nhà thờ. Nhà thờ! Bà Têrêsa thoáng nghĩ rồi tất tả chạy về phía nhà thờ, vấp ngã mấy lần vì vướng cái áo thâm chùng và vì kiệt sức. Con Mực đang đứng ở lối cửa dẫn vào phòng thay áo, tru lên thảm não. Vừa thấy bà, nó quýnh quít vẫy đuôi rồi chạy trước dẫn đường vào phòng thay áo, từ đó, nó dẫn bà Têrêsa qua trước bàn thờ. Tại đây, vắt người trên mấy bậc dẫn lên chỗ hành lễ, Cha Hoài nằm sấp mặt trên bộc xi-măng, bất động, một tay vươn ra về phía nhà thờ.

"Giê-su Ma-ri-a lạy Chúa tôi!" bà Têrêsa kêu lên, rồi quỳ phục xuống bên cạnh Cha, cố dùng tàn lực vực Cha dậy.

Cha Hoài vẫn còn thoi thóp. Toàn thân ông vẫn còn nguyên vẹn, duy những dòng máu từ mái tóc chảy xuống mặt đã khô, chứng tỏ ông bị thương ở đầu và nằm đây đã lâu. Bà Têrêsa cố gắng vực ông xuống mấy bậc cấp, nhẹ đặt ông xuống nền nhà bằng phẳng. "Cha nằm đây để con đi gọi mấy người kia lại giúp…" bà nói, giọng hổn hển.

"Khỏi… Vô ích…" Cha Hoài hé đôi mắt phần lớn chỉ còn tròng trắng, tiếng thều thào đứt quãng thoát ra từ đôi môi khô nứt.

Bà Têrêsa nhìn sững Cha, kinh nghiệm của những lần theo Cha Hoài đi thăm những con chiên hấp hối, hoặc chết vì bệnh hoặc chết vì bom đạn lạc, đã cho bà biết mọi cố gắng lúc này đều vô ích, và người hấp hối biết điều đó hơn ai hết. Bà ghé tai sát vào đôi môi mấp máy của vị linh mục chỉ biết phục vụ Chúa và con chiên của Người. Thấy Cha Hoài cố gắng vận dụng cánh tay phải của mình, bà Têrêsa nhẹ nâng cánh tay ấy lên. Có một lúc, cánh tay Cha Hoài dời khỏi bàn tay nâng đỡ của người nữ tu, và rung rung chỉ về phía cuối nhà thờ:

"Con Hài… đêm qua bị… bọn Tây đen rạch mặt… Cha van xin… bị…"

Cánh tay bỗng rơi rụng cái bịch xuống nền xi-măng đầy gạch ngói vỡ vụn. Cha Hoài ngoẻo đầu sang một bên. Một dòng máu từ một bên mép Cha ứa ra. Dường như Cha chỉ chờ bà Têrêsa hay ai đó về tới để trối trăng nửa vời cảnh cha đã chứng kiến trong đêm tận thế vừa qua, rồi mới đi.

Con Mực nãy giờ ngồi đó vẫy đuôi bồn chồn, thỉnh thoảng phát ra tiếng ư ử như chính nó đang đau đớn, bất ngờ hếch mõm lên trời và tru lên một tiếng thống thiết. Xong vừa ư ử trong cổ họng nó cúi xuống vừa liếm mặt người chủ vừa qua đời.

Bà Têrêsa nấc lên một tiếng đau đớn. Bà vuốt mắt cho Cha Hoài, đặt đầu Cha lại ngay ngắn với khuôn mặt ngửa lên trời. Xong, bà gỡ cây thánh giá vẫn đeo nơi ngực xuống đặt lên ngực Cha Hoài, rồi hai tay bà nhẹ nâng hai tay Cha và đặt bắt chéo vào nhau trên cây thánh giá.

Xong, bà làm dấu thánh giá rồi thu hết tàn lực sau một đêm thức trắng đầy hồi hộp, bà lảo đảo đứng dậy, rảo bước xuống phía cuối nhà thờ giữa những dãy ghế gãy đổ xộc lệch và các mảnh vôi, gạch, ngói ngổn ngang. Đôi mắt già cả đảo quanh tìm kiếm. Bà muốn tắt thở vì cảnh tượng trước mắt.

Con Hài nằm ngửa trên nền nhà thờ, mái tóc rối bời phủ kín mặt. Trên người nó không còn một mảnh vải, đầy những vết tím bầm. Nơi hạ bộ của nó bê bết những vệt máu đã khô. Trông nó như người đã chết.

Bà Têrêsa giựt tấm khăn đen vẫn đội trên đầu xuống làm mái tóc muối tiêu bị xổ tung buông xuống đôi vai gầy run rẩy. Bà phủ khăn lên người con Hài. Hơi ấm từ làn da của con bé cho bà tin là nó còn sống. Khi bà vuốt mái tóc bê bết của nó qua một bên, bà nghe như nó vừa mấp máy môi gọi trong đôi mắt vẫn nhắm nghiền.

"U ơi... u ơi... Con... đau..."

Bà Têrêsa trố mắt nhìn con nhỏ. Lâu nay bà vẫn tưởng con bé câm.

1963 Vẫn tại một làng ở miền xuôi, Bắc Việt

Trời đã về chiều mà bà Têrêsa vẫn chưa thấy cu Tuấn ra đồng tiếp tay với bà gánh mớ rạ bà vừa cắt còn xếp một đống trên bờ đê, cùng với non thúng lúa bà mới mót được.

Bà Têrêsa leo lên bờ đê, gượng quên cơn đau dữ dội của cái lưng suốt ngày cúi lom khom, vừa chùi tay vào hai bên hông chiếc quần thâm đã bạc màu, gấu rách lua tua, vá đụp nhiều chỗ, vừa dõi mắt về phía làng.

"Cái thằng! Lại mải chơi, hay ngủ vùi quên ở đâu…" bà Têrêsa lẩm bẩm một mình. Xong, bà ngó gánh rạ, tự ước lượng sức mình với cái lưng đang đòi bà nằm xuống nghỉ. Chắc chắn bà không thể bỏ công trình thu nhóp của cả một ngày trời ở ngoài ruộng, nhất là khi từng đám mây đen báo hiệu trời sẽ mưa đêm nay. Bà cần mớ rạ đun bếp đã đành, bà còn cần rạ để chêm vào những chỗ hở trên tường, trên mái của căn lều đã quá cũ của hai bà cháu, ít ra cho qua mùa đông này. Sang xuân… Bà Têrêsa nhẩm tính, sang xuân, năm tuần nữa, khi trời ấm áp, năm nay, nhất định bà sẽ không chần chờ nữa. Bà sẽ khăn gói đưa cu Tuấn về quê bà ở mạn ngược.

Bà Têrêsa cũng không hiểu sao bà cứ tiếp tục nấn ná ở lại làng này, nơi không phải chốn sinh trưởng của bà. Từ ngày Cha Hoài chết, rồi tiếp thu, rồi một số dân làng, phần lớn là những người Công giáo lần lượt lén bỏ làng đi, lấy cớ là đi thăm bà con lần chót ở Hải Phòng, rồi không trở lại nữa, bà thấy mình có bổn phận phải ở lại với những người vì một lẽ gì đó của riêng họ, ở lại, trong đó có con Hà lúc đó cái bụng đã sắp tới ngày đẻ.

Giữa năm 54, chiến cuộc ngã ngũ. Không còn mọt-chê,

bom, đạn. Mọi người chưa kịp hưởng không khí hòa bình thì đã bắt đầu thấy có cái gì khác lạ, đặc biệt giữa những người Công giáo. Họ thường gặp nhau và bàn tán thì thầm về chuyện đi hay ở. Nghe nói có làng nguyên cả xóm đạo đã đi Nam cùng với vị chủ chiên của làng. Nhiều làng chia nhau một cha sở vì nhiều linh mục cũng đã đi Nam. Nhiều Chủ nhật, bổn đạo không quản xa xôi, thức dậy từ tờ mờ sáng lặn lội tới làng nơi có Thánh Lễ cử hành do một linh mục từ tỉnh về. Họ tới dự lễ và cũng để lĩnh thánh ý về việc đi hay ở.

Chưa bao giờ kể từ ngày Cha Hoài chết, bà Têrêsa ao ước giá mà Cha đừng vội về Nước Chúa sớm như thế. Xung quanh bà dân làng ngơ ngác như là gà con lạc mẹ. Mặc dù bà Têrêsa là một nữ tu, song bà cũng chỉ là một người đàn bà, bà đâu có hiểu nổi những chuyện ở bên ngoài những việc kinh hạt và săn sóc cho những người đau yếu nhờ chút kiến thức về y tế bà thâu lượm được hồi còn ở Nhà Dòng. Bà không thể giúp gì được cho đám bổn đạo đang quay cuồng vì chuyện đi hay ở, ngay cả sau khi làng đã được tiếp thu. Họ không muốn bỏ nơi chôn nhau cắt rốn, ruộng vườn, nhà cửa, nhất là những ngôi nhà vừa mới cất sau vụ cháy làng năm rồi. Nhưng đồng thời họ cũng lo sợ cho tương lai của họ trong chế độ mới đã bắt đầu manh nha những cấm đoán này khác trong việc tín ngưỡng của họ, bên cạnh những tin truyền khẩu về các vụ đấu tố địa chủ, việc cán bộ bắt treo hình cụ Hồ trên cả tượng Thánh Giá và ảnh Chúa và Đức Mẹ xảy ra tại các làng khác. Họ sẽ không có dịp kinh hạt, giữ đạo và sợ đường đến Nước Hằng Sống của họ rồi đây rồi đây sẽ bị chặt đứt. Trước nỗi hoang mang của mọi người, bà Têrêsa chả biết làm gì hơn ngoài việc khuyên họ dốc lòng cầu nguyện và lắng nghe thánh ý của Chúa.

Đã mấy lần bà Têrêsa tính ra tỉnh để hội ý với bà Mẹ Bề Trên của bà. Cũng đã cả năm rồi bà chưa về lại Nhà Dòng. Lúc này, bà tự hỏi, liệu Nhà Dòng có còn đó, hay cũng đã dọn đi Nam. Có lúc bà cũng hơi có cảm tưởng mình đã bị bỏ rơi. Nhưng bà Têrêsa gạt ngay ý nghĩ đó và chấp nhận thực tại, coi đó như là ý Chúa muốn vậy. Và cũng là ý Chúa khi bà Têrêsa không thể rời làng đi đâu được hết. Luôn luôn có những người đau ốm cần đến bà săn sóc hay cầu nguyện cho họ, hoặc có những xung đột gia đình xung quanh chuyện đi, ở cần đến bà làm trọng tài, khuyên lơn – việc lẽ ra là của Cha Hoài nếu cha còn sống --, hoặc có những người hoang mang cần đến bà để tìm một sự trấn an.

Nhưng đặc biệt hơn cả là việc con Hài với cái bụng mang dạ chửa lúc nào cũng đòi tự vẫn từ cái ngày bà Trùm Lĩnh, khi biết nó có thai sau cái đêm kinh hoàng nọ, vừa đau đớn vừa xấu hổ, và trong một lúc không tự kiểm soát nổi đã tru lên là "Sao nó… không chết cháy luôn với bố mẹ và các em nó cho rồi!" Không ai, kể cả bà Trùm, có thể tin nổi tai mình trước câu phát ngôn điên loạn bất ngờ đó. Từ đó con Hài luôn tìm cách tự hủy làm gia đình bà Trùm lẫn bà Têrêsa phải thay phiên nhau ở bên nó. Cũng từ đó mỗi ngày nhất định trong tháng, cái ngày mà nhà Cả Lụa bị thiêu sống, người ta chỉ thấy bà Trùm ngồi chết lặng trước nền nhà Cả Lụa trơ trụi – nơi bây giờ bà Têrêsa dựng cái lều sống với cu Tuấn. Bà Trùm không còn khóc tru thảm thiết như trước nữa.

Rồi, cũng như một số gia đình khác trong làng, ông bà Trùm xin phép làng đi thăm gia đình bà con ở Hải Phòng để "khuyên họ đừng đi Nam". Họ nhờ bà Têrêsa trông nom con Hài sắp đến ngày sinh nở. Bà Têrêsa biết họ sẽ không bao giờ trở lại. Bà cầu nguyện cho họ, và xin Chúa giúp thêm sức cho bà trong những ngày tới.

Mới đấy đã mười năm trôi qua kể từ ngày bà Têrêsa đích thân đỡ đẻ cho con Hài và một mình chăm lo bú mớm cho cu Tuấn sau khi mẹ nó qua đời ngay sau khi đẻ ra nó. Suốt cả đời bà Têrêsa có bao giờ biết gì về chuyện dưỡng nhi đâu. Ngay cả chuyện đỡ đẻ cũng vậy. Vậy mà rồi cái gì cũng xong, có lẽ nhờ ơn Chúa giúp đấy thôi. Bà Têrêsa càng thêm tin tưởng rằng Chúa quả ở khắp mọi nơi, chứ không đi Nam như nhiều người dân quê theo đạo hồi ấy đồn đại. Có điều là do chế độ mới cũng như vì nhu cầu đời sống của chính mình và của cu Tuấn, bà Têrêsa đang từ một nhà tu hành cũng phải biến thành nông dân, cũng phải chân lấm tay bùn canh tác, và tối tối đi học tập với mọi người khác ở đình. Họ học tập về chủ thuyết Mác-Lê, về cuộc chiến đấu cho nền độc lập và sự thống nhất của đất nước vẫn chưa kết thúc vì rằng mười mấy triệu dân miền Nam, trong đó, các cán bộ chỉnh huấn nói, có những người dại dột nghe theo lời dụ dỗ của ngoại bang đã rời bỏ miền Bắc di cư vào Nam năm nào, hiện đang rên siết dưới bàn tay sắt máu của bọn đế quốc Mỹ và tay sai, tiếp tục noi theo con đường của bọn thực dân Pháp khi xưa để đầy ải dân Việt Nam, rằng những người ấy đang chờ nhân dân miền Bắc vào giải phóng cho họ.

Nhiêu đó bận rộn đối với một bà già, bên cạnh việc chăm lo và bảo bọc cho cu Tuấn, lo sao cho nó không đói, và không bị lũ trẻ trong làng ăn hiếp, bắt nạt vì màu da khác của nó, đã khiến bà Têrêsa không còn thì giờ để làm phần vụ của một tông đồ của Chúa Giê-su mà mấy chục năm trước bà đã long trọng khấn nguyện. Bà vô cùng áy náy về chuyện này, chỉ ao ước sao có được dịp nào đi xưng tội với một vị linh mục, nhưng đã nhiều năm trôi qua, bà Têrêsa không rời làng đi đến đâu được. Một lần, có một người ở miền ngược xuống, bà Têrêsa đã mon men hỏi thăm về làng mình, và sung sướng khi biết gần làng bà, nơi có mồ mả của cha mẹ bà, còn một vị linh mục già. Từ đó, bà nảy ra ý định về làng, đem theo cả cu Tuấn vì bà tin rằng chính nó sẽ có một đời sống dễ chịu hơn, ít bị kỳ thị hơn vì màu da đen của nó, vì làng bà gần biên giới, nơi có nhiều sắc dân khác nhau tụ họp sinh sống, và nhất là còn có một vị chủ chiên ở gần. Bà Têrêsa nuôi dưỡng ý định đó cũng vì bà sợ nếu bà chết ở đây, bỏ lại cu Tuấn thì thật khổ cho nó. Bây giờ còn có bà đấy mà nó còn bị bắt nạt, chế nhạo đủ điều. Nói gì tới lúc bà chết đi… Lại còn chuyện đạo nghĩa của nó nữa… Bà thương cu Tuấn lắm, coi nó như cháu ruột của mình.

Đã nhiều năm bà Têrêsa nuôi ý định về quê. Nhưng đời sống của hai bà cháu là thứ chạy cái ăn từng bữa, lấy tiền đâu ra để đài thọ một chuyến đi hàng cả mấy trăm cây số về miền ngược đó? Năm nào vào mùa đông, gần Tết trong cái giá buốt và hiu quạnh của một đời tha phương, bà Têrêsa cũng nói sang xuân sẽ về làng. Đã nhiều mùa xuân qua, bà vẫn ở đây, giữa cuộc sống mà mỗi ngày bà một thấy xa lạ. Càng về già, bà càng cảm thấy cái nhu cầu về lại mảnh đất nơi chôn nhau cắt rốn của mình nó càng mãnh liệt.

"Nhất định năm nay…" bà Têrêsa thầm thì trong khi nghĩ tới cái nhẫn vàng mà mẹ bà đã cho bà khi bà phát nguyện đi tu mà lâu nay bà vẫn giấu bằng cách khâu dính vào trong cái khăn vấn tóc bà luôn quấn quanh đầu. Cái nhẫn bà đã xin một linh mục làm phép và bà tự coi như mình không có quyền bán nó vì nó là dấu hiệu của sự kiện mẹ bà đã "gả" bà cho Chúa, nó là biểu tượng của lòng kiên trinh, của sự thủy chung của bà đối với Chúa. "Có gì," bà Têrêsa chép miệng trong khi kê vai vào gánh rạ, "mình sẽ xưng tội với cha luôn thể…"

Đối với một người còn sức lực, thì gánh rạ và non thúng lúa kia chả bõ bèn gì. Nhưng ở tuổi bà Têrêsa, lại từ hồi nào tới giờ không quen lao động tay chân cho mãi tới tận tuổi sáu mươi, thì kể là nặng. Cứ gánh độ dăm phút, bà lão lại phải nghỉ, trong khi không ngớt ngóng thằng cháu. Trời đã nhá nhem, và cái lạnh mỗi lúc một gia tăng. Cũng chẳng có ai ở quanh cho bà hỏi thăm xem có thấy cu Tuấn ở đâu. Bà Têrêsa có cảm tưởng như trên cõi đời này chỉ còn có một mình bà. Hay là, bà Têrêsa thốt rùng mình nghĩ, hay là thực ra bà đang trên đường đi tới tòa Phán Xét của Thiên Chúa? Những lúc về sau này, nhiều khi bà Têrêsa hình như không còn phân biệt nổi giữa hư và thực nữa. Như mọi người già cả khác, bà thức nhiều hơn ngủ. Nhưng cả những lúc thức, bà cũng lơ mơ, chập chờn. Lúc thì bà nghe tiếng hát đàn của các Thiên Thần như vời gọi bà. Đó là những khi tâm tư bà tương đối thanh thản, và thể xác bà không bị cơn rét cái đói hoành hành, là những khi lý luận của bà tạm vững vàng, rằng Thiên Chúa chắc cũng thông cảm cho hoàn cảnh của bà vì đã mười năm nay bà không có dịp bước chân vào nhà thờ, không có dịp xưng tội, rước lễ. Nhưng vì đói rét nhiều hơn, nên bà cũng nghe những réo gọi của ma quỷ nhiều hơn. Với một người sinh ra và lớn lên trong sự thấm nhuần các tín điều Thiên Chúa, đã được dạy rằng bỏ xưng tội và rước lễ vào ngày Chủ nhật kể là tội trọng, thì tính ra bà đã phạm cả nhiều trăm lần tội trọng ấy rồi. Thế nên, càng nghĩ bà Têrêsa càng cảm thấy mình gần địa ngục hơn thiên đường, dẫu Chúa có khoan dung cách mấy mặc lòng. Chưa kể cái tội nặng nhất của bà là, thay vì như các Thánh Tử Đạo xưa, thà chịu chém đầu chứ không bước qua cây Thánh Giá, bà đã hạ tượng Thánh Giá trên tường xuống theo lời ông đồng chí chính ủy, và treo ảnh ông Hồ lên thay vào đó.

Bà Têrêsa chợt nghe lạnh ở sống lưng khi đang dừng lại nghỉ ở bên gốc đa dẫn vào cái giếng nước ngọt của làng ngay bên ngôi đền thần Thành Hoàng bị bỏ phế đã lâu. Đền này bị bỏ phế từ hồi nào, bà không rõ, chỉ biết là từ khi cả làng trở lại đạo, lâu lắm rồi thì Thần cũng không còn được ai đó cúng quẩy, hương khói nữa, mặc dù dân làng vẫn thường lui tới để gánh nước ở cái giếng bên cạnh đền về dùng. Trẻ con thường đồn đền có ma. Lớn lên trong cái ấn tượng ấy, những đứa trẻ ấy khi trở thành cha mẹ, dọa lại con cái mình khi chúng hư mè nheo, rằng không ngoan sẽ bị ma Thành Hoàng đến bắt mang đi dìm chết trong giếng. Lâu dần, dân làng tin Thần đã thành ma quỷ, luôn rình cơ hội giành lại những linh hồn đã bị mất vào tay Thiên Chúa. Chính bà Têrêsa cũng không ngừng dặn cu Tuấn nên xa lánh nơi đó vào lúc tối trời. Bà Têrêsa thường cố gắng hứng và cất nước mưa càng nhiều càng tốt để không phải dùng đến nước giếng bên cạnh đền. Và nếu có phải đi lấy nước giếng nơi đó về dùng, bà không bao giờ để cu Tuấn đi một mình.

Sau khi tiếp thu, thần Thành Hoàng vẫn tiếp tục bị bạc đãi. Thiên Chúa của dân làng cũng bị coi là ít quan trọng so với các ông tổ Mác và Lênin. Những người trẻ chấp nhận tín điều mới dễ dàng hơn. Những người như bà Têrêsa thì cảm thấy quá chơi vơi, không nơi bám víu, bên cạnh cái mặc cảm tràn ngập tội trọng như bà Têrêsa cảm thấy.

Bà Têrêsa bỗng giật mình đánh thót, tưởng tim đã ngừng đập khi bà chợt nghe có tiếng lào xào và tiếng chân người từ phía đền Thành Hoàng tiến lại phía bà. Bà run rẩy đứng như chôn chân một chỗ mơ hồ cảm thấy có lẽ những tiếng động đó dành cho mình. Thôi rồi, ngày tận của bà đã đến. Cả một đời tận tụy với Thiên Chúa, không lẽ… Bà Têrêsa lật bật lần tìm xâu chuỗi tràng hạt vẫn đeo quanh cổ và miệng bật một tràng kinh cầu câu nọ vấp lẫn vào câu kia thành như một chuỗi rên rỉ của một con chó bị dồn đuổi đến bước đường cùng.

Đột nhiên bà tỉnh trí hẳn lại khi nhận ra giọng nói cười của trẻ con. Vì những bóng người đang đi gần lại chỗ bà là một bọn độ năm, sáu đứa trẻ, tay cầm gậy. Trong bóng tối nhá nhem bà nhận ra màu đỏ của những tấm khăn quàng cổ của chúng.

Bọn nhỏ bỗng im bặt và đứng khựng lại khi thấy bà Têrêsa đang đứng nhìn chúng trừng trừng. Bà lão dần hoàn hồn. Đến lượt bọn nhỏ hết hồn. Hai bên nhìn sững nhau trong vài giây. Khi bà vừa toan cất tiếng hỏi chúng xem chúng có thấy cu Tuấn đâu không, thì bọn nhỏ, không ai bảo ai, cùng nhau vùng ù té chạy.

"Này này, cho già hỏi thăm… mấy đứa có thấy cu Tuấn đâu không?…" Bà cụ gọi với theo.

Tiếng bà lão bạt lẫn vào trong cái hiu hắt của vùng quê vào mùa đông lúc chạng vạng tối. Bà lắc đầu, hơi nhếch miệng cười. Chắc tụi nó tưởng bà là ma quỷ chi đó. Bà vừa toan kê vai vào gánh rạ tiếp tục con đường về làng thì thấp thoáng hai bóng nhỏ dìu nhau từ phía đền đi tới. Bà ngưng lại, chờ đợi. Bỗng bà rú lên. Lần này bà cũng nhìn thấy màu đỏ, nhưng là màu máu trên một khối đen rũ liệt vắt ngang vai một đứa nhỏ đang vừa cõng vừa dìu cái khối đó đi về phía bà. Bà lập cập chạy đến gần hai đứa.

"Giê-su Ma-ri-a lạy Chúa tôi! Cu Tuấn…"

Cu Tuấn mặt và người bê bết máu, mở đôi mắt trắng dã ngó bà, rồi xỉu luôn. Thằng nhỏ dìu nó nửa muốn bỏ chạy khi nhận ra bà Têrêsa, nửa không nỡ. Nó mếu máo chạy tội.

"Không phải con đâu, Dì Teresa! Mấy thằng Tí, thằng Tẹo… Tụi nó… tụi nó chơi trò… tập trận chống thực dân đế quốc xâm lược… Con can… bị tụi nó gọi là Việt gian, bắt trói con lại… Mãi khi chơi trò tra tấn xong, chúng nó bỏ đi, mới cởi trói cho con…"

Nói xong, thằng bé khóc hu hu.

*

Hai tuần sau, đúng sáng ngày mồng 4 Tết, vào lúc trời còn tối mịt, bà Têrêsa đã thức dậy lo thổi một nồi cơm bằng tất cả số gạo thu vét được trong cái lu sành, rồi nắm thành nhiều nắm và gói vào lá chuối. Bà bỏ những nắm cơm vào một cái thúng cùng với gói muối vừng và ít chén bát mẻ, mấy cái nồi niêu bằng đất ám đen bởi khói. Thúng kia đựng ít chăn mền. Cái chiếu rách được cuộn lại, cột chặt vào đòn gánh. Áo quần của hai bà cháu không nhiều, được nhét hết vào một cái bị cói đã ngả màu nâu xỉn. Ở giữa những mảnh áo quần vá đụp đó, bà bỏ cái chén Thánh bằng bạc mà lâu nay bà vẫn giấu kỹ, định bụng gặp vị linh mục già mà bà nghe kể còn ở một làng trên mạn ngược, bà sẽ trao cho ông cất giữ.

Cứ vậy, bà Têrêsa lui cui bận rộn, không có cả thì giờ để xem xem mình có cảm thấy rạo rực về chuyến đi về quê, cái quê hương đã mấy chục năm trời bà xa cách. Bà chỉ lo ngại có một điều, đó là không biết với sức khỏe của một người già nua như bà, thì liệu bà có sẽ về được tới nơi. Có một điều chắc chắn là bà không cảm thấy luyến tiếc gì khi rời ngôi làng này. Không còn ai ở đây cần đến bà nữa. Những người cần đến bà trong mấy năm đầu sau khi tiếp thu thì lớp đã chết, lớp bỏ làng đi – bà Têrêsa không bao giờ biết họ đi đâu trong cái xã hội đầy những mạng lưới mật thám dọc ngang như mắc cửi này, nơi mà không ai giấu nổi tông tích gia phả nhà mình, nếu không muốn bị nghi là người của địch gài lại để phá hoại chế độ. Những người dân làng còn ở lại thì, để thủ lấy đời mình, họ cũng ít dám lai vãng tới bà vì bà là đại diện của một thứ tà giáo, kẻ thù của chính thống Mác-Lê. Người lớn đã vậy, trẻ con còn đáng ngại hơn. Chúng được huấn luyện để không còn có một ý niệm gì về đạo đức. Mới nứt mắt ra, chúng đã học lý luận như những con vẹt học nói, mách lại với cán bộ chính trị của làng bất kỳ điều gì mắt thấy tai nghe ở nhà, xung quanh hàng xóm. Bà Têrêsa chả ngán tụi nó – ở tuổi bà, thực ra bà chẳng còn bận tâm đến điều chi nữa. Nhưng bà ngại là ngại cho cu Tuấn. Hiển nhiên sự có mặt của nó là điều chính nó không hề chọn lựa – mà nếu có được phép chọn lựa, thì nó đã chọn lựa không ra đời. Thế nhưng tụi trẻ trong làng đã được dạy dỗ rằng cu Tuấn là người mà kẻ thù của dân tộc cố tình gài lại để phá hoại cuộc cách mạng của nhân dân.

Bà Têrêsa chỉ tự trách là sao đã đợi tới tận lúc cu Tuấn bị đánh suýt chết mới tính đến chuyện về quê, cái quê làng mà chính bà cũng không biết đã thay đổi tới mức nào. Nhưng bà không muốn nghĩ ngợi chi nhiều. Con người ta, dù muốn dù không, cũng phải có chút hy vọng nào đó chứ, bà nghĩ.

Sau khi đã thu xếp xong xuôi mọi sự cho chuyến đi, bà Têrêsa đánh thức cu Tuấn dậy.

"Đi con, bà cháu mình về quê", bà nói.

Cu Tuấn ngồi bật dậy, dụi mắt nhìn quanh.

"Về quê?' Nó lặp lại, giọng ráo hoảnh, nao nức bất ngờ. "Có phải quê cha cháu không bà?"

"Không phải đâu, cháu. Quê của bà".

"Thế còn quê cha cháu ở đâu?" cu Tuấn hỏi. Và như mọi lần khác mỗi khi cu Tuấn đặt câu hỏi đó, bà Têrêsa hối nó làm cái này cái nọ. Lần này thì bà cuộn cái chiếu rách và cái mền trên chõng tre nó đang ngồi để khỏi phải trả lời. Cu Tuấn đã quen với thái độ đó. Nhưng lần này, sau cơn hôn mê vì bị cơn sốt hành hạ, trong đó, nhiều lần nó thấy mình đi lạc vào một khu rừng rậm, tai nghe bập bùng tiếng trống ở đâu đó như mời gọi mà chả thể nào nó kiếm ra nơi phát ra tiếng trống ấy. Nó bắt đầu thắc mắc.

"Thế còn quê cha cháu ở đâu, hả bà?" cu Tuấn lặp lại. "Cháu muốn về quê cha cháu".

"Quê cha cháu ấy à", bà Têrêsa chậm rãi sau một hồi suy nghĩ. "Quê cha cháu ở trên trời, ở Thiên Đàng…"

"Bà nói vậy, chứ làm gì có Thiên Đàng", cu Tuấn nói.

Bà Têrêsa nhìn cu Tuấn sửng sốt.

"Ai bảo với cháu là không có Thiên Đàng?" Bà Têrêsa hỏi vậy, chứ bà thừa biết cu Tuấn học được điều đó ở đâu. Bà nghiêm sắc mặt, "Bà cấm cháu không được nói như thế. Cháu phải hứa với bà là cháu sẽ không bao giờ nói, kể cả nghĩ như thế, nghe chửa?"

Cu Tuấn lí nhí xin lỗi và hứa. Hứa không nói, chứ không nghĩ thì khó quá. Bà Têrêsa vẫn dạy nó là bà ghét nói dối lắm, là bà sẽ từ nó không nuôi nữa, nếu biết nó nói dối. Nhưng cu Tuấn rất hoang mang vì nó biết nó đang nói dối, nếu không nói dối bà Têrêsa thì là dối chính nó, khi bảo là có Thiên Đàng, có Thiên Chúa lúc nào cũng che chở, đón chờ những người hiền lành như bà Têrêsa, như nó, là những con chiên của Người. Từ ngày nó ra đời, nó chỉ thấy những bất công dành cho nó chỉ vì nó khác mầu da. Ở đây, trong cuộc sống này, đã vậy. Làm sao nó biết chắc trong cuộc sống ở trên Thiên Đàng sẽ khác, khi mà nó đã nhìn thật kỹ từng khuôn mặt trong những tấm hình vẽ Chúa Giê-su, Đức Mẹ, Đức Chúa Trời và các Thiên Thần, các Thánh, những người chết lành, vân vân, và chẳng hề thấy một ai lại có nước da đen như của nó hết, thế thì làm sao nó yên tâm là trên đó sẽ không có sự kỳ thị? Chưa kể nó được nghe lặp đi lặp lại hoài về việc không có Thiên Đàng, nên không muốn tin, nó cũng dần phải nghi ngờ. Thêm một điều nữa, là nó cũng biết là bà Têrêsa không hề "bắt gặp" nó trong cái bắp cải ngoài vườn rồi đem về nuôi, như bà vẫn bảo nó. Nó có mẹ, mẹ nó bị Tây đen hiếp – mặc dù nó chẳng hiểu "hiếp" là gì – rồi đẻ ra nó. Cha nó đến từ xa, tận bên kia một cái biển lớn hay ngang qua nhiều núi non, sa mạc. Nó mong có ngày tìm ra quê cha, mặc dù chẳng biết ở đâu. Nhưng ở đâu thì ở, nó có linh cảm rằng cái quê cha ấy dẫu sao hình như vẫn thật hơn là Thiên Đàng là nơi, cũng như chỗ nó đang ở, chẳng có ai giống nó. Nó cũng biết thêm một điều nữa, là bà Têrêsa không thể trả lời hết những thắc mắc của nó. Tự nó, nó sẽ phải tìm ra lời giải đáp.

Bà Têrêsa hối cu Tuấn sửa soạn lên đường. Khi hai bà cháu sắp sửa quang gánh rời túp lều sơ sài trên nền nhà của gia đình Cả Lụa, thì có vài người hàng xóm cũng đến chào tiễn biệt với ít gói xôi lạc, mớ khoai luộc. Đôi mắt già của bà Têrêsa đã kẹp nhèm giờ kẹp nhèm thêm vì những giọt nước mắt tưởng đã cạn, trước tấm tình nhận được. Họ chúc hai bà cháu đi đường bằng an, về tới quê nhà may mắn. Họ nói họ sẽ cầu nguyện cho hai bà cháu.

Bà Têrêsa cũng không quên rẽ vào Đất Thánh thăm mộ Cha Hoài lần chót, lầm rầm khấn nguyện giây lâu. Khi bà đứng lên, nhìn quanh tìm Tuấn thì thấy nó đang gục đầu trên mộ mẹ nó. Khi nó ngẩng lên, bà thấy đôi mắt nó ráo hoảnh, và sáng quắc.

1973 Tại một làng trên mạn ngược

Tuấn dời khỏi nhà Hoa lúc đó đã gần khuya. Anh bước đi lâng lâng, như người đi trong mây khói. Trời tối đen như mực, nhưng anh lại cảm thấy như thể mình đang bước trong một vùng chan hòa ánh sáng.

Tuấn vừa đưa Hoa đi xem một vở tuồng chèo cổ ngoài đình. Vở tuồng anh nhớ mài mại là có cái tích nói lên ý nghĩa của hiệp định ngưng bắn Ba Lê. Anh vốn rất mê hát chèo. Mê nhất là tiếng trống bập bùng thường gợi lại trong anh tiếng trống bí ẩn mà mười năm trước, trong những lúc hôn mê vì bị cơn sốt hành, anh còn nhớ đã nghe thấy, đầy mời gọi và quyến hoặc. Vì mê tiếng trống, nên Tuấn cũng đã lân la học sử dụng trống. Những cái trống mua ở ngoài chợ bằng những đồng tiền dành dụm vẫn không thỏa mãn anh trong việc diễn tả cảm xúc nữa. Tuấn xoay ra tự chế lấy trống cho riêng mình, rồi cứ thế cải thiện dần do những tìm tòi riêng cũng như học hỏi thêm nơi các dân sơn cước quanh vùng. Anh dần trở nên một tay trống thiện nghệ. Những khi đình có hội, anh cũng tham gia một tay trống. Chơi trống đối với anh là một cách diễn tả tâm tình mình, giúp anh quên đi cuộc sống lẻ loi đơn độc, khiến anh trở nên hồn nhiên, không còn bận tâm về màu da khác biệt của mình đối với những người xung quanh. Nhưng trên tất cả, là cái cảm giác như thể thoát hồn anh có được, mỗi khi, như người bị đồng nhập, anh bị cuốn hút vào giữa những tiếng trống bập bùng do chính đôi tay mình tạo ra rồi cứ thế, bị cuốn hút vào tận cùng của âm thanh kỳ ảo, đến độ, có lúc anh tưởng mình đã đến được cái cội nguồn nơi phát ra tiếng trống bí ẩn anh nghe trong cơn hôn mê độ nào. Nhưng chỉ đến đó thôi. Và anh thường cảm thấy kiệt lực, tưởng ngất đi được.

Anh đã tưởng trên đời chẳng có gì làm anh sung sướng hơn là những giây phút thoát hồn trong tiếng trống nguyên thủy đó. Nhưng tối nay, mọi sự đã khác. Có một cái gì rất khác, kỳ thú hơn thức dậy trong thân thể đã quá tuổi dậy thì của anh. Anh không còn nhớ tí tẹo gì về vở chèo cổ vừa xem, ngay cả tiếng trống. Anh chỉ còn nhớ có một điều rất sống động, đó là hơi nóng của cái đùi sau lần vải thô màu đen của Hoa khi nàng cố tình cạ vào đùi anh giữa đám đông đứng ngồi vây quanh sân đình trong đêm thắp sáng bởi đèn đuốc và rộn ràng tiếng trống, tiếng ca hát, để xem vở tuồng do ban chèo cổ từ tỉnh về trình diễn. Đây là một biến cố lớn cho tất cả dân làng. Anh Tuấn đã mua vé mời Hoa đi xem, với không một ẩn ý gì.

Hoa là một cô gái lai Tàu, đã quá thì. Cha mẹ nàng đã bỏ đi Nam từ hồi 54, bỏ lại nàng khi ấy bị sốt thương hàn tưởng chết, với bà nội vì tiếc của bao nhiêu năm cùng chồng gầy dựng được từ ngày chạy giặc từ bên Tàu qua. Vả lại, hồi ấy cũng vì tưởng 56 sẽ có hiệp thương và tổng tuyển cử, nên bà nội Hoa cũng có ý ở lại để bảo vệ ngôi hàng chạp phô. Bà nội Hoa nói không thạo tiếng Việt, lại còn giữ nguyên lề lối xưa ở bên Tàu, thêm già cả, từ chối mọi đổi thay của cuộc sống xung quanh, nên khi nuôi dạy Hoa, bà cũng theo y lối cũ đã quen. Thương bà, Hoa không nỡ làm gì ngược lại, sợ bà vì phẫn lên cơn hen. Do đấy Hoa sống như một người lạc lõng trong cái xã hội nhiều biến đổi xung quanh. Đã hai chục năm qua, mặc dù đã tám, chín mươi tuổi, mà bà cụ vẫn sống, vẫn hỏi Hoa chừng nào có hiệp thương, khi nào tổng tuyển cử, có lúc đòi về quê ở bên Tàu, và thường kể với Hoa về những kỷ niệm ở thôn làng cũ. Hoa dậy thì, rồi trưởng thành, rồi quá thì, bên cạnh bà cụ vẫn không nchịu chết, lẩn thẩn, lúc tỉnh, khi mê.

Như Tuấn, Hoa sống lẻ loi, đi bên cạnh cuộc đời. Có lẽ vì vậy mà Tuấn sinh mến Hoa chăng? Anh thường tìm cách giúp Hoa mỗi khi hai người theo đoàn hợp tác xã lên rừng đốn tre về cho làng. Trong đoàn, chỉ có Hoa và vài bà lớn tuổi khác, kỳ dư toàn đàn ông có tuổi, riêng Tuấn trẻ nhất vì những anh trai trẻ khác đều đã được gọi đi làm nghĩa vụ giải phóng đồng bào trong Nam. Anh Tuấn không có được vinh dự đi bộ đội vì màu da của anh.

Đã từ lâu, Tuấn coi Hoa như chị, vì Hoa hơn anh đến bảy, tám tuổi. Phần khác anh tự biết thân nên chẳng bao giờ tơ tưởng đến ai khác. Vả lại, đã lâu nay, anh có ngón trống. Nhưng khi tuổi dậy thì thúc bách cơ thể vạm vỡ đầy sức sống của anh, anh thường tìm đến tiếng trống. Anh đánh trống trong khi những người ở lứa tuổi anh tìm đến những người khác phái. Anh không biết rằng trong khi anh say với tiếng trống thì trong căn nhà đầu xóm, Hoa thao thức mường tượng tới những săn sóc vô tình của anh những khi họ cùng lên rừng đốn tre. Những gói ghém thêm ít miếng thịt rim hoặc đôi con cá kho mặn sớt của bà nội mang theo trong giỏ đồ ăn của Hoa cho Tuấn tự chúng đã có một ẩn tình, mà vì tính khiêm tốn và sự kính trọng dành cho Hoa, Tuấn không bao giờ thắc mắc, mắc dù anh rất cảm động.

Trong buổi hát hồi tối, thoạt đầu Tuấn tưởng là Hoa vô tình. Anh đã vội vã ngồi nhích ra, sau khi lí nhí xin lỗi Hoa, để tâm theo dõi vở kịch. Rồi một lúc sau, anh Tuấn lại cảm thấy đùi anh như bị lửa đốt, nóng ran. Anh liếc nhìn xuống, thốt nhiên toàn thân cứng đờ, tâm hồn bấn loạn. Chẳng những Hoa cố tình để nguyên đùi mình sát vào đùi anh, mà Hoa còn đặt bàn tay mình lên đùi anh nữa. Phải một lúc thật lâu, sau khi nghe ngóng động tĩnh và không thấy có gì khác, anh nhẹ đặt bàn tay mình lên mu bàn tay của Hoa, dáng thăm dò. Thấy Hoa chẳng những không rút tay về mà những đầu ngón tay thô của nàng như bấm mạnh hơn vào đùi anh. Anh Tuấn mạnh dạn nắm lấy tay Hoa rồi bóp mạnh, nghe máu trong người chạy bấn loạn. Anh không còn thấy gì trước mắt nữa. Anh chỉ còn nghe có một mình tiếng trống bập bùng bập bùng như tiếng gọi từ chốn xa xăm huyền bí man rợ nào đó…

Và cứ thế, đêm hát chèo qua sao mà mau chóng, với tiếng hô của diễn viên chính kết thúc vở tuồng: "Đánh cho Mỹ cút Ngụy nhào!" Tiếp theo là tiếng trống thôi thúc bập bùng, làm anh Tuấn đứng dậy mà còn tiếc ngẩn ngơ.

Tiếng Hoa thì thào, giọng lơ lớ, dặn anh đừng bận tâm nấu đồ ăn trưa mang theo ngày mai đi rừng để nàng lo cho, cùng với cảm giác nóng ran còn vương vất nơi đùi chỗ Hoa cạ đùi nàng vào đùi anh, đeo đuổi theo anh Tuấn suốt trên đường về nhà.

Hơn bao giờ, kể từ ngày bà Têrêsa nằm xuống sau một trận ốm liệt giường đến mấy tháng ngay sau khi họ về tới quê bà, Tuấn lại thiết tha mong bà Têrêsa có mặt để cùng chia sẻ với anh niềm hạnh phúc bất ngờ, xa lạ song cũng thật kỳ diệu đêm nay. Anh tưởng phải hét lên trước khi lồng ngực bị nổ tung vì dồn nén. Thốt nhiên anh nhớ đến tiếng hô lớn kết thúc vở tuồng vừa qua của diễn viên thủ vai chính và bầu không khí sôi nổi liền sau đó trong đám khán giả bị tiếng trống kích động.

"Đánh cho Mỹ cút Ngụy nhào! Đánh cho Mỹ cút Ngụy nhào! Đánh cho Mỹ cút Ngụy nhào!" Tuấn buột la lớn nhiều lần. Rồi vừa cười ha hả, người đàn ông lai Phi châu có nước da đen bóng, mái tóc ngắn, đen nhánh và quăn tít, vừa chạy như bị ma đuổi.

1983 Tại tỉnh Insein, Miến Điện

Bản tin AFP, đánh đi từ Rangoon, Miến Điện, đăng tải trên tờ Bangkok Post, Thứ tư ngày 21 tháng 12, 1983:

Một gia đình vô tổ quốc bị quên lãng trong nhà tù Miến Điện

Anh Nguyễn Văn Tuấn và ba đứa con trai, hiện bị giam tại nhà giam trung ương của tỉnh Insein gần thủ đô Miến Điện, có lý do để cảm thấy là họ bị thế giới bên ngoài bỏ quên.

Bốn cha con này đã ngồi tù tới nay được hai năm rưỡi, gấp hai lần hơn bản án dành cho những người nhập cảnh bất hợp pháp từ biên giới Hoa-Miến. Họ kể như không có lấy một tia hy vọng sẽ được trả tự do trong một tương lai gần.

Nguồn tin có thẩm quyền cho hay cuộc vượt thoát của bốn cha con này có căn nguyên từ sự xung đột Hoa-Việt và là sản phẩm của luật lệ xứ Miến Điện theo đó, cả trăm người đã bị cầm tù – trong đó, nhiều người đã quá hạn bị giam.

Tuấn kể với nhà đương cuộc là anh được sinh ra cách đây khoảng 30 năm tại một làng gần Hà Nội, con của một phụ nữ Việt và một người cha Phi châu da đen.

Anh nói cha anh là người Pháp, có lẽ là một thành viên trong đoàn viễn chinh Đông Dương, mặc dù chính anh không có một giấy tờ chính thức nào để minh chứng cho sự kiện trên.

Tuấn thừa hưởng những đặc điểm của người cha và các con anh – có mẹ người Việt – tuổi 6, 8 và 10, xem ra còn nhiều chất Phi châu hơn chính cha của chúng.

Người di dân tù nhân này nói là anh ta đã trốn khỏi Việt Nam khi xảy ra cuộc cưỡng bách hồi hương của những người Trung Hoa khỏi đây vào năm 1978. Anh và gia đình đến miền Nam nước Trung Hoa và đã sống cả thảy năm tháng trong một nông trường ở tỉnh Yunnam.

Bỏ lại người vợ đang mang thai, anh Nguyễn Văn Tuấn cùng với ba con trai trốn vào khu rừng dọc theo biên giới Miến Điện, vượt qua biên giới vào cuối năm 1978. Song họ bị cảnh sát Miến Điện bắt bỏ tù với bản án một năm.

Án tù đã đáo hạn vào năm nay, 1983, nhưng cha con anh Tuấn vẫn kéo dài cuộc sống của mình trong nhà tù ở Insein, mong mỏi được giải thoát khỏi cơn ác mộng pháp lý hiện tại.

Vì Tuấn là người Việt theo luật quốc tế, nhưng lại không được nhà cầm quyền Việt Nam nhìn nhận. Trung Cộng cũng không nhìn nhận anh là người Hoa.

Anh lại cũng chẳng có bằng cớ gì để chứng minh quốc tịch của cha anh để xin phép nhập cảnh đất Pháp nơi anh nói sẽ làm việc để mưu sinh.

Tuấn không biết đọc và viết. Anh nói tiếng Việt và tiếng Miến mà anh học được trong tù. Anh không biết tiếng Pháp.

Điều càng không may cho anh là Tuấn đã tới Miến Điện vào đúng lúc luật pháp nơi đây về vấn đề quốc tịch vừa được ban bố. Theo đó, kể từ tháng 10 năm 1982, Miến không nhận chuyển vận những người vô quốc tịch nữa. Các chuyên viên về vấn đề này tại các tòa đại sứ ngoại quốc ở đây vẫn đang chờ một giải pháp cho vấn đề liên hệ.

Hơn thế nữa, nguồn tin cho biết, chính quyền Miến không cho phép Cao Ủy Đặc Trách Tỵ Nạn của Liên Hiệp Quốc tiếp xúc với những trường hợp di dân lén lút này.

Chính quyền Rangoon đòi phải có sự yêu cầu chính thức của quốc gia mà di dân là công dân, để phòng ngừa bất cứ một trường hợpđịnh cư bất hợp pháp nào của những người đang bị giam.

Nhiều trăm người, phần lớn là di dân từ Hồi quốc và Trung Hoa, đã bị giam cầm nhiều năm ở Miến, nguồn tin cho biết.

Nguồn tin cũng nói rằng nhà cầm quyền Miến cũng đã từ chối lời yêu cầu của Cao Ủy Tỵ Nạn Liên Hiệp Quốc đề nghị cho những tù nhân đã mãn hạn tù được chuyển sang những khu gia cư biệt lập với nhà giam.

[1984, 2009]

Trùng Dương

Chú thích của tác giả:

Tất cả các tình tiết, bối *cảnh* và nhân vật trong truyện trên là sản phẩm của óc tưởng tượng của tác giả. Trừ bản tin ở cuối bài. Bài này do cố nhà văn Cao Xuân Huy giúp chuyển sang bản điện tử từ bản thảo viết tay.

Nguyễn Xuân Thiệp by Đinh Cường

 **TRƯƠNG ANH THỤY**

Sinh tại Hà Nội, di cư vào Nam 1954, du học tại Hoa Kỳ.
Thành lập nhà xuất bản Cành Nam năm 1984.
Một năm sau, cùng với nhóm Xác Định thành lập Tổ Hợp
Xuất Bản Miền Đông Hoa Kỳ.
Nguyên phó chủ tịch Văn Bút Việt Nam Hải Ngoại.
Đã cộng tác với một số tạp chí văn chương tại hải ngoại.

Tác phẩm đã xuất bản:
- *Của Mưa Gửi Nắng* (thơ, Cành Nam 1984)
- *Trường Ca Lời Mẹ Ru* (trường thi, kèm theo bản dịch Anh
ngữ của Nguyễn Ngọc Bích và 30 bức minh họa của hoạ sĩ
Võ Đình; Cành Nam 1989)
- *Chuyển Mùa* (tiểu thuyết trường thiên bộ ba: 1–Trạm Nghỉ
Chân [Cành Nam, 1993], 2– Ma Lộ; 3–*Chuyển Mùa* [Giải
Văn Học 2004 của Hội Quốc Tế Y Sĩ Việt Nam Tự Do],
2004); Toàn bộ 3 tập (Tổ Hợp Xuất Bản Miền Đông Hoa Kỳ,
2004)
- *Ánh Mắt* (tập truyện, 1998)

Phép lạ lời ru

Cả "Đơn vị chăm sóc đặc biệt" (Intensive care unit), trạm D trên lầu 2 của bệnh viện Arlington bỗng dưng xôn xao lên về sự xuất hiện của một thiếu phụ Á Đông. Bà quỳ bên giường bệnh số 8D, vừa khóc tức tưởi, vừa nói thứ tiếng gì với bệnh nhân mà ở đây chẳng ai hiểu. Bà ta vào đây lúc nào không ai hay. Terry, cô y tá trực vừa mới đổi phiên sáng nay phát hiện ra đầu tiên. Cô đến bên thiếu phụ, chào và tự giới thiệu. Thiếu phụ ngẩng mặt, đầy nước mắt, nhìn lên sợ sệt, nói một câu gì Terry không nghe rõ. Terry bỏ ra ngoài, gọi các cô y tá khác hỏi. Chẳng ai biết bà này ở đâu ra. Mọi người đang bàn tán, chợt Mary, cô y tá trưởng của khu D bước tới. Biết ngay họ đang bàn tán chuyện gì, cô nói:

"Để yên cho bà ta ở đây. Không sao hết".

Thấy mọi người còn ngơ ngác. Mary nói tiếp:

"Chuyện dài lắm. Tôi phải đi tìm Mai để cô ấy thông ngôn cho chúng ta. Sao mà giờ này cô ta còn chưa đến?"

Nói xong Mary biến đi. Mọi người hơi vỡ lẽ một chút: Mai là cô y tá Việt Nam, tuần này cô đang săn sóc bệnh nhân ở lầu 4. Bệnh nhân nằm giường số 8D là một cậu Việt Nam. Mai làm thông ngôn thì người thiếu phụ kia phải là người Việt, và chắc là có liên hệ mật thiết với bệnh nhân. Mọi người tạm bằng lòng với sự suy đoán của mình và từ từ rút lui về bàn giấy. Riêng Terry, đã ngồi xuống trước quầy theo dõi bệnh nhân đặt trong trạm kiểm tra (monitoring station),chỗ chiếu thẳng vào giường số 8D, vẫn luôn luôn ngước lên nhìn thiếu phụ. Không tập trung được vào cuốn sổ để mở trước mặt.

Đến hơn nửa giờ sau mới thấy Mary trở về với Mai. Mary để cho hai người đồng hương tự giới thiệu và trò chuyện cho thoải mái. Cô gọi mấy người tò mò lúc nãy vào bên trong quầy, thì thầm cắt nghĩa:

"Thiếu phụ này là mẹ của Hải. Bà mới từ trại tỵ nạn Hồng Kông qua bằng chuyến bay 11 giờ đêm hôm qua. Ông Thiết, giáo sư của Hải, đã thả bà ấy vào đây từ 7 giờ 30 sáng nay, trước giờ đi dạy. Đêm mà Hải được xe cấp cứu chở vào đây, cậu ta bất tỉnh từ lúc mới tới. Không ai biết gốc gác cậu ta. Sáng hôm sau cảnh sát mới liên lạc được với trường trung học của Hải. Ông Thiết vào thăm ngay…"

John xen vào:

"Có phải hôm nọ có một bọn trẻ đòi vào thăm cậu này mà bị…"

Jennifer cướp lời:

"Bị từ chối phải không? Đúng rồi, thử tưởng tượng nếu một bọn được vào thì mỗi ngày chúng ta sẽ có mấy bọn như thế?"

Mary tiếp tục kể:

"Ông Thiết nói với bác sĩ là Hải vừa được 18 tuổi mấy tuần trước. Sang Mỹ từ năm 14. Không có thân nhân. Cha Hải đi tù cải tạo. Nhà Hải bị chính quyền tịch thu. Mẹ Hải không được phép làm việc kiếm sống. Bà vội lo cho Hải đi vượt biên một mình, còn bà ở lại chờ chồng. Chiếc thuyền mỏng manh mà chở tới bảy, tám chục người gì đó. Chẳng may gặp hải tặc. Chúng lột hết của cải của mọi người. Hãm hiếp đàn bà con gái. Các người cha, người chồng, các đứa con của họ nhảy vào van xin hay can thiệp, đều bị chúng quăng xuống biển. Hải và 8 người khác chưa bị chúng ra tay thì cóchiếc tàu quốc tế từ đằng xa đi tới. Bọn hải tặc đâm cho thuyền tỵ nạn thủng rồi bỏ chạy".

"Trời đất ơi!" Terry la lên "Hải tặc là giống người gì mà dã man quá vậy?"

"Chắc bọn nó là một lũ quỉ, không phải người. Nhưng may mắn tàu quốc tế chạy tới cứu kịp Mọi người được đưa vào trại ty nạn Thái Lan. Những người đàn bà bị hãm hiếp thì dở điên dở khùng. Suốt ngày khóc thảm thiết đòi chồng đòi con… Hải sống không biết đến bao lâu với những hình ảnh kinh hoàng như thế. Sau một năm trời ở trong trại, thảm cảnh của chiếc tàu bất hạnh này cũng đến tai các cơ quan thiện nguyện quốc tế. Một nhà thờ ở Virginia bảo trợ cho tất cả những người sống sót của chuyến đi này qua Mỹ, trong đó có Hải. Ông Thiết nói là nỗi ước mơ duy nhất của Hải là bà mẹ được qua đây đoàn tụ. Bà hiện kẹt ở trại Hồng Kông. Sau khi chồng chết, bà thu vén xuống thuyền, mong được đi theo đứa con trai duy nhất. Chẳng may bà tới Hồng Kông đúng lúc chính quyền Hồng Kông ban hành luật mới gì đó, họ giam mẹ Hải vào trại tù! Theo lời yêu cầu của ông Thiết. Bác sĩ viết một bức thư chứng nhận tình trạng nguy kịch của Hải. Ông Thiết cầm bức thư đôn đáo đi tìm những bạn Mỹ làm trên Quốc Hội và Bộ Ngoại Giao Hoa Kỳ, nhờ vận động, can thiệp với chính quyền Hồng Kông cho phép mẹ của Hải sang Mỹ đoàn tụ với con. Kết quả là bây giờ bà ngồi đây”.

Nghe xong ai cũng bùi ngùi. Tiếc cho Hải là bây giờ bà mẹ ở đây, mà cậu con thì nằm như “cọng rau” (like a vegetable) thế kia. Mary nói tiếp: “Chỉ còn biết nhờ trời!”

Mai và thiếu phụ cũng vừa bước ra. Mai giới thiệu: Đây là Hằng, mẹ của Hải. Và đây là Terry, John, Jennifer, Anna… Hằng rụt rè gật đầu, chào mọi người. Mấy người này quan sát thấy Hằng rất trẻ, trông không quá ba mươi. Thực ra người Mỹ không tài nào đoán được tuổi người Việt. Hằng mảnh mai. Nước da hơi xanh, không trang điểm, nổi bật trong chiếc áo đầm ngắn tay, màu tím hồng. Mái tóc đen dài quá vai, phía trước để lòa xòa ôm lấy khuôn mặt hơi bầu bầu. Xong màn chào hỏi, ai nấy lại về bàn làm việc. Mai dặn Mary là cô sẽ đưa Hằng đi uống cà phê một lát rồi trở lại ngay.

Đã hai tuần rồi. Sáng sớm nào Hằng cũng được thầy Thiết chở vào bệnh viện rồi thầy lại quay xe vào trường dạy học. Hằng ngồi bên giường, nắm bàn tay của con, lạnh ngắt, bất động. Nàng quan sát nhịp phập phồng trên ngực Hải, rồi lại nhìn lên màn ảnh cái máy dõi tim giống như cái TV đang vẽ những đường vằn vèo lên xuống. Đường vằn vèo vừa chạy vừa kêu "píp, píp" đều đều. Có lúc tiếng "píp" kéo dài bất thường, nghe như tiếng tử thần báo hiệu đến giờ lôi con nàng đi. Hằng hoảng hốt:

"Con ơi! Con ơi! Đừng bỏ mẹ con ơi!"

Mắt nàng nhớn nhác nhìn cô y tá rồi chỉ vào màn ảnh, cầu cứu. Cô y tá hiểu ý. Cô nói:

"Không sao! Không sao!"

Nàng đành phải ngồi im nhưng trong lòng vẫn không yên. Nhìn đầu con quấn băng trắng với những ống dây chằng chịt thòng từ mũi, từ miệng, từ ngực…, đầu kia nối với các máy móc và các túi nước gì trong veo, treo lủng lẳng trên đầu giường. Nàng cố gắng tìm lại trên mặt con những nét ngây thơ ngày trước nhưng không sao tìm thấy. Nhớ lại hình ảnh con những ngày trước 75, mặt mũi sáng sủa trong bộ quần áo sạch sẽ là thằng nếp, tung tăng chạy theo chúng bạn đến trường. Hải già đi nhiều. Hằng bắt đầu hối hận đã để con lủi thủi nơi đất lạ. Hối hận thì hối hận chớ Hằng cũng chẳng biết làm gì khác nếu Hằng phải làm lại từ đầu.

Thầy Thiết đã mấy lần giải thích cho Hằng nghe là bây giờ Hải chỉ sống nhờ vào mấy cái máy. Hằng hiểu ý là hễ bây giờ rời mấy cái máy đó ra là con nàng sẽ chết. Nhưng nàng vẫn cố bám lấy chút hy vọng là một ngày nào đó, những mạch máu, những dây thần kinh trong người con sẽ được lưu thông và sẽ tự làm việc… cũng sẽ như hồi xưa khi vợ chồng nàng, hai người hai bên dắt tay cho con tập đi. Rồi một lúc hai vợ chồng ra hiệu cho nhau cùng buông tay ra một lượt, con vẫn chập chững bước… Cả nhà vỗ tay reo mừng tán thưởng.

Từ những ngày đầu được vào ngồi bên con, Hằng ưa ghé vào tai Hải hát ru như lúc Hải còn nằm nôi:

Ạ ơi ơi! Ạ ời ời!…

Giọng nàng trong trẻo, bổng trầm… Những câu hát ru đưa nàng đi qua những cánh đồng reo nắng, ngạt ngào hương đồng cỏ nội. Từng tốp nông dân tay đưa liềm loang loáng, miệng nói cười líu lo. Từng đoàn thôn nữ kĩu kịt gánh lúa. Các bó lúa no tròn, xào xạc theo nhịp bước chân các cô, đi về phía cổng làng… Trên đường cái, Hải, con nàng, đang cùng các trẻ khác, cắp cặp tung tăng đến trường…

Hằng đang đắm chìm trong cảnh thôn quê thanh bình, no ấm… Thì tiếng điện thoại reo bên ngoài, nơi cái quầy, lôi nàng về với thực tế. Thực tế là con nàng đang nằm đây, bất động!

Nhớ lại những lời thầy Thiết kể: Hải là đứa trẻ rất có lòng và quả cảm. Trong trường học, em Việt Nam nào bị người bản xứ bắt nạt là Hải nhảy vào bênh liền và thường là xảy ra chuyện đập lộn. Nhiều lần Hải bị ông hiệu trưởng gọi lên, nhưng vì Hải lễ phép và học giỏi nên chỉ bị cảnh cáo qua loa rồi lại được đi học như thường.

Hải vừa đi học vừa đi làm nên có khả năng thuê chung với bạn bè một căn chung cư. Anh nào không trả được tiền nhà thì Hải lại bỏ tiền túi ra bù đắp. Mấy đứa sống đùm bọc thương yêu nhau như ruột thịt. Cuộc sống kể như thế cũng tạm ổn, cho đến hôm Hải đi làm ca đêm trở về, bị một tên say rượu lái xe vượt đèn đỏ đâm vào xe Hải. Hải bị thương nặng, đập ngực vào tay lái, đập đầu vào cửa kính. Vào được tới nhà thương thì bất tỉnh.

Qua những lần nghe kể chuyện, Hằng được biết thầy Thiết gần gũi con nàng nhiều lắm. Nàng cám ơn thầy hết lời, từ những việc thầy dạy bảo khuyên răn con nàng cho nên người, cho đến việc thầy đứng ra lo cho mẹ con nàng đoàn tụ hôm nay. Hằng cám ơn đi cám ơn lại nhiều lần đến nỗi thầy Thiết phải dọa là nếu nàng còn nói nữa thì thầy sẽ không đưa nàng đi thăm con mỗi sáng. Thầy nói tiếp:

"… Còn nếu Hằng cứ gọi tôi bằng 'thầy' thế này thì tôi phải gọi Hằng bằng 'bà' mới phải phép. Tôi là thầy trẻ con chớ cố dám làm thầy ai đâu".

Cũng phải hai, ba ngày sau Hằng mới dám gọi "thầy" bằng "anh". Thiết hình như cũng còn trẻ. Chỉ hơn nàng chừng ba bốn tuổi là nhiều. Nàng tò mò muốn biết tại sao giờ này anh còn ở một mình. Chưa dám hỏi thì một hôm Thiết đã tâm sự: "Cuộc sống ở hải ngoại chẳng có gì vui. Sang đây thì phải có mục đích. Như Hằng thì đoàn tụ với con. Những người khác thì mong tạo dựng một cơ hội trở về giúp nước… Tôi chỉ muốn sống đơn giản, tạm bợ, độc thân thế này cho khỏe. Với lại, xung quanh tôi lúc nào cũng có một đàn con, cũng mấy đứa tứ cố vô thân như cháu Hải ấy. Chúng tôi quây quần với nhau… cũng có ý nghĩa".

Đang suy nghĩ miên man, chợt cái máy dõi tim trên đầu giường lại kêu "pí… íp… pí… íp…", tiếng kêu kéo dài bất thường. Hằng giật mình. Tim nàng thót lại. Sực nhớ bữa trước, cô y tá nói không sao. Hằng hơi yên tâm.

Nàng cất tiếng ru khe khẽ để trấn an con, và cũng để tự trấn an:

Làng Phù Đổng có một người
Sinh ra chẳng nói chẳng cười trơ trơ…

Nàng ngừng lại nhìn Hải, lẩm bẩm:

"Cũng trơ trơ như con thế này là cùng chứ gì?"

Nàng mỉm cười ngao ngán. Nước mắt trào ra. Nàng ru tiếp:

Những ngờ oan trái bao giờ

Nào hay thần tướng đợi chờ phong vân
Nghe vua cầu tướng ra quân
Thoắt ngồi thoắt nói muôn phần khích ngang.

Ru tới đây, tâm trí Hằng lại tản mạn đi… Nàng nghĩ: "Nếu bây giờ có một vị anh quân Việt Nam nào 'cầu tướng' thì con mình cũng sẽ ngồi dậy chứ sao!"

Đôi khi nàng trích ru những đoạn trong Đại Nam Quốc Sử Diễn Ca. Nàng chọn những đoạn hào hùng, mong con sau này cũng sống quả cảm, hiên ngang, không run sợ trước kẻ tiểu nhân, không chấp nhận những hành động đê hèn, ỷ mạnh hiếp yếu…

"Uỳnh!" Một tiếng động thật mạnh đập vào tấm kính cửa sổ lớn trước mặt. Hằng giật bắn người, nhìn ra ngoài trời. Từng khối nước mưa tạt vào cửa kính. Dông bão nổi lên từ lúc nào? Cây cối vật vã ngả nghiêng. Những lằn chớp loằng ngoằng trên bầu trời sũng nước. Một tiếng sấm long trời. Đèn phụt tắt ngoài hành lang. Tiếng bước chân người chạy rầm rầm. Hằng xiết chặt tay con. Nhớn nhác nhìn cái máy dõi tim, màn ảnh còn sáng, những đường ngòng ngoèo vừa chạy vừa kêu "píp… píp… píp". Nàng líu ríu cầu nguyện. Nàng khấn Phật, khấn Chúa, khấn tổ tiên, khấn chồng…

Trước sức mạnh của thiên nhiên, Hằng thấy mình bé hẳn lại. Số phận con nàng càng mỏng manh hơn. Những máy móc kia bị tắt điện nữa là con nàng cũng tắt thở. Nhưng… Trời có thể bắt con nàng chết thì trời cũng có thể cứu con nàng – Hằng nhủ thầm. Nhìn những giọt nước trong vắt nhỏ từ những túi nhựa trên cao kia, Hằng nghĩ, chúng cũng có thể biến thành những giọt nước cam lồ của Đức Phật Bà Quan Âm chạy vào cơ thể con nàng. Việc Hằng sang được đây nhìn mặt con sau khi nàng đã bị "ăn ba cánh gà" (*), mà ông Thiết vẫn vận động cho nàng sang được thì chuyện gì mà không có thể xảy ra? Nghĩ tới đó, tự nhiên Hằng bình tinh hẳn lại.

Ngoài kia, trời vẫn ầm ầm giông bão.

"Con ơi!" Nàng thủ thỉ "Con còn nhớ ngày xưa con hay hát: 'Trời mưa đi bắt cárô. Thằng Tây nó vác cái thùng tố lô' không?"

Nói rồi nàng bật cười thành tiếng. Nàng cất tiếng ru: "Ạ ơi ơi! Ạ ời ời!…"

Tiếng mưa xầm xập làm nền tương phản với lời ru nhẹ êm… đưa Hằng vào một thế giới đầy âm thanh của chim rừng, của thác đổ… Một cánh đồng hoa vàng trải mênh mông trước mặt. Hằng dắt tay con, tung tăng chạy vào… ngắt hoa, đuổi bướm…

Có vật gì động đậy trong nắm tay của Hằng. Hằng nắm tay chặt hơn. Vật đó động đậy mạnh hơn. Hằng mở bàn tay ra nhìn: Ngón tay của Hải động đậy! "Trời ơi!"– Nàng la lên. Không dám buông tay Hải ra. Hằng nhìn ra ngoài tìm mọi người. Mọi người vẫn đang tíu tít tìm cách chữa điện, không ai nghe thấy tiếng gọi của Hằng. Hằng cuống quít:

"Con ơi! Con ơi! Dậy đi! Dậy đi! Mẹ đây! Con ơi, mẹ đây!"

Bàn tay Hải lại đờ ra, bất động. Hằng bật khóc.

Mãi đến mười phút sau đèn bên ngoài hành lang mới bật sáng. Terry bước vào phòng nắn nắn mấy cái bánh xe điều chỉnh giọt nước của các túi nước. Toan bước ra thì thấy mặt Hằng đầy nước mắt. Terry cho là Hằng sợ vì thấy tắt điện. Cô an ủi Hằng:

"Mọi sự đều ô-kê rồi. Đừng lo!"

Hằng khua tay lia lịa, miệng nói: No! No!– Hằng rút trong ví ra một mảnh giấy với cái bút. Viết nguệch ngoạc mấy chữ cho Terry. Hằng nghĩ, cứ viết ra như thế cho nó chắc vì khả năng viết tiếng Anh của Hằng rất khá. Mấy cô này có thành kiến nên cứ nghe người ngoại quốc vừa sang Mỹ nói tiếng Anh là không muôn hiểu, cứ hỏi đi hỏi lại làm Hằng có mặc cảm. Hằng đưa tấm giấy cho Terry. Tấm giây viết: "A while ago, my son's fingers had moved.Ifelt them, andIsay them, too". (Lúc nãy ngón tay của con tôi cử động. Tôi cảm thấy thế và tôi cũng nhìn thấy thế),

Terry hỏi lại:

"Thật hả? Bà có chắc không? Đâu? Ngón nào?"

Hằng chỉ vào những ngón tay phải của Hải. Terry nói:

"Tôi sẽ nói với bác sĩ. Ok!" Tuy nói thế nhưng Terry vẫn có vẻ hoài nghi ngờ, đi ra ngoài.

Đang mải ngắm bàn tay của Hải, hy vọng con cử động lại thì… có bàn tay ai đặt trên vai Hằng. Giật mình quay lại thì ra Thiết. Hằng cuống quít kể một hơi về những chuyện vừa xảy ra. Thiết chăm chú nghe. Chàng chạy ngay ra hỏi Terry. Cô này thú thật là chưa gọi bác sĩ vì cô sợ đó chỉ là phản ứng của máy trợ tim đặt bên trong ngực Hải, hay có khi Hằng chỉ tưởng tượng, trong khi bác sĩ đang rất bận. Thiết đòi phải được nói chuyện với bác sĩ ngay.

Thiết trở lại cho Hằng biết là bác sĩ sẽ tới liền. Hằng nhắc lại những lời vừa kể như sợ Thiết quên mất:

"… Hằng vừa cầm tay cháu vừa ru. Tự nhiên thấy vật gì đụng đậy… Hằng tưởng mình mơ ngủ…"

Bác sĩ bước vào. Thiết kể câu chuyện từ đầu tới đuôi. Vừa nghe kể, bác sĩ vừa quan sát kỹ mấy cái máy đo trên đầu giường Hải. Ông khen mạch máu chạy mạnh, tiến bộ khác thường. Ông cắt nghĩa là khi một người bị bất tỉnh, người đó không nói được, nhưng vẫn có thể nghe được, nhất là tiếng nói của người thân yêu thường có tác dụng đánh động tiềm thức của người bệnh, ông quay ra nói với Hằng:

"Thế là tiếng hát ru của bà có tác dụng như một phép lạ đấy! Việc bà làm hay lắm, Cứ tiếp tục đi!"

Trên đường về nhà, Hằng để ý thấy Thiết bị mưa ướt hết cả người. Nàng sực nhớ lúc chiều, khi anh đặt bàn tay trên vai nàng cũng lạnh ngắt, chả hơn gì tay Hải. Nàng thấy thực là vô ý vô tứ, không đưa khăn trong nhà thương cho Thiết lau, mà chỉ lo việc mình thôi. Nàng muốn làm cái gì để chuộc tội:

"Anh ướt hết thế kia về cảm chết. Anh lên gác, Hằng đun cho anh nồi nước xông".

Thiết từ chối:

"Thôi, hôm nay Hằng mệt đủ rồi. Về nghỉ đi. Tôi mình đồng da sắt, ướt thế này ăn thua gì. Với lại, tôi cũng phải đi họp ngay bây giờ, không có anh em họ chờ".

Hai người chia tay trước cửa căn chung cư mà Hải thuê chung với các bạn. Thiết dặn với theo:

"Hôm nay là ngày chót tôi phải dạy học. Trường đóng cửa nghỉ hè rồi. Hằng cần gì cứ ới, tôi lại ngay".

Hằng cám ơn Thiết. Vừa bước lên thang lầu vừa nghĩ thầm: Họp tối ngày sáng đêm như thế thì "ới" vào chỗ nào!

*

Sáng nay Thiết và Hằng thong thả hơn. Hai người tới bệnh viện hơi trễ. Đậu xe rồi cùng lên lầu hai. Vừa bước vào "Trại chăm sóc đặc biệt" khu D, Hằng và Thiết đã thấy trong phòng số 8, lố nhố người đứng. Hằng chột dạ. Chưa kịp chạy vào thì Terry nhảy bổ ra ôm chầm lấy Hằng, nói tíu tít:

"Nó chuyển động! Các ngón tay nó chuyển động! Tôi thấy! Tôi thấy mà!"

Hằng nhào vào bên giường Hải. Mọi người giãn ra. Hằng cầm tay Hải lay tới tấp:

"Con ơi! Hải ơi! Dậy đi! Dậy đi! Mẹ đây! Mẹ đây!"

Chẳng thấy Hải động đậy. Terry phân bua:

"Sáng nay rõ ràng tôi thấy ngón tay cậu ta động đậy. Tôi cầm tay cậu ta, các ngón vẫn còn động đậy". – Vừa nói cô vừa chỉ vào bàn tay phải của Hải.

Bây giờ Hằng từ tốn hơn, nàng nắm tay con nhè nhẹ:

"Hải ơi! Hải ơi! Mẹ đây này. Mẹ sang với con đây này. Con có nghe thấy mẹ nói không? Mẹ sang được…"

Terry hét lên:

"Trời ơi!"

Mọi người nhìn theo ngón tay Terry chỉ. Hai mí mắt của Hải chuyển động nhẹ, rồi mạnh hơn, cố nhướng lên một tí, rồi lại yếu ớt nằm im…

Bác sĩ quan sát màn ảnh chiếc máy dõi tim và máy đo áp huyết. Ông thốt lên:

"Tuyệt vời!"

Ông quay ra nói với Hằng:

"Bà cứ tiếp tục đi. Hát, nói, hay làm gì cũng được hết!" – Nói rồi ông ra dấu cho mọi người đi ra ngoài.

Mọi người vừa đi vừa bàn tán, để lại tiếng Hằng văng vẳng đằng sau:

Ạ ơi ơi! Ạ ời ời!
Con ơi, muốn nên thân người
Lắng tai nghe lấy những lời mẹ ru…
…

*

Thấm thoắt đã bốn tháng rưỡi kể từ ngày Hằng đặt chân lên đất Mỹ. Ba tháng rưỡi kể từ ngày Hải mở mắt nhận ra mẹ lần đầu tại phòng số 8D thuộc bệnh viện Arlington, ba tháng hai mươibảy ngày kể từ khi Hải đượcbác sĩ cho về dưỡng bệnh tại nhà. Đượcmẹ và các bạn ân cần chăm sóc. Hải bình phục nhanh chóng trông thấy.

Sáng nay Hải dậy trễ, vì có lẽ mệt. Chiều hôm qua Hải bị bạn bè "quần" cho một trận dữ quá! Mấy anh bắt Hải tập đi. Họ dẹp bàn ghế ngoài phòng khách vào sát tường, để Hải đứng ở một góc. Khi "Ban giám khảo" hô "Đi!" thì lập tức Hải phải rời chỗ đứng, đi về phía cuối phòng. Hải bắt đầu loạng choạng bước. Mới được dăm ba bước đã lảo đảo ngã lăn kềnh trên thảm, y như người trượt tuyết lần đầu. Cả bọn vỗ tay reo cười Hải cũng cười theo xong lại lồm cồm đứng lên, cố gắng thử đi lại. Cứ như thế đến ba bốn lần mới đi hết chiều dọc căn phòng. Hằng quay mặt đi, giấu hai hàng nước mắt. Nàng thương con và cảm động trước sự tận tình của các bạn Hải. Nàng thầm mơ sau này khi Hải bình phục hẳn, hai mẹ con sẽ cố gắng làm việc, dành dụm tiền mua một căn nhà rộng để Hải có thể sống quây quần với các bạn như bây giờ. Nghĩ đến đây Hằng tự hỏi: "Không biết mình mơ ước thế có quá đáng không?" – "Cái gì mà chẳng có thể xảy ra được".– Nàng mỉm cười, tự trả lời.

Đứng trong bếp, Hằng vừa hí hoáy làm mấy món ăn, vừa nghĩ liên miên. Tiếng điện thoại reo, nàng nhấc ống nghe, ở đầu dây kia, Thiết đề nghị:

"Hằng có muốn ra khỏi nhà một chút cho đỡ mụ người không? Đi cho biết nước Mỹ thế nào chứ. Nước Mỹ đâu phải chỉ có cái giường bệnh. Hôm nay tôi đưa Hằng đi xem lá mùa thu. Lá đương ở thời kỳ vàng rộ nhất".

Hằng đồng ý ngay. Nàng dọn dẹp bếp rồi xếp vài thứ mang theo. Dặn dò kỹ càng mấy cậu bạn Hải, ở nhà cho Hải uống thuốc, ăn uống… Nhìn Hải đang ngủ ngon lành, Hằng yên tâm, hôn con rồi xuống nhà chờ Thiết.

Trời cao, xanh, trong vắt. Đường lên núi, xuống đèo, vòng vèo giữa một bên là sườn đá, một bên là thung lũng, nắng tràn ngập trên tấm thảm dệt bằng lá vàng, đỏ tía, điểm những ngọn thông xanh… Hằng xuýt xoa tán thưởng. Chỉ trỏ lung tung. Thiết ít nói hơn. Phần lớn chỉ biểu đồng tình. Hằng khoe:

"Trước cửa nhà Hằng có một cây phong thật lớn. Hằng theo dõi từ ngày đầu khi lá mới đổi màu. Từng chiếc lá mọng lên và đổi dần từ xanh sang vàng, rồi hồng, rồi đỏ sẫm… Giống như con tằm chín, sẵn sàng nhả tơ…"

Thiết nghi ngờ:

"Hằng chăn tằm bao giờ mà biết?"

"Hồi ở ngoài Bắc bà ngoại Hằng chăn tằm hoài à".

"Thế, hồi đó Hằng đã sinh ra chưa?"

Hằng nói bừa:

"Chưa, nhưng nghe kể thì cũng có thể biết chứ".

Hai người cùng cười ồ lên. Bất chợt Hằng hỏi:

"Tại sao hôm nay Chủ Nhật mà anh không phải họp?"

"Sống cho mình đã, rồi họp sau".

Hằng đánh bạo:

"Anh họp cái gì mà họp quá trời vậy? Cho Hằng biết được không?"

"Chịu khó đợi, chừng nào Hải nó nói được nó kể cho mà nghe".

Nhắc đến Hải, Hằng lại chuyển câu chuyện về con, với một giọng lo lắng:

"Anh nghĩ, liệu nó có trở lại bình thường được không?"

"Được chứ! Sức khỏe nó tiến bộ nhanh quá dự liệu còn

gì nữa. Hôm mới về nhà nó chỉ ú ú, ớ ớ, bây giờ đã nói được một số chữ rõ ràng rồi. Có cái là Hằng không nên để nó nằm nhiều quá. Phải khuyến khích nó tự làm lấy các việc lặt vặt. Hằng làm hộ nó nhiều thứ như thế thì bao giờ gân cốt nó mới bình thường được?"

Xe đã leo lên đến đỉnh núi. Thiết cho Hằng biết đây là Skyline Drive, nơi thắng cảnh nổi tiếng của Virginia. Thiết đậu xe vào một khu rừng. Hằng bước xuống trong bộ quần áo "picnic" gọn gàng, ngẩng mặt lên trời hít không khí vào đầy lồng ngực, rồi nàng quay tít như người nhảy điệu Vaise. Thiết vác máy ảnh ra, chụp lia lịa. Hằng la lên:

"Anh này ác quá! Không để Hằng ngồi đàng hoàng đã!"

"Tôi chẳng bao giờ muốn chụp ảnh người ngồi đàng hoàng cả".

Hằng ra xe xách vào một giỏ nặng, mở ra lấy bình thủy nước trà, bánh đậu xanh, trái cây, bánh giầy cặp chả… Trước con mắt ngạc nhiên của Thiết, Hằng giải thích:

"Sáng nay Hằng dậy sớm quá, chẳng biết làm gì, bèn lấy bột ra nặn bánh giầy cho mấy cháu nó ăn".

"May quá! Số tôi hôm nay được ăn ngon. Giá mà ở nhà thì lại phải ăn mì gói. Hồi ở Việt Nam, Hằng làm nghề gì nhỉ?"

"Dạy học".

"Dạy ai?"

"Dạy người lớn, trẻ con".

"Ngụy mà cũng được dạy học à?"

"Thì ngụy lại dạy ngụy".

Thiết nhìn Hằng, không hiểu. Hằng cắt nghĩa:

"Hằng dạy Anh văn tư cho những người tính vượt biên

hay sửa soạn đi đoàn tụ. Cũng kiếm được lại rai đủ sống".

Ăn uống xong Thiết nằm ngả lưng trên thảm lá, nhìn trời.

"Bây giờ Hằng thử ru xem tôi có ngủ đượckhông?"

"Hằng đâu có biết 'ru ngủ'".

Thiết nhìn Hằng, chờ đợi một câu giải thích"

"Hằng chỉ ru cho người 'tỉnh dậy'".

"Ừ! Nhiều khi tôi cũng cần người ru cho 'tỉnh dậy'…
Đã lâu tôi ngủ quên, không biết trên đời còn có việc khác
cũng quan trọng, bên cạnh những việc mình đang làm".

Hằng tò mò:

"Việc gì vậy anh?"

Thiết lúng túng:

"… Ờ… Ờ! Việc đi xem lá vàng, chẳng hạn".

Hằng thở phào:

"Ồ! Tưởng cái gì".

Trời ngả về chiều. Hằng ngồi trái bóng ngay trước
mặt Thiết. Ánh nắng soi hồng lên từng sợi tóc bay và viền
một đường sáng trên hai bờ vai Hằng. "Một bức tranh tuyệt
hảo!"– Thiết nhủ thầm. Chàng ngồi bật dậy, lấy máy ảnh ra
chụp. Hằng nói kháy:

"Tưởng anh không muốn chụp ảnh người ngồi đàng
hoàng kia mà?"

Thiết không chịu thua:

"Tôi đâu có chụp ảnh người ngồi đàng hoàng. Ngồi
đàng hoàng là phải xòe hết mười ngón tay ra cơ".

Hai người phá lên cười. Tiếng cười vang cả khu rừng.
Thiết vẫn chưa hết hứng trêu đùa Hằng:

"Coi chừng khi rửa ra chẳng tìm thấy Hằng đâu".

"Sao vậy?" Hằng ngớ ra.

"Hằng lẫn vào màu lá thu. Còn biết đâu là lá, đâu là người!"

Hằng hơi ngượng vì lời khen kín đáo của Thiết. Chưa biết nói gì để đánh trống lảng thì Thiết đã giục Hằng thu dọn đi về.

Hai người cùng bước ra xe. Thiết khe khẽ hát: "…hàng cây thắp nến lên hai hàng, vànắng bây giờ trong mắt em…"

Trên đường về, hai người nói rất ít. Mỗi người theo đuổi một ý nghĩ… Hằng nhìn qua cửa sổ. Những cánh rừng rực rỡ, những ngôi nhà thấp thoáng sau các tàng cây, những triền đồi thoai thoải, những con bò béo tròn ung dung gặm cỏ… cho Hằngcảm giác yên ổn, tự do, thanh bình… Cảm giác đó không ở lâu trong Hằng. Mộtdải đồi nào đó bên đường, đã làm Hằng liên tưởng ngay đến một quãng dốc trên đường đi thăm nuôi chồng… nhọc nhằn, bất trắc, lo âu tràn ngập tâm hồn… Cho đến lần thăm cuối cùng. Người ta cho nàng biết là chồng nàng đã chết và chỉ cho nàng một nấm đất đắp sơ sài nơi ven suối…

"Từ ngày đó chàng được hoàn toàn tự do!" – Hằng nghĩ "ở ngay trên quê hương mình, muốn được tự do, con người chỉ còn có cách chết đi. Còn ở đất tự do này thì con nàng cũng phải hấp hối người ta mới chịu ban cho nàng TựDo! Chao ôi! Sao mà cái chữ Tự Do nó đắt giá đến thế!"

Mải nghĩ miên man. Về gần tới nhà mà Hằng không hay. Thiết nói:

"Hằng về nhé! Bây giờ tôi phải quay về nhà gấp để mở cửa cho mấy anh em đến họp, không thôi họ đứng đợi ngoài đường tội nghiệp".

Hằng bối rối:

"Chết chưa! Sao lúc nãy anh không nói. Đáng lẽ khi đi qua nhà anh, anh nên thả Hằng xuống, Hằng sẽ tìm cách về được mà. Đưa Hằng về thế này anh lại trễ họp".

Thiết nhìn lên cửa sổ phòng Hải. Đèn đã bật sáng. Văng vẳng âm thanh nhạc Việt Nam, một bản nhạc vui, bài tủ của Hải. Thiết nói:

"Không sao. Hằng đi lâu mệt quá rồi, về nghỉ và chơi với con, nó đang chờ kia kìa. Cần gì cứ ới nhé".

Hằng leo lên thang lầu, lẩm bẩm: "Họp ngày họp đêm như thế thì 'ới' vào cái chỗ nào mà cứ bắt người ta 'ới' hoài!"

Trương Anh Thụy

(*) "Ăn ba cánh gà" – rớt thanh lọc ba lần. Người ty nạn tới Hồng Kông sau "ngày dứt hạn" (cut-offs date: 16 tháng Sáu 1988 tạiHồng Kông; tháng Tư 1989 tại các quốc gia khác) đều bị giam vào trại cấmvàbị qua một cuộc thanh lọc để phân định ai là "ty nạn kinh tế", ai là "ty nạn chính trị". Người nào bị liệt vào thành phần "ty nạn kinh tế" thì rớt thanh lọc, sẽ không được đi định cư tại bất cứ quốc gia đệ tam nào. Ngườ rớt thanh lọc được quyền kháng cáo, nhưng tỷ số được nhận lại rất ít. Đồng bàoty nạn dùng tiếng lóng "ăn cánh gà" để chỉ cho mỗi lần rớt thanh lọc. Các cuộc thanh lọc thường bị chính quyền bản xứ và Cao Ủy Ty Nạn thực hiện bằng cung cách đầy tắc trách vàbất công. Trường hợp mẹ Hải là một thí dụ điển hình.

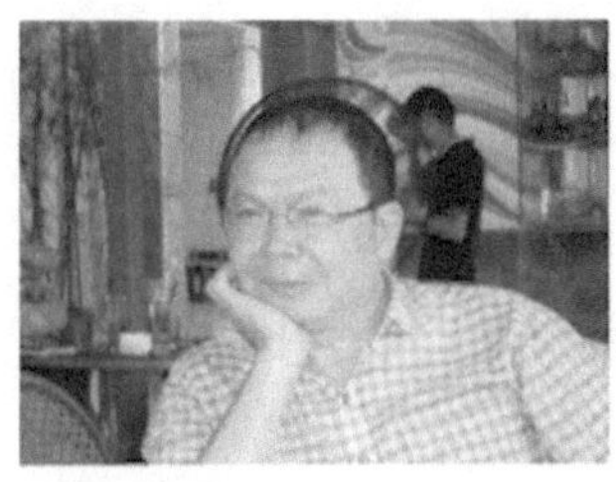

TRƯƠNG VĂN DÂN

Quê ở Bình Định. Năm 1971, du học ở Italia ngành Hóa và Công Nghệ Dược. Từ 1980 Phụ trách về tổng hợp hóa dược và từ 1985, nghiên cứu và phát triển dược phẩm, dùng cho người và cho thú y. Đã viết, dịch và cộng tác với các tạp chí trong và ngoài nước.

Tác phẩm đã xuất bản:
- *Hành trang ngày trở lại* (tập truyện ngắn, NXB Trẻ, 2007; Amazon 2015)
- *Bàn tay nhỏ dưới mưa* (tiểu thuyết, CTVH Phương Nam & NXB Hội Nhà Văn, 2011)
- *Milano Sài Gòn, đang về hay sang* (tập truyện, tùy bút, NXB Tổng hợp, 2018)
- *Mùa Hè tươi đẹp* (tiểu thuyết dịch của Cesare Pavese (Ý), Phương Nam & Hội Nhà Văn, 2011)
- *Bóng của ngày* (tập truyện & tản văn, dịch của Elena Pucillo Truong và Từ Sâm, NXB Hội Nhà Văn, 2012)
- *Một phút tự do* (tập truyện ngắn & tản văn, dịch của Elena Pucillo Truong, Hội Nhà Văn, 2014)
- *Vàng trên biển đá đen* (Tập truyện ngắn & tản văn, dịch của Elena Pucillo Truong, 1-2018)

Milano-Sài gòn: Đang về hay sang?

1.

Mới chỉ 6 giờ mà may bay đã hạ cánh! Theo hành trình, tôi sẽ đến phi trường Malpensa vào lúc 6h35 sáng. Qatar là một hãng máy bay mà từ nhiều năm nay lúc nào cũng đến sớm hơn giờ ấn định. Elena đã có mặt. Nàng đã về Ý trước tôi hai tuần, để có thể có thời gian quây quần với người thân lâu hơn; sáng đó nàng đã thức từ 4h để chuẩn bị đón tôi từ Việt Nam sang.

Tối hôm trước tôi đã nói với các cháu ra tiễn ở sân bay Tân sơn Nhất: Chú (cậu) là người đàn ông may mắn, đi người đưa, đến người đón. Người khổ nhất là Elena, lúc nào cũng cô độc, thui thủi, việc gì cũng phải tự lo, thế mà luôn ân cần và vui vẻ, lúc nào cũng muốn mọi người xung quanh được chăm sóc một cách chu đáo.

Niềm vui của Elena là cho đi chứ không phải nhận lại.

Nhiều lúc tôi nghĩ là cô ta còn "nợ" tôi từ tiền kiếp. Và kiếp này "phải" trả.

Và cô ta đang sẵn lòng "trả nợ".

Tự chấp nhận và biến mình thành "con nợ truyền kiếp". Với niềm vui.

2.

Trên con đường từ sân bay về thành phố Milano, những hàng cây bên đường lá xanh mơn mởn: Elena cho biết là mấy ngày trước có vài cơn mưa, rửa sạch bụi. Nhờ thế nên màu xanh của lá còn xanh hơn, thật khác với những tán lá vàng nâu của thành phố Sài Gòn, lúc nào cũng đầy khói, bụi vì xây dựng và đào bới.

Có lẽ nhờ cơn mưa bất chợt mấy ngày trước đó nên cuối tháng 5 mà trời vẫn còn mát mẻ như mùa Xuân.

Con đường 3 làn rộng rãi, quang đãng, xe chạy bon bon hoàn toàn khác với cảnh hỗn loạn, chen lấn từng thước đất, tranh nhau nửa vành bánh xe ở nơi tôi vừa bỏ lại.

3.

Con đường thẳng tắp. Chẳng mấy chốc chúng tôi đã rời xa lộ. Xe rẽ vào đường làng. Thành phố chưa thức giấc nên có ít người qua lại. Sự xô bồ của đời sống Tây phương vẫn còn đang ngái ngủ, làm tôi cảm thấy như mình đang hòa vào một dòng sống khác.

Chỉ ít phút nữa là tôi sẽ về đến nhà. Nhà. Nhưng đây là đâu? Là Milano, nơi tôi đã từng sống 40 năm, sao mà xa lạ, chỉ sau một năm xa cách. Liệu đây có phải là lần cuối cùng tôi quay lại thành phố này, trước quyết định sẽ không, hay còn rất ít lần quay lại?

4.

Lúc Elena đậu xe, tôi nhìn thấy những chú sóc nhanh lẹ nhảy nhót trên thảm cỏ trong vườn. Chợt nhớ những buổi sáng mùa Xuân ngồi uống cà phê ở ban công trên tầng 3, tầng cao nhất ở căn nhà Cassina de Pecchi này. Bầu trời rộng mở. Không có những cao ốc che mất tầm nhìn. Những hàng cây xanh lá mướt. Chim chóc bay lượn, ca hát líu lo. Tôi thường nhìn những cụm mây trắng trên nền trời xanh. Thỉnh thoảng có vài cánh chim lao vút ra vườn. Và tiếng quạ kêu quang quác trong không gian yên tĩnh. Các chú quạ hay làm tổ trên cây thông thật cao gần đó nên nhiều khi đáp xuống trục antene trên nóc nhà đối diện làm chúng rung rinh.

Cây betulla (bouleau) trước nhà lúc này cành lá rất xanh. Đỉnh của nó chỉ cao hơn sàn nhà tôi chừng hơn 1 mét, cành xa bờ chưa đầy 2 mét, nên những buổi sáng mùa đông, cầm tách cà phê nóng trên tay, tôi thường đứng trên ban công nhìn tuyết đang tan hay những bụi sương theo cành trụi lá chạy xuống, nhưng đến cuối ngọn thì dừng lại, đọng thành giọt mà chưa đủ sức nặng để rơi; đong đưa treo mình như hạt ngọc. Nó kiên nhẫn chờ đợi, lung linh phản chiếu tia nắng như một lăng kính, mãi đến khi những bụi nước li ti khác hoà nhập, hạt nặng hơn, lúc đó mới gieo mình rơi xuống, hòa với lớp tuyết đang tan nằm dưới gốc cây.

Bước vào nhà, Elena thao thao nói chuyện mà tôi chỉ nghe tiếng được tiếng không. Đầu óc tôi đang "tơ tưởng" về mấy quyển sách đang nằm trong túi xách. Đó là 3 quyển "Bàn tay nhỏ dưới mưa", bản thảo vi tính mà anh Nguyên Minh đã in ở VN để tôi đem qua đây tặng bạn. Sách in thử mà rất đẹp. Tôi sẽ dành riêng cho: Thiện (Paris), Vũ (Milano) và chị Huỳnh Ngọc Nga (Torino), chị bạn văn duy nhất của tôi ở Ý…

Đầu óc tôi còn đang mơ mơ màng màng về hành trình văn học của mình, về "Bàn tay nhỏ dưới mưa", tiểu thuyết đầu tay mà đã được công ty văn hóa Phương Nam ký hợp đồng để mua tác quyền 5 năm và sẽ in trong năm nay (nxb Hội nhà văn-2011).

Khi còn ở Ý và viết "Hành trang ngày trở lại" (nxb trẻ, 2007) tôi đã xem Việt nam là nơi trú ẩn an toàn sau những bon chen của xã hội Tây Phương.

Còn khi đi về để viết "Bàn tay nhỏ dưới mưa"… thì xã hội Việt Nam đã như xã hội Tây Phương. Đã và đang bị Tây Phương hóa.

Thời gian chẳng bao lâu mà thay đổi quá nhiều.

Tôi đã mệt mỏi với những xô bồ. Cần sống chậm lại.

Đó có thể là cách kìm hãm sự thao túng của kỹ thuật lên văn hóa, văn minh và thiên nhiên. Những chiêm nghiệm và bức xúc đó, phần nào đã tuôn trào, rơi trên mặt giấy và biến thành những con chữ.

"Bàn tay nhỏ dưới mưa" vì thế đã được lồng trong bối cảnh xã hội mà tôi chứng kiến và đối chiếu, từ bên này hay bên kia trong các chuyến đi về. Thế nhưng câu chuyện của người đàn bà tuổi bốn mươi mới gặp được "một nửa" của mình có điểm xuất phát từ đâu? Vì sao chỉ sau 3 năm hạnh phúc nàng đã phải đối diện với căn bệnh nan y và nhìn lại toàn bộ đời mình, rồi cuối cùng tự hỏi, *ta là ai?*

Vậy Gấm là ai?

Hai năm trước, khi đọc bản thảo đầu tiên trong lần họp mặt ở Thân Trọng điền trang – (Đà Lạt), nhà văn Lữ Kiều (bác sĩ Thân Trọng Minh) và nhà văn Khuất Đẩu, cũng đều hỏi tôi câu hỏi đó.

Nhưng tôi im lặng. Không hiểu vì sao mình lại "thai nghén" nó!

5.

Nghỉ một hôm vì chênh lệch giờ giấc, sáng hôm sau chúng tôi đi thăm ba của Elena bị bệnh. Sau trận tai biến, gần một năm ông phải ngồi xe lăn và nói chuyện rất khó khăn. Elena rất buồn vì có lúc phải áp sát tai mà vẫn rất khó hiểu những lời phì phào của ông. May có bà dì Fiore chăm sóc và một nữ y tá đến theo dõi tình hình và chích thuốc vào mỗi sáng.

Buổi chiều, khi chúng tôi đang trên đường về nhà thì Giuseppe gọi điện mời đến nhà. Tôi hẹn bạn sáng hôm sau.

Chúng tôi ngồi với nhau dưới mái hiên nhà bạn. Cũng hơn năm rồi rồi tôi và Giuseppe mới gặp lại nhau, kẻ thì bận áo cơm, người ngược xuôi lăn lộn. Chuyện cũ, chuyện mới cứ tự nhiên ọc ra như suối. Giuseppe từng là một kẻ rất… rất giang hồ. Nhưng ở anh, có tấm lòng với anh em huynh đệ thật chí nghĩa chí tình.Từng hoạt động trong phong trào thiên tả, rồi về sau hụt hẫng. Quen nhau từ khi tôi mới qua Ý và học cùng phân khoa Hoá và Công Nghệ Dược. Lúc đó anh hoạt động trong phong trào sinh viên.Tôi còn nhớ có lần đi biểu tình chống Mỹ can thiệp ở Việt Nam, khi về ngang qua khu San Babila, tay anh cầm cờ mặt trận nên bị bọn phát xít nơi đây vây đánh đến chảy máu mũi rồi bỏ chạy trước khi cảnh sát ập đến.

Năm tháng đi qua, lý tưởng ngày xưa chỉ còn là kỷ niệm. Sau bao chìm nổi, giờ anh là một quan chức cấp cao của tập đoàn dược phẩm Bayer (Đức). Lên cao, lại chán trò đấu đá tranh giành quyền lợi trong công ty, anh thu mình, tìm lối thoát và trở thành chủ tịch một câu lạc bộ đọc sách. Biết tôi viết và dịch, anh ân cần mời tôi một tối đến tham dự một buổi họp mặt của các thành viên trong nhóm.Tôi và Elena vui vẻ nhận lời.

6.

Buổi sáng, trời mát mẻ. Tôi và Elena đến nghĩa trang thăm mộ mẹ nàng. Gọi là "mộ" nhưng thực ra đây là một hộc nhỏ trên tường, trong đó lưu giữ tro than của bà. Cuộc đời thật lạ. Chúng tôi sống với nhau những ngày đáng nhớ và từ "lúc ấy" không còn gặp nhau lần nữa. Sống chết là quy luật nhưng đây đó vẫn còn có bao người đang sống như mình sẽ không bao giờ chết.

Elena cẩn thận lau bụi trước khung ảnh của bà rồi thắp một nén nhang. Chắp tay đứng gần bên, tôi nhìn vợ mình đã bị "Việt hóa" như thế nào. Tàn nhang, chúng tôi dạo bước ra về.

Nghĩa trang vắng vẻ.

Vài chiếc lá rơi, lìa cành nhánh khẳng khiu, buồn đến ngậm ngùi…

Khi bước vào xe, đột ngột Elena bảo: "Mình về và bắt đầu dọn nhà là vừa. Phải chuẩn bị nhà trống để cho thuê và có thể lần tới quay về Ý mình không còn được ở căn nhà này nữa".

Tôi bàng hoàng. Dù đã chuẩn bị tinh thần từ trước khi về lại Ý trong chuyến đi này… nhưng tôi vẫn không tránh khỏi bất ngờ.

Thế là bắt đầu một cuộc ném đồ đạc. Băng cassette. Video phim ảnh. Báo chí. Tài liệu. Các vật dụng… mỗi lần vứt bỏ là một nhát dao cắt vào da thịt.

Bốn mươi năm tôi đã sống ở đây, đã thay đổi chỗ ở nhiều lần và những vật dụng thân thiết ấy đã theo tôi. Giờ thì phải đành bỏ lại… vì không thể nào mang theo được. Sách vở là điều làm tôi khó nghĩ. Bỏ đi, tiếc. Đành phải chia bớt một ít cho bạn bè, hy vọng họ có thời gian để đọc, còn những sách "quí", phải gói ghém cẩn thận để đem về Việt Nam trong những chuyến đi về.

Bốn mươi năm. Tôi đã gắn bó với đất nước này thật mật thiết, bạn bè Ý rất đông, lấy vợ người Ý, học, làm việc, kinh nghiệm tích lũy nhờ học hỏi với các nhà khoa học rất giỏi và khiêm tốn.

Tôi chợt nghĩ đến những người tôi đã mang ơn. Nhiều lắm. Những bạn sinh viên Franco, Guido, Giuseppe… lúc nào cũng sẵn lòng chia sẻ cùng những lời khích lệ lúc ngã lòng. Những đồng nghiệp chí tình Umberto, Loris, Marco, Enrica, Anna, Sandra… những vị thầy đáng kính và tận tâm Berti, Villa, Trabucchi.

Sống đời sống ở phương Tây mọi việc đều rõ ràng,

sòng phẳng, thế nhưng lòng tôi luôn luôn canh cánh một món nợ. Nợ nước Ý. Nợ tình yêu của Elena, người con gái bốn mươi năm trước đã quen và yêu tôi hơn mọi thứ quý giá nhất trên đời. Một tình yêu hoàn toàn trong sáng, vô vụ lợi, không toan tính nhỏ nhen. Nàng chấp nhận đến với tôi từ khi còn là một "công tử" ngu ngơ du học, đến những năm tháng khó khăn, sau 75, ở căn nhà không lò sưởi, mùa đông bên trong nhà còn lạnh hơn bên ngoài; nàng chẳng rời tôi thời không tiền ăn sáng… nhịn đói ôm sách ra thư viện để được ấm thân, vừa học vừa mong đến giờ ăn ở quán cơm sinh viên (mensa). Nàng động viên, khuyến khích và cho tôi sức mạnh để vượt qua bao nỗi khó khăn, từ khi tốt nghiệp, việc làm tạm bợ bị bóc lột đến xương tủy vì không có quốc tịch, lương ba cọc ba đồng, cho đến lúc vươn lên, trở thành giám đốc kỹ thuật và trưởng phòng nghiên cứu phát triển dược thú y cho một công ty thuộc tập đoàn lớn nhất nước Ý (Ferruzzi group).

Bốn mươi năm, tôi đã đi theo sự chọn lựa mà nhiều khi cũng không có quyền chọn lựa. Nhiều lúc tôi đã phải cắn răng chịu đựng nhưng có lúc cũng mỉm cười, nhìn chướng ngại như một cuộc thử sức rồi ngẩng đầu để đi lên. Rất nhiều năm, thân mình chưa lo nổi còn tự gánh lấy trọng trách cưu mang cả gia đình. Mười ba năm quen nhau mà chưa dám làm đám cưới… thế mà Elena vẫn chờ cho đến lúc gánh nặng trên vai tôi nhẹ bớt. Giờ thì tôi hiểu ra, khó khăn còn là một thứ xúc tác để những bông hoa trong khu vườn tình người nở rộ. Thăng trầm, vinh nhục… tất cả đều đã trải, đều đã vô thường, thay đổi, và chỉ có *hằng số Elena* là còn ở lại. Nàng luôn ở bên tôi. Lúc nào cũng ở bên tôi. Dù có khi chúng tôi cách xa nhau hơn 10.000 km.

Là người luôn chấp nhận hy sinh, Elena yêu tôi bằng một tình yêu mãnh liệt. Tình yêu ấy như hai trái tim nằm giữa lằn ranh, vừa Hòa vừa Nhập, thách thức mọi khác biệt của hai nền văn hóa. Mới đây nàng còn từ bỏ tất cả những gì thân thương để tiếp tục theo tôi trong một hành trình mới, về sống ở Việt Nam, một đất nước còn bao khó khăn và ngổn ngang những vấn đề.

Tất cả những hồi tưởng này, lướt qua đầu tôi như một cơn gió nhẹ nhưng mơ hồ làm bật ra một vài ý tưởng. Lời giải đáp cho những câu hỏi còn lóe sáng hơn khi tôi có cơ hội trình bày tác phẩm "Bàn tay nhỏ dưới mưa" trong buổi họp mặt tại câu lạc bộ người yêu sách.

7.

Ở thư viện Albairate, sau khi chào hỏi Giuseppe đặt lên bàn 3 quyển bản thảo vi tính "Bàn tay nhỏ dưới mưa" rồi yêu cầu tôi tóm tắt câu chuyện cho các bạn. Qua vài lời giới thiệu ngắn ngủi tôi kể chuyện về người đàn bà bất hạnh, tuổi bốn mươi mới gặp được "một nửa" của mình, là tri âm thể xác và tri kỉ tâm hồn. Đến lúc ấy Gấm mới nhận biết được tình yêu, say đắm "như yêu lần đầu" và hiểu ra là "hạnh phúc thật ra ở ngay trong những điều nhỏ nhặt". Gặp "Anh", kiến thức Gấm được mở mang và học được nhiều điều quan trọng. Nhưng số phận éo le, đúng khi tưởng nắm giữ được hạnh phúc với người đàn ông của đời mình thì Gấm lại bị ung thư.

Từ căn bệnh thời đại này tôi đã lồng câu chuyện tình yêu vào một bối cảnh xã hội rộng lớn, trong đó lòng tham của con người đang làm trái đất cạn kiệt, xã hội rối loạn, dịch bệnh, ô nhiễm môi trường, an toàn thực phẩm… và con người càng ngày càng sống phản lại tự nhiên.

Còn Gấm, đứng trước cái chết được báo trước, nàng trăn trở, hoảng loạn, suy tư, ý thức "lẽ sống còn quan trọng hơn sự sống"… và cuối cùng tự hỏi "Ta là ai".

Tôi bất ngờ và thú vị vì thấy có nhiều người đồng tình.

Một cuộc thảo luận về nhịp sống hối hả làm thời gian bị đo lường, chắt bóp. Có người nói hiện nay tuy phương tiện giải trí có nhiều mà niềm vui dường như rất hiếm. Tâm trí của mọi người đều bị động. Có người nhắc đến các công nhân lắp ráp làm việc theo nhịp máy trong dây chuyền sản xuất, các động tác phải tuân theo các công đoạn trong một thời lượng quy định. Xong việc, về nhà, vội vàng, căng thẳng vì đường phố đông đúc. Cái gì cũng "express", cũng "fast"… từ ăn uống đến mua sắm.

Giuseppe nói: "Thế giới thay đổi quá nhanh trong những năm gần đây làm con người không kịp thích nghi và do đó đánh mất thăng bằng tâm lý. Có các phương tiện để liên lạc mà trong xã hội chẳng ai biết nhau. Sự gia tăng các phương tiện truyền thông hình như tỉ lệ nghịch với sự giao tiếp giữa các cá nhân, con người sống *Bên* nhau nhưng không sống *Với* nhau. Tiếp xúc qua không gian ảo, nhìn nhau qua màn hình".

Tôi dịch một vài trích đoạn cho các bạn, từ tình yêu ngút ngàn của Gấm dành cho "anh" đến nỗi hốt hoảng của Gấm khi biết mình sắp chết, đoạn phân tích tâm lý lúc nàng chạy về phía Bình Quới nhìn mây trắng hợp tan rồi nghĩ về lẽ tử sinh làm mọi người rất thích.

Một thành viên câu lạc bộ hỏi tôi, viết xúc động vậy sao không dịch ra tiếng Ý? Trước đó tôi chưa bao giờ nghĩ đến việc này. Nhưng tại sao không? Có thể lược bỏ bớt những phần không thiết yếu…

Mọi người xôn xao bàn tán nhưng lúc đó đầu óc tôi chỉ nghĩ đến quyển tiểu thuyết đang chờ in ở Việt Nam. Giuseppe nói: "Mới đây mà đã bốn mươi năm!" Bốn mươi năm! Bốn mươi năm! Tôi giật mình. Chợt tỉnh. Bốn mươi năm chẳng phải là số tuổi của Gấm đó sao? Cớ sao số tuổi của Gấm trùng với 40 năm tôi từng sống ở đây? Vì sao nàng chỉ hưởng hạnh phúc có 3 năm rồi bị ung thư? Những trùng hợp này chỉ là ngẫu nhiên hay là tiếng gọi của tiềm thức, về một tình yêu cuồn cuộn của một thời tuổi trẻ, si mê, đầy nhiệt huyết và mộng mơ ở trời Âu và giờ đây như những đám mây bay qua bầu trời và sắp biến mất? Những thăng trầm, khổ đau, hạnh phúc của Gấm có khác gì đời sống của tôi mấy mươi năm qua? Thương yêu hờn giận, gắn bó đến thế, làm sao lòng không vương vấn, không đau như cắt ruột khi phải chia xa, dù được quay về nơi mình cất tiếng chào đời? Thế thì 40 năm sống ở trời Âu có khác gì 40 năm cuộc đời của Gấm? Rồi ba năm hạnh phúc, cũng chính là 3 năm mà tôi đã trở về quê hương. Tôi đã bình an biết bao. Nhưng khi ánh hào quang của cuộc trùng phùng chấm dứt, những biến đổi xã hội Á Đông đang thay da đổi thịt, hòa theo nhịp sống cuồng loạn của toàn cầu hóa… đã xóa mất nếp bình thản cũ xưa, xuất hiện nhiều mâu thuẫn trong thời hội nhập. Những bất an thực phẩm, ô nhiễm môi trường, trái đất cạn kiệt… tạo ra bao căn *bệnh ung thư.*

Gấm chết. Như chết một ước mơ, chết một đời sống bình yên.

Ba năm, thời gian đủ để tôi nhận ra là đời sống như tôi nghĩ đã không còn. Con người, gia đình con cái ít quây quần bên nhau. Người già cô đơn. Các căn bệnh thời đại xuất hiện: lo âu, buồn rầu vô cớ rồi sinh ra trầm cảm. Rồi tự sát. Sức khỏe cơ thể có thể tốt nhờ tiến bộ y học mà sức khỏe tâm thần và sức khỏe xã hội ngày càng kém sút. Chúng ta sống thọ hơn mà cuộc sống lại ít ý nghĩa hơn. Có khác gì những điều đang xảy ra ở trời Tây?

Ba năm, ngồi cà phê quán cóc ở vệ đường, tôi cũng nhìn thấy nhiều người lái xe bằng một tay, tay kia bấm phím nhắn tin, nghe điện thoại. Những bà mẹ chở con đi học thêm, đứa bé ngồi phía sau tranh thủ ăn, tranh thủ uống. Những người khác luồn lách, chạy xe với tốc độ kinh khiếp như đi vào chỗ không người. Có lần, trên chuyến xe đò về miền Trung ăn Tết, tôi kinh hồn thấy tài xế vừa chạy xe vừa dụi mắt chống cơn buồn ngủ. Chiếc xe chao đảo, suýt lao đầu xuống vực…

Nhịp sống đã thay đổi từng ngày, nếp sống văn hóa quay cuồng theo. Tình người đảo lộn. Ngay trong gia đình, cũng chẳng thiếu cảnh anh em vác dao chém nhau, chuyện con chửi mẹ, đánh cha, thậm chí giết cha mẹ cũng chỉ vì cơn sốt đất. Người người đang sôi lên vì kiếm tiền, kiếm việc làm thêm và mua sắm tất bật.

Những trăn trở ấy, không biết tự lúc nào đã đưa đẩy những ngón tay lên bàn phím, và từ tiềm thức, "Bàn tay nhỏ" đã biến thành những con chữ.

Cầm trên tay, thấy sách được chia thành từng nhiều đoạn nhỏ, Giuseppe tò mò hỏi tôi đã lấy nguyên mẫu và cảm hứng từ đâu?

"Nguyên mẫu lấy từ nhiều nhân vật. Tôi đem gộp lại chuyện đời, hạnh phúc và khổ đau của nhiều người và viết thêm nỗi băn khoăn và tâm sự riêng của chính mình. Theo đó, tôi đã viết *Bàn tay nhỏ dưới mưa* như nhiều mảnh gương, mỗi mảnh phản chiếu theo một góc. Có mảnh quay vào trong, soi nội tâm nhân vật, có mảnh hướng ra ngoài để nhìn ra thế giới. Câu chuyện được viết theo hai tuyến, một bên là trái tim, một bên là khối óc. Tình và lý, theo hai mạch khác nhau nhưng được cảm xúc của nhân vật kết nối. Các trang viết đều có phản chiếu một chút người, một chút ta, một chút bạn bè và những cảm nhận về những vấn đề mang tính bản thể: sự sống và cái chết, nhân phẩm và sự sa ngã, khát vọng vô cùng của con người và những hữu hạn của tồn tại…" Il trauma che stiamo vivendo in questo momento assomiglia al trauma che abbiamo vissuto 80 anni fa, durante la Grande Depressione, ed è stato causato da una serie di circostanze analoghe. Allora, come oggi, abbiamo affrontato un crollo del sistema bancario. Ma allora, come oggi, il crollo del sistema bancario era in parte una conseguenza di problemi più profondi. Anche se risponde correttamente al trauma (i fallimenti del settore finanziario) ci vorrà un decennio o più per raggiungere il pieno recupero. Se noi rispondessimo in modo inappropriato o con gli stessi strumenti neoliberisti che hanno favorito la crisi, questa durerà ancora a lungo e il parallelo con la Grande Depressione assumerà una nuova dimensione tragica. [I macro-economisti mainstream sostengono che il vero spauracchio in una recessione non è caduta dei salari, ma la loro rigidità: se i salari fossero più flessibili (cioè bassi), la disoccupazione si sarebbe ridotta, auto- correggendo il problema! Ma questo non è stato vero durante la Depressione, e non è vero oggi. Al contrario, bassi salari e redditi portano semplicemente a una riduzione della domanda, indebolendo ulteriormente l'economia.] Secondo la vulgata tradizionale, la politica restrittiva della FED ha causato la crisi del 1929, oppure il crollo (autunnale) di Wall Street ha provocato la recessione (che inizia in estate!!!) dell'economia americana. Il problema oggi, come allora, è un'altra cosa: la cosiddetta economia reale. I paralleli tra la storia delle origini della Grande Depressione e quella della nostra crisi sono forti. Allora ci stavamo muovendo dall'agricoltura alla industria. Oggi ci stiamo muovendo dalla manifattura ad un'economia di servizi. Negli USA si calcola che il calo dei posti di lavoro nel settore industriale è stato drammatico, da circa un terzo della forza lavoro 60 anni fa a meno di un decimo di oggi. Il ritmo si è accelerato notevolmente nell'ultimo decennio. Ci sono due ragioni per il declino. Uno è una maggiore produttività, la stessa dinamica che ha rivoluzionato l'industria e costretto la maggioranza degli operai americani a cercare lavoro altrove. L'altro è la globalizzazione, che ha inviato milioni di posti di lavoro all'estero, a paesi a basso salario o quelli che hanno investito di più nelle infrastrutture o nella tecnologia. Qualunque sia la causa specifica, il risultato inevitabile è esattamente lo stesso di 80 anni fa: un calo del reddito e posti di lavoro. Per un certo tempo, la bolla immobiliare ha nascosto il problema creando una domanda artificiale, che a sua volta ha creato posti di lavoro nel settore finanziario e nella costruzione e altrove.

Giuseppe vỗ vỗ lên vai tôi: "Tác phẩm này giống như cuộc hành trình của con người đi tìm tình yêu, hạnh phúc và sự bình an trong một thế giới hỗn độn và điên loạn. Hãy cố dành thời gian để dịch ra tiếng Ý!"

Tôi gật đầu. Còn một điều nữa cũng vừa lóe lên trong trí nhưng tôi không nói với bạn. Đó là về cái chết của Gấm? Tại sao nàng đi trước mà không phải là anh? Bởi đó là nỗi khắc khoải, nỗi lo sợ, ước muốn và cũng là trách nhiệm của người chồng… Anh không thể "đi" trước, bỏ lại vợ mình trong một đất nước xa lạ… Ước muốn này mới đầu tôi tưởng chỉ của riêng tôi, nhưng thời gian sau, khi Elena viết truyện ngắn đầu tay "Bàn tay trong một bàn tay"(1) thì tôi chợt hiểu đó cũng chính là những ám ảnh và ước muốn thầm kín của nàng.

8.

"Nền kinh tế hiện nay giống như một chiếc xe đạp. Nó buộc chúng ta phải làm việc và đạp liên tục thì mới chạy được, dừng lại là té ngã". Anh bạn Franco đã từng nói với tôi như thế. Và hôm nay hình như mọi người đang kiệt sức, không đạp nổi. Nền kinh tế rất mạnh của Ý và Âu châu đã suy thoái từ vài năm qua. Nhiều hãng xưởng đóng cửa hay làm việc cầm chừng. Bạn bè nhiều người lo lắng.

Buổi sáng, Elena cầm tờ báo và gọi tôi đến xem. Một cửa tiệm nợ lương 5 tháng không trả. Một thanh niên Phi châu đến hối thúc lương tháng. Chủ và thợ sinh ra cãi vã. Ông chủ vào nhà lấy tiền và ném vào mặt người làm công. Lúc anh ta cúi nhặt, ông rút súng bắn mấy phát vào lưng. Một phát trúng gần tim và anh ta chết trên đường cấp cứu. Cô gái Ý đi cùng anh ta cũng bị thương. Cô là nhân viên tư vấn của một tổ chức thiện nguyện. Cô đến giúp vì anh bạn ngoại quốc không nói rành tiếng Ý.

"Ở mọi nơi trên thế giới, sự tàn ác đều như nhau. Lòng tốt có giới hạn. Mà cái ác thì không cùng".Tôi đắng họng. Không biết bình phẩm ra sao. Mãi sau Elena mới nói: "Cuộc đời này là gì? Chẳng qua chỉ là một hơi thở! Tại sao chúng ta không sống cho cái Tâm mình đẹp? Chỉ vì Tham mà người ta ganh ghét và chém giết nhau. Thế mới biết Phật giáo thật thâm diệu: Ai biết xem thường danh lợi thì đời sẽ bình an và lúc nào cũng cũng có thể mở lòng chào đón mọi người, với tình thân ái".

Tôi nhìn vợ mình. Một tình yêu vô bờ bến đang dâng trào. Và bỗng dưng tôi nhớ là khi viết về cái chết của Gấm, chẳng có trang nào mang theo niềm tuyệt vọng. Sức sống của tình yêu luôn có phong cách khác thường, dù biết sắp đi đến đoạn cuối cuộc đời nhưng đôi mắt tình yêu vẫn nhìn đời sống ngời ngời khát vọng, bao dung.

9.

Mới đến Milano "hôm qua" thế mà nay đã sắp về lại Việt Nam rồi. Một tháng trôi qua trong nháy mắt. Tôi xuống phố Cassina dé Pecchi để mua sắm vài món đồ. Đang bước, tôi bỗng nghĩ là mấy mươi năm trước những con đường này hoàn toàn xa lạ với tôi, thế rồi trở nên quen, đã đi qua đi lại bao nhiêu lần và bây giờ lại sắp hóa ra xa lạ.

Sự vật biến đổi. Còn duyên thì hợp, hết duyên thì tàn.

Milano-Sài Gòn.

Sài Gòn-Milano.

Hai ngày nữa là có chuyến bay rồi!

Nhắc nhở đó làm lóe lên trong trí tôi mấy câu thơ của người bạn vong niên ở Hà Nội mà tôi rất quý:

Cùng chung một chuyến đò ngang
Kẻ thì sang bến người đang trở về
Lái đò lái mãi thành mê
Sang về chẳng biết mình về hay sang . (2)

[Milano, tháng 6 2011]
Trương Văn Dân

1–   http://tuoitre.vn/Tuoi-tre-cuoi-tuan/Van-hoa-nghe-thuat/Truyen-ngan/468663/Ban-tay-trong-mot-ban-tay.html

2–   Trích Huyền Thi, Nguyễn Bảo Sinh

TRƯƠNG VŨ

Tên thật Trương Hồng Sơn.
Trước 1975 phục vụ trong QLVNCH, và dạy toán tại Đại Học Duyên Hải Nha Trang.
Vượt biển và định cư tại Hoa Kỳ từ năm 1976.
Hiện làm việc và sống với gia đình tại Maryland.
Chủ bút tạp chí *Đối Thoại*.
Chuyên viết tiểu luận đăng trên báo *Đối Thoại, Hợp Lưu, Văn Học*.
Hợp tác với *Hội Á Châu Học* (The Association for Asian Studies), *Hội Văn Hóa Mỹ* (The American Culture Association) và tạp chí *Vietnatn Forum* của Đại Học Yale. Đồng chủ biên tuyển tập *The Other Side of Heaven* (Phía Bên Kia Thiên Đường) do Curbstone Press xuất bản (1995).

Nói với chàng Siêu

Dấu binh lửa, nước non như cũ
Kẻ hành nhân qua đó chạnh thương
Phận trai: già ruổi chiến trường
Chàng Siêu mái tóc điểm sương mới về (1)

(Chinh Phụ Ngâm Khúc)

Những năm gần đây, tôi gặp lại nhiều bạn bè cũ, những người mà vào tuổi thanh xuân có ít nhất một lần mơ ước được như tướng quân Ban Siêu của hai ngàn năm trước, một đời duổi rong trên lưng ngựa. Khi gặp lại, tóc bạn bè tôi đã điểm sương hay bạc xóa. Không được lãng mạn như trong ngâm khúc Chinh Phụ, tóc họ đổi màu không vì già ruổi chiến trường mà chỉ vì ở trong tù năm tháng dài hơn ngoài đời.

Bạn bè tôi hầu hết đều có tuổi trẻ đầy ước mơ. Trong gần hai mươi năm qua, họ lại phải thu mình hoặc chịu đày đọa trong bẫy sập của thực tế. Thực tế thứ nhất là cái quân lực mà họ phục vụ không còn nữa. Thực tế thứ hai là dù quân lực đó không còn nữa và cuộc chiến đã chấm dứt, họ cũng vẫn phải sống trong lao tù. Thực tế thứ ba, làm cho đời sống lao tù của họ cay đắng hơn, nhục nhã hơn, là vì quân lực đó đã tan vỡ quá nhanh chóng, tan vỡ trong hỗn loạn, và gần như không có chống cự. Thực tế thứ tư là dù ở tuổi nào, con người cũng vẫn biết mơ ước và thông thường, chỉ cảm thấy hạnh phúc khi những ước mơ có cơ thực hiện.

Ước mơ, hoang tưởng, và giả dối là những cái hoàn toàn không giống nhau. Đời sống ở Mỹ hay ở những nước phương Tây nói chung lại dễ cho phép những cái rất khác nhau này được sống lẫn lộn. Do đó, trước cùng một sự kiện, con người có những phản ứng hoàn toàn khác biệt. Người lạnh lùng, người thích thú, người phẫn nộ, người chua chát, người giễu cợt v.v...

Tôi viết bài này cho những chinh phu của hai mươi năm cũ mà dấu binh lửa vẫn còn. Đặc biệt, cho những người phải bắt đầu lại cuộc đời ở mái tóc chàng Siêu. Dù ít dù nhiều, họ đều có những ước mơ. Nhọc nhằn hơn cả là phải lựa chọn ước mơ nào để thực hiện cho kỳ được và ước mơ nào nên quên đi. Sự lựa chọn này nhọc nhằn cho bất cứ ai khác, không riêng gì họ.

*

Cách đây hai tháng, nhận lời mời của một người bạn thuộc binh chủng Thủy Quân Lục Chiến Việt Nam Cộng Hòa, tôi đến dự dạ tiệc kỷ niệm ba mươi chín năm thành lập binh chủng này.

Mới vào, tôi chứng kiến những cảnh thật cảm động. Lần đầu tiên trong một buổi dạ tiệc, tôi nghe nhiều quan khách cùng hát theo bài quốc ca Việt Nam Cộng Hòa và hát trong xúc động. Nét mặt của các cựu quân nhân Thủy Quân Lục Chiến, thuộc đủ lứa tuổi, thuộc nhiều hoàn cảnh khác nhau, khi đứng trình diện quốc kỳ, quân kỳ, cùng với tiếng hát của họ đã làm mọi người quên hiện tại. Một không khí hoài niệm bao trùm. Một không khí của tiếc thương, của tình đồng đội, và của định mệnh, thứ định mệnh dành cho những người lính mà loại tuổi xanh của họ đã khiến họ lựa chọn một binh chủng có khả năng đưa họ đến cái chết nhanh hơn.

Tối hôm đó còn có vẻ như một đêm đoàn tụ của nhiều bạn bè xa cách lâu năm. Thời còn trẻ, họ cùng sống lăn lóc với nhau trong quân ngũ, trên chiến trường. Lúc đó, họ không khác nhau mấy. Ngày nay, gặp lại, mỗi người có một đời sống gần như hoàn toàn khác biệt. Có người đã rất thành công trong nghề nghiệp. Có người chưa rành ngôn ngữ mới, chưa biết làm gì để sống. Có người sống ở Mỹ từ 75. Có người trải qua gần mười lăm năm trong lao tù. Cùng tuổi nhau mà người này trông trẻ trung, nhanh nhẹn, còn người kia thì lụ khụ, tóc bạc, răng cỏ không còn. Có người sống khác hẳn đời sống cũ, đạo hạnh như một thầy tu. Có người vẫn hào hoa như ngày còn trong lính. Nhưng, khi tiếng kèn chiêu hồn tử sĩ được thổi lên, trông họ thật giống nhau. Không phải chỉ vì họ cùng khoác lại bộ quân phục cũ để trình diện quân kỳ, mà có lẽ vì trên hết tất cả, vào lúc đó, tình bạn, tình đồng đội, sự hồi tưởng về một tuổi trẻ đã mất và những bạn bè đã mất chế ngự mọi tình cảm của họ

Phải chi thời gian ngừng lại ở đó và cuộc đời đóng khung ở đó.

Cuộc đời lại tiếp tục theo cách riêng. Bình thản. Bình thường. Và như thể hồn tử sĩ đã được mời gọi trở về trong không khí của một dạ tiệc. Có rất nhiều bài diễn văn và trình diễn văn nghệ giống như ở hầu hết các dạ tiệc có tánh cộng đồng của Việt Nam. Khi dư âm của tiếng kèn chiêu hồn tử sĩ vẫn còn đâu đó và bài diễn văn của đại diện Thủy Quân Lục Chiến Việt Nam bắt đầu, thì những tiếng cười nói, giỡn cợt ồn ào cũng bắt đầu nổi lên. Cái ồn ào lên cao độ khi bài diễn văn cuối cùng chấm dứt và khi ban tổ chức chuẩn bị tiễn đưa quốc, quân kỳ.

Lúc đó, bạn tôi, cựu tiểu đoàn trưởng Tiểu đoàn 8 Thủy Quân Lục Chiến bước lên máy vi âm. Có vẻ như anh lấy hết sức bình sinh để hét lên một tiếng "nghi... ê... ê... m" rung động cả phòng tiệc. Tiếng hô của anh kéo dài hơn bình thường. Tiếng ồn ào giảm dần. Cuối cùng thì tắt hẳn. Tiếng hô của anh cũng ngừng lại ở đó. Nhờ vậy quốc kỳ và quân kỳ được tiễn đưa trong trang nghiêm.

Sau đó, nhạc dạ vũ trổi lên. Vui nhộn. Một số người tiến ra sàn nhảy, dẫn đầu là một cựu trung tướng thuộc Quân Lực Việt Nam Cộng Hòa.

Vợ chồng tôi phải về sớm. Trên đường về tôi còn nghe

âm vang tiếng hô của bạn tôi. Tôi hiểu bạn tôi nhiều lắm. Cả tuổi trẻ của anh, anh dành cho binh chủng và đồng đội. Sang Mỹ, hơn mười tám năm nay, gần như anh chỉ biết có binh chủng, đồng đội, và bè bạn. Nhiều khi tôi có cảm giác là gia đình anh và ngay cả chính anh cũng không quan trọng bằng. Dĩ nhiên là bạn bè thương anh, rất thương anh. Tiếng hô nghiêm của anh xoáy vào tâm can tôi. Nó khiến tôi nhớ đến tiếng hô của một sĩ quan Nhật trong cuốn phim mới nhất của đạo diễn lừng danh Akira Kurozawa.

Tôi muốn ghi lại đây phần xây dựng của Akira Kurozawa.

Nhan đề của phim là "Những giấc mơ"(Dreams), trong đó ông xây dựng những giấc mơ khác nhau để nói về những ước mơ, những sợ hãi, những ám ảnh trong cuộc đời. Từ giấc mơ của tuổi thơ đến những giấc mơ của tuổi thanh niên, trung niên và sau cùng là giấc mơ của tuổi già. Thật ra cũng có thể coi đây là những giấc mơ của chính một người trải qua nhiều giai đoạn khác nhau trong cuộc đời người đó. Tôi xúc động nhiều khi xem phần liên hệ đến những người lính, tựa đề "Con đường hầm" (The Tunnel).

Trong phim, tôi đoán đây là khoảng thời gian sau khi Nhật đầu hàng, có một sĩ quan Nhật đi thất thểu ra về từ trại tù. Chỉ có mình anh, giữa cái yên lặng của núi đồi. Khi gần đến một con đường hầm mà anh phải đi qua để trở về với đời sống bình thường, anh bỗng dừng lại. Từ trong hầm, một con quân khuyển chạy ra, trên người nó mang đầy chất nổ. Nó nhìn anh và sủa. Hình như anh nhận ra nó. Anh hơi sợ nhưng rồi cũng cố mạnh dạn bước vào đường hầm. Chỉ nghe tiếng chân anh vang động. Ra khỏi đường hầm, anh khẽ quay đầu nhìn lại và thấy bóng một người đang chạy ra. Một người lính trang bị súng ống đầy đủ như lúc lâm trận. Anh thất lên:

"Binh nhì Noguchi?"

Người lính đứng nghiêm–một người lính rất trẻ–gập

người xuống chào một cách kính cẩn rồi nói:

"Thưa đại đội trưởng, chính tôi".

Sau đó, người lính hỏi dồn dập:

"Đại đội trưởng, ông hãy nói thật với tôi đi. Có phải tôi đã tử trận rồi không? Tôi không tin điều đó. Tôi nhớ là tôi đã đi về nhà và đã ăn những cái bánh mẹ tôi đặc biệt làm cho tôi. Tôi nhớ rõ lắm".

"Noguchi, em đã từng nói với tôi như vậy. Em trúng đạn và ngất xỉu. Rồi em tỉnh dậy. Tôi đỡ em trên tay. Em nói với tôi là em đã đi về nhà và ăn những cái bánh đặc biệt do mẹ em làm. Tôi rất xúc động. Tôi nhớ rõ mồn một. Nhưng… Noguchi. Đó chỉ là một ước mơ: Em mơ ước điều đó khi em hôn mê. Khoảng năm, sáu phút sau em tắt thở. Em chết thật rồi mà".

Noguchi lảo đảo, rồi đứng nghiêm và gào lên:

"Vâng… Nhưng… ba mẹ tôi vẫn tin là tôi còn sống".

Noguchi khóc. Anh bước vài bước rồi chỉ tay về phía một ánh đèn ở đằng xa, quay lại nói với người sĩ quan:

"Nhà tôi đó. Mẹ tôi và ba tôi đang ở đó. Họ đang chờ tôi".

Người sĩ quan đến gần Noguchi, nói nhỏ nhẹ:

"Sự thật… em chết rồi. Tôi buồn lắm… Nhưng… sự thật… em chết rồi".

Binh nhì Noguchi mếu máo. Anh lảo đảo bước trở lại đường hầm. Người sĩ quan yên lặng nhìn theo rồi bỗng kêu to "Noguchi".Noguchi quay lại, đứng nghiêm, bồng súng chào. Người sĩ quan nghiêm chỉnh chào lại. Noguchi thất thểu đi trở lại rồi biến mất trong đường hầm.

Người sĩ quan sắp sửa cất bước. Bỗng anh lại nghe từ trong đường hầm, tiếng đi rầm rập của một toán quân.

Một toán quân cũng trang bị đầy đủ như khi lâm trận, oai nghiêm, bước đều ra khỏi đường hầm. Anh giật mình thối lui, rồi đứng lại nhìn. Khi toán quân tiến đến gần anh, người dẫn đầu hô to ra lệnh toán quân dừng lại, ra lệnh bồng súng chào, rồi dõng dạc nói:

"Trình diện đại đội trưởng. Trung đội 3 đã trở về doanh trại… Hoàn toàn vôsự".

Người sĩ quan nhìn chầm chập vào toán quân. Nửa cười, nửa mếu. Một phút im lặng… anh lấy hết bình tĩnh, rồi nói:

"Các anh em nghe đây. Tôi hiểu tâm trạng các anh em. Nhưng… sự thật là… Trung đội 3 đã hoàn toàn bị tiêu diệt… anh em đều tử trận. Tôi buồn lắm. Tôi lại không chết để sống sót đến ngày nay. Rất khó cho tôi nhìn thẳng mặt các anh em. Tôi đã tung trung đội 3 vào trận chiến để rồi tất cả đều bị giết. Lỗi tại tôi. Tôi có thể đổ hết trách nhiệm cho cái phi lý của chiến tranh. Thế nhưng, tôi không làm điều đó được. Không làm sao để tôi có thể phủ nhận cách quyết định thiếu suy nghĩ và thái độ tắc trách của chính tôi. Thế nhưng, tôi đã bị cầm tù. Những năm tháng ở tù, tôi nhục nhã và chua xót đến độ tôi tin là nếu chết được vẫn hay hơn. Giờ này, nhìn thẳng mặt các anh em, tôi vẫn có cùng cảm giác như vậy. Tôi biết các anh em còn đau đớn hơn tôi nhiều. Nhưng… nói thật… tôi đã mong chết ngoài chiến trường. Tin tôi đi… tôi chỉ mong được chết như anh em. Tôi cảm nhận được nỗi cay đắng của anh em. Người ta gọi anh em là những "anh hùng", nhưng… anh em đã chết đau đớn như những con chó (2). Thế nhưng, dù gì đi nữa, trở lại thế gian như thế này chẳng chứng tỏ được gì cả. Hãy về lại nơi nằm nghỉ của mình đi. Hãy yên giấc với ngàn thu đi".

Gài lại nút áo cho nghiêm chỉnh, lấy hết sức bình sinh hô "nghiêm", hét thật to ra lệnh cho trung đội quay lại. Trung đội 3 làm theo lệnh anh, bước rầm rập trở lại đường hầm. Có tiếng kèn chiêu hồn tử sĩ.

*

Có phải cái ước mơ của Kurozawa là "một sĩ quan dù chỉ ở cấp đại đội trưởng cũng phải chịu ám ảnh và nhận trách nhiệm, với cả đau đớn lẫn thương yêu, về những cái chết của đồng đội, kể cả cái chết của một con quân khuyển mà có lẽ vào lúc tuyệt vọng nơi chiến trường, anh đã cho gắn chất nổ vào người nó và bắt nó lao đầu vào phía địch?". Dầu sao, đây cũng là một ước mơ của rất nhiều người trong chúng ta.

Có ai biết được sự thật trong trận chiến vừa qua, bao nhiêu thường dân Việt Nam đã bỏ mình, bao nhiêu người lính đã bỏ mình, và bao nhiêu người còn sống sót đã phải hủy hoại tuổi xanh của họ? Một triệu? Hai triệu? Ba triệu? Có biết bao nhiêu người đã ngã gục, thường dân hay lính, chỉ vì do tham vọng cá nhân, do thái độ vô trách nhiệm, do kém tài năng, do những quyết định sai lầm vội vã của cấp chỉ huy? Không làm sao đếm được. Nhưng với những con người Việt Nam bình thường, đã từng nghe bom đạn, đã từng nhìn thấy xác chết vì bom đạn, đã lăn lóc trên quê hương trong những ngày chinh chiến, cũng hiểu được là con số đó không nhỏ. Đọc các hồi ký chính trị và quân sự của những cựu chính trị gia, cựu tướng lãnh, của cả miền Nam lẫn miền Bắc, mấy ai nghe thấy một lời nhận lỗi? Lính chết, dân chết, đồng bạn chết, nhiều khi chỉ do thái độ tắc trách, hốt hoảng, kém tài, hoặc hèn nhát của cấp chỉ huy ở bất kỳ cỡ nào. Các đài truyền hình Mỹ thỉnh thoảng chiếu đi chiếu lại cảnh những người lính Cộng Hòa vừa chạy vừa bắn bừa bãi vào dân chúng để giành đường thoát vào những ngày cuối của cuộc chiến. Người lính Việt Nam ngồi xem đau thắt cả ruột gan. Ai chỉ huy họ? Tiểu đoàn trưởng, đại đội trưởng, trung đội trưởng nào? Hiện giờ những người chỉ huy này đang ở đâu?

Sách báo Việt Nam ở hải ngoại hàng hàng lớp lớp. Vô

số chữ nghĩa đã được dùng để chửi người Mỹ bỏ cuộc, chửi cấp trên, chửi cấp dưới, chửi lẫn nhau. Bao nhiêu chữ nghĩa đã được dùng cho những lời nhận lỗi?

Cuộc chiến triền miên trên quê hương Việt Nam đã cướp mất bao nhiêu tinh anh của đất nước. Đáng buồn thật. Nhưng đáng buồn nhất, là trong suốt sáu trăm năm qua, đâu có phải sự hy sinh lớn lao đó lúc nào cũng hoàn toàn là để bảo vệ đất nước chống ngoại xâm. Trong hơn bốn trăm năm, từ khi đánh đuổi quân Minh đến khi đánh đuổi quân Thanh, chiến tranh ít khi ngưng nghỉ nhưng nào có phải để bảo vệ lãnh thổ. Suốt gần hai trăm năm, vó ngựa chinh phu Việt Nam vượt qua vượt lại sông Gianh cũng chỉ để giết nhau mà thôi. Đi vào nơi gió cát hay xông vào bãi chiến trường, có khi vì bó buộc, vì bổn phận, vì không có cách thoát, mà có khi cũng chỉ do cái lãng mạn của tuổi trẻ. Nhưng dù vì lý do gì, và thây có được da ngựa bọc (chỉ có trong thơ văn!) hay chỉ để làm mồi cho kền kền và quạ, thì những mất mát như vậy cũng là những định mệnh nghiệt ngã của người trai trẻ Việt Nam. Một vấn đề cần đặt lại là có phải điều này phát sinh từ cái định mệnh nghiệt ngã chung của dân tộc hay đó chỉ là hậu quả của những nhận thức sai lầm về giá trị của đời sống, chồng chất từ thế hệ này đến thế hệ khác? Dầu sao cũng vẫn là điều đau lòng. Phải xót xa lắm, cụ Đặng Trần Côn mới viết những câu:

> *Hồn tử sĩ gió ù ù thổi*
> *Mặt chinh phu trăng dõi dõi soi*
> *Chinh phu tử sĩ mấy người*
> *Nào ai mạc mặt nào ai gọi hồn?*

(Chinh Phụ Ngâm Khúc)

Thế nhưng, có lẽ cần phải dừng lại một chút để nhìn vấn đề cho kỹ hơn.

Trong loạn ly, cái đau thương đâu phải chỉ đến với

người lính. Hay, nói cho đúng hơn, trong loạn ly, cái đau thương lớn nhất vẫn không đến với người lính. Nó đến với vô số người mẹ, người vợ, những đứa con thơ và cho rất nhiều thường dân vô tội. Mà ngoài cái đau đớn, sự hy sinh của những con người đáng thương này thì sự can đảm, sức chiến đấu kiên trì của họ nhiều khi phải được kể là vượt qua những người lính. Những ai đã ở lại miền Nam sau 75 chắc chứng kiến được điều đó. Người cầm súng đã bỏ cuộc nhưng những người không cầm súng đã không bỏ cuộc. Họ phải tiếp tục chiến đấu cật lực với cuộc đời. Và, nếu sau đó, cuộc đời đã không đến nỗi tàn mạt như bãi chiến trường, thì điều đó phải là do công của họ. Chính họ, chớ không phải những người cầm súng, đã khiến cho cuộc đời phải tiếp tục, theo một chiều hướng khác, không theo ý muốn của những người nắm quyền lực mới. Trong tập hồi ký về tù cải tạo của Tạ Chí Đại Trường (3), người viết sử này nói nhiều về họ. Ông cũng ghi lại nhiều chuyện thật mà thường chỉ được nghe những cựu tù nhân kể lại ở ngoài đời. Những chuyện mà khi nghe, người lính Việt Nam không muốn nhớ. Rất ít thấy hay không thấy ghi lại trong những hồi ký khác. Ông kể chuyện những người vợ phải bán thân để nuôi chồng, hay tệ hại hơn, chỉ để chiều chuộng những thói quen hưởng thụ rất vị kỷ của chồng, cho dù vào lúc đó các ông ấy đang ở trong tù. Nói chung, thì hầu hết phải vật lộn cực khổ với đời sống, chắt chiu tiền bạc, bồng bế, dìu dắt con thơ, băng qua biết bao nhiêu dặm đường để mang quà đến trại học tập thăm nuôi chồng. Có ai đếm được bao nhiêu người đàn bà đã ngã quỵ trong những hoàn cảnh như vậy? Có ai đếm được bao nhiêu trẻ thơ chết oan uổng dọc bờ, bụi nào trên quê hương trong và sau cuộc chiến? Mấy ai gọi hồn họ?

Cụ Đặng Trần Côn ca ngợi người chinh phu. Nhưng cụ vẫn cảm thông được cái đau đớn của người chinh phụ. Khi vó ngựa những chinh phu Việt Nam vẫn liên tục vờn nhau trên khắp quê hương, cụ châm đèn ngồi viết *Chinh Phụ Ngâm Khúc*. Cụ chia sẻ nỗi lòng của người chinh phụ hơn. Tác phẩm của cụ sống mãi, có lẽ một phần vì nó gần với cuộc đời thật. Cho dù, người chinh phụ mà cụ tả trong ngâm khúc chưa đến nỗi tiêu điều, tan tác như người chinh phụ mà chúng ta đã thấy hay đã biết trong cuộc chiến vừa qua trên quê hương Việt Nam. Dĩ nhiên, như đã nói ở trên, ngoài người chinh phụ, còn biết bao nhiêu người khác cũng tiêu điều, tan tác như vậy.

*

Trở lại cuốn phim của Kurozawa. Sau chuyện "Con đường hầm", ông còn trình bày nhiều giấc mơ khác, liên hệ đến nghệ thuật, đến khoa học, đến nhân sinh quan, v.v… Cũng do tài tử đóng vai người sĩ quan thủ vai chính. Cũng có thể, những phần tiếp theo là những giấc mơ của chính anh sĩ quan đó. Sau khi ra khỏi đường hầm, anh tiếp tục cuộc đời của anh, với những ước mơ mới, những ám ảnh cũng như những lo sợ mới. Trên thực tế, sau khi thua trận, người Nhật đã sống như vậy. Họ đã để lại đằng sau lưng cuộc chiến cũ, xông vào những cuộc chiến mới. Họ đã thành công vượt bậc. Và cho dù đã thành công vượt bực, họ cũng đã quên khuấy đi rất nhiều điều phải làm để đời sống có nghĩa lý hơn. Cũng như đã hủy hoại nhiều điều lẽ ra phải được xem là giá trị thật của cuộc đời. Chính vì vậy mà Kurozawa đã phải nói lên những giấc mơ của ông. Những giấc mơ đó không phải chỉ dành cho người Nhật, mà cả cho chúng ta, mặc dầu cái hiện thời ám ảnh chúng ta nhiều nhất vẫn còn loanh quanh ở chỗ con đường hầm.

Thử tưởng tượng tâm trạng của tướng quân Ban Siêu ngày xưa khi trở về. Ông sẽ có cảm giác ra sao vào một buổi sáng chợt thức giấc, nghe tiếng trẻ con nô đùa, tiếng chày giã gạo, tiếng khung cửi dệt vải, tiếng thầy đồ dạy học…, tiếng sương phụ khóc chồng.

Không biết ông sẽ nghĩ sao nếu có một chàng trai trẻ giống như ông mấy mươi năm trước, hay một người bạn cũ hồn nhiên, đến nói với ông một cách say sưa về ước mơ một đời chỉ có sống trên lưng ngựa?

[Cuối năm 1993]

Trương Vũ

1– Trích từ bản dịch Nôm được ghi là của Đoàn Thị Điểm do Nguyễn Huy chú giải, nhà Đại Nam (California) in lại,

˙Chàng Siêu" chỉ tướng quân Ban Siêu đời Hán, chinh chiến từ lúc còn trẻ, lập được nhiều chiến công, khi trở về thì đầu đã bạc.

2–Nguyên văn phụ đề tiếng Anh: "I feel your bitterness. They called you 'heroes'… but you died… like dogs".

Phim"Dreams" do chính Akira Kurozawa viết truyện phim và đạo diễn. Ông là người đã thực hiện những phim nổi tiếng nhất của Nhật như Lã Sanh Môn, Địa Ngục Môn, The Seven Samourais, và Ran (phỏng tác theo vở kịch King Lear của Shakespeare)

3– Hồi ký tù cải tạo của Tạ Chí Đại Trường nhan đề "Một khoảnh Việt Nam Cộng Hòa nối dài, gởi ra từ trong nước", do nhà Thanh Văn (California) xuất bản, 1993.

TÚY HỒNG

Nhà văn tên thật Nguyễn Thị Tuý-Hồng, sinh ngày 12-10-1938 tại Chi Long, Phong Điền, Thừa Thiên.

Tốt nghiệp đại học Sư phạm Huế, dạy học ở Huế và Sài-Gòn.

Bà cộng tác với các tạp-chí văn-học như *Văn Hữu, Tin Sách, Văn, Bách Khoa, Văn Học, Vấn Đề, Khởi Hành, Nghệ Thuật,* các tuần báo và nhật báo *Kịch Ảnh, Thời Nay, Đời Nay, Con Ong, Diều Hâu, Lập Trường, Tia Sáng, Độc Lập, Tin Sáng, Tiền Tuyến, v.v.* và làm việc cho các đài phát thanh. Bà khởi nghiệp với truyện ngắn (Bát Nước Đầy – truyện đầu tay đăng Văn Hữu 11, 7-1962, Lòng Thành, Thở Dài, Vòng Tay Anh,...) - tập truyện ngắn duy nhất *Thở Dài* (Thời Mới, 1963; tb Kim Anh, 1967), nhưng đặc-biệt thành công với các truyện dài *Vết Thương Dậy Thì* (Kim Anh, 1967), *Tôi Nhìn Tôi Trên Vách* (Đồng Nai, 1970), *Trong Móc Mưa Hạt Huyền* (Xuân Hương, 1970), *Bướm Khuya* (Cửu Long, 1971), *Biển Điên* (Văn Khoa, 1971), *Mùa Hạ Huyền* (Văn Khoa, 1971), *Hơi Thở Rướn Cong* (Đồng Nai, 1972), *Mối Thù Rực Rỡ* (Nguyễn Đình Vượng, 1972), *Nhánh Tóc Sợi Dòn* (Tiếng Phương Đông, 1972), *Eo Biển Đa Tình* (Nguyệt Quế, 1973), *Kinh Thiên Thu* (Tiếng Phương Đông, 1973).

Giải nhất Văn Học Nghệ Thuật Toàn Quốc 1969-1970 với truyện dài *Những Sợi Sắc Không.*

Sang Mỹ cùng gia-đình năm 1975 và định cư tại Seattle tiểu bang Washington Hoa Kỳ.

Bà từng chủ trương tạp-chí *Phụ Nữ Ngày Nay.*

Tác phẩm đã xuất bản sau 1975:
- *Thông Đưa Tiếng Kệ* (Người Việt, 1991)
- *Những Sợi Sắc Không* (Làng Văn, 1989)

Thanh Nam
(tản mạn)

Thành phố Ramsey khốn khổ ngâm lạnh. Bầu dưỡng khí chúng tôi đang thở toàn một màu xám chì. Lề đường, cột điện đóng tuyết buốt băng, hàng cây cao cố gắng đứng thẳng. Thời gian lo âu thở dài. Gió thổi thốc ngược từ dưới lên đập mạnh vào hông nhà. Trời màu lam tê tái, mây màu lưu huỳnh, giá băng đóng trên mặt đường màu trắng.

Không một con chó nào dám xông ra khỏi nhà đi đêm, không một con mèo nào nhẩy lên mái ngói gào kêu. Khi chúng tôi theo họ đạo đi lễ về thì tấm khăn len choàng cổ Thanh Nam đóng băng và hơi thở chàng nặng.

Trước khi đi nhà thờ, Thanh Nam đã nướng sẵn trong lò sưởi một viên gạch để khi trở về sẽ gói vào tấm vải len cho vào mền. Mấy thằng con kêu: "nóng quá bố ơi!" rồi chúng đạp tung tấm chăn xuống thảm.

Năm 1975 tị nạn trên đảo Guam, Thanh Nam đã kêu đau cổ vì bị một vết xước bên trong cuống họng ngày nào cũng ho. Chàng giải thích: "Anh ho từ cổ trở lên, chứ không phải từ phổi bật ra. Đau cổ không sao, đau ngực mới đáng sợ."

Khi ra trại, Thanh Nam không uống nước cam được nữa, chàng nhăn mặt khi nhìn trái chanh chua. Rượu chát ấm cổ chàng nhâm nhi mỗi ngày, bia và thuốc lá thì không làm sao bỏ được! Đầu tháng tư 1976, chúng tôi nói "Amen" với họ đạo rồi dời về Seattle. Thời tiết Tây Bắc hiền và bao dung kẻ nhát lạnh không như thứ khí hậu miền Đông. Thanh Nam cười bảo: "Thời tiết Seattle chỉ lạnh chừng này thôi sao? Cửa sổ chỉ một lớp kính, ở New Jersey, cửa sổ phải ba lớp dày, máy sưởi chạy bằng hơi nước phát ra tiếng ồn êm ái."

Về đất mới, Thanh Nam bớt ho và dễ thở hơn, mỗi ngày nhâm nhi rượu chát và tì tì nhậu Budweiser. Và chàng nhớ bia 33. Nhưng sau chừng vài ba năm, Thanh Nam lại ho ra máu. Nhiều bữa tối, chàng không nuốt nổi miếng cơm kẹt nửa chừng trong cổ, phải uống nước đẩy xuống. Đi khám bệnh, bác sĩ cho uống trụ sinh thấy bớt. Khi cơn ho trở lại, cũng trụ sinh luôn. Lập đi lập lại nhiều lần, trụ sinh đâm nhờn. Bạn bè ai cũng khuyên nên đi rọi hình, thử test.

"Anh đau lâu quá rồi, phải đi bác sĩ ở nhà thương Mỹ".

"Ở Mỹ, sao không đi nhà thương Mỹ?"

Thanh Nam cãi: "Moa chắc là cổ moa bị nhiễm trùng, uống trụ sinh chắc sẽ khỏi." Thanh Nam không đi nhà thương mà chỉ đi vào nhà bếp nấu phở. Trên cổ chàng dần dần hiện ra những cục tròn nhỏ, từ từ lớn dần thành khối u. Cuối cùng, chị Lai Hồng khuyên được chàng và chở chàng đi khám bệnh. Bác sĩ Faith giải phẫu cổ chàng, cắt bỏ ống nói và ống dẫn hơi rồi khoét một cái lỗ nhỏ cho chàng thở.

Dr. Faith giảng: "Loại cancer này sau khi giải phẫu thì thường khỏi bệnh, nhưng vì để lâu quá, bệnh đã lan ra những bộ phận khác. Nếu biết sớm, cắt bỏ đi thì tuy mất tiếng nói nhưng còn giữ được cái mạng."

Tôi đặt câu hỏi: "Chồng tôi có thể sống được bao lâu?"

"Several months."

"Nghĩa là bao nhiêu năm? Thưa bác sĩ."

"I don't know."

Chín năm chung sống ở Saigon, Thanh Nam không phải là người chồng tốt. Chúng tôi lấy nhau có đám cưới nhưng không có hôn thú. Khi con gái đầu lòng học hết lớp mẫu giáo, chàng mới chịu đóng tiền đút lót một ông lý trưởng ở Quảng Nam để ông ta cấp cho một tờ hôn thú lậu và làm giấy thế vì khai sinh cho con. Giấy tờ giả làm xong, Thanh Nam nói: "Anh rất quý bạn bè bằng hữu. Giữa bạn và vợ, nếu bắt buộc phải chọn một, thì em là người anh bỏ".

Bạn hiền của Thanh Nam là tất cả đàn ông chàng đặt lòng thành và tình hiếu hữu. Khi đất nước còn chia đôi hai khối hận thù, miền Nam nằm dưới miền Bắc, chính quyền miền Nam cải tổ toàn thể cục diện, thành lập bộ chiêu hồi tượng trưng bằng một vòng tay ấm đang rộng ra để ôm lấy anh cán binh Việt cộng quay về chính nghĩa. Lòng Thanh Nam cũng bao la như cánh cửa chiêu hiền, cũng rộng mở như thùng thư trước ngõ mang tên số nhà chàng ở, cũng ấm như hộp PO. Box đặt trong sở bưu điện và nhẹ như con tem dán vào góc bì thư gửi tình theo gió mang đi.

Huy Quang Vũ Đức Vinh bảo: "Nó với Mai Thảo... chơi đêm ngủ ngày, một đằng thì uống bia, một đằng thì đánh bài, một năm dọn nhà bốn lần, vợ moa cấm moa chơi với hai tay này." Nguyễn Thiếu Nhẫn cũng nói: "Có... có khi... hồi còn độc thân ở Sài Gòn, anh Thanh Nam tiêu nguyên một tháng lương vừa mới lãnh ra... trong... một đêm."

Tháng Chạp năm 1966, tôi gặp Thanh Nam lần đầu và lấy chàng ngay trong ngày cuối tháng đó thì Thanh Nam đã là một lực sĩ đuối sức trên hai vòng đua tình và tiền. Khi một phụ nữ gặp gã đàn ông chưa quá vài lần mà đã ngủ với hắn ngay và lấy hắn làm chồng liền, đó là hỏa hoạn của tình dục, của hoang dâm bấy lâu đè nén đã thừa cơ bật dậy. Những cuộc hôn nhân vội vã như thế này thường xuyên có thể đưa đến đổ vỡ, nhưng Thanh Nam và tôi lì lợm chung sống với nhau hoài bên bầy con bốn đứa. Hôn nhân của chúng tôi đứt đôi vì có một cái chết.

Thanh Nam xòe bàn tay ra:

"Em ngửi tay anh có thơm mùi nho khô không?"

Những điếu thuốc lá Pall Mall nhẹ thơm mùi nho khô. Những ngón tay thuôn dài của Thanh Nam nám màu khói thuốc. Thanh Nam ngồi đâu thì chỗ đó tất phải có lon bia Hams và bao thuốc lá Pall Mall màu đỏ bầm.

Dr.Faith bảo: "Thuốc lá có thể gây ung thư cổ họng."

Đến với Thanh Nam trong tình yêu vỡ lòng là Hồng Ngọc, cô gái yểu mệnh chết non trước đợt di cư 1954. Hồng Ngọc là tên truyện viết đầu tay của Thanh Nam, người yêu nhỏ lìa đời trong tuổi thanh xuân 18, lúc dong chơi trên ngọn đồi cát màu vàng loãng, dưới hình mặt trời tròn như cái đĩa đồng và những khối mây lớn xù lông trắng đục.

Khi ung thư giết chàng lần mòn, Thanh Nam vẫn mộng thấy nàng:

Cùng với giá băng em trở lại.
Tóc xưa Hồng Ngọc thuở xuân nồng.
Thương yêu siết nhẹ vòng tay cũ.
Em gọi tình xa tỉnh giấc gần.

Sài Gòn cũng có những tháng ngày ướt mưa và sương rơi từ những đường thẳng trên cao xuống các mái tôn và ống máng trong hẽm dài, Thanh Nam khoác áo ra đi theo hướng ánh điện đỏ vàng dẫn tới rạp hát Bích Thuận lúc trên sân khấu người đẹp Bích Sơn đang diễn xuất một màn ca kịch bi thương, để đêm đó Thanh Nam về nhà rung đùi uống bia, đốt thuốc lá viết câu đối đăng lên báo Thẩm Mỹ:

"Kiều nữ Bích Sơn, nàng đứng nhìn gì trên núi biếc?"

Rồi mũi tên Cupid lại chỉ đường Thanh Nam đến một sân khấu vĩ đại hơn, một vòng quay ánh sáng chói mắt hơn, một đám đông xô bồ chen chúc người mộ điệu: Đoàn ca kịch Thanh Minh Thanh Nga. Chàng đã bứng cây si từ Kiều nữ Bích Sơn sang Kỳ Nữ Thanh Nga, huy chương vàng quý báu nhất của miền Nam trái ngọt cây lành. Cải lương ngọt như sầu riêng, mít tố nữ, ổi xá lị, mãng cầu dai.

Trưa Lái Thiêu xưa vườn tiếp vườn.
Trĩu cành trái ngọt thở hương thơm.

Hồi đó, nếu Sài Gòn là hòn ngọc Viễn đông thì Thanh Nga là một của những hòn ngọc Sài Gòn. Đêm đêm, nàng hát nhạc vàng, ca vọng cổ, đóng tuồng tích trên bục gỗ... nàng có một cuộc đời thật để sống và nhiều cuộc đời ảo cũng để sống… nàng có tiền, vàng, và nhà.. Nhưng quả thật Thanh Nga là người nữ tù bị nhốt trên sân khấu, là Hằng nga ngủ ngày, xa cuộc đời, xa xã hội, nàng viễn mơ và viễn thị không mấy hiểu cuộc đời. Những lúc không lên sân khấu, nàng đã đọc truyện tình do Thanh Nam viết và đọc những bài phóng sự kịch trường Thanh Nam đề cao nàng. Tình yêu quả có thật giữa họ. Thanh Nam, với công việc của một ký giả kịch trường, bao phen đã khó khăn xông vào bedroom của nàng để phỏng vấn viết bài cho báo. Thanh Nga ngay ngắn ngồi tiếp chàng trong chiếc kimono đẹp như tranh vẽ. Họ nhìn nhau qua khói ấm tách trà nhỏ.

Nay đã nghìn thu vào tĩnh mịch,
Những anh hùng cũ mỹ nhân xưa.

Khi còn ở quê nhà trước năm 1975, Thanh Nam đã phát hiện sở thích đi chợ mua đồ ăn. Mấy bà hàng xóm trong hẽm cụt Lý Thái Tổ thỉnh thoảng ré lên cười:

"Coi kìa! ông nhà báo đi chợ để vợ ở nhà."

"Đôi giày láng lườm của ổng dính dơ bùn chợ hết rồi! Coi coi... ông ta cố giấu bó rau muống trong túi ny lông nhưng cái bó muống nó dài quá, nó cứ thòi ra không thụt vào."

Ngày tháng êm trôi trước khi bệnh, Thanh Nam đi chợ không do dự, mỗi tuần lễ ba lần sau giờ làm việc cho báo Đất Mới. Hồi còn ở miền đông, ông bạn Trần Đình Hồng Lâm đã kêu: "Tính toa sao lạ vậy, chứ moa thì không thể nào muốn đi chợ chút nào hết!"

Tôi lắc xắc xen vô: " Safeway, Fred Meyer, Alberson… là những nơi chỗ vui chân mà Thanh Nam mến thích, còn tôi thì mỗi tuần lễ đi chợ một lần là quá cỡ!"

Ba thằng con trai cũng thường theo bố mẹ đi chợ hồi mới đến Seattle. Một sáng Chủ nhật, Thanh Nam hối hả giục cả nhà đi Safeway mua xương bò nấu phở Bắc. Nấu phở mệt phờ người ra, nấu xúp bui-da-bét… lòng tôi cũng bét nát ra luôn với món xúp này… ai trong cái nhà này phải đứng nhặt giá, rửa rau, cắt củ cải, xắt hành, thái thịt bò, nướng gừng, luộc bánh phở và may một cái túi nhỏ xíu đựng gia vị phở Bắc quê hương… Khi công việc của người bếp phụ xong, đầu bếp chính Thanh Nam bước vào bên bếp điện, mở tủ lạnh lấy xương bò ra tắm rửa kỳ cọ, cắt bỏ mấy cục mỡ thừa vứt đi, rồi nêm vào thùng nước dùng ba muỗng nước mắm, một dúm bột ngọt, một cục đường phèn Quảng Nam, nửa cục đường phổi Quảng Ngãi!

Chàng phân tích: "Người Huế không nấu ăn ngon được vì họ ăn cay quá, nấu phở cần phải tận tình đứng vớt bọt, nhưng đừng vớt mỡ thẳng tay quá! Khi thưởng thức tô phở, em nên biết rằng phở cần chút nước béo, vài ba giọt sao óng ánh."

Cầm đôi đũa cả trở lát thịt xào lăn trên chảo mỡ, Thanh Nam bảo: "Ở Việt Nam, anh đã ăn cải làn, bí đao, bầu… Sang đây, anh không thể nào ăn zucchini và brocoli được. Ăn phải đúng cách, nấu phải đúng kiểu, món nào ra món đó."

Một chiều thứ bẩy trong Safeway thịt bò bán đại hạ giá, buy one get one free. Thừa lúc Thanh Nam mãi chọn mấy miếng thịt thăn, thịt mông, ba rọi… thằng con lớn đẩy xe đi chất hai két nước ngọt. Thanh Nam nạt: "Không được mua nhiều nước ngọt như vậy."

Thằng bé vặn hỏi: "Tại sao không được hả bố? Coi! Bố mua bao nhiêu két bia kìa!"

"Bố lớn, mày nhỏ."

"Mình equal mà bố"

Tôi chen vào: "Mình bình đẳng mà bố."

Khi đồng hồ trong chợ chỉ đúng vào số 5, thời gian ấm nhất của ngày, thằng con lớn đòi về nhà gấp, Thanh Nam bảo tôi gọt vỏ khoai tây, cắt thành khối vuông nhỏ để chàng làm mashed potatoes. Cao thủ đầu bếp trong ngôi nhà Lỗ Tấn này sở trường nhiều món chứ không phải một vài! Khoai tây nghiền bấy xong, Thanh Nam trộn thịt jambon vào rồi dùng thìa lớn múc ra bốn đĩa cho bốn đứa con đang há miệng như bốn cái mỏ hoét.

"Non quá bố ơi!"

Thanh Nam cười giỡn thằng Cu Tý: "Bố ngon mà con... À bố tên gì?"

"Xanh Nam!"

Thanh Nam quay lại bếp điện xúc thêm một đĩa khoai bấy đưa cho tôi:

"Em ăn đi."

Thứ bảy tuần sau, trẻ con không chịu đi shopping với bố mẹ. Khi ở chợ về, tôi chạy vội vô nhà, vì mấy ngày trước, họ đạo ở miền Đông điện thoại cho biết đã gửi hai thùng áo quần và đồ chơi cho trẻ con.

Thanh Nam khệ nệ xách hai túi đồ ăn từ xe vào bếp cất giọng cà khịa:

"Ra xe đem đồ ăn vào chứ em, em để một mình anh phải xách hai cái túi này nặng… nặng nặng... đựng hai ga lông sữa bò ở trong."

Ba thằng con vội chạy ra bê đồ ăn vào một phút xong ngay.

Ba năm trôi mau, vầng trăng chưa qua hết mấy chu kỳ sáng tối thì Thanh Nam vào bệnh viện, mổ, khám và tái khám. Sau cuộc giải phẫu rùng rợn, Thanh Nam vẫn gượng gạo khoẻ mạnh, bộ mặt thụng xuống dưới áp lực của ống nhựa, ống hút đặt trong mũi trong miệng. Từ ngày mất tiếng nói, chàng viết: "Ngày xưa ăn chơi, sang Mỹ bỏ chơi chỉ còn ăn... Một thằng khoái ăn ngon như anh mà trời không cho đớp." Rồi lại viết: "Cái khổ của kiếp người là chỉ có một đời để sống mà lại có quá nhiều đời khác để mơ."

Mỗi tuần lễ, Thanh Nam đều soạn sẵn một thực đơn:

- Chủ nhật ngày 10 tháng 6: Cơm thịt bằm xào dưa leo hoặc cà chua nhồi thịt. - Canh sườn heo rau cải xanh, hoặc bí đao.

- Thứ hai ngày 11 tháng 6: Gà nấu nấm ăn với cơm hoặc bánh mì.

- Thứ ba: Spaghetti ăn với sauce cà chua. Gà nấu nấm (left over).

- Thứ năm ngày mười bốn tháng sáu: Phở.- Ngâm gạo nếp nấu xôi.

Thanh Nam đọc sách, ôm kinh Phật tụng âm thầm, cố gắng tập thể dục thực hành những lời thiền chỉ dạy. Hàng phục vọng tâm, an trụ chân tâm. Có những đêm thức giấc, đứng sau cửa kính mờ, Thanh Nam nhìn ra ngoài trời không trăng sao, có những ngày an phận nín câm, Thanh Nam đi tới đi lui, ngồi nằm... Có khi con cái tan trường về, Thanh Nam vui cười nấu ăn, coi tivi, lòng thư thái an lành như lá bạch dương êm ái chạm vào nhau khi có gió. Còn tôi ngồi bên cạnh, tôi nghe bộ tiêu hóa của chàng réo sôi ùng ục, đồ ăn cử động trong bao tử, chuyển từ ruột non tới ruột già xuống hậu môn. Bằng hữu đến thăm, gửi thư gửi thiệp chúc mừng. Thơ và văn, thiền và thuốc, và những cơn đau khủng khiếp vỡ đầu bể ngực từ cái ống nhựa đặt trong cổ thay thế cho thanh quản, khí quản gì đó phải cắt bỏ vứt đi, và từ những phản động hóa học của thuốc mê, thuốc tỉnh, thuốc viên, thuốc nước, thuốc bột, trụ sinh, an thần, morphine.

Thi sĩ Huyền Không, tức là Hòa thượng Thích Mãn Giác, viết thư thăm, gửi theo hai câu thơ.

Ta từ sinh tử về chơi,
Ngồi trên chóp đỉnh, mỉm cười với trăng.

(Huyền Không)

Thầy Mãn Giác khuyên tôi đừng quá sợ hãi bệnh hoạn của thân xác, nên an nhiên tự tại_chữ của nhà Phật_có nghĩa là mặc kệ, để đó, dẹp đi... chấp nhận cái bất hạnh, như cậu bé mỉm cười với trăng. Tôi hãy chuẩn bị lo cho Thanh Nam một ba lô nhẹ, một va li nhỏ để chàng dễ dàng xách theo trong chuyến đi chót. Đôi mắt sắt đá của tôi có bao giờ biết khóc?. Thầy Mãn Giác vẫn dạy tôi những bài Thiền học để tâm tính đằm lại. Người Mỹ đã bắt đầu học Thiền để mưu lợi cho sức khoẻ và cầu an cho tâm thần. Sao tôi mãi mãi mang nặng những khổ đau vô thần? Chàng em trai của tôi vẫn mắng tôi như vậy.

Thanh Nam đem xấp giấy ra viết xuống: "Thích Mãn Giác ngày xưa có theo Cộng sản không? "

Trông Thanh Nam lúc đó giống như một chiến sĩ H.O. Tôi trả lời:

"Không. Báo Mỹ bảo Thầy là một chiến sĩ chống Cộng. Thầy là một Thiền sư vẻ mặt tương tợ như một Samurai trong các môn võ thuật Nhật bản."

Tôi kéo ra từ trong trí nhớ mấy câu thơ của thi sĩ Huyền Không:

Chùa xưa mái ngói cũ,

Trèo lên kéo cây sào.
Đêm khuya rồi không ngủ,
Khều rụng bao nhiêu sao.

Thầy Mãn Giác một lần hỏi tôi: "Chị Túy Hồng còn nhớ tên người đàn bà Việt Nam đầu tiên vào chùa tu là gì không?"

Sư Huyền Không hứa sẽ gửi thêm một số tài liệu Phật pháp trong đó có chương bàn về Mạn Đà La.

Thầy Mãn Giác ngày xưa tu học ở chùa Bảo Quốc Huế, du học tại Nhật Bản. Chùa Bảo Quốc xưa, một hàng thông xanh, một một luống cải xanh. "Gió thông đưa kệ tan niềm tục, hồn bướm mơ tiên lẫn sự đời." Bươm bướm tỏa ra một đoàn rộng cánh bay, ve ve thì tụ lại trong các lùm cây. Gần chùa có một tiệm cho thuê xe đạp, hai ba cái lốp xe bằng cao su và những xích sắt treo vào vách. Ngày đó một mình, tôi đạp xe qua cầu Ván, rượt tới Morin, ghé Sát-Făn-rông mua bánh choux à la crème, rồi phóng tới ngã giữa. Tiệm cho thuê sách Ngô văn Mạch mở cửa bảy ngày trong tuần. Tôi ký tên vào cuốn sổ cũ mướn mấy cuốn tiểu thuyết của văn sĩ Thanh Nam về nhà đọc.

Thanh Nam đã viết quá nhiều tiểu thuyết lòe loẹt màu sắc xã hội đắng cay, viết một cách dễ dàng và kiếm sống bằng ngòi bút của mình... Chàng viết cho bà nội trợ đọc, cô bán hàng đọc, nữ sinh, nữ công chức đọc… và đã bắt đầu viết khi tuổi đời còn sớm bảnh mắt, khi trí khôn và sức học chưa đủ cho một người cầm bút. Thanh Nam dùng thì giờ để đi chơi nhiều hơn thì giờ ngồi viết bài. Đây là một lỗi lầm không phải nhỏ. Người tu sĩ bỏ đời theo đạo, người nghệ sĩ, kẻ đã nghe tiếng gọi của nghiệp dĩ từ cao xanh, phải cố gắng thí phát thì giờ của mình vào nghệ thuật. Người nghệ sĩ Việt Nam luôn luôn nên cố gắng trau dồi khả năng, tức là phải học hỏi thêm. Trước cái đẹp, nhà văn cảm xúc mười phần, hắn viết xuống trên giấy, người đọc chỉ nhận được một phần. Kịch sĩ, ca sĩ, văn thi sĩ, trong mấy kẻ sĩ đó, kịch sĩ đóng hài kịch tức là những cây cười cần phải học thêm nhiều hơn ai hết. Hề cần phải học. Hề là kẻ phải hiểu biết nhiều, sâu rộng và lanh trí mới ứng khẩu nói ra những lời chọc cười.

Với truyện dài, Thanh Nam thất bại. Với truyện ngắn , tức là các sáng tác nhỏ đã đăng trên các báo Hiện Đại, Sáng Tạo, Thế kỷ 20, Thanh Nam không thất bại. Tập truyện "Buồn Ga Nhỏ" xuất bản năm 1962, tái bản lần thứ nhất năm 1965 và tái bản lần thứ hai tại hải ngoại năm 1983 cho thấy rằng Thanh Nam là cây bút viết truyện ngắn có ích cho tiếng Việt.

Sau năm 1975, Thanh Nam làm được tập thơ "Đất Khách".

Thi sĩ Nguyên Sa gọi điện thoại khen: "Moa không ngờ Thanh Nam làm thơ hay đến như vậy. Nếu moa bị đày đi Côn đảo hoặc bị đưa sang Reunion, moa chỉ mang theo bên mình mỗi một tập thơ "Đất Khách"mà thôi."

Bác sĩ Nguyễn Đăng Diệm ở Seattle cũng đã nói giữa tòa soạn báo Đất Mới: "Phải chăng bệnh ung thư đã khiến Thanh Nam làm được một cái gì..."

Nhà văn trẻ Chu Vương Miện, một cây bút chủ lực của nguyệt san Văn trước 1975, cũng viết thư thăm: "Anh buồn quá! Thơ anh thật tuyệt vời, anh Thamh Nam ạ..."

Trước năm 1975 ở Việt Nam, chợt xuất hiện các nhà văn nữ viết tự truyện. Theo giáo sư Sharon O'brien giảng dạy tại đại học Dickinson college, lối viết tự truyện chỉ thành công một phần nhỏ trong văn chương mà thôi. Đưa cái tôi vào tác phẩm, vạch sống áo để lộ tấm lưng ra, giải bày đời tư trên giấy trắng... người viết tự truyện thường bị phê bình là thiếu đề tài, nghèo tư tưởng. Ngoài ra, văn tự truyện còn bị nói là thời thượng.

Trái lại với văn tự truyện, thơ tự tình được đề cao lên. Bà Huyện Thanh Quan với mấy bài tả cảnh u hoài tình non nước, Cao Bá Nhạ với khúc tự tình oan khiên đau khổ đã được đưa vào sách giáo khoa dạy học, và hậu thế còn lấy tên họ đặt tên đường.

Nói chung, thơ gồm hai phần: lời và ý. Mỗi chữ mỗi câu là một sự cố tình sắp đặt gồm có âm thanh, vần điệu và màu sắc. Mỗi ý tưởng là phần thân và tâm của thi sĩ. Thơ tự tình của Thanh Nam, chữ và nghĩa không chênh lệch mấy, chữ nhiều và nghĩa cũng khá nhiều, là tâm thần bất ổn của người lìa nước ra đi lòng nao nao nỗi sầu viễn xứ và nỗi buồn quốc hận Ba Mươi Tháng Tư

> *Canh bạc trần gian dù thắng bại*
> *Nẻo về đất lạnh giống nhau thôi.*
>
> ...
>
> *Ghé thân lữ thứ trăm miền*
> *Nỗi buồn nào cũng mang tên Sài Gòn.*
>
> ...
>
> *Giống như người lính vừa thua trận*
> *Nằm giữa sa trường nát gió sương.*
>
> ...
>
> *Muốn rơi nước mắt khi tàn mộng*
> *Nghĩ đắt vô cùng giá tự do.*

Thanh Nam không khéo tay làm thơ tình. Ta có thể tạm kết luận rằng Thanh Nam làm thơ vì tình bạn và lòng hiếu hữu. Rõ ràng tình bạn đã đuổi tình yêu đàn bà ra khỏi lòng chàng:

> *Uống say mai sớm bạn lên đường*
> *Thân lai nương nhờ chốn viễn phương*
> *Trăm hận nghìn đau nào sánh nổi*
> *Tấm lòng lưu lạc nhớ quê hương*

Ta như giông bão tan rồi hợp
Trôi giạt còn hơn sóng đại dương.

Tình quê hương trong thơ Thanh Nam thật dịu dàng qua từng ngón tay lẳng lơ của chàng:

Hai mươi ba tuổi gặp Sài Gòn
Như gặp người yêu chưa phấn son.
Bỡ ngỡ làm quen thành phố lạ
Mặn nồng nhiệt đới nắng trao hôn.

Thỉnh thoảng Thanh Nam cũng làm một vài câu thơ vui.

Buổi Sáng

Ngó ra buổi sáng quê người
Tiếng xe lăn bánh, nhịp đời bon chen.
Giã từ ngôn ngữ đã lâu
Hôm nay thèm nói một câu chửi thề.

Hoặc

Bụi đời đầy đã lời cơn sốt
Mang chuyện tương lai tháu cáy hoài.

Lâu lâu, chàng lại viết câu đối:

"Vừa mới Tết Bính Thìn, chín Tết ôm hờn xa tổ quốc.
Giờ xuân Giáp Tí, một xuân nào hẹn cùng quê hương."

Thanh Nam mất sau gần mười năm ở Mỹ, xác được hỏa thiêu trong một nhà táng lúc đó hoa xum xê nở banh ra. Hoa auriculas, hoa thrift và một vài hoa lạ không có tên trong tự điển Việt Nam. Giữa xấp giấy chàng viết nguệch ngoạc trong những tháng ngày mất tiếng nói, có một đoạn nhỏ: "Anh nhận thấy mấy đứa con sao dại khờ và vô tâm quá, chúng cứ tự nhiên... Nếu chúng nói được những câu buồn thương này nọ, chắc lúc anh ra đi, anh sẽ khó cất bước, khó..."

Tôi vội cãi: "Con Ti nó ăn ít quá mà anh, còn ba thằng đực thì cứ quanh quẩn ở trong nhà không nói năng... Bà y tá bảo rằng tình cảm của trẻ con đôi khi còn biểu lộ ở sự học có sút kém hay không..."

Ngày hôm sau Thanh Nam viết xuống tiếp: "Hôm nay bảo thằng Cu dẫn hai em nó đi phố chơi đi. Lấy tiền lì xì mà đi bus và tiêu cho sướng. Mười hai giờ trưa về."

Thơ tức là người.Thanh Nam mang một lòng hiếu hữu thương bạn hiền. Tình đàn bà, người đàn bà trong thi tập "Đất khách" và trong cuộc đời ngắn hạn, bất hạnh của Thanh Nam, không được vẽ và chiếu ra rõ nét, không biết chàng đã nhung nhớ ai trong dĩ vãng khi đang nằm trên chăn gối hiện tại:

"Nửa khuya nghe động tiếng mưa buồn
Mái lạnh hiên người giọt giọt tuôn.
Chăn gối bỗng thơm mùi dĩ vãng
Dịu dàng mộng cũ ghé môi hôn".-

(Mộng cũ)

Người tức là thơ. Thanh Nam đau yếu nhưng tình bạn trong chàng vẫn dồi dào sức khoẻ:

"Xin chào bằng hữu gần xa
Dẫu chưa quen biết đã là anh em".

...

Ôi hỡi quê hương bè bạn cũ
Những ai còn mất giữa sa mù

...

Ôi bạn ôi ta, chiều đã xế
Phù sinh thương mình ly rượu xuông.

Sau hết, Thanh Nam có biệt tài làm báo, làm tổng thư ký tòa soạn, làm chủ bút bao sân tất cả mọi công việc viết lách. Trang trong thiếu bài, trang cuối còn mấy chỗ trống, Thanh Nam tìm bài khác lắp vào, vá vào trám hết tất cả mọi lỗ khuyết ngay tức khắc. Chính chàng đã đề nghị quý vị chủ báo miền Nam ngày nào, hãy đưa phần tiểu thuyết vào trang hai để độc giả dễ dàng xếp đôi tờ báo lại ngồi đọc chuyện tình bất cứ chỗ nào.

Nhiều người bảo rằng khi đến giai đoạn cuối, cancer gây ra những cực hình tra trấn dã man, những cơn đau xé xác thân ra, bệnh nhân kêu rên ngày đêm không ăn ngủ... chỉ mong được chết để giải thoát... Nhưng Thanh Nam đã mất tiếng nói, mất âm thanh để kêu đau... Ba thằng con bất hiếu ngủ chung giường đâu có biết cha sắp chết, chúng nằm xoay ngược trở ngang, hất gối xuống giường, đạp mền xuống thảm. Thanh Nam chỉ biết ghi vào hồi ký "đau, đau, đau."...

Trước khi đi vào hôn mê, Thanh Nam đã viết xuống "Người nghệ sĩ có những lúc sống cẩu thả, buông thỏng dây cương luân lý, nhưng em nên nhớ rằng từ ngày lấy em, anh không bao giờ phản bội thể xác em." Đôi mắt Thanh Nam to nhưng cạn và mờ đục, lúc đó ánh lên, nhìn thẳng mặt tôi. Tôi thấy tôi hiện diện trong cái nhìn thật thà đó: ở chàng, tình nghĩa vợ chồng cũng quý báu như lòng hiếu hữu ái mộ bạn hiền.

[Trích gió-o.com]

(Ngày 27 tháng 5 năm 2007)

Túy Hồng

TƯỜNG VŨ ANH THY

Tên thật Vũ Tiến Thùy.
Sang Mỹ năm 1975.
Viết văn, khảo luận, làm thơ.

Lá

LỜI DẪN: Gần đây người ta tìm được một chiếc lá nằm dưới các lớp bùn ở đáy hồ nước thuộc tiểu bang Idaho, Hoa Kỳ. Các Khoa học gia và nhà Khảo cổ dùng các phương pháp đo định tuổi tân tiến như chất D.N.A. đã khẳng định rằng chiếc lá đó đã có từ 17 triệu năm! Lá hiện còn giữ màu xanh.

Tưởng tượng, từ 17 triệu năm trước, khi chưa có mặt con người, đến bây giờ 1990, thế giới lúc nhúc mấy tỉ người đang sôi nổi chuyện tư bản, vô sản, tự do, dân chủ, và vũ khí hạt nhân, chiếc lá vẫn âm thầm có mặt. Mười năm tới, với 10 tỉ sinh mạng, thế giới sẽ bước vào thế kỷ XXI, chiếc lá cũng bước theo. Liệu những đề tài chính trị, văn hóa, kinh tế, xã hội có rơi rớt bớt đi để giữ một màu xanh cho Trái Đất?

Bài thơ "Lá" tôi làm từ những cảm xúc đó, và còn nhớ từng đọc tập thơ "Lá cỏ" (Leaves of Grass) của Walt Whitman, tập "Lá Hoa Cồn" của Bùi Giáng, và mới đây tập "Lá" của Văn Cao, Hà Nội xuất bản năm 1989 (T.V.A.T.).

Một chiếc lá còn xanh
tìm thấy dưới đáy hồ ở Idaho
từ mười bảy triệu năm trước
lá sẽ bước cùng chúng ta
vào những năm 2000

mười bảy triệu năm qua
ánh sáng vẫn xanh
lá vẫn rưng rưng ngập nước
như môi em còn ươn ướt
vẫn lướt trôi trong mưa nắng cuộc đời
chiếc lá thật tình cờ

thật bất ngờ gặp gỡ
mà mười bảy triệu năm
vẫn thở thì thầm
dưới đáy hồ ởIdaho
hay dưới đáy Hồ Gươm Hà Nội

Không có gì vội vã
sáng nay lá thổi lớn trong tôi
như gió đã thổi khắp Âu châu
gió nổi từ châu Á
Thổi luồn qua Úc Mỹ tới châu Phi
tôi chẳng hồ nghi
có con rùa con mới 4000 tuổi
ở dưới đáy Hồ Gươm Hà Nội
nghểnh đầu lên muốn lội
khi gió dào dạt từ bụi măng tre
gió phần phật ngoài khóm chuối
gió thổi vào bẹ cau
em đi qua cầu
gió thổi tóc bay
bàn tay em không che nổi gió
nên trái tim em bên đó phập phồng
mười bảy triệu năm giữa bụi hồng
lá đợi chờ giọt nước mắt ai
để được đầu thai
làm bông hoa thế kỷ

chiếc lá vô cùng
chút màu xanh còn lại
trên mái chùa mềm mại ở Cao Miên
trên mu con rùa ở Hồ Gươm Hà Nội
chút màu xanh vô tội
muốn hội ngộ tương lai
cùng những ai

muốn làm xanh trái đất

đã mười bảy triệu năm qua
sáng nay bỗng có một gã khờ
lang thang phố thị lờ mờ nhớ nhung.

San Jose, 4-1990

Lá 2

LỜI DẪN: Tôi nghe được chuyện này: Có một ông già Việt Nam xuất hiện trong một quán đông. Trông ông khỏe mạnh, tươi tắn, ăn nói rất nhiệt tình và quyến rũ. Hỏi ra mới biết ông là một người tù vừa được tha. Ông đã ở tù 17 năm. Và suốt 17 năm, hoàn toàn sống trong bóng tối. Ông không hề được nhìn thấy ánh sáng của bầu trời. Hỏi: 17 năm trời ấy, ông nhớ, nghĩ và mơ ước gì? Đáp: Nhiều nhất là màu xanh của lá, tiếng trẻ thơ, và ánh nắng vàng.

Chuyện do một người bạn về Sài Gòn tình cờ gặp ông, kể lại. Tôi chỉ là kẻ nghe hóng. Nhưng tai tôi vẫn nóng lên. Tôi nghĩ đến chiếc lá 17 triệu năm nằm hiu quạnh ở dưới đáy hồ Idaho. Nghĩ đến những người từ nổi như Nelson Mandela, vô danh như ông già Việt Nam nọ, hay bao nhiêu người tù bất hạnh, biết đâu đang hiu hẩm ở châu Á, châu Mỹ, châu Âu, châu Phi, châu Úc… Dostoievsky trong cuốn "Anh em nhà Karamazov" (1880) cũng nói đến niềm ước ao của một người sống trong bóng tối thèm khát màu xanh của lá.

Tôi làm bài "Lá II" để tặng những người tù còn sống hay đã chết, và nguyện cầu cho thế giới chiến tranh này sớm chấm dứt.

Có một người đàn ông trong tù
Suốt 17 năm không nhìn thấy lá
Và có một chiếc lá dưới đáy hồ
Suốt 17 triệu năm không thấy mặt người.

Ở trong tù
người đàn ông cười vẫn một mình
hai hàm răng không tăng không giảm?
ông gối đầu lên những giấc mơ
mơ về một chiếc lá xanh xanh lá
tiếng trẻ thơ và đóa nắng vàng

Dưới đáy hồ
chiếc lá quạnh hiu xanh

Mười bảy năm qua
mười bảy triệu năm qua
nắng vẫn rơi vàng thế giới
mà không tới ông tù
không tới đáy hồ sâu
dù nhà tù ở Việt Nam
hay đáy hồ ở châu Mỹ

Suốt 6205 đêm, không có ngày
người tù nghe ngóng
tưởng như khắp không gian
có những chiếc lá xanh
và ánh nắng vàng
sẽ nở thành hoa đốm
giữa bầy trẻ thơ

ông áp tai xuống đất
tưởng đến một chiếc lá rơi
sẽ vô cùng tê tái

ông gõ tay vào đất
chuyển nhịp tim ông đến lá bên ngoài
bên ngoài loài người vẫn đánh nhau
khi nóng khi lạnh đều tàn nhẫn
người tù cố giữ hai lá phổi
một lá tim và một lá gan
trong ngục tù tăm tối
xối mòn mỏi xương da
ông khẽ ca
một bài xanh của lá.

Suốt 6205 triệu đêm, kể cả ngày
dưới đáy hồ châu Mỹ
chiếc lá nằm
chờ
tịch mịch.

Bây giờ hai lá phổi Việt Nam thiếu nắng
bên lá lách Trung Hoa
bên lá gan Nga đều rất đắng
tôi lo lắng
với những người ở trong bóng tối
cùng nguyện cầu cho trái đất này
đến được những giấc mơ
mơ về một cõi xanh xanh lá
tiếng trẻ thơ và đốm nắng vàng.

10-1990

Xương xác
(gửi xương xác Nguyễn Thị Phương Dung)

LỜI DẪN: Các nhà khảo cổ vừa đào được bộ xương người và xương thú ở miền Nam nước Anh, có tuổi khoảng 500.000 năm. Có lẽ đó là người đầu tiên của châu Âu. Người ta cũng đã đào được các bộ xương người sống cách đây hai ba triệu năm ở châu Phi, nơi có những trận đói và bệnh dịch giết hại 2000 người Rwanda mỗi ngày. Những xác chết ngổn ngang được lôi kéo chôn lấp vội vã như trận đói và dịch ở Việt Nam năm Ất Dậu 1945.

Trong khi đó cuộc buôn bán giữa Hà Nội và Hoa Thịnh Đốn trên xương xác các lính Mỹ chết ở Việt Nam từ 1975 đến nay vẫn chưa kết thúc. Suốt thời gian này đã có bao nhiêu thuyền nhân bị vùi lấp khắp nơi???

Tôi dự một cuộc hỏa táng, xương tro người bạn gái được rải trong rừng núi Wastonville. Như cuốn phim Little Budha, xương xác vị Đạt Ma được trải trong vườn Lâm Tỳ Ni và ở cả vịnh San Francisco, Hoa Kỳ.

Tôi đi trên vỉa hè Mỹ quốc
nghĩ đăm đăm về Tổ quốc xa xăm
tính gộp chiều dài những con sông đất nước
tải phù sa xương xác xa xưa
thì tấc đất tấc vàng đổi đưa xương xác
đã thác sinh thành gấm vóc hôm nay
hôm nay hôm nay
trên trái đất này
vẫn mọc những chồi non bằng xương xác cũ
vẫn ủ xác xương vừa rũ xuống hôm qua
trong rừng Wastonville
rừng châu Phi

Cà Mau
Châu Âu
Châu Mỹ
tôi bỗng nghe
tiếng ếch kêu như tiếng trống đồng
tiếng chào đời và tiếng tiễn đưa
là những âm thanh đầu tiên trên mặt đất

Tôi đi trên vỉa hè Mỹ quốc
nghĩ đăm đăm về xương xác xa xưa
xương xác xa xưa giữa mưa và nắng
mấy triệu năm hay mới ngày qua
tôi đã thấy chiều thời gian thăm thẳm
những xác xương xương xác muôn đời
có lời nào buồn hơn xương xác
vẫn thì thầm trong lịch sử trần gian
mốt dấu chấm than dài hàng thế kỷ
bó gối ngồi nhìn sao chổi đổi ngôi
tai không nghe tiếng ếch năm nào
nhưng vẫn giật mình vì xương xác cũ
những xương xác thì thào trong gió thổi
thổi xác xương em vào nơi nảo nơi nao
nơi nao xương xác em nằm
nơi nao em đến nhọc nhằn em đi

Tôi vẫn đi trên vỉa hè Mỹ quốc
nghĩ đăm dăm về bó đuốc tự do
tôi thui thủi chui ra bờ biển
biển bờ đêm đen thủi đen thui
sóng trắng như xương dạt mãi vô bờ
tôi bất chợt thẫn thờ như cổ tích
nghe vu vơ vết tích câu hờ
hờ ai thuở trước bây giờ sang thu
"cá bống đi tu

cá thu nó khóc
cá lóc nó sầu
phải chi ngoài biển có cầu
anh ra đến đó giải sầu cho vui"
tôi bỗng thật là con gà trống
giãi đất tìm xương cá bống ngày xưa
cát trắng như xương
xương trắng lững lờ
tôi vẫn đứng chờ
xương xác trắng.

San Jose, Aug. 4-1994

TƯỞNG NĂNG TIẾN

Trong ban chủ trương tạp chí *Nhân Văn* (San Jose, Hoa Kỳ).
Cộng tác với một số tạp chí và báo tại hải ngoại.
Hiện sống tại San Jose, Bắc California, Hoa Kỳ.

Tác phẩm:
- *Măng Đầu Mùa* (truyện, chung với Võ Hoàng, 1982).
- *Đất Lạ* (truyện, chung với Võ Hoàng; Santa Clara: Hương Quê, 1984).
- *Cuộc Chiến Chưa Tàn* (tập truyện, Nhân Văn).

Thi ca, thi nhân & cường quốc

VN là một cường quốc về thơ!
Nguyễn Quang Thiều – Phó Chủ Tịch Hội Nhà Văn Việt Nam

Tôi gặp Tản Đà rất sớm, ngay từ khi mới bước chân vào trường trung học nhưng hoàn toàn không để ý chi đến những câu thơ rất ngông nghênh (và cũng rất trẻ con) của cái ông già dở hơi này:

Văn dài hơi tốt ran cung mây
Trời nghe, Trời cũng lấy làm hay

Với thời gian, rồi đến lượt tôi già. Đời về chiều, đọc lại Tản Đà mới chợt nhận ra là ổng có nhiều câu thơ sao (mà) thấm thía:

- Vèo trông lá rụng đầy sân
Công danh phù thế có ngần ấy thôi
- Công danh hai chữ mùi men nhạt
Sự nghiệp trăm năm nét mực mờ

Đối với một anh thường dân dẩm dớ (cỡ) như tôi thì "công danh" lẫn "sự nghiệp"– tất nhiên – đều là những chuyện rất xa vời nên không dám lạm bàn nhưng cái "mùi men nhạt" thì tôi đã nếm qua, và không chỉ một lần. Rất nhiều lần, tôi quá chén. Nửa đêm thức giấc miệng đắng, môi khô, đầu óc bần thần, cơ thể rã rượi, lờ quờ vớ một được cái ly (cứ tưởng là ly nước) ực xong mới hiểu thế nào là "ngậm mà nghe!". Té ra đó là ly rượu uống dở, ban chiều.

Nôn, oẹ tới mật xanh mật vàng luôn. Má ơi, nó nhợn thấu xuống tới ruột già, và ớn lên tới óc.

Thầm nhủ (thôi) bỏ rượu cho rồi nhưng chỉ "nhủ thầm"

lúc đó thôi. Chậm lắm, đến chiều hôm sau là tôi lại tà tà vào tiệm xách ra vài chai, cả bia lẫn rượu, như thể là chưa bao giờ có "sự cố" gì đáng tiếc xảy ra (vào đêm qua) cả!

Tôi nghe nói ông Tản Đà cũng thế, thằng chả cũng uống liên miên (và quá chén đều đều) nên thiếu hụt triền miên. Lắm lúc, vì cơm áo, nhà thơ của chúng ta còn phải ngồi lê ở vỉa hè để coi Hà Lạc nữa!

Ôi tưởng gì, chứ vì chuyện áo cơm thì đời ai mà không lụy (ít nhất, cũng chục phen) nhưng "xuống" tới cỡ phải làm thêm nghề… thầy bói kiếm ăn thì tôi chưa bị lần nào. Chả phải tôi hay ho gì hơn ông Tản Đà mà chả qua chỉ vì ông ấy xui thôi. Cái xui xẻo của một người cầm viết sinh vào thời đại "văn chương hạ giới rẻ như bèo" chỉ vì nước nhà còn đang bị thực dân đô hộ.

Sau này, ở vùng Mỹ ngụy tạm chiếm, tình trạng của giới văn nghệ sĩ cũng vậy. Cũng có người (suýt) phải xem bói bài để kiếm thêm thu nhập, theo nhưmột bài viết của Võ Phiến liên quan đến Nguyễn Thị Thụy Vũ:

"Trên tạp chí Bách Khoa số vừa rồi, nữ sĩ Nguyễn Thị Thụy Vũ có đăng thiên truyện ngắn: Nghề mới.

Cái nghề mới mà nữ sĩ nói đây là nghề… bói bài cào. Cho đến nay nhân vật 'tôi' trong truyện chưa thực sự làm nghề mới. Tuy nhiên, bạn bè khuyến khích, người nhà (cậu em) khuyến khích và dường như chính nhân vật 'tôi' cũng nhận thấy nghề mới – xét về một khía cạnh – không phải không có sức cám dỗ.

Tác phẩm của nữ sĩ tuy gọi là "truyện ngắn", thực ra có giọng bút ký, tự truyện (Cũng như nhiều tác phẩm khác của nữ sĩ đã đăng ở các tạp chí Bách Khoa, Văn hồi gần đây). Nghề chính, 'nghề cũ' của nhân vật 'tôi' là thực: nghề viết văn. Các thành phần trong gia đình được nói đến đều có thực. Các bạn bè được kể ra đều có thực. Bởi vậy, người đọc có quyền nghĩ rằng nội dung của truyện cũng là chuyện thực. Và đó là điều bi đát".

Tất nhiên, "điều bi đát" này chỉ có thể xảy ra ở miền Nam – vùng địch tạm chiếm – thôi. Chứ còn ở miền Bắc ("của chúng ông") thì giới thơ văn sống khoẻ:

Bố tôi kể, những năm đó mỗi bài thơ Tết được đăng, với những "cây bút hàng đầu" như Chế Lan Viên, Huy Cận, Xuân Diệu cũng chỉ được 15 đồng, còn Tố Hữu thì "500 đồng, một cành đào và một cặp gà trống thiến". Khi nhận nhuận bút, ông Lành nói: "Nhuận bút như ri, thì nhà thơ Việt Nam sống khỏe hè". (F.B Ngô Nhật Đăng, February 15 at 10:19am).

Nhuận bút như rứa thì quá nhiều nhưng những nhà thơ cỡ Chế Lan Viên, Huy Cận, Xuân Diệu, Sóng Hồng, Tố Hữu… – xem ra – hơi ít. Đếm chưa chắc đã đủ mười đầu ngón tay. Với tuyệt đại đa số còn lại thì cuộc sống, dường như, không được khoẻ mạnh gì cho lắm. Nguyễn Thị Hoài Thanh là một trường hợp (vất vả) điển hình:

"Thời con gái chị vốn xinh đẹp. Nhất dáng nhì da. Chị được cả hai. Nhưng hồng nhan đa truân. Hai lần kết hôn, hai lần ly dị. Vẻ đẹp của tuổi ba mươi đang chín. Cái sắc đẹp không chủ đã gây cho chị biết bao nhiêu khó khăn, nhiều khi cả nguy hiểm nữa. Hình như Nguyễn Thị Hoài Thanh sinh ra là để gặp rắc rối và vượt qua những rắc rối khó khăn. Chịu đựng và vượt qua một cách thản nhiên bình tĩnh, không kêu ca như cuộc đời vốn như vậy…

Có việc gì mà không trải qua. Hãy kể những việc chính:

Công nhân xi-măng, thợ điện Hải Phòng điện khí, thợ điện công ty xây lắp, công nhân bóc lạc công ty xuất nhập khẩu, đứng máy bào cuốn xí nghiệp gỗ Trương Công Định, công nhân công ty xếp dỡ, cấp dưỡng công ty vật liệu kiến thiết, súc sạc ắc qui Công Ty Quốc Doanh Đánh Cá Hạ Long… Đó là chưa kể còn đi giao bánh rán, bánh mì, kẹo lạc, làm và bán nước mắm… Đồng lương không đủ nuôi mình mà còn phải nuôi con…" (Bùi Ngọc Tấn. "Một Mơ Ước Về Kiếp Sau" – *Viết Về Bè Bạn*. Tiếng Quê Hương: Virginia, 2005).

Thảo nào mà thơ của Nguyễn Thị Hoài Thanh đọc nghe như một tiếng thở dài, dù (rất) khẽ:

Sông Cấm ơi! Sông như người bạn mới quen
Thân thiết thế mà sao không hiểu được
Chiều tan ca tôi đi bên dòng nước
Sông với tôi, với bóng là ba
Bóng tôi nghiêng với bao la
Sông mang về biển
Bóng tôi còn nguyên vẹn không sông?

(Trích *Hoa Phượng*)

Sông Cấm chả hiểu có mang được "nguyên vẹn" bóng người "về biển" hay không nhưng chị Thanh, tiếc thay, đã không giữ được nguyên vẹn hình hài của chính mình:

"Tai nạn xảy ra ngay ngã Sáu, gần nhà tôi. Chị nằm ngất trên đường mưa dầm ngày Tết, mặt đường sền sệt một thứ nước bùn hoa. Cánh tay dập nát, xương gãy… Chị bảo người nhà xin cho người tài xế đã gây ra tai nạn vì người ta không cố ý, người ta cũng khổ như mình". (Bùi N.T. sđd, trang 111-112).

Sau đó, sau khi bị thương tật, Nguyễn Thị Hoài Thanh

đã lâm vào bước đường cùng. Loay hoay mãi vẫn không lối thoát, chị đành bỏ nhà vào Nam đi… mót!

Đi mót, nghĩ cho cùng, vẫn đỡ hơn đi xin như hoàn cảnh (vất vả hơn chút xíu) của một nhà thơ khác:

"Lật hồ sơ Dương Ánh Dương, thấy ông ghi thế này: Họ và tên: Dương Thân Mật. Sinh năm 1950. Bút danh: Dương Ánh Dương. Nghề nghiệp: ăn mày…

Mình bật cười. Mấy ông văn nghệ sĩ chỗ nào cũng tếu táo được. Hồ sơ lý lịch là chuyện nghiêm túc, các ông vẫn đùa như thường… Té ra không phải, Dương Ánh Dương không đùa, anh hành nghề ăn mày đã mấy chục năm rồi. (Nguyễn Quang Lập. "Gã Ăn Mày Thi Sĩ".*Bạn Văn 2*. NXB Hội Nhà Văn: Hà Nội, không rõ năm xuất bản).

May mắn là cái thời mà nhà thơ phải đi mót hay đi xin không kéo dài mãi mãi. Sau khi Đảng và Nhà Nước "dũng cảm nhìn vào sự thực," quyết tâm "bẻ lái con tàu đất nước" thì cả dân tộc đã ào ạt bước ra biển lớn. Giới thi nhân, có người, đi đến tận chân trời góc bể để làm… ô sin nữa – theo như bài tường thuật của nhà thơ Nguyễn Quang Thiều:

Đó là một người đàn bà Việt Nam đang giúp việc cho một gia đình ở Đài Bắc. Chị tên là Phạm Thị Tường. Khi người đề dẫn chương trình buổi đọc thơ bế mạc Liên hoan Thơ giới thiệu chị lên đọc thơ thì tôi mới biết chị có ở đó. Một người phụ nữ trạc ngoài 40 tuổi vẻ thùy mị, mỉm cười và bước lên sân khấu. Chị giới thiệu về bản thân mình bằng tiếng Hoa. Rồi chị ngâm bài thơ do chị sáng tác…

Chúng ta đã nghe quá nhiều chuyện về số phận của những người phụ nữ Việt Nam làm Ôsin cho các gia đình ở Đài Loan. Có người bị đánh đập. Có người bị xỉ nhục. Có người bị lừa gạt. Và hình như, chúng ta chưa bao giờ nghe nói một câu chuyện có hậu về những người phụ nữ Việt Nam đi làm thuê này. Bởi thế khi một người làm thuê bước lên một sân khấu của một trung tâm văn hóa lớn với những chùm đèn rực rỡ làm tôi choáng váng".

Tôi cũng "choáng váng" thấy bà luôn, sau khi đọc xong câu chuyện "có hậu" vừa rồi. Báo *Nhân Dân*, số ra ngày 30 tháng 8 năm 2015, có bài bình luận "Việt Nam Thế Nước Đang Lên". Thì hẳn là thế rồi nhưng ai mà dè lên nó mau dữ vậy. Trời! Coi: mới hôm nào giới thi nhân xứ Việt còn có kẻ lê la đi xin ăn, và quanh quẩn đi mót khoai mót bắp mà nay đã có người "bước lên một sân khấu của một trung tâm văn hóa lớn với những chùm đèn rực rỡ" ở tận bên Đài Loan lận *(Đất nước có bao giờ được như thế này không?)*

Tưởng Năng Tiến

UYÊN NGUYÊN

Tên thật là Võ Văn Hùng. Sinh năm 1955 tại Phan Thiết. Bắt đầu làm thơ từ thời còn tiểu học. Hiện định cư tại Sydney, Úc. Đã đăng thơ trên các tạp chí văn học ở hải ngoại: *Quê Mẹ* (Pháp), *Văn Học, Hợp Lưu, Tạp Chí Thơ* (Hoa Kỳ), và *Việt* (Úc).

Có tác phẩm trong các tuyển tập văn chương như: *Hai Mươi Năm Văn Học Việt Nam Hải Ngoại 1975-1995* (California: Đại Nam, 1995), *Selected Works in Vietnamese from the Vietnamese-Australian Writers* (Sydney: Integration Magazine, 1997), và *26 Nhà Thơ Việt Nam Đương Đại* (California: Tân Thư, 2002).

Ellipsis…

ba dấu chấm
lượn lờ sau nhan đề đang tranh chấp
ý nghĩa
chúng rơi từ thế giới mơ hồ
đá, đạp vào những mô, phỏng truyền thống kinh dị
hình, xác những con vật biết bò, đứng
trên hai chân
rơi
và bám, víu
như cọc tre tầm vông
trước những miếu, đền
mục, nát

trước hết
chúng chấm rải bằng màu đen
nét rõ
khoảng cách đều
những hứa, hẹn không đếm được
chỉ ba chấm
nhưng vô số ước mơ/ tưởng tượng/ áp đặt
cả những nhầm, lẫn và rơi, đổ
che, lấp mặt trời định nghĩa
thời tương lai kẹt, dính
sau chữ "thơ" ùn, tắc

không phải là
bài thơ
của những phức cảm chồng, xếp
như hài, cốt thạ, đặt giữa quan, quách thời gian
nó lạnh, khô và
không được diễn cảm trá, ngụy

đất, đá là phần vật chất
của câu thơ không thể vắt dòng
là biên độ không dời, đổi

nhưng đó chỉ là va, chạm nông, nổi
sau thơ
thì tương lai tiếp, nối của những giả định
trừu tượng
bây giờ
bài thơ đang uốn, éo
tự định nghĩa sau dấu chấm lửng
điệu, đĩ
đóng, cắm trên cạn
khoan, đục dưới nước
những động từ có thể vắt, ép
ra chất lỏng

không phải là
bài thơ
bất bạo động của máu đang sôi, chảy
ba dấu chấm của thi pháp
hay phép lược văn ellipsis
sẽ, phải
hộc, phun hay nuốt
tùy áp lực
nước mắt chảy ngược vào trong
lệ thùy ráo hoảnh
không phải là chữ
cho mắt
không phải là thịt
cho răng
ba dấu chấm điềm nhiên
là thi pháp
của giả định vô hạn

không phải
là bài thơ khiêu chiến
sự lụi tàn của văn chương
ngôn ngữ ngọng, đớt
bập bẹ giọng điệu trẻ thơ
hoang đàng thời thượng với dáng, vẻ
trần, trụi đường phố
từ ngữ bị cắt, xén như đạo đức
què, cụt ngữ nghĩa
cú pháp xiêu, vẹo
chống, đỡ bằng khung, sườn
của những từ trung tính
sứt, mẻ

không phải là
không phải
bài thơ
kêu, gọi sự sống, chết của thi pháp
của đất, nước giàu, đẹp
hay nghèo, xấu
những tính từ lắp, ghép bởi tay ngang
thô, vụng
chẳng thể làm cao, sang
những thuộc tính thấp, hèn
không phải là
cụm từ trong ngoặc kép
có thể tô, vẽ cho những ngụy biện
và mê muội của thực chứng
trước, sau
chỉ là lề, thói
của cách hành văn không chuyên
ứng xử sai, sót vô duyên
dồn, ép ngôn ngữ đến thương, tật
và bầm, dập

nhan đề
một bài thơ
có thể chứa, đựng ý nghĩa
và hình tượng siêu, thực
đơn, độc đối, chọi
mọi chống, phá
không thơ

cuối, cùng
không phải là
bài thơ
trong cách, thế tự do như tôi nghĩ
nó ca, hát đồng bóng mê, muội
giả vờ tự nhiên
không sắp, đặt
nơi, chốn cho cái đẹp thô, nhám
hình nhân gỗ và tượng đồng
mang, vác gánh nặng triết lý quỷ, my
bài thơ đang xây, dựng cho tôi
cái nền, mống
hư, ảo không sờ,mó
nó đang
đào, xới tôi…

July 2014

Quê hương (Khí hậu 3)

nằm lại
bên xác bài tử ca một lần gió chết
gọi tên em sông cạn
núi
tự đục mình đêm huyền thoại đá chẻ
chẳng vừa khuôn
này
lịch sử...

(I)
tôi gọi em
ngôn ngữ tắt tiếng
vòm họng đá vôi tì vết niên đại
mờ
không chữ số
hốc núi chiều hái lượm sao hôm
nỗi im lặng tiền sử
mọc lên măng nhũ ký ức
hang động
là thời gian những ô cửa đục
về phía thì tương lai
không dấu tích
là tiếng kêu khan âm tiết khô gãy
cảm xúc không được vẽ
âm sắc nhào nặn & biến mất trong hình tượng
ngụy trang con chữ mất máu ngay vòng đầu
cuộc săn lùng ý nghĩa thất tán
tôi
là một nguyên âm
ú ở nét vẽ chân dung thô ngọng

không có gì

ngoài dấu hỏi màu mây trắng
và những hình dung không thể gọi tên
chẳng để diễn tả điều gì
giấc mơ luôn vắng mặt
tôi không
bay lượn cùng hương khói vô cảm
thời gian của những tự dạng màu nước
và em/ lời cô độc
chảy qua vô cùng lá đỏ
thếp kinh vàng giấy nén
khoảnh rừng của điệu tiết dang tay
vũ khúc nước & mắt
long lanh khí hậu

(II)
tháng mười một
như vết nhăn của dòng thời gian
không ngừng
nhấp nhô đợt sóng ngang đổ vào cạn kiệt em
là bài thơ vô hạn đơn âm lửa
ma mị
câu chuyện tự sát bằng câu kinh
rỗng lạnh
thế giới của nguy dị
bắt đầu nơi trang giấy
tôi viết chữ Không
cuối liềm trăng khuyết
trong ý nghĩa sôi sục của điềm nhiên
đứt rời đêm xanh tiếng hú từ biệt
không âm vọng

(III)
không còn ai
gọi cửa
thời khắc tự khóa kín trong ý tưởng cô đơn

cùng cực
cảm xúc dồn nén bên kia hiện tai
những chuyển động ngầm
vẽ lại
bình minh ngoài câu thơ
hấp hối cồn mây câm lặng hình thù
ngẫu nhiên chữ xé
chân dung khí hậu
và cuộc hành trình băng qua ảo giác
biển
là nơi bắt đầu
cơn sóng thần mất ngủ
gào thét ở đầu khoảng trống kinh hoảng
giai điệu
cấu trúc máu xương là bài thơ
quê hương của ý tưởng
biệt dạng

(IV)
giữa gạch ngói rùng mình thị tứ
bán khai
nhát chém từ quá khứ xiên ngang
khuôn mặt/ trái tim/ con người/ sự cam chịu
lỗ chỗ những hoài nghi
núi sông sập cạn
rừng chết
cây lăn về phố
rác rưởi văn minh bơi trong đô thị
"triều cường" lộng lẫy bầy chim chưa đủ lông
tranh miếng ăn ngộ độc
thần thoại lên đồng đội khăn đồ tể
miếng thịt chết giữa làng
con ốc vỉa hè tương lai
vít miệng
thành phố tử thủ

hàng mã dọc ngang lô cốt tượng đài
thầy cúng và khăn đỏ
những bệ thờ lố nhố thánh thần ma quỷ
nhà thơ khiêng vác ký tự đổ chì
ngất ngưởng

(V)
mùa gió cũ ra khơi
gọi lại hơi tàn gióng trúc mười ba
nốt láy vắt đầu thuyền trôi em
khúc sông phố biển
cồn cỏ xưa
cổ tích
chưa lần sờ chạm

ngược về tây bắc
suối đá đầu nguồn nhọn lểu
nỗi buồn đá dựng
tôi bỏ đi vào mênh mông
gió muối
và tơ nhện giăng ngang trời
điểm hẹn khuya
mùa hư vô xa lắc
tôi
là người xuyên thời-không
cô độc tiết mùa
vẽ chân dung chữ ngược

ngày gió chết
ký ức bài tử ca nằm lại mộ phần
sông núi.

29/10/2014

Điệp khúc trắng

dừng
trước khoảng phi thời
trường độ khốc liệt
kéo dài thêm biển sóng đau
ngoài trí tưởng
nhịp thở gấp
những quãng ngắn hụt hơi
tôi
doppio
cơn mưa âm thanh thoát ra ngoài
chùm móc trơ gai ngược

níu hợp âm rải chậm
bóng tối chồm dậy
khúc dạo đầu man dại bản thể
nứt mầm
bộ vỏ huyền thoại nặng nề
drammatico
khóa sol hoa mỹ
quấn riết
những hiện thực ma quỷ đồng bóng
từng khối màu gãy đổ
lịch sử hát qua thanh quản của gió cát những đồi trưa mênh
mông
tiếng hú

chậm lại
màu chàm rêu đồng cũ nát
cái chết chết yểu

bàn tay chạm vùng tử âm
khoảnh khắc khô kiệt
những đầu ngón nhấn cong và chờ đợi

hợp âm bị cưỡng bức
câu hỏi và thang âm mở nghịch
đa điệu thức
khúc mây trời hoang mang âm tiết
sôi sục bầy chim lạ
sầm sập những cửa ô mùa thu
đậu lại
bên ngoài khuông nhạc
chậm và rời
dấu nhấn khô rã vụn âm ém ngược
ngón buông đuổi bắt
đường trăng kí ức

nhảy trên phím cạn bầy âm sắc vẽ
mùa nắng treo
những đồi cát bay lượn trên sáu dây căng
mặt trời và
khúc lục huyền
cháy bỏng

đường về vực âm vô hạn khởi điểm
dấu vuốt
hối hả kéo trên dây đàn
rùng rùng
hàng cột mốc thời gian/ biên giới
đống hài cốt/ thịt da huyền sử bắt lửa
bộ gân co giật từng múi giờ
những vĩ tuyến nhập nhằng trí tuệ
tàn khốc điệp khúc cơ bắp máu
và xương trắng
giãn tĩnh mạch trên nốt cảm âm
giai điệu vỡ
thêm lần nữa

căn phố đen trong ngày lễ gió

vẽ nét chạm xanh đục/ sợi mây trắng
chân dung nghi hoặc
nhìn từ khoang trời cạn
tôi đánh nhịp
lá dừa nắng lửa và ảo giác
cùng cực hơi nóng da thịt của tro bụi có thật
khuôn mặt cảm xúc
animato khớp xương chuyển động
hệ quy chiếu và não thuỳ bên trái
tiếng nước vỗ lên da
rách nát nguyên âm đục, rời
hơi gió phụ của ca từ đen trắng trên khung ảnh
hố sâu của hình dung
xoáy bật cường độ

thềm ga cháy
buổi chiều c. h. ậ. m, khát
chuyến tàu xập xình đục xuyên hoàng hôn
phố thị
đường hầm núi rỗng
gỗ đá và đinh ốc lặng lẽ co giãn
bên dưới những thanh ray
kiêu bạc giọng cười đâm rễ
hồi ức sau lưng bóng tối
nơi mắt đậu

tiếng sáo lượn hiên nhà màu trăng hoàng thổ
ngấn nước phù sa lắng chưa
bãi đục lầy bùn đỏ mắt chiều
thịt da trước mặt
chạy đuổi đôi chân tặng vật
khai tấu khúc bùng cháy hành âm ngoài
dự tưởng
ở đầu khuông nhạc câm hình tượng
uốn éo một thân rắn mời gọi

cuộc tế thần
rợn cảm giác kinh mạch thất tán
một ngày
lửa bỗng xé mang đi

trang giấy
rùng mình khép vội
ý nghĩa của mẫu tự cuộc đời một giấc mơ tự hóa
sắc màu chạy đuổi sau lưng khí hậu
thuộc địa
hội chứng và di căn không tẩy xóa
vết mực cặn
lớn dần lên những hình tượng chưa đục chạm
mùa biển cuồng và tia tử thạch
trổ lời nguyền đơn điệu nơi khoang trời đêm im lặng
chẳng có câu chuyện nào để kể
về nỗi cô đơn
không ảnh sắc

chẳng phải gỗ của rừng đã cháy
ngoài hang động tiền sử
sau hành trình phi vật thể
những vách đá dựng bằng xương thời gian
thô kệch
mặt giấy nơi tôi về
trải rộng năm tháng loang lổ
màu sắc thời đại
mặt người đá tạc những điêu khắc vụng
trí nhớ tách đôi thời gian, lịch sử nơi khoảng trống
chập chùng ma trận

biến số và độ nghiêng
lạnh và khô các chòm sao phương bắc

vẫn ở đó

ký ức trắng trang giấy tật nguyền
không ghi hết bài ca khí hậu choáng ngợp
những điệp khúc man rợ
nhiều khi
té vào hư tự đôi dấu ngã siêu thoại
bật lên điệu múa quỷ ám

rồi sẽ phải quay lại
một lần
nơi không còn ký thác
màu mực đen thành phố mở ngoặc đơn rỗng
những con số trở mặt nhảy múa
vết thương thế kỷ tàn lụi
dưới tự dạng bất ngờ
chuyển động

(tôi đến bên dấu phẩy còn tươi mực
nét đá vòng bay bướm sau lưng quá khứ
vẫn để trống như lịch sử
thô bạo là bẩm tính/ nhọn và cong
văn bản sắc lẽu vết chàm cổ đại những hình tượng
rồng/rắn
thế kỷ xăm mình đã mờ nhạt cột mốc thời gian
gia vị hoang tưởng là những con số tội nghiệp
về gốc tích
len giữa minh triết tưởng tượng những từ viết hoa
thư pháp nông nghiệp hiện đại lóng lánh
đồng thau sắt thiếc

làm thế nào để huỷ diệt một dấu chấm

tôi có nên bắt đầu bằng
bài ca kim loại?)

14/06/2002   **Uyên Nguyên**

Song Thao by Đinh Cường

VI KHUÊ

Tên thật Trần Trinh Thuận. Các bút hiệu khác: Đoàn Văn, Đào Thị Khánh, Nguyễn Thị Bình Thường. Sinh ngày 20-05-1931 và mất ngày 25-9-2018 tại Hoa Kỳ. Tại Việt Nam, dạy học. Tại Hoa Kỳ viết báo, viết văn, làm thơ, nội trợ…

Đã cộng tác với các báo: *Văn, Làng Văn, Văn Học, Đất Mới, Nhân Văn, Thế Kỷ 21, Thời Luận, Người Việt, Sài Gòn Times, Thời Báo, Chiêu Dương*, và các báo địa phương tại thủ đô Hoa Thịnh Đốn.

Tác phẩm đã xuất bản:
 Thơ:
- *Giọt Lệ* (1971)
- *Cát Vàng* (1985)
- *Tặng Phẩm Cho Tình Yêu* (1991)
- *Hoa Bướm Vườn Thơ Tôi* (1994)

Văn:
- *Ngựa Hồng Trên Đồi Cỏ* (1986)
- *Những Ngày Ở Virginia* (1991)
- *Vẫn Chờ Xe Thổ Mộ* (1993)

30 năm trở lại Singapore

Vào giữa khuya đang say giấc ngủ, Lana Lê choàng thức dậy vì tiếng còi xe cảnh sát rú lên ở ngoài lộ. Lắng tai trong giây lát rồi vùng chạy xuống phòng khách, nơi đang tập trung đông đủ cả nhà: Chồng, mẹ chồng, và ông chồng của bả, cả thằng bé Mark cũng được daddynó bế xuống, đang ngủ gục trên vai chàng.

Họ đứng nơi cửa sổ, nhìn về phía cái biệt thự ở cuối đường đang bốc cháy, khói lên đen nghịt, và cả lửa đỏ chập chờn. Nói là ngôi nhà ở cuối đường, thật ra thì chỉ cách đó chừng mươi số thôi. Đây là một con đường cụt, thường ngày yên lặng, trẻ con tha hồ đạp xe máy rong chơi mà không phải lo tránh xe hơi. Bây giờ bỗng nhiên có cảnh hỏa hoạn, chẳng mấy chốc náo loạn cả góc phố. David trao con cho vợ, bỏ chạy tới chỗ cháy, thoáng cái, đã trở về:

"Lana à, nhà của ông Việt Nam đấy. Hình như bà vợ có quen với em mà".

"Quen gì. Bạn tôi đấy chứ, bạn đồng hương, đồng xóm. Tại sao cháy nhà?"

"Cảnh sát nói chính ông ta đốt nhà, để tự đốt mình cháy cùng với bốn đứa con. Chết cháy hết cả rồi".

"Thế, còn vợ ông ta đâu? Mẹ của bốn đứa nhỏ đâu?"

"Cảnh sát nói không có bà vợ ở nhà. Bà ta không có chết trong vụ này".

"Ôi, thật thế sao? Sao tôi không nghe chị ấy nói chuyện gì cả? Thỉnh thoảng cũng có gặp nhau mà. Tôi biết chị ấy vẫn ở đấy thôi. Sao đêm nay lại không có nhà?"

Ông chồng của bà mẹ chồng vừa ngáp dài vừa thở ra:

"Thôi, tôi lên ngủ tiếp. Tất cả mọi người cũng nên lên

ngủ tiếp, mai còn đi làm".

Lana Lê đứng dựa vai vào tường, tay bế con vẫn ngủ gục trên vai, mớ tóc đen dài quá trông rũ rượi ra thật thê thảm như khuôn mặt xinh đẹp của nàng vẫn thoáng cái vẻ thê thảm từ ngày nào đến giờ bà Linda biết nó. Đã lâu bà mới có dịp trông thấy lại mớ tóc đen, dài và dày thật đặc biệt của đứa con dâu người Việt Nam do chính bà đứng ra làm lễ cưới hết sức linh đình sáu năm về trước. Thằng David dạo đó mê mẩn vì mớ tóc này, mớ tóc huyền hoặc buông thả rũ rượi trên khuôn mặt tan vỡ của đứa con gái Việt Nam vượt biển bằng thuyền mà cả thế giới biết đến dưới cái tên thời đại là boatpeople. Con trai bà trông thấy tấm hình đăng trên báo. Chỉ có thế thôi. Thế mà nó quyết định đi tìm cho ra con bé để cưới cho được, làm vợ… Chuyện đã sáu bảy năm rồi, thế mà đêm hôm nay bà mới có dịp trông thấy lại mớ tóc buông xòa. Chẳng là thường ngày, Lana lúc nào cũng chải bới gọn ghẽ đầu tóc, ngay khi ra khỏi giường. "Lana à, em sẽ không bao giờ cắt tóc ngắn. Dù rằng hằng ngày đi làm hay ở nhà em có thể thắt bím, bới cao, hay trang điểm thế nào cũng được, nhưng ban đêm thì em phải dành cho anh mớ tóc của em". Đó là lời cam kết của chúng nó với nhau thời kỳ thằng con trai duy nhất của bà theo đuổi đứa con gái Việt Nam boat peoplevà quyết lấy làm vợ cho được…

Có một đứa con dâu là người Việt Nam, thứ người Việt Nam tỵ nạn trên đất nước Hoa Kỳ, như là một chứng tích làm nhức nhối lương tâm người Mỹ có lòng và có niềm kiêu hãnh đại cường quốc, điều ấy luôn luôn cũng là một ám ảnh đối với bà Linda, một thứ ám ảnh gần như là kiêu hãnh vậy. Giờ đây, bà ngắm lại mớ tóc của Lana, cặp mắt màu đen, nước da màu vàng ngà của cô ta một cách âu yếm.

"Thôi đi ngủ lại đi con, kẻo mệt".

"Vâng, bà cũng đi nghỉ đi".

Mãi đến chiều hôm sau, họ mới gặp lại nhau trong bữa cơm chính của một ngày. Câu chuyện lại xoay quanh vụ người Việt tỵ nạn nổi lửa đốt cháy nhà, tự thiêu và thiêu luôn bốn đứa con. Còn mẹ chúng đâu?

"Báo đã đăng rồi đó. Rằng, theo dư luận của người chung quanh, thân nhân và bạn hữu của gia đình ấy, thì mấy lúc gần đây hai vợ chồng thường có xích mích cãi vã, tình trạng bất hòa khi đến độ trầm trọng thì người vợ đòi ly thân để tiến tới ly dị. Trong khi chờ đợi giải quyết vấn đề, bà ấy đã bỏ về ở nhà cha mẹ ruột, để bốn con lại cho chồng. Nguyên nhân bất hòa chỉ vì người chồng quá thương yêu vợ con, muốn có một mái ấm gia đình theo kiểu Việt Nam xưa, là chỉ một mình người chồng đi làm để nuôi vợ nuôi con, người vợ ở nhà lo việc nội trợ. Người vợ thì lại muốn đi ra ngoài, đi làm, nói là để kiếm thêm tiền lo cho gia đình được sung túc hơn. Cứ vì vậy mà lời qua tiếng lại, đưa đến đổ vỡ".

"Báo Anh ngữ cũng có viết về người mẹ. Nhà báo tả bà ấy vô cùng đau đớn, hiện giờ như mất trí, như điên dại, khiến người ta ái ngại quá, không nỡ phỏng vấn phỏng viếc gì cả".

Ông Perot đưa miếng khăn giấy chà chà vào cái đầu mũi tròn tròn đỏ đỏ, cặp mắt hiền nhấp nháy như để che giấu sự cảm động:

"Ừ, thì cứ kể tình cảnh cũng đáng buồn. Nhưng đâu có gì đến nỗi phải đi đến chỗ đốt nhà, tự tử, và giết luôn cả bốn đứa con. Người Việt Nam, ừ, người Việt Nam… của cô… làm sao ấy, Lana à! Động một tí là bắn, động một tí là giết, động một tí là tự tử!"

"Ôi, sao ông lại nói bậy bạ thế! Bộ cái sự bắn giết, gây bạo động tùm lum tà la một cách phá phách, cuồng nộ không đầy rẫy ra ở xứ này từ xưa đến nay sao, mà lại bảo là của người Việt Nam của Lana?"

"Ừ, thì tôi nói nhiều là so sánh cái tỷ lệ ấy chứ. Người Việt Nam chẳng phải là thiểu số ở đây sao? Thế mà, trong một tuần vừa qua, có đến ba bốn vụ. Nào là ở Houston, Texas, gì đó, một nhân viên cây xăng người Việt rút súng bắn chết một người da đen vào ăn cướp đồ và bỏ chạy, gây nên biểu tình cả trăm người, vụ này khéo mà nổ lớn! Nào là một anh chủ tiệm videokia vừa đi vừa gặm hamburger, thản nhiên bước vào bót cảnh sát, nói rằng 'Này ông cảnh sát, tôi vừa bắn chết bạn gái của tôi. Cô ta đang nằm trên thảm nhà tôi. Mời ông đến làm biên bản. Còn tôi thì đến nạp mình'. Thế thôi! Eo ôi, nghĩ mà ghê. Cứ làm như nói chuyện ăn kẹo. Người đâu lại có người can đảm, lì lợm đến thế!"

"Không phải đâu, ông ạ. Con nói để ông biết: Những người Việt Nam ấy, họ hiền lắm. Họ không phải là những người anh hùng hay can đảm, lì lợm gì đâu. Họ chỉ là những người quá yếu đuối, không đủ sức chịu đựng nữa, hoặc họ đã phải chịu đau khổ quá nhiều, đã chai lì với khổ đau. Thế thôi!"

"Thôi, nói cái gì cho vui vui đi. À, cái vụ đi du lịch Singapore. Hai ngày nữa lên đường. Đây này, người quen bên đó vừa gửi qua bức hình ngôi nhà cũ, nơi chúng tôi đã sinh sống trong bốn năm liền ở bên ấy, cách đây đã ngoài 30 năm. Hồi đó thằng David mới sinh ra. Ngôi nhà vẫn còn nguyên, bên Singapore. Thật ra, tôi chỉ muốn nhìn lại ngôi nhà với bao kỷ niệm, chứ còn xứ khác thì dầu có đẹp đẽ bao nhiêu, đối với tôi cũng chẳng hấp dẫn gì mà đi cho mệt".

"Bà thì muốn đi Singapore. Nhưng con, nghe đến tiếng ấy thì sợ lắm. Vì Tân Gia Ba với Mã Lai Á nằm sít nhau thôi. Mà bờ biển Mã Lai Á là mồ chôn 10 người bị chết chìm ngày 28 tháng 10 năm 1980, cùng một chuyến vượt biên với con năm ấy, nhưng khác tàu. Con thì ở trong số 35 người khác được cảnh sát tuần duyên của Mã Lai Á vớt lên, sau khi chiếc tàu của con bị lật úp. Vì đám người toan đổ bộ lên bờ mà cảnh sát không cho nên họ úp tàu đó, ông bà ạ".

"Mẹ biết chứ, ngày ấy có đọc báo, và nhờ đọc báo thấy hình con, nên David mới đi tìm con đó thôi".

Bà Linda nói, giọng âu yếm, và chữ *I* và *You* bà dùng hằng ngày bây giờ Lana hiểu là mẹ và con. David cầm cái nĩa gõ nhẹ vào mép bàn, kêu lên:

"Ối trời! Đây, lại nói chuyện buồn nữa! Mẹ đã kêu là hãy nói chuyện du lịch cho vui cơ mà. Con đã nói trước rồi đó, chuyến này cả nhà đi, chỉ một mình tôi ở nhà, tôi sẽ đi Las Vegas chơi bài, nghe Lana?"

Lana nhìn sâu vào đôi mắt David. Khuôn mặt bầu bĩnh, nụ cười cởi mở của người chồng kỹ sư Mỹ nhòa đi, để hiện lên mái tóc lòa xòa rũ xuống vầng trán cao, cặp mắt sâu thẳm, và cái miệng nhênh nhếch khinh bạc của Lưu Văn, người yêu đầu đời của nàng. Chàng đã mất tích từ ấy đến nay, hay chàng cũng ở trong số chết chìm năm ấy?

*

Linda đã trở lại thăm ngôi nhà cũ nằm trên một đại lộ rợp bóng dừa, đã được chủ nhân hướng dẫn vào tận phòng ngủ số 2, nơi cách đây đúng 32 năm bà đã trải qua những ngày tháng sinh nở đầu tiên của cuộc đời, bên cạnh người chồng yêu quý, lúc bấy giờ cũng đang được hưởng giai đoạn vinh quang nhất của cuộc đời ông. Singapore, vào năm 1959, hãy còn là một thuộc địa của Anh quốc, và chồng bà, từ Anh quốc đã được bổ nhiệm đến đây giữ một chức vụ quan trọng trong Lãnh sự quán.

Hôm nay, Linda đã ngỏ lời với chủ nhân cho riêng bà được tìm kiếm lại một dấu tích thân thương trong căn buồng ngủ này, và bà đã tìm thấy được ngay: Hai chữ L và T, tên ông và tên bà được khắc đậm và sâu trên một viên gạch cạnh lò sưởi. Tất cả vẫn còn nguyên. Bà xin phép họ cho được, trong thời gian mười ngày còn ở lại đây, mỗi ngày ghé đến một lần để sống lại dĩ vãng ngập tràn kỷ niệm đó. Bà nói:

"Ồ, thuở ấy tôi cũng chỉ mới có 28 xuân xanh, tôi mới có đứa con đầu lòng, và mỗi cuối tuần, đều có yến tiệc, dạ vũ tại Tòa lãnh sự, chúng tôi đã cùng nhau nhảy nhót thâu đêm. Chúng tôi: Tôi, anh ấy, và những người bạn đến từ Anh quốc cũng như bản xứ. Nay thì đã thất lạc người mỗi ngả. Chồng tôi thì đã qua đời, chỉ sau hai năm trở về cố quốc, tôi nghĩ một phần cũng vì ổng buồn, nhớ cái xứ sở thuộc địa ấm êm này, nơi mà chúng tôi đã có được một đời sống thượng lưu, và những người bạn thuộc cấp Tân Gia Ba hết sức trung thành, tận tụy. Bởi vì, sau đó thì chế độ đô hộ phải cáo chung, hình như là trên toàn thế giới thì phải. Singapore thu hồi lại nền độc lập vào năm 1963, nên chúng tôi đã phải từ giã mà về quê vào năm 1964. Vậy mà, bây giờ trở lại đây, ngôi nhà xưa vẫn còn nguyên vẹn, đến viên gạch hoa bên cạnh lò sưởi cũng vẫn còn. Một lần nữa, xin cảm ơn nhé!"

Người đàn ông chủ nhà cười vui vẻ, nụ cười ánh lên chiếc răng bịt vàng bên khóe miệng. Trông ông ta giống như một người Tàu, cũng giống như một người Mã Lai.

"Mọi sự vẫn còn nguyên, vâng, đúng thế. Nhưng chỉ ở trong ngôi nhà này, bây giờ của tôi, và xưa kia của bà. Nhưng xứ sở này thì chẳng còn nguyên như xưa đâu; xứ sở này đã đổi thay nhiều lắm. Bà không nhận thấy sao, trên con đường từ phi trường vào thành phố?"

"Vâng, dĩ nhiên là tôi trông thấy: Đường rộng thênh thanh, phố xá dinh thự mọc lên như nấm, đâu còn là Singapore thời thuộc địa, nghèo nàn, u ám… nhưng vậy mà đã đặc biệt ưu đãi những người như chúng tôi, thuở ấy!"

"Thưa bà, cả thế giới ngày nay đều đã nhìn nhận rằng đất nước chúng tôi sau 25 năm dưới chế độ Cộng Hòa của nhà lãnh đạo tài ba Lý Quang Diệu, đã trở thành một *Con Rồng Á Châu*. Đất nước chúng tôi, từ một quốc gia nghèo nàn thuộc khối thứ ba, ngày nay đã chuyển mình vươn lên địa vị giàu có, thuộc khối thứ nhất. Chúng tôi vui mừng và hãnh diện lắm. Cho nên, cần phải nói rằng 'không còn nguyên vẹn như xưa' mới đúng, phải không bà?"

"Ồ, thưa ông, tôi nói 'nguyên vẹn như xưa' là nói về mặt tâm linh tình cảm, về những kỷ niệm riêng tư của chúng tôi, ấy mà. Ngày mai chúng tôi mới bắt đầu đi xem khắp nơi, ông ạ. Xin ông hướng dẫn chúng tôi nên đi những đâu, những đâu nào. Ngày xưa, bà cụ nhà vẫn là hướng dẫn viên của chúng tôi trong mọi chuyến du ngoạn về làng quê, bờ biển đấy".

"Bà hãy đến nơi này. Nơi đang là trung tâm thu hút du khách đến Singapore, nhằm phát triển ngành công nghiệp du lịch của xứ sở. Bà hãy đến nơi này, một nơi mang tên lạ lắm, bà ạ. Xin bà lắng nghe cho rõ: Thành phố đời Đường tại Singapore!"

"Sao? Tôi chưa hiểu, ông ạ".

"Tôi xin lặp lại: Thành phố đời Đường tại Singapore! Đời Đường tức là một triều đại nhà vua bên Trung Quốc, đời xưa, đã lâu lắm rồi. Nay, chúng tôi dựng lại ngay trên hòn đảo Singapore nhỏ bé này một thành phố tiêu biểu nhất của triều đại ấy, y nguyên, y nguyên từ viên gạch đến cục đất, để hấp dẫn khách du lịch. Phải tốn kém bao nhiêu là công quỹ. Như vậy, bà cũng đủ hiểu nó phải có cái gì đặc sắc lắm chứ. Bà hãy đi tới đó".

"Ở ngay trong thành phố này hay sao?"

"Không, vì nó là nguyên vẹn cả một thành phố đời Đường, lẽ dĩ nhiên không thể nằm trong trung tâm thương nghiệp gọi là phố ở đây, mà phải nằm ở ngoài, cách đó không xa. Mới được dựng lên từ đầu năm 1992 thôi. Hấp dẫn biết bao nhiêu là du khách giàu sụ đến từ năm châu bốn biển. Bà cứ đến Phòng Du Lịch, sẽ có người chỉ dẫn tất cả".

*

Theo bản đồ hướng dẫn, phái đoàn bốn người từ Mỹ đến lựa một chỗ đứng hơi cao để có thể phóng tầm mắt nhìn khắp một lượt. Quả nhiên, đây là cổ thành Trường An, thủ phủ của triều đại nhà Đường bên Tàu, cách đây đã hơn 1300 năm, vừa được dựng lại với nguyên vẹn di tích lịch sử, văn hóa và nghệ thuật, với nguyên vẹn kỹ thuật kiến trúc xưa, đã được cả thế giới nhìn nhận là rực rỡ nhất châu Á vào thời điểm ấy.

Trường Thành bao quanh, được giới thiệu là dài gần một ki-lô-mét, gợi liên tưởng đến Vạn Lý Trường Thành vĩ đại. Nhưng ở đây, chỉ có thơ mộng và đầm ấm ngất trời. Kìa, những chiếc xe song mã ai buộc dây cương trước tửu quán, cao lầu, mang bảng hiệu màu đỏ ánh vàng những hàng Hán tự đẹp như tranh. Rồi, ngựa xe cỗ kiệu tưng bừng màu sắc, rộn rã âm thanh chen chúc nhau trên đường với những giọng rao mời hàng hóa ríu rít, vang lên như từ một thế giới nào xa lạ. Đằng xa kia, một cảnh múa hát tưng bừng, biểu diễn cho khách xem, đồng thời cũng mời khách tham gia biểu diễn. Những bộ lễ phục đuôi tôm của Âu châu cổ kính xem lẫn hàng trăm mảnh lụa màu hồng đào, cẩm thạch bay lượn chập chờn trong một thế giới huyền ảo của "Đường Minh Hoàng du nguyệt điện" thuở xa xưa. Một cây cầu vòm cong uốn mình lả lướt như mời gọi con người của thế kỷ XX hãy bước lên để nhìn xuống dưới xem thử dòng sông hay con suối đời Đường có gì khác lạ chăng. "Nhưng ở dưới vòm cong của cây cầu cổ xưa này không có sông hay là suối gì đâu. Thôi, chúng ta hãy đi vào thành phố, dừng lại từng trà thất, dược phòng, để xem cho tận mắt thay vì cứ đứng mãi ở đây mà nhìn tổng quát. Con nghĩ là mình đi hết một ngày hôm nay cũng chưa xem được bao nhiêu đâu". Lana nói.

"Không, ta sẽ đi suốt trong một tuần là ít. Cả một thành phố kia mà".

Họ cùng bước lên một chiếc xe song mã. Người xà ích, trong chiếc áo dài xám có thắt đai đen, nhưng với miệng cười thật lém lỉnh, nói: "Good morning, America" làm thằng bé Mark thích chí chào lại ngay: "Good morning, Chinese!"

Họ đi ngang qua một dãy dài những tiệm ăn và nhức óc với mùi chiên xào hành tỏi quen thuộc của những China Garden bên Mỹ. Họ bảo xe ngừng lại trước một cửa tiệm bé tí treo bảng hiệu "Thầy Tướng Số, Đoán Vận Mệnh", chỉ để hỏi ông cụ mù lòa độc có một câu: "Thầy thử đoán xem chúng tôi đây từ đâu đến Singapore?". Cô gái thông dịch viên che miệng cười, trả lời dứt khoát: "Ông thầy bảo rằng quý vị đến từ Hiệp Chủng Quốc, United States?" ông Perot móc ví lấy 10 đồng đô-la (giá tiền cho một câu hỏi) đặt lên chiếc đĩa bạc. Bà Linda vui đến nỗi cười rung cả chùm lông chim trĩ màu xanh lục đính trên chiếc mũ thời Elizabeth đệ Nhất của bà.

Lát sau, Lana kêu chú xà ích ngừng lại trước gian hàng của các cụ đồ Tàu đang ngồi viết câu đối và bán thơ. Thơ Đường. "Tôi muốn mua bài thơ nổi tiếng của thi sĩ Vương Bột, các ông biết không, các ông có chứ?" "Có, có chứ. Đằng Vương Các nhé. Hãy chờ, tôi viết trong năm phút thôi!…" Lana hôn lên nét chữ đẹp như rồng bay phượng múa của ông đồ Tàu, trạc chừng 30 tuổi với cặp mắt xếch của tài tử màn bạc Vương Vũ. Bà Linda hỏi:

"Này con, bài thơ ấy nói về vấn đề gì vậy?"

"Nói về một căn gác, bà ạ".

"Có phải căn gác từ đó có con hạc vàng bay lên trời không?"

"Dạ không, bài đó của ông thi sĩ khác".

"Lạ nhỉ, cả hai bài thơ nổi tiếng đều nói về những căn gác!"

"Gọi là gác hay lầu cũng được, bà ạ. Cũng là những địa điểm, những đệ nhất danh lam thắng cảnh của nước Tàu, đời xưa. Còn một bài Đường thi nổi tiếng khác nữa, cũng nói về một cái lầu, như thế".

"Lạ nhỉ! À, mà tại sao con lại hôn lên bài thơ như thế? Mẹ chưa bao giờ đã thấy con hôn ai kể cả thằng Mark –hay hôn một cái gì âu yếm như vậy. Bộ con thích bài thơ đến thế sao?"

"Không, không phải bài thơ, mà là nét chữ. Con vốn mê chữ đẹp, như người ta mê tranh. Chữ ông Tàu này đẹp quá, nhất là khi ông ký tên, bằng bút lông chấm mực xạ, có cái đuôi vút lên, giống chữ ký của người con yêu…"

"Người con yêu là ai? Con muốn nói chồng cũ của con ấy à?"

"Dạ, anh ấy mất tích luôn sau khi tàu vượt biển bị xô lật úp, còn con thì sống sót, như bà đã biết".

Lana nói xong chợt thấy mình hố quá! Ai lại nói với người đang là mẹ chồng của mình về người chồng cũ của mình như thế, lại còn gọi là người yêu! Cũng may bà ta trước là người Anh, nay là người Mỹ gốc Anh, và cũng có một đời chồng sau, một đời chồng trước như mình. Ô, mà giữa bà Linda với mình, đã bao giờ có mối liên hệ mẹ chồng nàng dâu đâu cơ chứ. Lana thầm nghĩ và nhìn lên, thấy cặp mắt bà xanh biếc, dễ thương lạ!

Những ngày tiếp theo, họ vẫn tiếp tục vui chơi trong khu cổ thành đời Đường, không chán nản chút nào. Họ đã đến đứng trên Cây Cầu Vòm Cung có cắm bảng hiệu ghi chú là: "Cây cầu cổ xưa và nổi tiếng nhất của nước Tàu, hiện vẫn còn nguyên tại tỉnh Hà Bắc". Cây cầu vòm cung, rộng và dài như vậy, mà ở giữa lại không có một cây trụ nào chống đỡ hết! Họ cũng đã leo lên tận trên đỉnh Tòa Cổ Tháp, cao đến

65 mét, với bên cạnh là một ngọn núi nhỏ, tuy mới được đắp lên thôi mà cũng tuyết phủ rêu phong như đã trải qua mười mấy ngàn năm sương, nắng, gió. Họ cũng đã bước vào Thủy Liêm Động, tức căn cứ địa của hầu vương Tôn Ngộ Không trong pho thần thoại bất hủ Tây Du Ký, ở đó có thác nước, có cầu treo, có cả trăm chú khỉ nhỏ đang nô đùa, đúng như sự tích trong sách. Rồi đến Bạch Mã Tự, một ngôi chùa nổi tiếng, với tượng Phật cao bảy mét và hàng trăm pho Kinh chứng tích của một thời hưng thịnh huy hoàng của Phật giáo tại đây.

Đại Minh Cung, cung điện của nhà vua, tức vua Đường Thái Tông. Cung điện này gồm sáu tòa ngang dọc, rộng thênh thang với những phòng hội kê hàng ngàn ghế ngồi chứng tỏ xưa kia mỗi lúc Vua ngự triều đã có hàng ngàn bá quan văn võ hiện diện. Rồi, cũng như ở Disney Land bên Mỹ, căn cứ du lịch tân tạo này của Tân Gia Ba cũng mở ra một đường xuống mặt đất gọi là Địa Hạ Cung Điện. Xuống đến nơi, đầu người choáng váng bởi bóng tối âm u bao phủ, lát sau mắt đã quen dần với ánh sáng u minh, người ta mới giật mình khi tự thấy đang đối diện với một đội binh mã cực kỳ hùng hậu gồm cả ngàn pho tượng tướng soái, cả ngàn chiến xa, cả ngàn chiến mã, xưa kia đã từng có mặt ở những trận đánh giặc lớn lao nhất của nước Tàu. Cảnh tượng uy nghiêm dưới hầm đất tôi khiến các bà phải kêu lên là cảm thấy ớn lạnh đến rùng mình.

Khắp nơi, du khách bốn phương tràn ngập, phần lớn là dân triệu phú tỷ phú người Âu Mỹ, nhưng có mặt đông nhất có lẽ vẫn là người Nhật đến từng đoàn, xếp hàng nối đuôi nhau theo trật tự di chuyển của loài kiến, dường như nằm trong một phong trào tham quan khắp thế giới mà dân tộc xứ Mặt Trời Mọc đang mở ra.

*

Trước ngày lên đường trở về Mỹ, gia đình bà Linda với ông Perot, nàng con dâu người Việt, và đứa cháu nội trở lại cổ thành một lần nữa để xem cho biết nốt vài nơi còn bỏ sót. Lana Lê thì nghĩ rằng có lẽ Hà Thanh Trì dành lại cho màn cuối của chương trình du ngoạn mới là nơi lý thưởng nhất, cho nàng. Bởi vì, theo như lời giới thiệu của Phòng Du Lịch, thì đây là một cái hồ tuyệt vời thơ mộng hiện vẫn còn ở tỉnh Ly Sơn, được tái tạo vào trong "Thành phố đời Đường" này, để làm sống lại nếp sống tiêu dao không màng danh lợi của những tao nhân mặc khách đời Đường, phần lớn đều là thi gia, họa sĩ.

Thì, họ đang có mặt ở đó, những Tiên ông! Thư thái thong dong tấm áo choàng rộng phơ phất đôi tay, họ ngồi chung quanh hồ, bên cạnh hòn non bộ, trước bàn cờ tướng, bên phải là bầu rượu, túi thơ, bên trái là sơn màu, giá vẽ… Có cả dấu tích người đẹp Dương Quý Phi, vợ yêu của Đường hoàng đế, qua bộ y phục màu hồng đào bà cởi bỏ để lại trên thành hồ ngày nay cho du khách đến chiêm ngưỡng. Cách đó không xa là một gian nhà mái tranh vách cỏ mang bảng hiệu: "Sách đời Đường".

Lê vội vàng và hăm hở bước vào. Ngạc nhiên nghe tiếng một người đàn ông than khóc, đầu gục trên một đống sách giấy bồi màu vàng nhờ. Ông ta nói như là một kịch sĩ trình diễn (bằng tiếng Anh như tất cả mọi người ở đây):

"Thưa quý vị du khách đến từ bốn phương trời! Tôi ngồi đây để khóc thương cho một thời kỳ huy hoàng rực rỡ nhưng cũng thơ mộng và êm đềm nhất của nhân loại, đã mất đi mà không bao giờ còn trở lại. Ở thời đại hoàng kim ấy, bằng cách nào không biết, loài người đã có được những Tiên ông ngồi an nhiên tự tại đấu cờ bên dòng suối bạc, những thi sĩ thoải mái làm thơ theo sự rung động tự nhiên của tâm hồn, những văn nhân tha hồ thả trí tưởng tượng phiêu du để viết nên những pho sách vĩ đại cho đời… Còn bây giờ thì, kể từ lâu lắm rồi, cả cái dân tộc Trung Hoa của chúng tôi cũng đã chết đi cái phần tinh túy nhất của con người nó, đã mất luôn cả triều đại nhà Đường với nền văn học nghệ thuật rực rỡ nhất của nó! Đã lâu rồi, người Trung Hoa chúng tôi chỉ còn làm thơ khẩu hiệu, dưới chỉ thị của những báng súng húc bên sườn…”

Bà Linda bất giật mình khi thấy con dâu tiến đến nắm lấy bàn tay gầy guộc của người đàn ông da vàng có cặp mắt buồn và những sợi tóc lưa thưa rũ xuống vầng trán rộng. Cô ta nói:

“Ông… ông có phải là người Việt Nam không?”

“Và cô, cũng thế?”

“Em đây mà, Lê Lan đây mà, Lưu Văn!”

“Trời ơi, Lê Lan! Lê Lan! Nghĩa là Lê Thúy Lan?”

“Tại sao anh lại ở đây? Anh đang làm gì thế? Vậy mà em cứ tưởng…”

“Em tưởng anh đã chết rồi?”

“Nhưng mà… bây giờ… tại sao anh lại ở đây? Anh đang làm gì ở đây?”

“Anh đang diễn xuất để kiếm tiền. Chúng ta chẳng còn gì nữa đâu em!”

20-8-1992

Vi Khuê

VĨNH HẢO

Lấy tên thật làm bút hiệu. Tên viết đủ là Nguyễn Phước Vĩnh Hảo.

Sinh ngày 30-11-1958 tại Nha Trang.

Nguyên quán Vỹ Dạ, Phú Vang, Thừa Thiên.

Nghề nghiệp chính: viết báo.

Vượt biển đến Thái Lan 1987. Định cư tại Hoa Kỳ từ 1988.

Cộng tác các báo chí văn học hải ngoại: *Văn Học, Khởi Hành, Thế Kỷ 21, Hợp Lưu, Gió Văn, Đi Tới, Người Việt, Việt Báo, v.v...*

Tác phẩm đã xuất bản:

- *Mẹ, Quê Hương Và Nước Mắt* (truyện ngắn – Hoa Cau, 1989. Chiêu Hà tái bản, 1994)
- *Núi Xanh Mây Hồng* (truyện vừa – Alpha, 1991)
- *Biển Đời Muôn Thuở* (truyện ngắn – Chân Nguyên, 1992)
- *Thiên Thần Quét Lá* (truyện ngắn – tác giả xuất bản, 1993, Chiêu Hà tái bản, 1995)
- *Phương Trời Cao Rộng* (truyện dài – tác giả xuất bản, 1993)
- *Sân Trước Cành Mai* (tạp bút – tác giả xuất bản, 1994)
- *Bụi Đường* (truyện dài – Chiêu Hà, 1995)
- *Chạnh Lòng Tiếng Thơ Rơi* (thơ, 1996)
- *Ngõ Thoát* (truyện dài, 1996)
- *Cởi Trói* (truyện dài, 2 tập, 1997)
- *Con Đường Ngược Dòng* (tùy bút, 1998)
- *Giấc Mơ và Huyền Thoại* (truyện ngắn, 2001)
- *Trong Những Thoáng Chốc* (tùy bút và tạp ghi, 2014)

Những ván cờ

Đánh cờ tướng là một trò tiêu khiển thú vị lắm. Dàn binh bố trận, đưa quân mình sang xâm lấn nước người, đánh cho tan tác đội ngũ của đối phương, đánh cho tướng địch phải chắp tay đầu hàng. Vừa công vừa thủ, tiền quân hậu quân phối hợp chặt chẽ, chặn đánh quân thù trên từng tấc đất. Lúc thì xe pháo công thành, khi thì tốt ngựa bắt tướng; lúc thì thương tiếc quân sĩ, bảo vệ cả con tốt mọn, khi thì thí mạng bỏ cả xe tượng để giữ lấy chủ soái tối cao. Chẳng lúc nào là không thú vị.

Nhưng thú nhất là khi thắng. Vì thắng thì có thể vỗ đùi đánh đét một cái để tự ban thưởng sách lược chinh Đông chinh Tây tài ba của mình. Ngoài ra, còn là để mục kích cái đau khổ của kẻ đại bại. Còn thua ư? Ồ, quê lắm. Hai khóe miệng tự nhiên chảy xệ xuống, không sao nhích lên nổi. Nhưng cũng phải rán cười, vì không cười thì có vẻ như muốn mặc nhiên thừa nhận mình dở mà cũng là tự công nhận cái tài giỏi của thằng khỉ đối phương đáng ghét đang cười hí hửng ngay trước mặt. Nếu không cười gượng được thì cũng nói đôi lời vớt vát, chẳng hạn "tại tui sơ hở để chết mất con xe" hoặc, "tại tao lo tấn công quá nên quên thủ con tướng". Cười không nổi, nói không được, im lặng cũng chẳng xong thì chỉ có nước xách bàn cờ mà đập cho đối phương một trận. Anh rượt em, cha đuổi con có khi cũng chỉ vì thua một ván cờ (làm như thể đánh cờ với anh với cha thì phải làm bộ thua hoài vậy!). Sự thắng bại trong một bàn cờ có thể làm thay đổi nhiều thứ.

Tôi không phải là kẻ đánh cờ tướng chuyên nghiệp. Tôi chưa hề bỏ công để học cờ thế. Tôi biết đánh cờ, vậy thôi. Nhưng, có thể nói là do đánh cờ nhiều năm mà tôi có chút kinh nghiệm trong thế công cũng như thế thủ để bày được những ván cờ không mấy tệ. Đánh với kẻ cao tay thì dù thắng hay bại tôi cũng học được những nước hay; còn đánh với kẻ thấp cờ, tôi có được cơ hội để thí nghiệm những nước cờ táo bạo mà tôi chưa dám áp dụng với kẻ ngang cơ hay trên cơ mình. Nhưng trong suốt mười mấy năm, kể từ khi bắt đầu tập đánh cờ – lúc mười tuổi – chỉ có hai lần đấu cờ làm tôi nhớ đời. Hai lần đó đều là những bài học ý nghĩa và thú vị cho tôi. Những bài học này không nằm trong thế cờ mà nằm ở cái tâm. Đúng, cái tâm của người đánh cờ.

Lần thứ nhất xảy ra vào năm tôi hai mươi hai tuổi. Đối thủ của tôi – phải sòng phẳng mà gọi như vậy – là một vị Thượng tọa lãnh đạo giáo hội Phật giáo có tiếng tăm. Trong khi chờ đợi thầy tôi (đi vắng chưa về), ông bảo tôi bày cờ ra. Nghe danh ông, tôi đã thấy *khớp* rồi, nói chi dùng trí mà đấu với ông, dù chỉ là qua những quân cờ. Nhưng đánh thì cứ phải đánh. Trận địa, nếu không bày thì thôi, bày thì phải đánh và đánh thì phải đánh để thắng, không thể nương tay. Vài nước dọ dẫm, tôi lấy được tự tin rồi tấn công tới tấp. Quân tôi ồ ạt sang sông, bắt con tốt, chụp con xe, phá đại pháo, không chừa một mạng. Thành không cung trống, quân tôi ba mặt vây kín, bắt bí tướng già trong tướng phủ. Ông cười vang, khen rằng: "Khá lắm, khá lắm!" rồi bày ván khác. Tôi tự hỏi: "Sao lại có thể dễ dàng như vậy? Nghe nói ông là một trong các vua cờ mà… hay là ông thả mình ván đầu?" Nghĩ vậy, tôi dè dặt và bắt đầu lưu ý cách đánh của ông. Nước cờ của ông thật là kỳ quái. Mỗi con cờ mang cả sức mạnh của sự im lặng chịu đựng, con trước con sau hòa hợp nhịp nhàng trong một khối đồng nhất nhưng lại đa dạng, biến hóa. Ông dụng cờ trong thế thủ, nhưng thế thủ đó lại chính là thế công, chặt chẽ, kỳ bí, lúc ẩn lúc hiện, khi tấn khi thối, không nước nào mà không chứa đựng tiềm lực của sự chinh phục, cảm hóa. Thế đi của ông như nước chảy, như mây trôi, trong khi lối đánh của tôi như lửa chụp, như núi đổ. Chận bắt, phủ đầu, tôi đuổi theo ông như cọp vồ rồng. Ông ung dung tự tại đưa đi những quân cờ khoáng đạt, bao dung; tôi hùng hổ, háo thắng đẩy tới những tinh binh hung tợn. Và cuối cùng, tôi lại thắng; thắng một cách không ngờ; thắng trong sự ngỡ ngàng, kinh dị. Tôi muốn nhìn lại thế cờ tàn trước mặt nhưng ông đưa tay xóa đi và nói: "Khá lắm, con lại thắng thầy rồi!" Nhưng, không thấy có dấu hiệu gì trên nét mặt ông cho thấy ông bị thua hai ván. Mắt ông sáng lên và ông buông một tràng cười sảng khoái y như khi người ta vừa làm được một điều gì đắc ý trên đời. Tôi lui về phòng riêng mà thất thần, giao động. Không, tôi không thắng gì cả. Tôi như một đấu thủ quyền anh đấm vào hư không những cú đấm thôi sơn cực mạnh; và những cú đấm không có đối tượng đón nhận đó chỉ làm cho kẻ đấm thêm mệt nhọc, khó thở mà thôi. Không thể đón bắt được hư không; không thể thắng được sự tịch lặng bằng những âm thanh thịnh nộ; không thể chinh phục được cái không bao la bằng cái có nhỏ mọn. Và, không thể thắng được một cái tâm rỗng, sáng.

Tôi hầu như bỏ cờ tướng từ lúc đó. Nhưng bốn năm sau, ở trong tù, thời giờ rộng rãi, tôi bắt đầu đánh cờ lại cho khuây khỏa. Trong phòng giam hơn sáu mươi người, tôi không gặp tay cờ nào ngang sức. Tôi chịu khó đánh cờ với cả những người mới tập chơi và đôi khi tôi thua họ mà lòng tôi vẫn hững hờ như không. Một năm sau, tôi mới gặp được đối thủ của tôi. Và đây chính là lần đấu cờ thứ hai mà tôi nhớ mãi trong đời.

Ông ta ở vào tuổi bốn tám hay bốn chín (có người đoán là trên năm mươi), nhưng trông mặt thì còn trẻ lắm. Ông bị giam ở phòng 6, bị các bạn cùng phòng trùm mền đánh cho một trận vì tội làm ăng-ten, tức là tội làm công việc báo cáo mọi sinh hoạt của phòng giam cho cán bộ trại. Lá bài ăng-ten bị lộ ở phòng 6, ông được cán bộ chuyển qua phòng 7 chúng tôi. Sự liên lạc qua lại giữa phòng 6 và phòng 7 rất dễ dàng, vì vậy, phòng chúng tôi nhận ra nhanh chóng tín hiệu của một cây ăng-ten mới. Ông được đón chào và tiếp xử một cách không mấy thân thiện cũng vì lẽ đó. Tuy nhiên, ông cũng tỏ ra là kẻ khoe khoang, khoác lác ngay từ những ngày đầu mới nhập phòng nên được đặt cho biệt danh là ông *Bô* (cái miệng nói bô bô) chứ tên thật của ông là Dự. Ngoài biệt danh Bô, hai yếu tố khác làm nổi bật cá tính của ông là: thứ nhất, sĩ quan Quân Lực Việt Nam Cộng Hòa, chức vụ thiếu tá, binh chủng không rõ ràng (lúc thì Thủy quân lục chiến, lúc thì Pháo binh, lúc thì Bộ binh, chẳng biết đâu mà mò); thứ hai, vô địch cờ tướng của trại giam B5, Biên Hòa. Ông có là vô địch cờ tướng của trại giam hay không thì phòng 7 này cũng chưa xác định được vì ông mới vào đây lần đầu; còn ông có là sĩ quan thứ thiệt hay không thì chỉ có cán bộ trại giam mới rõ mà thôi. Tôi thì nhận thấy mấy anh sĩ quan Cộng Hòa thực sự thì ít khi nào đi rao với bạn đồng phòng rằng mình là sĩ quan cả, trừ khi gặp kẻ tâm đầu ý hợp. Cho nên chuyện ông là sĩ quan này nọ, xuất thân từ đâu, chẳng làm tôi quan tâm lắm. Nhưng chính cái đại danh "vô địch cờ tướng của trại B5" đã cho tôi chút hứng thú để lưu ý tới ông ta. Một cái gì đó ngủ yên trong tôi bị đánh thức dậy.

Trong vòng mấy ngày đầu tiên vào phòng, ông Dự đã dọ hỏi ngay những ai là người cao cờ nhất phòng. Người ta nói chỉ có vài cao thủ thôi, trong đó có tôi. Ông đã tìm được đủ cơ hội để ra chiêu dằn mặt những cao thủ đó và cũng đã chứng tỏ cái chức vô địch cờ tướng của ông không phải là ngoa cho lắm. Nhưng ông và tôi vẫn chưa có dịp đấu cờ với nhau. Trong khi tôi đang đánh cờ với người khác, thỉnh thoảng ông đến gần, im lặng quan sát. Tôi chỉ ngang cờ với những kẻ thấp nhất mà ông chấp cả xe pháo ngựa – có lẽ đó là nhận xét của ông khiến ông chưa có ý rủ tôi đấu cờ. Những tay cao cờ ít khi chịu hạ mình hay tốn thì giờ để đánh với kẻ mới tập chơi vì làm như vậy sẽ hư nước cờ. Tuy vậy, những người trong phòng vẫn cứ thừa nhận tôi là một cao thủ. Điều này khiến cho nhà vô địch hiếu kỳ, háo hức muốn đọ trận với tôi. Tôi bắt được cái nôn nả, bồn chồn của ông trong nhiều ngày. Ông nghĩ là tôi sẽ như những tay chơi cờ khác: ước mong được tiếp cờ với một vô địch (để học hỏi thêm hoặc nếu may mắn, biết đâu lại đoạt giải vô địch), nên ông chịu khó chờ tôi. Nhưng phần tôi, tôi biết sẽ có lúc ông tự mở lời thách đấu với tôi. Và tôi cứ chờ đợi ông.

Cơ hội đó đến vào dịp Tết. Ông Dự đứng ngoài *gà*– mách nước – cho một đối thủ của tôi (đây là cách để dọ nước cờ của tôi mà chẳng thiệt thòi gì cho ông nếu lỡ thua). Tôi đánh thắng và ngay lúc đó, tôi muốn ông cắn câu, tôi đùa với đối thủ của mình, làm như không biết có ông đứng bên cạnh:

"Thấy chưa, nước đó thắng là thắng, dù có Đế Thiên Đế Thích xuống cũng gỡ không nổi nói chi người phàm!"

Nghe vậy ông chen vào, đẩy đối thủ của tôi sang bên, nói với giọng ra vẻ tự nhiên:

"Mày dở quá, để tao đánh thử với ông thầy này coi".

Rồi ông tự động sắp cờ, mắt chẳng nhìn tôi:

"Thử vài ván đầu năm nhé ông thầy?"

Tôi chỉ cười và sắp cờ. Ông tự ý bỏ một pháo một ngựa của ông ra ngoài, chấp tôi. Một sự khinh địch thái quá. Tôi nén bất bình. Tôi biết nếu tôi đánh cờ với một cái tâm đầy tự ái và tức giận, tôi sẽ không thắng được ai, tôi nói:

"Tôi nghĩ là chú chấp tôi thêm con xe nữa mới ngang cờ đó".

"Con xe nữa? Giỡn hoài, ông thầy cũng thuộc loại khá, tôi đâu dám bỏ xe. Hay là để thử vài ván rồi hãy tính, nhé!"

Trong phòng, người ta thấy ông đấu cờ với tôi liền tụ lại, xầm xì:

"Cao thủ gặp nhau rồi".

Nhiều người còn quảng cáo to hơn:

"Đến coi, đến coi! Kỳ phùng địch thủ. Tranh giải vô địch cờ tướng trại B5".

Nhờ trống pháo ngựa mà xe ông tiến nhanh, tấn công chớp nhoáng. Biết ông sở trường nơi cặp xe, tôi tập trung hai pháo hai ngựa của mình để hạ hai con xe của ông. Ông thua ván đầu, mất cả bình tĩnh. Ván kế tiếp ông cũng thua nốt, nóng nảy nói:

"Thôi đánh đồng đi, không chấp nữa!" Rồi ông lượm con pháo con ngựa ở ngoài vào. Hai ván kế tiếp đánh đồng mà ông vẫn cứ thua. Cả phòng giam la hét cổ võ tôi:

"Ông thầy hạ vô địch cờ tướng rồi!"

Ông tiếp tục sắp ván cờ khác nhưng đã đến giờ phát cơm, phải nghỉ. Ông miễn cưỡng rời bàn cờ để đi lãnh cơm. Bưng cơm đến chỗ tôi, vừa ăn ông vừa nói:

"Bữa nay tôi không được khỏe lắm. Hơn nữa tại tôi dễ ngươi, khinh địch nên thua. Chốc nữa ta lại bày ván khác nhé?"

"Đánh thì đánh. Mình rảnh rỗi mà, đánh cho đỡ buồn".

Tôi cười đáp ngay, không suy nghĩ, không từ chối. Ông đánh cờ rất hay, đánh với ông hào hứng lắm. Kể từ nhiều năm rồi, tôi ít khi nào thấy cao hứng với cờ tướng như khi được đánh với ông.

Thấy tôi đồng ý rồi, ông quay đi chỗ khác. Chờ ông đi rồi các bạn tù quanh tôi mới nói:

"Ông thầy đánh thẳng tay nghe, cho ổng biết mặt. Vô địch, hứ, kỳ này cho chừa cái tật nói trạng nói dóc".

"Phải cho hắn biết thế nào là phòng 7!"

"Ông thầy mà hạ được hắn dài dài thì phòng 7 mình

đoạt chức vô địch B5 đó".

"Hạ rồi, hồi nãy hạ xính vính rồi!"

Tôi im lặng quan sát chính nỗi lòng mình. Cái háo thắng của tôi chưa chết. Cái tôi nhỏ mọn này đang có vẻ đắc ý với những thắng lợi tầm thường. Danh dự của tôi, danh dự của phòng 7, đó là cái gì nhỉ? Nhưng, trong ván cờ, không ai mong đợi sự bại trận. Đấu là để phân định sự cao thấp, thắng bại. Người ta chỉ có thể vui lòng thua trong một trận đấu mà chính mình cho phép và trường hợp này chỉ có thể xảy ra khi họ thương hay nhường nhịn đối thủ, hoặc coi đối thủ như một kẻ tầm thường không đáng để so tài. Nhưng đối với một đối thủ cao cơ, tự đại, sự cho phép đó có vẻ như bất khả. Tôi phải thắng, đó là ý muốn tự nhiên. Thắng được một kẻ vô địch khoác lác lúc nào cũng tự xưng mình bách chiến bách thắng là điều nên làm. Tôi hầu như quên mất mình là một tu sĩ.

Bàn cờ lại được bày ra. Sáu mươi mấy người trong phòng giam đều ủng hộ tôi, xúm xít quanh bàn cờ hoặc tụm năm tụm ba bàn tán, chờ đợi kết quả. Mọi sinh hoạt khác trong phòng giam đều trở nên thứ yếu. Tất cả đều như tập trung vào cuộc đọ sức ly kỳ trên bàn cờ. Ông Dự trở thành một chiến sĩ cô đơn, nhưng tôi có thể đọc thấy sự quyết tâm của ông hiện rõ trên nét mặt.

Phải công nhận là nước cờ của ông thật lão luyện. Không nước nào thừa, không nước nào lầm lỡ. Quân ông tiến nhanh như vũ bão giành thế chủ động. Quân cờ ông vùng vẫy ngang dọc như những hổ tướng tàn bạo, chém giết chẳng nương tay. Ông vây chặt cung cấm của tôi với sự phối hợp tinh diệu của các cánh quân lạnh lùng, vô cảm. Và tôi nhìn rõ, thật rõ, vẻ sắt máu dữ tợn trên những quân cờ màu đỏ của ông. Ông là một tay tinh tường về cờ thế. Vừa đánh ông vừa hô to tên những thế cờ y như người ta hô khẩu lệnh để điều binh ngoài trận địa. Điều này sẽ bất lợi cho ông nếu tôi cũng sành về cờ thế và binh pháp. Nhưng ông biết rõ tôi chẳng am tường gì về nó cả nên ông dùng nó để áp đảo tinh thần tôi, vừa để chứng tỏ ông đánh có bài bản, có kỹ thuật chứ không đánh một cách tài tử, lơ mơ như tôi. Tôi chẳng biết là tôi đã bày những thế trận gì. Có lẽ trong sách cờ thế không có tên gọi cho các nước cờ của tôi. Tùy theo thế công của ông mà tôi thủ, tùy theo chỗ hở của ông mà tôi phản công. Tôi đánh trong thế bị động, ứng biến. Cờ ông cao thì tôi cao theo, cờ ông thấp thì tôi thấp theo. Vì thế, cả ông lẫn tôi đều không ngờ là đôi lúc tôi lại có những nước cờ kỳ quặc, lạ lùng nhưng uyển chuyển và không kém phần bí hiểm. Tôi sực nhận ra rằng trước đây vị Thượng tọa kia đã từng đem cách đánh vô chiêu thức này để đánh với tôi. Sự khám phá đó làm tôi thích thú, hứng khởi. Nhưng chính cái hứng khởi này đã lấn áp ý niệm hơn thua trong tôi. Tôi rơi vào trạng thái mặc tình, tha hồ (*nhậm vận*– một thuật ngữ của Thiền học), bỏ mặc tất cả với một cõi lòng thênh thang, sảng khoái. Tôi thấy trước mắt mình, chính cái bàn cờ với những ô vuông ngăn chia hai cõi hai nước, một cánh đồng bát ngát mở ra dưới vòm trời cao xanh phảng phất những sợi mây trắng mỏng. Qua những cành lá xanh um của hai hàng cây chen bóng nghiêng ngã bên bờ sông tĩnh lặng, gió từ đâu kéo đến, đưa lên mùi hương ngai ngái êm nhẹ của ngàn hoa nội cỏ.

Tôi thua ván cờ đó. Cả phòng la ó, có ý trách tôi chểnh mảng. Họ nói, lý ra tôi phải thắng; từ thế thắng tôi đã rơi vào chỗ bại một cách vô lý.

Ván thứ hai cũng vậy, sắp thắng tôi lại thua. Ông Dự có vẻ đắc ý lắm nhưng vẫn chưa thỏa dạ. Ông hăm hở sắp ván khác rủ tôi đánh tiếp. Tôi từ chối. Anh trưởng phòng 7 kéo tôi lại một góc phòng, nói hành nói hẹ:

"Ông thầy thả hắn ta hả? Sao sắp thắng rồi lại thua? Ông thương hại hắn ta phải không? Làm ơn làm phước đánh đàng hoàng giùm tôi đi. Ông phải nhớ rằng danh dự phòng 7 đặt vào tay ông đó. Đánh lại đi”.

Nhiều người khác cũng xúm lại, thúc đẩy tôi. Ai cũng nhắc đến danh dự của phòng 7. Tôi trở lại bàn cờ. Ông Dự vẫn còn ngồi đó như muốn tận hưởng niềm vui chiến thắng. Thấy tôi trở lại, ông hiểu ý ngay và sốt sắng sắp bàn cờ khác. Tôi im lặng ngồi xuống, cầm cờ. Lần này, tôi xua quân ào ạt, mũi tiến quân nhọn hoắc như dao găm, chọc thủng mọi thành trì, phá tan quân cấm vệ, xông vào bắt tướng. Một ván, hai ván, ba ván, rồi bốn ván, tôi đều thắng. Thắng vẻ vang. Thắng vì danh dự của phòng 7. Cả phòng reo hò tán thưởng, ca khúc khải hoàn. Ông Dự méo mặt đau khổ, rút về góc phòng. Tôi cũng im lặng rút về một góc. Tự nhiên thấy buồn.

Người ta thường nhân danh tập thể này để áp đảo, đánh bại tập thể khác. Nhưng thực ra, tập thể chỉ là một danh từ rỗng tuếch; nó chỉ là sự gá hợp gượng gạo của nhiều cái bản ngã nhỏ nhen. Những bản ngã nhỏ nhen này vì không chịu giam mình trong cái vỏ hạn hẹp, đã tự đồng hóa mình vào cái tập thể lớn hơn để thỏa mãn nhu cầu vùng vẫy chiếm hữu của chúng. Danh dự của một tập thể chỉ là danh dự của cá nhân phóng đại ra chứ không gì khác. Cho nên, khi chiến thắng hay thất bại, tập thể vẫn cứ là tập thể, chỉ có từng cá nhân riêng lẻ kia mới thọ nhận được hạnh phúc hay đau khổ mà thôi. Nỗi khát khao hay ước vọng của tôi nhân danh một tập thể vẫn cứ là khao khát hay ước vọng của tôi: một sự vươn dậy của bản ngã.

Tôi đến chỗ ông Dự, định nói đôi lời gì đó để an ủi ông. Nhưng khi đến rồi, tôi chẳng biết phải mở lời thế nào để ông khỏi hiểu lầm là tôi chọc tức, hoặc sự việc tôi đến chỉ là muốn được xác nhận thêm rằng tôi đã thắng từ chính miệng ông ta. Quả nhiên ông ấy nghĩ vậy. Ông không thèm ngó tôi. Tôi hối hận là đã bước đến chỗ ông dù là với thiện ý. Ông vẫn chưa chịu thua. Ông không tin rằng lối đánh cờ rừng rú của tôi lại có thể thắng được kỹ thuật tinh vi trường lớp của ông. Ông nói:

"Chưa đâu ông thầy ạ. Ông tưởng rằng qua mấy ván cờ đó ông có thể được coi là thắng tôi sao? Chỉ tại tôi chưa quen cái lối đánh lung tung không có chủ đích, không hợp binh pháp của ông mà thôi. Đánh cờ nhiều năm hẳn ông phải biết rằng khi người ta đã quen thuộc nước cờ của nhau rồi thì sự thế sẽ diễn ra trong một kết cuộc khác hơn chứ, phải không? Hơn nữa, sau lưng ông có mấy chục người ủng hộ, cổ võ, áp đảo tinh thần tôi".

"Dạ đúng, tôi đến đây để nói với chú cái ý đó. Rằng…"

"Không, không phải vậy. Ông đến đây để được nghe những lời ca ngợi của tôi đấy thôi".

"Chú Dự à, chú hiểu lầm rồi".

"Ông đừng nói nữa. Tôi nói ông nghe này, có ngon thì tối nay đánh ba ván nữa. Đánh độ đàng hoàng".

"Đánh độ? Nghĩa là sao?"

"Là đánh cá đó! Ai thua thì nộp cho người thắng một gói thuốc Samit và thua rồi thì coi như thua suốt đời, không cần phải đấu với nhau nữa. Sao, dám không?"

"Đâu có cần thiết phải làm như vậy, thưa chú. Chú biết mà, tu sĩ chúng tôi chơi cờ đã là quá trớn rồi, đâu nghĩ đến chuyện chơi bạc nữa!"

"Thấy chưa, ông sợ rồi. Điều đó cho thấy chuyện ông thắng tôi có vẻ như là may mắn, ngáp phải ruồi, chứ có hay ho gì!"

"Đúng, chó ngáp phải ruồi. Nếu chú cho rằng đánh cờ không phải để giải trí và chỉ có đánh độ mới phân được cao thấp thì tôi xin chịu thua vậy".

Tôi nói với giọng bình tĩnh, pha một chút khinh bạc trong đó, rồi quay về. Nhưng, ngồi vào chỗ của mình rồi, tôi mới nghe máu nóng chạy trong người. Một cái gì đó bị tổn thương. Tôi tự nhủ: “Tầm phào! Chuyện có đáng gì để phải tự ái, bận tâm. Đâu có cần phải tranh đua với những tâm hồn cờ bạc tầm thường!” Tôi nằm xuống định ngủ, nhưng anh trưởng phòng lại trở tới, to nhỏ với tôi:

“Này, ông làm sao mà để ông Bô nói xéo tùm lum vậy?”

“Kệ ông ấy, để ý làm gì”.

“Ổng nói gì mà chó ngáp phải ruồi đó. Ổng còn nói gì mà vào chùa nghe sãi tụng kinh, còn ra trận thì chỉ nghe tướng chỉ huy thôi”.

“Kệ ông, nói gì cũng được mà”.

“Sao mà kệ, ổng còn nói là sáu mươi người hội đồng một mình ổng thì thắng là phải rồi”.

“Ừ, là phải rồi”.

“Tầm bậy! Ăn thua người cầm cờ chứ người ngoài đâu có tính”.

“Tính cũng được, không tính cũng được”.

“Không được, ông phải làm cho rõ chuyện này. Ổng chưa phục, phải làm cho ổng phục. Ổng nói ổng thách cá độ mà ông thầy sợ không dám phải không?”

“Tôi mà đi chơi cờ bạc với ông ấy à? Cho là ông ấy thắng đi, tôi thua. Vậy là xong”.

“Không, ông thầy không thể ngưng chiến. Phải đánh cho tới khi nào đối phương tâm phục mới thôi. Đối phương chưa phục thì cuộc chiến chưa ngã ngũ”.

Tôi ngồi bật dậy:

“Hay, nói hay. Tâm phục, tâm phục. Vậy mà tôi không nghĩ ra kìa”.

"Ông thầy đồng ý rồi hả? Tôi nói với ổng nghe?"

"Khoan, để coi lại đã. Tôi không thích đánh độ".

"Không sao, ông thầy chỉ đánh cờ thôi, còn tôi đánh độ".

"Không độ không được sao?"

"Ổng nói không độ ổng không đánh".

"Làm như là có độ mới kích thích được tinh thần chiến đấu vậy".

"Chứ sao! Tự cổ chí kim, không cuộc chiến nào bày ra mà không nhắm vào chiến lợi phẩm cả".

"Trừ cuộc chiến của thầy tu", tôi tủm tỉm đáp.

"Niết bàn giải thoát không phải là chiến lợi phẩm của ông thầy sao?" anh trưởng phòng không chịu thua.

"Anh nói khéo lắm. Thôi được, tôi nhận lời".

Anh trưởng phòng hí hửng đi trao chiến thư và sắp đặt giờ quyết đấu. Giao ước được trọng tài đưa ra là im lặng đấu cờ; người ngoài không được mách nước hay hò reo cổ võ cho bất cứ bên nào; cầm quân cờ nào thì đi quân cờ đó, không được đổi quân cờ khác; nước cờ đã đi rồi không được đổi nước cờ khác; thời gian tối đa để suy nghĩ cho mỗi nước cờ là năm phút; ba ván cờ sẽ phân thắng bại; thắng hai ván liên tiếp coi như đã thắng, không phải đánh ván thứ ba; thắng bại đã phân thì không viện lý do gì để thách đấu ván khác nữa.

Bao cặp mắt chú mục ngó vào bàn cờ. Không khí trong phòng giam im lặng một cách đáng sợ. Tôi không ngờ cái im lặng này lại kích thích nỗi háo thắng và quyết tâm chinh phục của mình hơn là những hò reo ầm ĩ.

Tôi chọn quân cờ màu xanh như mọi khi để tỏ ra tôi xem ông Dự là kẻ cao hơn mình (vì quân cờ xanh được quyền đi trước ngay ván đầu, thường dành cho những kẻ thấp cờ hơn như mọi người thường nghĩ). Ông Dự có vẻ đẹp lòng trước thái độ *lễ phép* của tôi, nhưng không vì vậy mà cái vẻ đằng đằng sát khí của ông giảm đi. Ông tiến quân thần tốc, chặn Đông đón Tây, nước nào cũng bí hiểm, độc địa. Tôi lại bị rơi vào thế bị động, chỉ biết ứng biến theo thế công của ông. Nhưng thế cờ tôi như lò xo, ông càng ép mạnh thì nó càng bung xa, phản ứng tùy nghi, biến thủ thành công, biến nguy cơ thành lợi thế, đột kích chớp nhoáng. Tôi thắng ông ngay ván đầu. Trán ông lấm tấm mồ hôi hột. Ông kinh ngạc một lúc mới lấy lại được bình tĩnh để sắp ván cờ khác. Ông nuốt nước bọt một cách khó khăn rồi đi nước cờ đầu. Ván này, ông càng thận trọng hơn, đi những nước thật chắc nhưng e dè và thụ động. Ông thủ kín cung thành của mình khiến cho thế cờ của hai bên có vẻ như đang đình chiến để nghị hòa. Ngay lúc ấy, tôi bỗng thấy rằng không bao giờ, không bao giờ ông có thể thắng tôi được.

Tôi đưa quân mình len lỏi vào thế trận thủ thành của ông, thí cả pháo ngựa để mở đường. Đường trống, quân tôi ồ ạt tấn vào, khép chặt hai mặt công kích như hai cái càng bò cạp; mặt chính diện thì chọc thủng vào với cái đuôi mang đầy nọc độc. Ông Dự kinh hãi, mặt biến sắc. Nhưng tôi bỗng bật cười lên vì thấy rõ chỗ sơ hở của mình. Nếu không có cái cười đó có lẽ ông Dự đã ngỡ rằng ông thua rồi. Nghe tôi cười, ông trấn tỉnh, nhìn kỹ lại cờ một lúc rồi mắt ông sáng lên, vỗ đùi một cái, phản công. Thắng. Ông thắng ván đó. Ông thở phào một cái rồi cười rạng rỡ. Tôi chụp vai ông, tán thưởng:

"Chưa có nước nào hay tuyệt như vậy!"

Ông bàng hoàng, sửng sốt trước sự thích ý của tôi. Đôi ngươi ông có vẻ chết đứng trong vài khắc rồi lay động một chút trong nghi ngại.

Một huề. Phải có ván chung kết. Ván này sẽ là ván

quyết định. Có vài tiếng xì xầm cho rằng tôi vờ thua để có một ván chung kết hồi hộp, gay cấn. Tôi biết không phải vậy. Tôi không vờ thua ván đó. Tôi chỉ không quyết chí thắng ván đó mà thôi. Trong một ván cờ mà cả hai bên đều không nhích đi được một bước nào thì hẳn nhiên chỉ có kẻ đã thắng được ván trước hoặc tự tin vào sức mình mới dám liều lĩnh để phá nước mở đường mà thôi. Tôi không đánh liều ván đó thì ván đó có thể kéo dài cả tiếng đồng hồ với một không khí rất chán.

Ván chót này ông Dự lại thay đổi thế đánh. Ông đã lấy lại chút tự tin. Hơn nữa, thể diện của ông cũng như sự cá độ – mà tôi nghe nói là rất cao – không cho phép ông đầu hàng. Ông tranh thế chủ động, tả xung hữu đột, tung cả một đội tinh binh hùng hậu tràn sang nước tôi. Nước cờ của ông mang đầy cơ tâm quyết thắng. Nhìn những quân cờ của ông, tôi thấy được cả một đội quân quyết tử, hò hét vang trời với sự hỗ trợ của chiến xa, phản lực cơ và những cổ pháo khạc lửa. Tôi thấy quân tôi, dân tôi gục xuống, ngã xuống từng mạng một. Tôi thấy nước tôi bị oằn xuống theo sức ép của ác tâm, rồi bị cày lên bởi những tàn phá kinh hồn của bom, của đạn, của lửa hận thù. Nhìn lại thế cờ của mình, tôi thấy chỉ là nước. Nước. Nước của một con sông êm đềm, lững lờ trôi đi, chảy uốn khúc qua các lũy tre xanh, chảy từ đầu làng đến cuối làng, chảy một cách nhu thuận, uyển chuyển và hiền hòa, chảy mãi mà bất biến, bất biến nhưng không dừng chết, không dừng chết mà lại đa hình, đa hình nhưng vẫn là một. Chỉ một thể đó thôi: chảy, chảy. Cờ tôi lẩn bên này, tránh bên kia, khi tiến tới, lúc thối lui, đều là để tự vệ và tự tồn. Không tấn công nhưng không tỏ ươn hèn; không tranh thế nhưng không bỏ thế đứng. Thế của nó là chảy, chảy bất tận.

Vậy mà cờ tôi lại dồn cờ ông vào một thế bí không sao gỡ nổi. Chỉ hai nước cờ nữa thôi là ông phải xếp giáo qui hàng. Và để thắng ván này, tôi chỉ có mỗi một cách đánh để chiến thắng chứ không có cách nào khác hơn. Tôi chỉ cần đi sai nước thứ nhất thì hỏng nước thứ hai; hỏng, không những không thắng được mà còn thảm bại nữa vì cờ ông cũng đang trong thế tranh thắng tối hậu với tôi. Nước cờ quả là độc đáo và hiểm hóc đến nỗi chỉ có ông và tôi, hai kẻ trong cuộc, mới nhìn thấy được mà thôi. Tôi không vội đi cờ. Tôi cũng không cần nhìn vào bàn cờ nữa. Nước thắng đã quá rõ ràng. Tôi nhìn ngắm ông. Trong ánh mắt ông, tôi đọc được sự xuôi tay, thất vọng. Hai má ông xệ xuống, đôi môi mấp máy run rẩy để lộ hai hàm răng đánh lập cập vào nhau. Nước da ông tái đi một cách bệnh hoạn. Con hổ hung tợn nay chỉ còn là một con thỏ già hấp hối. Danh dự của ông, một thời oanh liệt vẫy vùng của ông bây giờ tùy thuộc vào nước cờ quyết định của tôi. Tôi nói khẽ, vừa đủ cho ông nghe được:

"Thắng bại đã rõ rồi".

Lời tôi buông ra làm ông xụi người xuống như thể nãy giờ ông vẫn còn hy vọng là tôi sẽ không đánh đúng được nước cờ thắng. Tôi cầm ca nước uống một hớp thoải mái, xong tôi tằng hắng một tiếng, nói tiếp:

"Chà, khó xử quá há!"

Nghe vậy, mắt ông sáng lên thấy rõ. Ông vẫn còn hy vọng. Cái hy vọng này vừa lú lên thì đã phát triển theo cấp số nhân một cách hối hả để biến thành nỗi khát khao chiến thắng vừa bị đốn ngã trong ông. Sự hăm hở, ngoan cố của ông bỗng làm nảy sinh trong tôi một chút nực cười và một chút ác ý. Tôi lại quên tôi là một tu sĩ. Trong tôi cũng có cái khát vọng chiến thắng như ông vậy. Trong một trận thư hùng quyết đấu, chỉ có sống hoặc chết, thắng hoặc bại. Cái bản ngã của tôi không muốn bại trận. Và vì nó biết trước nó sẽ thắng, nó bước đến chung cuộc bằng những bước lững thững kiêu bạc. Nó cố ý kéo dài thời gian kết thúc để lắng nghe nỗi bập bùng thống khoái của khát vọng chinh phục đồng thời là để tra tấn, hành hạ kẻ chiến bại hầu thỏa mãn cái ác tâm hiếu chiến của nó. Tôi lấy ngón tay gõ vào con xe xanh của mình – con xe quyết định ván cờ – nói bỡn một câu:

"Mày đó nghe, đừng có đi bậy à. Ăn hay thua cũng là mày thôi đó".

Ông Dự xanh mặt và đần người ra, rồi lẩm bẩm nói theo tôi một cách vô vọng:

"Ừ, ăn thua cũng là mày thôi".

Cả phòng giam chết lặng, im phắc. Tôi nghe hơi thở đứt đoạn và dồn dập của ông. Tôi từ từ nhấc con xe lên, tỏ cho ông thấy là tôi không chọn con cờ nào khác nữa. Cái hy vọng cuối cùng còn sót lại trong ông là tôi đi sai con xe đó. Chỉ một nấc xê xích thôi là sai bét cả. Tôi bật cười lên ha hả, sảng khoái như khi một mình bước lên đỉnh núi chót vót, khám phá cái đẹp vô cùng của đất trời thơ mộng. Trong khi đó, ông Dự không kìm hãm được sự run bấn của mình. Ông ngước mắt nhìn tôi. Đôi mắt lạ lắm: có một chút thù hận và một chút khẩn cầu. Tôi tức khắc nhận biết tôi không thể thắng được ông bằng sự sát phạt sòng phẳng trong trận thế giữa hai cái bản ngã hiếu chiến và đầy khát vọng. Tôi từ từ đặt con xe xuống một cách nghiêm trang, cẩn trọng, như bước chân đầu tiên chạm nhẹ trên nền đá phong rêu của một ngôi đền cổ. Nhưng, đó là nước cờ sai. Ông Dự chớp nhanh đôi mắt một cái, sững người, ngước nhìn lại tôi như muốn hỏi: "Thật vậy sao?" Rồi ông rơm rớm nước mắt trong một vẻ kinh ngạc khó tả. Ông không tin nổi rằng tôi có thể chủ định một nước cờ tất bại phi lý như vậy. Ông khiếp hãi và bối rối trong vài giây rồi bất chợt, nỗi sung sướng tột độ của ông bùng ra, ông hét lên:

"Thắng rồi, tôi thắng rồi!"

Tôi lặng lẽ trở về góc phòng giam. Qua song sắt, tôi

thấy hoàng hôn kéo xuống thật nhanh. Ngày Tết đã qua. Tuổi đời chồng thêm một lớp. Cuộc sống diễn ra trên một bàn cờ. Có kẻ thắng, có kẻ bại, có người hơn, có người thua; nhưng, bất biến hay không mới là điều thiết yếu.

*

Không. Không phải là một ván cờ, không phải là một bàn cờ phân ly những con người và những dòng đời mâu thuẫn đối nghịch, mà là cuộc sống. Cuộc sống là sự trôi chảy của một dòng sông êm đềm. Đôi khi có gợn sóng vào những chiều thu quạnh quẽ, nhưng đó cũng vẫn là những cái gì tất yếu vẽ nên bức tranh muôn thuở của cuộc đời.

Ông Dự rón rén bước đến chỗ tôi như một tín đồ tội lỗi muốn xưng tội. Ông nói nhỏ:

"Thầy đã thắng tôi".

Tôi cười, nói:

"Có ai thắng đâu".

Virginia 1989

Vĩnh Hảo

VÕ ĐÌNH

Tên thật Võ Đình Mai. Sinh năm Quí Dậu 1933 tại Huế.

Du học tại Paris, Pháp những năm 50. Họa phẩm được trưng bày trong hơn 40 cuộc triển lãm cá nhân và rất nhiều triển lãm tập thể ở Âu châu, Á châu, Gia Nã Đại, Hoa Kỳ.

Hơn 40 ấn phẩm sáng tác, dịch thuật hoặc minh họa.

Các công trình nghệ thuật được ghi trong: *Nhân Vật Việt Nam* (1974), *Thơ Văn Việt Nam Hải Ngoại* (1985), *Who's in American Art, Contemporary Authors, Printworld,*the New York Art Review…Giải Nghệ Thuật ChristopherAwaed, New York 1975.

Được cơ quan Văn Hóa Liên Bang Hoa Kỳ, Washington, DC. tặng một Literature Program Fellowship.

Mất ngày 31-5-2009.

Tác phẩm đã xuất bản (đều do nhà xuất bản Văn Nghệ, California):

- *Xứ Sấm Sét* (1987)
- *Yoga Căn Bản* (1989)
- *Đóa Sen Và Nụ Cười*(1990)
- Sao Có Tiếng Sóng…(ký, 1991)
- *Lầu Xép* (1997)
- *Rừng Mắm Văn Nghệ* (18 chuyện văn nghệ, 2000)
- *Huyệt Tuyết* ("10 truyện, 10 chuyện", 2002)

Ngoài ra, ông còn một số tác phẩm dịch thuật và biên soạn về văn học và hội họa.

G.

G. đến trong đời tôi một cách hết sức bất ngờ, vào ngày cuối tháng Mười dương lịch, Halloween Day. Tôi nhớ đúng ngày đó mặc dù nhiều năm đã trôi qua: Trong ký ức tôi hình ảnh của G. cũng là hình ảnh của vàng kim, vàng kim của lá thu và bí ngô.

Hôm đó khí trời ấm áp, gió thổi hây hây, lá vàng rụng đầy vườn. Nhưng khi chiều về, se se lạnh, sương mù lan xuống từ trên núi, trong sương đã nghe có ít nhiều cái rét mướt của những vùng băng tuyết xa xôi. Tôi vừa đặt bút xuống bàn, bỗng nghe tiếng gọi rộn rã từ nhà dưới. Tôi vụt chạy xuống gác, vào phòng khách; vợ tôi và hai con chúng tôi đang nép mình vào cánh cửa lớn trông ra ngoài hiên. Trước đó có mấy giây đồng hồ ba mẹ con kêu gọi ầm ĩ, bây giờ lại ngồi bít động như bị thôi miên, như sợ rằng chỉ một cử động, một hơi thở mạnh, cũng đủ làm cho hình ảnh mình đang chiêm ngưỡng tan biến đi mất.

Tôi lại gần. Yên, đứa con gái lớn năm đó đã mười sáu, quay lại tôi, mắt long lanh, một ngón tay để ngang môi. Hiểu ý, tôi nhìn ra bên ngoài cửa kính. Và lập lức tôi nín thở: Ngoài hiên, một con chim lớn, thật lớn, đứng im lìm. Con chim đứng nghiêng, và chúng tôi sững sờ ngắm cái ngoại hình của nó trong một lúc lâu, thật lâu. Bỗng nhiên nó từ từ quay đầu lại, nhìn về phía chúng tôi, rồi khoan thai bước ra vườn. Không hẹn mà chúng tôi cùng thở phào, nhẹ nhõm: Giây phút mê hoặc chấm dứt. Chúng tôi chen chúc cố nhìn kỹ hơn con chim kỳ lạ đang chậm rãi bước ra vườn. "Trời", "Đẹp quá", "Tuyệt trần", chúng tôi xuýt xoa. Vợ tôi đưa mắt nhìn tôi, và tôi biết nàng đang nghĩ gì.

Trong đời, năm thì mười họa, ta may mắn được nhìn thấy một cái gì đó đẹp đẽ lạ thường, đẹp và lạ đến một độ, như người ta vẫn thường nói, "không chịu" được. Cái may mắn đó đến với ta, cùng lúc với một cảm giác đau nhói trong tâm can. Vụt đau rồi hết. Nhưng cái đau sác cạnh ngắn ngủi đó như có một tác dụng tăng mạnh máu ta trong huyết quản, làm cho chân tay ấm hẳn lên và tim đập rộn ràng. Cái đau vụt đến vụt đi, nhưng liền sau đó, ta có cảm tưởng cả thân xác lẫn tâm thần như mới được tắm gội sạch bong. Và lúc ấy ta mới sực nhận ra. À, cái đau nhói đó thực tình đâu phải là một cái "đau", nó chính là niềm "vui", một niềm vui đã đến với ta một cách quá mãnh liệt, quá bất ngờ, nếu không nói là quá sỗ sàng!

Hôm đó, tôi đau nhói như thế khi thấy con chim lạ đứng ngoài hiên, im lìm trong ánh sáng vàng kim lãng đãng sương chiều. Vợ tôi thì thầm: "Gabriel, Thiên thần Gabriel…". "Chính Gabriel", tôi cũng chặc lưỡi đồng ý, "đúng hơn phải nói là Gabrielle… Chim mái mà, Độc nhãn Gabrielle!"

"Độc nhãn? Ba nói gì lạ vậy!" Tôi chưa kịp phân bua, cháu trai thứ của tôi, Ba, đã quay lại mẹ và chị: "Ba nói phải quá! Khi nó quay đầu nhìn vào nhà, con thấy nó chỉ có một mắt mà thôi à! Mắt kia trông giống hệt cái nút vậy đó, một cái nút bạc!" Thằng bé mới lên tám mà đã tinh mắt lắm.

Tôi đâu phải là kẻ chuyên môn về chuyện chim chóc, thế mà nhìn Gabrielle, G., tôi đã tin chắc đó là một con mái. G. lớn lắm, lớn gần như một con ngỗng cỡ bự, nhưng với một tấm thân thon dài, kiều diễm, một tấm thân nữ lưu. Đường cong vuốt nhẹ từ lưng xuống rồi tuôn ra sau thành chiếc đuôi dài mướt dịu. Nhưng tấm thân con chim kỳ lạ cả đời tôi chưa từng thấy đó tuyệt đẹp ở cái ngực đầy tròn như phần nở của một chiếc độc bình. Bộ ngực càng dâng lên càng căng lên, càng phồng ra, rồi thong dong eo lại, rồi vút trở nên chiếc cổ thanh tú. Chiếc cổ uốn vào rồi ưỡn ra, rồi tém lại thành cái đầu nhỏ xíu ấy – tôi nghĩ đến những chiếc trâm vàng của mấy mệnh phụ trong tranh cổ Tàu. Tôi không kịp thấy mắt – đúng hơn, ngươi – G. màu gì, chỉ nhớ con mắt tốt có đường viền xanh màu đồng rỉ. Còn mắt kia, một con mắt mù chăng, thật tình thằng Ba đã tả rất đúng, quả giống hệt một cái nút nhỏ, một cái nút bạc.

Hình thù con chim lạ tuyệt mỹ đến độ làm tôi sững sờ, mãi một lúc sau tôi nhận thấy là nó có, phải nói là nó toát ra, nó ửng lên, hai màu: Một màu xám bồ câu lấp loáng ánh hồng đào và bạc ròng, và màu kia là một màu lục, màu lục của ngọc thạch "tourmaline", với những phản ánh li ti huyết dụ và hỏa hoàng!

Ba kéo tay tôi: "Ba, ba, sao lại Gabrielle? Ta đặt tên khác được không ba?" Lúc ấy G. đã đi quá hàng dậu trường xuân bao quanh hiên nhà và đang đứng bất động cạnh cây mận ở góc sân. Vợ tôi quay lại hai con: "Ấy, các con không biết đấy, chứ ở quê nhà chúng ta, ai cũng tin rằng bỗng nhiên có con chim lạ đến hiên thì sớm muộn thế nào cũng có tin mừng… Có người lại cho rằng chim lạ đến nhà có nghĩa là có tri kỷ, có bạn rất thân từ xa bất ngờ đến chơi… Nói gì bên nhà, bên này ai cũng biết chuyện ngày xửa ngày xưa Thiên Thần Gabriel hiện ra báo cho Đức Mẹ Đồng Trinh biết là Người sẽ mang ra đời chú bé Giê-su…"

Mẹ vừa dứt lời, hai đứa đã chạy ùa ra vườn. Ba kéo tay chị năn nỉ: "Đi, chị Yên, ta xua Gabrielle vào trong đồng kia đi chị!". "Đồng" là phần đất trước nhà, trước kia cỏ dại và cây leo tùm lum, cắt dọn mấy cũng không xuể, chúng tôi đành căng rào lưới sắt, rồi thả gia súc vào đấy cho tha hồ đi lại tự do. Nghe Ba nói vậy, tôi vội chạy ra: "Thôi, vào nhà ngay bây giờ, để yên nó!"

Mặt trời đã lặn bên kia núi, chúng tôi vẫn còn dùng dằng ở hiên nhà, đứng ngắm con chim lạ. G. có một dáng đi tuyệt đẹp, khoan thai một cách yêu kiều mà vô cùng tự nhiên. Thong dong, từ tốn, mà uyển chuyển dịu dàng như một làn khói vấn vương thoảng dần vào không gian. G. cất một chân lên, duỗi ra dài trong một động tác vừa gọn gàng vừa dung dị, rồi đặt chân xuống một cách vững vàng, đúng đắn, không sai một ly đất. Rồi lại cất chân kia lên, duỗi ra… Thỉnh thoảng G. lại nghiêng đầu, phía bên này, rồi phía bên kia, chỉ nghiêng một tí thôi, trong một khắc giây, nghiêng đầu như để kiểm điểm, không như để duyệt qua cả một cơ đồ hai bên mình, như một nữ chúa xuất cung. Điều kỳ lạ, tôi để ý, G. cũng nghiêng đầu về phía con mắt mù, như thể hạt nút nhỏ tí, kín mít, hạt nút bạc là một con mắt hoàn toàn lành mạnh.

Gió chiều hây hây đã ngừng thổi. Sương mù tràn xuống đầy cánh đồng trước nhà, bây giờ trông không khác gì một khoảng biển trời bất động. Trong ánh hoàng hôn nhợt nhạt, cây phượng ta trước sân đen sầm hẳn lại. Bỗng nhiên từ trong bóng tối đó G. vụt bay lên. Từ dưới tàn lá tựa mái nhà của cây phượng, cánh con chim lạ bung xòe như một cái dù lớn bất thần mở ra. Tôi thấy, tôi nghĩ rằng tôi thấy được một ánh lửa lòe sáng; có lẽ một tia nắng nào đó, lưu lạc trên núi kia, bỗng tìm được lối về, hấp tấp phóng lui để hòa mình vào bóng tà huy, và trong lúc vội vã đã va phải con mắt lành của Gabrielle…

*

Đêm Halloween ấy, chúng tôi không loay hoay với chuyện tinh ma phù thủy, cắt gọt bí ngô làm đầu quỷ sứ như hằng năm. Mỗi người một cách, ai nấy còn đang xúc động bởi cuộc viếng thăm của G.. Hai chị em Yên và Ba bàn qua tính lại, không biết G. có sẽ trở lại nữa không, có cách gì hay nhất, nếu G. trở lại, để bắt được nó. Năm đó, Ba còn nhỏ lắm, đối với Ba, G. không chỉ là một hình ảnh tuyệt vời; thằng bé muốn bắt G. để nuôi, để "săn sóc", như Ba đã nuôi biết bao thứ trước kia. Chuột Tàu, thỏ, rùa, sóc… Nhưng rồi sau một thời gian ngắn, chú chán, chú không săn sóc nữa chú "quên" thêm thức ăn, "quên" thay nước trong. Rồi khi mẹ chú hoặc tôi nhắc nhở, chú mới sực nhớ ra và chạy ùa đến mấy đứa bạn tí hon, thay cơm, thay nước tùm lum…

Ba thì muốn bắt con chim bỏ lồng, còn Yên, năm đó lớn hơn Ba đến tám tuổi, làm bộ người lớn, khăng khăng bảo em ta không nên bắt chim, hãy để nó tự do đi lại, v.v… Nhưng bỗng nhiên, giữa bữa cơm tối Yên đầu hàng, biểu đồng tình. Nó nói: "Ba mẹ thấy không? Thật tình đâu phải như nhốt một con hoàng anh hay một con vẹt vào lồng! Con tính nếu ta bắt được G., rồi làm sao dạy cho nó quen mình đi, rồi ta cứ để nó đi lại tự do… Vừa là chim nhà, vừa là chim trời! Ba mẹ xem, cứ tưởng tượng, bà con bạn bè đến chơi, sẽ thấy cái gì? Gabrielle! Cao quí làm sao, đẹp đẽ làm sao! Xám bồ câu nhá, lục ngọc thạch nhá, và hoàng kim nhá, Gabrielle đóng khung bởi khuôn cửa lớn ba mới sơn đỏ thật đẹp hôm nào!…" Tôi nhìn vợ, thấy nàng có vẻ chịu hình ảnh đó quá rồi. Chính ngay với tôi, hình ảnh đó cũng là hình ảnh khi tôi nhìn thấy con chim lạ đầu tiên.

Trong giây khắc đó, vạn vật như thể dừng lại, nín thở. Sắc đẹp của con chim lớn quá kỳ diệu, quá sức tưởng tượng, đến cái độ tôi tưởng chẳng những không cảm nhận được, mà còn không chịu đựng được. Lá rụng tơi tả quanh mình, nhưng G. vẫn đứng yên giữa sân xi-măng, lông lá không mảy may xao xuyến; trên đầu G. cái "vương miện" với dăm lông mao nhỏ rí, cuối lông xòa ra thành bông hoa títi, mấy cái trâm vàng ấy, chỉ mấy cái ấy thôi, rung rinh khe khẽ như sợi dây đàn ngay sau lúc âm thanh mới bay xa… Trong giây khắc đó, tôi tưởng như tôi đã được một sức mạnh huyền bí nào nắm bổng bay về quá khứ, bay về một thời xa xăm nào ở miền Viễn Đông, và lúc đó, tiền thân của tôi, một bậc vương giả, một nhà hàn nho, hay một bác nông dân, tình cờ bước ra sân trước, và thình lình được nhìn lại mặt một người bạn thiết, một người thân ruột, sau những năm dài âm dương cách biệt.

Chiều Halloween năm đó, tôi không nghĩ đến ngay niềm

tin truyền thống Đông phương về sự chim lạ đến nhà. Nhưng nhìn thấy G., tôi đã nhận ra G. là một con Kỳ Điểu, một người Bạn, một Thiên Thần. Thiên Thần đã đến nơi, và đây, G. đứng đó trong giây khắc đó, như một phép lạ, tất cả mọi sự Hiển Diện tuyệt vời… Ngày hôm sau, tôi còn nhớ, là một ngày trong tuần, các trường mở cửa. Vợ con tôi dùng dằng mãi rồi cũng phải đi ngủ vì đêm đã khá khuya. Tôi ngồi lại một mình ở nhà dưới, với ngọn lửa củi cháy tí tách trong lò.

Tôi ngồi đọc sách một hồi lâu. Nhưng tâm trí tôi cứ phất phơ đâu đâu. Tôi nghĩ đến những người thân yêu ruột thịt, những bạn bè chí thiết ở nơi xa xôi, trong cõi đời này hay ở thế giới bên kia. Tôi loay hoay vớ vẩn mãi với những ý tưởng về tình yêu, về sự ly biệt, về khổ đau và chết chóc. Và tôi nghĩ đến G.. Từ đâu chẳng rõ, bỗng nhiên G. bay đến chốn này, hạ xuống, đứng giữa hiên nhà chúng tôi, đứng im lìm trong lúc chúng tôi nín thở nhìn ra qua cửa kính. Tôi có cảm tưởng rõ rệt là G. đã đến để cho chúng tôi biết rằng mọi sự đều an lành tự tại, mọi người, bất kể ở đâu, bất kể trong hoàn cảnh nào, đều được "như thường". G. đâu có phải là Thiên Thần của sự sống, cũng không phải là Sứ Giả của Tử Thần. Chỉ có một điều mà thôi, G. muốn nói với chúng tôi: Tất cả đều an nhiên, phải biết, phải hiểu như thế. G. đã đến, đã hạ xuống, đứng yên, đã khoan thai bước những bước một trong sân nhà chúng tôi. Rồi G. vụt bay đi, và có ngọn lửa lòe cháy trong mắt vì một tia nắng lạc lối trong chiều tà đã vụng về cuống quít va phải mắt G.. Và tôi biết, nhìn mấy thanh củi cháy rụi trong lò, ngọn lửa lòe sáng trong mắt G. đó là cái phương cách đặc biệt của G. để tung lên chúng tôi một trận mưa pháo bông, như trong một cuộc liên hoan.

Tôi đẩy cửa kính lớn sang một bên, bước ra vườn trước. Đêm yên tĩnh, se lạnh. Cây cối im lìm. Sương mù mới ban chiều tràn đầy cánh đồng cỏ nay đã tan biến đâu mất. Bên kia thung lũng đen ngòm, chênh chếch hướng Đông, ánh sáng mờ mịt của tỉnh ly nhỏ bé gần nhất. Ngước lên nhìn trời sao lưa thưa, tôi tự hỏi không biết G. đã bay về đâu.

Đêm đó tôi ngủ không yên, mộng mị lôi thôi. Một lần tôi đánh thót vùng dậy, hình như tôi nghe một tiếng kêu. Nửa nằm, nửa ngồi, tôi lắng tai nghe ngóng một lúc thật lâu. Tôi ngờ là tôi đã nghe tiếng kêu đó trong mơ, nhưng tôi cứ chổng tai chờ đợi. Chưa bao giờ trong đời tôi từng nghe một tiếng kêu như thế. Tiếng kêu có một âm hưởng kỳ lạ, có tính chất kim khí, một thứ tiếng đồng, tiếng sắt. Nhưng kỳ lạ thay, tôi tin chắc tiếng kêu đó, nếu có thật, chỉ có thể phát ra từ cuống họng của một sinh vật, một động vật, có xương thịt, có máu nóng.

*

Sáng hôm sau, ngày Các Thánh – All Saints Day – trời đẹp, tôi còn nhớ kỹ, đẹp quá, một trong những ngày bỗng nhiên giữa cái cảnh thê lương tàn tạ của mùa thu chết, nắng lại vàng rực, trời xanh rờn, không ấm không lạnh, tuyệt quá đến nỗi ta ngẩn ngơ bàng hoàng không dám tin có thật. Trước khi điểm tâm, tôi ra vườn cho súc vật ăn uống. Trong khi bầy gà tới tấp mổ bắp, tôi lẻn vào chuồng lượm trứng. Bỗng nhiên một tiếng ầm! Cả cái mái tôn rung chuyển trên đầu. Tôi vụt chạy ra, nhìn lên.

Gabrielle! G. đã về lại, rực rỡ trong nắng thu. G. đang chậm rãi khép hai chiếc cánh lớn lại sát thân. Hôm trước G. bất ngờ hiện ra trước mắt chúng tôi, trong khu vườn rậm, một chiều tà, đã đem lại cho chúng tôi, đúng hơn, cho chính tôi, cái cảm tưởng rằng G. không phải chỉ là một con chim lạ lùng đẹp đẽ, mà chính là một thứ chim thần, một thánh điểu. Nhưng bây giờ, sáng hôm sau đó, trước mắt tôi quả có một con chim vô cùng đẹp lạ, chính thị là một con chim thật. Toàn thân óng ánh màu xám bồ câu lung linh, còn màu lục thì đúng là màu "tourmaline", một thứ ngọc thạch rất hiếm, rất quí. Và sáng đó, tôi còn thấy thêm một điều nữa: Con mắt lành của G. có một màu vàng chìm chìm, tối tối, như loại hoàng kim những đồ nữ trang thượng cổ. Trên mái tôn ri sét của cái chuồng gà xiêu vẹo, G. đứng thản nhiên bất động. Tôi đứng cách con chim lớn không đầy ba thước tây. Bất kể sự gần gũi ấy, bất kể thực tại rõ rệt trước mắt ấy, trong óc tôi vẫn còn giữ nguyên vẹn khối lửa cháy lòe trong mắt G. tối hôm trước. G. nhìn tôi, nhìn thẳng vào mắt tôi, nhìn với con mắt lành màu vàng cổ, bao quanh với những nét viền màu đồng rỉ như mắt xếch những tài tử hát bội. Tôi không cầm được. Tôi mỉm cười hỏi: "Nàng là ai?"

Trong sân chuồng bao quanh bởi màn lưới sắt, đàn gà mái gà con mổ bắp, chạy lui chạy lại, chen bên này lấn bên kia, trong khi Lửa và Vôi, hai con gà trông vĩ đại (một con đỏ, một con trắng!) làm bộ tịch giữa đám thê nhi của chúng. Tôi nhìn lên mái tôi gọi: "Này, xin mời nàng xuống xơi vài hạt nhé!", và tôi vãi một đám bắp xuống đất bên ngoài màn lưới. Tôi không ngờ: G. xòe hai cánh lớn, trườn xuống mái chuồng gà. Cái cách ăn uống đi lại của con chim lạ thật giống nhau. G. vươn chiếc cổ dài ra, một động tác vừa căng thẳng vừa uyển chuyển, rồi đầu cúi xuống, chậm rãi, vững vàng, nhưng êm dịu như đôi chân của một vũ công cổ điển.

Tôi đứng xem G. một lúc lâu, nhưng đám hạt bắp vẫn còn như nguyên… Thình lình Lửa ở đâu chạy ra – chính tôi quên đóng cửa chuồng! – sau lưng là Vôi và vài con gà mái. Lửa nhảy xổ lại, lông cổ phồng ra trông thật hung hãn. Nhưng G. đã vượt khỏi tầm cựa của con gà trông khổng lồ. Lần thứ hai, tôi nghe tiếng kêu kỳ lạ, tiếng kêu tôi đã nghe một lần tôi hôm trước mà cứ ngỡ là nghe trong mơ. G. kêu một tiếng ngắn, rồi bay vụt lên, cánh xòe rộng như cánh đại bàng. G. bay vượt những cành, những lá trong khu rừng thưa, bay cao dần, rồi biến mất.

Chiều hôm ấy, khi vợ con tôi, kẻ đi dạy, người đi học về nhà, tôi kể chuyện G. đã trở lại. Và tôi cho mọi người biết tôi quyết định giữ lại con chim lạ. Cả hai chị em Yên, Ba mừng rỡ là G. đã quay về, nhưng càng hân hoan khi biết cha chúng đồng ý bắt nuôi.

Chỉ vợ tôi là có vẻ thờ ơ với ý kiến đó. Nhưng nàng không nói lên điều gì để phản đối cha con chúng tôi. Có lẽ nàng biết rằng ngoài sự kiện tự nó đã là một phép lạ đáng chiêm ngưỡng, G. đã trở nên, đối với tôi, một thực tại vô cùng quý báu, một cái gì đó mà chỉ có tôi mới biết được nguồn gốc và giá trị. Cũng có lẽ, tôi rất ngờ, nàng tiên đoán thấy được những ý nghĩ của tôi về G. tối hôm trước khi ngồi một mình trước lò củi cháy tàn. Rất có thể vợ tôi đã biết đến và chấp nhận cái tham lam ham hố của tôi. G. đã đến, đã cho chúng tôi biết là tất cả mọi người thân yêu, mọi việc xa gần, trong cõi đời này hay ở thế giới bên kia, đều xong xuôi, đâu vào đó, không có gì thắc mắc nghi hoặc. Nhưng thế vẫn chưa đủ. Tôi đòi hỏi nhiều hơn. Tôi muốn được thấy một lần nữa, hai lần, một ngàn vạn lần nữa, ngọn lửa cháy lòe khi tia nắng lạc loài tìm được lối về từ bên kia núi tối chạm phải con mắt vàng cổ của G.. Con mắt mà mới sáng hôm đó còn nhìn thẳng vào tôi với một cái nhìn vừa xa xôi, vừa hiền hòa, vừa bao dung. Cái nhìn đó đã làm cho tôi càng thèm khát được biết rõ thêm, được an ủi vỗ về thêm, được nắm chặt trong tay một thứ bảo đảm kiên cố nào đó không có gì làm sứt mẻ được.

Và như thế đấy, tôi quyết định bắt giữ con chim lạ. Không để làm một thứ gia súc như Ba muốn làm. Cũng không để làm một thứ đồ trang trí như ý kiến của Yên. Tôi sẽ bắt giữ G. như bắt chộp lấy được một ảo giác biết thở, biết bay, một giấc mơ mà ta còn có thể nhìn thấy được khi đã tỉnh giấc. Chưa gì tôi đã tưởng tượng đến những lúc rình mò bất thần bắt gặp G.. Tôi sẽ xúc cảm lần nữa với cái "đau" vụt đến vụt đi, tôi muốn nói đến cái đau mà chính thật là cái vui vô cùng mãnh liệt thình lình được thấy tận mắt, nhìn tận mặt, một người thân ruột, một người bạn thiết, sau bao năm sống ly chết biệt. Chưa gì tôi đã nghĩ đến những chiều tà khi ánh nắng chỉ còn lại vài nét lê thê, tôi sẽ nhón nhén đến núp sau cánh cửa lớn và chờ đợi G.. Và nếu may mắn, tôi sẽ thấy lại được, một lần nữa, trận mưa pháo bông bùng cháy tung lên từ con mắt vàng…

*

G. không trở lại, cả tuần lễ đó. Nhưng đến tối thứ bảy, vợ chồng con cái tôi đã dựng xong "biệt thự" cho G.. Cả ngày chúng tôi hì hục làm việc: Đóng cọc, căng lưới sắt quanh một mảng lớn của cánh đồng trước nhà. Từ những cọc cây cao hơn, chúng tôi căng lưới lên cả phía trên. Thực tình mà nói, "biệt thự" ấy, nếu so với những "chuồng" chim vĩ đại ở sở Thú thì chẳng ra cái gì, nhưng cũng đủ không gian cho một con chim vóc dáng như G. chẳng những đi lại được bên trong mà còn "bay" lên "bay" xuống. Chúng tôi an ủi nhau: Chật chội thật nhưng không đến nỗi chật chội quá!

Sáng hôm sau, tôi dậy thật sớm. Với vài mảnh gỗ, dăm thước dây thép và lưới kẽm, tôi đóng một cái bẫy. Tôi hết sức đóng làm sao để nếu G. có bị sập vào thì dù vùng vẫy mấy cũng không bị thương tích. Tôi hăm hở làm việc. Nhưng đôi lần, tôi bỗng dừng tay, sững sờ. Tôi ngạc nhiên – và hơi xấu hổ – thấy tim đập mạnh. Thì ra tôi bắt chộp được mình đang chờ đợi, thấp thỏm, hân hoan như một đứa trẻ chờ mẹ về. Một cảm xúc mà đã từ quá lâu, quá lâu, như bao người khác, tôi không còn được thấy trong lòng,

Ngày qua ngày lại, tuần này trôi đi tuần khác đến, mới đó đã giữa tháng Một dương lịch. Cây cối đã trơ trụi quá nhiều, thế mà G. vẫn chưa trở lại. Ngồi ở bàn làm việc, tôi có thể nhìn xuyên qua phần trên, vốn là kính trong của cánh cửa sau. Chia cách mặt hậu của căn nhà với cánh rừng thưa là một bờ đất cao với những tảng đá nằm ngổn ngang. Tôi phỏng mắt từ những tảng đá ấy, vượt khoảng bờ đất, lên đồi, lên cao mãi, cho đến đỉnh núi san sát cây cối đã trụi lá trên nền trời đông màu thiếc lạnh. Tôi hay ngừng tay, nhìn lên, chờ đợi. Thật vô lý, nhưng tôi vẫn tin tưởng là một giây khắc nào đó, tôi sẽ ngẩng lên đúng ngay vào lúc G. bay qua khoảng trời đất đóng gọn trong khung kính vuông đỏ: Như một cái chớp lòe sáng, một hào quang bùng lên với hai màu ngọc thạch và hoàng kim…

Nhưngtôi đã hoài công chờ đợi. Hai đứa Yên và Ba bận rộn bài vở cùng nhiều thứ lăng nhăng khác, xem như đã quên mất G.. Và tôi nghĩ thầm, vợ tôi có vẻ như thở phào nhẹ nhõm, trút bỏ được một mối lo âu. Tôi biết nàng đã yên chí là con chim lạ sẽ không bao giờ quay lại nữa.

*

Cuối tháng Một dương lịch, đúng trước ngày sinh nhật của tôi, trời trở lạnh da diết, một ngày thật lạnh đầu tiên của mùa đông năm ấy. Đứng ở gác thượng nhìn ra, tôi thấy được cái "chuồng chim" chúng tôi xây dưới cánh đồng cỏ. Đêm qua sương giá có rơi, bọc trắng màn lưới sắt, sáng ra nhìn tưởng những tấm lụa thêu ngân tuyến. Tôi thoáng nghĩ, điệu này e G. không trở lại nữa, chỉcòn có nước tháo gỗ tháo lưới, hạ cái "chuồng chim" đi cho xong chuyện. Trong thâm tâm, tôi chẳng biết làm gì hơn là chấp nhận một ý niệm hiển nhiên; một cái gì đó thật đẹp đẽ, thật hiếm có đã đến, rồi đã bỏ đi, chỉ có thế thôi.

Vợ con tôi thường mừng tuổi tôi một ngày sớm hơn để cho trùng với ngày cha mẹ sinh tôi ra bên kia trái đất. Tối đến, cả nhà vui vầy ăn một bữa cơm thật đặc biệt, tặng quà, mở quà, v.v…Giờ đi ngủ rồi cũng đến, mọi người ríu rít lên gác. Chỉcòn tôi ngồi lại xem chừng mấy khúc củi lớn để chúng cháy cho thật hết

Và lần đầu tiên, cả ngày hôm đó, tôi nghĩ đến G. khi bất chợt thấy tuyết rơi lả tả bên ngoài. Tôi đứng dậy, đẩy cửa kính lớn, nhìn ra hiên. Từ lúc nào không rõ, tuyết đã rơi có đến hai ba phân trên nền xỉ măng. Bỗng nhiên tôi choáng váng, một nỗi xót xa tràn trụa trong lòng. G. đã bay về một khu rừng xa xôi hoang vắng nào? Về một đỉnh núi trơ trọi héo hon nào? Trong đêm khuya tối tăm lạnh lẽo, tuyết rơi không một tiếng động, bộ lông vũ màu lục "tourmaline" và xà cừ đó có giữ được khô, được ấm không? Tôi nghĩ đến con mắt mù của G., con mắt giống hệt một hạt nút bạc. Tôi nghĩ đến con mắt lành của G., con mắt lành màu vàng cổ, ánh vàng nay chắc đã tắt rồi trong đêm đen mịt mùng… Hôm đó là ngày sinh nhật của tôi, thế mà tôi đóng cửa tắt đèn. Trong lòng buồn bã lẫn lộn một nỗi thấp thỏm, một cảm giác rờn rợn bất an.

Quá nửa đêm, nửa ngủ nửa thức, tôi tưởng tôi nghe tiếng kêu của G.. Nhưng tôi nghĩ tuyết rơi mạnh như thế G. đâu có quanh quẩn ở đây. Chắc thế nào cũng đã trốn vào trong một hốc đá nào đó trên núi.

Nhưng tôi lại giật mình thức giấc. Hoàn toàn tỉnh ngủ, tôi nghe rõ ràng, một lần nữa, tiếng kêu kỳ lạ, tiếng kêu như có chất đồng chất sắt. Không phải chỉ một lần thôi. Tiếng kêu vang vang tới tấp từ phía sau nhà. Phòng ngủ chúng tôi lại ở mặt hậu. Khi tuyết lạnh phất vào mặt, tôi mới biết là tôi đã một bước phóng ra vườn, tay cầm cái đèn "pin" – thường vẫn nằm trên bàn nhỏ cạnh đầu giường. Tôi vụt chạy lên đồi, tai vang vang tiếng kêu kỳ dị.

Trong ánh sáng hình chổi của cây đèn "pin", cách độ mười thước, G. đang vùng vẫy cố thoát khỏi cái bẫy. Trời! Cái bẫy tôi đã đóng để bắt G. mà vì G. không trở lại, tôi đã lú lẫn quên mất! G. đã mắc bẫy thật và đã cao chạy xa bay rồi nếu một chiếc cánh không bị kẹt cứng dưới khung cửa làm bằng lưới sắt móc lò xo. Tôi càng lại gần, con chim lớn càng vùng vẫy dữ dội. Tôi không thấy rõ G. nữa; chỉ còn có cánh, có lông, có tuyết tung lên và tuyết rơi xuống. Bỗng một vật lớn phóng về phía tôi, va mạnh vào vai tôi, làm tôi chúi ngã sang một bên. Tôi lấy lại thăng bằng thì G. đã bay bổng lên không, và mang trên lưng cả bầu trời tuyết, là đà bay xuống đồi, rồi hạ xuống đậu ngay trên nóc nhà. Tôi vội vã chạy xuống, vừa chạy vừa dâng cao tay rọi đèn lên.

Nổi bật trên nền trời tuyết đêm, G. vĩ đại lạ thường. G. đứng im lìm một lúc lâu trong khi tôi ở dưới nhìn lên. Rồi con kỳ điểu từ từ quay đầu nhìn xuống: Một ngọn lửa lòe cháy trong con mắt vàng! Trong khoảnh khắc, tôi thấy ngàn vạn tia lửa sáng rực như một trận mưa pháo bông từ trên trời rơi xuống cùng với hằng hà sa số bông tuyết. Tôi sững sờ nhìn lên. Con chim lớn dang hai cánh mênh mông, vỗ một cái nhẹ như không, rồi nhún mình bay bổng lên, bay vút vào bầu trời đêm tuyết. Lúc đó tôi mới nhận ra tôi đứng trong bóng tối, không áo choàng, không giày dép. Và tôi run bắn cả người.

*

Sáng hôm sau, trời nắng sáng, trong và lạnh, vợ tôi và các con đã rời nhà trước khi tôi thức dậy; mọi người đã ngủ ngon lành suốt đêm, không hay biết gì.

Mặc quần áo ấm xong, công việc đầu tiên của tôi sáng đó là lên đồi sau, về phía chuồng gà, xem lại cái bẫy tôi đã dại dột quên bẫng để cho G. phải sập vào. Nhìn quang cảnh bừa bãi trước mặt, tôi nghẹn ngào: Lông chim rải rác bốn bề, mặt tuyết trầy trợt nát bấy, máu thấm vào tuyết lan ra nhiều vạt đỏ hồng. Tôi đủ hiểu là G. đã vùng vẫy mãnh liệt thật lâu để thoát thân trước khi tôi nghe được tiếng kêu mà cầm đèn chạy lên.

Tôi cúi nhặt một cái lông cánh, một cái lông dài màu lục mà tôi vẫn thường ví với ngọc thạch "tourmaline". Tôi nhìn cái lông chim hồi lâu, rồi tôi dim mắt, chìa cái lông ra theo hướng ánh mặt trời. Rồi tôi xoay nó lại qua chiều khác, để nó ngược lại hướng ánh mặt trời. Nhưng cái lông chim tuyệt đẹp chỉ còn là một màu lục tầm thường, không phản ánh hỏa hoàng và huyết dụ nữa như tôi đã từng thấy khi nó còn dính liền nguyên vẹn với hình hài của G..

Sáng ấy, tôi đã nói, là ngày sinh nhật của tôi, giờ Tây-Bán-Cầu, trời rất đẹp, tôi đứng đó, một con người đã trưởng thành, một gã đàn ông xưa nay vẫn kiêu căng, về cái "gươm đàn nửa gánh" của hắn, một đấng tu mi. Thế mà tôi thấy rậm rực, run run trong lòng. Một tí ti nữa, chỉ một tí ti nữa thôi, thì tôi đã đưa tay lên ôm mặt khóc, như một đứa trẻ con…

1979

VÕ HOÀNG

Tên thật Võ Hoàng Oanh, sinh ngày 20-4-1952 tại Phú Quốc Kiên Giang. Cựu Hạ sĩ quan VNCH, vượt biên năm 1977. Cuối năm 1984 tình nguyện về nước tham gia kháng chiến. Tử trận ngày 28.8.1987 tại biên giới Lào Việt. Cùng Thượng Văn, Tưởng Năng Tiến, Lý Khánh Hồng chủ trương tạp chí *Nhân Văn* từ năm 1982.

Tác phẩm đã xuất bản:
- *Măng Đầu Mùa* (truyện ngắn cùng Tưởng Năng Tiến, 1982)
- *Góc Biển Chân Trời* (truyện dài, 1982)
- *Trong Lòng Cách Mạng* (truyện ngắn, 1983)
- *Đất Lạ* (truyện, chung với Tưởng Năng Tiến; Santa Clara, CA: Hương Quê, 1984)

Đêm, đợi người ở lại

Bà Tám Niệm chết hai ngày rồi, nhà chưa lo được đủ bộ ván hòm. Thằng con Út ở nông trường về chiều hôm qua đã không biết làm gì để tiếp giúp mọi người, chỉ ngồi đầu giường mà khóc. Đầu hôm, có người này người nọ, đi ra đi vô cũng đỡ trống lạnh. Khuya lại, âm u thấy mà ghê.

Nhà ngoài còn hai người, ông Xã Miễng và thằng Cu Ngọng ngồi đánh cờ tướng. Cái chái lợp bằng tàu dừa, không có vách vừng, gió thổi u u mà bốn năm đứa nhỏ nằm trên bàn ngủ ngon lành.

Trong này nhìn ra, thằng Út rùng mình.

Hồi chiều, anh Tư đạp xe từ trại cưa về cho hay ngày mai hy vọng có được thêm một vách và cái nắp hòm thành ra theo như lời ông Xã Miễng, anh em tụi nó rán để tới ngày mai.

Thiệt tình mà nói, thằng Út có muốn tiếp tay với mọi người cũng không biết phải tiếp cái gì. Nhang đèn khỏi phải đốt vì chỉ có hai cặp đèn cầy để dành cho lúc liệm, lúc nhập quan, lúc thành phục, rồi cáo thần, phát dẫn… Nhang thì còn một bó nhỏ xíu, dành cho bà con tới lễ phúng điếu, động quan, hạ huyệt…

Trời tối om, lại có gió lớn. Thằng Út tủi thân khóc tiếp tục. Tiếng khóc của nó lúc này chỉ còn nghe như tiếng hậm hực của một con chó lúc đánh hơi có người lạ. Thiệt ra nó khóc hết ra tiếng rồi. Chiều hôm qua, nó kể lể liền miệng tới nửa đêm, sáng ra thì khàn khàn cần cổ, người ta hỏi, nó gật đầu, nó lắc đầu.

Ông Xã Miễng không nghe tiếng nó khóc, nhưng nghe được tiếng nó hịch mũi, bèn gõ gõ mấy con cờ lên bàn, quay vô lớn tiếng.

"Cái thằng này! Út à, ra đây mà chơi, làm cái giống gìmà rúc rúc ở trong đó, rồi khóc thút thít hoài… Ra đây…"

Thằng Út bên trong chợt thôi hịch mũi nhưng không thấy động tĩnh gì hết. Cu Ngọng phụ lời ông Xã Miễng:

"Ga ây quoánh cờ, Út ơi!"

Rồi nó nói nhỏ hơn, như nói với Xã Miễng:

"Ai cũng chết, chết hì hôi, buồn dàm gì cho mệt…"

"Ừ, buồn làm chó gì, chết thì thôi". – Ông Xã Miễng tiếp lời nó –"Để tao vô lôi nó ra đây…"

Vừa nói, ông vừa ngay giò đẩy ghế về đàng sau, chống tay xuống bàn gượng đứng dậy. Mấy đứa nhỏ đang ngủ, nghe tiếng nói lớn lúc nãy, có đứa giật mình lăn trở. Một đứa ngóc đầu dậy hỏi lè nhè:

"Ba tui dìa chưa ông Xã?"

Thằng Cu Ngọng nói liền:

"Chưa âu! Ngủ i!"

Thằng nhỏ im lặng nằm trở lại. Trong kia, ông Xã Miễng một tay vịn cửa buồng, một tay bưng cây đèn dầu, khom người nhìn vô. Thằng Út nằm quay lưng ra, một chân nó duỗi thẳng, thọc dưới gầm giường.

"Trời lạnh quá mà thằng này ở trần".

Ông Xã Miễng lại lên giọng:

"Mầy không ra coi đánh cờ, ở đó mà nằm dật nằm dựa, muỗi nó cắn mày chết… Út!"

Ông nói xong thì bước luôn vô buồng. Thằng Út quay ra, nó nói ú ớ trong miệng không ra tiếng, rồi vịn thành giường ngồi dậy.

"Chà chà, bắt đầu có mùi rồi nghe. Điệu này thì ngày

mai nhứt định là phải tính cho xong, không thể để cù cưa cù nhằng như vầy được, nghe Út…”

Thằng Út vẫn lầm lì. Nó lầm lì chống tay xuống đầu gối đứng dậy, lầm lì kéo góc cái mền cho thẳng mấy lần nhăn trên thây ma má nó, rồi lầm lì đi ra cửa, bỏ mặc Xã Miễng một mình đứng đó.

Ngoài này, thằng Cu Ngọng cầm cái ca mủ vừa gõ nhịp xuống bàn tay vừa hát ư ử trong miệng. Đi ngang cửa buồng, ngang Thằng Út, nó đứng lại một chút, nói nhỏ:

“Cao i múc ngước, ngấu ngước chà”.

Thằng Út ngó sững Cu Ngọng một cái rồi quay đi. “Mầy đi múc nước thì tao đi lấy trà rồi ra chụm lửa…” nó nghĩ, “khóc hoài chỉ mệt thêm thôi”. Ông Xã Miễng bưng đèn trở ra, ngồi lại bàn cờ, hai tay chống cằm suy nghĩ nước đi. Được một chút, ông lại đứng dậy, lần về phía tấm đệm bên vách, trên đó đã để sẵn lổn ngổn các thứ đồ tẩm liệm. Cái “dải lụa” dùng để buộc tóc được thay thế bằng cái khăn rằn xé dọc làm đôi. Hai cái khăn vải trắng cũng lại là hai mảnh của cái bao bồng bột cắt đôi, một dùng để tắm, một dùng để lau mặt xác chết, rồi cái lược thưa, cái chậu nước, một cái gáo dừa múc nước, một cái nồi dùng nấu nước lá sả, một cái kéo cắt móng tay móng chân… Tất cả đã sẵn sàng, chờ xong bộ ván hòm thì liệm.

“Trong khoảng giờ Tỵ ngày mai mà không xong thì thiệt tình không biết tính làm sao”. Ông Xã Miễng chỉ lo một điều là nội trong hai ba tiếng đồng hồ buổi sáng “thằng Tư” không đem về kịp tấm vách với cái nắp hòm rồi công chuyện kéo dài ra, qua khỏi giờ Tỵ là khó lòng lắm. “Tẩm liệm, động quan này nọ thì cũng phải có giờ có giấc, chớ đâu phải muốn làm là làm”.

Ông ngồi chồm hổm nắn nót cây lược thưa, im lặng.

Thằng Út lúc này đã châm ngọn lửa. Ánh sáng lung linh, chập chờn ngả qua ngả lại làm nó chợt thấy đêm nay gió nhiều quá, rồi nó cảm thấy lạnh. Nó ngồi bẹp xuống đất, đưa mũi quẹt vô đầu gối xong để yên cái đầu ở đó, nhìn vào ngọn lửa.

Đêm khuya, ai cũng im lặng. Nó thấy buồn quá chừng. Má nó chết, làm như ai cũng biết trước cả tuần lễ, vậy mà anh Tưnó chạy đôn chạy đáo vẫn chưa lo đủ bộ ván hòm. Làm cho trại cưa nhà nước năm sáu năm nay, tới lúc bà già chết, không được một chút thông cảm. Cả ngày nay, ngồi khóc nó chờ, chờ anh Tưvề cho biết công chuyện chạy lo cho đủ bộ ván đi tới đâu. Rồi đêm nay nó chờ, chờ anh Tư đội sương đội gió chống bè lên tuốt trên ngọn, bẻ mấy lóng cây về để cómà cưa, "may ra mấy ổng cho mấy tấm giác da về đẽo gọt lại, xài được".

Thằng Cu Ngọng bắc lên bếp cái ấm nước rồi ngồi xuống cạnh thằng Út, một tay choàng qua vai bạn, nói nhỏ:

"Mày hổng dạnh sao?"

"Ừ, lạnh!" Giọng thằng Út khàn khàn.

"Bận áo dô i".

Thằng Út lắc đầu.

"Cao dấy áo cho mầy nghe!"

Thằng Út lắc đầu.

"Mà mầy dạnh hông?"

Thằng Út gật đầu. Cu Ngọng cụt hứng. Cái thứ "điếc hay ngóng, ngọng hay nói" mà gặp một thằng cỡ thằng Út này cũng đành chịu thua. Cu Ngọng nhìn nó một chút rồi đứng dậy, lầm bầm:

"Ngó buồn dăm, cội nghiệp!"

Cu Ngọng định rủ ông Xã Miễng trở lại bàn cờ thì anh Tư thằng Út về. Ngó bộ đồ là biết ướt mới vừa ráo. Không ai thắc mắc gì hết vì biết rằng anh lội nước từ đầu hôm tới giờ, bè cây về.

Ông Xã Miễng ngồi bật dậy ngay:

"Sao mầy Tư? Xong không?"

Anh Tư lần tay mở nút áo ngực, buông gọn:

"Chưa chắc!"

"Sao?"

Thằng Út, thằng Cu Ngọng cũng đã đứng cạnh ông Xã từ lúc nào. Cả hai đều há hốc miệng ngó châm bẩm vô mặt anh Tư.

Ông Xã hỏi nữa:

"Sao? Sao?"

Anh Tư chợt sẵng giọng:

"Hứ, mệt muốn chết mà còn bực mình. Chiếc xe đạp chó đẻ cứ tuột dây sên liền liền, tui giận tui hất ngoài đầu đường rồi…"

"Tao hỏi mầy mấy tấm ván thì làm sao?" Ông Xã gằn từng tiếng.

Anh Tư cởi hẳn áo ra, quăng lên bàn:

"Tùm lum chuyện, không chắc chắn được. Mấy lóng cây Sao, thì mình ên tui bè không nổi, dài lắm. Còn cây Dầu dù nhiều lóng tốt mắc kẹt hết, mấy lóng ngoài, bể, nứt thấy mà ghê, cũng phải bè về… Rồi phải thôi đâu, về tới trại, mới hay mấy cha nội tui, xả mấy lóng Thị, đứt một hơi hai lưỡi cưa, còn có lưỡi cuối cùng, phải xả tiếp… Mẹ nó, phải đủ ván chở về tỉnh, hết lưỡi cưa cũng phải chờ đi tỉnh chở về… không biết tới chừng nào…"

Anh Tư nói xong thì uể oải ngồi xuống ghế, vò cả hai tay lên cái đầu xói gần hết tóc, hực hực cần cổ như cố nén xúc động. Hai thằng, Thằng Út, thằng Cu Ngọng vẫn đứng im. Ông Xã Miễng chắp chắp miệng rồi cố nói gượng:

"Biết đâu được, biết đâu được mầy! Biết đâu phước đức ông bà mầy khiến tụi nó cưa tới sáng cũng không đứt lưỡi cưa rồi sáng tụi nó cưa lóng Dầu là khỏe cho mình…"

Thấy anh Tư trầm ngâm, ông Xã ngồi xuống ghế bên cạnh, tiếp lời:

"Mà mày có chắc là thằng cha Bảy Mương gì đó, thằng cha thủ trưởng gì đó hứa là sáng sẽ cho cưa mấy lóng cây mầy bè về không?"

"Chả chỉ nói là làm xong ba lóng Thị trên đường rầy, thì làm. Tui biết nếu không có gì trục trặc thì đêm nay xong tuốt".

"Nếu không có cái gì trục trặc". Anh Tư nói mấy tiếng đó mà thót trong ruột, ơn huệ, cảm tình của anh với thằng cha thủ trưởng trại cưa qua một lời hứa, lời hứa mà thiệt tình, bà già chết anh mới cắn răng tin tưởng.

Có một điều anh chưa nói ra, mà chắc có lẽ anh sẽ không bao giờ nói ra: Lâu nay, trong thâm tâm chính anh và các bạn làm công cho trại, ai cũng mong cho luôn luôn có một cái gì đó trục trặc, để được nghỉ làm. Bởi vì, làm cật lực cũng không đủ ăn, mà không làm không được. Nghỉ làm, có khi còn khá hơn, về nhà quơ quào cách khác, hợp lý, hợp pháp chớ đương không mà nghỉ ngang, ai dám. Thành ra, có nhu cầu của tỉnh đòi hỏi, toàn trại phải làm đêm thì chuyện máy kéo, máy cưa hư hoặc lưỡi cưa lần lượt đứt hết là chuyện thường.

Anh Tư rùng mình suy nghĩ "Mình vô phước, bà già chết nhằm cái lúc này mà không dám hở môi. Có ai dám nói với ai về cái ý nghĩ nguy hiểm đó. Lâu nay, tình trạng trong trại thì ràng ràng như vậy mà thiệt tình, mỗi người đều làm theo ý nghĩ của mình, giữ cho khéo, cho kín…"

Anh lại vò mạnh cái đầu xói.

Thằng Út ứa nước mắt, kéo ghế ngồi cạnh anh rồi lại hịch hịch. Ông Xã Miễng muốn đánh tan những phút buồn thảm đó, nói lớn:

"Được, chắc được mà, rán mà tin đi. Không lẽ mầy vô phước quá vậy sao!" Anh Tư mím môi:

"Biết đâu được, chú!"

Anh quay nhìn về góc nhà, nơi để những đồ tẩm liệm, tặc lưỡi:

"Thiệt! Tốn biết bao nhiêu mới chia được một ít thủy ngân đổ miệng cho bà già, để tới bây giờ, hết hơi hết thuốc gì rồi… Chú coi đó, sả nó héo queo…"

Câu nói, nói đúng ngay mối lo của ông Xã Miễng. Ông vì cảm tình lối xóm, rồi vì cái lòng tin của anh Tư, muốn tận lực giúp đỡ cho đám tang bà Tám Niệm đàng hoàng tươm tất mà thiệt tình trong hoàn cảnh này, ông chịu thua.

"Mầy nhớ nghe Tư, ngày mai, phải xong trước Ngọ, đừng để trễ… Thiệt tao cũng rầu muốn chết".

Rồi nhà lại rơi vào im lặng tịch mịch, tiếng côn trùng được lúc, xoáy tuốt vô óc con người ta.

Thằng Cu Ngọng châm xong bình trà rồi. Nó xách lại bàn, tay kia cầm theo cái ca mủ:

"Ngước chà, ngước chà ngóng nghe. Ai uống hì uống…"

Nó đặt bình trà lên bàn rồi lật vạt áo thọc vô ca, lòn mấy ngón tay, xoay qua xoay lại, đưa lên miệng thổi mấy cái. Ý chừng cho là sạch rồi, nó đặt xuống trước mặt anh Tư:

"Uống chà i chú Cư".

Anh Tư liếc nhẹ về phía cái ca, rồi nói với ông Xã:

"Không chừng tui hạ cái lưỡng diện xuống, lấy mấy tấm ván đó làm cho đủ bộ áo quan luôn à chú".

Ông Xã Miễng trơn mắt một lúc, chợt hớt hải:

"Ý, đâu được mầy! Chấp quan mà phải phá nhà, ai cho mầy làm chuyện đó… Mà mầy coi, bề cao cái lưỡng diện có là bao nhiêu, không lẽ mầy nối ván…"

"Phá nhà thì phá chứ chú. Mình cạy đi tấm lưỡng diện thì có chút đỉnh, ăn nhằm gì…"

"Mà tao nói có cụt".

"Tui cắt mấy tấm kia hết, tui cắt ba tấm kia hết…"

Anh Tư cố nói. Thật ra, đầu óc anh ù lì, chai cứng hết rồi. Ông Xã Miễng lắc đầu chầm chậm:

"Không được, không được! Mầy biết đó, ông bà còn nói mà, giường bốn thước hai, quan tài bốn thước bảy. Ai đời mầy liệm bà già mầy nằm còng queo, mày làm ăn sao nông nổi được…"

Anh Tư nín khe.

Ông Xã cảm thấy như mình lầm lỗi, cũng nín khe. Một lúc ông nói nhỏ: "Sáng, không lo nổi, mầy trở về liền. Tháo tấm lưỡng diện thì dễ ợt, còn cái chuyện phải nối ván là phải chịu vậy rồi. Chưa bao giờ trong đời tao nghe nói tới chuyện làm áo quan mà nối ván, cũng chưa nghe nói làm như vậy là không nên. Thì thôi, mình miễn cưỡng làm cho qua buổi đi. Để kéo dài hoài, mầy mang tội chớ không phải chơi đâu. Còn nếu muốn xứng xái mà cũng đủ lễ đủ nghĩa thì liệm bằng chiếu, chôn bằng chiếu…"

"Bằng chiếu?"

"Ừ, bằng chiếu chứ sao. Ở nhiều vùng, con người ta

đói khổ quá, chết thì bó bằng chiếu… Chôn bằng chiếu thì có lễ của cách chôn chiếu, còn chôn hòm thì có lễ của cách chôn hòm, đủ lễ đủ nghĩa chớ chơi đâu… Mầy có biết cái bài thơ gì của ông Nguyễn Khuyến, như là trối lại cho con cháu đó, Đồ khâm liệm chớ hề xấu tốt, kín chân tay đầu gót thì thôi. Người ta một đời phú quí còn không câu nệ nữa, huống chi cái thứ mạt rệp như mình".

Anh Tư thở dài từng chập, theo từng câu của ông Xã "Thiệt cái thời buổi này, chết rồi cũng còn khổ". Anh không cần biết cái ý kiến của ông Nguyễn Khuyến gì đó hay ho lắm không, chớ thiệt tình, bà già chết mà không lo đượctới nơi tới chốn thì sống làm sao cho khá. Anh lúc lắc cái đầu:

"Thì cũng rán chờ tới mai. Mọi thứ tui nhờ chú giúp cho. Thiệt tui muốn chết đứng rồi…"

"Để đó tao. Mầy có lo cho lắm cũng không qua được thời thế đâu. Hồi trước nó khác, bây giờ nó khác…"

Rồi ông tự tay rót trà ra ca, lòng nhẹ nhõm. Anh Tư cũng đứng dậy, mặt bình thản. Anh đi về phía mấy đứa nhỏ, nhón gót coi kỹ từng đứa. Tụi nó chắc lạnh, đứa nào cũng co quắp lại, hai tay thọc vào đùi mặt mày xanh xao quá.

Thằng Út không biết đi đâu mất, có lẽ nó trở vô buồng không chừng. Anh Tư đưa tay sửa cái đầu thằng con lớn cho ngay rồi lững thững bước ra ngõ. Anh không nói nhưng ông Xã biết anh đi dắt chiếc xe đạp về.

Thằng Cu Ngọng hình như cảm thấy lạc lõng, nó bô bô cái miệng:

"Cới phiên ông Xã i ó. Ông Xã Cui em con quáo xuống bắt xe, bắt ngựa. Cới ông Xã".

Ông Xã Miếng chặc lưỡi đứng dậy chầm chậm đi về phía bàn cờ, ông muốn đổ quạu với thằng Ngọng này quá. Nãy giờ lo chuyện này chuyện kia chứ thiệt tình trong bụng ông tính nát nước cũng không gỡ được cú bắt này, đành mất con ngựa lại còn thất thêm một nước. "Nãy giờ lu bu như vậy mà thằng Ngọng không quên, tổ cha nó".

Ông nói lấp lửng:

"Gần sáng rồi! Chắc tao đánh ít nước nữa với mầy cho vui rồi xù, đi ngủ. Sáng còn nhiều chuyện phải làm nữa, mầy à".

Ông Xã Miểng quay qua, rồi quay lại rồi với tay lấy cái ca, cái bình trà, rót nước. Ông ngồi thẳng lưng hít mạnh, mặt ngước cao, rõ ràng là muốn rặn ra một cái ngáp. Thằng Cu Ngọng lúc đó cúi đầu xuống bàn cờ, không thấy.

Võ Hoàng

VÕ KỲ ĐIỀN

Tên thật Võ Tấn Phước. Sinh ngày 30 tháng 10 năm 1942 tại Dương Đông, Phú Quốc.

Tốt nghiệp Đại học Sư phạm ban Việt Hán.

Dạy Việt văn ở các trường trung học Hoàng Diệu, Ba Xuyên và Trịnh Hoài Đức, Bình Dương.

Vượt biển (bán chính thức) qua Pulau Bidong, Mã Lai năm 1979.

Bắt đầu viết sau 1980 và đã cộng tác với các báo: *Dân Quyền, Lửa Việt, Làng Văn, Phụ Nữ Diễn Đàn, Đẹp, Văn, Nắng Mới...*

Tác phẩm đã xuất bản:

- *Kẻ Đưa Đường* (tập truyện, Việt Publications, Toronto, 1986)

- *Pulau Bidong, Miền Đất Lạ* (truyện dài, Xuân Thu HK, 1992; tái bản Nhân Ảnh HK, 2018)

- *Câu Hỏi Kiếp Người* (truyện và tạp ghi, Nhân Ảnh HK, 2018)

Rêu phong mấy lớp

Đình thụ bất tri nhơn khứ tận,
Xuân lai hoàn phát cựu thời hoa.

Sáng hôm nay ông Năm nhấp nhổm ngồi đứng không yên. Hết ngồi xuống lại đứng lên. Ông bước chầm chậm lại gần cửa kiếng lớn phía sau nhà, nghiêng mình nhìn xéo qua cái hàn thử biểu để ngoài trời. Ông nhướng mắt rán nhìn cái màu đỏ của thủy ngân, coi nó lên xuống tới mức nào. Có thấy gì đâu, cái lằn đỏ nhỏ xíu, lờ mờ. Tức mình ông lẩm bẩm, cằn nhằn cái thằng con trai út, đã biểu gắn sát sát bên trong cho dễ đọc, để tuốt đằng xa ai mà thấy. Cái xứ gì, thiệt tình! Lạnh gì mà lạnh dữ, hổng biết xuống tới bao nhiêu độ rồi!

Nói xong ông đứng áp lại gần cánh cửa để nhìn cho rõ hơn. Cánh tay trái đụng phải khung cửa nhôm lạnh ngắt như một khối nước đá, ông rút tay về, quay lại chậm chạp từng bước, từng bước trở về ngồi trên chiếc ghế thấp. Cặp mắt hấp háy nhìn ra ngoài bầu trời xám xịt. Ông thấy cái sân cỏ xanh đã trở thành một bãi tuyết trắng mênh mông. Có chỗ phẳng phiu trắng xóa, có chỗ được xe xúc tuyết ủi gò cao lên như những đụn cát. Cây cối biến đi đâu mất tiêu hết. Mấy bụi hồng bông đỏ như nhung, mấy bụi mẫu đơn bông lớn bằng cái chén kiểu màu trắng màu hường, cái hàng rào bằng cây trắc bá cao cả thước xanh um của mùa hè vừa qua, tất cả hiện giờ bị chôn vùi dưới những đống tuyết.

Ở bên kia rào tu viện, chỉ còn sót lại duy nhứt một gốc bạch dương to lớn sừng sững, trơ vơ một mình giữa đám tuyết trắng quạnh hiu, đưa những cành khô thêu lêu lên trời. Bên ngoài gió hú từng cơn, tiếng nghe vù vù như có đoàn xe chạy hết tốc lực. Từng lọn tuyết trắng đổ xuống, hột bay ngang, hột bay dọc, hột quay cuộn tròn, lấm tấm bay đầy trời như có ai đó các cớ tung một thúng lông ngỗng ra trước gió.

Tuyết đã rơi đều đều như vậy từ giữa đêm qua cho tới sáng nay, liên tục không dứt. Chỗ nào cũng một màu thạch cao trắng xóa. Ngồi chưa yên chỗ, ông lại đứng lên đi về phía trước, mắt ngước nhìn cái mái nhà ở phía bên kia sân đã bị tuyết phủ đầy, miệng láp dáp:

- Cái điệu nầy có nước sập nhà. Đồ cái thứ tiền chế, làm bằng cây thông bở rệu với vách bằng cạc-tông nhét bông gòn, làm sao chịu nổi… làm sao chịu nổi…

Ông thở dài rồi nhìn trời, dáng lo lắng, rồi ngồi xuống:

- Nó mà rơi hoài rơi hũy như vầy, chắc phải sập. Cả nửa thước tuyết đè trên nóc, nặng lắm chớ! Cái xứ nói là văn minh, kỹ nghệ tiến bộ, mà sao kỳ cục quá! Nhà cửa phải làm cho kỹ kỹ chớ. Tại sao không chịu xây cất cho nó đàng hoàng một chút. Tuyết mà rớt thêm chừng vài giờ nữa thì thế nào cũng sập…

Bà Năm dáng người nhỏ nhắn, đang chăm chú theo dõi chương trình tivi, chừng như không chịu nổi nữa, bèn cự nự:

- Ừ, ừ, sập đâu sập phứt cho rồi. Hồi sáng mơi tới giờ, nghe ông nói tới nói lui, tôi mệt quá!

Ông Năm biết là vợ trả lời mình nhưng không rõ bà nói gì. Cái lỗ tai đã nghễnh ngãng đâu từ mấy năm về trước, tuy có đeo máy nghe nhưng khi tỏ khi không. Ông đưa tay phải lên điều chỉnh cái nút phát âm gắn sát vành tai, miệng hỏi:

- Bà nói cái gì vậy, tôi nghe không rõ?

Bà gằn giọng. Tuổi đã quá già nên khi nói tiếng run run, cái đầu lắc lắc:

- Hổng có nói cái gì hết á!

Rồi như chừng chưa hết cơn bực bội, bà tiếp:

- Mùa đông ở đây thì có tuyết, chớ có gì lạ đâu mà ông cứ nói hoài, nói hoài!

Ông bèn phân trần, giọng nói thều thào, lẫn trong tiếng xệu xạo của hàm răng giả:

- Thì bà cũng phải để cho tôi nói chớ. Bà coi nè, từ đầu hôm cho tới giờ, ổng cứ rớt hoài, rớt hoài, hột nào hột nấy lớn bằng ngón chưn cái… Cái mái nhà bằng cạc-tông làm sao chịu nổi. Bê tông cốt sắt còn chưa chắc, nói gì tới nhà tiền chế. Tôi nói mà, thế nào cũng sập!

Bà Năm hứ một tiếng rồi xoay lưng qua coi tivi, không thèm nghe. Ông tiếp tục lẩm bẩm một mình:

- Gió lớn quá. Ở gần Bắc Cực nên thổi mạnh dữ. Tại có gió nên tuyết rơi mới nhiều. Mà nó rơi nhiều thì nó chất đầy trên mái nhà. Trời ơi! Nguy quá, cái điệu nầy… Phải chi xây bằng bê tông cốt sắt.

Ông e bà vợ cự nự nữa, nên chỉ dám nói tới đây thì ngừng ngang, cái điệp khúc "thế nào cũng sập" bị bỏ dở nửa chừng. Nếu không có bà Năm ở đó mà là thằng Tư, thằng Sáu hay thằng Út, những đứa con trai ở gần gũi, thì ông sẽ tiếp tục một cái điệp khúc khác, có thay đổi chút đỉnh. Nhà mình ở Việt Nam cất bằng bê tông cốt sắt chắc lắm, tao tính ít ra phải ở được năm ba trăm năm, mối mọt mưa nắng gì cũng không sợ. Mỗi lần nhắc tới câu "cái nhà mình" ông Năm nhìn ra xa, tuốt trên ngọn bạch dương, lên tận đám mây trắng xám trên trời, cặp mắt đờ đẫn, ngẩn ngơ. Trong tròng đen lờ mờ, hình như có vương một làn lệ mỏng. Không phải ông khóc đâu. Đã trên tám mươi tuổi rồi, tuyến nước mắt hầu như cạn khô.

Trong đầu ông hình ảnh căn nhà vuông vuông, xinh xắn hiện ra, rõ ràng từng nét. Căn nhà mà ông đã gom góp công sức, tiền của, mồ hôi, nước mắt, suốt đời cực nhọc mới thực hiện được. Nó không đồ sộ, nguy nga, lớn lao gì nhưng nó là của ông. "Nhà mình" ôi! Hai cái chữ tầm thường đó có tác dụng như nhát búa đập mạnh vào tim vào óc, ông nghe như tê liệt toàn thân. Ông đứng lên hết muốn nổi, ngồi bệt xuống ghế. Trong đầu ông, không còn gì để đáng nhớ. Mặc kệ mùa đông Canada với gió bão lạnh lẽo gào thét bên ngoài cửa kiếng, mặc kệ cây bạch dương chết cóng đứng run rẩy ngoài sân tu viện quạnh hiu, mặc kệ những đụn tuyết lem luốc, cao ngùn ngụt bên kia vệ đường, mặc kệ những cây cối, bông hoa rữa mục bị chôn vùi, ông quên quên hết. Chỉ còn một hình ảnh duy nhứt mà ông nhớ rất rõ. Rất rõ, từng nét. Cái hình ảnh "căn nhà mình" hiện lên với từng góc cạnh. Những cục đá nghiêng, những viên gạch bể, những lằn nứt nẻ, răn reo ở góc tường, những ổ cắm điện cháy đen, những vòi nước rỉ, những vết loang mốc meo trên trần nhà mưa dột… ông làm sao quên. Chính tay ông tạo ra nó mà, cũng chính tay ông sửa chữa mà… Trong cơn mơ mơ, màng màng ông chợt tỉnh, lò dò, đứng dậy đi vô phòng, cái lưng còng xuống, cái chưn bước thật chậm. Ông đưa tay run run mở cánh cửa. Có tiếng đồ vật va chạm, tiếng lục lọi giấy tờ, sổ sách. Hồi lâu, có tiếng ông hỏi vọng ra:

- Hôm đi ra Tân Sơn Nhứt, cái xấp hình tôi soạn cất trong cái hộp sắt tây, tụi nhỏ nó dẹp đâu rồi, tôi không thấy! Coi chừng mất hết đa!

- Làm sao mà mất được. Ông để đâu thì còn ở đó. Tụi nó đâu có lấy làm gì mấy tấm hình cũ xì, đen thui!

Tiếp theo, bà bèn bình luận:

- Cái gì của ông cũng quí hết! Thử đem liệng ngoài đường suốt ngày coi có ai thèm lượm không?

Nghe vợ nói, ông tức mình cãi lại:

- Ai mà dại gì liệng bậy liệng bạ vậy bà! Từ Việt Nam tôi cắc ca cắc củm đem qua đây có bao nhiêu đó! Làm mất của tôi là không được đa!

Bà Năm lùng thùng trong cái áo ấm bằng len xám dày mo, đứng dậy với tay tắt tivi, xỏ chưn vô đôi dép nhung đỏ bầm, lê bước lẹp xẹp vô phòng bên cạnh, miệng hỏi vói:

- Để tôi vô kiếm lại thử coi tụi nó có dẹp ở đâu không! Mà ông muốn kiếm tấm hình nào?

Ông Năm rán nói lớn để cho vợ nghe:

- Thì cái hình chụp "căn nhà mình" đó, tôi muốn coi lại một chút!

Rồi ông chép miệng thở dài:

- Tính ra mình đi được vừa đúng một năm. Không biết bây giờ ở bển ra sao rồi! Mấy chậu kiểng không ai tưới, chắc chết khô hết!… Ờ, ờ, bây giờ đang mùa đông, còn một tuần nữa là tới Tết. Cây mai ngoài sân… rồi ai lặt lá… để cho nó ra bông đây?

*

Cái mặt trời ban sáng còn lấp ló trong mây, chưa lên khỏi nóc nhà ở phía bên kia đường. Cảnh vật còn nhập nhòa tranh tối tranh sáng. Trên các ngọn cỏ bên đường còn mờ mờ sương đọng. Các căn nhà ở hai dãy phố chợ Bình Dương vẫn còn đóng cửa im lìm. Trên đường đã có người gánh hàng ra chợ bán, những gánh khoai nặng trĩu, những gánh rau cải, xanh um, tươi mát. Vài chiếc xe ngựa chở đầy bạn hàng máng đầy những gióng gánh ngổn ngang, móng sắt nhịp lọc cọc, lọc cọc trên mặt đường nhựa đen. Tiếng người nói chuyện, tiếng guốc, tiếng dép, tiếng xe kéo… vang vang trong trong cái im mát của buổi sáng. Sau một giấc ngủ ngắn, phố xá tỉnh lỵ bắt đầu vươn mình trở lại cái sinh hoạt ồn ào hàng ngày.

Trong nhà ông, bà Năm đã thức sớm hơn thường lệ. Ông đi ra đi vô, coi đồng hồ, miệng thúc giục:

- Coi chừng loay hoay, trễ hết ngày giờ. Ông thầy đã dặn đi dặn lại, tuổi tôi với tuổi bà, năm nay mà cất nhà thì phải cúng vào giờ Thìn, để qua giờ khác là xấu lắm. Cả năm nay chỉ có được ngày nầy là tốt thôi. Qua cái giờ đó là phải chờ năm tới!

Rồi ông thúc hối:

- Mấy đứa nhỏ chuẩn bị nhang đèn, bông hoa đủ chưa?

Trong bếp tiếng nước sôi rì rào, tiếng dao chặt thịt lụp cụp, tiếng dĩa chén chạm nhau, mùi cà phê bốc lên ngào ngạt. Có tiếng bà Năm nói với con gái:

- Con luộc cho má miếng thịt ba rọi để trong dĩa, nhớ bỏ luôn cái hột vịt theo. Còn tôm thì để khi gần xong chỉ cần nhúng vô cho chín rồi lấy ra liền… Cúng thần thánh phải đủ bộ tam sên mới được.

Quay qua thằng con trai lớn, bà dặn:

- Con đi lấy cái lục bình, rửa sạch để cắm bông cúng. Mà, giờ Thìn là mấy giờ vậy ông?

Ông Năm lẩm bẩm:

- Giờ Thìn, giờ Thìn… một giờ của Tàu là hai giờ của Tây… Ừ, ừ, dễ mà! Giờ Ngọ là mười hai giờ trưa. Mình tính trở ngược lại, Thìn, Ty , Ngọ… vậy là đúng tám giờ sáng.

- Tới tám giờ sáng lận hả! Phần tôi coi như xong rồi. Thôi, ông lo mặc quần áo, khăn nón đi là vừa… Nhớ khấn vái cho kỹ. Thằng Tư với thằng Sáu, hai đứa bây khiêng cái bàn qua bên đất, để ở chính giữa, rồi bày biện đồ để cúng. Hôm nay cúng đất đai dương trạch để cất nhà mới. Phải thành tâm kỹ càng nghe con… thì mới ăn ở bình yên, làm ăn khá giả. Nhứt là tao mong cho nó vững bền… để lại tới đời tụi bây, rồi tới đời con tụi bây…

Thằng Tư cười khì khì:

- Má lo xa chi cho mệt vậy. Bền vững chắc chắn thì có ông kiến trúc sư tính kỹ rồi, má ơi! Còn muốn hòa thuận, yên vui thì tụi nầy không oánh lộn nữa, vậy là huề… Thôi khỏi cúng, mắc công quá mà. Cái bàn làm bằng thứ cây gì mà nặng quá sức, khiêng muốn cụp xương sống đây nè!

- Cái thằng làm biếng nhớt thây, ăn nói tầm bậy tầm bạ hết sức, hổng nên nghe con, lẹ lẹ đi cho kịp giờ. Ba mầy đóng bộ xong hết rồi kìa…

Ông Năm đi rảo một vòng, nhìn miếng đất trống phẳng phiu, quang đãng, trong bụng vừa ý hết sức. Phía trước mặt là công viên thành phố, khoảng khoát, xinh xắn. Phía sau hơi xa là một dãy đồi cao, thấp thoáng qua các rặng cây sao, cây dầu cao vút, là nóc tòa hành chánh với dinh tỉnh trưởng lờ mờ… Y như cảnh núi Khu Tượng, nơi mà ông đã sống qua thời thanh xuân. Ông "đụng" bà Năm ở đó, rồi sanh được ba đứa con đầu lòng ở bên bờ sông Dương Đông. Đảo Phú Quốc ở vịnh Xiêm La, cái hòn đảo nhỏ, bốn bề sóng vỗ rì rào. Tụi nhỏ đã hít thở cái không khí nồng mặn của muối, đen đủi phong sương giữa nắng gió trùng dương. Quanh nhà toàn là những thân dừa cong vẹo, ngả nghiêng, tàu lá xơ rơ vì gió bão. Cái giếng nước phía sau đỏ lờ lợ vì nước rễ dừa tiết ra. Những ngày mưa dai dẳng nhìn lên dãy Khu Tượng thấy dạng núi lờ mờ trong sương khói, giống như hình con voi nằm phủ phục. Trước là đầu voi với cái vòi cong vòng, sau là đuôi voi với hai chưn sau quỳ xuống, cái lưng mập phình ra mà dài. Trên đó người ta làm rẫy, trồng tiêu với trồng sầu riêng… Đất đai trù phú, phong thổ phì nhiêu, đẹp đẽ như vậy, vì thời cuộc ông phải đành đoạn bỏ hết mà đi.

Bây giờ về đây cư ngụ, ông phải gầy dựng lại tất cả với hai bàn tay trắng. Đất cũ đãi người mới. Ông lời hơn vì có được thêm năm đứa con nữa. Thôi, đời ông vậy là yên nơi yên chốn rồi, không phải đi đâu nữa. Nhứt định ở luôn tại cái tỉnh nhỏ nầy. Ông phải tiện tặn, dành dụm, làm việc siêng năng, để mong cất được một căn nhà làm cái tổ ấm cho gia đình. Phòng của ông bà ở chính giữa, tám phòng của tám đứa con phải ở chung quanh, để tụi nó lúc nào cũng quây quần, sum họp bên ông. Bàn thờ của tổ tiên dòng họ ở trên lầu. Con cháu ông sẽ nối tiếp cái công trình nầy dài lâu một trăm năm, hai trăm năm…

Ông mỉm cười tươi tỉnh, trang nghiêm, bật hộp quẹt, đốt đèn cầy, cắm trên hai cái chưn bên lư hương bằng đồng sáng trưng. Ông đưa tay lấy bó nhang mới, xé bao lấy ra ba cây. Thật khoan thai, ông châm vào ngọn lửa. Mùi nhang trầm thơm, tỏa ra, quyện vào mùi long não hăng hắc của chiếc áo dài đen nổi bông hình chữ thọ, cái khăn đóng bằng sa mỏng, vấn thành nhiều vòng vừa lấy ra trong tủ áo. Nắng đã chiếu sáng cả khu đất trống. Từng tia nắng vàng chanh quét trên đám cỏ dại um tùm, mùi đất hăng hăng. Ông thoáng thấy chú hai Lung, người cai thầu và đám thợ vừa tới. Xe cộ, dụng cụ ngổn ngang, nào xẻng cuốc, nào dây nhợ, người ta chất đầy chật cả lối đi. Mặt tươi tỉnh hy vọng, ông cầm nhang chắp hai tay lên đầu, miệng khấn lâm râm: "Nam Mô A Di Đà Phật, Nam Mô A Di Đà Phật… Nay tôi khấn đất nước ông bà trong kiểng sở làng Phú Cường nầy, gồm Thổ Công, Thổ Trạch, Thổ Địa, Thổ Thần, Chúa Xứ, Sơn Thần, Thủy Thần…"

Vái tới đây tự nhiên ông thấy lằn khói nhang xám trắng đương bốc vươn lên cao, bỗng cuộn tròn rồi tạt ngang. Một luồng gió ở đâu đó thổi qua lạnh ngắt, ngọn đèn cầy nhỏ lại lờ mờ như muốn tắt. Ông sợ quá, khom lòng bàn tay che gió. E rằng chưa đủ, ông kêu lên:

- Chú Hai, chú Hai gió lớn quá, lại phụ tôi một tay!

Chú Hai Lung chạy lại, đứng chắn lấy làn gió nghịch. Ngọn đèn từ từ lớn hơn và sáng tỏ trở lại. Ông Năm bình tâm khấn tiếp:

- Tôi vái tất cả năm vị ngũ hành Kim, Mộc, Thủy, Hỏa, Thổ. Đông phương Giáp Ất Mộc, Nam phương Bính Đinh Hỏa, Trung pương Mồ Kỷ Thổ, Tây phương Canh Tân Kim,

Bắc phương Nhâm Quí Thủy, tám vị bát quái Càn, Khảm, Cấn, Chấn, Tốn, Ly, Khôn, Đoài… Quí ông thực như phong, hành như võ…

Câu khấn vái dài quá, ông ngừng lại một hơi để thở. Cả không gian chung quanh, ông quên quên hết. Trong đầu chỉ còn một niềm thành kính vô biên. Sau câu khấn, trong ánh sáng lung linh của cặp nến đỏ, mùi trầm ngào ngạt của khói hương, ông như cảm thấy tất cả những vị thần linh mà ông vừa nhắc, tề tựu đông đủ. Có người mặt đỏ, người mặt đen, mặt trắng, mặt xanh, với áo bào, mũ mãng sặc sỡ, uy nghi. Tất cả tọa ngự ở trên bàn thờ, nhìn xuống ông yêu thương trìu mến, dáng vẻ sẵn lòng bảo hộ, giúp đỡ, lắng nghe lời cầu nguyện. Ông sung sướng quá, rán mà nhớ những điều mong ước hầu nói lên hết cho đủ. Các vị nầy sẽ giúp ông cho được như ý… Ông lâm râm khấn tiếp, giọng rõ ràng hơn:

- Ngũ hành phân bát quái, tám hướng định quân thần. Hỏa Thần làm chủ tể, ấm lạnh nhờ ông. Nay tôi xin phép để cất một cái nhà trên miếng đất nầy, để cho vợ chồng tôi, cùng mấy đứa con ở, làm ăn bình yên mạnh giỏi…

Khấn tới đây, ông bỗng nhớ tới lời bà Năm dặn dò, ông lặp lại:

- Cho vợ chồng tôi cùng mấy đứa con, rồi mấy đứa cháu… rồi tới cháu của cháu tôi, nối tiếp hoài hoài… không dứt… được ăn ở bình yên mạnh giỏi, vô tai tịnh sự, điều lành đem tới, điều dữ lánh xa, quan thương dân chuộng, kẻ yêu người trọng, tà ma kinh khiếp, quỉ mị kiêng oai…

Khấn tới đây, ông thấy đã là quá đủ, không nên đòi hỏi xin xỏ nhiều hơn nữa. Cũng như mọi người, ông cũng mong ước được giàu sang, phú quí, con cái hiển đạt, làm quan làm quyền… Nhưng ông nghĩ cúng kiếng với thần linh, cầu được bình yên mạnh khỏe là quá đáng rồi, không nên để thần thánh khi dễ vì mình quá tham lam. Ông bèn xá ba xá, cắm nhang vô một cái ly nhỏ đựng đầy gạo trắng. Ông lùi ra sau vài bước, phủ phục xuống lạy ba lạy. Không gian như lắng đọng xung quanh. Tim ông đập mạnh hơn bình thường. Hai lòng bàn tay ông ướt đẫm mồ hôi. Ông sung sướng trong niềm xúc động bồi hồi. Ánh nắng vàng tươi sáng rực rỡ, chan hòa trên mọi lối. Nhìn lên bàn thờ ông thấy các thần thánh cùng ông bà tổ tiên trong dòng họ như nhìn ông mỉm cười, gật đầu chấp nhận lời khấn nguyện.

Năm nay ông vừa đúng năm mươi tuổi, cái tuổi mà Đức Khổng Tử cho là biết được mạng trời. Trời quả đã thương ông thiệt tình! Cha mẹ mất sớm, lăn lóc ra đời trong lứa tuổi còn nhỏ xíu, ông đã trải qua biết bao nhiêu cay đắng và khổ nhục. Con đã đông mà nhà lại nghèo, ông và vợ lo trong lo ngoài, tiện tặn dành dụm, mãi cho tới nay mới đủ tiền cất một cái nhà để ở. Cái nhà ước mong của cả một đời người… Ừ, phải, cả một đời người! Ông đứng dậy mặt sáng rạng rỡ. Quay qua người cai thầu, ông nói:

- Chú Hai, chú Hai! Chú cũng nên khấn với quí vị thần hoàng bổn thổ để cho công việc xây cất trôi chảy, thợ thuyền được phò hộ bình yên!

Chú Hai Lung nghiêm trang gật đầu, đứng vào chiếu đốt nhang, cung kính. Ông Năm bước ra phía ngoài đường cái, đứng bên cây cột đèn, nhìn trở vô coi đám thợ đương đóng cọc giăng dây để đào móng. Bà Năm đứng kế đó, gặp ông bèn hỏi:

- Ông khấn vái cúng kiếng xong hết rồi hả?

- Ừ, ừ, xong rồi, đủ hết!

Bà mỉm cười, mãn nguyện sung sướng. Bất thình lình bà nghĩ tới một chuyện thế nào ông cũng không để ý, lo quá bà níu lấy tay áo dài của ông:

- Ông có trình với quí vị ông tên gì, mấy tuổi, cư ngụ

ở đâu không?

Ông Năm vỗ trán bối rối, kêu lên:

- Thôi rồi, lo nói đủ thứ chuyện mà quên mất việc trình tên trình tuổi, tôi không có nói chỗ đó!

Bà Năm giậm cẳng cằn nhằn:

- Có bao nhiêu đó mà cũng quên, rồi làm sao mấy ổng biết ai mà phù hộ. Thành ra mấy lời khấn vái kể như bỏ. Công trình mẹ con tôi cực khổ từ khuya cho tới giờ…

Ông Năm thất vọng, buông xuôi hai tay, không nói không rằng, đứng nhìn xe cộ người ta xuôi ngược trên đường. Hồi lâu, ông quay qua nói như an ủi bà nhưng thiệt ra là cho ông:

- Chắc không sao đâu bà. Thần thánh linh thiêng, các ngài biết hết. Tôi có nói xin phép cất nhà cho cả gia đình tôi ở… Mấy ổng phải biết tôi là ai chớ, nếu không biết sao gọi là thần, bà khỏi lo. Bà thấy tôi nói có đúng không?

- Không đúng cũng phải đúng. Ông nói cái gì cũng phải hết. Tôi cãi đâu có lại ông. Mà ông có nhớ khấn xin ở cho được lâu, thiệt lâu không?

Mặt ông Năm tươi rói:

- Có chớ, không có sao được. Tôi nói chỗ đó rõ lắm mà, tới hai lần. Tôi cầu cho cả gia đình ăn ở mạnh giỏi, tới đời con, đời cháu, đời chắt, đời chít… Bà yên tâm đi!

*

Ông Năm sau khi cầm tấm hình cái nhà vừa lục lọi ra được, trở về ngồi trên cái ghế nệm. Bên ngoài bão tuyết vẫn thổi rào rào, những hột tuyết tròn bay tung đầy trời. Ông có sá gì cái mực thủy ngân lên hay xuống tới bao nhiêu đâu. Bây giờ trong đầu ông là cái miếng đất với căn nhà ở đó có nắng ấm, có cây cối xanh tươi, có cả một đoạn đời dài mà ông đã sống qua. Ông thương yêu nó biết bao nhiêu. Vậy mà phải bỏ đi đành đoạn. Ông phải làm đơn để xin hiến cho nhà nước… Căn nhà mà ông ước mong lâu bền tới đời con, đời cháu, đời chắt, đời chít, được chú Hai Lung cất bằng bê tông cốt sắt, bây giờ nó chỉ còn lại có chút xíu, nhẹ hẫng. Nó còn lại trong tấm hình nhỏ bằng bàn tay, màu đen trắng loang lổ, vàng ố, lờ mờ. Ông chỉ thấy được cái mặt tiền với hai cái khung cửa sắt kéo nặng nề, cái lan can trên lầu có để con voi với chậu bông sứ Thái Lan. Còn phía sau với khu vườn có cây nhãn, cây mận, cái cổng sắt kiên cố cùng bụi tre ngà, ông không thấy gì hết. Ông rán hỏi vói qua phía trước:

- Bà ơi! Hôm trước thằng Hoàng mới qua được đây, có nói gì về cái nhà của mình không, bây giờ nó ra sao rồi?

Giọng bà Năm trả lời, chậm chạp nhè nhẹ:

- Ờ, ờ, tôi quên nói với ông, bữa trước gặp nó, có hỏi thăm cái nhà. Nó nói bây giờ người ta lấy làm Hợp Tác Xã than củi, nước mắm, dầu hôi, tèm lem tuốt luốt lắm!

Ông Năm kêu trời, than nho nhỏ:

- Rồi mấy cây nhãn, cây mận của tôi? Còn cây mai già giữa sân nữa?

Bà Năm tiếp tục nói, giọng bình thản:

- Cái vườn phía sau họ chặt trụi lũi hết, làm chỗ đậu xe cam nhông, bụi đất mù trời. Tụi tài xế bộ đội phóng uế bừa bãi, bà con lối xóm bực mình lắm mà không ai dám nói gì.

Ông Năm ngồi dán người xuống ghế, lỗ tai lùng bùng. Ông thấy những biểu ngữ giăng giăng, những rừng cờ đỏ sắt máu, những đoàn người mặt đầy hận thù tràn vào tỉnh ly, tiếng nhạc đập đùng đùng chói tai. Ông thấy rất rõ những đứa con ông, những đứa cháu ông lần lượt bị bắt giam. Ông thấy tận mắt người ta bị bắt giết, đánh đập, giam cầm… Ông thấy những cảnh chia ly, đầy đọa, tang tóc, khổ đau. Ông thấy được những việc, những người mà cả đời chưa bao giờ được thấy qua. Tất cả đều quá lạ lùng, không thể nghĩ đến nổi. Xã hội mới, đất nước đổi mới là vậy đó sao? Ông có quá lỗi thời, cũ kỹ, già nua? Cái nhà bê tông cốt sắt trong đầu quay mòng mòng, tấm hình trong tay rơi xuống đất nhẹ đến nổi không nghe tiếng. Bên tai, ông nghe tiếng vợ móm mém, nói văng vẳng khi gần khi xa:

- À, nó nói cái năm mà vợ chồng mình hiến nhà cho nhà nước để được đi đó, hồi chưa bị chặt thì cây mai trổ bông nhiều lắm, rụng vàng cả đường đi!

Ông Năm bất động, hồi lâu tỉnh lại nói nho nhỏ:

- Tại sao mình đi mà nó lại không biết, trổ bông chi cho nhiều vậy! Tại sao vậy? Nó không biết thương tôi với bà sao mà... Hay là nó chưa biết nhà đã đổi chủ từ lâu!

Võ Kỳ Điền

VÕ PHIẾN

Tên thật Đoàn Thế Nhơn. Sinh năm 1925 tại làng Trà Bình, quận Phù Mỹ, tỉnh Bình Định.

Cộng tác với tạp chí *Bách Khoa* và nhiều tạp chí khác trước 1975. Chủ trương nhà xuất bản Thời Mới.

Di tản chính trị sang Hoa Kỳ năm 1975, cùng Lê Tất Điều xuất bản *Văn Học Nghệ Thuật*, tạp chí văn chương đầu tiên của người Việt hải ngoại, tạp chí này tục bản bộ mới tháng 5-1985, do ông làm chủ nhiệm, là tiền thân của tạp chí *Văn Học* bây giờ.

Ông mất ngày 28-9-2015 tại Santa Ana, Nam California.

Tác phẩm:

Gồm trên 37 tác phẩm, thuộc mọi thể loại: truyện, truyện ngắn, tùy bút, biên khảo, dịch, ký…

Tác phẩm dịch ra Anh ngữ:
- *Introduction to Vietnamese Literature* (Tổng Quan Văn Học Miền Nam), Võ Đình dịch, Vietnamese Language &Culture Publications, Victoria, Australia.
- *Intac* (Nguyên Vẹn), James Banerian dịch, Vietnamese Language & Culture, Victoria, Australia.

Xong cả

Trong chuyến đi Úc năm đó, tôi ghé thăm anh bạn ở Melbourne ở chơi ba hôm.

Trước, Tần và tôi chơi thân; từ ngày anh ta vượt biển sang Úc, chúng tôi chưa gặp nhau. Hôm đầu tôi đến Melbourne, Tần đưa đi loanh quanh cho biết: cây cầu West Gate, khu Springvale, bờ sông Yarra, nơi anh ta thích ngồi câu lươn và câu cá hanh, ngày có đêm có v.v… Sáng hôm thứ hai, anh chở tôi lên núi Dandenong; đường đi cây cối hai bên đẹp: tôi thích. Chủ ý của Tần là bữa ăn trên đỉnh núi. Ngồi ăn trong nhà hàng, nhìn qua tường kính, thấy bao quát Melbourne xa xa bên dưới. Ăn mấy lát bánh mì với cá hun khói, uống chút ít vang. Bên ngoài hơi lạnh, khắp trời mây một màu tro đậm. Ăn xong ra khoảnh sân nhỏ trước mặt nhà hàng, chống tay lên một bờ tường thấp trông xuống cái sinh hoạt của một đô thị sầm uất; tận cuối tầm mắt nhà cửa li ti san sát: cả một nhốn nháo không tiếng động. Ngang trời, mấy cánh chim trắng lượn nhanh qua lại. Đầu óc thảnh thơi quá. Tôi thích luôn cả buổi sáng hôm ấy. Tuy nhiên trên đường về, vào một lúc nào đó, tôi tình cờ buột miệng kêu thèm một bữa cơm mắm. "Xa nhà hơn tuần lễ, toàn ăn thịt cá và món tàu món tây, thèm mắm dữ rồi đa". Tần cười: "Chiều nay, cơm mắm. Có cả rau luộc".

Tôi chợt nhớ: Tần vẫn giống tôi chỗ ấy, cùng thích mắm. Hồi ở Sài Gòn, cả nhà tôi đều biết chuyện ấy, thế mà xa nhau mấy năm, suýt quên. Tôi nhắc lại, cả hai đứa cười vui vẻ, thêm gần gũi.

Trước bữa ăn chiều một lúc, Tần bảo sẽ có khách. Tôi hỏi: "Thế mất bữa cơm mắm sao?" Tần khoát tay: "Không, không. Sẽ có thêm mắm. Khách mang mắm tới. Ông ấy là chủ chiếc ghe đưa tụi này vượt biên. Tình cờ rồi cùng được

Úc thu nhận, cùng ở một thành phố. Thỉnh thoảng qua lại, gặp bữa thì ăn, có gì ăn nấy. Khách mà không phải khách…"

Quả nhiên ông Thất là người giản dị, dễ thân mật. Ông đến, cầm theo một thẩu mắm cơm. Ông mở bọc ni-lông, rút thẩu mắm ra đặt lên mặt bàn, hỏi:

"Ở bên Mỹ, ông có món này không?"

Tôi chịu, lắc đầu. Không có được đâu. Mười mấy năm rồi, ngay từ hồi còn ở Sài Gòn cũng không hề thấy thứ mắm cơm này. Ông Thất cho biết đó là tự ông làm lấy. Tại đây có cái chợ nhỏ của người Phi Luật Tân có bán cá cơm đông lạnh. Trông giống hệt, đồng cỡ với cá cơm bên ta. Ông Thất mua cá về, lần đầu làm thí nghiệm một bọc cá chưa đầy một pound.Lường muối đổ vào, bịt kín nắp thẩu. Mỗi ngày mở nắp thăm chừng một lần. Qua ngày thứ tư thì biết chắc là thành công. Từ đó thỉnh thoảng vẫn làm mắm. Nghe nói có người ở Mỹ sang chơi lại thích mắm, ông bảo vừa muốn thết người đồng điệu, vừa muốn nghe chuyện sinh sống của bà con ta bên Mỹ.

À, thì ra ông Thất đã biết cả. Ông tới chơi không phải chuyện tình cờ. Ra Tần và ông Thất, họ đã nói với nhau về mình rồi.

Ông Thất bảo muốn đến nghe chuyện, nhưng thực ra trong bữa hôm ấy tôi nghe ông được nhiều hơn là ông nghe tôi. Ông không phải kẻ hay nói, nhưng câu chuyện tự dưng đưa đẩy.

Ông là người ở Châu Đốc, chuyến vượt biển của ông đưa đi hai mươi bảy người. Không có trẻ con, tất cả cuối cùng rồi đều đến bến bờ cả. Chuyện ông nói, nay tôi nhớ đầu Ngô mình Sở, chỗ còn chỗ mất. Ông thuận đâu nói đấy, hỏi đâu nói đây thôi. Có lúc ông nói về mía. Bảo ghe ông chở theo độ ba trăm cây mía. Trước là để ngụy trang: mía xếp lên trên, phía dưới giấu giếm dầu mỡ lương thực v.v… Cán bộ trông qua, lại có thể nghĩ là ghe chở mía đi bán các chợ. Thế mà rồi về sau mía được việc lắm: lạc đường, ghe hư máy, mưa bão, cạn lương, hết nước uống, bấy giờ không có mươi cây mía cho mỗi đầu người e mệt ngất ngư.

Từ cái mía vượt biển, ông Thất liên tưởng tới cây mía lãng mạn ở chợ Châu Đốc ngày nào. Ông bảo ở đây có thời cứ chiều chiều có những chiếc xe lôi chở các thiếu nữ đi lòng vòng hóng mát, chuyện trò, ngắm cảnh, và… nhai mía.

Tân và tôi cười rộ:

"Tiết thanh minh mà các nàng Kiều biết cách du Xuân kiểu này thì… thoải mái quá. Thúy Kiều, Thúy Vân mỗi nàng múa một khúc côn. Nhưng lỡ gặp Kim Trọng, Kiều nép vào dưới hoa có chỗ bất tiện, vì lời hai khúc côn ra?…"

"Thường là bốn cô. Xe lôi ở Hậu Giang hồi đó có hai băng bọc nệm đối diện, ngồi được bốn người. Mía bán tại chợ Châu Đốc có cái đặc biệt: róc vỏ sẵn cả cây dài, phủ vải che đậy sạch sẽ. Khách chọn lựa dễ dàng: chỗ nào bị hư bị sâu là thấy liền. Chọn cây thật ngon thật giòn, bảo dứt ra mấy đoạn, mang lên, mạnh cô nào nấy múa. Cuộc du hành của các nàng đâm 'vui' thêm".

Cảnh chiều Châu Đốc độc đáo quá.

Anh Tần chỉ có mắm mua: mắm mực mới trộn của Đại Hàn, mắm cá mòi đống hộp ở Thái Lan v.v… Không xuất sắc bằng món mắm tự chế của ông Thất. Tôi gặp một con mắm nguyên, cắn một miếng ớt tươi, còn xanh. Ông Thất bảo:

"Ông ăn ớt 'giỏi' hơn chúng tôi nhiều. Nghe nói người Huế ăn cay lắm, không biết đúng không?"

Một kỷ niệm thoáng qua trong đầu, tôi khựng một chút rồi đáp:

"Tôi ăn ớt… đại khái cũng bằng người Huế".

Bắt gặp ánh mắt thăm dò kín đáo của ông Thất, tôi giật mình. Có lẽ nét mặt, giọng nói tôi có tiết lộ gì chăng? Đâu có gì, chẳng qua một thoáng… Nhưng mỉm cười như thế có âm thầm quá chăng?

Ông Thất đã bắt lảng qua chuyện khác nhanh nhẹn, tự nhiên. Ông bảo người Thái Lan ăn cay mới khiếp. "Tụi nó ăn hàng tô ớt. Chính mắt tôi thấy tụi nó ăn cơm với cả tô ớt băm nhỏ trộn đường! Sáu đứa, một tô ớt, không phải mỗi đứa một tô. Như vậy cũng là dữ quá chứ gì nữa?"

"Tụi nó" đây là bọn hải tặc đã bắt ghe ông. Tôi bỏ chuyện đó, nhảy liền sang chuyện hải tặc, hỏi liên tiếp mấy câu. Hải tặc giữ ghe từ xế hôm trước tới trưa hôm sau thì thả đi. Ghe có chín người phụ nữ, kẻ có chồng người không. Nhóm ngư phủ Thái Lan này, đối với nhóm tị nạn trong chuyến đi ấy tội có tội, ơn cũng có ơn. Hoàn cảnh phức tạp, khó nói được lời dứt khoát. Ghe hư máy, hết lương, nếu tụi nó bỏ qua, tất chết. Tụi nó sửa máy giúp, cho dầu nhớt, cho người ăn, lúc từ biệt còn cho cả một bao gạo và mắm muối.

Tại sao có thể? Theo ý ông Thất thì do một sự tình cờ. Thoạt tiên tụi nó tỏ ra là một lũ cướp hung ác thô bỉ tàn bạo. Buổi chiều, trên tàu có một đứa tự dưng để ý đến hai bà già Việt đang ngồi niệm Phật, lần tràng hạt. Nó dừng bước, nhìn rồi đi. Lát sau, hai đứa khác tới hỏi chuyện, về tôn giáo. Tất nhiên qua loa thôi, vì ngôn ngữ bất đồng. Nhưng sau đó tụi nó thay đổi thái độ. Tên chủ ghe có vẻ là đứa tỏ ra ân hận nhất. Trước, nó tệ hết chỗ nói.

Ông Thất chỉ nói về cái ơn. Còn cái tội. Tất nhiên ông hiểu sự tò mò của tôi; nhưng ông lờ đi. Những chuyện gì xảy ra trong chuyến đi, dù ông có là chủ ghe, cũng không ai có thể coi là ông phải chịu trách nhiệm. Ông tránh nói chẳng qua vì ông là người lành. Cái lành của ông, trông qua thấy ngay. Ông lớ quớ, lúng túng. Chỉ lỡ chân bước đến gần nỗi đau thương của người khác ông đã khốn khổ rồi, làm sao ông động vào nó được.

Vậy là cho qua, cái tội. Ông chỉ có một câu mơ hồ: "Số phần… Kẻ may người rủi… Số phần cả…"

Anh Tần tiếp sức, đưa câu chuyện tách ra xa thêm:

"Chỉ có hăm bảy người mà bây giờ tản mát khắp nơi, nhiều người chắc không bao giờ có dịp gặp lại. Anh Thất nhỉ, như chú Tạo chẳng hạn, dễ gì gặp chú ấy nữa!"

Tần cười. Trong thời gian ngắn ngủi ở trại tị nạn Phi Luật Tân, Tạo dính vào một mối tình địa phương. Chú ta mết nặng, cưới luôn cô ta, ở lại bên Phi.

Những người còn lại, có gia đình đi Pháp, có kẻ đi Gia Nã Đại, đi Hoa Kỳ, có người đang sống bên Đức v.v… Tần kết thúc: "Rồi đâu vào đây cả. Cũng xong cả". Ông Thất cười lành.

Xong cả. Chúng tôi lại tản mạn, như những lúc tâm hồn thanh thản. Có người bảo dân Việt tị nạn phiêu bạt tứ phương, nhưng vẫn còn có chỗ gặp nhau: đĩa mắm. Ngôn ngữ và y phục đổi nhanh theo địa phương, nhưng thói quen ăn uống trong nhà với nhau vẫn ít thay đổi đấy.

Ông Thất nhận xét:

"Hồi ở trong nước, nghe mấy người Tàu quen biết khen cá mặn, những thứ mã dẫu, xám ngà hoác là ngon, dân Quảng Đông ưa thích. Sang đây hôm nọ vào chợ Tàu, có người lại mách lũy-xôông hoác là ngon, tôi nghĩ thứ cá đó chắc là ở vùng đảo Luxong (Lũy-xôông); e những người này trước khi đi sang Úc đã có thời sinh sống bên Phi Luật Tân. Tàu thì vẫn ăn hàm dỉ, nhưng gần đây tôi để ý thấy người Tàu Hương Cảng ít người nhớ cá mặn. Có lẽ dân thành phố Hương Cảng, sát mé nước, họ ăn cá tươi quen rồi, họ lại dồi dào tiền bạc, không cần muối cá để dành… Thành thử sau biến cố tháng

Năm 1975, người Việt tản mát một thời gian e rồi cũng không chắc còn gặp lại nhau trước đĩa mắm. Tôi nghĩ vậy, không biết đúng không".

Câu chuyện đã lang thang xa xôi như vậy, bất ngờ một lúc nào đó, ông Thất nghe Tần bảo tôi ở San Diego, ông hỏi:

"San Diego, gần San Jose phải không?" Rồi quay sang bảo Tần "Vợ chồng ông Phụng ở San Jose".

Tôi hỏi vội vàng:

"Phụng… Tố Nga?"

Tần đáp:

"Đấy".

*

Trong các chuyến đi xa, thỉnh thoảng tôi lại được mách cho biết địa chỉ của một bạn bè quen biết hay bà con vẫn ở gần mình. Di cư kẻ trước người sau, không liên lạc nhau, lắm khi người này đến lập nghiệp kề bên người khác mà không hay.

Trường hợp Tố Nga thì đặc biệt.

Tố Nga với tôi, có lúc tưởng sắp nên vợ chồng. Khi ông Thất khen tôi ăn ớt giỏi, tôi khựng là vì Nga, vì chợt nghĩ tới Nga. Tố Nga là gái Huế. Hôm đó chúng tôi bốn năm đứa trai có gái có, chúng tôi ăn hủ tiếu trong tiệm. Trong cái đĩa trước mắt tôi chọn được trái ớt xanh ngon lành, cắn đánh "bụp". Tên bạn bên cạnh nhìn tôi nhai ngấu nửa trái ớt, nó ngạc nhiên, tri hô om sòm. Mấy đứa nói nọ nói kia. Tôi không chú ý, mải sung sướng vì Tố Nga. Nga bắt gặp tôi cắn ớt trước thằng bạn, tôi biết thế. Nhưng nàng không nói gì. Nàng lặng lẽ mỉm một nụ cười lặng lẽ. Như thể nàng bảo: "Khá!" Không chỉ là khen. Vừa khen, vừa giễu, giễu mà âu yếm, hãnh diện về tôi. Và như thế hoàn toàn lặng lẽ, không ai biết, chỉ có Nga biết, tôi biết. Như vậy tôi không sung sướng sao được?

Tôi không phải dân Huế. Tôi là người Quảng, Quảng Nam. Tự dưng tôi ăn cay dữ tợn, như dân Huế chính cống. Nhưng thế có gì đáng… "hãnh diện"? Tố Nga cứ hãnh diện, cứ âu yếm, như đó là lý do chính đáng làm cho tôi hay ho thêm. Một người mẹ vẫn hãnh diện về đứa con bé tí của mình vì những cái không đâu như thế.

Lúc ấy tôi quen Nga chưa được một năm. Ban đầu hình như cũng không xảy ra chuyện gì đặc biệt, nhưng dần dà ngày một ngày hai cứ có những việc (vẫn không hẳn là đặc biệt) lần lượt xảy đến như thế. Khi để ý tới thì đã rõ hai đứa đã yêu nhau kỹ, còn tán tỉnh gì nữa. Thành thử trước sau chưa lúc nào có sự tán tỉnh.

Câu nói của ông Thất thình lình gợi lại trong trí tôi sự việc ở quán hủ tiếu ngày xưa. Tôi xao xuyến, âm thầm.

Trở lại chuyện xưa. Giữa tôi với Tố Nga không có tán tỉnh, cũng không có lời tuyên bố nào cả. Nhưng không phải không có sự đoan quyết, lặng lẽ mà công khai. Tôi nghĩ Nga cũng hiểu như tôi. Một lần, ngay tại nhà nàng, tôi đang ngồi nói chuyện với mọi người: có thằng nhỏ em nàng, có mẹ nàng. Một lúc, tự dưng thằng nhỏ bỏ chạy đi đâu mất; mẹ nàng đứng lên xuống bếp. Tôi ngoảnh lại nhìn nàng, nàng nhìn tôi. Bốn mắt ngừng lại đối nhau. Tôi gan lì, gan lì… Nga cũng liều lĩnh, bướng bỉnh. Trời, không tả được. Nhiều cảm xúc diễn ra, xuất hiện, biến đổi nhanh chóng, xôn xao rộn ràng quá sức. Không thể biết được như vậy là bao lâu. Hai giây, ba giây đồng hồ chăng? Tôi chịu hết thấu, bỏ cuộc trước khi có tiếng chân mẹ nàng trở lại.

Sau chuyện đó, tôi xao xuyến rất lâu, biết rằng chúng tôi đã đến giai đoạn quyết định. (Kể ra còn một lần nữa, nhưng không đáng kể lại. Lần thứ hai thì coi như không. Tình cờ chúng tôi lại gặp mắt, lại dừng mắt nhìn nhau. Tôi bạo dạn hơn. Tôi cố thủ. Nhưng lần này, nửa chừng Tố Nga bỏ cuộc, quay đi. Tôi kiểm điểm, nhận ra nàng có lý: nàng bỏ cuộc không phải vì xúc động. Lần này xúc động ít hơn lần trước, mà sự đương đầu của tôi như là có một dụng ý nghịch ngợm. vì thế nàng bỏ. Nàng có mỉm cười nhẹ. Vậy là hỏng. Không đáng kể).

Tuy nhiên tôi nghĩ bụng: Tôi về Quảng, rồi trở lại Sài Gòn sẽ xếp đặt việc hôn nhân cho xong. Chẳng có lý do gì để kéo dài tình trạng này ra. Lằng nhằng, mất thì giờ.

Tôi về Quảng, ở tù một năm hai tháng, bệnh tình trầm trọng của mẹ tôi giữ tôi lại gần bốn tháng nữa. Tôi trở lại Sài Gòn thì Tố Nga đã có chồng.

Thật ra bảo tôi ở tù không đúng. Chẳng có tù tội gì. Người tỉnh tôi vẫn ham hoạt động chính trị. Đảng này đảng nọ, phe này phái kia, thời nào, chế độ nào thanh niên miền tôi cũng có thái độ. Thường là chống đối. Và chống đối thường là ác liệt, gay gắt, cực đoan. Trong vụ này, thực ra không có tôi, nhưng tụi bạn nhiều đứa hoạt động mạnh. Tụi nó tới lui hẹn hò tại nhà tôi đều đều. Tôi bị hiểu lầm. Nhóm ngoài Quảng đổ bể lúc nào tôi không hay. Tôi vừa về tới nhà hôm trước thì hôm sau bị tóm liền. Chuyện chính trị đảng phái mà, chơi toàn đòn ngầm, bí mật. Tôi bị giấu kỹ, gia đình còn không biết tìm đâu, nói gì Tố Nga.

Thằng Phụng với tôi quen nhau từ lâu. Cớ thể nó không biết về chuyện tình cảm giữa tôi với Nga. Lặng lẽ quá, ai mà biết? Có thấy gì đáng biết đâu? Có thể chính ngay Tố Nga khi tôi bặt tin hoàn toàn cũng có lúc đâm ra hoang mang, ngờ vực cả tôi, nghi ngờ về ý định, về tình cảm của tôi. Có thể Nga đã nghĩ bấy lâu mình hiểu lầm, suy đoán tưởng tượng sai lầm về tình ý tôi v.v…

Về Sài Gòn, nghe Nga có chồng, tôi không lai vãng. Chúng tôi không có dịp gặp nhau trước tháng Năm 1975. Tuy vậy thỉnh thoảng cũng có một vài lời nói, một vài mẩu tin bên này bay sang tai bên kia, ngẫu nhiên, qua trung gian bạn bè. Chẳng hạn có lần Tố Nga bảo trong thời gian tôi bặt tin ngoài Quảng, nàng đã nghe nói tôi theo cánh đấu tranh rồi lên núi rồi ra Hà Nội, lại nghe bảo tôi bị sát tử trên đường trốn lên Trường Sơn v.v…

Còn tôi, tôi có câu nói cay đắng, nghĩ lại xấu hổ. Trong câu chuyện, có cô bạn gái nói gì đó về cái ý "một ngày cũng nghĩa". Khi ai nấy nói xong, tôi một mình nhận xét: "Một ngày mà 'cũng' à? Một ngày là quá đấy, ba giây đậm đà đã là nghĩa rồi".

Nếu tôi bảo ba phút, chắc cả đám đã kêu tục tĩu. Nhưng ba giây,… ba giây yêu đương là thế nào? Tôi giải đáp qua quít. Rồi lặng lẽ, loáng thoáng một nét cười thầm. Vậy mà việc cũng tới tai Tố Nga. Chắc là do Hồng thuật lại. Hôm đó có mặt Hồng.

Nga nghe Hồng kể lại hồi nào tôi không biết. Mãi sau này, đến với Tố Nga mấy lần ở San Jose mới nghe nàng nhắc.

Đến với Tố Nga làm gì? Thoạt tiên tôi không có chủ đích rõ ràng. Nhưng tôi cảm thấy phải đến. Nàng lấy chồng là không gặp nhau nữa, tuy cùng ở Sài Gòn, như thế trong nhiều năm: vậy là quá đáng rồi, không giận hờn cũng hóa như hờn giận, không cay đắng cũng như cay đắng. Bây giờ đã đổi đời, bây giờ cùng trôi dạt cả, bây giờ cùng trải qua bao tai biến, biết nơi nàng ở không xa mà không đến một chút là thế nào?

Hôm ở Úc, tôi hỏi, ông Thất trao cho tôi cái địa chỉ và số điện thoại mà lúng ta lúng túng. Tôi hiểu ông định nói, rồi thấy không nói được một lời nhắn, đại khái: "Ông chuyển giùm tôi vợ chồng ông Phụng: chúng tôi gởi lời thăm". Tôi hiểu ông Thất không muốn đề cập tới việc tôi và ông đã gặp nhau, đã nói chuyện về chuyến đi, về vợ chồng Phụng v.v…

Kết cuộc việc xảy ra khá đơn giản. Tôi đến tận San Jose mới gọi điện thoại, gặp Nga ở đầu dây, bảo nhân đi công việc, tới đây nghe có người bảo cho biết địa chỉ "ông bà"… Nga bặt một lúc, rồi nói:

"Mười một năm rồi đó nghe… Chừ đang ở mô?"

"Ở ngay đây".

Tôi cho biết vị trí, Nga chỉ đường đi: lên xa lộ này, bắt qua xa lộ kia, rẽ xuống đường nọ v.v…

Nga trông mỏng người, so với trước. Phần đông qua Mỹ người nặng nề ra, Nga thì mỏng. Nhưng ấy là nói về thân người, còn khuôn mặt thì không gầy mà chảy xuống, mỏi mệt. Nàng đã có hai cằm.

Trông thấy tôi, mắt nàng ánh lên niềm sung sướng, vẫn như xưa, chúng tôi vẫn không giấu giếm gì nhau qua ánh mắt. Chúng tôi đơn giản, ngay thực. Có gì trong lòng là có cả ở mắt. Cho nên chúng tôi không cần trung gian ngôn ngữ. Không thấy cần phải nói năng gì.

Nàng bảo Phụng hôm ấy làm thêm giờ ở sở, sẽ về đến nhà trong vòng nửa giờ nữa, mời tôi ở lại ăn cơm. Tôi ở lại. Trong vòng nửa giờ, Tố Nga nói về chuyện gia đình. Tất nhiên không do tôi hỏi. Tôi không đề cập xa gần gì đến cuộc sống gia đình nàng trước kia ở Sài Gòn cũng như ở đây, sau cuộc vượt biển. Và nàng nói chuyện gia đình, không phải chuyện tai biến giữa biển, chuyện tình cảm ái ân, chuyện tính tình hòa hợp hay xung khắc gì ráo. Cái nàng phàn nàn với tôi là vấn đề gõ tay của Phụng. Và từ đấy về sau, mỗi lần chúng tôi gặp nhau, nếu có đề cập tới gia đình thì cũng là chuyện gõ tay thôi.

Thoạt tiên, nàng nói qua, tôi không chú ý. Kể ra, chắc ai cũng phản ứng thế thôi: Gõ tay, có gì đáng chú ý? nàng nhắc lại:

"Khó chịu lắm anh".

Tôi vẫn lờ mờ, hỏi hờ hững:

"Vậy hả?"

Tố Nga không đáp ngay, lát sau nàng trở lại chuyện ấy, và kêu:

"Khó chịu rứa tê".

Tôi trông qua nét mặt của Nga, thấy là cái quan trọng. Nhưng từ lúc ấy đến lúc Phụng vào nhà chúng tôi không có nhiều thì giờ. Nga lại bận tay, nên không kịp đi sâu vào vấn đề.

Phụng trông thấy tôi, bình tĩnh, thản nhiên. Thoạt đầu, tôi có cảm tưởng như có nét lãnh đạm: Anh ta khó chịu vì tình cờ bắt gặp chỉ có tôi và Nga trong nhà chăng?

Nhưng chuyện trò qua lại một lát, tôi nhận ra ngay là mình hiểu lầm. Phụng không quan tâm đến chuyện ấy. Và hình như anh ta không quan tâm đến chuyện gì nhiều. Tính tình như già hẳn. Hững hờ, lạnh lạt, thỉnh thoảng xa vắng.

Sau bữa ăn, hai chúng tôi ngồi uống cà phê, trong lúc Nga dọn bàn, rửa bát. Nga liếc mắt, tôi để ý: Phụng đang gõ tay. Nghĩa là gõ các đầu ngón tay xuống mặt bàn. Móng tay đánh lắc cắc, khi lớn khi nhỏ khi nhanh khi chậm… Đang hào hứng, chợt nhận thấy bị quan sát, Phụng ngừng tay. Một lát, lại có tiếng gõ nhẹ. Trông đàng lưng, tôi biết Tố Nga đang bực dọc, biết mơ hồ.

Khi tôi ra về, Phụng đưa tôi ra ngoài đường, tận bên cửa xe. Tôi hiểu, không phải anh ta cố ý ngăn cản tôi và Nga điều gì; chẳng qua Phụng hơi đãng trí.

Từ Nam Cali, lâu lâu tôi có liên lạc với gia đình Phụng-Nga qua điện thoại. Lần nào nói riêng với nhau, Nga cũng nhắc:

"Anh thấy không? Gõ tay như rứa phải bình thường mô? Đồng ý không? Bực mình… Nghĩa là đối với một người ngày nào cũng phải nghe hoài nghe hoài… bực mình, sốt ruột chớ, phải không?"

Tôi bảo:

"Nga có lần nào nói cho Phụng nó biết chưa?"

"Khó… Nhưng Nga cũng có nói rồi…"

"Trước, không thấy Phụng có thói quen ấy. Bắt đầu hồi nào vậy? Lâu chưa?"

"Răng biết được? Bắt đầu khi mô răng mà nhớ ra được? Cứ mỗi ngày mỗi quá. Chừng năm rưỡi nay thì Nga hết chịu nổi. Muốn phát bịnh. Cứ rứa hoài, e Nga phát bịnh".

Dần dà rồi có lúc tôi phải nói xa xa đến những dằn nén, ẩn ức, đến chuyện bác sĩ bệnh tâm trí v.v… Nói rụt rè, dè dặt hết sức. Hình như không đi tới đâu.

Chừng bảy tám tháng sau, tôi lại có dịp ghé nhà Phụng-Nga. Tình cờ thôi, tôi không cố ý nối lại liên hệ gì cả, thực tình là thế. Vả lại, giá "có ý" như thế, cũng hỏng thôi. Giữa Nga và tôi, nguội lạnh rồi. Giữa Nga và tôi, trước kia không có sự tán tỉnh nào mà tự nhiên mối tình thành hình. Rồi bây giờ không có xung đột nào, tự nhiên nó nguội dần, cũng lặng lẽ. Quan hệ giao hảo vẫn tốt. Gặp nhau thì vui êm ả. Nhắc cái nghĩa ba giây vẫn không quên. Nhưng sự tình đã rõ: hết rồi. Bây giờ Tố Nga đang khốn khổ với thói gõ tay của chồng, một tai ương không gỡ nổi.

Lần ấy, tôi đến, Nga vắng nhà. Nàng đi Santa Ana thăm bà cụ nằm bệnh viện. Đi ăn tiệm với Phụng, tối ngủ lại với Phụng, tôi có nhiều thì giờ để ý đến anh ta. Có những cái ngồ ngộ. Mặt anh ta bỗng nổi mụn như mặt con trai mới lớn. Mụn đầu đen, mụn trứng cá, sưng từng cục. Có chỗ mụn bọc đỏ rần lên. Tôi mỉm cười, anh ta xoa xoa bàn tay lên má, tỏ ý "cho qua". Tôi đùa:

"Mụn à? Kỳ vậy?"

Anh ta xoa má, cười cười, bí mật.

Hôm ấy Phụng với tôi hào hứng. Chúng tôi hào hứng hơn là tôi với Nga. Phụng nói nhiều, và gõ tay cũng nhiều, quên giữ ý.

À, bây giờ tôi mới biết thế nào là gõ tay. Hoặc móng tay chạm mặt bàn lắc cắc, hoặc đầu ngón tay chạm mặt bàn lộp bộp, đàng nào tiếng động cũng rất là rộn ràng. Có khua động nhịp nhàng thì có một thứ âm nhạc nào đó, nhưng cái nhạc móng tay không có điệu du dương, điệu êm ả, dịu dàng v.v… Không có đâu. Toàn những tấu khúc khẩn trương, dồn dập, náo nhiệt. Có khi còn… "ác" hơn. Chẳng hạn trong trường hợp Phụng.

Crụp cụp cắc, crụp cụp cắc, crụp cụp cắc, cắc cắc.

Crắc cắc cụp, crắc cắc cụp, cắc cụp cắc cụp. Cắc! Cụp! Cắc! Cụp! Chợt anh ta vụt phóng lên tưng bừng:

Crắc cắc cụp cụp cụp cụp! Crụp cụp cắc cắc cắc cắc cắc. Cắc cắc crắc cắc cụp. Cụp! Cụp cụp cụp! Crắc cắc cắc cụp. Crắc cắc cắc cắc cụp cắc cụp. Cắc! Cụp! Cắc! Cụp cụp!… Cứ thế ào ào như mưa sa gió táp, như ngựa phi, như hổ rượt từng đàn, như hỗn loạn bùng nổ tới nơi. Phụng đâu rồi? Phụng có còn là đứa bạn ngồi nói chuyện với tôi nữa không? Cái gì xảy ra vậy? Phụng, mắt nó sáng lên, người nó cứng đờ; nó thoát rồi, nó thăng hoa rồi, nó đâu còn bên tôi nữa? Ối, cái gì, chuyện gì vậy?

Thình lình: Crụp Crụp!

Hai tiếng dứt khoát, mạnh mẽ, rồi im phắc.

Ngỡ ngàng một chút, rồi chúng tôi tiếp tục chuyện trò. Tôi lên tiếng trước, như làm một cử chỉ lễ độ, như vờ chối rằng mình vừa không nghe thấy gì, không để ý đến cái gì bất thường cả. Phụng ngần ngại, rồi cũng bắt theo. Như một kẻ dại dột vừa lỡ… phát trung tiện giữa đám đông và được xung quanh bỏ qua. Đôi bên lúng túng, khổ sở thấy rõ. Rồi cũng qua.

Lát sau, khi câu chuyện đã trôi chảy, có bề hào hứng, thì khe khẽ lại bắt đầu lục cục thưa thớt. Rồi nhanh, rồi rộn ràng, tới tấp v.v… Đại khái bắt đầu máy động một ít thắc mắc, băn khoăn, ray rứt, máy động rụt rè, thăm dò. Sự khua khuống dần dần mạnh dạn, rồi hóa hùng hổ, rồi lồng lộn, thành hẳn ra cơn cuồng nộ.

Có nói, có lục cục, lắc cắc. Không nói, ngồi trầm ngâm nhấm nháp cà phê, cũng lục cục lắc cắc liên hồi. Tôi thầm nghĩ: Gõ tay, rồi ruột thật. Tố Nga có lý. Một vấn đề trầm trọng, phải giải quyết, nếu không làm sao sống với nhau được. Sẽ nói chuyện với Nga về việc này…

Nói với Nga, Nga mừng húm. Mừng vì có người chia sẻ với nàng, thông cảm với nàng về cái tai nạn kỳ quặc. Nga hỏi:

“Anh đã trông thấy anh ấy gõ tay một mình chưa?”

“Gõ tay… một mình?” Tôi chưa hiểu. “Thì lúc nào chẳng một mình?”

Nga bật cười:

“Nói gõ một mình không phải là gõ tay xô-lô, độc tấu, không có hòa âm. Ý tôi muốn nói về cái lối gõ tay khi không có chuyện trò, không ngồi với ai cả, khi anh ấy tưởng chỉ có một mình, không ai trông thấy. Gõ một mình tức là gõ… tự do…”

“Tức gõ không có khán thính giả?”

Nga im lặng một lúc, rồi buồn buồn:

“Thấy tội nghiệp rứa tê… Chi mà dị rứa không biết nữa”.

Tôi chưa chứng kiến. Chỉ mường tượng trong đầu cảnh gõ tay một mình, đã thấy quả có “dị”. Một mình mải miết đuổi theo các điệu lồng lộn nọ, người gõ dám bị dẫn dắt tới những điệu bộ lố lăng, dị hợm: gục gặc, lúc lắc, vung vẩy, ngấc ngư… Ôi! Người Huế bảo "dị rứa tê", tức ở trong Nam cho là kỳ cục thấy mồ, quái đản chết luôn.

Sáng tác nghệ thuật nào cũng thể hiện một phong cách. Người nghệ nhân gõ tay một mình bày ra một nhân dạng nhân hình không ra làm sao cả. Bất lợi cho mình hết sức. Vậy mà Nga chỉ nói: "Khó chịu lắm anh". Tôi thấm thìa cái nết chịu đựng âm thầm, nhẫn nại dịu hiền của Nga.

*

Nhưng cái hào hứng của Phụng hôm ấy không liên quan đến gõ tay. Liên quan đến chim.

Phụng bảo hồi gần đây đêm đêm nằm ngủ anh mơ thấy mình hóa ra con chim. Một con chim trống. Nói cách khác: ban ngày anh là một nhân viên của hãng hóa chất Westco, cặm cụi làm việc tám giờ, ngoan ngoãn. Nhưng đêm đến, Phụng là một con chim trống, đeo đuổi một con chim mái. Cứ theo những gì biểu lộ trên nét mặt anh ta, theo cái cách kể chuyện, giọng to giọng nhỏ, theo nụ cười ánh mắt anh ta, thì đây là một mối tình đầy hứng thú. Tôi hỏi:

"Đêm nào cũng vậy hả? Cứ tối đến là ông có hẹn hò?"

"Không hẳn. Không tuyệt đối đêm nào cũng gặp nhau. Nhưng đại khái gần như thường xuyên…"

"Thường xuyên? Đêm đêm cô cậu thường xuyên rập rờn khắp rừng nọ núi kia? Trời ơi…"

Phụng cười hi hí. Rõ là có sự thích thú. Tôi tò mò về cái bay. Cái bay, Phụng đồng ý cũng là một thích thú. "Bay ràn rạt trên các ngọn cây, trên đầu đám cây xanh ngút ngàn tràn ngập núi non, phải chịu là một thích thú", Phụng bảo thế. "Riết rồi quen thói, không bay mây đêm lại nhớ. Bỏ con chim mái qua một bên, nguyên một cái nhớ bay đã là vấn đề. Mình di chuyển bằng chân ngót nửa thế kỷ rồi, ít sao? Vậy mà chưa bao giờ mình nhớ cái đi. Khi đau ốm khi tù tội, bị buộc phải nằm bẹp dí một chỗ thì có nhớ. Là nhớ cảnh, nhớ người nọ người kia, nhớ quán cà phê, nhớ thành phố.v.v… hình như không có chuyện nhớ… đi. Phải không?”"Mình không chắc chắc lắm. Cậu soát lại coi. Cậu kiểm điểm, rồi bổ túc ý kiến cho mình chỗ ấy. Nhưng về cái bay thì mình có thể nói chắc: Thích lắm. Nhớ lắm".

Tôi không nghi ngờ. Trông bộ dạng Phụng, thấy rõ mồn một. Vả lại việc gì anh ta lại nói dối? Cái anh ta muốn khoe, cái chính, đâu phải là chuyện bay? Hễ đã làm chim tất nhiên là bay thôi, có gì đáng khoe khoang? Cái chính là mối tình, là con chim mái.

Thoạt đầu tôi vô tình, không xem là chuyện nghiêm chỉnh. Ái tình gì lại thế? Lại người với chim? Chẳng qua chơi thôi, đùa thôi. Chú ý làm gì? Thoạt đầu, trong ý tôi, cái lý thú, mới lạ là cái bay; tôi chú ý cái đó.

Sau, nói một hồi, tôi ân hận đã cầm chân Phụng vào một đề tài thứ yếu: Phụng đang nôn nao muốn vọt ngay sang đề tài chính.

Nhưng phải nhận rằng đây không phải chuyện vui mừng, sung sướng. Đây là một mối tình trắc trở. Không phải Phụng kém cỏi về phương diện nào, không phải lỗi ở anh ta. Phụng biện bạch:

"Nghĩ coi: Chim có hoàn cảnh của chim, đâu phải như người? Chim mái lớn lên không như các thiếu nữ, không là nữ sinh nhí nhảnh, trao đổi ánh mắt nụ cười rộng rãi, mê hoặc cậu nọ cậu kia, chọn lựa kỹ càng rồi mới trao duyên. Chim đâu có chim ngồi bên song cửa, chờ đợi trai lành bốn phương. Đâu có thế? Thấy không? Chim sinh ra lắm loại có đôi có lứa sẵn sàng. Mình đơn thân độc mã ở đâu lạc loài bay đến. Mình khốn khổ ngay".

"À! Anh này. Đoạn trường. Ngoài đời khổ, trong mơ

khổ. Làm người khổ, làm kiếp chim lại khổ. Sao không chọn làm cây thông?"

Nhưng coi chừng, Phụng không hẳn thấy khổ. Vắng mơ là vắng bay, nhưng rõ ràng Phụng không nhớ bay bằng nhớ chim mái đâu. Và nhớ cả những nỗi truân chuyên trắc trở xung quanh cuộc rượt đuổi con mái. Nó có chồng. Nó có phong tục riêng: vợ chim không ở nhà lo nội trợ để chồng ngược xuôi lưng trời kiếm ăn. Chim thì vợ đâu chồng đó, Phụng chen vào khoảng nào trong cuộc sống lứa… ba? Lẽ nào anh ta thích thú hào hứng trong cảnh chầu rìa? Vai trò anh ta là thế nào?

Phụng phân giải: Đời sống ở đâu cũng có phép tắc, anh chàng không được hưởng hạnh phúc công khai. Tuy nhiên không thể gọi là thất bại. Phụng nhấn mạnh: Không hề thất bại.

Anh ta dần dà phân giải kỹ hơn: Nghĩa là cặp chim kia vẫn một cặp, nhưng con mái đã… san sẻ tình yêu. Mọi san sẻ như thế – ở chim cũng như ở người – mọi san sẻ tình yêu đều kín đáo, ý tứ; nhưng trong cuộc với nhau thì nhận biết ngay… "Tụi nó ở đâu, tôi ở đó, nghĩa là gần đó. Thỉnh thoảng nhìn nhau, âm thầm sung sướng…"

Tôi thắc mắc: Làm cách nào Phụng "chinh phục" được tình yêu con mái? Hót à? Chim vẫn quyến rũ chim bằng tiếng hót, Phụng biết hót hồi nào? Hót hay tới đâu?

Anh ta ngần ngừ, rồi giải thích, cách thận trọng: Không phải do hót… Có lẽ do gõ… Do mình gõ… hơi xuất sắc. Nghĩa là có cốt cách riêng… Nó để ý… Nó "chịu".

Tôi ngạc nhiên. Như thế là thế nào? Chim gì lại chim khoái nghe gõ tay? Phụng nói thêm: Chim gõ kiến ấy mà. Thật ra không phải gõ kiến. Xứ mình không có loại chim ấy, các tự điển dịch đại khái vậy thôi. Tức con woodpecker. Woodpeckernó không ăn kiến, nó ăn hạt. À, không phải là gõ tay. Đây là gõ bằng mỏ. Woodpecker nó mổ vào thân cây, đục thành lỗ, có loại nhét hạt cây vào lỗ để dành mà ăn, có loại thì lỗ khoét rộng dùng làm tổ. Phải, phải, có nhiều giống woodpecker, mình làm sao biết hết! Gila woodpecker, Acorn woodpecker, Hairy woodpecker, Downy woodpecker v.v…

"Thế ông… thuộc giống nào?"

Phụng khựng lại, nhìn tôi trách móc:

"Ông thật lắm chuyện! Giống nào, sao biết được? Một đêm nào đó mình nằm ngủ, tự dưng bay lượn, với cái mào đỏ trên đầu. Biết vậy thôi…"

Tôi nhìn Phụng, thằng bạn từ xưa ở trường, thằng chồng của người yêu tôi, thằng Phụng đó bây giờ ngồi trước mặt tôi lốm đốm mụn đỏ, sưng vêu lỗ chỗ, tay lộp bộp gõ nhặt gõ khoan dưới mặt bàn, trông láo ngáo lơ ngơ, và thằng Phụng đó đêm đêm bay rần rật đuổi theo con tình nhân có cánh… Thằng Phụng đó đang tâm sự với tôi đầy hào hứng. Đây là một sự hí hửng buồn cười. Lố lăng… Nào, xem…

Phụng đầy hào hứng, nhưng kể ríu rít một hồi, loanh quanh cũng không thêm được mấy điều cụ thể.

Tôi về nhà mấy hôm, Tố Nga gọi điện thoại nói chuyện. Bảo mẹ nàng có đỡ bệnh, nhưng suy nhược nhiều lắm, bảo rất tiếc hôm nọ tôi đến thăm mà nàng không gặp, bảo độ này nàng cao máu, phải uống thuốc thường xuyên v.v… Nàng lại đề cập đến gõ tay: "Căng lắm. Căng dữ lắm, anh. Chừ không mần răng chịu nổi nữa…" Tôi hỏi dò, thấy hình như nàng không hề biết việc chồng đã hóa chim.

*

Một thời gian sau, chừng tháng rưỡi sau, Tố Nga lại xuống Santa Ana thăm mẹ. Tôi gặp nàng, thấy nàng hốc hác. Nàng kêu: "Khẩn trương" lắm, cứ ri hoài chắc chết, cách mô chịu nổi!

Tôi thầm nghĩ: E không phải một người có vấn đề, mà là cả hai. Phụng gõ tay thế có quá đáng, bảo là bệnh hoạn cũng được. Nhưng còn Tố Nga: Nàng cũng nên tự xét mình xem có tâm lý bình thường không? Người ta gõ tay, việc gì mà mình xúc động quá vậy? Dị ứng với tiếng gõ tay như vậy, lạ lùng chứ không à? Vì nghe tiếng gõ tay mà đến nỗi sinh ra suy nhược thần kinh, mà tăng cao huyết áp, mà hốc hác võ vàng.

Trong trường hợp này hình như tiếng động không phải chỉ là tiếng động. Sự khua khuống ấy, âm thanh ấy, không đủ lớn để chấn động thần kinh. Chẳng qua chỉ đủ để khuấy động một u ẩn tâm lý nào đã bị dìm sâu. Có vậy chăng? Chẳng hạn tiếng gõ tay tố cáo một băn khoăn đau đớn ngấm ngầm nơi người gõ, một đau đớn đã bị trấn xuống mà không chịu nằm im trong thâm tâm người gõ. Người nghe bắt được cái tố cáo vô ý thức ấy, mơ hồ đọc được tội lỗi của mình. Ngón tay như tiếng trống đập vỗ ầm ầm vào ngực, như đao búa dồn sâu vào sào huyệt ẩn trốn của tội lỗi, như mũi nhọn xoáy vào vết thương v.v… Có vậy chăng? Có vậy thì quả kinh hoàng.

Tôi lo lắng nhìn Nga. Nga nhìn tôi, lờ mờ đọc sự nghi ngờ của tôi. Nàng có vẻ bối rối. Đến lượt tôi lẩn trốn, tôi tạm thời tránh đề cập tới chuyện gõ tay.

Nhưng chuyện bay theo chim thì Tố Nga vẫn chưa biết gì. Phụng hào hứng kể lể với tôi, mà không hé răng với vợ. Cái đó cũng dễ hiểu.

Lần kế tiếp, tôi gặp Phụng thì tình trạng đã tệ lắm; hai gò má anh chàng đỏ rần từng mảng. Có chỗ lở lói. Cả cái mũi cũng bị rồi. Chót mũi bị nặng: sưng to, đỏ ửng. Rõ ràng không còn liên hệ với chuyện mụn miếc của trẻ thanh niên nữa.

Tôi nghiêm nét mặt: "Bác sĩ nói thế nào?"

Phụng không trả lời thắng. Anh ta lấy tay xoa qua má,

rồi dừng lại ở chỗ sống mũi, rồi mân mê, bóp nhẹ chót mũi. Nói: "Nó tấn công. Nó mổ mình dữ tợn".

Nó? Tôi nghĩ đến con mái, ngạc nhiên. Hỏi:

"Chim à? Chim nó mổ ông à?"

Phụng điềm tĩnh hơn bao giờ hết. Anh ta tủm tỉm. Anh ta thong thả:

"Cái gì phải đến, đã đến".

Thoạt đầu tôi chưa hiểu, dĩ nhiên. Nhưng trông cái điệu anh ta cứ bí mật, cứ tủm tỉm, rồi cũng đoán ra đại khái:

"Đồ quỷ? Chuyện gì vậy, nói nghe coi. Ông… đạp mái cả chim à?"

Câu phát biểu sỗ sàng của tôi làm Phụng cụt hứng, bất bình. Anh ta khựng lại một lúc. Mãi anh ta mới kể từ từ, kể một mình, không để tôi chen vào những câu vớ vẩn:

"Hôm đó buổi sáng, trời mù, lành lạnh. Không một hơi gió nào. Khắp núi rừng, phăng phắc cả. Cây lá không lay động. Mây khắp trời cũng tuyệt không xê xích. Tự dưng nhớ những ngày tháng Hai âm lịch bên nhà. Nhớ có những lần như thế mình đứng giữa cánh đồng, trên một bờ ruộng hẹp, ngẩng nhìn, ngơ ngẩn, hoặc dừng chân ở khúc quanh của một bờ suối, chợt nhìn lên khối mây khổng lồ xuất hiện sừng sững trước mặt mà sửng sốt.

Buổi sáng hôm đó, cũng một buổi sáng sững sờ như thế. Mình 'đậu' bám vào một thân cây sồi già. Một khối mây thật nặng nề, màu bầm tím, nằm trên đầu núi, nằm im lặng hàng giờ.

Cũng như thường lệ, mình vẫn loanh quanh bên cạnh… nghĩa là chúng nó ở cây này thì mình tìm một cây nào gần đó. Sáng hôm ấy, con trống đi đi về về. Nó bay đi kiếm ăn, một lát bay về. Con mái, nó cách mình chừng trăm thước tây.

Thỉnh thoảng nó cũng bay đi, rồi về. Về bên cạnh mình. Hai đứa ý thức là gần nhau. Ý thức thôi, không có phát biểu nào, ngoài việc lâu lâu nhìn nhau…

Núi rừng mênh mông yên lặng, mây trời yên lặng. Duy có cặp gnatcatcher cứ kêu đều đều, kêu mãi kêu mãi bên tai, làm mình sốt cả ruột. Ờ, gnatcatcher, chúng ta nhiều người vẫn gọi là con chim đớp muỗi ấy. Thực ra không phải đâu. Nó đớp những loại bọ có cánh gì đấy, không hẳn là muỗi đâu. Chim đớp muỗi, bên ta có. Nhưng bên ta, nó đớp đúng con muỗi. Muỗi sống về đêm. Bên ta, tôi thường gặp những con chim đớp muỗi đậu ở các gò, đậu sát hẳn mặt đất. Ban đêm, ta đi ngang qua gò, bước gần đến nó, nó tung lên bay. Đó mới chính thị là con chim đớp muỗi. Trông không giống con gnatcatcher bên này mấy đâu.

Hình dáng đã thế, mà cái sinh hoạt của hai bên cũng khác đấy. Gnatcatcher từng cặp quấn quít nhau chặt lắm. Rừng cây thì rậm rạp, chim thì bé nhỏ. Dẫu kiếm ăn quanh quần gần nhau, nhưng khuất cây khuất lá, đâu phải lúc nào cũng trông thấy nhau được. Lỡ rủi ro, chim dữ bất thần tấn công, bắt nhanh, biết đâu! Vì thế, con trống con mái gọi qua gọi lại liên hồi, suốt ngày không dứt. Để theo dõi, để con này biết chắc con kia vẫn còn đây, và vẫn được an toàn.

Mây mù, trời đất im vắng sững sờ. Mình nhớ mây trời quê xưa, nhớ muốn chết luôn. Mà gnatcatcher chúng nó cứ kêu tha thiết. Bồn chồn cả người. Mình và con mái, hai đứa – chắc nó cũng như mình thôi – không thể không nôn nao. Mình nhìn nó, nó đăm đăm ngó lại mình. Mắt gặp mắt, dừng lại chịu đựng thật lâu. (Tôi kêu thầm trong trí: 'Ba giây chăng? Chết, cái nhìn ba giây đây rồi, gì nữa?')

Thế rồi, giữa lúc ấy một tiếng kêu ngắn phát ra trên không. Chúng tôi cùng trông lên: hai con chim ưng quấn vào nhau buông mình rơi xuống, từ từng không cao tít chúng rơi xuống… Khắp bầu trời hàng giờ không một lay động nào. Bỗng nhiên xảy đến. Cặp chim ưng cùng rơi là cái hình ảnh động duy nhất… Hình ảnh ấy thôi miên hết thảy mọi sinh vật có mặt. Tôi, cả hai chúng tôi nhìn sững, bàng hoàng…"

Phụng chợt để ý đến nét mặt tôi, anh ta hỏi:

"Anh không biết hả… À, không biết đâu. Khi chim ưng, giống chim ưng sói đầu biểu tượng của nước này, khi chúng nó 'rớt' cả cặp giữa trời như thế là… là chúng nó đang làm tình đấy".

"Thế à?"

Phụng tiếp tục:

"Tôi không tự giác, không biết mình làm gì, không biết mình bay lúc nào, không biết đến bên cạnh 'nó' lúc nào. Nó không có phản ứng. Tôi sát lại, nó vẫn đứng yên. Nó cũng tê liệt vì cái xúc động bất ngờ. Rồi… rồi… rồi…"

Phụng lúng túng. Tôi nhắc:

"Rồi chuyện gì phải đến đã đến".

Anh ta ngượng ngùng:

"Lần đầu tiên… lần duy nhất… Xong, rời nhau, chúng tôi xa nhau. Tôi bay về cây sồi của tôi".

Phụng ngừng. Tôi có cảm tưởng câu chuyện đã được kết thúc. Nhưng một lúc, anh ta cho biết thêm: Lát sau con chim trống bay về. Mọi chuyện đã qua cả, thế mà hình như do một linh tính con trống biết rằng có điều không lành vừa xảy ra. Không khí căng thẳng khác thường. Thình lình con trống xông đến mổ cắn Phụng túi bụi…

Phụng bất giác đưa bàn tay xoa xoa lên má, lên những cục sưng đỏ, có cục lan rộng mấp mé mí mắt, xoa lên chỗ chót mũi phồng lớn… Có phải như vậy là ý Phụng muốn bảo cách gián tiếp rằng những mụt, những cục sưng, lở loét ấy, do vụ chim mổ trong giấc mơ mỗi đêm?! Ối! Có phải Phụng định gợi ý như vậy không? Nếu có thể thì còn kỳ cục hơn chuyện anh ta… đạp mái con chim!

Còn về chuyện con chim con thú đánh đuổi đồng loại xâm phạm khu vực của nó, khu vực riêng nó đã chiếm hữu để săn mồi, để giữ con mái…, chuyện đó cũng thường. Nhưng trong trường hợp này có gì đột ngột. Trước, Phụng chưa từng gặp cơn thịnh nộ dữ dội như thế. Từ đó về sau, con trống tự dưng quyết liệt. Nó mổ vào đầu vào mặt Phụng túi bụi, hễ trông thấy hễ bắt gặp là mổ ngay, đánh ngay, ơ, cái mỏ con chim gõ kiến, phải biết nó mổ lủng mái nhà, lủng tường, lủng cả mái thiếc nhà người ta là thường. Dân cư vùng núi kêu trời…

*

Rồi thì sao? – Bao nhiêu cái còn lơ lửng: tật gõ ngón tay, bệnh cao huyết áp, cuộc sống vợ chồng, má lở mũi sưng v.v… Nhưng tôi có cần tiếp tục theo dõi và tiếp tục kể lể nữa không? Kể đến đâu thì gọi là xong?

Lẽ ra một cuộc ra đi, đến "bến bờ tự do" là xong chứ gì.

Giả sử có gặp nhiều bất trắc dọc đường thì sau đó, hỏi lại, nghe vợ nào chồng nấy, ông nào bà nấy vẫn tiếp tục cuộc sống chung, xây dựng cuộc đời mới, vậy là êm xuôi, ta có thể yên lòng bảo (như lời Tần đã bảo) là "xong cả " chứ gì?

Lại giả sử có mụn có mơ v.v… thì, có ai mà chết vì mụn vì mơ? Tệ lắm bất quá đi bác sĩ cũng xong cả thôi.

Nêu chú ý tỉ mẩn, kể lể thêm nữa, hóa ra vẽ chuyện, rắc rối quá, biết đâu cho cùng!

Tuy vậy nếu cần phải thanh toán những vấn đề đã nêu ra, cũng nên thanh toán. Và tôi xin vắn tắt:

Cho đến bây giờ, Phụng vẫn còn gõ ngón tay, tuy có

ý thức, có cố gắng hạn chế. Bất cứ khi nào, đang gõ mà bắt gặp ở Nga một chút ý khó chịu, anh ngưng tức khắc. Tương kính như tân.

Những sưng lở trên mặt Phụng vẫn tiếp tục. Tố Nga coi nhẹ: "Rosacea. Tôi đã có hỏi, bác sĩ bảo rosaceađấy. Nhưng anh ấy có nghe đâu, có chịu đi chữa đâu".

Vụ woodpeckerthì rồi một hôm con chim trống chết bất đắc kỳ tử. Không biết lý do. Bị chim lớn đâm? Bị tai nạn? Không biết. Chỉ biết từ đó đêm đêm Phụng sống yên lành bên cạnh con chim mái. Nhưng khổ cái con mái đã già mất rồi. Loài chim, đời nó ngắn hơn đời người nhiều quá mà. Con mái già, rồi qua đời, Phụng tự dưng mất phái tính, không phân biệt âm dương, quên hẳn thú ân ái…

Hiện giờ, anh ta trông già hẳn, già trước tuổi nhiều. Ăn mặc lùi xùi, qua quít. Trên đầu đội cái mũ kết cũ kỹ, đỏ sậm, bạc màu. Nửa như màu mũ lính dù hồi trước, nửa hơi giống túp lông trên đầu con woodpecker.Ấy, bây giờ anh ta trông như thế, vẫn ở San Jose.

5-1995

VÕ PHÚ

Bút hiệu Võ Phú (văn) & Y Thi (thơ)
Sinh ngày 10 tháng 11 năm 1978. Sinh quán Nha Trang; định cư tại Virginia, Mỹ tháng 9 năm 1994. Tốt nghiệp cử nhân Hóa và làm việc tại Virginia Commonwealth University.
Chủ nhiệm và chủ bút tạp chí *Kết Đoàn* 2002-2008. Điều hành nhà xuất bản Kết Đoàn 2002-2004.
Góp mặt trong các báo, đặc san, thi đàn như: *Suối Nguồn, Hồn Quê, Văn Học Nghệ Thuật Liên Mạng, Kỷ Nguyên Mới, Văn Hữu...*
Giải thưởng văn học: Giải nhất thơ văn *University of Maryland,* College Park, 2001; Giải đặc biệt *Viết Về Nước Mỹ,* Việt Báo, 2005; Giải danh dự *Viết Về Nước Mỹ,* Việt Báo 2017.

Tác phẩm đã xuất bản:
- *Rằng Ta Đang Yêu* (thơ, Suối Nguồn, 2001)
- *Tưởng Như Đã Mất* (tập truyện, Suối Nguồn, 2003)
- *Vấn Vương* (tập văn viết chung với Mai Ngọc Lan, Kết Đoàn, 2004)
- *Ngày Tháng Có Nhau* (thơ; Văn Học Mới, 2018)
In chung:
- *Cung Ngữ* (thơ 10 tác giả, Suối Nguồn, 2001)
- *Đời Chia Trăm Nhánh Sông* (thơ 6 tác giả, Suối Nguồn, 2002)
- *Những Phương Trời Nhớ* (thơ 10 tác giả, Kết Đoàn, 2004)

Phở ru

Tôi đang tiêm thuốc cho chuột thì tiến sĩ Hauser đến. Ông đưa tay qua phụ nữ Á Đông và giới thiệu:

- Đây là Pete. Pete làm việc với chúng tôi hơn mười năm rồi. Cậu ấy đang tiêm saline và morphine cho chuột. Còn đây là tiến sĩ Liangru Contois.

- Chào Pete. Gọi tôi là Ru. Tôi thích mọi người gọi tên tôi vậy cho thân mật. Rất hân hạnh. Hy vọng chúng ta sẽ làm việc chung với nhau.

- Vâng. Xin lỗi... Tiến sĩ...

- Gọi tôi là Ru được rồi.

- Vâng, Ru! Xin lỗi bà nhé. Tôi đang bận việc nên không thể bắt tay trong lúc này.

- Ồ, không sao cả. Tôi hiểu mà. Gặp cậu Pete sau nhé.

Ru vào làm việc trong phòng thí nghiệm với chúng tôi được hơn hai năm. Ru là người gốc Đài Loan, bà độ chừng trên năm mươi tuổi. Ru từ tiểu bang Maine dọn xuống Virginia này. Bà ấy đi theo chồng. Chồng Ru là một bác sĩ tim trước kia làm việc ở trường đại học Maine, Farmington, một tiểu bang lạnh giá về phía Bắc, nơi mệnh danh là tiểu bang của tôm hùm. Chồng Ru mới nhận được việc làm ở một bệnh viện tiểu bang Virginia này, nên bà dời theo. Mặc dầu Ru có bằng tiến sĩ, nhưng do bà ở nhà một thời gian dài để nuôi dạy, chăm lo cho hai cô con gái, nên giờ trở lại làm việc vẫn phải học và làm lại từ đầu. Tuy lớn tuổi, nhưng bà hoạt bát, yêu đời, luôn tươi cười và rất hòa đồng nên mọi người trong phòng thí nghiệm này ai cũng đều mến.

Ru biết tôi là người gốc Việt, bà hỏi:

- Pete, cậu có biết ở thành phố này tiệm bán thức ăn Việt không?

- Tiệm và quán ăn thì khá nhiều, nhưng hiện giờ bà ở khu nào?

- Tôi ở West End.

- Bà thích ăn những món nào của người Việt?

- Tôi thì món nào cũng thích, nhưng chồng tôi rất thích phở. Hai cô con gái của chúng tôi cũng vậy. Chúng rất thích phở như bố. Mỗi lần có dịp đi đến những nơi cộng đồng người Việt sinh sống, chúng tôi đều ăn. Món phở rất dễ ăn và ngon.

- Ồ... Ở vùng này có Phở Số I, Việt Nam Gardens, Việt Nam One, Phở Tây Hồ, Phở Huỳnh...

Tôi kể vài cái tên cho Ru nghe. Ru nghe xong, ngạc nhiên hỏi:

- Nhiều vậy à? Lúc trước khi chúng tôi ở Farmington chỉ có vài ba tiệm thôi. Chúng tôi thích ăn Phở Hong.

Ru hỏi tiếp:

- Vậy theo cậu thì tiệm ăn nào bán món phở ngon nhất?

- Thú thật với bà, chúng tôi ít khi ra ngoài ăn, nên cũng không biết được. Vả lại còn tùy vào khẩu vị của từng người nữa. Nhưng chúng tôi thường ăn ở Việt Nam One vì mỗi lần đi chợ Việt Nam, chợ Tân Á, rồi ghé vào ăn luôn.

- Cám ơn Pete nhé. Chúng tôi sẽ đến để ăn thử.

Thứ Hai đầu tuần, trong giờ ăn trưa, Ru khoe với tôi rằng gia đình bà đã thử các món ăn ở tiệm Việt Name One. Cả nhà thích lắm, nhất là chồng của bà. Bà kể:

- Hồi tôi mới quen chồng tôi, ông ấy tưởng tôi là người Việt. Ông ta nói người Á Đông chúng ta ai cũng hao hao giống nhau. Hồi còn trẻ, khoảng mười tám đôi mươi gì đó ông ấy có tham chiến ở Việt Nam vài tháng một năm gì đó. Nên khi gặp tôi, ông tưởng tôi là người Việt. Ai ngờ tôi là người Đài Loan. Ông ta lầm. Nhưng đã lỡ thương nhau thì Đài Loan hay Việt Nam gì thì chúng tôi cũng đã lấy nhau hơn hai mươi năm. Hôm nay cậu ăn món gì vậy?

Tôi bưng tô bún bò vừa mới hâm nóng từ microwave ra. Ru hít một hơi dài và nói:

- Phở? Phải phở không? Nhưng mùi này khác quá. Chắc không phải rồi. Món này gọi là gì?

- Bún bò.

- Bún bò? Tôi cứ tưởng đâu là phở. Mà cậu sướng thật, ngày nào cũng được vợ nấu cho ăn những món ngon. Đừng nói cho chồng tôi biết nhé. Không ông ấy lại phân bì thì mệt cho tôi lắm. Món này cũng làm từ bột, giống cọng phở?

- Không... Món này khác với phở. Cay hơn. Rất tuyệt vời nếu ăn vào những ngày lạnh, như ngày hôm nay. Thường ở miền Trung nước Việt Nam hay nấu món này, chúng tôi gọi món này là Bún Bò Huế.

- Ờ, mà sao tôi thấy thức ăn của cậu lúc nào cũng là phở, nhưng chỉ khác nước soup và cọng bún?

- Không phải... Người Việt chúng tôi không chỉ có món phở là có nước và bún đâu. Còn có bún bò, bún thang, bánh canh, bún riêu, mì Quảng, hủ tiếu, bún thịt nướng ...vv...vv... Nhiều lắm...

- À, những món soup dễ ăn và bổ dưỡng. Chắc cậu thích các món soup?

- Vâng, tôi thích ăn những món bún và phở. Vì chúng có nước. Mà bà biết nước tiếng Việt còn có nghĩa là một quốc gia không?

- Vậy à? Hay nhỉ. Nước còn là quốc gia? Vậy Việt Nam gọi là Nước Việt Nam? Đài Loan gọi là nước Đài Loan, Mỹ gọi là nước Mỹ?

- Vâng. Đúng rồi.

- Cậu thường ăn phở do vợ cậu nấu, vậy cậu có biết nấu phở không? Tôi rất muốn học, cậu có thể chỉ giúp tôi chứ?

- Vâng, để tí nữa tôi sẽ tìm cách chỉ dẫn trên mạng gởi cho bà. Nếu bà không hiểu chỗ nào, tôi sẽ hỏi lại vợ tôi rồi nói lại cho bà nghe.

- Cám ơn cậu Pete nhé.

Tôi lên internet tìm cách nấu phở bò và phở gà gởi cho Ru. Hôm sau trong giờ trưa, bà nói:

- Tôi làm theo chỉ dẫn cách nấu phở gà mà cậu gởi, nhưng nước đục ngầu không trong như ở tiệm. Cậu có bí quyết gì khác không?

- Vậy chắc là bà nấu không đúng cách. Muốn nước lèo trong; ngoài bỏ nhiều củ hành ra thì bà phải hầm nước ở lửa nhỏ và nhớ không đậy nắp. Phải hầm qua đêm thì nước mới ngon.

- Hôm nào tôi sẽ thử lại. Khi nào thành công, tôi sẽ mời cả gia đình cậu đến ăn được chứ?

- Vâng, chúng tôi rất vui lòng.

Hôm nào cũng vậy, mỗi bữa trưa, Ru đều chờ tôi ăn cơm trưa chung vì bà muốn coi thử tôi ăn món gì. Hôm nào ăn những món bún nước thì bà cũng gọi là phở, nhưng không phải là phở. Và lần nào cũng vậy, tôi cũng phải giải thích cho bà hiểu sự khác biệt giữa bún và phở. Nhưng giải thích cho bà hôm trước, mấy hôm sau bà vẫn gọi những món bún nước là phở. Dường như ngoài chữ phở ra bà không còn nhớ được tên gọi những tô bún, mì, hủ tiếu nào khác cả.

Tôi đang bận làm một thí nghiệm giữa chừng, nên đã qua quá giờ cơm trưa gần cả giờ đồng hồ. Nhưng Ru vẫn đợi tôi ăn cơm trưa chung. Khi tôi hâm lại tô phở chay, bà nhìn vào tô phở của tôi và hỏi:

- Ủa, hôm nay món phở cậu ăn lạ quá? Nó gọi là phở hay bún?

- À hôm nay là phở. Phở chay.

- Phở chay à? Hèn gì tôi thấy toàn đậu hủ và nấm. Mà phở cũng nấu chay được sao?

- Được chứ. Phở cũng giống như pizza vậy. Ai thích ăn gì thì bỏ vào thứ đó rồi nấu thôi. Có phở bò, phở gà, phở hải vị, phở chay...

- Ngoài phở bò và phở gà ra, chúng tôi chưa thử những loại phở khác. Mà chắc là chồng tôi không thích phở này đâu. Ông ấy rất ghét đậu phụ.

- Vậy à? Người Đài Loan cũng thường ăn đậu phụ lắm. Bộ bà không nấu cho ông nhà ăn sao?

- Tôi ít khi vô bếp lắm. Ba cha con họ không thích ăn đồ Tàu. Tôi thì lại lười nên cả nhà ăn đồ đông lạnh hoặc mua pizza về ăn. Cũng ít khi nấu nướng. Món này vợ cậu nấu luôn à?

- Không, chúng tôi mua ở chùa Huệ Quang.

- Chùa mà cũng bán phở sao?

- Đúng rồi. Chùa Huệ Quang vào ngày Chủ Nhật đầu của mỗi tháng đều có bán thức ăn để gây quỹ. Chủ Nhật nào chúng tôi cũng ghé chùa mua thức ăn chay về ăn cho thanh tịnh. Hôm qua chùa bán món phở chay, nên chúng tôi mua vài phần để dành hôm nay mang đi làm khỏi mất công nấu.

- Vậy khi nào bán nữa, cậu cho tôi biết nhé. Tôi cũng muốn thử. Mà chùa cậu nói ở đâu?

- Trên đường Hungary. Tôi nghĩ không xa lắm nếu bà ở West End.

- Ồ, nhất định tôi về nói với chồng tôi. Biết đâu ông ấy chịu thử ăn đậu phụ thì sao. Ông ấy cần ăn đậu phụ, giảm bớt thịt đỏ. Ông ấy béo lắm rồi...

Tôi lấy điện thoại di động ra tìm địa chỉ chùa Huệ Quang và gởi qua cho Ru.

Ru hỏi:

- Pete này, cậu người gốc Việt, vậy có biết nhà văn gốc Việt sống ở Canada không? Nhà văn gì mà mới đây được đề cử The New Prize in Literature? Kim gì gì đó...

- À, có phải bà đang nói nhà văn Kim Thúy?

- Đúng rồi. Nhà văn Kim Thúy. Bà ta có viết một cuốn tiểu thuyết tựa là Ru. Không ngờ tên tôi cũng khá nổi tiếng. Mà sao cái tựa đọc lạ quá. Chắc là có ý nghĩa gì? Cậu biết Ru có nghĩa gì không?

- Tôi không chắc lắm. Nhưng có thể ru là một động từ. Một động từ khi người mẹ đang dỗ con vào giấc ngủ. Người mẹ đang ru con. Ru con là một hình ảnh đẹp đối với người phụ nữ Việt. Tôi nghĩ vậy.

- Ồ, thú vị quá. Vậy tên tôi cũng là một hình ảnh đẹp.

Tôi là người phụ nữ đẹp mà phải không? Tôi làm dịu những cơn giận...

- Chắc vậy. Chắc bà làm dịu cơn giận của Yun Kyung Hahn?

- Hi... Hi.... Hi....

Ru cười như nắc nẻ. Bà đưa tay lên quệt mắt. Khi vui cười người ta có thể trào nước mắt. Ru dừng lại và bà nói tiếp:

- Tôi không dám đâu. Yun có tiếng là nóng tính nhất trong phòng thí nghiệm này. Ai mà làm nguôi cơn giận của cô ấy được.

- Thì là bà..... Vì bà tên là Ru mà....

- Cậu giỡn hoài. Tôi bỏ chạy còn không kịp ở đó mà "ru" cơn giận của cô ấy....

Mùa đông, phòng thí nghiệm chúng tôi làm đóng cửa từ ngày 20 tháng Chạp đến 3 tháng Giêng. Thứ Năm, ngày đầu tiên trở lại làm việc, gặp tôi, Ru khoe liền:

- Pete, tôi đã nấu phở được rồi. Tôi không biết là có ngon bằng của vợ cậu nấu không, nhưng chồng và hai cô con gái chúng tôi khen ngon lắm. Ngon bằng hoặc hơn phở bò ở Việt Nam One lận.

- Vậy à? Chúc mừng bà nhé.

- Cám ơn cậu. Sau gần cả hai năm tôi học nấu phở. Mùa lễ Noel vừa rồi, nghỉ ở nhà nên tôi nấu miết. Nấu mỗi tuần, nên mới được nồi phở ngon. Hôm nào tôi mời cậu và gia đình đến ăn thử nhé.

- Cám ơn bà; bà Ru. Nhất định chúng tôi sẽ đến.

- Thứ Bảy tuần sau cậu rảnh chứ? Thứ Bảy ngày 12 tháng này.

- Vâng. Tôi thì không có dự tính gì. Nhưng để tôi hỏi lại vợ tôi xem.

- Mai cậu cho tôi biết nhé, Pete.

Trưa thứ Bảy, chúng tôi đi chợ mua ít trái cây tươi và chai rượu đỏ về nhà gói lại thật đẹp. Đâu vào đấy, chúng tôi lái xe đến nhà Ru. Từ nhà chúng tôi đến nhà Ru chừng hai mươi phút lái xe. Ru đón chúng tôi vào nhà và giới thiệu:

- Đây là John, chồng tôi. Jessica và Jenna, hai cô con gái của tôi. Jessica mười chín. Jenna mười bốn. Jenna chắc lớn hơn con trai cậu vài tuổi. Cô bé đang học lớp tám.

- Rất hân hạnh được làm quen. Dạ, tôi tên Pete. Vợ tôi, Kim. Con trai tôi Lamson, sắp sinh nhật 12 của cậu ấy. Còn đây là cô con gái của chúng tôi, cô bé tên Levian. Levian được bảy tuổi, đang học lớp hai.

- Rất vui tiếp đón gia đình cậu.

Cô bé Jenna, cô con gái nhỏ của bà Ru, lại bên con gái tôi làm quen. Mấy phút sau, hai chị em chơi với nhau rất vui. Còn John trò chuyện cùng con trai tôi và cô con gái lớn, Jessica. Ru dẫn hai vợ chồng tôi ra phía sau nhà giới thiệu căn phòng kính trồng nhiều loại hoa lan, chim cảnh, và hồ cá kiểng thật đẹp. Gần năm mươi chậu lan chung quanh căn phòng kiếng. Một số đang trổ hoa thật đẹp. Vợ tôi ngắm đến mê mẩn. Tôi thì thích ngắm hồ cá. Những chú cá lia thia đủ màu sắc rực rỡ làm cho người ta có cảm giác thư thả, bình yên. Ru nói:

- Chồng tôi thích trồng hoa lan và nuôi cá. Còn lồng chim là của hai cô con gái. Lúc trước chúng tôi có nuôi một con mèo, nhưng nó già và chết. Sau lần đó cô bé Jessica buồn quá, nên không còn muốn nuôi mèo nữa.

- Ồ... Tội quá...

- Không sao đâu. Chuyện cũng đã lâu, khi chúng tôi còn ở trên Maine kìa.

- Nhà bà đẹp quá bà Ru ạ. Vợ tôi rất mê vườn hoa lan của nhà bà. Còn tôi thì thích hồ cá và đàn chim bạc má hót ríu ra ríu rít này.

- Cám ơn Kim và Pete nhé. Nhưng chúng kêu cả ngày, nhiều khi ồn điếc cả tai. Hai cô bé còn đòi nuôi thỏ nữa kìa, nhưng tôi không cho chúng nuôi. Vì hồi còn nhỏ ở Đài Loan nhà tôi có nuôi thỏ. Chúng hôi và dơ lắm.

- Vâng, tôi biết. Chúng tôi cũng có nuôi hai con thỏ sau vườn.

- Ở ngoài trời à? Chúng không lạnh sao?

- Dạ không. Trước khi nuôi, chúng tôi có hỏi người bán rồi. Chúng ở ngoài trời, chịu lạnh được. Miễn sao có đầy đủ thức ăn và nước uống trong mùa đông.

- Cậu nói nhỏ thôi... Jessica hay Jenna nghe được là chúng đòi nuôi thì lại cực cho tôi.

Chúng tôi cười. Sau một hồi xem căn phòng kiếng phía sau nhà Ru, chúng tôi phụ Ru làm phở để ăn chiều. Phở có đầy đủ, nạm, gân, sách, bò tái, bò viên. Vợ tôi phụ Ru làm phở. John, hai cô con gái và tôi giúp dọn bàn để cùng ăn phở. Trên bàn có cả dĩa rau húng quế, giá và ngò gai tươi roi rói. Những tô phở bốc khói, thơm lừng hương vị của phở. Tôi múc một muỗng nước lèo, đưa lên miệng húp. Nước lèo trong, thơm và ngọt. Nước lèo rất đậm đà mùi vị của gừng, hồi, quế, hành tím, đinh hương, quyện vào nhau thơm lừng không thua gì ở nhà hàng. Thịt bò flank, cắt mỏng, mềm. Hành ngò thơm phưng phức. Húp xong muỗng nước lèo, tôi mượn một cái chén nhỏ để pha nước tương chấm với thịt, gân, sách, và bò viên. Mỗi khi ăn phở tôi thích hoà tan một phần tương đen, một phần tương đỏ và một lát nước cốt chanh để chấm thịt chứ không bao giờ xịt nước tương đen ăn phở hay tương ớt vào tô phở. Thấy tôi làm nước chấm riêng, John thích thú nhìn rồi nói:

- Pete, cậu ăn phở lạ nhỉ. Tôi thấy mọi người đều xịt tương đỏ và tương đen vào bát phở rồi trộn đều lên ăn.

- Tôi không biết người khác ăn ra sao, nhưng đối với tôi... Ăn phở cũng phải cho đúng thì mới biết được mùi vị của bát phở ngon.

- Thích nhỉ. Hồi nào tới giờ chúng tôi đâu biết rằng ăn phở cũng có cách thức ăn. Cậu ăn như thế nào mới gọi là thưởng thức một tô phở ngon?

- Đúng rồi Pete, cậu giải thích cho chúng tôi hiểu đi.

Ru lên tiếng.

- Một tô phở ngon điều quan trọng là nước lèo phải ngon. Nước lèo hôm nay của bà Ru nấu rất tuyệt vời. Nước trong và ngọt. Ngọt thanh kiểu hầm xương chứ không phải ngọt kiểu bột ngọt. Có thêm mùi vị của gừng, hành tím, đinh hương, quế, hồi... trong tô phở. Trước khi ăn, mình nên húp một vài muỗng nước lèo khi tô phở còn nghi ngút khói. Sau đó mình mới bỏ rau húng quế, giá, và ngò gai và trộn đều. Thịt, nạm, gầu, gân, sách, nên chấm riêng theo khẩu vị của từng người. John, Ru, Jessica, và Jenna lắng nghe tôi giải thích cách ăn phở. Họ gật gù thích thú. Jenna nói:

- Hên quá con chưa xịt nước tương vào tô phở của mình. Để con thử theo cách của chú Pete xem sao.

Jenna thử cách ăn phở theo tôi chỉ. Cô bé gật gù, nói:

- Dạ đúng rồi, ăn kiểu này nước lèo thơm hơn vì khi bỏ nước tương vào chỉ ngửi được mùi nước tương thôi. Mẹ Ru, thử đi ngon lắm.

- Ừa, ngon thiệt. Cám ơn Pete nhé. Nhờ cậu mà chúng tôi mới biết được ăn phở cũng phải cho đúng cách.

Tôi cười và trả lời:

- Vâng, nếu chúng ta chưa thử nước lèo mà xịt tương đen tương đỏ vào tô phở chẳng khác nào làm phật ý người nấu. Chê người nấu dỡ không đúng khẩu vị nên mới dùng nước tương bỏ vào. Cũng giống như người Pháp, khi ăn ở nhà hàng họ không thêm muối vào thức ăn vì cho rằng đó là một điều sỉ nhục với người nấu.

- Hay nhỉ. Chúng tôi chưa từng nghĩ đến điều đó.

Chúng tôi vừa ăn phở vừa nói chuyện về phở cho đến gần tối mới xin phép gia đình Ru để về nhà. Trên đường lái xe về nhà, vợ tôi hỏi:

- Bà Ru là người gì mà biết nấu phở vậy anh?

- Người Đài Loan em à.

- Bên Đài Loan cũng biết nấu phở hả anh?

- Tại họ thích ăn phở nên học cách nấu. Mỗi lần em làm phở cho anh mang đi làm, bà Ru đều hỏi. Anh chỉ cách nấu phở mà anh thấy em nấu cho bà ấy nghe. Gần hai năm trời bà mới nấu ngon và mới dám mời mình qua ăn thử đó.

- Ồ... Hèn gì.... Lúc nãy em ăn thấy mùi vị quen quen,

giống em nấu ở nhà mình mọi khi. Mà công nhận phở bà Ru nấu ngon. Ngon hơn cả một số tiệm phở của người Việt mình làm chủ ở Richmond này.

- Ngon nhưng chưa bằng phở của em...

- Thôi đi ông. Nịnh thấy ớn...

- Nịnh gì. Thiệt mà.

Cả hai chúng tôi cùng cười.

Xe về đến nhà cũng chín giờ tối. Quanh quẩn đâu đây vẫn còn ngửi được mùi thơm của tô phở Ru.

Võ Phú

Trần Hoài Thư by Đinh Cường

VÕ PHƯỚC HIẾU

Bút hiệu Võ Đức Trung. Sinh năm 1933 tại làng Thanh Hà, quận Châu Thành, tỉnh Chợ Lớn, nay thuộc quận Bến Lức, tỉnh Long An (Nam Việt)

Xuất thân từ gia đình giáo chức, cha mẹ đều là giáo viên tỉnh Chợ Lớn. Công chức thời Đệ Nhất Cộng Hòa. Thời Đệ Nhị Cộng Hòa, sinh sống với nghề tự do trong ngành ấn loát, xuất bản và báo chí.

Vượt biên bằng đường biển năm 1979 đến đảo Kuku (Nam Dương). Tỵ nạn chánh trị tại Pháp từ tháng 11 năm 1979.

Tác giả song ngữ Pháp và Việt. Hoạt động văn chương nghệ thuật trước 1975, ra hải ngoại tiếp tục sáng tác văn thơ đăng rải rác trên báo Pháp và Việt ngữ: *Art & Poésie, Horizon 21, Un Coin de Poésie, Bulle du Ternois, Messages (Pháp), Làng Văn (Canada), Quê Hương (Hoa Kỳ), Dân Chúa* (Đức)… và nhiều nội san, hội đoàn

Góp mặt trong các tuyển tập:*Những Cây Viết Miền Nam* của nhà văn Nguyễn Văn Ba (Canada – 1990), *Tiếng Thơ Hải Ngoại* của nhà thơ Hoàng Duy (Hoa Kỳ – 1994)

Tác phẩm đã xuất bản:

• *Le Chemin Vers La Mer* (Recueil de Poèmes) – Préface de Clovis Sergent, Délégué régional de l'Association des Poètes et Artistes de France – Présence vietnamienne, 1988

• *Cœur De Mère* (Recueil de Poèmes) – Préface de Jeanne

Maillet, Présidente du Cercle Poétique du Ternois (Pas-de-Calais, France) – Présence vietnamienne, 1989

• *Thắp Sáng Hoàng Hôn* (Thơ) – Tựa của Văn thi họa sĩ Tạ Ty – Cửu Long, 1989

• *Một Phần Tư Thế Kỷ Thi Ca Việt Nam Hải Ngoại 1975-2000*– Tập hợp Thi ca gồm 8 quyển – Lời tựa của Giáo sư Học giả Võ Thủ Tịnh – Văn Hóa Pháp Việt 2002-2008

• *Phá Sơn Lâm Đâm Hà Bá* (Truyện đồng quê Nam Kỳ Lục Tỉnh) – Cảm tưởng của Diên Nghị – Giới thiệu của Hồ Trường An – Làng Văn (Canada) xuất bản lần đầu năm 2000

• Hương Cau tái bản lần thứ nhất năm 2009 và lần thứ hai năm 2013

• *Hùm Chết Để Da* (Truyện đồng quê Nam Kỳ Lục Tỉnh) – Lời vào sách của Diên Nghị – Cảm tưởng của Hàn Sĩ Hồ Trọng Khôi – Làng Văn (Canada) xuất bản năm 2001 – Hương Cau tái bản lần thứ nhất năm 2010

• *Như Nước Trong Nguồn* (Truyện đồng quê Nam Kỳ Lục Tỉnh) – Cảm tưởng của Sơn Trung Nguyễn Thiên Thụ – Hương Cau 2004

• *Bên Đục Bên Trong* (Tập truyện viết chung với Hiếu Đệ) .Lời giới thiệu của Nguyễn Song Anh – Hương Cau, 2004

• *Niềm Đau Bạc Tóc* (Tập truyện viết chung với Hiếu Đệ) – Đan Hà giới thiệu –Hương Cau, 2005

• *Nước Mắt Tình Yêu* (Tập truyện viết chung với Hiếu Đệ). Lời giới thiệu của Đặng Phùng Quân – Hương Cau, 2006

• *Ba Mươi Năm Niềm Đau Còn Đó* (Tuyển tập Thi ca với 34 tác giả) – Tựa của Giáo sư Học giả Võ Thu Tịnh – Hương Cau, 2006

• *Quê Cha Quê Mẹ Quê Mình* (Truyện đồng quê Nam Kỳ Lục Tỉnh) – Lời giới thiệu của Trần Ngân Tiêu – Cảm tưởng về Cảnh và Người của Sơn Trung Nguyễn Thiên Thụ – Hương Cau, 2006

• *Nước Lớn Nước Ròng* (Tập truyện viết chung với Hiếu Đệ). Hương Cau, 2007

• *Ngàn Sao Lấp Lánh* (Tập truyện viết chung với Hiếu Đệ) – Hương Cau, 2008

• *Tình Lính Duyên Thơ* (Tuyển tập Thi ca với 41 tác giả) – Tựa của Chiến sĩ Hoàng Phong Linh Võ Đại Tôn – Hương Cau, 2008

• *Phi Vân, Nỗi Buồn Hoài Niệm* (Hoài niệm), Hương Cau, 2009

• *Les Sentiers de l'Exil* (Recueil de Poèmes) – Préface de Jean R. Guion, Président Co-Fondateur de l'Alliance Française – Postface de l'Écrivain visionnaire, Docteur Jean Sadyn - Feu Sacré 2009

• *Hiếu Đệ Lão Ngoan Đồng* (Hoài niệm), Hương Cau, 2010

• *Việt Nam Niềm Thương Nỗi Nhớ* (Tập truyện viết chung với nhà văn Nguyễn Song Anh) – Cảm tưởng của Đan Hà – Hương Cau, 2011

• *Cảnh Đấy Người Đây* (Tập truyện viết chung với nhà văn Thôi Hiên) – Cảm tưởng của Đan Hà – Hương Cau, 2011

• *Con Nhện Giăng Tơ* (Tập truyện) – Lời giới thiệu của Nguyễn Vy Khanh – Hương Cau, 2012

• *Dòng Đời Xuôi Ngược* (Tập truyện viết chung với nhà văn Thôi Hiên) – Cảm tưởng của Trần Thị Hương Cau – Hương Cau, 2012

• *An Khê Nguyễn Bính Thinh* (Hoài niệm) – Lời giới thiệu của Viên Linh – Hương Cau, 2013

• *Chỉ Là Kỷ Niệm* (Tập truyện) – Cảm tưởng của Đan Hà – Hương Cau, 2014

• *Một Thuở Yêu Nhau* (Truyện dài), Hương Cau, 2015

Hoài niệm thi sĩ Vũ Hoàng Chương
(Nhà Thơ Ngời Sáng Chính Nghĩa Quốc Gia)

Đầu năm 1990, anh Tạ Ty, tác giả "Đáy Địa Ngục" có gởi tặng chúng tôi thiên hồi ký mới của anh: "Những Khuôn Mặt Văn Nghệ Đã Đi Qua Đời Tôi" (1). Trong số bạn bè anh Tạ Ty thường nhắc tới tên như các nhạc sĩ Phạm Duy, Văn Cao, thi sĩ Đinh Hùng, nhà văn Lãng Nhân Phùng Tất Đắc, thi sĩ Vũ Hoàng Chương, họa sĩ Văn Thanh, anh Lê Ngộ Châu, người chủ trương tạp chí *Bách Khoa* ở Sài Gòn v.v… bỗng dưng chúng tôi nhớ đến thi sĩ Vũ Hoàng Chương, người bạn thân thiết của Anh. Không ngờ qua thiên hồi ký trường thiên nầy mà những kỷ niệm giữa thi sĩ và chúng tôi hiện về đậm đà rõ nét trong trí tưởng chúng tôi. Chúng tôi ngờ ngợ những kỷ niệm khắc cốt ghi tâm ấy vừa mới xảy ra ngày hôm qua, không dè đằng đẵng những bốn mươi lăm năm qua rồi.

Chúng tôi bắt đầu biết đến tên tuổi thi sĩ Vũ Hoàng Chương lúc nhà thơ đã nổi tiếng trong thi đàn đất Bắc. Cả trong phong cách phóng túng bất cần đời của các cậu ấm đất ngàn năm văn vật. Anh cùng với thi sĩ Đinh Hùng làm thành một cặp bài trùng, phối hợp với bạn bè tâm đắc chung lứa tuổi đã làm nên một thời huy hoàng đánh dấu phong trào lãng mạn của Hà Nội băm sáu phố phường. Cái thời lãng mạn huy hoàng của thi tài và nếp sống cuồng loạn ngoài xã hội.

Chúng tôi biết và ngưỡng mộ nhà thơ qua mấy trang phê bình của nhà văn tiếng tăm đất Bắc, Vũ Ngọc Phan, tác giả "Nhà Văn Hiện Đại". Bộ sách đồ sộ hiếm hoi nầy được tái bản ở miền Nam sau ngày Nam Bắc cách chia bởi con sông Bến Hải lịch sử làm giới tuyến, sau hiệp định đình chiến Genève năm 1954. Anh đã nổi tiếng rất sớm từ đó qua bút pháp và nhận xét của nhà phê bình Vũ Ngọc Phan về hai tác phẩm "Thơ Say" và "Mây", đồng thời với các thi sĩ Nguyễn Giang, Quách Tấn, Hàn Mặc Tử, Lưu Trọng Lư, Thế Lữ,

Huy Thông… có cả Xuân Diệu, Huy Cận… thuộc lớp thi nhân thời tiền chiến.

Về sau, chúng tôi có duyên tình cờ gặp gỡ người em của ông Vũ Ngọc Phan là nhà văn Vũ Minh Thiều, một tác giả chuyên dịch thuật những tác phẩm của các tác giả tên tuổi trong nền văn học Nga Sô như Fiodor Mikhailovitch Dostoievski, Maxime Gorki… Anh từng hợp tác với chúng tôi để trình làng lần đầu tiên ở miền Nam hai tập truyện của đại văn hào lưu vong người Nga là Alexandre Isaievitch Soljenitsyne: "Vòng Đầu Địa Ngục" (Le Premier Cercle) và "Khu Ung Thư" (Le Pavillon des Cancéreux) qua nhà xuất bản *Ngàn Khơi* do chúng tôi chủ trương.

Ngưỡng mộ thầm kín trong lòng nhưng thuở đó chúng tôi nào dám mơ ước có ngày được diện kiến nhà thơ, dù chỉ là một lần. Con đường Nam Bắc không xa nhờ phương tiện di chuyển coi như hiện đại thuở đó nhưng quá cách trở khó khăn. Vô vọng là khác. Lý do là ngày ấy, chúng tôi còn bạch diện thư sinh, ăn nhờ ở đậu nơi nhà người bà con xa nhờ mẹ chúng tôi tháo vác tần tảo nuôi chúng tôi ăn học và đóng tiền cho chúng tôi ăn cơm tháng ở Sài Gòn.

Mãi đến năm 1954, hiệp định đình chiến Genève chia cắt hai miền Nam Bắc, anh Vũ Hoàng Chương theo chân cả triệu đồng bào miền Bắc thề không sống chung với Cộng sản độc tài gian ác. Anh quyết tâm rũ bỏ tất cả di cư vào Nam hít thở không khí tự do dân chủ. Cho dù miền Nam lúc đó vừa mới lấy lại chủ quyền thực sự trên tay người Pháp. Cái duyên chúng tôi được gặp gỡ Anh xuất phát từ cái mốc thời gian lịch sử nhức nhối, đong đầy nước mắt đau thương nầy.

Không lâu sau, chúng tôi chập chững tập tành bước vào nghề xuất bản, một cái nghề xa lạ đối với chúng tôi, ngoài những công việc sinh sống chánh yếu thường nhựt khác. Sự chọn lựa nầy do sự réo gọi thúc hối của đam mê đầu đời nơi chúng tôi. Nhưng lúc sơ khởi, bập bõm dò dẫm với trọng tâm và phương hướng "cò con lặn lội", chúng tôi chỉ có trong tay chút ít phương tiện và điều kiện giới hạn. Dĩ nhiên ngoại trừ một quyết tâm mãnh liệt và tấm lòng tin tưởng tuyệt đối ở tương lai.

Chúng tôi không có nhà in, không có cơ sở phát hành và cũng không có một hiệu sách dù khiêm nhường đến đâu để trình bày những sách vừa mới xuất bản với độc giả bốn phương. Việc dấn thân của chúng tôi xem như một thách thức của quả cảm và phiêu lưu.

Tác phẩm mướn in xong, chúng tôi sung sướng và trân quý ôm kè kè mang tới từng hiệu sách nằm rải rác trong trung tâm thủ đô Sài Gòn và những vùng phụ cận để giới thiệu với ước mơ thầm kín các ông chủ tiệm tốt bụng mua nâng đỡ một vài quyển gọi là tượng trưng cho có. Nhưng thường nhứt là uốn lưỡi Tô Tần tranh thủ xin được ký gởi, không một lời hứa hẹn của chủ nhân.

Thường thường chúng tôi đi một vòng từ nhà sách Xuân Thu trên đường Tự Do, cơ sở cũ là Albert Portail của chủ nhân người Pháp, hiệu sách sang trọng có số độc giả chọn lọc. Nơi đây người quản lý không bao giờ mua, chỉ bằng lòng nhận ký gởi, một thời gian sau lượn qua xem số sách bán được bao nhiêu. Nếu bán hết thì đề nghị thanh toán, xong ký gởi đợt khác. Thế cũng quý lắm rồi, gọi là để giúp đỡ những người mới vào nghề, đồng thời đóng góp phần nào vào công tác cổ động và phát triển dòng văn học nghệ thuật tự do của nước nhà.

Nhiều hiệu sách chẳng những không mua, còn từ chối nhận ký gởi với lý do phiền phức sổ sách kế toán, rủi ro thất lạc hay bị đánh cắp phải bồi hoàn nữa. Từ Xuân Thu, chúng tôi rảo bước vòng xuống đường Lê Lợi, ghé các nhà sách bề thế như Khai Trí, Tự Lực, Việt Bằng, Thanh Tuân… mỗi nơi bán chút ít tùy mặt sách có hấp lực hay không, hoặc tùy cách trình bày mẫu bìa có lôi cuốn bắt mắt người thưởng ngoạn. Kế qua chúng tôi la cà viếng mấy đồng minh lẻ tẻ của chúng tôi, những sạp sách bán lẻ dài dài theo lề đường Lê Lợi phía đối diện với nhà sách Khai Trí như Thư Hương, Thư Trang, Diệu Tâm, sạp sách có tầm vóc của anh chị Lưu v.v...

Những sạp sách khiêm nhường lụp xụp của giới nhà nghèo nầy lấy mức lời phải phải phân phân, hợp lý hợp tình vì chi phí quản lý và thuế má không bao nhiêu. Họ sống nhờ công sức của chính mình với mồ hôi âu lo thua lỗ, được mất, đói no hằng ngày cùng với sự tham gia đóng góp tận tình của gia đình vợ con. Họ chuộng tinh thần thông cảm những khó khăn của độc giả bình dân. Nhứt là của tập thể sinh viên eo hẹp tài chánh nhưng tràn đầy cao vọng lập thân.

Vì vậy, một mặt họ vừa tiếp tay giúp đỡ đa số độc giả có khả năng tài chánh giới hạn được nhiều dịp thuận lợi thưởng thức các món ăn tinh thần bày biện la liệt trên các kệ cây tạp nhạp dễ tháo gỡ vào mỗi buổi chiều khi nghỉ việc. Mặt khác, họ vừa kiếm cơm lương thiện trong thời buổi bon chen tranh giành bất cần đạo lý.

Lần hồi cơ sở xuất bản của chúng tôi trở nên vững vàng, có cơ phát triển hứa hẹn dài lâu do chúng tôi đích thân đánh Đông dẹp Bắc, lo trong lo ngoài trần thân. Bây giờ ngoái nhìn lại giai đoạn dài đằng đẵng lập thân trầy vi tróc vảy nầy, chúng tôi nghĩ chỉ nhờ một phép lạ nhiệm mầu nào đó nên chúng tôi mới có được những ngày hôm sau, trước tháng Tư 1975.

Lúc nầy chúng tôi đã có ít nhiều mặt sách được sự quan tâm chú ý của giới ham chuộng văn chương chữ nghĩa và có thêm một nhà in. Và nơi chúng tôi làm việc thường thường bạn bè ra vô không ngớt cũng vui, nhờ vậy làm nhẹ bớt để quên đi những kham khổ cực nhọc xuyên suốt bao nhiêu năm qua. Cũng trong thời gian nầy, chúng tôi nới rộng hoạt động, chuyển sang lãnh vực xuất bản thêm một ít tựa sách nghiên cứu, lịch sử, văn học nghệ thuật, tiểu thuyết, hồi ký, thi ca v.v… để được đa dạng hơn.

Chương trình phát triển nầy chúng tôi ấp ủ kín trong lòng bấy nay, nhưng vì hoàn cảnh chưa có cơ hội thuận tiện thực hiện được. Lý do là lãnh vực dự định đòi hỏi ít nhiều công việc phụ trội không phải đơn giản dễ dàng, trong đó có sự tăng cường mối quan hệ trong làng văn mà chúng tôi thường hay chểnh mảng thờ ơ, ít khi quan tâm để ý tới đúng mức. Dĩ nhiên phải kể đến những trang bị máy móc hiện đại tối tân cần thiết nhưng rất tốn kém do ngoại tệ khan hiếm, giấy phép nhập cảng giấy ngoại do Bộ Kinh tế cấp phát rất hạn chế, có thể nói không sai là nhỏ giọt.

Một may mắn đến bất thình lình là chúng tôi được người bạn giới thiệu một nhà thơ tên tuổi. Đó là thi sĩ Vũ Hoàng Chương, giáo sư cùng dạy học chung tại một trường tư thục ở Sài Gòn với anh. Anh cho biết, qua quan hệ nghề nghiệp anh có cảm tình đặc biệt với nhà thơ, ngoài việc ngưỡng mộ một thiên tài như trường hợp của chúng tôi lúc thanh xuân mơ mộng.

Chúng tôi quá đỗi vui mừng khi nghĩ đến việc sẽ được dịp gặp tận mặt người mình bấy lâu nay mến mộ. Chúng tôi không chút ngần ngại chấp nhận ngay. Chúng tôi nghĩ trước quen biết nhau, bạn bè càng đông càng tốt, có mất mát gì, sau biết đâu sẽ đưa đến việc hợp tác lâu dài.

Anh Vũ Hoàng Chương là thi sĩ hiếm hoi đúng với danh từ cao đẹp đó, tức nhiên chuyên sáng tác thơ. Những bài văn xuôi của Anh hiếm hoi lắm. Chỉ đôi khi bắt gặp trên báo chí và tập san văn học ở Sài Gòn, trung tâm của nền văn học nghệ thuật miền Nam. Lâu nay chúng tôi có theo dõi và biết dường như Anh không có một tác phẩm văn xuôi nào quan trọng, trừ quyển hồi ký duy nhứt có tựa đề "Đời Tôi" Anh viết bằng thể loại nầy.

Mà thơ thì mấy ai không biết là khó bán lắm, do người yêu thơ, biết thưởng ngoạn giá trị tiềm ẩn của thơ rất hạn hẹp. Sống nhờ vào thơ có thể nói là một ảo vọng trầm trọng, chỉ đưa người làm thơ vào cảnh nghèo khó, triền miên đắm chìm quanh năm suốt tháng trong túng quẫn thiếu thốn mà thôi. Lịch sử của nền văn học nước nhà gần đây nhứt đã chứng minh hùng hồn điều đó, qua hai trường hợp điển hình là thi sĩ làng Vị Xuyên, Tú Xương Trần Kế Xương và nhứt là nhà thơ núi Tản sông Đà Nguyễn Khắc Hiếu, hai thiên tài hiếm hoi nhưng xác xơ đói rách.

Lúc nầy, tức thời gian những năm trước 1975, chúng tôi đã tổ chức được một cơ sở ấn loát khá hiện đại. Mặt khác việc in thơ không đòi hỏi nhiều công khó do thời gian xếp chữ, trình bày được rút ngắn đáng kể. Chúng tôi cũng xin lưu ý là máy vi tính mới bắt đầu xuất hiện ở Sài Gòn và người biết sử dụng nó hiếm hoi lắm.

Nhưng quan trọng hơn hết là sau khi in xong và phát hành một tập thơ, nhà xuất bản có lấy lại được vốn đầu tư hay không? Thời gian thu hồi kéo dài năm bảy năm hay nhiều hơn nữa, chớ đừng có ảo tưởng nghĩ đến việc thu hồi vốn ngay như trường hợp sách giáo khoa hay các tập truyện hoặc tiểu thuyết để chuốc lấy thất vọng. Việc nầy khiến những tác phẩm thi ca đời nào cũng vẫn không được dồi dào so với văn xuôi. Nhưng càng phũ phàng hơn là không biết bao nhiêu người làm thơ từng chắt chiu đau khổ để khai sanh tác phẩm trân quý của mình để rồi chán nản thua buồn nhìn đứa con tinh thần của mình yểu mệnh trong những ngăn tủ kéo lạnh lùng, buội giăng cùng khắp.

Nhưng nhân cơ hội "ngàn năm một thuở" nầy, chúng tôi nghĩ bụng âu cũng là dịp thử thời vận, dọ dẫm học hỏi thêm, chớ nếu không chịu lao vào để phát triển, cứ khăng

khăng đứng ngoài rìa mãi làm sao nắm bắt được những phần khúc chiết phức tạp của nghề nghiệp. Rồi mấy tháng sau đang khi làm việc trên gác lửng, người nhà chúng tôi báo có bạn đến thăm. Chúng tôi vẫn ngỡ như mọi lần nên gọi vọng xuống bảo cứ thẳng lên gác, anh em tâm đắc thân thiết cả, không nên khách sáo rườm rà. Từ cầu thang dẫn dắt lên gác lửng, chúng tôi nghe có nhiều tiếng chân người.

Chưa kịp đoán xem những ai, bạn chúng tôi đã lù đù đến sát cửa phòng làm việc, nhoẻn miệng cười tươi rói. Chúng tôi bỗng có phản ứng hơi nghiêm nghị khác thường ngày, khác với mỗi lần chúng tôi gặp nhau. Vì cùng lúc đó chúng tôi nhận thấy có người lạ tiếp theo sát chân bạn chúng tôi. Anh bèn giới thiệu với chúng tôi ngay để tránh ngỡ ngàng chẳng ích gì: thi sĩ Vũ Hoàng Chương. Chúng tôi vụt đứng dậy lễ phép bắt tay chào hỏi và niềm nở tỏ vẻ hân hạnh được gặp mặt nhà thơ tăm tiếng thời tiền chiến và ngay cả hiện tại mà chúng tôi từng mơ ước lúc thiếu thời.

Trong buổi gặp gỡ sơ giao ngắn ngủi nầy cũng đủ cho chúng tôi hiểu thêm và thấm thía hoàn cảnh sinh sống lúc bấy giờ của nhà thơ đang trong thời buổi chiến tranh có cơ diễn biến phức tạp và khốc liệt. Anh Vũ Hoàng Chương hôm đó ít nói, nhưng khi nói thì nói ngắn gọn, đủ đầy ý chính. Thường hơn, anh chỉ trả lời những câu hỏi đầu đuôi lẫn lộn của chúng tôi, vì tánh chúng tôi vốn vui vẻ cởi mở, bãi buôi với mọi người, dù xa lạ hay thân quen. Có lẽ đây cũng do bản chất của những người làm thương mãi, dù là thương mãi ở lãnh vực văn chương chữ nghĩa. Nhưng trong thâm tâm, chúng tôi muốn tránh không khí trầm lặng đôi khi ngột ngạt đến độ mất vui giữa những bạn bè vừa mới quen nhau, dù bạn chúng tôi thỉnh thoảng cũng có góp ý góp lời. Và có lẽ cũng do mới quen nhau, nhà thơ có những dè dặt tối thiểu thuở ban đầu không sao tránh khỏi chăng?

Chúng tôi còn nhớ khi đã qua giai đoạn sơ ngộ, ở

những lần gặp gỡ về sau, lúc Anh nói, Anh nói rất nhanh, rất gọn nhưng chữ cuối câu hơi cụt. Chúng tôi từng được nghe các văn nghệ sĩ kể lại, Anh có một giọng ngâm truyền cảm khá đặc biệt, nhưng qua những câu chuyện trao đổi, chúng tôi ngạc nhiên về cái giọng nói hơi xẵng của Anh, một nhà thơ ngâm sĩ nổi tiếng từng chinh phục hàng triệu độc giả và thính giả yêu thơ từ Bắc chí Nam. Có lẽ vì thiếu bối cảnh phù hợp và nhứt là nguồn cảm hứng nên giọng anh thiếu yếu tố rung động truyền cảm như chúng tôi từng nghe đồn đãi chăng?

Chúng tôi cũng được nghe bạn bè trong giới văn chương báo chí kể Anh là một trong những đệ tử trung thành nhứt của *Phù Dung Tiên Nữ* ngay từ lúc thiếu thời. Cái nợ trần ai dai dẳng ấy giới văn nghệ sĩ thuở lãng mạn trước thế chiến thứ hai, cả ngoài Bắc lẫn trong Nam đa số thường mắc phải, xem như một cái "mốt" thời đại? Hôm ấy, Anh mặc áo "vết" màu xám tro sậm, rộng thùng thình, có lẽ để che đậy thân hình gầy còm, ốm yếu tong teo như con cá lẹp của Anh? Sau nầy biết bao nhiêu lần gặp lại, mà mỗi lần chúng tôi đều thấy Anh luôn luôn mặc "com lê vết tông quần tây", dày nón chỉnh tề đúng điệu nghệ phong thái tươm tất "cậu ấm" một thời huyền thoại của đất Bắc xưa.

Do con người mảnh khảnh của Anh nên khi Anh đến thăm chúng tôi, những em bán sách khi nhìn thấy Anh thong dong từ xa, chúng vội trâm trớt với nhau: "Kia kìa, coi chừng! Gió thổi mạnh một chút dám hốt, cuốn bay ông nhà thơ dễ mến khi ông băng qua đường".

Thú thật, chúng tôi cũng thường liếc trộm, nhìn ở bâu áo sơ mi, để ý thấy ngực Anh thực sự lép xẹp, ngay cả chiếc "cà vạt" cũng không hề siết hẳn cổ áo. Khi ra ngoài, chúng tôi có cảm tưởng Anh rất quan tâm đến phần trang phục và ngoại hình, trông vừa lịch sự vừa tôn trọng để chinh phục người chung quanh. Tánh tình Anh rất vui vẻ, nụ cười thường nở trên môi. Chúng tôi nghĩ việc Anh được cảm tình và sự quý trọng của bạn bè và độc giả từng gặp Anh không có gì phải ngạc nhiên cả.

Bạn chúng tôi đã có ý định trước nên thừa một dịp thuận tiện chen vào câu chuyện, đề nghị anh Vũ Hoàng Chương nếu có tác phẩm nào đã hoàn chỉnh không nên ngần ngại trao cho chúng tôi xuất bản một quyển để giao duyên. Chúng tôi đã đoán biết trước việc nầy nên không mấy bất ngờ, nhưng tế nhị vui vẻ cười xã giao.

Thật tình trong lòng từ lâu cũng như ngay lúc đó, chúng tôi rất ngại in thơ, do cầm chắc mình sẽ lỗ vốn, dù chúng tôi có yêu thơ, dù chúng tôi có mến mộ người làm thơ đang ngồi trước mặt chúng tôi. Bộ môn khép kín nầy kém độc giả lắm. Ai cũng biết như vậy, lựa là người trong nghiệp. Từ xưa đến nay chúng tôi có thể nói chẳng sợ sai lầm là chưa một nhà xuất bản chuyên nghiệp nào tha thiết đến việc in thơ. Phải nhìn nhận sự thật như vậy, và nếu có in thơ thường chẳng qua vì tình nghĩa bạn bè quen biết có qua lại trước sau với nhau.

Hôm ấy, anh Vũ Hoàng Chương cho biết chưa có sẵn trong tay một tác phẩm nào hoàn chỉnh cả. Nhưng Anh hân hoan cho biết sẽ xoay sở tranh thủ thời gian để sớm hình thành một thi tập rất gần đây. Anh vốn sáng tác rất nhiều, nhiều lắm và phần lớn những sáng tác đó đều được đăng tải rải rác ở các tạp chí văn học hoặc để ngâm trên đài phát thanh ở Sài Gòn nơi mục Tao Đàn.

Chương trình nầy do cố thi sĩ Đinh Hùng phụ trách giới thiệu và qua giọng ngâm truyền cảm độc đáo của các ngâm sĩ chuyên nghiệp được thính giả mến mộ như Hồ Điệp, Nguyễn Thanh, Hoàng Thư, Nguyễn Đình Toàn, ký giả Tô Kiều Ngân (Lê Mộng Ngân) vừa ngâm thơ vừa thổi sáo đưa thính giả vào cõi mộng mơ, mong lung liêu trai. Về sau có thêm giọng ngâm tài tử, tuy trẻ trung nhưng điêu luyện của nữ ca sĩ Hoàng Oanh v.v…

Hơn nữa rất nhiều bài thơ của Anh đã được chuyển dịch qua nhiều sinh ngữ như Đức, Anh, Pháp, nhờ vậy được phổ biến rộng rãi khắp nơi trên thế giới. Trong chiều hướng đó, Anh sẽ thu nhặt góp nhóp, sắp xếp mạch lạc một số sáng tác đã từng được giới thiệu. Câu chuyện gặp gỡ sơ giao rồi chung cuộc cũng đi đến kết thúc, sau khi chúng tôi ký tặng Anh một ít sách kỷ niệm do chúng tôi in đặc biệt trên giấy trắng mịn dành riêng tặng bạn bè thân hữu tâm đắc.

Mấy tháng sau, cũng trên gác lửng nơi chúng tôi làm việc hằng ngày, chúng tôi tiếp anh Vũ Hoàng Chương đến thăm chúng tôi không biết đây là lần thứ mấy và lần nầy Anh chỉ đi một mình. Vẫn cung cách trang sức chải chuốt cố hữu nhưng rất ư lịch sự, không hề gay mắt lập dị. Câu chuyện giữa chúng tôi đương nhiên bớt phần dè dặt của thuở ban đầu như ở những lần gặp gỡ trước. Anh vẫn ít nói nhưng không vì vậy che đậy những biểu hiện cảm thông thân tình.

Chúng tôi còn nhớ đề tài hôm đó giữa chúng tôi xoay quanh dĩ vãng nhiều hơn hiện tại, nhắc nhớ ôn cố thời gian sanh hoạt văn học nghệ thuật sôi nổi ở Hà Nội thuở tiền chiến, giai đoạn chúng tôi ao ước muốn biết thêm qua một chứng nhân sống, sống thực để bổ túc sự hiểu biết hạn hẹp của mình. Cũng nhờ Anh chúng tôi mới biết anh Vũ Hoàng Chương có lúc tham gia phong trào kháng chiến chống Pháp sang tái chiếm miền Bắc. Nhưng qua đó chúng tôi biết rõ lập trường dứt khoát của Anh không thể và không bao giờ chấp nhận chung sống với Cộng sản được.

Hôm ấy, Anh trao cho chúng tôi và nhờ chúng tôi xuất bản một tập thơ do Anh vừa mới hoàn thành. Anh đã chọn một cái tựa khá lạ: "Ngồi Quán". Đối với chúng tôi đây là tác phẩm thi ca đầu tiên do chúng tôi đồng ý xuất bản sau nhiều năm dấn thân vào lãnh vực khá phức tạp nầy. Việc quyết định của chúng tôi chẳng qua do vấn đề tình cảm và tấm lòng trân quý chúng tôi dành riêng cho nhà thơ, đúng như nhận xét chính xác của anh Tạ Ty (1):

"... Vũ Hoàng Chương vô Nam với hai bàn tay trắng, nhưng Chương vẫn sống ung dung nhờ vào sự trợ giúp của bằng hữu. Nói cho đúng, về đời sống vật chất, cả hai người (Vũ Hoàng Chương và Đinh Hùng), nếu chỉ sống bình thường như mọi người thì không có gì để lo lắng vì giá sinh hoạt ở trong Nam hồi đó rất rẻ, nhưng Đinh Hùng và Vũ Hoàng Chương không chỉ sống bằng cơm gạo, mà họ còn sống bằng ma túy! Cái đó mới kẹt".

Lúc đó, chúng tôi nhận in tập thơ của anh Vũ Hoàng Chương coi như để tiếp nối cái tình cảm đậm đà cảm thông của những người làm thương mãi sinh sống bằng con đường văn chương chữ nghĩa đối với những văn nghệ sĩ sáng tác chuyên nghiệp, chỉ sống duy nhứt với các tác phẩm nắn nót qua tim óc của mình. Có thể nói chúng tôi tiếp nối việc làm có ý nghĩa của nhà xuất bản Phạm Văn Tươi trước đây, khi cho ấn hành vào khoảng cuối năm 1954 thi tập "Rừng Phong", theo chúng tôi được biết là thi tập đầu tiên của Anh được trình làng ở dãy đất Miền Nam. Cũng như về sau những nhà xuất bản khác ở Sài Gòn đã tuần tự ấn hành những thi tập của Anh như "Hoa Đăng" (1959), "Lửa Từ Bi" (1963), "Cành Mai Trắng Mộng" (1968), "Ta Đợi Em Từ Ba Mươi Năm" (1970)... nếu chỉ kể những tác phẩm chính của Anh.

Để triển khai thực hiện thi tập nầy, chúng tôi thường tiếp xúc với Anh, khi tại nơi chúng tôi làm việc, nhưng nhiều nhứt tại nhà Anh ở nơi khu Bàn Cờ, đường Phan Đình Phùng không xa phòng mạch của bác sĩ kiêm thi sĩ Bằng Vân Trần Văn Bảng, Giám đốc bệnh viện Tâm Thần Chợ Quán để cùng nhau bàn thảo về cách thức trình bày và nhứt là định ngày giờ trong tuần để Anh tự tay sửa chữa từng đợt bản vỗ sơ khởi. Nơi nầy Anh cũng vừa dọn đến chẳng được bao năm, không rõ vì một lý do hay ẩn tình khúc mắc nào, mặc dầu gia đình Anh xem như quá hạnh phúc nơi ngôi nhà cũ Anh đã tạo dựng được ở Bến Chương Dương Sài Gòn. Do vậy tôi thiết nghĩ nên trích dẫn sau đây một đoạn hồi ức của anh Tạ Tỵ về người bạn vong niên đất Bắc của anh (1):

"Trong khi đời sống của Đinh Hùng mỗi ngày mỗi rạng rỡ thì Vũ Hoàng Chương cũng cố vươn lên. Chương ngoài tài làm thơ không còn tài nào khác, hơn nữa tính tình Chương cũng không thích xông xáo như Đinh Hùng. Con đường duy nhứt để đời sống của gia đình Chương đứng vững được là Chương phải chấp nhận đi dạy học tại vài trường tư thục do anh em làm Hiệu trưởng. Thêm vào đấy, còn được một số bạn có lòng yêu thi ca trợ giúp.

Có một dạo anh em đồn Chương trúng số độc đắc một triệu đồng. Tôi không hiểu chuyện nầy có thực không và cũng chẳng bao giờ hỏi thẳng Vũ Hoàng Chương về vấn đề này cả. Chỉ biết Vũ Hoàng Chương đã mua được một căn nhà cùng ngõ với nhà văn Bình Nguyên Lộc, gần Bến Chương Dương và mua tranh cùng bàn ghế kiểu mới, bày nơi phòng khách. Vợ chồng Vũ Hoàng Chương vì hiếm muộn nên xin từ Nhà thương Từ Dũ một đứa trẻ sơ sinh, vì lý do nào đó, người mẹ đã không muốn có con, mang về làm dưỡng tử, nuôi nấng dạy dỗ thương yêu như con đẻ vậy.

Gia đình Chương sống có vẻ hạnh phúc với tiếng trẻ thơ cười nói bi bô, chớ không vắng lặng như xưa. Tôi có đến thăm Chương tại căn nhà đó, ở cuối ngõ, đi qua nhà Bình Nguyên Lộc vài căn. Nàng Oanh (vợ nhà thơ) có vẻ phong lưu, dáng điệu ung dung nhàn hạ, sắc mặt hồng hào không còn tái mét như người thiếu máu kinh niên nữa. Tôi mừng cho đời sống của gia đình Chương đã tới vận khá, trời đóng cửa mãi, coi sao được?"

Rồi kể từ dạo đó, hằng tuần chúng tôi vẫn tiếp tục đến nhà Anh ở đường Phan Đình Phùng để trao bản vỗ cho đến khi thi tập "Ngồi Quán" được xếp chữ và sửa chữa xong.

Nhưng băn khoăn của chúng tôi là làm sao trình bày một mẫu bìa nghệ thuật hấp dẫn, xứng đáng với tên tuổi nhà thơ chúng tôi mến mộ và cũng để đánh dấu giai đoạn mới trong nghề nghiệp của chúng tôi nữa. Việc nầy đối với chúng tôi không dễ dàng gì. Trước đó, chúng tôi đã xuất bản được bốn năm chục tựa sách rồi, dưới nhiều dạng thể khác nhau nhưng phần lớn là sách nghiên cứu và sách giáo khoa bậc đại học.

Thú thật hầu hết các mẫu bìa đều do chúng tôi tự tay trình bày lấy do ít tốn kém ở bước đầu làm ăn "cò con" và cũng do chúng tôi chọn giải pháp dễ dãi không gây nhiều rắc rối khó khăn trong việc in ấn thực hiện. Thường thường chúng tôi cho in offset một màu đồng nhứt, quanh quẩn chung quanh các màu xanh nước biển, xanh lơ, xanh đọt chuối, màu xám, nâu dợt hay màu vàng hoặc tim tím u buồn v.v… để làm nền, xong cho thợ xếp tựa in đen trắng đem chồng lên. Nếu là sách được chia làm quyển 1, quyển 2, chỉ cần giữ tựa lại và thay màu nền là xong. Thật đơn giản.

Nay in thơ tất nhiên chúng tôi phải cậy nhờ sự tiếp tay hợp tác của các họa sĩ chuyên nghiệp có nét vẽ nhà nghề nhằm đảm bảo phần mỹ thuật, chớ không thể tiếp tục lem nhem đập dập như chúng tôi đã làm trước đây. Cũng may, từ khi vào nghề, chúng tôi quen biết và có quan hệ qua lại thường xuyên với anh Lê Ngô Châu, chủ nhiệm tạp chí *Bách Khoa*. Tạp chí nầy trước đây do ông Huỳnh Văn Lang, Tổng Giám đốc Viện Hối Đoái Quốc Gia Việt Nam chủ trương xuất bản và về sau được anh Lê Ngộ Châu đảm nhận nhiệm vụ điều hành.

Một bên trông nom xuất bản, một bên điều khiển một cơ sở báo chí có ảnh hưởng rộng lớn trong quần chúng độc giả Miền Nam thời bấy giờ. Giữa chúng tôi và anh Châu thường gặp gỡ nhau, hoặc tại nơi phòng làm việc của chúng tôi ở đường Đinh Tiên Hoàng, Đa Kao, nhưng nhiều nhứt tại tòa soạn Bách Khoa ở đường Phan Đình Phùng, những khi chúng tôi phát hành đầu sách mới đến tặng anh. Hay khi anh cần lấy nội dung hoặc thâu tiền quảng cáo sách của chúng tôi. Mối giao hảo đó giữa chúng tôi rất tốt đẹp đặt trên căn bản trong sáng, hai bên đều có lợi, sòng phẳng và kính trọng lẫn nhau.

Anh Lê Ngộ Châu "dáng người trắng trẻo, mập mạp, ăn nói rất khôn khéo" đúng như nhận xét quá xác đáng của anh Tạ Ty, nhưng cũng không sai mấy cái nhìn khách quan của chúng tôi. Anh quen biết nhiều, tiếp xúc rộng với nhiều giới, luôn lịch sự trong giao tế, không hề mếch lòng một ai.

Thực sự chúng tôi biết anh Châu không phải là nhà văn nhà thơ tên tuổi, nhưng phải nhìn nhận ở anh có một biệt tài hiếm hoi ít người có được. Anh có cái nhìn sâu sắc, con mắt tinh thông giúp Anh nhận định đúng mức để khám phá giá trị đích thực tiềm ẩn trong các bài văn bài thơ, nói chung trong những sáng tác phẩm do độc giả bốn phương gởi đến tòa soạn. Nhờ vậy, Anh đã lưu lại trong nền văn học nghệ thuật và truyền thông báo chí Việt Nam Cộng Hòa không phải những tác phẩm để đời của một tác giả được người trong giới công nhận mà là một người có công lao to lớn trong việc phát hiện và giới thiệu khá nhiều cây viết trẻ trung đương thời đang bập bõm dò dẫm tìm một hướng đi cho mình.

Và cuộc đất màu mỡ *Bách Khoa* đã giúp nảy nở biết bao nhà văn chuyên nghiệp sau nầy, hiện nay vẫn còn hoạt động ở trong nước cũng như đang tiếp tục ở hải ngoại. Có thể nói qua công sức và tài năng của anh, quả tạp chí *Bách Khoa* là một trong những trung tâm sanh hoạt văn học nghệ thuật quan trọng ở thủ đô Sài Gòn trước 1975 mà tầm ảnh hưởng xem như tiếp nối tạp chí Đời Mới của ký giả lão thành Văn Lang Trần Văn Ân những năm tháng về trước.

Chính tại tòa soạn *Bách Khoa* thỉnh thoảng chúng tôi có gặp và làm quen nhiều nhà văn nhà thơ thành danh từng cộng tác với anh Châu như Lê Văn Siêu, Nguyễn Ngu Í, Vũ Hạnh, Vương Hồng Sển, Nguyễn Thiệu Lâu, Hồ Hữu Tường, Nguyễn Hiến Lê, Võ Phiến v.v... Nhưng nơi đây chúng tôi xin chân thành ghi nhận một sự kiện chúng tôi không sao quên được.

Từ ngày quen Anh đến khi bị bức bách dứt nghiệp trong tiếc nuối không gì xóa lấp được, nhiều lần Anh đứng ra làm trung gian vô điều kiện nhằm giới thiệu với chúng tôi nhiều tác giả nổi tiếng như nhà khoa bảng, bác sĩ nghiên cứu ngữ học Trần Ngọc Ninh từng một thời làm Tổng trưởng Bộ Quốc Gia Giáo Dục để xuất bản một công trình đồ sộ công phu là bộ "Cơ Cấu Việt Ngữ" (đã phát hành được ba quyển 1, 2, 3, quyển thứ 4 in dang dở chưa kịp cho ra mắt); học giả Nguyễn Hiến Lê, tác giả của hơn một trăm tác phẩm đã trình làng với các quyển "Bertrand Russel", "Chiến sĩ Tự do và Hòa bình"; "Albert Einstein, Đời sống và Tư tưởng" và sau nầy tôi tái bản lần thứ nhứt quyển "Kiếp Người" do học giả dịch từ tác phẩm của nhà văn Anh, William Somerset Maugham (1874-1965); nhà văn Võ Phiến Đoàn Thế Nhơn nhờ đó tôi giữ một kỷ niệm tốt đẹp qua việc thực hiện tập truyện "Đất Nước Quê Hương" mà sau ngày thành công ra hải ngoại tỵ nạn chính trị, tác giả đã cho tái bản ở Hoa Kỳ; cả nhà văn Vũ Hạnh qua thiên "Biên khảo về truyện Kiều" v.v...

Nơi đây, hôm nay chúng tôi xin có lời cám ơn anh Lê Ngô Châu từ Việt Nam xa xôi sống chết ra sao chúng tôi không được tin tức xác thực, vì cũng nhờ Anh chúng tôi mới có cơ hội tiếp xúc họa sĩ Văn Thanh. Thuở đó, chúng tôi nhớ rõ, anh Văn Thanh rất sốt sắng sẵn lòng nhận lời trình bày ngay mẫu bìa thi tập "Ngồi Quán" của anh Vũ Hoàng Chương vừa trao cho chúng tôi. Theo chúng tôi nghĩ có hai lý do. Thứ nhứt giữa anh và anh Vũ Hoàng Chương có mối giao tình đậm đà từ những ngày làm văn học nghệ thuật ở Hà Nội và được tiếp nối trong tình huynh đệ thủy chung từ dịp may mắn cả hai người đều cùng di cư vào Nam sinh sống. Thứ hai là anh cũng muốn nhận tiện nầy có cơ hội hợp tác lâu dài với chúng tôi mà cơ sở xuất bản đang trên đà phát triển tốt đẹp, được độc giả quan tâm và nhiều người trong giới biết tới.

Ngày xa xôi đó, anh Văn Thanh dùng màu đen sậm làm nền cho thi tập Ngồi Quán, phớt sương chút xanh lơ đó đây với một bóng người ở tư thế suy tư ngồi nhìn khói thuốc lá bay tỏa lững lờ trong không gian. Chúng tôi có cảm tưởng như một linh hồn lạc lõng cô đơn, đong đầy tâm sự buồn nản chán chường thế sự. Và cái nền đen sậm kia lại tăng thêm sự buồn nản sâu thẳm đó gấp bội phần.

Chúng tôi có ý nhờ anh Văn Thanh sửa lại mẫu bìa cho được trẻ trung tươi thắm hơn, vì một lẽ rất dễ hiểu là lúc bấy giờ chúng tôi đang ở tuổi hoạt động yêu đời, chỉ thấy chung quanh mình toàn là màu hồng… nhưng chung cuộc tôi bỏ hẳn ý định đó. Mãi đến hôm nay tôi không hiểu sao anh Văn Thanh trình bày một bìa tối tăm buồn nản đến thế. Có phải anh quá xúc cảm và bị chi phối bởi tình hình chính trị ở miền Nam, ngoài chiến sự đang sôi động khắp bốn vùng chiến thuật?

Qua thi tập "Ngồi Quán", chúng tôi không ngờ việc hợp tác giữa anh Văn Thanh và anh Vũ Hoàng Chương cùng chúng tôi lại kéo dài liên tục cho đến ngày quốc hận 30 tháng Tư 1975. Thời cuộc nước nhà đảo điên hỗn loạn, anh Chương vào trại tù cải tạo trả món nợ tinh thần "chống cộng và nợ máu". Còn chúng tôi vất vơ vất vưởng chạy đôn chạy đáo tìm con đường ra biển, vượt biên tìm tự do. Riêng anh Văn Thanh chẳng may còn kẹt lại nơi quê nhà.

Tôi in mẫu bìa tập thơ "Ngồi Quán" trên giấy Bristol và phần ruột trên giấy trắng mịn 80gr/m², lúc đó xem như đắc giá và bảnh lắm. Thi tập nhờ vậy trông khá đồ sộ, không phải lép vế như trường hợp in trên giấy báo Cogido xam xám mỏng te. Anh Vũ Hoàng Chương rất đỗi bằng lòng ưng ý, ngỏ lời cám ơn chúng tôi và anh Văn Thanh đã nghĩ đến tình anh, bỏ công khó và chịu tốn kém trong thời buổi chiến tranh, kinh tế khó khăn, đời sống mắc mỏ. Và sự chọn lựa tốn kém của chúng tôi cũng như sự quan tâm để ý trình bày mẫu bìa của anh Văn Thanh, chẳng qua là để tỏ tấm lòng quý mến anh Vũ Hoàng Chương của cả hai anh em chúng tôi.

Nhân đây, nếu chúng tôi hờ hững vô tâm vô tình quên nhắc tới anh Văn Thanh, chúng tôi cho là một thiếu sót lớn, một tư cách vô ân vô nghĩa đáng trách. Vì từ dạo đó về sau, anh Văn Thanh là họa sĩ duy nhứt chúng tôi đã nhờ để trình bày hầu như tất cả những mẫu bìa sách do chúng tôi xuất bản. Tất cả đều trang nhã, dễ nhìn, không cầu kỳ thời thượng của lớp họa sĩ trẻ mới tấn lên.

Anh vốn hơi thấp người, có da thịt, đầu tóc luôn chải mướt mượt bóng láng, tóc ợp sát ra phía sau ót, nước da ngâm ngâm, nhưng thích nói chuyện với những đề tài phong phú, đa dạng, nhứt là những chuyện vui, chuyện tiếu để cùng nhau cười đùa thoải mái, không hề có ác ý làm phiền hà một ai. Mỗi lần gặp anh, hầu như chúng tôi được mách nhiều nguồn tin bên lề trong giới trong làng chữ nghĩa ít người biết lắm. Tánh tình anh lại ôn hòa, nói năng nhỏ nhẹ với giọng Bắc rất dễ nghe đối với chúng tôi vốn là người miền Nam rặc nòi ăn mắm đồng với dưa leo giá sống. Theo chúng tôi biết, anh thường được xem như là một gạch nối rất được nể nang trọng mến giữa những người một thời làm công tác văn học nghệ thuật và truyền thông báo chí ở thủ đô Sài Gòn.

Hằng tuần, hầu như không sót một tuần nào cả, trên đường về nhà ngang qua khu phố Đa Kao, anh không quên tạt qua văn phòng làm việc của chúng tôi, vừa để thăm hỏi trao đổi ba điều bốn chuyện vô thưởng vô phạt, vừa xem chúng tôi có bìa sách mới hay không. Hoặc anh đến để giao bìa sách anh vừa thực hiện xong.

Đọc đến đoạn hồi ký anh Tạ Ty viết về anh Văn Thanh, chúng tôi bàn hoàng xúc động khi biết anh đã vĩnh viễn ra đi từ bỏ chế độ khắc nghiệt Cộng sản để về bên kia thế giới, âm thầm an nghỉ nơi chéo đất miền Nam đã rộng mở vòng tay cưu mang anh trong tình ruột thịt đậm đà từ ngày anh di cư năm 1954. Bàng hoàng xúc động vì giữa chúng tôi và anh Văn Thanh có một giai đoạn hợp tác quá dài.

Anh đã thực hiện giúp chúng tôi trên dưới năm mươi bìa sách, bìa nào cũng chứng tỏ tinh thần nghề nghiệp cao độ của anh. Anh chịu khó nghiên cứu đề tài hợp với nội dung quyển sách, bỏ công sưu tập tài liệu, dùng màu sắc hài hòa chọn lọc, ngay cả săn sóc cách trình bày tác phẩm. Mỗi bìa sách được anh trang trọng bọc giấy kiếng và đựng trong một sơ mi cứng rất cẩn thận.

Ngày tháng tiếp nối giữa thủ đô Sài Gòn lắm chuyện, nhiều tình tiết éo le vui buồn lẫn lộn. Lịch sử miền Nam sôi động từng cơn như con bịnh bị sốt rét rừng kinh niên đang triền miên hoành hành. Tuy nhiên những sự xáo trộn đáng tiếc ngoài xã hội cũng như những ám ảnh thường xuyên của chiến tranh có cơ trở nên khốc liệt nhưng không vì thế làm cho sinh hoạt văn học nghệ thuật đình trệ hoặc khựng lại. Trái lại, nó vẫn có sức mạnh vươn lên như một thách thức trước thời cuộc, như một chứng minh hùng hồn để sinh tồn, để duy trì sự sống tinh thần không thể thiếu được.

Những sáng tác mới ở mọi lãnh vực xuất hiện đều đều tạo cho nền văn học miền Nam tự do nhân bản thuở đó càng thêm phong phú hơn lúc nào hết. Các nhà xuất bản có cơ sở vững vàng hiện diện gần như đầy đủ, thỉnh thoảng tăng cường thêm vài khuôn mặt mới mang đến một sắc thái quá lạ lẫm, đặc thù. Phần chúng tôi cũng đánh bạo mon men bước vào vài lãnh vực khác như tiểu thuyết, truyện ký, lịch sử, nhất là nghiên cứu.

Tập thơ "Ngồi Quán" được giới phê bình đặc biệt đón tiếp với cảm tình nồng hậu ở lần xuất bản thứ nhứt nầy. Khốn nỗi, như chúng tôi đã từng phát biểu, bộ môn thơ rất kén chọn độc giả. Dù tác phẩm được thực hiện công phu tốn kém, dù về mặt mỹ thuật có hấp dẫn đến đâu cũng không sao phát triển thêm số độc giả yêu thơ hầu như cố định. Việc thu hồi vốn liếng, dĩ nhiên không thể mong đợi ở đầu hôm sớm mai. Tuy vậy theo với thời gian, mỗi tháng tiêu thụ một ít, lần lữa năm nầy tiếp nối năm kia, cứ như thế tồn kho vơi dần. Những cây sách khác được đặc biệt quan tâm theo dõi hằng tuần, trong khi thơ được xếp kỹ ở một góc kho xa tầm mắt kiểm soát. Lâu lâu chợt nhớ, đến xem thấy vơi đi chút ít. Đó là nỗi vui mừng bất chợt của tác giả cũng như niềm hân hoan của nhà xuất bản.

Từ ngày nhận xuất bản thi tập "Ngồi Quán", chúng tôi và anh Vũ Hoàng Chương tới lui gặp gỡ nhau thường xuyên hơn, tùy theo nhu cầu giao bản vỗ để Anh sửa lỗi chính tả, góp ý trình bày hay những khi chúng tôi đến thu hồi lại. Việc nầy rất tiện lợi vì nhà Anh nằm trên tuyến đường về nhà của chúng tôi. Có khi sửa xong, để tranh thủ thời gian, Anh nôn nóng đích thân mang đến trao lại chúng tôi. Vì lúc nầy chúng tôi bận khá nhiều việc, thì giờ eo hẹp do chúng tôi tham lam ôm đồm nhiều sinh hoạt lỉnh kỉnh khác, ngoài việc xuất bản.

Phần khác, chúng tôi hay đãng trí do tâm trí bị chi phối rối bời. Khi đi ngang qua nhà Anh ở khu Bàn Cờ nhưng lúc giựt mình trực nhớ lại thì đã lỡ, chờ khỏi rồi. Mà con đường Phan Đình Phùng ác thay thuở đó là đường một chiều, chúng tôi không tiện quành xe trở lại để nhận bản vỗ đã sửa. Thật tình chúng tôi xin được nói thêm là việc in thơ trong giai đoạn nầy không phải là trọng tâm trọng điểm của chúng tôi thành thử để những việc khác lấn lướt, ưu tiên hơn. Nhưng dù sao sự qua lại đó cũng giúp hai anh em chúng tôi thêm thân tình hơn.

Sau tập thơ "Ngồi Quán" xuất bản năm 1970, không lâu sau, anh Vũ Hoàng Chương lại ngỏ ý muốn nhờ chúng tôi giúp in tiếp một tập thơ khác, không hẳn do anh vừa sáng tác. Nói cho đúng, anh vừa hoàn tất việc sắp xếp bố cục. Hẳn nhiên có bài Anh đã đăng rải rác trên các tạp chí văn học, có bài khác chưa đang trên báo nào.

Anh rất dễ thương, đắn đo tỏ vẻ lo ngại về việc chúng tôi chưa thâu hồi vốn ở lần in trước. Chúng tôi cám ơn Anh về những âu lo khó khăn tài chánh của chúng tôi, cũng như của những nhà xuất bản bộ môn nầy nói chung. Anh bảo với chúng tôi là tập thơ lần nầy nếu in được chắc kết quả tương đối khá hơn. Anh tin tưởng tuyệt đối ở nhận xét của mình.

Thật sự chúng tôi mến mộ anh Vũ Hoàng Chương ngay từ thuở thanh xuân mộng mơ qua các tác phẩm thời tiền chiến như "Mây", "Thơ Say" như đã nói ở phần trước. Chúng tôi mến mộ Anh ở con người nghệ sĩ chân chính, ở nhà thơ có biệt tài thi ca và một lập trường chính trị vững chắc, nhứt là thái độ cương quyết của Anh đối với tập đoàn Cộng sản hiếu chiến miền Bắc. Nhưng khốn thay, Anh lại là nạn nhân đáng thương của lối sống thác loạn thời buổi bế tắc xa xưa, trót vương mang gắn bó với ả *Phù Dung* đeo đẳng tiêu pha phá sản, khó có thể kìm hãm được.

Chúng tôi nắm bắt ngay hoàn cảnh tế nhị của Anh lúc đó nhưng không vì vậy Anh thiếu thận trọng để đánh mất bản chất đích thực của mình, vốn là con người biết quý trọng thể thống và giá trị của phẩm giá. Do vậy, Anh mở lời đề nghị với chúng tôi về phần tác quyền một cách rất cụ thể và hiểu biết. Anh không cần lấy ngay một lần, trái lại chúng tôi cứ đưa cho Anh chút ít rồi sau đó tuần tự đưa thêm lúc nào cũng được những khi Anh cần đến.

Nhân tiện nói đến tác quyền, chúng tôi rất hãnh diện ngẩng cao đầu nhìn thẳng mặt bạn bè thân hữu, các tác giả có tác phẩm được chúng tôi hân hạnh góp tay xuất bản trước nay. Vì trong suốt chuỗi ngày lặn hụp vào nghề trần thân khổ ải đến lúc đắc thời đắc thế phát triển thành công viên mãn, đối với chúng tôi không hề có vấn đề nhập nhầy lấn cấn do chúng tôi biết liệu cơm gắp mắm, lúc nào cũng sòng phẳng không để mang tai mang tiếng, ăn lường ăn quỵt bạn bè.

Chúng tôi biết Anh Chương cần xoay sở, hơn nữa đã coi nhau thân tình, chúng tôi không vì lý do gì từ chối yêu cầu của Anh. Tiếp đó mấy tuần lễ, Anh mang đến chúng tôi một tập giấy viết tay trên giấy trắng khuôn khổ tập vở học trò dày cộm, trình bày với nét chữ mực tím vừa đẹp, vừa thoáng rất dễ đọc. Anh bảo bản thảo tập thơ mới của Anh, chắc chúng tôi phải ưng ý. Chúng tôi vội vàng mở ra xem ngay, cũng vì nôn nóng muốn khám phá hư thực như thế nào.

Thoạt tiên, cái tựa tập thơ đập mạnh vào đôi mắt tò mò của chúng tôi. Chúng tôi mỉm cười hướng nhìn Anh chòng chọc, trong đầu lởn vởn năm ba ý nghĩ bông đùa của thời trai trẻ buông cương phá làng phá xóm, lang bạt bất cần đời: "Ông già lép xẹp như cá lẹp tăm nhang đã hết xíu quách nầy mà sao còn gân quá!". Chúng tôi vẫn chưa dứt nhìn Anh trong khi Anh có lẽ hiểu ý không mấy sáng sủa của chúng tôi nên bật cười đắc chí: "Đời Vắng Em Rồi Say Với Ai?"

Phải. Đây là tựa tập thơ mới của Anh đó. Nói là tập thơ mới nhưng thực ra theo Anh trình bày cũng chỉ là kết quả việc sắp xếp bố trí cho có lớp lang theo tình tiết cảm hứng của những sáng tác từ lâu của Anh, đúng như Anh đã xác nhận trong *Lời Vào Sách* đính kèm:

"Năm 1940, khi lựa thơ in vào tập 'Thơ Say', tôi đã gạt bỏ nhiều bài mang tính cách quá riêng tư, một phần cũng e rằng lời thơ quá non nớt. Bây giờ đã là 1970. Sau đó cả một cuộc biển dâu – đúng ba mươi năm – những e ngại nói trên không còn nữa, tôi quyết định gom góp lại thành một tập nhỏ mang tiểu đề *Tuổi Học Trò*. Để đối lại với những bài thơ *Tình Yêu* viết sau năm bốn mươi tuổi – từ 1955 trở đi – cũng góp thành tập nhỏ với tiểu đề *Từ Đấy Về Sau*. Hợp cả lại thành thi tập nầy: Đời Vắng Em Rồi Say Với Ai?".

Như vậy thi tập mới nầy gồm hai phần khá rõ rệt:

- Phần nhứt: Tuổi Học Trò gồm 17 bài viết trước năm 1940.

- Phần hai: Từ Đấy Về Sau gồm 19 bài viết sau năm 1954.

Sau đó, chúng tôi lại nhờ nét cọ của anh Văn Thanh. Và cũng như lần trước, anh tranh thủ thực hiện rất nhanh, mẫu bìa mang chở nét trẻ trung tươi sáng hơn, màu xanh thẫm dễ thương qua đường vẽ đơn sơ nhưng ý nghĩa. Tập thơ nầy dĩ nhiên do chúng tôi đảm nhận in lần thứ nhứt ở Sài Gòn. Đến lúc chúng tôi vừa ổn định mới hoàn hồn sau những ngày vượt biên lận đận ở đảo Kuku Nam Dương, chúng tôi thấy được tái bản ở Hoa Kỳ do nhà xuất bản Xuân Thu ở Los Alamitos, tiểu bang California, Hoa Kỳ qua kỹ thuật phóng chụp tái tạo căn cứ theo nguyên bản chúng tôi đã thực hiện ở quê nhà. Chúng tôi có dịp nhìn tận mắt tập thơ tái bản nầy và lòng chúng tôi bùi ngùi nhớ từng chi tiết kỷ niệm qua hình ảnh mấy em sắp chữ bông đùa nói cười liếng thoắng lúc làm việc và những anh thợ cái cặm cụi chăm chú sửa bản vỗ, đôi khi đến quá giờ trong tinh thần có trách nhiệm, liên đới chung một lòng sống chết vì xí nghiệp nhằm phục vụ thi ca và văn chương chữ nghĩa.

Chúng tôi không quên ngày giao mẫu bìa, anh Văn Thanh có mách cho chúng tôi biết thêm, ngoài tài làm thơ và ngâm thơ, ngoài sự nổi tiếng giao du thân mật không bứt rời được với *Phù Dung Tiên Nữ*, anh Vũ Hoàng Chương còn có nét viết hoa hòe, khéo tay thiên phú. Anh Văn Thanh hết lời ca tụng cái tài tiềm ẩn của Anh từ lâu ít người khám phá, trừ những bạn bè tâm đắc thân tình. Được mách nước, chúng tôi nghĩ ngay đến việc chụp lấy cơ hội in tập thơ của Anh để khai thác tài năng hiếm hoi đó nhằm cống hiến cho độc giả và người yêu thơ biết thêm một khía cạnh khác của Anh.

Nhờ vậy, những tựa của các bài thơ trong thi tập "Đời Vắng Em Rồi Say Với Ai?" đều do chính Anh viết tay với nét bút quả thật như rồng bay phượng múa khó ai bì được. Nhưng công việc thẩm mỹ nầy của Anh không phải lúc nào cũng được thực hiện ngay được. Mà phải chờ đến lúc Anh có hứng, mà nguồn hứng nầy của Anh cũng giống như lúc Anh sáng tác thơ vậy. Vì lý do ngoài ý muốn đó, thi tập "Đời Vắng Em Rồi Say Với Ai?" phát hành trễ hơn dự định. Ngoài ra chúng tôi còn phả giải quyết ổn thỏa một số kỹ thuật do việc in ấn đòi hỏi như làm bản kẽm tựa những bài thơ. Cả mấy tháng trường sau khi đã loan báo trong quảng cáo, tập thơ mới trình làng được.

Người ta yêu thơ và thưởng thức thơ lúc nhàn rỗi trà dư tửu hậu hoặc lúc tâm sự thôi thúc dày vò là việc thường tình, không có chi lạ. Nhưng hiểu thấu đáo được thơ, hiểu tận tường được ý thơ tiềm ẩn do tác giả gởi gấm bàng bạc trong vần điệu, trong lời thơ là một việc khác. Không phải ai cũng có được cái khả năng hiếm hoi nầy.

Chúng tôi yêu thơ, thưởng thức thơ theo sự cảm nhận có khi ray rứt, có khi lâng lâng trong tâm hồn mình ở một bối cảnh riêng biệt, ở một thời điểm nhất định. Có nghĩa là chúng tôi không đòi hỏi nhiều ở lãnh vực kỹ thuật cấu tạo, ở sự chọn lựa từ mới ý mới v.v… miễn sao hơi hướm thơ thỏa mãn cảm nhận của chúng tôi, miễn sao ý thơ nhịp đúng tâm tư tình cảm của mình. Với chúng tôi đơn giản như vậy.

Trọng tâm của chúng tôi là hồn thơ. Có thể cũng do trình độ nhận thức kém cỏi hay giới hạn của chúng tôi nữa. Thơ hay vì dội trúng nhịp đập của con tim mình. Do vậy thói thường người ta nói "thơ mình là thơ hay" dù đó chỉ là thơ dỏm, thơ "con cóc". Vì ngoài người làm thơ, không một ai có thể thay thế để diễn tả, lột hết cái gút mắc sâu thẳm, sự xúc động cao độ trong tâm hồn họ được.

Chúng tôi bỗng nhớ ngay đến lời tâm sự của nhà văn lẫy lừng của Pháp là Paul Valéry (1871-1945) như sau:

"Người ta gán cho nghĩa gì thì thơ tôi có nghĩa ấy. Nghĩa nào tôi định cho tôi, chỉ đúng với tôi và không thể buộc ai phải thừa nhận… Vì là một sai lầm phản lại tính chất của thơ, đến có thể giết thơ đi, khi ta khẳng định rằng mỗi một thi phẩm chỉ tương ứng với một ý nghĩa đúng thật, độc nhất và phù hợp hay đồng nhất với một ý tưởng của tác giả mà thôi" (2).

Chúng tôi yêu thơ anh Vũ Hoàng Chương không ngoài lý do đó. Người sành điệu, những nhà phê bình văn học với nhãn quan chuyên môn có cái nhìn sâu sắc khác biệt để thẩm định có sự chuyển biến trong quá trình tiến triển hay không trong suốt chuỗi ngày dài sáng tác của Anh, từ những bài thơ trong các thi tập đầu đời xuất bản thời tiền chiến như "Thơ Say" (Hà Nội 1940), "Mây" (Hà Nội 1943) nhằm xác định giá trị của nó trong dòng văn học Việt Nam hiện đại. Dù sao, với chúng tôi, Anh vẫn là một thi nhân thiên tài đúng với danh từ nầy.

Anh có một chỗ đứng vững vàng trong thi đàn khép kín chẳng những ở miền Bắc mà cả trong Nam, được mọi người trong giới đồng thuận nhìn nhận, dù họ có khó tính đến đâu. Cũng vì lý do trên đây, trong những trang hoài niệm khiêm nhường muộn màng để tưởng nhớ Anh, chúng tôi không hề dám phiêu lưu mạn đàm, đề cập đến phần nội dung các tác phẩm, lãnh vực ngoài tầm tay và khả năng của chúng tôi. Chúng tôi chỉ để tâm nhắc nhớ đến mối quan hệ hoàn toàn trung thực giữa Anh và chúng tôi mà thôi.

Sau thi tập "Đời Vắng Em Rồi Say Với Ai?" khá lâu, Anh lại ngỏ ý muốn nhờ chúng tôi tiếp tục in giúp Anh thêm một thi tập khác nữa. Thật tình, lúc đó chúng tôi không hề nghĩ đến nhu cầu cơm nợ của Anh, cơm ngày ba bữa hằng ngày réo thúc và nợ phong lưu đeo đẳng lỡ trót vương mang. Trái lại, chúng tôi hân hoan đón nhận ngay, không vì kết quả thương mãi ở hai lần xuất bản trước, mà chính do sự gắn bó cảm thông giữa Anh và chúng tôi hơn.

Chúng tôi cũng hân hoan nghĩ thêm rằng nguồn thi hứng của Anh vẫn tiếp tục rạt rào đều đặn, dù tháng năm thăng trầm chất chồng phũ phàng, dù sóng gió đẩy đưa dồn dập xuyên qua đời Anh. Nào ngờ sau đó Anh đề nghị chúng tôi tái bản một tập thơ Anh đã xuất bản khá lâu, hơn những mười lăm năm trước và theo Anh cho biết hiện nay đã hoàn toàn tuyệt bản, nhứt là không còn bày bán trên thị trường chữ nghĩa ở Sài Gòn và các tỉnh thành lớn của miền Nam. Anh tỏ vẻ hơi ái ngại, im lặng ngóng chờ xem phản ứng của chúng tôi như thế nào.

Chúng tôi rất thông cảm chia sẻ tâm trạng của Anh lúc đó. Trong giới thi ca, ai còn lạ gì việc in thơ đã khó bán, tồn kho ối đọng, kẹt vốn, còn việc tái bản thơ xem như phiêu lưu hơn. Thơ tái bản tuy vậy thỉnh thoảng cũng bắt gặp đó đây, nhưng phải trung thực nhìn nhận là quá hiếm.

Thật tình, chúng tôi đã chuẩn bị một thái độ thích ứng cho mình trước rồi. Chúng tôi lúc nào cũng dành một cử chỉ đẹp ủng hộ Anh để cuộc sống hằng ngày của Anh dễ chịu phần nào, dù có in tập thơ mới hay tái bản cũng được. Thêm một lần nữa, anh Văn Thanh lại lãnh trách nhiệm trình bày mẫu bìa thi tập "Rừng Phong" rất sáng sủa, thơ mộng, in đẹp như hai lần trước. Nên nhớ "Rừng Phong" là thi tập đầu tiên của Anh đã được nhà xuất bản Phạm Văn Tươi ấn hành khoảng năm 1954 sau khi Anh đặt chân trên vùng đất hứa Miền Nam.

Ở đây, chúng tôi lại xin mở một dấu ngoặc đơn để dong dài đôi dòng ngắn ngủi nhằm tri ơn Anh Vũ Hoàng Chương đã sốt sắng giúp tôi không hề tính toán, đòi hỏi thiệt hơn. Số là tôi biết chẳng những Anh có nét viết chữ Việt đẹp, hoa hòe bay bướm, Anh còn viết chữ Nho thật sắc sảo, đúng là rồng bay phượng múa của những ông đồ già nơi các chợ Tết ngày xuân của cái thời quá khứ nay trên đà tàn tạ nơi quê hương. Khi chúng tôi nhận xuất bản quyển sách giáo khoa "Hán Văn Tân Khóa Bản" của anh Nguyễn Khuê, giảng sư ban Việt văn chứng chỉ Hán thuộc Đại học Văn khoa Sài Gòn, chúng tôi bèn nghĩ ngay đến việc thỉnh cầu nhờ anh Vũ Hoàng Chương viết hộ năm chữ Hán, tựa của quyển sách. Anh nể tình chúng tôi, nhận lời ngay không chút do dự.

Mấy tuần sau, chúng tôi đến thăm Anh cốt ngóng xem Anh đã kết thúc chưa. Lúc nầy Anh vẫn còn ở trong một con hẻm nhỏ nơi đường Phan Đình Phùng. Như mọi khi, Anh tiếp chúng tôi ở một bàn cây đơn sơ kê sát cửa sổ trổ ra phía trước con hẻm, có màn lửng bắt ngang vừa đủ che khuất bên trong. Nếu có ai tò mò nhìn thẳng vào nhà, lúc nào cũng mờ mờ ảo ảo do thiếu ánh sáng qua sự nhận xét chủ quan của chúng tôi, nhưng chắc đó là khung cảnh huyền ảo thơ mộng Anh cố tình muốn vậy? Hay là bối cảnh lý tưởng để Anh tìm hứng thăng hoa *Nàng Thơ* chăng?

Anh vẫn chưa vẽ xong mấy chữ Hán chúng tôi yêu cầu. Nhà thơ có khác những người lục lục thường tình nơi chốn ta bà thế sự. Ngay như khi viết chữ Nho, nhà thơ cũng phải chờ khi có hứng? Chúng tôi rất hiểu và thông cảm Anh.

Cũng may, việc thực hiện quyển "Hán Văn Tân Khóa Bản" đòi hỏi thời gian cả năm hơn, do sự xếp chữ Nho rất kén chọn thợ chữ. Nhất là nhà sản xuất chữ chì Viễn Giang trong Chợ Lớn nhiều khi không đủ chữ phải chờ khắc những chữ thiếu. Sự trì trệ của Anh không ảnh hưởng mấy.

Hôm nay, sau hơn bốn mươi năm trôi qua, chúng tôi vẫn nhớ và khách quan nhìn nhận nhờ nét chữ điêu luyện của Anh mà quyển sách, ngoài nội dung súc tích, ngoài phương pháp giáo khoa cập nhựt của anh Nguyễn Khuê, đã được độc giả miền Nam, nhứt là tập thể sinh viên Văn Khoa tấm tắc, nâng niu tiếp nhận niềm nở. Dường như quyển Hán văn giáo khoa công phu nầy đã được tái bản ở Sài Gòn những năm gần đây với tựa sách khác hẳn. Có phải chánh quyền Cộng sản không muốn tiếp nối để thực hiện một công trình tim óc sáng giá dưới chánh thể tự do Việt Nam Cộng Hòa?

Lật bật mấy năm liên tiếp chúng tôi thực hiện cho anh Vũ Hoàng Chương tất cả được ba tập thơ. Việc làm nầy xem như rất hiếm trong giới xuất bản. Một hôm, Anh lại đề nghị chúng tôi tái bản giúp bà góa phụ Đinh Hùng một tập thơ, vì sau khi nhà thơ Đinh Hùng qua đời, cuộc sống của bà không còn được như những năm xưa. Dù trong những năm xưa đó, nhà thơ sống cũng gói ghém và dĩ nhiên gia đình không dư giả gì cho lắm.

Chúng tôi biết nhà thơ Đinh Hùng từ sau Hiệp định đình chiến Genève 1954 phân chia đất nước, khi anh di cư vào Nam tìm tự do, cùng một lúc với anh Vũ Hoàng Chương, do hai anh có mối quan hệ gia đình với nhau. Nhất là qua làn sóng điện của đài phát thanh, nơi anh đảm nhiệm chức vụ trưởng ban Thi Ca Tao Đàn. Trước đó, anh Đinh Hùng cũng đã có tiếng ở Hà Nội, đồng thời với anh Vũ Hoàng Chương, có tiếng qua những sáng tác thi ca cũng như trong cuộc sống, nhưng tôi không rành lắm vì trong "Nhà Văn Hiện Đại" nhà văn Vũ Ngọc Phan không nhắc tới anh.

Chúng tôi đồng ý tái bản thi tập "Đường Vào Tình Sử" và thi tập nầy cũng do anh Văn Thanh trình bày mẫu bìa, qua nét vẽ tươi mát quen thuộc. Lúc nầy gia đình chúng tôi còn ở vùng ngoại ô đô thành Sài Gòn, về hướng Lục Tỉnh. Từ ngã tư Phú Lâm xuyên qua đường Hậu Giang là con đường Phú

Định ngắn ngủn, trước năm 1975 có lúc đổi thành đường Thiệu Trị, về sau là đường Phan Văn Trị.

Con đường nầy lúc đó quanh năm hư bể từng đoạn trông nghèo nàn khổ sở, thê thảm lắm. Đèn đường vàng vọt như ma trơi, cái tắt cái cháy xen kẽ nhau, nhưng những trụ đèn chỉ hiện diện một đoạn cách chợ Phú Lâm vài trăm thước là chấm dứt. Khỏi đoạn nầy xem như đất trời mù mù tăm tăm, tối thủi tố thui về đêm, vì là ruộng lúa ngút ngàn và đầm vũng nhung nhúc lục bình rắn rết, chồn cáo, rái cá trửng giỡn nhởn nhơ quen mặt nên chẳng chút nể sợ con người. Càng qua khỏi ngã tư các đường Phú Định – Hậu Giang là xóm Phú Định, Cây Cui… dân cư đông đúc hỗn tạp, đêm đêm bọn cán bộ Cộng sản nằm vùng thường xuyên khích động đám trẻ con vô tư non dại đập thùng thiết, đánh mỏ tre rùm trời rùm đất để khuấy phá chánh quyền. Qua mùa mưa, quan cảnh càng não nề hơn, nhiều vũng nước bẩn thỉu bắt ngang đường, lở lói tầy quầy do hằng ngày từng đoàn xe bò vùng Bình Trị, Bà Hôm, Tân Tạo v.v… phá bể.

Nguyên thời Nhựt Bổn chiếm đóng miền Nam thực thi chủ nghĩa Đại Đông Á của đám quân phiệt cực kỳ hiếu chiến nhưng về sau yếu thế, cái mộng bành trướng của chúng không thành. Đến giai đoạn quyết liệt cuối cùng những năm 1944-1945, chúng bị lực lượng Đồng Minh thường xuyên uy hiếp dội bom Sài Gòn hằng ngày hằng đêm nhờ những hàng không mẫu hạm đậu ngoài khơi biển Đông. Quân đội Thiên Triều chuẩn bị chống đỡ trong tuyệt vọng, cho xây dựng những hầm hố trú ẩn bom đạn, đắp mô, đào bức đường sá ngăn ngừa chống xe tăng đổ bộ.

Thế chiến thứ hai rồi cũng chấm dứt với sự đầu hàng vô điều kiện của Nhựt hoàng sau hai trái bom nguyên tử ở Trường Kỳ và Quảng Đảo. Sở Vệ Sinh Đô Thành đem rác rưởi đến lấp các hầm hố rải rác ở đường Hậu Giang, lâu ngày trở thành một thứ phân nhân tạo, phân thiên nhiên rất được giới trồng hoa màu cây trái ưa chuộng. Do vậy, vào khoảng bốn năm giờ mỗi sáng, từng đoàn xe bò đi hốt phân nối đuôi nhau không ngớt, cứ cắc cụp… cắc cụp đánh thức bà con sinh sống hai bên đường.

Con đường đã hư bể từng đoạn nay trở thành vô dụng. Các loại xe gắn máy, xe hơi, xe cá, thổ mộ… không sao lưu thông được, trừ xe bò và bộ hành nhưng xem ra cũng chật vật nhiêu khê lắm. Nhiều chiếc xe bò ham hố chở quá trọng tải khi qua những ổ trâu tầy quầy sền sệt, bị lật ngang, phân phướng bung vãy khắp nơi, đã hôi thối lại thu hút ruồi nhộng làm phiền hà chòm xóm. Nhưng cũng là dịp quến lũ trẻ chằn ăn trăn quấn ráp nhau phụ đẩy xe, cười giỡn thả ga.

Ấy thế, một hôm khoảng trung tuần tháng chạp âm lịch, trong khi mọi người sang giàu cũng như khó nghèo nô nức đua nhau chuẩn bị sơn phết nhà cửa, rào cổng đón Tết, chúng tôi đứng ở sân nhà nhìn thợ sơn quét nước vôi vách nhà và tường rào. Chúng tôi bỗng thấy xa xa một bóng dáng mảnh khảnh quen thuộc, tay chổi gậy chậm rãi hướng thẳng trực chỉ về phía nhà chúng tôi. Chúng tôi cố nhìn để rồi một sự ngạc nhiên thích thú bỗng đến với chúng tôi.

Quả thật là nhà thơ Vũ Hoàng Chương của chúng tôi đây chăng? Chúng tôi rất đỗi ngạc nhiên khi nhận diện ra Anh khi Anh lù lù đến gần. Ở vùng ngoại ô cách trở nầy, trên con đường lồi lõm lầy lội bẩn thiểu nầy, chưa ai từng thấy có người nào mặc "com lê" với giày nón chỉnh tề can đảm đặt chân qua đây bao giờ đâu?

Chúng tôi ngạc nhiên nhưng Anh đã giơ cao cây gậy ra dấu chào chúng tôi. Đến khi chạm mặt, chúng tôi thấy Anh thở hào hển, mặt mày tái mét, tiếng nói ngắt khoảng khó khăn. Chúng tôi lật đật đến dìu đỡ Anh, mời Anh nhanh chóng vào nhà vì sợ Anh hụt hơi, ngất xỉu bất tử.

Sau khi uống trà nghỉ mệt trong đôi phút để lấy lại

phong độ, Anh chậm rãi với lấy trong xách tay một tập giấy dày cộm gồm những bài viết đã được đăng trên các tuần báo hay nguyệt báo ký tên Đinh Hùng hoặc Hoài Điệp Thứ Lang, cùng với ít bản thảo viết tay hấp tấp vội vàng, nét chữ quá phóng, ngoằn ngoèo rất khó đọc. Riêng những bài cắt ở báo chí, giấy báo đã ngả màu vàng, được sửa chữa thêm bớt qua những dòng li chi lích chích hoặc kết dán từng đoạn để tư tưởng được liên tục mạch lạc, hợp tình hợp lý, cẩn thận lắm. Anh Vũ Hoàng Chương bảo với chúng tôi đây là di cảo vừa được Anh trông nom, giúp sắp xếp thành sách để in của thi sĩ Đinh Hùng. Anh cho biết đã duyệt qua rất kỹ và có nhã ý nhờ chúng tôi xuất bản dịp khai trương nhà in năm tới.

Là người Việt Nam có sống trên mảnh đất Việt Nam thân yêu của mình, ai cũng biết tháng chạp là tháng chạy Tết, mới thấy thấm thía cảnh chạy trối chết nầy. Nhỏ chạy theo nhỏ, lớn chạy theo lớn, lớn thuyền lớn sóng, cái tháng ngặt nghèo chống đỡ, đối đầu với những thúc hối bén gót, từ mọi lãnh vực, trong đó có lãnh vực yết hầu quyết định là tài chánh. Sự hiện diện của anh Vũ Hoàng Chương dù với tư cách thay mặt gia đình cố thi sĩ Đinh Hùng, sự hiện diện đó ở nơi nhà chúng tôi trong thời điểm nhứt định của năm tàn tháng tận làm cho chúng tôi thêm thông cảm và vô cùng xúc động. Càng xúc động thông cảm hơn về cảnh tình tế nhị qua nhu cầu quá bức thiết của mỗi gia đình đang trên đà dọn mình đón đợi mùa xuân truyền thống ăn chơi vui vẻ của dân tộc.

Sau một đỗi trao đổi với nhau chung quanh di cảo, chúng tôi rất sẵn sàng chấp nhận xuất bản không chút do dự. Và khi nhìn Anh hân hoan bắt tay chúng tôi an tâm giã từ ra về, chúng tôi thấy lòng mình cũng lâng lâng vui lây, vui cái vui của người khác. Bà quả phụ Đinh Hùng đã giao phó cho Anh một sứ mạng khó khăn và tin tưởng rất nhiều ở Anh như Anh đã khéo léo trình bày và thuyết phục chúng tôi. Bà đang chờ tin lành và chắc bà không giấu được nỗi sung sướng của mình khi Anh báo cho biết nhiệm vụ đã hoàn thành mỹ mãn. Nên nhớ trước đó không lâu, chúng tôi đã tái bản "Đường Vào Tình Sử" của anh Đinh Hùng, bây giờ nếu có in thêm một tác phẩm khác nữa của người quá cố bất hạnh trong cuộc sống thế gian cũng không sao, chúng tôi chẳng đến đỗi phải nghèo.

Di cảo của nhà thơ Đinh Hùng là tập hồi ký viết về những văn thi sĩ, nghệ sĩ anh từng quen biết và có mối quan hệ nghề nghiệp hoặc bằng hữu thân thiết, phần lớn thuộc thế hệ thời khoảng tiền chiến trong bối cảnh của một Hà Nội nổi tiếng là trung tâm điểm của sinh hoạt văn học nghệ thuật miền Bắc. Quá nhiều tên tuổi tôi bắt gặp trong "Những Khuôn Mặt Văn Nghệ Đã Đi Qua Đời Tôi" của anh Tạ Tỵ, không sao tôi kể cho xiết. Tập di cảo chưa được bà góa phụ Đinh Hùng đặt tên và câu chuyện hôm ấy giữa chúng tôi và anh Vũ Hoàng Chương đưa đến sự đồng ý thống nhứt nhau chọn cái tựa là "Đốt Lò Hương Cũ", sau khi mất khá nhiều thì giờ cân phân không ít những tựa khác. Mẫu bìa cũng do chính anh Văn Thanh trình bày rất đơn giản để tỏ bày sự kính trọng đối với người quá cố.

Khi chúng tôi vượt biên bằng đường biển chỉ mong cứu lấy thân nên chẳng mang theo được một quyển sách nào do chúng tôi bỏ biết bao thời giờ và công khó để thực hiện trước đây. Rất may cho chúng tôi, sau khi ra hải ngoại, chúng tôi có cơ duyên liên lạc được với anh Võ Long Tê, giáo sư kiêm học giả có tiếng từ những ngày còn trong nước trước 1975. Anh cũng là người tỵ nạn chánh trị sau thời gian mấy năm nhục nhằn trong các trại tù cải tạo của Cộng sản, hiện định cư ở Calgary, Alberta, Canada. Anh có mang được theo mình một quyển "Đốt Lò Hương Cũ", nhờ anh có điều kiện thuận lợi, ra đi theo diện đoàn tụ gia đình. Do đó, mỗi khi chúng tôi cần đến một tài liệu nào trong tác phẩm ấy, chúng tôi biên thư nhờ vả anh và lúc nào anh cũng sẵn lòng không để chúng tôi thất vọng.

Sinh hoạt in ấn của chúng tôi nhiều lúc gián đoạn ngoài ý muốn do chiến cuộc khốc liệt và nhứt là tình hình chính trị miền Nam luôn xáo trộn, bất ổn. Mặt trận sôi bỏng vùng giới tuyến. Tiếng súng không ngớt rền vang ở các tỉnh Quảng Ngãi, Quảng Trị. Cao Nguyên luôn bị uy hiếp và tấn kích nhiều nơi ở Ban Mê Thuột, Kontum, Pleiku với vũ khí ngày càng tối tân hơn. Hiệp định Paris 73 qua chiến dịch cấm cờ lấn đất dành dân đưa đến biết bao hy sinh chết chóc. Rồi Mỹ đi đêm đàm phán trực tiếp với đối phương, đang tâm cưỡng ép đâm sau lưng người đồng minh cũ của mình để sau cùng ngoảnh mặt buông tay rút quân khỏi cuộc chiến. Quân đội anh dũng của Việt Nam Cộng Hòa phải tự lực tự cường cương quyết tiếp tục vững tay súng đối đầu giặc trong hoàn cảnh hầu như tuyệt vọng v.v… Cộng thêm những sự chống đối xuống đường liên miên của những nhóm người đầy tham vọng và ảo tưởng tai hại… Tất cả những giai đoạn lịch sử uất hận đau buồn ấy đều ít nhiều gây dao động lòng người.

Ấy thế, năm 1973 giữa lúc thời cuộc chuyển biến không ngừng rất mực nguy hiểm đó, anh Vũ Hoàng Chương đến trao cho chúng tôi một tập bản thảo văn xuôi của Anh, sau khi chúng tôi vừa in dứt điểm thi tuyển "Đường Vào Tình Sử" của anh Đinh Hùng như đã nói trên đây. Bản thảo lần nầy Anh không viết tay như thói quen bấy nay mà được đánh máy cẩn thận. Anh còn thận trọng đóng thành tập có bìa cứng đàng hoàng.

Đây là hồi ký của Anh mang tựa "Đời Tôi". Thì ra mặc dù không khí sôi động bên ngoài, anh Vũ Hoàng Chương tiếp tục ngồi viết thiên hồi ký duy nhứt của mình và nay đã hoàn thành. Hoặc giả Anh đã từng ghi nhận rải rác đó đây những ý kiến chủ yếu từ lâu nhưng Anh chờ đợi đến hôm nay hội đủ điều kiện thuận lợi để triển khai nhằm hoàn chỉnh? Dù sao, chúng tôi nhìn nhận sự can đảm và kiên trì thể hiện nơi con người Anh qua tác phẩm văn xuôi có thể nói đầu tay của anh trong thể loại nầy thì phải.

Sau nầy, khi chẳng may bị bắt buộc sống bốn năm năm trong chế độ mới, tiếp xúc và hiểu rõ bản chất thâm độc của Cộng sản trong việc tận dụng khai thác lý lịch, sưu tra thân thế sự nghiệp từng người dân một, qua mối quan hệ gia đình năm ba thế hệ tiếp nối, cả bên chồng lẫn phía vợ, chúng tôi liên tưởng ngay đến anh Vũ Hoàng Chương. Trong lao tù cải tạo khắc khổ tột cùng, triền miên bị khủng bố tinh thần ngày lẫn đêm, Anh không thể giấu giếm gì cả khi Cộng sản bức bách Anh thường xuyên viết những bản lý lịch, những tờ kiểm điểm, không bao giờ được chúng bằng lòng chấp nhận.

Tập hồi ký "Đời Tôi" của Anh còn sờ sờ đó. Chúng sẽ không bao giờ và chẳng bao giờ khoan hồng đối với Anh, dù con người Anh đã ốm yếu, sức khỏe giới hạn lại nghiện ngập nữa. Việc bắt đưa anh đi cải tạo quả là một bản án tử hình nhưng được khoát cho một ân huệ "khoan hồng" theo đúng văn từ ru ngủ mê hoặc của Cộng sản, thoạt nghe như thanh bay cao thượng, nhưng lúc nào cũng hàm chứa ý đồ hèn hạ xấu xa, tận tiêu tận diệt.

Tập hồi ký "Đời Tôi" anh Vũ Hoàng Chương giao cho chúng tôi đặc quyền xuất bản. Và bản quyền theo yêu cầu của Anh, chúng tôi giao cho Anh dứt điểm chỉ một lần duy nhứt. Như chúng tôi đã nói ở phần trên, lần nầy bản thảo Anh không viết tay nhưng lại cho đánh máy cẩn thận, bỏ dấu kỹ lưỡng rõ ràng còn đóng thành tập có bìa cứng chắc chắn. Việc nầy rất tiện khi thực hiện in ấn. Chúng tôi hứa in vì là tập hồi ký đầu tiên chúng tôi mua bản quyền chớ không trả tác quyền theo tỷ lệ như thông lệ chúng tôi áp dụng từ trước. Khốn nỗi, năm 1973-74 nầy, tình hình kinh tế trong nước đã trở nên quá khó khăn. Giấy má không còn được bày bán trên thị trường tự do nữa. Việc cấp phiếu mua giấy do Bộ Kinh Tế cứu xét từng trường hợp và quyết định theo từng nhu cầu có khẩn thiết hay không?

Loại sách giáo khoa các cấp từ bậc tiểu học, trung học đến đại học được ưu tiên xét duyệt. Mua giấy chợ đen đã mắc, kéo theo giá thành sách khi hoàn thành khá cao nên khó bán. Chúng tôi cứ dần dà chờ đợi in một ít mặt sách giáo khoa, may ra còn dư thừa chút ít giấy để in tập "Đời Tôi" của Anh. Góp nhóp mỗi lần một ít vẫn chưa đủ đâu vào đâu.

Ngày lại tiếp ngày, anh Vũ Hoàng Chương cũng nôn nóng mau trông thấy mặt đứa con tinh thần sinh sau đẻ muộn của mình sớm chào đời ra mắt thiên hạ. Nhiều lần Anh đến thăm viếng chúng tôi, chỉ trao đổi với nhau những mẩu chuyện trong làng rồi ra về. Chúng tôi cám ơn Anh thường nghĩ đến chúng tôi mà thực tình lúc ấy trong thâm tâm, chúng tôi hiểu ý Anh, nhưng Anh rất tế nhị không hề thổ lộ nửa lời với chúng tôi. Hơn ai hết, chúng tôi hoàn toàn thông cảm sự nôn nóng chánh đáng ấy của Anh, cũng như của bất kỳ một tác giả nào khác có tác phẩm hoàn chỉnh và đang trông chờ được in ấn để ra mắt thiên hạ.

Chúng tôi rất buồn, mãi cho đến nay khi viết những dòng hoài niệm muộn màng nầy, chúng tôi vẫn còn ray rứt hối hận không nguôi. Lý do là chúng tôi thất bại, không thực hiện tốt đẹp được quyển "Đời Tôi" để cùng Anh đi nốt đoạn đường hợp tác văn nghệ ngắn ngủi còn lại trước mặt. Vì như tất cả mọi người đều biết, không lâu sau miền Nam thân yêu của chúng ta đau buồn và tức tửi rơi vào quỹ đạo đỏ.

Cũng may trong thời khoảng ngắn ngủi trước đó, anh Vũ Hoàng Chương vào một dịp đến thăm chúng tôi như thường lệ có bọc bạch ngỏ ý với chúng tôi, nếu chúng tôi kẹt không thể thực hiện ngay được tác phẩm của Anh, Anh sẽ nhờ một nhà xuất bản khác in hộ. Do Anh quen lớn nhiều và Anh cũng được cảm tình đặc biệt của bằng hữu. Chúng tôi đồng ý giao lại Anh tập bản thảo vô điều kiện, dù rằng chúng tôi đã mua hẳn tác quyền từ lâu.

Nhờ vậy nên vào những tháng cuối cùng trước 30 tháng tư 1975, quyển hồi ký "Đời Tôi" của Anh được cơ sở xuất bản Petrus Ký của ông Chủ tịch Trương Vĩnh Lễ thực hiện dưới sự điều khiển trông nom phần kỹ thuật trình bày của nhà văn Mặc Đỗ, nếu trí nhớ của chúng tôi không nhầm lẫn. Chúng tôi rất đỗi vui mừng nghĩ rằng cũng nhờ đó mà cuộc sống của Anh được thư thản phần nào trong chuỗi ngày dài ướm rụng, không có nguồn thu nhập đảm bảo, nhứt là giữa lúc Đô Thành đang sôi động.

Anh Vũ Hoàng Chương mất sau khi đi cải tạo về vỏn vẹn chỉ được mấy ngày. Mỉa mai thay chánh sách "khoan hồng" ma mãnh của Cộng sản, của chế độ gian dối trong bản chất. Chúng tôi nhớ anh và khi đọc "Những Khuôn Mặt Văn Nghệ Đã Đi Qua Đời Tôi" của anh Tạ Tỵ, hình ảnh cùng chuỗi ngày qua lại giữa anh Vũ Hoàng Chương và chúng tôi càng xoáy sâu trong trí tưởng và tâm hồn chúng tôi. Chúng tôi bùi ngùi nhớ Anh, con người quá bất hạnh "lỡ sanh nhầm thế kỷ" nên cam đành lạc loài giữa chợ đời bon chen, tranh giành nghiệt ngã, mãi cho đến những năm tháng cuối đời vẫn phải ngồi tù ra khám, nhục nhằn tinh thần, đớn đau thể xác. Trong khi một số bè bạn thân thiết của Anh trong đó có chúng tôi may mắn hơn thoát nạn Cộng sản để hít thở không khí tự do trong lành, dù kiếp ly hương không vơi buồn nản.

Âu cũng là số mạng của mỗi người!

Nhưng niềm an ủi của Anh nếu có, chúng tôi nghĩ là Anh được nằm xuống trên mảnh đất quê hương gắn bó, ấm cúng bên cạnh đại gia đình cật ruột, bên cạnh bạn bè thân thuộc, đồng bào độc giả thương mến của Anh. Trong khi bọn tha phương tứ xứ chúng tôi hãy còn bồng bềnh, chưa biết định mệnh sẽ đưa đẩy về đâu?

Hôm nay chúng tôi xin ghi vội một ít kỷ niệm để tưởng nhớ Anh và chúng tôi cũng cố gắng dồn ép lệ lòng đang trào dâng để dùng bút mực biểu lộ nghĩa tình trước sau đối với một nghệ sĩ bất hạnh, suốt đời phục vụ thi ca thơ phú, suốt đời thăng hoa Chính Nghĩa Quốc Gia.

Và nhân tiện đây chúng tôi xin cám ơn anh Tạ Ty đã giúp chúng tôi một dịp hiếm có sống lại trọn vẹn những ngày qua trong niềm hãnh diện và tự hào, không những đối với riêng chúng tôi mà ngay cả đối với các bậc đàn anh, các thân hữu bạn bè nặng tình với văn chương chữ nghĩa.

Và chúng tôi cũng hy vọng rằng bên kia thế giới an bình, không ganh đua thù hận, cả hai anh, anh Vũ Hoàng Chương và anh Tạ Ty, những người chúng tôi rất quí trọng trong nghiệp dĩ sẽ vui cười toại nguyện.

Các anh tuy đã mất nhưng thực sự không chết.

08-12-1990, Cập nhựt ngày 10-7-2018
[Trích tập "Hoài niệm Duyên Văn"]

Chú Thích:

(1) "Những Khuôn Mặt Văn Nghệ Đã Đi Qua Đời Tôi",tác giả Tạ Ty. Thằng Mõ xuất bản tháng 08/1990.

(2) "Một Phần Tư Thế Kỷ Thi Ca Việt Nam Hải Ngoại (1975-2000) – Quyển IV"do Võ Đức Trung chủ trương thực hiện. Cơ sở Văn Hóa Pháp Việt xuất bản năm 2005.

VÕ QUỐC LINH

Sinh năm 1959 tại Nha Trang.

Định cư tại Úc từ năm 1986.

Thơ và tùy bút thường đăng trên tạp chí *Tập Hợp, Việt* và Tiền Vệ (http://tienve.org).

Lê Văn Tài, giữa cõi vô trú xứ

Buổi tối mùa đông năm 1986. Lê Văn Tài ngồi đối diện tôi trong một quán ăn Việt Nam ở thành phố Melbourne. Jane, người giới thiệu tôi với Lê Văn Tài, ngồi giữa. Cả quán, ngoài ba đứa chúng tôi, không một ai; chủ quán vừa đón khách vừa loay hoay nấu ăn dưới bếp.

Mùa đông Mebourne bóng đêm ập tới sớm, quán vắng không mở máy sưởi, không mở hết đèn trần. Tôi, người tị nạn vừa đến Úc mới có vài tháng, lạnh, nhưng không lạnh bằng thái độ lạnh lẽo của người ngồi đối diện; cái lạnh lẽo của anh làm tôi chới với và băn khoăn rất nhiều năm sau này.

Anh Tài đến trước tôi và Jane lúc nào không biết, ngồi thu lu trong bóng tối; khi Jane giới thiệu danh tính tôi, người ngưỡng mộ và muốn gặp anh, anh chỉ khẽ nhích người nhỏm dậy, khẽ nhích môi nói lời gì đó rồi khẽ khàng bắt lấy bàn tay giơ ra trước của tôi. Sau cái bắt tay, anh ngồi thu lu như cũ, mắt dõi ra hướng cửa quán; sau làn cửa kính đó, ngoài bóng đêm, chẳng có gì cả.

Tôi dời từ Sydney xuống Melbourne mới hai tuần, qua một người quen, tôi biết Jane; thấy tôi đang tìm chỗ ở, Jane đề nghị tôi về nhà Jane chia phòng. Lần đầu tiên bước vào nhà Jane, trên vai còn túi hành lý, tôi đứng sững nhìn năm bức tranh khổ nhỏ treo quanh tường phòng khách. Năm bức tranh như năm con mắt sâu hoắm nhìn ngược lại tôi, có cái gì vừa gần gũi dịu dàng vừa khắt khe lạnh lẽo. Tôi tiến lại gần để đọc tên người vẽ. Lê Văn Tài. "A! Tranh của họa sĩ Lê Văn Tài", tôi buột miệng.

Cả năm bức tranh là năm không gian sẫm màu biêng biếc với năm cái đồng tử mở lớn màu xanh đại dương ở đó nở ra những hình dạng nửa người nửa thú, đầu chim đuôi cá, mình người; đứa dật dờ bơi, đứa chênh vênh bay, đứa bì bạch bước… Tất cả như bị gông, bị cùm, bị ghìm chặt vào cái không gian mà bầu trời, mặt đất, cỏ cây sông núi như ở cõi khác, tầng trời khác. Một nơi chốn không có thực, cũng không là mộng mị. Xem tranh Lê Văn Tài, tôi quên thở.

Sau bữa ăn, chúng tôi lại lặng lẽ uống trà, lặng lẽ châm thuốc hút. Chỉ có tình bạn tâm đắc mới có thể ngồi ăn bữa tối với nhau trong im lặng, cùng hưởng miếng ngon, ngụm trà đậm, hơi thuốc lá và trên hết là sự im lặng. Nhưng anh Tài và tôi không phải hay chưa phải là bạn, huống gì bạn tâm đắc. Ngoài cái tên Linh, mới đến Úc, được Jane giới thiệu, đối với anh, tôi là kẻ lạ; ngoài năm bức tranh ở nhà Jane và vỏn vẹn dăm chuyện nghe được từ giới họa sĩ ở Sài Gòn về anh, tôi chẳng biết gì hơn.

Tôi nghĩ là mình không thể rời quán ăn này, chia tay anh, mà không nghe được đôi điều về anh, ít ra chuyện sáng tác, cho nên tôi mon men gợi chuyện. Tôi kể anh nghe về quán cà phê số 11A đường Bà Lê Chân, Tân Định, Sài Gòn mà tôi được chủ quán, nhà thơ Huy Tưởng một dạo kéo tôi về cho nương náu. Tại đây, tôi may mắn gặp gỡ một số người làm văn nghệ đã thành danh trước 75, trong đó, có nhiều họa sĩ vẫn vẽ theo phong cách cũ của miền Nam, bất chấp sự răn đe của những người cầm quyền. Tranh của họ là tranh… chui. Chui và đầy vẻ phản kháng. Tôi nhắc tới cái ngột ngạt trong tranh của họa sĩ Rừng, cái ẩn mật phiêu hốt trong bức *Người mất bóng* của họa sĩ Nguyễn Trọng Khôi... Và, cuối cùng, tôi kể, cũng tại quán cà phê đó, lần đầu tiên tôi nghe tên anh – họa sĩ Lê Văn Tài.

Anh ngồi nghe, ánh mắt đậu đâu đó trên khuôn mặt tôi; ánh mắt không biểu lộ một điều gì rõ ràng, chỉ thấp thoáng một chút hiền lành, điềm đạm. Ánh mắt anh khiến tôi có cảm giác như mình đang huyên thiên những điều anh đã biết rồi, cảm giác như tôi đang nói cho chính tôi nghe. Khi tôi ngưng câu chuyện, ánh mắt anh lại trở về với chỗ nhìn cũ, đăm đăm với bóng đêm ngoài cửa. Tuyệt nhiên anh không nói lời nào.

Giờ đây, ngồi viết những dòng này, tôi thấy lại mồn một những chi tiết, dù nhỏ, đã xảy ra trong cái đêm hôm đó. Tôi ngửi lại mùi tiêu hăng hăng từ khứa cá kho tộ, vị ngọt hậu của tách trà cũng như cái ánh đèn trên trần quán một cách ngẫu nhiên chiếu vào chỗ tôi ngồi, thay vì chỗ của anh, gợi lại những đêm bị gọi tên, mở cùm, lôi đi gặp chấp pháp hỏi cung… Mọi chuyện tưởng như mới diễn ra hôm qua nhưng đồng thời mọi chuyện tưởng như đã biền biệt trôi về một nơi cùng trời cuối đất nào đó, xa lắc.

Tôi quay lại Sydney sau dăm tháng ở Melbourne. Năm 1987 anh Hoàng Ngọc Tuấn cùng một số anh em văn nghệ cho ra tờ *Tập Họp* mà ngoài việc viết bài, tôi được giao thêm việc thư tín. Một ngày mở hộp thư *Tập Họp* ở Belmore, tôi nhận được một phong bì thật dày đề tên Lê Văn Tài, bên trong, thơ viết bằng tiếng Anh của anh.

*

Anh Nguyễn Hưng Quốc thỉnh thoảng bay từ Melbourne lên Sydney, khi vì công việc giữa các trường đại học, khi vì sinh hoạt với bằng hữu trong nhóm – trước là tờ *Việt*, bây giờ là trang mạng *Tiền Vệ*, và dù bận bịu đến mấy, bao giờ anh cũng nhờ tôi, anh Hoàng Ngọc Tuấn hay Nguyễn Hoàng Văn chở đến thăm Lê Văn Tài.

Bao nhiêu năm, thành quán tính, lần nào chạy ra phi trường đón anh, sau vài câu chuyện, tôi cũng đều đề nghị trước khi anh lên tiếng: "Mình thu xếp đi gặp anh Tài hén". Tình bạn giữa anh Quốc và anh Tài gắn bó kể từ những ngày anh Quốc mới đặt chân đến Melbourne sau mấy năm sống ở Pháp. Anh Quốc thường nói anh chỉ có hai người bạn thân ở Melbourne, cả hai cùng họ Lê, cùng là họa sĩ, cùng gặp nhau cụng ly và trò chuyện mỗi cuối tuần. Vậy mà năm 2002, Lê Văn Tài dời lên Sydney sống và, sau đó, Lê Thành Nhơn lâm trọng bệnh rồi qua đời.

Cách đây vài hôm, như mọi khi tôi lái xe chở Nguyễn Hưng Quốc, sau vài công việc, thả anh xuống trước đầu con hẻm dẫn vào nhà anh Tài, hẹn buổi tối quay lại đón. Tối, tôi trở lại con hẻm Lovoni quen thuộc. Hẻm tối đen. Tôi mò mẫm tìm cái đèn pin để dò dẫm từng bước vào nhà. Bên trong, như mọi khi, anh Tài và anh Quốc vừa uống rượu vừa say sưa chuyện trò văn nghệ. Tôi vào, thấy trên mặt bàn gỗ cũ kỹ, hình bán nguyệt, ba chân đặt sát vách, cạnh những ô cửa kính mở ra không gian ngoài sân, giữa những chai và ly, gạt tàn và thuốc lá, hai tập thơ của Lê Văn Tài khổ A4 dày cộm. Đó là tập thơ do anh Quốc tập hợp và in bằng photocopy để mừng năm Lê Văn Tài 70 tuổi. Anh Tài ký tặng tôi một bản và anh Hoàng Ngọc Tuấn một bản. Tôi đứng yên, cảm giác bùi ngùi khó tả; chưa bao giờ tôi nhận sách tặng với tâm trạng như vậy; không biết vì cái tình của anh Quốc với bạn hay vì nhìn mái tóc bạc trắng lòa xòa trên hốc mắt, đôi má hóp, bàn tay lẩy bẩy cầm bút, thều thào nói với tôi, tiếng được tiếng mất, trong lúc nguệch ngoạc viết dăm hàng ký tặng tôi.

*

Tập thơ Lê Văn Tài do anh Quốc biên soạn đã nuốt chửng tôi ngay từ những trang đầu; tôi đọc say mê, niềm say mê, đã lâu không còn, đột nhiên trở lại. Suốt mấy đêm liên tiếp thức đọc thơ anh tôi luôn luôn có cảm giác rất lạ, như chưa từng quen biết anh, chưa từng đọc bài thơ nào của anh trước đó và ngay cả gần 30 năm quen biết gần gụi mà té ra chưa từng quen biết gần gụi gì cả.

Có những câu thơ như một lời thưa thốt ôn tồn thật giản dị lại ám ảnh tôi, nhảy tót vào tôi, rồi ngân nga mãi. Ban ngày khi lái xe đi làm, nhiều lần tôi bắt gặp tôi đang lẩm bẩm:

Biển bên ngoài chiếc vỏ sò vô danh
Tôi bơi cho hết mùa đông ngày chủ nhật thiếu muối.

Lại có những câu tưởng nhẹ nhàng dung dị vậy mà đọc xong như vừa nhìn thấy một tia chớp cực xanh xẹt ngang, rồi tắt vụt, không vọng âm, nhưng lại gây lạnh toát gáy:

Để-được-làm-người-gần-với-con-người-hơn-chút-nữa.

Đã bao nhiêu năm rồi, nhiều lần lái xe tới con hẻm Lovoni mà tôi hay cố ý đọc là "Lo-vô-nì" hoặc "Vô-lỗ-ni" theo giọng Huế để tìm gặp anh, đêm hay ngày tôi cũng đều có thói quen không đẩy cửa bước vào ngay, mà luôn luôn có điều gì đó níu giữ tôi đứng lại tần ngần trước hiên nhà, luôn luôn tìm cách nhìn trộm anh đang ngồi gục đầu sau ô cửa kính bên cái bàn kỳ dị:

Nơi góc xó 46 Lovoni street, xứ sở Kangaroo
Người hoạ sĩ già soi gương tự hoạ chân dung mình

("Gã ăn mày quê nhà trên trái đất vô trú xứ")

Luôn luôn tôi thích nhìn ngắm anh Tài một cách âm thầm, ở hiên nhà anh hay ở các buổi ăn nhậu ở nhà các bạn hữu khác. Tôi ngờ ngợ đằng sau ánh mắt đó, mái tóc đó, vóc dáng đó luôn có một cái gì tiềm ẩn rất sâu. Cái gì đó không ngừng thu hút và thách thức tôi. Cái gì đó tôi chưa chụp bắt hay định danh được.

Cho đến khi đọc hết tập thơ của anh.

Thơ Lê Văn Tài ấn đầu tôi xuống đất, banh mắt tôi ra bắt phải đối diện với cái quá khứ đã lâu tôi cố tình quên. Đọc thơ anh nhưng kỳ thực chính thơ anh đã trói quặp tôi, lôi đi ngược về nửa phần đầu của cuộc đời tôi. Tiếng đọc có lúc là tiếng quát tháo dồn dập hỏi cung, tiếng nện của thanh gỗ ba phân vuông vào hộp sọ, tiếng xương sườn bị gãy khi chịu đòn tứ trụ. Lại có khi là tiếng niệm Chú Đại Bi của một chú tiểu ở ngôi chùa nhỏ hẻo lánh miền Trung, ê a câu kinh tiếng Phạn, ê a rơi rụng những câu hỏi chồng chất.

Đọc thơ Lê Văn Tài mọi giác quan tôi thay đổi, tôi không thấy bằng mắt, không nghe bằng tai, không đọc bằng miệng. Thơ anh lật tung, xáo trộn mọi trật tự, hoán đổi mọi vị trí. Cái mà tôi tưởng tôi cảm nhận, cái mà tôi tưởng tôi thủ đắc, thật ra là cái ngược lại.

Mi hoán đổi vị trí lỗ tai mù vào trái tim câm và cái mũi điếc vào khối óc lạnh để nghe/ngửi mùi bi bô ngọng nghịu.

("Sáng tạo lão")

Xé toạc ngàn vạn mảnh phân thân
Không bản ngã
Không phải là mình tự khởi sinh
Đang là ai đó bất toàn

("Bản sắc đơn")

buổi sáng mắt nhắm, thức dậy mắt mở tôi
răng đánh tôi... mặt rửa tôi... gương soi tôi

("hạt bụi lạ hóa tôi")

Và cuối cùng, tôi nhìn thấy anh, một Lê Văn Tài:

Đầu chổng ngược râu tóc chạm đất
Hậu môn chúm chím cợt cười thiên địa

("chân dung tự hoạ (theo bút pháp hồn nhiên)")

Hai câu thơ hiển lộ chân dung Lê Văn Tài, một chân dung đẹp kỳ lạ, gợi đến "a man without a country" của Kurt Vonnegut, gợi đến một lão Ngoan Đồng Châu Bá Thông vừa hý lộng vừa bi thiết, gợi đến cảnh giới "lô hỏa thuần thanh".

Nhìn thấy được cái "hậu môn" biết "chúm chím cợt cười thiên địa" của Lê Văn Tài là nhìn thấy được cái chiều dài đằng đẵng Lê Văn Tài miệt mài tẩn mẩn trên mặt bàn hình bán nguyệt "để-được-làm-người-gần-với-con-người-hơn-chút-nữa", để "Tôi trói gập cánh gà và khóa mõm tôi bên trang giấy A4", ở đó, anh "chỉ làm một việc: im lặng ngồi nghe trang giấy nói". ("Trang giấy điêu khắc lập thể")

Trang giấy trắng A4 là tấm gương soi của riêng anh, bao nhiêu năm tìm kiếm chỉ thấy một "người tuổi trẻ xứ nghèo bưng một tô nước mắt chan cơm, đơm đầy dấu than!!!!" ("sẽ có thể là một trận động não 7 độ richter")

Những dấu than thời tuổi trẻ lọc cọc theo anh không rời, từ Việt Nam sang Úc, chúng nó còn đó, chúng nó sinh con đẻ cái, như bầy đỉa, hút chặt tim óc anh, thần trí anh; như những hồn ma, chúng nó lổn ngổn trước hiên nhà anh, từng đêm tranh nhau kêu hú đòi vào; như bầy chuột đói chíu chít gọi nhau, giành giật ngón chân anh, vành tai anh, chóp mũi anh…

Những chấm than dựng ngược anh nhổm dậy bàng hoàng để anh "hai bàn chân run run, đầu gối lỏng đôi mắt ngục tối quờ quạng nến. Tôi tìm kẻ xích cùm tôi, 60 năm, giữa dày bóng tối" ("Kẻ tự do giữa đất trời").

Từ 60 năm giữa dày bóng đêm, quờ quạng không tìm ra kẻ xích cùm mình anh la khóc:

Việt Nam/ Australia ơi?
Cội nguồn cơn đau nào sinh ra tôi?

("Ai sinh ra tôi")

Cái cội nguồn sinh ra anh được 60 năm, nó có mặt dài đến 4000 năm, nó là 4000 dấu than trên chén cơm anh ăn mỗi ngày, nó là hiện thân máu thịt anh, nó là cái mà anh đang hô hấp, đang bài tiết:

Trên văn minh hố xí hai ngăn
4000 năm truyền đời một thuần chủng
Khi nói trí tuệ cao viễn phải sè sẹ
Ngoái nhìn cục cứt khô bốc hơi và hướng gió

("Mâm cỗ 4000 năm…")

Vô nhà xác, tôi thấy tôi nằm cạnh nồi cá kho
4000 năm văn hiến bốc mùi

("Xin hãy giảo nghiệm tử thi tôi")

Lê Văn Tài là một trong những kẻ hiếm hoi trong đám lưu vong mà hàng chục năm qua vẫn còn lều bều dạt trôi đâu đó, chưa bao giờ dừng chân, chưa bao giờ an trú, dường như anh khước từ mọi nơi chốn, chối bỏ mọi trú xứ giả tạm trên cõi đời này. Vài chục năm ở Úc quanh quẩn qua lại với đám chúng tôi, chẳng qua chỉ là cánh "nhạn quá trường giang, ảnh trầm hàn thủy. Nhạn vô di tích chi ý, thủy vô lưu ảnh chi tâm".

Bây giờ tôi hiểu tại sao anh ngồi lặng câm trong cái lần đầu tiên tội gặp anh ở Melbourne 27 năm trước. Bây giờ tôi hiểu tại sao trong nhiều năm qua, dù say dù tỉnh anh đã ăn nói với mọi người một cách ngô nghê, hầu như không bao giờ nói cả đoạn dài, thậm chí, câu dài. Anh chỉ dùng các tán thán từ. Mời anh ăn, anh trầm trồ: "Ăn như vậy là bỏ mạng rồi!" Mời rượu anh, anh nói: "Uống vậy là bỏ mạng rồi!" Nghe đàn hay, anh tấm tắc: "Đàn vậy là bỏ mạng rồi!" Chán chữ "bỏ mạng" thì anh nói "mất mạng". Cứ thế. Lần nào cũng "bỏ mạng" hay "mất mạng".

Ở đâu anh cũng không thực sự có mặt. Anh có đó cũng như không có đó, anh ngồi ở đây, ngồi ở đó nhưng thực sự anh đã "Đặt đít ngồi lên chỗ không là gì cả". ("Sáng tạo lão")

Chỗ của Lê Văn Tài, theo tôi, là "vô sở trú":

văn chương vô xứ văn chương vô xứ
lơ lửng giữa hai ruồng mây – tôi treo
lơ lửng giữa hai bầu trời chối từ – tôi đứng
lơ lửng giữa hai chốn phân thân – tôi xẻ thịt/ cắt da
lơ lửng giữa hai ngữ ngôn miệt thị và lạc loài – tôi líu
lưỡi
lơ lửng giữa hai vùng đất lạ xa – tôi ôm tôi

("Gã ăn mày quê nhà trên trái đất vô trú xứ")

Và rồi, cuối cùng, tôi vỡ lẽ ra, sau nhiều năm băn khoăn ngắm nghía cái dáng ngồi gục đầu bất động của anh – giữa bàn tiệc huyên náo hàng chục người hay lúc một mình với cái bàn bán nguyệt ba chân khấp khểnh.

Anh đã gục đầu, khuôn mặt đổ xuống song song với mặt đất, hoàn toàn bất động, không dựa vào người bên trái, không nghiêng vào vai người bên phải, không ngả ngửa phía sau, không đổ gục đằng trước.

Không một ai, trong lúc quá chén, dù rán hết sức bình sinh có thể ngồi một cách cổ quái như vậy.

Cái làn chớp lóe sáng, dựng đứng tóc tôi, khi đọc thơ anh, may thay, nương vào ánh sáng xẹt qua đó, trong một sát na, tôi thấy được cái sợi dây thòng lọng vô hình siết chặt cần cổ hữu hình của Lê Văn Tài.

Và cái đầu râu tóc bạc trắng lòaxòa kia đã được treo lơ lửng như vậy từ lúc "Sinh ra làm người thắt họng từ cỗi nguồn văn hóaá bện dây thừng". ("Văn hoá lời tói")

[Sydney 6/2013]

CHÚ THÍCH:

Tất cả các câu thơ của Lê Văn Tài ở trên được trích từ cuốn "Thơ Lê Văn Tài" do Nguyễn Hưng Quốc biên tập và giới thiệu, *Văn Mới & Tiền Vệ* xuất bản năm 2013.

VÕ THỊ ĐIỀM ĐẠM

Sinh năm 1953.
Sinh quán: Phan Thiết.
Định cư: Norway từ năm 1982.
Giải nhất Viet.no 2006: truyện ngắn *Hai Má Con Nó.*
Giải đặc biệt Việt Báo 2007: truyện ngắn *Bước Chân Lãng Tử.*
Giải Văn học Hội Quốc Tế Y Sĩ Việt Nam Tự Do 2008: truyện dài *Hương Chanh.*

Tác phẩm đã xuất-bản:
- *Mai Nở Miền Tuyết Trắng* (tuyển tập; NXB Lillte Saigon 2006)
- *Hương Chanh* (truyện dài; Lillte Saigon, 2007)
- *Thiên Thanh* (tuyển tập; Lillte Saigon 2008)

Điệu luân vũ bên bờ Donau

Lơ lửng trên không, trăng mười bốn nghiêng mình ngắm nhìn dòng sông Donau êm ả chảy dài. Ánh trăng ưng ửng trải mình trên những tàn lá xanh mướt nõn nà đọng chút sương đêm vừa bám. Gió xuân khe khẽ như sợ đưa đẩy làn mây mỏng từ xa đến, phá đi nét êm ả nét trăng non.

Dựa hờ thành ban công, Johann thẫn thờ nhìn chóp nhà thờ thành phố Wien bên kia bờ sông, xa xa mơ huyền trong ánh đèn phố thị đêm chưa muốn ngủ. Lòng lâng lâng nao nao như muốn tìm kiếm, tìm kiếm một hình ảnh, một biến cố, một âm hương tự đáy sâu tâm tư thôi thúc chàng từ khi ánh trăng mười bốn lên cao dần. Chàng quay trở vô, theo một thúc đẩy vô hình nào đó, không lưỡng lự, chàng chọn ngay cây đàn gia truyền mà cha chàng đã trao khi chàng được mười hai tuổi. Cây đàn gia truyền chàng thôi không mang theo trong các buổi hòa nhạc từ mười năm nay. Lớp gỗ nâu đỏ ửng bóng theo dấu tay chàng nhạc sĩ qua tháng ngày miệt mài trong tiếng nhạc. So lại bốn dây đàn trong nỗi náo nức vô tưởng đeo đuổi đã khiến chàng phải hủy bỏ buổi dạo tối với những người bạn, rút về thế giới riêng mình. Gác nhẹ bầu đàn bên phần thấp vai trái, tựa cổ và cằm, nghiêng nghiêng mái tóc nghệ sĩ chảy dài, đẩy âm C cao vút. Bước chân đưa chàng trở ra ban công. Dòng sông Donau bạc màu dưới ánh trăng mười bốn, luân lưu lững lờ.

Xa xa, ẩn hiện trong hàng cây dọc bờ sông, tà áo huyền ảo ai đó lướt theo cơn gió xuân nhẹ hướng về bãi cỏ dưới đồi. Không lưỡng lự, chàng lần theo đường mòn, đi xuống. Bước chân càng lúc càng thôi thúc, cái cảm giác nao nao từ nãy giờ càng lúc càng rõ ràng. Những ngón tay bỗng dưng đưa nhịp nhàng một điệu vals trên cung đàn thánh thoáng uyển chuyển theo từng lay động làn lụa mỏng càng lúc càng gần. Đôi môi hồng phấn như mỉm cười thì thầm lời yêu đương tự kiếp nào.

Ánh mắt nâu đen thăm thẳm như đẩy đưa mời gọi bước chân chàng nghệ sĩ. Hai cánh tay vươn dài đong đưa theo điệu nhạc như thúc đẩy những ngón tay chàng nghệ sĩ nhịp nhàng hơn. Đôi chân trần nhón nhanh nhẹ lướt trên lớp cỏ nhung như muốn rủ rê chàng nghệ sĩ cùng theo vào cõi sương đêm. Dừng bước chân đẩy đưa, hai tay vịn hờ làn lụa mỏng, người thiếu nữ nhẹ nhún người, ngẩng cao gương mặt trăng hồng, tỏ ý chào. Trong tâm trạng hư hư thực thực, chàng hỏi:

- Nàng từ đâu đến?

Đôi môi hồng phấn mỉm nụ cười đậm đà. Không gian ngưng đọng, giọng thoang thoảng như từ nơi nào đó phát ra:

- Tiên Đế không nhớ thiếp sao?

Ánh trăng mười bốn chợt mờ vì một áng mây theo làn gió kéo qua. Không gian đăm đăm hương cỏ sương lẫn trong hương trầm nhang, âm ẩm, lộng trong âm thanh hun hút gió xuân đêm. Mái tóc đen mượt dài hờ hững rơi trên đôi vai thuông thả, phủ che tấm lưng thon, vòng hoa cúc trắng trên đầu. Người thiếu nữ nửa như xa lạ nửa như thật gần tự kiếp nào mong manh. Chàng nghệ sĩ không còn là mình nữa, ánh mắt ngây ngây không tưởng, hỏi:

- Nàng là ai?

- Thôi để thiếp ngâm câu thơ này:

Ở đây mến cảnh mến thầy
Tuy vui đạo Phật, chưa khuây lòng trần...(*)

Một làn sóng lạnh buốt lưng, giọng trầm trầm xa vắng, Johann ngâm tiếp:

Gió thông đưa kệ tan niềm tục
Hồn bướm mơ tiên lẫn sự đời... (*)

- Giáng Tiên! Giáng Tiên!

- Vâng. Thiếp đây! Một đêm trăng mười bốn như đêm

nay, nơi chùa Ngọc Liên năm xưa…

- Người ni cô còn để khói trần ai vướng trên đôi má ửng hồng vì ánh mắt ta ngây dại. Và ta, vị Tiên Đế, đã để cho cái nhan sắc *vân tưởng y thường hoa tưởng dung (**)*lấn chiếm hồn thơ, bất chấp lễ nghi trong thiên hạ, ta đã mời nàng ngồi cùng xe về cung. Nhưng Giáng Tiên nàng ơi, tại sao, tại sao nửa đường nàng tan mất theo khói mây trời, không cho ta được quyện cùng nàng trong khúc nhạc ái ân?

- Không phải vì thiếp, không phải ý Tiên Đế, mà đó hồn thơ của thi nhân gặp duyên mỹ nữ, hồn thơ đã đưa Tiên Đế thoát khỏi cái ước muốn trần tục tầm thường.

- Đúng như thế đó, Giáng Tiên! Và cũng từ đêm ấy, hồn thơ trong ta không còn bị gò bó theo những dòng thơ khẩu khí luôn mang một dụng ý dạy bảo chốn Tao Đàn. Duyên tình không trọn với nàng đã khơi rộng bể thơ lai láng trong ta, tâm hồn ta thanh thoát theo từng ý thơ tha thiết, vượt khuôn tắc…

- Tiên Đế có biết chăng, chính cái hồn thơ lai láng bất tận đó đưa thiếp vượt khỏi cái hạn hẹp của thời gian, thiếp được siêu thoát… Và Tiên Đế cũng có biết chăng? Những đêm trăng mười bốn bàng bạc vườn hoa, hồn thiếp nương theo lời thơ Tiên Đế ngâm vang trên Vọng Tiên Các, len lỏi vào lòng thế nhân, đã lắng sâu trong lòng nhân gian, hồn thơ trở nên vĩnh cữu. Cái diễm phúc vĩnh cữu đó khó mà mai một.

- Và để tên nàng, Giáng Tiên, được đời đời gắn liền với hồn thơ… Nhưng Giáng Tiên nàng ơi! Đêm nay, cũng đêm trăng mười bốn, nàng tìm đến ta, có phải nàng muốn…

- Vâng! Thiếp muốn… Thiếp muốn lấy khúc luân vũ gợi lên dòng nhạc trong hồn Tiên Đế, tặng thế nhân cung nhạc ngàn đời. Tiên Đế hãy vì thiếp mà tiếp tục.

Vừa dứt lời, người thiếu nữ vươn hai cánh tay trần nõn nà tung lớp lụa xanh như mây trời. Mảnh xiêm y chỉ là tấm lụa to tròn, khuyết một vòng ở giữa vừa đủ bao ngấn cổ vươn cao. Màu xanh nhạt chỗ đục chỗ trong, chất lụa óng ả rũ bao toàn thân người thiếu nữ lúc ẩn lúc hiện. Khối ngọc ngà khi tỏ khi mờ. Chân trần không chấm đất, lướt nhẹ nhàng khi cao khi thấp, khi nhanh khi chậm, hòa nhịp uyển chuyển với cánh tay. Cả thân hình cử động mờ ảo dưới lớp lụa mong manh tơ trời. Không chờ nhắc lần thứ hai, Johan nhấc nhẹ cung đàn. Điệu vals lúc nhặt lúc thưa, quấn quýt bước chân người thiếu nữ quay tít không ngưng. Đêm hân hoan tiếng nhạc. Đêm lồng lộng cung đàn. Mái tóc dài đen mượt mà óng ả ánh trăng mười bốn thoáng vờn môi chàng. Làn lụa mong manh tơ trời vuốt nhẹ gương mặt chàng say đắm. Hương trầm thanh thoáng quyện hồn chàng mê hoang.

Đêm trăng thấp dần. Cung đàn thánh thoáng. Sương đêm đẫm vai. Phím nhạc hạnh hoan. Bước chân nàng lướt nhanh về vườn hoa lục giác. Cánh tay nàng vươn dài dưới làn lụa mỏng mời gọi. Vai dựa vai. Lưng dựa lưng. Lớp lụa tơ trời loãng tan. Bước chân nương nhau trong điệu luân vũ tha thướt. Điệu nhạc đắm đuối nương theo lúc nhặt lúc khoan. Âm thanh hòa nhịp quấn quyện. Cơn mê hoang cùng nhịp xoay. Má kề má. Mắt trong mắt. Tay nâng tay. Đắm đuối không rời. Say sưa không ngưng theo âm vang cung nhạc vọng lại từ những tàn cây sồi già quanh biệt thự…

Sáng sớm hôm sau, người nhà tìm thấy Johann gục ngủ, tay trái cầm cây fioline gia truyền, tay phải giữ hờ cần kéo, nằm giữa vườn hoa lục giác. Quá quen với mực sống khi thực khi hư của chàng nghệ sĩ trẻ tài ba dưới khung trời Wien huyền hoặc, lão hầu Stephan vực đưa chàng về phòng, để yên chàng trong giấc ngủ thật bình an.

Nắng ngày chói chang chiếu qua mành cửa, mở mắt, lắng nghe, lắng tìm, chàng nghệ sĩ như vẫn còn mê đắm trong cơn mơ đẫm sương đêm. Chợt nhớ ra, bước nhanh xuống giường, chàng vội vã lấy bút viết ghi lại cung nhạc đêm qua.

Nốt nhạc khi thoang thoáng, khi rời rạc, chỗ trống chỗ dư, không thành lời. Hoang mang, chàng nâng cây đàn, đẩy nhẹ. Lúc thiết tha, lúc háo hức, khi ngập ngừng, khi ngượng ngập, không trọn vẹn. Buông người trên giường, chàng nghệ sĩ đắm chìm, cố sống lại phút hân hoan, cố tìm kiếm trong tâm tưởng… cho đến khi người hầu mời chàng xuống dùng bữa trưa. Cả buổi chiều, trong tâm trạng nửa mơ nửa tỉnh, nửa háo hức, nửa hoang mang, Johann chờ đợi ánh trăng đêm lên dần, hy vọng mong manh...

*

Trăng mười lăm rực rỡ huy hoàng như thách đố một vài đám mây lững lờ xa xa. Dòng Donau bàng bạc lặng lờ trôi, vô tình trước nỗi lòng chàng nhạc sĩ háo hức mong chờ. Cây đàn gác tựa hờ bên ngấn cổ, tay khẽ đưa đẩy lần tìm cung đàn đêm nao, mái tóc nghệ nhân nghiêng nghiêng, Johan dõi mắt kiếm tìm tà áo ai lẫn trong những tàn cây cao dọc bờ sông. Trên sông, một vài chiếc thuyền con trôi chầm chậm, trôi như không muốn tìm đến bến bờ, trôi như hòa nỗi lòng đôi tình nhân níu kéo giây phút bên nhau trong khoang thuyền. Trăng rằm lên cao, vằng vặc, đưa cung đàn tìm dần về lối nhạc dìu dặc lưu luân đêm hôm qua. Cung đàn nức nở nỗi lòng đợi chờ một làn tơ xanh không tưởng. Cung đàn réo rắt gọi kêu làn lụa xanh mong manh tơ trời.

Cung đàn bậc tung cao. Hương cỏ đêm chợt nồng nàn. Mãi ngóng tìm, ánh mắt đăm đăm xa vời, ngực Johann bỗng nghẹn cứng khi vài cọng tóc mềm vờn nhẹ gương mặt chàng trong điệu vals xoay tít. Chàng không dám ngưng đẩy đưa cung nhạc. Tự trong tiềm thức sâu thẳm thôi thúc những ngón tay chàng lay động lên xuống không ngừng trên bốn sợi dây căng cứng, theo nhịp áo thướt tha. Chàng sợ, sợ tà áo tơ trời tan biến khi tiếng nhạc ngưng vang. Mê mẩn theo bước chân trần lướt dài trên thảm cỏ, ngẩn ngơ theo đôi cánh tay trần vươn dài dưới làn lụa xanh, đắm đuối theo ánh mắt đen u ẩn, háo hức nương theo mái tóc đen mướt dợn sóng buông lơi… chàng nhạc sĩ như lạc vào cõi thiên thai ngập ánh trăng mười lăm vàng trong. Đôi môi người thiếu nữ mấp máy gọi kêu. Tiếng gọi kêu loãng mất trong tiếng nhạc. Âm thanh nức nở lộng theo gió xuân, tan biến trên dòng Donau. Cung nhạc im thinh. Tà áo thôi tung. Gương mặt ngẩng cao. Ánh mắt đen đăm đẵm rọi sâu vào lòng chàng nghệ sĩ như muốn xoáy tìm. Johann hoảng hốt:

- Sao lại là nàng? Giáng Tiên đâu rồi? Giáng Tiên… Giáng Tiên…

Johann kêu trong nỗi đau thất vọng dần dờ. Giọng người thiếu nữ nghèn nghẹn như giận hờn:

- Chàng không nhớ thiếp sao?

- Nàng là ai? Giáng Tiên đâu?

- Chị Giáng Tiên của vầng trăng mười bốn. Chị Giáng Tiên của dòng thơ vĩnh hằng. Đêm nay đêm trăng rằm chàng ơi! Đêm trăng mười lăm. Đêm của thiếp. Ánh trăng rằm trọn vẹn như tình ta ngày xưa. Ánh trăng do chính tay chàng tạo nên. Ánh trăng vằng vặc do ngọn bút chàng điểm tô…

Khối óc tan loãng, chàng nghệ sĩ lạnh người, lẩm bẩm:

- Phường Bích Câu… ánh trăng rằm…ông già bên dòng sông Tô Lịch… Giáng Kiều! Giáng Kiều nàng ơi!

- Vâng, thiếp đây. Thiếp là Giáng Kiều của vầng trăng mười lăm. Giáng Kiều của bức tranh Tố Nữ bên án thư ngày nao. Thiếp là Giáng Kiều của chàng thư sinh áo lam tuấn kiệt Tú Uyên. Thiếp nhờ ý nguyện khát khao bao tháng ngày của chàng mà thoát khỏi cuộc sống trong tranh để được tiếp nhận sinh khí kiếp người, được ngập chìm trong hạnh phúc hương nồng đắm say trần tục.

Lòng thổn thức vương lẫn hương tình những đêm xa

xưa trong căn nhà tranh đơn sơ, dưới giàn thiên lý, chàng nghệ sĩ trẻ lắp bắp không ra lời:

- Giáng Kiều… Giáng Kiều… đôi ta… Không, tình đôi ta không trọn vẹn như ánh trăng mười lăm vàng trong. Một lựa chọn đớn đau cùng tận… Nàng tan mất, tan mất… ta mất nàng… Không, tình ta không trọn vẹn…

- Không, Tú Uyên chàng ơi… Chàng không mất thiếp. Chàng đã đưa thiếp vào cõi thời gian tuyệt đối… Lời ông già, ý nguyện chàng thành khẩn…

Johann thì thầm như chỉ cho chính mình:

- Giữa một người đẹp đào tơ mơn mởn và một nét họa trong tranh, giữa một cái nhất thời tương đối và cái tuyệt đối bất chấp thời gian, sự lựa chọn sẽ vô cùng đau xót… Người đẹp chẳng qua chỉ là phương tiện. Thể hiện cái đẹp trong tranh mới là cái đích cuối cùng… (*)

- Vâng, chàng đã lựa chọn, nét bút phong thần của chàng đã giúp thiếp đi vào lòng dân gian, đi vào lòng tuyệt đối của thời gian… Nét bút vươn tung thay lời thơ lai láng, màu mực chấm phá thay áng văn lồng lộng…

- Nét diễm kiều não lòng của nàng trong bức tranh đi vào lòng thời gian tuyệt đối…

Giọng Johann trở nên háo hức:

- Nhưng Giáng Kiều… Giáng Kiều… Đêm nay cũng đêm trăng mười lăm vằng vặc, nàng trở lại với ta, nàng đáp lại bước chân ta lang thang mê hoang tìm kiếm trong đớn đau bao kiếp đời. Ôi có phải hạnh phúc đã trở lại với ta? Ta…

- Không… chàng ơi! Đêm nay đêm mười lăm. Vầng trăng mười lăm tiếp nối vầng trăng mười bốn. Bước chân thiếp nối tiếp điệu vũ Giáng Tiên. Cung nhạc đêm qua chưa trọn, phím đàn đêm qua còn nhiều vấn vương, nốt nhạc đêm qua còn nhiều trống không, điệu luân vũ đêm qua đang mong chờ bước chân thiếp.

Mảnh xiêm y thướt tha lay động, màu xanh lụa mỏng quấn bước chân trần nhón lướt trên nền cỏ mềm, hương cỏ non quyện trong hương thiên lý đẫm ướt sương đêm, hương hoa táo quyện trong hương hoa cau thanh khiết, biến khung trời Wien bên dòng Donau thành chốn Bích Câu huyền ảo. Mảnh xiêm y cũng chỉ là một dải lụa mong manh tròn lớn rũ phủ toàn pho tượng ngọc ngà uyển mềm. Nhưng màu xanh ngát ngời hơn màu xanh tơ trời đêm qua. Như mê, bốn ngón tay chàng nghệ sĩ nhảy múa trên dây cung theo nhịp đẩy đưa. Đêm bừng bừng tiếng nhạc. Đêm say sưa điệu vũ. Đêm hân hoan ánh mắt không rời. Cung nhạc nâng vùng ngực nàng căng cứng. Phím tơ vuốt ve làn da nàng mịn ấm. Cánh tay trần nuỗng nà kéo dây đàn chàng thiết tha tan loãng. Cặp đùi thon dài tung cao theo điệu vũ thúc giục phím đàn háo hức bậc tung, chìm đắm…

Đêm càng thấp, điệu luân vũ càng thiết tha, cung tơ đàn càng háo hức. Bước chân người thiếu nữ chuyển dần, chuyển dần đến cây cầu gỗ cong. Tiếng đàn dập dờn đuổi theo. Dựa thanh cầu, người thiếu nữ ưỡn lưng thả buông mái tóc đen mượt gợn sóng, hai tay buông thõng theo mái tóc dài, gương mặt ửng hồng ngẩng cao dưới ánh trăng, ánh mắt đen thiết tha muốn nói lời thì thầm, đôi môi hồng cam căng mọng gọi mời… Johann cúi xuống. Môi tìm môi đẫm ướt đêm hoang tận… Phía đông, ánh hồng cam ưng ửng hững hờ lên dần, lên dần.

Sáng hôm sau, lão hầu thân tín tìm thấy chàng nằm nghiêng người trên cầu ván gỗ cách tòa biệt thự gần một tiếng đi bộ. Má chàng áp vào phía sau bầu đàn bóng loáng được hai tay nâng kề. Gương mặt như cười trong giấc mộng hoang. Đưa chàng về phòng, tháo giày, đặt chàng lên giường phủ màn mỏng nhẹ, lão hầu mỉm cười lắc đầu với ánh mắt thương yêu, nhón gót đi ra thật nhẹ để chàng nghệ sĩ trẻ tài hoa nhiều đam mê được tiếp tục giấc mộng liêu trai.

Bàn tay mềm vuốt nhẹ cánh áo rộng, môi ấm khẽ hôn vầng trán phẳng, Helene gọi:

- Johann, thức dậy đi anh. Anh quên đón em đi dạo thuyền, anh đã hứa. Em chờ năm phút nữa thôi đó, em sắp giận rồi. Anh hư lắm, đêm qua đi chơi khuya quá phải không?

Johann mở mắt, gương mặt Helene trắng hồng nổi bật dưới mái tóc nâu đậm mướt vờn trên má. Hương thơm hoa táo tươi mát quen thuộc kéo chàng khỏi giấc mơ hoang tưởng. Ôm kéo đầu nàng sát vùng cổ ấm, những ngón tay nghệ sĩ lòn vào mái tóc dày. Mắt với nhìn, cây violin trên bàn viết nằm như chờ đợi, như thúc giục. Johann nhắm mắt, lắc đầu, cố đánh tan dư hương đêm sương còn đọng đâu đây, cố chôn vùi mặt trong mái tóc nâu dày tìm quay về với Helene. Bất lực, nhìn thẳng sâu đáy mắt nâu trong, Johann nhẹ nhàng:

- Helene, đừng buồn, anh phải tiếp tục nguồn cảm ứng cho bản nhạc dang dở. Anh phải tiếp tục, anh sẽ cho người đến đón em, không biết khi nào, nhưng anh sẽ đưa em đi chơi thuyền, đừng giận anh…

- Có phải những nốt nhạc lở dở trên bàn? Em đã xem qua, em không tìm được cung đàn, em không tìm được nét liên kết… Vâng hãy tiếp tục, đến đón em, em muốn thưởng thức… Hãy tiếp tục, chàng nghệ sĩ tài hoa của em. Đừng bận tâm, em sẽ đi dạo với các bạn. Hứa với em, em sẽ là người đầu tiên được thưởng thức nhạc phẩm mới này. Em về đây.

Hôn trán người yêu trong nỗi háo hức muốn ngồi ngay vào bàn, muốn ghi nhanh nốt nhạc còn đọng trong tâm tưởng. Những nốt nhạc tuôn tràn không ngừng, chắp nối cung đàn hôm qua, khỏa lấp phím nhạc lưng chừng… So lại dây đàn, mắt nhắm hờ, bốn ngón tay nhảy nhót, bàn tay phải uyển nhuyển nhắc đưa. Chàng nhạc sĩ thả hồn trong điệu vũ luân lưu, đắm chìm theo tà lụa mong manh tơ trời, ngợp bơi trong mảnh xiêm y xanh biếc quay nhanh… Sao còn những nhón chân đôi lúc ngập ngừng? Sao còn một vài vươn tay chưa đủ dài? Sao đuôi mắt đen buồn còn đọng giọt sương đêm? Chàng nhạc sĩ lần bước đến khung cửa sổ, phóng tầm mắt ra xa, bầu trời xanh ngát không một cợn mây. Thiên thanh da trời hòa với xanh ngàn dòng sông Donau, đàn thiên nga trắng nuốt nhẹ nhàng bơi điểm tô nét đẹp thiên nhiên thanh thoát. Johann lẩm bẩm:"Còn thiếu, còn thiếu màu xanh, màu xanh tà lụa mỏng, màu xanh bầu trời Wien hài h*òa cùng dòng Donau, còn thiếu*… Chưa vinh danh được toàn vẹn tà lụa mỏng ngát ngời trong điệu luân vũ đăm đắm sương đêm viên miễn. Làm sao đây? Giáng Tiên ơi, Giáng Kiều ơi, hãy cho ta nguồn cảm hứng dịu vợi kia, hãy ban phát cho ta nguồn hứng khởi hân hoan âm hưởng kia… Ôi, lòng ta khao khát… Ôi, tim ta mở rộng đón mời… Ôi những ngón tay ta ch*ơ vơ mong chờ nội* lực từ khối óc ta tan loãng… Ta bất lực, Giáng Tiên ơi! Ta tan hoang, Giáng Kiều ơi!"

Dừng chân bên vườn hoa lục giác, lắng nghe tiếng đàn từ lầu cao vọng vang, Helene mỉm cười, nói với mình: *"Ôi âm hưởng lúc dìu dịu, lúc* háo hức tuyệt vời… nhưng… *có cái gì đó không trọn vẹn, nét thanh xuân như vấn vương làn mây xám, âm phí*m trong thanh như vướng mang nghèn nghẹn. *Hãy xóa tan làn mây xám ấy Johann nhé, hãy cho phí*m nhạc trải dài luân lưu như dòng Donau, hãy cho cung đàn đắm chìm trong màu xanh vời vợi bầu trời thành phố Wien của chúng ta, Johann nhé".

*

Bầu đàn dựa ngấn cổ, cánh tay đẩy đưa, Johann đi tới đi lui trên sân thượng, mắt ngóng mong nắng ngày xuống dần, dịu dần. Cả ngày không ăn, ghi ghi chép chép, xé bỏ, cung đàn dạo tới dạo lui, càng lúc chàng nghệ sĩ trẻ càng hoang mê trông ngóng, trông ngóng một ảo hình trong ánh trăng mười sáu.

Dòng Donau long lanh dưới ánh trăng mười sáu rực vàng ngạo nghễ trên cao. Không mang nét e ấp chần chờ của ánh trăng tiên nữ mười bốn, không mang nét dịu ngọt đằm thấm của ánh trăng diễm ảo tố nữ mười lăm, trăng mười sáu mang nỗi lòng háo hức được phô trương toàn vẹn nét đẹp thiếu nữ đương xuân trong vòng tay người tình. Trăng mười sáu làm ngập lòng thi nhân. Trăng mười sáu làm nét bút lông phất nhanh trên khung lụa mỏng. Trăng mười sáu thúc đẩy phím đàn rạo rực niềm đam mê. Gió xuân lay lay, cung nhạc mơn man, bước chân chàng nhạc sĩ hoang dại kiếm tìm.

Hương ngọc lan thoang thoảng, những ngón tay nhung mềm che mắt, giọng cười khúc khích nghịch ngợm bên tai, hơi thở nhẹ vờn vờn sau gáy. Tim ngưng đập, óc ngưng đọng, những ngón tay ngưng đẩy đưa, Johann xoay nhanh người. Tà áo xanh vươn cánh tay ẩn mờ mời gọi. Mảnh lụa rũ mềm đêm nay xanh ngát ngời. Mái tóc mượt dài vàng sáng được điểm tô bằng vòng hoa hồng tường vi vừa hé nụ, óng ả buông lơi từng lọn nhỏ lọn nhỏ. Trực diện chàng nhạc sĩ, tà áo thiên thanh tơ trời ngưng lay động, lưng người thiếu nữ ưỡn thẳng, vươn cao đôi ngực cứng nhọn dưới làn lụa nửa đục nửa trong. Kéo một chân ra phía sau, một chân hơi khụy, đôi bàn tay vịn nhẹ tà áo bên hông, ngẩng mặt, hơi nhún người, chào Johann. Johann thì thầm:

- Giáng Tiên… Giáng Kiều… mỹ nữ… Nàng đáp lòng ta thành nguyện… Nàng là ai?

Giọng thánh thoáng như cung nhạc luân lưu sáng nay, người thiếu nữ trong làn lụa xanh ngời ngời mỉm cười, chân trần đẩy đưa, cánh tay nhịp nhàng uyển chuyển, mái tóc vàng óng ánh lay lay trong gió xuân ngàn:

- Em là Giáng Ngân. Đêm nay đêm mười sáu. Đêm của

Giáng Ngân. Đêm của cung nhạc phím đàn.

- Giáng Tiên… Giáng Kiều… Giáng Ngân… ánh trăng mười bốn của lòng thơ bát ngát… ánh trăng mười lăm của nét bút phong thần… ánh trăng mười sáu của cung đàn luân lưu. Đêm trăng mười bốn thoang thoảng trầm hương nơi chùa Ngọc Liên. Đêm trăng mười lăm ngập lụn ái ân quấn quyện hương thiên lý nơi phường Bích Câu. Đêm nay đêm trăng mười sáu… hương ngọc lan đăm đắm sương đêm dưới vòm trời Wien… Nàng từ đâu đến?

- Vâng, em là nối tiếp của vầng trăng mười bốn ngập ngừng, em là nối tiếp của vầng trăng mười lăm hân hoan, Giáng Ngân là kết tinh của vòm trời Wien xanh ngát với dòng Donau ngời ngời xanh biếc trong giây phút đất trời giao hoan. Hãy nâng cung đàn. Hãy đưa phím nhạc. Hãy vinh danh nét tuyệt hảo hợp hòa của khung trời lãng mạn và dòng sông trữ tình. Hãy vinh danh vòm trời ngân hoan của thành phố Wien và bước luân vũ của đoàn mỹ nữ theo dòng sông Donau luân lưu. Cung đàn Johann đêm nay sẽ vinh danh điệu luân vũ vals, điệu vũ của những đêm vũ đường vương giả người dân Wien, của chúng ta.

- Vâng, Giáng Ngân… Phím nhạc đêm nay quấn quyện tà áo lụa thiên thanh ngời ngời của vòm trời Wien trôi chảy trên dòng Donau. Cung đàn đêm nay tràn ngập điệu luân vũ ngàn đời. Và em, Giáng Ngân của cung đàn phím nhạc, của khúc luân vũ mê hoang, sẽ đi vào lòng nhân gian, sẽ đi vào thời gian vô tận, sẽ đi vào khoảng đất trời vô viên.

*

Âm điệu nhẹ nhàng thiết tha văng vẳng từ khung trời huyền hoặc, dần dần sống động, háo hức, để rồi ngập mát tâm hồn hàng trăm quan khách trong buổi hòa nhạc hoàng gia vào giữa thế kỷ thứ mười chín tại thủ đô Wien. Điệu luân vũ vals mang âm hưởng dòng Donau xanh ngời ngợi đã đưa thính giả lạc vào khung trời tuyệt mỹ của thiên nhiên. Những âm hưởng mới lạ quấn quyện tung cao, thướt tha, trầm lắng, ngân hoan. Nhịp vals say sưa miên viễn đã vượt không gian, đã thoát tung cái hạn hẹp của thời gian, đã trở thành khúc nhạc không bao giờ thiếu trong buổi hòa tấu ngày mồng một mỗi năm tại sảnh đường hòa tấu quốc gia thành phố Wien. Hàng trăm triệu thính giả toàn thế giới đón chờ buổi hòa tấu đầu năm này, đón chờ đoàn tiên nữ tung bay trong điệu luân vũ xanh ngời ngợi, đón chờ đàn thiên nga trắng toát vươn cao đôi cánh giỡn đùa trên dòng Donau tuyết băng xanh biếc.

[Lời người viết: Câu chuyện được hư cấu từ âm hưởng nhạc khúc *An Der Schønen Blaunen Donau* của Johann Strauss 2 và truyện ngắn *Người Đẹp Trong Tranh* của Vũ Khắc Khoan].

Xuân 2006

(*) Vũ Khắc Khoan
(**) Lý Bạch

VŨ HUY QUANG

Gốc Làng Kĩa, huyện Vụ Bản, tỉnh Nam Định.
Sinh năm 1942 tại Hải Phòng. Di cư vào Nam 1954.
Các bút hiệu khác: Diệu Phong, Tam Trương, Thăng Long Văn Sĩ.
Viết cho một số báo và tạp chí tại hải ngoại: *Làng Văn* (Canada), *Thời Luận, Chuông Việt, Độc Lập, Người Việt, Diễn Đàn Tự Do Hoa Thịnh Đốn, Đồng Nai, Văn Học, Hợp Lưu* (Mỹ), *Thiện Chí, Cánh Én* (Đức), *Diễn Đàn* (Pháp)…
Mất tại Pacifica, California ngày 14-1-2017.

Tác phẩm đã xuất bản:
- *Nơi Trại Trừng Giới* (dịch của nhiều tác giả, Văn Nghệ, 1988)
- *Đường Lên Trời* (dịch của nhiều tác giả, Xuân Thu, 1989)
- *Nhục Bồ Đoàn* (dịch, Xuân Thu, 1990)
- *Mười Truyện Tân Liêu Trai* (Tân Thư, 1991)
- *Câu Chuyện Triết Lý* (1992)
- *Chín Truyện Ngắn* (1992)

Trước khi bắt được Manuel A. Noriega

Như mọi người đã rõ, Noriega, khi tôi đang viết những dòng chữ này – trong ngày 24 tháng Mười Hai năm 1989 – ông ta đang bị truy nã rất gắt. Ông ta được treo giải thưởng một triệu đô-la.

Nhà độc tài xứ Panama này đang bị chín mươi phần trăm dân chúng trong xứ đồng ý đánh đuổi, đang lẩn quất trong rừng rậm Nam Mỹ. Báo chí cùng các đài truyền hình ở khắp thế giới theo dõi, tường thuật cuộc lùng bắt của quân đội Mỹ từng giờ từng phút. Tin mới nhất, quân đội đã theo dấu rất sát, có trong tay cái mũ sắt đính huy hiệu bốn sao của viên tướng này, một ông tướng mặt sần sùi, chuyên quyền, độc tài hạng nặng, buôn ma túy, bài Mỹ, phi dân chủ…

Tuy Manuel Antonio Noriega quen sống trong rừng và thiện chiến trong mọi điều kiện chiến trường, nhưng hỡi đi, người ta vừa tăng viện thêm ít nhất là hai ngàn quân thuộc lữ đoàn 7 khinh binh Hoa Kỳ, các nhà thám tử, các lực lượng đặc nhiệm, làm cuộc săn bắt gây cấn hơn bất cứ trận Boxing hay Football nào… vì tính chất sống động thời sự của nó. Một trong những nhà độc tài chân chính nhất của trái đất sắp bị bắt. Các nhà độc tài ngày càng hiếm hoi hơn, đang trên đà diệt chủng. Con người có thể sợ khủng long, ghét cá mập… nhưng khi những con cuối cùng đang chịu nạn, không phải là không có những người ái ngại cho chúng. Cái ái ngại rất ba vạ vào lúc cuối năm này, bằng xương bằng thịt xuất hiện đến với tôi: Nam là người đang xót xa cho nhà độc tài Noriega.

Là một người bạn trẻ thua tôi khoảng hai chục tuổi, Nam hay có những ý nghĩ ngộ nghĩnh, bất ngờ… cho nên khi Nam gọi điện thoại nhắn nhe, là tôi ưu tiên đi chơi với hắn. Tối qua Nam gọi điện thoại bày tỏ sự ưu tư về số mệnh các nhà độc tài của thế giới, đặc biệt quan tâm đến sự an nguy của Noriega. Sau đó đề nghị tôi lại dự một party, với lý do rất kỳ cục như sau:

Giữa cái party rất đông thân hữu, văn hữu… hắn sẽ chỉ cho tôi quan sát và nghe ngóng một chuyện tình giữa anh X. và thiếu phụ tên Y. "Trên đời chả thiếu gì chuyện quái dị", Nam bảo, "Chả hạn như anh X. là người hiểu biết, vui vẻ, nhưng đến tuổi trung niên mới gặp chị Y., rồi đâm ra mới biết yêu lần đầu, phản ứng quá sức kỳ cục: anh ta đâm nhát như thỏ đế, lúng túng đủ đường, mất tự nhiên mỗi khi gặp mặt đối tượng; y hệt các mối tình trong Tự lực văn đoàn đã tả vậy. Các mẫu nam nhân vật của thời Tiền chiến ấy đang sống ở đây, ở Mỹ. Chị Y. lại khác, chị thông minh, chừng mực, lại tiến bộ, hiểu biết… nhưng vì nhân vật nam kia kém quá, nên chuyện của anh ta vẫn lằng nhằng không đâu vào đâu cả. Người đời sốt ruột, mỉa mai anh X. là có việc nắm tay để tỏ tình mà không dám, thì theo đuổi tình yêu làm gì…"

Tôi đã gạt ngang ý kiến nhờ tôi quan sát tâm lý của Nam, bảo rằng tôi không có thì giờ gỡ rối tơ lòng, không muốn quan sát tình duyên của ai hết, Nam nhe răng cười, thách rằng (nguyên văn):

"Nghe nói anh thuộc phái cổ (!), chỉ thích viết về các mối tình nào kiểu xưa. Vậy nếu anh tới nơi gặp họ rồi mà về viết được một truyện kiểu Tự Lực văn đoàn, trong ấy tiên đoán đúng về cái đoạn kết chuyện tình của họ, cái đoạn kết sắp xảy ra không biết lúc nào… cái kết cục giữa anh X. và chị Y. đang đến hồi quyết liệt, cũng như người ta không biết có bắt được Noriega bất cứ lúc nào… anh cũng phải viết nhanh như thế, chạy đua với thời gian, một truyện ngắn có kết cục về chuyện tình của họ lại phải ngã ngũ trước kết cục về tình trạng của Noriega, em chịu thua cuộc anh, cho anh một chầu. Chầu này hẳn làm anh rất khoái (…). Vả lại, anh đang thích đọc về tâm lý mà?…"

Ra là Nam, người thanh niên hay chê tôi viết cái gì cũng chậm, "một tháng mới được một dòng", lại "không hề có óc quan sát tâm lý xã hội đương thời", thách tôi đến một nơi để quan sát một sự kiện, sự kiện ấy là một sự kiện có thực, và tôi chớ có mà hoang đường về cuộc đời, "xa vời thực tế" trong sáng tác. Hắn muốn tôi đi tham quan một chuyện tình của lớp tuổi cổ điển, "kiểu Tự Lực văn đoàn", với những mẫu tâm lý cũng có hơi nệ cổ trong mắt hắn. Tôi đoán được cái ý nghịch tinh của Nam. Nhưng mà với tôi, người tự ái rất mực, cái thách đố này cũng không có gì là khó. Tôi chỉ cần thắng Nam lần này, hắn hẳn bớt cái tính trêu chọc, – dù thân mến của hắn với tôi bấy lâu nay đi. Tôi thích được hắn, cũng như độc giả của tôi coi là một người viết văn cấp tiến. Ai cũng vậy, người nào cũng thích được coi là phóng khoáng tiến bộ, nhưng sao lâu lâu cứ bị người khác coi mình là bảo thủ. Điều ấy bực mình lắm.

Thành ra giữa một đám nhân loại quần là áo lượt, tuy tôi chào hỏi ân cần với mọi người, nhưng kín đáo theo dõi anh X. và người thiếu phụ mà Nam chỉ cho tôi ngay khi tôi bước vào. Không khí ấm cúng và mọi người trong buổi họp mặt đều nhã nhặn, đứng đắn cả. Nhưng mà không người đàn ông nào đần độn và buồn cười bằng anh chàng si tình tên X. hết.

Anh ta hăng hái luận bàn về bài thơ "tôi làm năm tôi mười tám tuổi", hoặc "đàn ông nên dùng mưu với vợ ra sao", ai nấy cười bò. Chị Y. cũng cười. Rồi chị chỉ cần nhẹ nhàng nói, "thơ ấy hay, nhưng hơi thất niêm", hoặc dí dỏm bảo "anh chưa vợ, sao anh nói kinh nghiệm về việc dùng mưu mẹo với vợ làm gì" là anh ta nhìn quanh nhìn quẩn như cầu cứu một cách khổ sở. Anh X. thấy ai cũng hỗ trợ lập luận của chị, càng không muốn tỏ mình yếu lý, anh lắp bắp lý sự về các quan niệm sáng tác.

Anh bảo:

"Không cứ các nhà thơ phải đi phi thuyền lên mặt trăng mới tả được chị Hằng… Ông Tagore…ông Lý Bạch… ông Hàn Mặc Tử… cũng làm thơ về trăng đấy thôi… có sao đâu… có ai nói gì đâu?"

Nam tủm tỉm cười, hắn ta lại gần anh X., phải giật tay "người anh hùng trong truyện" ra một góc xa chỗ chị Y., kéo lại gần chỗ mà tôi đang đứng. Nam bảo nhỏ là, "Anh dở như hạch. Anh đừng có lý sự gì với chị ấy". Nam cũng có vẻ thân với X. như tôi vậy. Anh X. chăm chú nghe lời gã cố vấn tình yêu của anh, thán phục ra mặt. Rồi X. về lại chỗ cũ, mắt ngước nhìn lên trần nhà làm vẻ người vô sự, nhưng tôi biết, từ xa, tai anh không sót câu nào, tiếng cười nào của chị Y. vọng lại cả.

Tôi thật đã có lúc mất hào hứng vì anh kia đoản vị quá, bèn chuyển sự chú ý sang chị Y.. Đó là một thiếu phụ dáng vẻ thật nề nếp giữa đám đông càng lúc càng vui nhộn. Chị ăn nói đằm thắm, nghe kỹ lại là một người có duyên, dí dỏm.

Tả không khí buổi họp mặt thân hữu cũng dễ thôi, nhưng mà để viết đoạn kết truyện tình này? Cái đoạn kết thúc của họ, hai người cùng rụt rè, bảo thủ thế kia, lại không biết họ có yêu nhau không… trong khi người ta đang ráo riết săn Noriega, làm sao tôi viết cho đúng thực tế ngoài đời, nghĩa là chuyện tình rụt rè của anh X. ấy có thành hay bại nhất định phải vỡ lẽ một cách cụ thể, đua thời gian với quân đội Mỹ. Tôi kín đáo quan sát chị Y.. A, thì chị Y. vừa cất tiếng bênh anh cả ngố kia rất kín đáo. "Không", chị Y. nói, "Anh X. tuy hay giở lý sự, nhưng mà bản chất anh ấy hiền lành mà".

Gạt qua những lời trao đổi về chính trị, thời sự, văn chương… trong buổi party tối ấy, tôi quan sát X. thêm một hồi, rồi lôi anh ta ra chỗ riêng, nói thật cuộc đánh đố giữa tôi với Nam, rằng sự theo đuổi, ái mộ chị Y. trong mắt anh, anh em ai cũng hiểu rồi, người ta đều ước ao làm sao anh ngã ngũ chuyện tình duyên của anh cách nào mà kết cục rõ ràng trước khi quân Mỹ bắt được Noriega đây, hoặc thua hoặc được, anh phải "lấy nông thôn bao vây thành thị", thu phục đối phương cho mau. Bạn bè người ta ngó anh bấy lâu, người ta sốt ruột lắm rồi. Đoạn tôi bảo anh ta rằng, "Tình yêu của anh không tuyệt vọng đâu, tôi tin chị ấy có cảm tình với anh nhưng anh phải bạo dạn lên mới được… Anh lấy được chị Y. là phúc cho anh, mà anh nghe lời tôi là lợi đôi bề. Anh có người anh ước ao, tôi thì tôi thắng cuộc đánh cá. Ngay sáng mai, (phải làm gấp, người ta đang truy nã gắt gao Noriega, không biết bắt được lúc nào) tôi muốn chuyện tình của anh phải có đoạn kết trước khi người ta bắt được Noriega.

Anh phải liều: một là anh ăn cái tát tai, hai là anh được người đàn bà mà anh thầm yêu trộm nhớ".

Anh ta bối rối ngẩn ra, nhìn tôi như van lơn, bảo:

"Thôi thì chả giấu gì anh… nhưng tôi phải làm sao?"

Tôi trả lời:

"Thì còn gì nữa, sáng ngày 24, anh chở chị Y. đi mua quà Giáng Sinh chẳng hạn, anh bình tĩnh nắm tay chị, nói thật từ lòng anh những lời dịu dàng, xem sao. Đây là số điện thoại của tôi, kết cục chuyện anh với chị ra sao sau buổi gặp nhau sáng mai ấy, xin anh gọi cho tôi biết kết quả. Trễ lắm là tối mai, tôi phải viết xong cái chuyện tình kiểu Tự Lực văn đoàn của anh, và cả cái đoạn kết Tự Lực văn đoàn này, dĩ nhiên có đổi chi tiết cá nhân đi chút đỉnh thôi – cho Nam nó chịu nhận rằng tôi biết viết văn thể tiền chiến… Và các mối tình lãng mạn bao giờ cũng còn trong lòng người…"

Anh X. ắt hẳn là có ý mến tôi, lại thấy tôi nói với vẻ tha thiết, nên anh cũng tỏ ra tình thực, không giấu diếm tâm sự mình nữa, anh có vẻ phấn khởi hẳn ra là khác. Anh xoắn tít hai tay với nhau, nói khẽ mà giọng rất phấn khởi:

"Xin vâng… cám ơn anh… tôi sẽ cố làm theo lời anh dặn…"

Anh X. và tôi cùng nhìn về phía kia, nơi ấy tôi bắt gặp tia nhìn của chị Y. cũng vừa nhìn về phía chúng tôi, hai anh đàn anh lộc gộc mới thì thào với nhau chuyện gì, giống như người buôn bạc giả. Chỉ thấy chị Y. quay sang phía khác, trả lời câu đùa vui của người nào đó đang nói với chị. Tôi thấy chị hơi mỉm cười. Dĩ nhiên anh X. thấy thế, mặt lại ngẩn ra.

Về nhà, tôi ngồi vào bàn viết. Tôi đặt tên truyện ngắn này là Trước khi bắt được Manuel Antonia Noriega.Lúc tôi viết tới đây, là quãng xế chiều ngày 24 tháng 12 năm 1989… chuyện chưa có kết cục…

Lúc này, vẳng từ buồng ngoài, nhạc Giáng Sinh rộn rã một cách êm đềm. Tôi biết chả bao lâu nữa, sẽ có điện thoại của anh X. gọi đến tôi. Tôi không viết kết cục chuyện tình này của họ theo sự tưởng tượng thơ mộng của riêng tôi, nhưng tôi hồi hộp ao ước là tôi sẽ được nghe báo cáo một kết cục có thật, happy ending…bởi vì hồi này quanh tôi có nhiều cuộc tình duyên buồn rầu.

Về phần Nam, người bạn trẻ của tôi, biết tôi thích nhìn, thích nghe những gì tròn trịa, tốt lành, hắn ta giả vờ đánh cược với tôi chăng.

Sắp bước vào xuân, viết thành một truyện ngắn tươi đẹp, chả phải là điều tốt ư? Giữa cuộc chạy đua của tình yêu và sự săn bắt nhà độc tài, tôi mong tình yêu có kết quả trước nhất.

Tôi thành tâm cầu cho tình yêu của họ thành tựu…

24-12-1989

Vũ Huy Quang

VŨ KIỆN

Tên thật Vũ Đình Kiện, sinh năm 1944 tại Hà Nội. Con nhà văn Tam Lang. Du học trước 1975 và định cư tại thành phố Quebec sau 1975. Cộng tác với các tạp chí: *Dân Quyền, Lửa Việt, Làng Văn, Nắng Mới*. Qua đời ngày 17 tháng 8 năm 1998 tại Quebec Canada.

Tác phẩm đã xuất bản:
- *Tam Lang Cha Tôi Và Tôi* (tạp ghi)

Vô đề

em làm người y tá
cho tôi viên thuốc tiên
tôi về thêm hệ lụy cảm
ơn em ưu phiền

em làm người kế toán
cộng trừ tá, thải phương
cuối năm tôi tính sổ đời
thiệt thua như thường

em hành nghề nha sĩ
nhổ tôi chiếc răng khôn
thành bây giờ si dại trám
niềm sâu đau buồn

em làm người tình
nhân suốt đời còn vụng
dại một là em phân vân
hai là tôi ái ngại

nên giờ chưa có nhau
dù đời xa mấy đỗi như
hai con đường tàu kề tay
nhau vời vợi

tôi về với tay cao khều
trăng sao rơi rụng khói
bốc trên dòng sông mành
băng vừa vỡ vụn

để một hạt tuyết khô
trên bàn tay em ngửa
những đường chỉ nhiệt
tình làm thăng hoa hạt nhỏ

thành hơi nước lên
cao theo sóng khói về
biển nguyệt một lời tâm
nguyện trở lại rừng lao xao

rừng là căn cơ là
mầm nuôi tôi lớn một lần
tôi ngu ngơ làm thằng
văn minh rởm

tôi bỏ rừng tôi đi nên
hồn cằn cỗi rễ cọng lan
này cần sương và con
người cần lệ

em làm người ve vuốt
cầm tay nắm càn khôn tôi
lệ tròn một kiếp phù sinh
theo vô thường.

Mộc bản chiêm bao

tôi vẫn thường mang hoài tiếc nuối
chưa được xuôi nhiều đường quê hương
loạn ly từ lúc chưa đầy tuổi
mất cả trời thơ, lạc phố phường

quê mẹ chưa bao giờ được gặp
họa hoằn trong mộc bản chiêm bao
ngỡ như lúa kể lời cổ tích
cho cánh đồng quê nghe tình ca dao

những địa danh này tưởng rất quen
từng trang sách vở miết mê tìm
trong tiềm thức bút chì xanh đỏ
vẽ những nhành sông chảy thật mềm

rồi vẫn như người du khách lạ
ngỡ ngàng chiêm ngưỡng ảnh trường sơn
xin mây: viên đá chân đèo vướng
về để trưng trong tủ kính hồn

ngoài ba mươi tuổi làm lưu lạc
mới biết mình đánh vỡ không gian
gọi ai mà gởi lời di niệm
của kẻ vừa rơi khỏi địa đàng

mốt mai tôi chết cho tôi được
đắp mặt bằng hương tóc người yêu
và trong sáu tấm hòm xô lệch
cho gối đầu lên quyển truyện Kiều

hát hộ tình ca vút Thái Thanh
cho hồn tôi bát ngát màu xanh
xác này lửa hỡi làm tro bụi
gió dạt về ven biển Thái Bình.

Mai mốt ta về quê hương có phở

ôi mai mốt về quê hương có phở
cởi mở tâm tình ngò ngát hành hoa
đời hạnh phúc chan hòa thêm nước tiết
ta mời nhau một bát làm quà

gánh giang sơn gồng bằng đôi gánh phở
quảy lên đường nghi ngút ấm tình thân
đường nam bắc vượt bằng tô xe lửa
dù bà con xa cũng hóa thành gần

mình hãy quên đi những ngày khốn khó
trại lao tù bụng lép đến nôn nao
ở ngoài chợ tháng lương tròn kí thịt
già hom còm trẻ đói đến xanh xao

hãy xóa hết những tháng ngày bỏ xứ
ừ đấy thiên đường thừa nạm vè gân
sao vẫn thiếu trong chập chờn thức ngủ
một vị gì ngan ngát của quê thân

nước dùng đậm vì muối nồng biển mẹ
nước dùng trong vì ngọt nước sông cha
bánh sợi dẻo vì gạo đồng lúa Việt
bò thanh hơn vì bò cỏ quê nhà

ôi mai mốt về quê hương có phở
cởi mở tâm tình ngò ngát hành hoa
ớt tiêu cay cay tràn đôi lệ nóng
mừng anh em vui núi thuận sông hòa.

Mùa thu Québec
đọc thơ Nguyễn Khuyến

người đã về chưa thấp thoáng mơ
là trăng là khói dậu thưa mờ
lồng trong những nhạt nhòa năm cũ
thơ người, thu, hay thu là thơ

lơ lững từng mây cũng mong manh
mùa thu xưa gợn bấy nhiêu tình
bay từ lá úa, vèo năm tháng
một trận tang thương cuống đoạn cành

có kẻ nằm thương thơ người xưa
ôm bầu thơ cũ khướt say mê
(thu đây: thu chuốt hồng tô lục
nước có còn đâu mà tìm thu!)

ơi chẳng đường khuya đóm lập lòe
thơ người, thu vẫn xoáy đam mê
kìa trong đám lá mùa, linh ảo
một chiếc thuyền con hiển hiện về.

đất lạnh 2007

VŨ QUỲNH HƯƠNG

Tên thật Nguyễn Vũ Quỳnh Hương.
Sinh năm 1957 tại Huế.
Hiện sống tại San Jose, California, Hoa Kỳ.
Viết văn, làm thơ.
Đã cộng tác với các tạp chí: *Văn, Văn Học, Làng Văn, Hợp Lưu* và trang web *Gió O*.

Tác phẩm đã xuất bản:
- *Canh Thức Cùng Thơ Mộng* (thi tập in chung với Trân Sa, Lê Thị Huệ; Lũy Tre Xanh, 1996)

Nẻo quyên ca

Đã từ lâu, tôi tự coi như mình không còn trẻ nữa. Đó không phải là một cách ràng buộc mình, một cách chống chỏi với những lúc buồn phiền, hay một cách gìn giữ lòng trung trinh. Tôi chỉ giản dị tự cảm thấy mình không còn trẻ nữa.

Nói một cách khác, tôi chỉ còn đủ trẻ để tiếp tục chờ đợi Khắc chứ không còn đủ trẻ để khởi đầu một đời sống khác. Bằng cách suy nghĩ đó, tôi thôi không tự hỏi liệu nếu năm mười năm nữa tôi vẫn không gặp lại Khắc thì còn chi là cuộc đời tôi.

Có những lúc bắt gặp tôi trong cơn ủ rũ, Ý Nhi đã quanh quẩn bên tôi với vẻ bứt rứt đầy trắc ẩn. Càng về nhữngnăm sau này những cơn ủ rũ như vậy càng thưa thớt đi nhiều, nhưng vẫn đủ để Ý Nhi bắt gặp được. Có lần, nó nói đại khái là tôi cũng cần phải sống đời của tôi, là tôi không được công băng với chính tôi.

Ý Nhi nói tiếng Việt, nhưng tôi nghe ra trong câu nói của nó cái ngôn ngữ của một người Mỹ.

Con gái tôi nói chuyện với tôi bằng thứ tiếng của người bản xứ, như nói với một người bạn gái duyên phận long dong. Tôi há miệng toan trả lời nhưng chợt nhận ra cái vẻ bè bạn đó, tôi ngừng lại, im lặng quan sát Ý Nhi.

Hai mươi năm trước, khi lấy Khắc, trong mớ quần áo sách vở mang về với chàng, tôi đã đem theo cả những tập thơ chép tay mà tôi đã cặm cụi chép suốt những năm trung học. Tôi đã ép hoa ép lá ở đó. Tất cả những mơ mộng thời con gái của tôi gom lại ở đó. Thoạt đầu, thời mới lớn của tôi được ướp thơm bằng những bài thơ tiền chiến e ấp dịu dàng, có bóng dáng những người con gái bên song cửa yêu những người ở cuối chân mây. Đến khi yêu Khắc và bước vào cuộc sống của chàng thì những người con gái sầu mộng kia cũng dịu dàng bước vào dĩ vãng để nhường chỗ cho những cảm xúc mãnh liệt hơn. Ôm em trong tay mà đã nhớ em ngày sắp tới. Tôi rơi vào trong tình yêu của Khắc, tôi run rẩy tan thành khói. Rồi thoắt chốc tôi hóa thành nước mắt. Chàng thì đi cõi xa mưa gió. Thiếp lại về buồng cũ gối chăn.

Khi đọc tới những tập thơ đó, Khắc đã cười ha hả. Anh đâu có ngờ là cô Quyên của anh lại lấy anh vì những bài thơ như thế này.

Đó là lúc mà lòng tôi còn đủ hồn nhiên để gây gổ với Khắc. Nếu anh cho rằng em lấy anh chỉ vì yêu… thơ thì anh thật nhảm.

Tuy vậy, khi tôi sinh con, Khắc vẫn lãng mạn đặt tên con gái chúng tôi là Ý Nhi. Thuở lâm hành oanh chưa bén liễu. Hỏi ngày về hẹn nẻo quyên ca. Nay quyên đã giục oanh già. Ý nhi lại gáy trước nhà líu lo. Khắc ôm lấy mẹ con tôi, thủ thỉ. Em chẳng phải là nàng chinh phụ của anh sao? Nhưng chúng ta đâu có sống mãi ở một thời đại như thế này. Chúng ta sẽ sống trong thời đại của Ý Nhi mà.

*

Thời đại của Ý Nhi.

Ở rất nhiều phương diện, tôi thấy Khắc lãng mạn hơn tôi.

Đầu tháng Tư năm 75, thành phố Sài Gòn được ví như một cái chảo nóng hực lửa mà trong đó, bách tính bò vòng quanh như bầy kiến tuyệt vọng. Một người lính của Khắc mang về cho tôi mảnh giấy của chàng. Nếu em lo thì cứ về ở với thầy mẹ. Nhưng đừng quá lo, tình hình sẽ thay đổi.

Tôi không bao giờ có dịp hỏi lúc ấy Khắc thực sự tin ở điều chàng viết hay chỉ viết để trấn an tôi. Nhưng tôi cũng nghe lời Khắc, đem Ý Nhi về ở bên thầy mẹ tôi. Cuối tháng Tư, Khắc lại nhắn. Mang Ý Nhi đi theo thầy mẹ, anh sẽ đi sau.

Tôi không có đủ thì giờ để quyết định nên hay không

nên nghe theo lời Khắc nữa. Ngọn lửa đỏ cuốn tôi đi. Tôi rơi mất vào trong sức nóng và tro than của nó.

Những năm đầu ở đây, với Ý Nhi trong tay, tôi là trung tâm của lòng thương xót. Về sinh kế, tôi có trợ cấp xã hội. Về tình thương, tôi trú ẩn trong sự đùm bọc của thầy mẹ chị em tôi. Tôi chỉ thực sự sống thở đi đứng nằm ngồi phơi trải lòng tôi với cơn đau đớn vì chia lìa Khắc. Lúc đó tôi còn rất trẻ, hương lửa chúng tôi đương nồng. Sự đau đớn cộng với nỗi ân hận đã không ở lại bên Khắc dày vò tôi như banh da xé thịt.

Những năm kế tiếp, cái đại gia đình mà tôi nương tựa phân tán dần. Các chị tôi đã tạo được sinh kế vững vàng, mua nhà ở riêng. Các em tôi dần lớn lên, cũng lấy vợ lấy chồng, cũng có nhà cửa riêng, cuộc đời riêng. Chúng tôi không còn phải nương tựa nhau từng bước để mà sống như những năm đầu nữa. Chỉ còn tôi ở lại với thầy mẹ, loay hoay với định nghĩa về một cái tổ ấm. Đây cũng là những năm mà tin tức từ quê nhà được gửi sang đầy đủ hơn. Ít nhất là đủ để tôi bắt lại được tin tức Khắc.

Tôi biết rằng trong những ngày đầu tiên của tháng Năm năm ấy, Khắc đã về ở nhà một người bạn cùng đơn vị, trước khi cả hai ra trình diện. Tôi biết ngôi nhà của thầy mẹ tôi ở đường Ngô Tùng Châu đã biến thành một cửa hàng phân phối chất đốt. Tôi biết cái tổ ấm nhỏ bé của chúng tôi ở con hẻm bên cạnh đó đã đổi chủ nhiều lần. Tôi gửi tiền về đều đặn để gửi gắm người vợ bạn Khắc, một người đàn bà tốt bụng mà tôi không quen, đi thăm chàng giùm tôi. Tôi viết mải miết cho Khắc những lá thư hoang mang và đẫm nước mắt nhớ thương. Tôi nhận được thư chàng trước sau vài mảnh giấy xé từ một loại vở học trò vàng úa bẩn thỉu. Anh vẫn khỏe mạnh, lao động tốt, học tập tốt. Yên tâm hơn khi có tin của em và con. Chị T. là ân nhân của chúng ta. Cảm ơn chị ấy hộ anh.

Những mảnh thư ấy giúp tôi hồi sinh.

Tôi cảm ơn ân nhân của chúng tôi bằng cách trích hẳn

một phần lợi tức khiêm tốn của tôi, gửi về hằng tháng dưới đủ mọi hình thức. Tôi không được gồng gánh, không được trèo non vượt suối đi thăm chồng thì tôi bù đắp cho chàng bằng cách gửi tình yêu của tôi về qua một đại dương. Tôi vội nghĩ đến ngày Khắc trở về. Chàng còn sống mà viết thư cho tôi thì ắt phải còn sống mà trở về. Để Ý Nhi đừng quên cha, tôi bày biện hình ảnh Khắc khắp nhà, đưa Khắc vào cuộc sống hằng ngày của chúng tôi. Bố sẽ vui lắm nếu biết Ý Nhi học giỏi. Bố sẽ thương Ý Nhi lắm nếu biết Ý Nhi ngoan. Đêm đêm, có lúc tôi nhìn bóng mình trên tường rồi chạnh nghĩ đến chuyện cổ tích. Giả sử như một ngày Khắc về dang tay ôm con, Ý Nhi sẽ giãy nảy lên. Không không cha tôi đêm tối mới về. Không không cha tôi đêm tối mới về. Chắc Ý Nhi sẽ không ca cẩm như thế. Nó sẽ nói You're not my Daddy.

Tôi tưởng tượng ra đủ mọi cảnh sum họp. Một hôm, chị tôi nói với Ý Nhi. Thích nhé, khi nào bố Khắc sang đến đây thì mẹ Quyên sẽ chở bố đi xin welfare, còn Ý Nhi thì được đưa bố đi học Anh văn cơ đấy. Câu nói đùa không vẽ ra được điều khó khăn nào làm tôi ngại ngùng. Nó lan thấm vào lòng tôi như một dòng suối mát. Tôi sẽ đưa chàng ra khỏi cái địa ngục kia. Tôi sẽ giúp chàng bước vào đời sống này. Xin vì chàng xếp bào cởi giáp. Xin vì chàng giũ lớp phong sương.

Khoảng thời gian hạnh phúc thoi thóp ấy kéo dài không được lâu. Chị T., trong một lá thư ngắn ngủi sau cùng, báo cho tôi biết rằng T., Khắc và một vài người nữa tổ chức trốn trại thất bại. Khi lên thăm, chị được dẫn tới một chỗ có rất nhiều nấm mộ đắp vội. Người bạn tù đưa đường chỉ cho chị một nấm mộ mới mà anh đã đánh dấu bằng một thanh tre. Đây là mộ anh T.. Còn Khắc nằm ở một chỗ gần đâu đó.

Chị không chia buồn với tôi. Không an ủi tôi. Cũng không dặn dò chi hết về mối liên lạc giữa tôi và chị. Hai người đàn ông đã chết. Không còn gì để nối hai người đàn bà lại với nhau. Hai người đàn bà trước đó đã không biết mặt nhau và sau đó đã không cùng chia với nhau một đời sống. Tôi tiếp tục gửi thư và quà về cho chị vài lần nữa nhưng mất hẳn liên lạc với chị. Có thể nỗi đau đớn của người đàn bà tốt bụng ấy quá lớn để có thể tìm thấy niềm an ủi từ một người bạn xa xôi như tôi. Có thể chị cho rằng tôi là người may mắn hơn, hay ít nhất cũng dễ tìm thấy may mắn trong cuộc sống hơn chị. Tôi nghĩ chị đã mang các con rời khỏi thành phố. Tôi muốn giữ liên lạc với chị, như muốn níu lấy mối dây cuối cùng đã nối kết Khắc với cuộc sống, nhưng chị đã vuột khỏi tầm níu kéo của tôi.

Cái chết của Khắc được đánh dấu trong đời tôi một cách đơn giản. Một buổi lễ phát tang. Thầy mẹ, chị em tôi có mặt đông đủ chung quanh tôi. Một vài người bạn trong sở. Tôi vẫn còn là trung tâm của lòng thương xót. Chúng tôi xin lễ ở một ngôi chùa nhỏ cất tạm trong một khu dân cư. Từ lúc sang đây, tôi không thường lên chùa lễ Phật, cũng không biết gì về nghi thức của một buổi lễ phát tang. Mọi việc đều do mẹ và các chị tôi sắp xếp. Đúng hơn, tôi ở trong vị thế không thể làm gì và cũng không nên làm gì cả. Một người đã chịu quá nhiều bất hạnh thì sẽ được miễn chấp những trách nhiệm thường thường hay những lỗi lầm thông tục. Ý Nhi quanh quẩn bứt rứt nắm vạt áo tôi. Chị tôi quấn lên đầu mẹ con tôi vành khăn tang trắng. Tôi nắm tay Ý Nhi ngồi yên lặng trong lúc mọi người đi lại lao xao chung quanh. Mắt tôi khô hốc. Thần trí tôi tỉnh táo. Tôi nghe rõ tiếng lũ trẻ chạy đuổi nhau bằng skate-board ngoài đường, tiếng xe chạy, tiếng nói chuyện râm ran của mấy bà cụ làm công quả đang sửa soạn cho bữa cơm chay trong nhà bếp.

Có người đưa đến trước mặt tôi quyển kinh đã mở sẵn ở một trang, chỉ tôi đọc từ một dòng nào đó. Tôi lâm râm đọc theo mọi người. Quì bên cạnh tôi, Ý Nhi cử động tựa như một cái máy. Tôi thấy tội nghiệp cho con tôi. Ấn tượng về Khắc trong trí nó vốn đã mơ hồ mà ý niệm về cái chết của chàng còn mơ hồ hơn nữa. Không khí của buổi lễ, kinh kệ rầm rì và đèn nến lung linh soi trong mắt nó niềm hốt hoảng rờn rợn. Suốt từ lúc được quấn lên đầu mảnh khăn tang, Ý Nhi cứ bấu lấy tôi, nhìn tôi bằng đôi mắt thảng thốt của một con thú nhỏ. Tôi muốn bảo Ý Nhi cứ đứng dậy ra ngoài nếu nó cảm thấy không thể quì thêm được nữa. Mùi khói hương nồng bát ngát làm tôi cũng choáng váng. Tôi ngước lên nhìn ảnh Khắc. Tôi đã lựa một bức ảnh bán thân tươi cười nhất của Khắc để phóng lớn ra làm ảnh thờ. Trước mặt chàng, bát cơm trắng đầy vun bao quanh quả trứng luộc. Nén nhang chị tôi cắm rơi đầy tàn bụi đen phủ trên mặt cơm.

Khắc chưa bao giờ nhìn tôi cười lâu như thế mà không bước đến bên tôi. Tôi chưa bao giờ dọn cho chàng một bữa ăn kỳ lạ như thế, chưa bao giờ tôi xới cho chàng một bát cơm vun đầy với một quả trứng luộc như thế. Không.

Tôi ngã nhào. Đầu tôi vaxuống nền gạch. Tôi được khiêng vào trong, đổ dầu nóng xoa bóp rồi được đưa ngay về nhà. Tôi không hề gì, chỉ bị xúc động và mất sức sau mấy đêm không ngủ mà thôi. Chị tôi giải thích với mọi người như vậy. Chị thay mặt tôi mời khách ở lại dùng cơm chay sau buổi lễ, cảm ơn họ và tiễn họ về hộ tôi.

Khi tôi tỉnh lại, mẹ tôi và Ý Nhi ngồi bên giường. Ý Nhi úp mặt vào bàn tay tôi khóc thổn thức. *Mẹ làm Nhi sợ quá mẹ ơi. Tội nghiệp Ý Nhi, nó khóc hết nước mắt.* Mẹ tôi nói. Bà nói về Ý Nhi, không nói về bà, nhưng tôi nhìn thấy ở khóe mắt bà những giọt lệ vừa lau. Tôi ứa nước mắt *Mẹ đừng lo cho con, con không sao đâu.*

Tôi muốn nói mẹ đừng lo cho con. Con sẽ sống được mà.

Tôi bắt đầu cuộc sống của một góa phụ.

Tôi không sắp xếp đời tôi như là sẽ có Khắc nữa. Mọi việc hoặc phải bắt đầu lại, hoặc phải tiếp tục một cách khác. Tôi không còn Khắc để mang ra làm động lực khuyến khích con tôi học hành nhưng cũng may Ý Nhi là một đứa trẻ thật ngoan. Sau lần thấy tôi ngất xỉu trên chùa, nó sợ hãi vì ý nghĩ sẽ mất luôn cả tôi. Khắc thì từ lâu đã không có mặt trong đời nó nên việc chàng mất đi chỉ có nghĩa như một sự khẳng định rằng chàng sẽ không bao giờ có mặt. Nhưng nó không thể tưởng tượng ra cuộc sống không có tôi. Mẹ con tôi còn lại nhau, nương tựa nhau mà sống.

Tôi được khuyên nên gửi ảnh Khắc ở chùa để chàng nghe kinh kệ cho linh hồn sớm siêu thoát. Hai dải khăn tang của tôi và Ý Nhi cũng được để lại chùa. Tuy nhiên, tôi vẫn không năng lui tới đó, tôi không tìm thấy niềm an ủi nào khi nhìn ảnh Khắc giữa rất nhiều ảnh người đã chết khác, xếp ngay ngắn trên bệ thờ, chung quanh là tượng các vị Phật, hoa trái và nhang đèn. Tôi muốn bắt giữ một điều gì, hoặc rõ rệt hơn, hoặc bao la hơn. Tôi muốn thấy Khắc nằm ở dưới một nấm mộ, để tôi đến khóc than lớn tiếng khi cần thiết. Tôi muốn cầm giữ trong tay tro than của chàng để tôi thờ phượng vái van lúc yếu đuối. Tôi muốn có những di vật của chàng để không phải tiếp tục tưởng tượng chàng đã sống và đã chết đi như thế nào. Tôi muốn ôm trong tay khuôn mặt chàng, muốn vuốt mắt chàng để thực sự tin rằng chàng vẫn là của tôi cho đến lúc mất đi. Có rất nhiều điều không rõ rệt về cái chết của Khắc mà tôi không thể tìm kiếm, cũng không thể xác nhận hay chối bỏ.

*

Cuộc sống góa bụa của tôi kéo dài được hai năm thì mẹ tôi tình cờ gặp một người bạn cũ của Khắc vừa vượt thoát khỏi Việt Nam. Mẹ tôi kể lể với anh chuyện tôi đã sống như thế nào trong nhiều năm qua, trước và sau ngày Khắc mất. Người bạn nhảy dựng lên. Khắc mất hồi nào?

Theo lời anh, Khắc, T. và vài người nữa thực sự đã tổ chức vượt trại và bị bắn gục vỏn vẹn hai tiếng đồng hồ sau đó. Nhưng trong những xác mà các người tù cải tạo kéo về chôn trong buổi trưa ngày hôm sau không có Khắc và một người nữa.

Trước sự ngỡ ngàng của gia đình tôi, người bạn lúng túng giải thích thêm. Anh không hề biết tin gì hơn về Khắc cho tới lúc anh bị chuyển đi trại khác, rồi được thả về và đi thoát sang đây. Nhưng đêm hôm đó thì chắc chắn là Khắc thoát. Nhiều ngày sau, vệ binh vẫn tiếp tục đi lùng kiếm. Nhiều tháng sau, trước khi có vụ chuyển trại, họ vẫn còn ra rả lên lớp về những hình phạt dành cho người trốn trại, về sự tinh vi của mạng lưới tình báo nhân dân ở bên ngoài. Mấy nấm mộ đắp bên bìa rừng vẫn được dùng như một hình phạt nhãn tiền làm gương cho người còn lại. Chị T. trong lúc quá xúc động có lẽ đã đinh ninh rằng tất cả nhóm người vượt trại đã cùng nằm yên dưới mộ như chồng mình. Hay chị đòi hỏi một sự công bằng của số mệnh?

Mẹ tôi mừng phát khóc. Bà tíu tít đi chùa ăn chay, lễ tạ Trời Phật. Tôi mừng. Nhưng tình trạng của tôi sau đó lại càng lúng túng hơn nữa. Bọn chúng không bắt được Khắc nhiều tháng sau đó không hoàn toàn có nghĩa là chàng còn sống. Tất cả câu chuyện với nhiều chi tiết cụ thể hơn lá thư ngắn ngủi của chị T. nhiều năm trước chỉ đưa đến một kết luận rằng Khắc đã không mất trong cùng một ngày với anh T.. Có thể Khắc đã vùi thây ở một xó rừng nào đó. Chàng đã chết đi không được bạn tù chôn cất, không có lấy một manh chiếu quấn thân, không một bia mộ tre đánh dấu chỗ nằm. Rồi mai sau, nếu có ngày trở về, tôi biết tìm chàng nơi đâu?

Nếu Khắc còn sống, vấn đề đặt ra là chàng đang ở đâu và tôi biết tìm chàng nơi nào?

Khi tôi nói với Ý Nhi rằng có thể bố Khắc còn sống, nó mở to mắt nhìn tôi kinh dị. Đôi mắt trong suốt tựa như mắt một người bản xứ khi nhìn vào những điều không thể thông hiểu được của người thiểu số. Tôi kể lại một cách thiếu mạch lạc câu chuyện trốn trại của Khắc. Ý Nhi vùng ôm lấy tôi, đôi bàn tay nhỏ của nó siết trên lưng tôi, vỗ vỗ. *Tội nghiệp mẹ quá, Nhi tội nghiệp mẹ quá.* Trong phút chốc, Ý Nhi vẫn ở trong tay tôi mà bao nhiêu Ý Nhi khác trở về trong trí tôi. Ý Nhi mà tôi bồng bế trên tay, khóc ngằn ngặt trong những ngày đầu tiên trên đất nước này. Ý Nhi khóc và tôi cũng khóc. Ý Nhi lên sáu khi tôi quyết định bỏ trợ cấp xã hội để đi làm. Ý Nhi buổi sáng mặc chiếc áo ngủ bằng nỉ trắng lấm chấm những chùm bong bóng màu hồng màu vàng, vùng vẫy quơ quào trong tay mẹ tôi. *Nhi đi với mẹ, cho Nhi đi với mẹ.* Ý Nhi trong ngày phát tang Khắc, úp mặt vào bàn tay tôi mà khóc. *Mẹ làm Nhi sợ quá mẹ ơi.*

Tôi nhớ đến những con chuột tôi đã xem lũ trẻ trong xóm đánh bẫy thuở nhỏ. Chúng giữ những con chuột trong lồng đùa nghịch hành hạ chán chê, dội nước nóng, đốt lửa, đâm mù mắt xong rồi mới giết. Khi đó, những con chuột không còn đủ sức để vùng vẫy, không còn mang lại được trò vui nào nữa. Tôi giống như con chuột mẹ cõng theo chuột con sa chân vào lồng, cuống cuồng nhìn ra ngoài bầu trời xanh mà không tìm được lối thoát thân. Bên cạnh mức độ bạo tàn, cuộc chiến tranh mà tôi vừa sống qua vẫn còn đầy những sự phi lý dai dẳng buộc vào tôi như buộc vào một người tù chung thân. Tại sao tôi lại trở thành một tù nhân của chiến tranh?

Tôi trở lại chùa để mang ảnh Khắc về. Ngôi chùa hoạt động chưa được bao lâu thì bị dân bản xứ ở chung quanh thưa kiện vì tiếng chuông mõ và xe cộ ra vào những ngày rằm ngày lễ quấy rầy họ. Khi tôi đến thì người ta đang dọn dẹp vườn tược phòng ốc, biến cái chùa ấy thành một đơn vị gia cư. Những người thợ đang bận rộn làm việc. Một nhóm dán giấy hoa lên tường, một nhóm khác lót thảm trong gian chánh điện. Đó là chỗ năm trước được lót gạch hoa, chỗ tôi ngã xuống trong ngày phát tang Khắc, ở ngoài sân, một tấm bảng của hãng địa ốc Century 21 cắm trên sân cỏ. Những luống hoa vạn thọ vàng thắm tốt tươi đang bị nhổ lên. Những cây hoa hướng dương khỏe mạnh cao vượt đầu người bị đốn ngang thân, không còn quay đầu về phía mặt trời. Tôi ghét cái loại hoa to lớn không hương ây. Hướng dương lòng thiếp như hoa. Không có một mùa hoa nào còn nở trong lòng tôi.

Tôi không gặp vị sư trụ trì, cũng không nói với ai ở trong chùa về chuyện Khắc. Tôi không biết phải nói sao. Nói Khắc sống lại? Nói Khắc chưa chết? Nói Khắc mất tích? Nói Khắc đang từ từ biến thành một chiếc bóng? Không. Tôi không biết gì về Khắc hiện nay cả.

Tôi muốn vào lễ Phật, nhưng các tượng Phật trên điện thờ đã được dời đi. Khi tôi quay ra thì mấy cụ già đang lui cui xếp kinh sách vào thùng giấy ân cần dặn dò tôi. *Nhớ đem hình lên chùa mới nghe con. Phật tử đã cúng dường mua được mảnh đất rộng rãi thanh tịnh phía trên núi để dựng chùa. Nhớ đem hình thẳng lên chùa cho thẳng được mát mẻ.*

Khắc có được mát mẻ không?

Tôi đem bức ảnh Khắc về, để dựa vào ngọn đèn ở đầu giường tôi, nói chuyện với chàng một đêm. Trả lời em đi. Anh sống hay chết? Sao không liên lạc với mẹ con em? Em thực sự sống với anh dưới một mái nhà bao nhiêu ngày mà lìa anh đã gần hết nửa đời rồi. Em không còn xuân sắc nữa đâu. Một năm một nhạt màu son phấn. Anh sống hay chết trả lời em đi.

Cuối tuần đó tôi đem hai dải khăn tang lên núi đốt. Đó là một công việc mà tôi đã toan tính kỹ. Lửa không phải là trò chơi an toàn và tôi không muốn bị ai trông thấy khi làm việc đó. Nhưng tôi khao khát được cầm trên tay một thứ tro tàn.

Tôi ngồi loay hoay vừa che gió cho hai chiếc khăn cháy hết, vừa nhìn quanh quẩn trông chừng xuống con đường độc đạo quanh co dẫn lên chỗ tôi ngồi.

Lửa chậm chạp liếm đen vuông vải trắng. Tôi run lên vì

gió lạnh và vì nỗi khổ sở dữ dội cháy nghiến trong lòng. Sau khi đã vốc nắm tro trên tay, thả bay xuống vực như một đứa trẻ nghịch cát, tôi khóc lớn. Tôi thấy mình đáng thương. Tôi oán trách ai đó đã sắp xếp đời tôi. Trong bao nhiêu năm tôi đã kiêu hãnh làm người vợ thủy chung nhưng bây giờ tôi chỉ là người đàn bà trần trụi chống chỏi với một thứ định mệnh khắc nghiệt hơn sức chịu đựng. Tôi không làm chi được cuộc đời tôi.

Tôi nuôi dưỡng ý định trở về tìm Khắc.

Tôi biết một người đàn bà hàng xóm cũ ở quê nhà. Khi sang đây, gia đình chị tiếp tục ngành kinh doanh cũ. Dần dà, dòng họ chị làm chủ một hệ thống kinh doanh có tiếng, chiếm cứ nhiều cửa tiệm dưới phố. Chị là một trong những người đầu tiên trở về. Chị về để lo giấy tờ mang anh sang. Không ai chê trách gì chị. Không ai đem những quan điểm chính trị đặt trước một người đàn bà đi tìm chồng.

Khi chị đưa được anh sang đây, mẹ tôi thúc hối tôi đến thăm để hỏi đường đi nước bước. Tôi từ chối. Làm sao chị có thể chỉ tôi con đường đi tìm Khắc? Số mệnh tôi khác số mệnh chị. Chồng chị không trốn trại, không bị bắn, cũng không mất tích. Anh được thả về với gia đình anh cho đến khi chị đón anh sang. Họ không bao giờ bị mất liên lạc nhau. Còn tôi, tôi biết tìm Khắc ở đâu?

Sau cùng, tôi cũng mượn cớ đến mua hàng để tìm chị.

Tôi nhìn thấy hạnh phúc của chị hiển nhiên hơn hết thảy mọi lời đồn. Ngày xưa chị không đẹp, cũng không có duyên. Những năm mới đến đây, chị cũng xơ xác héo hon như bất cứ người đàn bà tị nạn nào. Bây giờ, đời sống đầy đủ phủ gấm lụa lên thân chị và hạnh phúc tô điểm dung nhan chị. Anh bận rộn cân hàng cho khách. Chị đứng ở quầy tính tiền, cất tiếng gọi anh. Giọng chị ngọt, kéo dài. Cái giọng của một người nữ tự mãn vì có đầy đủ tình yêu. Mặt chị ửng hồng như gái đương thì. Ở tuổi chị, cái sắc hồng không do son phấn như một thứ quả trái mùa ấy gợi trí tò mò. Cử động chị chậm chạp một cách uể oải và hài lòng. Tôi đoán không sai, chị đang hoài thai. Sau một lúc chuyện vãn, chị đặt tay lên vai tôi, thân mật tâm sự. Mình lớn tuổi rồi, cũng không muốn sinh đẻ làm chi nữa, nhưng ảnh đòi con quá. Thôi mình cũng phải rán sinh thêm cho ảnh một đứa nữa. Vợ chồng hàng chục năm không gặp nhau…

Tôi hấp tấp kiếu từ chị. Hạnh phúc của chị làm tôi ghen tị. Chuyện đàn bà sinh nở làm tôi bối rối như thuở chưa chồng. Chiếc đồng hồ nằm im tiếng đâu đó trong thân thể tôi gõ những tiếng chuông kính coong kêu gào.

Tôi xa Khắc đã quá lâu để những kỷ niệm về đời sống vợ chồng còn nồng nàn trong trí nhớ, nhưng tôi cũng muốn có con lần nữa. Tôi muốn sống lại cơn lo âu thay da đổi thịt trong thời kỳ thai nghén. Tôi muốn hưởng lại cảm giác bềnh bồng mất thăng bằng khi trọng tâm tôi nghiêng nặng về phía trước. Tôi muốn nghe lại nhịp thở mong manh của một mầm sống đang lớn lên trong thân tôi. Tôi muốn giấc ngủ mệt nhọc nửa đêm của tôi bị đánh thức bởi cái đạp thắt ruột của một bàn chân nhỏ bé. Tôi muốn nôn ọe buổi sáng, chóng mặt nhức đầu buổi trưa, muốn được đấm lưng muốn được xoa chân bóp tay buổi chiều buổi tối. Tôi muốn chịu đựng lại cơn đau xé rách châu thân lúc bầu nước tôi vỡ òa và tôi nở bung như bông hoa cái hân hoan dâng hiến hạt mầm. Người đàn bà mang thai và sinh con hạnh phúc trở thành vũ trụ riêng. Họ là biểu tượng của đất, của suối nguồn. Họ yêu và ban phát sự sống. Họ là hiện tại là tương lai.

Tôi là quá khứ. Tôi chết héo hon. Nhưng tôi muốn sống. Tôi muốn bước đi bằng những bước chân nặng nề nghiêng về phía trước và đôi cánh nhẹ tênh bay vút tới tương lai, tới thế hệ mà tôi sẽ sinh nở ra. Ý Nhi không còn là đứa trẻ ngủ ngoan trong lòng tôi. Nó không còn mái tóc mềm như tơ để tôi ve vuốt. Nó không còn đôi má thơm mùi sữa để tôi hôn siết. Đã lâu rồi tôi không còn là người mẹ trẻ với cuộc đời chan chứa yêu đương. Trời ơi tôi muốn sống. Muốn sinh con đẻ cái. Muốn trở lại làm một người đàn bà son trẻ, có chồng, có con.

Tôi quyết định trở về tìm Khắc.

Muốn vậy, trước tiên tôi phải có trong tay một số tin tức và dữ kiện. Tôi liên lạc tìm kiếm hết thảy những người bạn đã cùng sống với Khắc trong các trại cải tạo.

Sau một thời gian nhận tin và xét đi xét lại xem mình suy nghĩ đã chín chưa, tôi nhận được một số tin tức trái ngược nhau và hoàn toàn không vui. Từ những tin tức đó, Khắc có nhiều phần được coi như một người thất lạc, không phải một người đã khuất.

Một người nói Khắc bị bắt lại và bị đưa ra miền Bắc.

Một người khác cho biết gia đình Khắc có vào Nam tìm chàng.

Một người khác không nỡ nói thẳng với tôi mà nói phong thanh qua nhiều người, rằng dương như họ có trông thấy Khắc đi trên đường phố Sài Gòn, bên cạnh một người đàn bà.

Giữa mớ sỏi đá hỗn độn mà tôi nhặt nhạnh được từ mơ hồ, trên đường tìm kiếm Khắc, viên đá đó liệng trúng lồng ngực tôi.

Tôi nổi giận vì tính chất mơ hồ của nguồn tin.

Tôi nổi giận vì nhiều người đã nghi cái tin đó trước tôi và nhiều người đã tội nghiệp tôi.

Từ trên chiếc bệ cao của một bậc tiết phụ, tôi rớt xuống làm một người đàn bà bị phụ rẫy tự mười mấy năm.

Đêm hôm đó tôi lại đem bức ảnh thờ Khắc ra để bên đầu giường, chong đèn nói chuyện với chàng. Anh có phụ rẫy em không? Anh có biết mẹ con em đã sống thế nào trong mười mấy năm qua không? Em đã không phản bội anh ở một nơi có thừa cơ hội để phản bội. Em có thể tiếp tục tin tưởng ở tình yêu của anh không?

Em có nên tiếp tục chờ đợi anh không?

Sau khi đã nguôi cơn khóc lóc giận dữ, sau khi đã vật vã với lòng mình cho tới tan nát, sau khi đã phân tích và suy xét bằng chút lý trí còn sót lại, tôi nhìn ra sự phi lý của tất cả mọi chuyện.

Không có gì thật khi người ta nói Khắc đã chết. Không có gì thật khi người ta nói Khắc còn sống. Cũng không có gì thật khi người ta nói Khắc có mặt cạnh một người đàn bà. Chỉ có một sự thật khắc nghiệt là tôi phải chịu đựng nỗi đau đớn của tôi và phải tiếp tục sống hết đời tôi.

Đời tôi?

Nhiều năm trước tôi phải sống và tôi có bổn phận giúp Khắc sống. Tôi có bổn phận chờ đợi chàng. Bây giờ thì mức độ bức thiết của bổn phận đó đã phai nhạt đi.

Một cách lãng mạn, tôi tin rằng trong đời Khắc không thể có bóng dáng người đàn bà nào lớn bằng bóng dáng tôi. Một cách thực tế tôi biết rằng một người đàn ông và một người đàn bà có thể sống cạnh nhau mà không cần tới tình yêu. Tôi tưởng tượng ra Khắc vượt qua cái chết trở về thành phố. Chàng không liên lạc được với tôi, không tin rằng tôi còn chờ đợi chàng, hay cũng nghe ai nói rằng có một người đàn ông nào đó ở bên cạnh tôi. Tôi tưởng tượng Khắc, tổn thương từ thể xác tới tâm hồn, trở về nhìn thấy một xã hội biến đổi. Tôi tưởng tượng Khắc không nhà không cửa, không vợ con, không có ai thân thuộc trên đời. Tôi tưởng tượng Khắc cần sự có mặt của bất cứ một người nào đó bên cạnh như cần một cái phao để bám vào cuộc sống. Nếu sự thật giống như vậy, tôi không hiểu rằng Khắc lãng mạn hơn tôi hay mềm yếu hơn tôi?

Một cách cao thượng, tôi tha thứ cho Khắc.

Nhiều năm trước tôi phải sống vì tôi có bổn phận nuôi dưỡng Ý Nhi, có bổn phận vun đắp tương lai cho con. Bây giờ thì Ý Nhi đang bước những bước vững chãi ra khỏi đời tôi.

*

Tôi từ chối nhìn vào sự thật đó.

Tôi không phải lo lắng nhiều về việc học của Ý Nhi. Từ thuở nhỏ, Ý Nhi đã được rèn luyện để hiểu rằng tương lai của nó phải đặt trên nền tảng học vấn. Tôi tin rằng tôi đã làm tròn trách nhiệm của tôi trong việc này. Tôi lo lắng nhiều hơn về việc gìn giữ cho Ý Nhi các cá tính và đức hạnh Đông phương. Dưới sự hướng dẫn của tôi, cộng với nề nếp cũ của thầy mẹ tôi, Ý Nhi biết đủ khuôn phép để có thể cư xử như một người con gái Việt thuần túy. Nhưng nó vẫn là đứa trẻ hấp thụ nền học vấn từ xã hội này. Tôi không thể biết rõ gia đình và học đường đã chia ảnh hưởng như thế nào trong đời sống và tâm hồn con tôi.

Tôi biết mức dinh dưỡng đầy đủ khiến trẻ nhỏ ở đây bước vào tuổi dậy thì sớm hơn trẻ nhỏ ở quê nhà. Vậy mà trong một lần xếp dọn tủ áo cho Ý Nhi ngày nó vừa lên trung học, tôi vẫn hốt hoảng khi trông thấy một hộp Maxi-pads và một hộp Mini-padschia chỗ trong ngăn tủ. Chưa hết, một hộp Tamponsnhỏ chiếm một diện tích khiêm nhường hơn ở đáy ngăn. Tôi lục tung hết cả căn phòng Ý Nhi lên, không tìm thấy gì hơn. Tôi trở về phòng mình, khép cửa. Khóc. Tôi giận tôi đã không theo dõi Ý Nhi đến nơi đến chốn. Tôi giận tôi không biết mảy may gì về chuyện đó. Tôi nhớ tôi thuở xưa một sáng thức dậy thấy đáy quần mình hoen máu thì khóc lóc đi tìm mẹ. Mẹ tôi đem con búp bê nhỏ ra làm người mẫu, chỉ tôi cách săn sóc mình. Con búp bê và tôi chia nhau đời sống từ lúc tôi còn thơ dại đến khi tôi thành đàn bà. Con búp bê ấu thời của tôi. Ý Nhi không cần tới một con búp bê nào. Không một giọt nước mắt bồi hồi. Không một lời kể lể. Ý Nhi chia sẻ những điều đó với ai?

Khi Ý Nhi về đến nhà thì tôi đã hết khóc. Tôi nhẹ nhàng hỏi nó. *Sao con không cho mẹ biết?* Ý Nhi trả lời giản dị. *Con biết tự lo chuyện đó mà.* Sự giản dị tới mức tối đa ở câu trả lời và cách trả lời của Ý Nhi làm tôi muốn khóc nữa. Không biết nói sao, tôi hỏi gặng thêm. *Nhưng con đừng dùng "Tampon Nhi" ơi. Con đã dùng nó chưa?* Thấy điệu bộ tôi căng thẳng quá, Ý Nhi bước đến ôm lấy tôi. *Con không dùng loại đó đâu mẹ. Tụi nó chỉ con, con đem về coi chơi vậy thôi. Nhưng nếu con dùng thì cũng có gì đâu mà mẹ "serious" dữ vậy?*

Có gì đâu. Con gái tôi lại trấn an tôi về chuyện dậy thì của nó. Có gì đâu. Con gái tôi đang lớn lên như cây cỏ mùa xuân, như có mây gió bốn mùa gom lại căng tràn trong thân thể. Trong khi đó thì tôi đứng lại ở bên đường. Tôi chỉ là một người đàn bà thuộc về một thế hệ khác. Tôi sẽ mau chóng trở thành một bà mẹ già không theo kịp mức độ văn minh của thế kỷ XXI. Tôi không theo kịp thời đại của Ý Nhi mà cũng không có Khắc bên cạnh để yên lòng sống nốt thời đại của chúng tôi. Cái hình ảnh về một Ý Nhi độc lập, tự tin và có thể sẽ không hoàn toàn giống như tôi muốn gò ép hiện ra như một tương lai xa lạ và đầy bất trắc.

Tôi khởi đầu nói với Ý Nhi về những vấn đề giáo dục sinh lý. Khi quyết định như vậy, tôi tự coi mình là một bà mẹ cấp tiến lắm. Nhưng khi Ý Nhi vui vẻ kể ra những điều nó đã thu thập được từ trong và ngoài lớp học thì tôi biết mình lầm. Những điều tôi định giảng cho Ý Nhi không có gì mới lạ hết. Tôi vẫn đi chậm một bước.

Tôi tiếp tục từ chối nhìn vào sự thật đó cho đến ngày Ý Nhi tốt nghiệp trung học.

Từ giữa năm học, bọn trẻ đã rộn ràng tính toán về chương trình buổi lễ tốt nghiệp và sửa soạn quần áo cho đêm dạ vũ.

Tôi kiểm soát Ý Nhi như con rồng cái canh giữ kho tàng. Con tôi thông minh và xinh đẹp nên có khá nhiều bạn.

Nhưng nó chưa có bạn trai.

Tôi lăm lăm chờ đợi đến ngày tên tuổi trẻ đó xuất hiện.

Gần cuối năm học, Ý Nhi cho tôi biết nó sẽ chọn Devin để đi cùng trong đêm dạ vũ. Hai mẹ con yên lặng một lúc. Tôi đã lo ngại đến chuyện này từ lâu. Tôi nhắc đến tên một vài nam sinh người Việt học cùng lớp với Ý Nhi mà tôi biết. Ý Nhi nói rằng *Devin lịch sự hơn*. Nó lại dùng một câu trả lời giản dị tới mức tối đa trong khi tôi chờ đợi nó phơi bày hết trái tim non trẻ. Không nhịn được nữa, tôi hỏi thẳng. *Devin có phải là bạn trai của con không?*

Ý Nhi lắc đầu một cách mạnh mẽ. *Không.*

Sự phủ nhận mạnh mẽ ấy không làm tôi yên tâm. Nhưng tôi không thể khơi khơi lấy lý do Devin không phải người Việt để phản đối, vì thực sự Devin là một đứa trẻ ngoan. Chúng tôi không nói tới chuyện đó nữa. Đúng hơn, tôi muốn hướng sự chú tâm của Ý Nhi tới những việc quan trọng khác. Tốt nghiệp trung học với điểm cao, Ý Nhi đang đứng trước một ngưỡng cửa rộng mở. Con đường ở phía trước còn nguyên chiều dài và Ý Nhi sửa soạn giẫm lên vạch khởi hành. Tôi thấy mình giống như người phải dự cuộc chạy đua tiếp sức khi hai chân đã đuối mà người bạn đồng đội của tôi thì mới vừa bước vào với sức lực tràn trề. Khi hắn hoàn tất vòng đua là khi tôi sẽ ngã chết. Khi Ý Nhi hoàn tất học trình, sống cuộc sống của một người trưởng thành là khi tuổi già tôi tới. Tuổi già. Tôi lại nghe đâu đó trong châu thân tôi những tiếng chuông ngân khẩn thiết.

Không. Ngày ấy vẫn còn xa. Con đường trước mặt mẹ con tôi còn dài. Còn nhiều nhọc nhằn phải đi qua. Dù sao, tôi cũng tin rằng tôi đã sống qua những thời kỳ đen tối nhất trong đời. Chúng tôi đã có một đời sống vật chất tương đối ổn định, về đời sống tinh thần, tôi mất Khắc rồi tôi lại tìm được Khắc, rồi tôi lại mất Khắc lần nữa. Bây giờ thì tôi là người biết ít nhất về sự sống còn an nguy của Khắc. Tôi không biết Khắc ở đâu và chúng tôi có còn thuộc về nhau không. Nhưng điều đó dường như cũng không quan trọng nữa. Điều quan trọng nhất thuộc về tôi. Là tôi có muốn tiếp tục sống một mình nữa không? Thủy chung, phản bội, hay hạnh phúc, khổ đau thì cũng tự lòng tôi mà ra. Ngoài chính tôi, không ai có thể buộc tôi chờ đợi Khắc trong từng ấy năm. Nếu Khắc có mặt vào lúc này, tôi có thể hãnh diện đưa Ý Nhi đến trước chàng. Đây là con gái của chúng ta. Hy vọng của chúng ta. Niềm lãng mạn mà chúng ta đã chia nhau vào những năm tháng xa xưa ấy. Em đã làm tròn bổn phận của em. Dạy con đèn sách thiếp làm phụ thân. Em không còn gì để dâng hiến. Cũng không còn gì để chờ đợi ở tương lai.

*

Devin đã xuất hiện ngoài ngưỡng cửa.

Tôi không muốn nghĩ hắn là biểu tượng của thời đại Ý Nhi mà Khắc đã nói tới trong ngày chúng tôi đặt tên con. Nhưng vẻ tuấn tú của hắn làm tôi phải bối rối.

Tuy biết trước bọn trẻ sẽ ăn mặc hết sức lịch sự, tôi vẫn đứng khựng khi thấy hắn chững chạc và đỏm đáng trong bộ lễ phục đen. Cậu bé Devin thường ngày đạp xe đi qua cửa nhà tôi trong chiếc quần jeanbạc màu, áo T-Shirt, đôi giày ba-ta và chiếc túi đựng sách vở nặng trĩu sau lưng đã bước một bước dài ngàn dặm qua ngưỡng cửa thiếu niên. Hắn nghiêng người chào tôi, kiểu cách. *Thưa bác, cháu đến đón Ý Nhi đi "Prom".*

Tôi cố ý cho hắn biết rằng bộ quần áo không làm tôi tiếp đãi hắn khác hơn ngày thường. Tôi để hắn đứng bên cửa, không mời hắn ngồi ở phòng khách mà cũng không đưa hắn sang phòng ăn. *Devin* đợi một chút nghe, tôi đang giúp Ý Nhi mặc áo. Tôi đang tỏ ra là một mụ già Á Đông lui cui tô đắp cho dày bức tường chủng tộc. Nhưng hắn không biết tới điều đó. Hắn vui vẻ trả lời tôi. *Vâng, cháu biết cháu đến sớm mà.* Tiếng hắn đã rõ ra cái âm vang trầm ấm và tự tin của một thanh niên.

Khi trở lên giúp Ý Nhi mặc áo, nhìn con trong gương, ôm nhẹ tấm thân nảy nở yêu kiều của con trong tay, tôi biết rằng Ý Nhi của tôi cũng đã thực sự trở thành một thiếu nữ. Lòng tôi tràn ngập một thứ cảm giác gần như hoang mang. Cảm giác ấy kéo dài cho đến khi tôi đưa Ý Nhi xuống lầu giao tận tay Devin, dặn dò hắn đưa Ý Nhi về đúng giờ, lái xe cẩn thận và đừng uống rượu… thì trở thành một thứ cảm giác bùi ngùi muốn khóc. Tựa như Ý Nhi sắp sửa đi lấy chồng. Tựa như Ý Nhi sắp sửa vuột khỏi tay tôi mà đi mất vào một đời sống khác.

Sau khi hai đứa trẻ đi khỏi, tôi ngồi lại ở phòng khách, nhìn ra cửa sổ và suy nghĩ rất lâu. Có thể tôi đã tính toán sai. Ý Nhi và Devin muốn thuê xe Limousine. Chúng sẽ đi chung với hai cặp nữa và phí tổn thuê xe của một đêm sẽ được chia đều cho sáu đứa trẻ. Tôi và mẹ Devin nói chuyện với nhau. Qua điện thoại, tôi có cảm tưởng như trong khi tôi kỳ thị Devin vì nó là người Mỹ thì mẹ Devin cũng dành cho Ý Nhi thành kiến tương tự. Nhưng hẳn nhiên là chúng tôi không nói với nhau về chuyện đó. Ngược lại, chúng tôi có vẻ rất tương đắc vì mẹ Devin cũng nói bà không muốn tốn kém quá nhiều cho ngày tốt nghiệp của nó. Tôi thì nói tôi không muốn tập cho con tôi thói quen xa hoa. Mơ ước đi xe Limo của chúng bị hủy bỏ. Nhưng có chắc là hai người đàn bà bảo thủ như tôi và mẹ Devin đã tính đúng không? Nếu chúng đi xe chung, phí tổn chia ra cho nhiều người cũng không phải là quá khả năng chúng tôi. Hơn nữa, khi cùng đi trên một chiếc xe, một người tài xế và sáu đứa trẻ, không chuyện gì quá riêng tư có thể xảy ra được. Rồi khi trở về, bọn con trai có thể uống quá chén một chút cũng không hề chi. Tôi thấy mình vụng tính. Tôi hình dung lại lúc Devin cẩn trọng cầm bàn tay Ý Nhi, tấm lưng dài, sống mũi thẳng, bán diện nó thật đẹp. Tôi hình dung lại chiếc xe thể thao màu đen của nó phóng vút đi ở cuối đường. Chiếc xe ấy đêm nay trở về sẽ đi với một tốc độ không kiểm soát được, sẽ đến một nơi chốn không người mẹ nào lường trước được.

Tôi bắt đầu ân hận. Tôi lên lầu, thổn thức nhìn cảnh tượng bừa bãi mà Ý Nhi bỏ lại. Vì phải sang phòng tôi để được giúp trang điểm và mặc áo, Ý Nhi gần như đã bày tất cả quần áo trang sức của nó lên giường tôi. Chiếc túi xách và hộp giày của tiệm Kinney Shoes ở dưới đất. Mấy chiếc móc áo vất chồng lên đôi dép đi trong nhà. Chiếc nịt ngực, bộ quần áo thể thao và đôi vớ nylon màu đen có đính những hạt kim cương giả lóng lánh vất ở một góc. Trong lúc vội vã sửa soạn, Ý Nhi đã làm vướng móng tay vào đôi vớ mới tinh ấy, kéo sợi nylon rách xoạc đi một đường dài. Con bé ngồi bệt ngay xuống thảm, tay mân mê những hạt đá trên đôi vớ đắt tiền mà hai mẹ con đã dày công chọn lựa, rơm rớm khóc. Tôi phải vội vã dỗ dành nó. *Mẹ còn một đôi khác gần giống đôi này. Để mẹ lấy cho. Đừng có khóc mà lem hết son phấn bây giờ.*

Cô con gái nhỏ của tôi sau đó đã ngồi rấtnghiêm trang để được tôi trang điểm. Khuôn mặt trẻ măng phủ một lớp son phấn nhẹ nhàng chói sáng lên như một viên kim cương được mài dũa, phô bày hết cái nhựa sống tràn trề của thanh xuân. Cô gái nhỏ ấy đã ôm lấy tôi, xoay tôi lại cho thấy hai mẹ con kề vai trong gương. *Mẹ trông con có giống mẹ không?* Cô gái nhỏ ấy, khi xỏ chân vào đôi giày cao gót bọc lụa nhuộm cùng màu với màu áo đã nhón gót xoay tít một vòng. *Mẹ ơi, càng ngày con càng cao hơn mẹ rồi này.* Cô gái nhỏ ấy sau khi mặc xong chiếc áo mơ ước đã vuốt ve nếp lụa, nín thở nhìn lại vòng eo thon, ngắm mình rất lâu trong gương rồi quay lại nói với tôi như một cách tỏ lòng tri ân. *Mẹ trông con giống Cinderella không?* Cô gái nhỏ ấy, trước khi theo bạn đi vào đêm vui đã quay lại ôm tôi hôn rất ngọt ngào. *Mẹ ở nhà vui nghe.* Khi cô quay đi, tà áo dài hai lớp quấn quít lướt thướt vào bước chân, xao xác cái thinh âm êm đềm của nhung lụa.

Làm sao mẹ có thể ở nhà vui?

Mẹ đã thoa son điểm phấn cho con. Mẹ đã tô hồng chuốt lục cho con.

Mẹ không phải là bà tiên của Perrault biến cô gái nghèo thành trang quốc sắc thiên hương bằng chiếc gậy tiên trong khoảnh khắc. Mẹ đã vắt hết nhựa sống của mẹ để làm việc đó trong mười bảy năm.

Đêm đó tôi thao thức cho đến khi Devin đưa Ý Nhi về. Tôi cố nghĩ rằng không có gì để phải quá lo lắng hết, nhưng vẫn cứ chong mắt đợi. Tôi vẫn thở ra khi nghe tiếng xe Devin dừng lại trước nhà. Nằm trong bóng tối, tôi lắng nghe tiếng giày gót nhọn của Ý Nhi và tiếng giày mạnh mẽ của Devin bước từ ngoài đường vào lối đi tráng xi măng, tiếng chìa khóa lách cánh trong ổ, rồi tiếng hai đứa thì thào từ giã nhau. Tôi mở căng mắt tưởng tượng ra cuộc từ giã bịn rịn như thế nào, thân mật như thế nào.

Ý Nhi đã thân mật với Devin tới mức nào?

Bất cứ mối quan hệ bình thường nào cũng có thể trở thành gắn bó trong một đêm đánh dấu mức trưởng thành trong đời như đêm nay. Tôi biết ở ngoài bầu trời mùa hè trong vắt, mát rượi và lấp lánh sao. Tôi biết tuổi trẻ tràn trề nhựa sống và trái tim run rẩy chờ đợi tình yêu. Tôi biết lửa gần rơm sẽ bén. Tôi biết. Tôi biết hết vì mới vừa đâu đó, mới như ngày hôm qua, tôi đã yêu Khắc bằng một tình yêu dữ dội. Trong đêm tối tĩnh lặng, tôi tiếp tục nằm nghe tiếng cửa khóa lại, tiếng chân Devin bước ra đường, rồi tiếng xe rời đi. Tôi không nghe Ý Nhi gây ra tiếng động gì hết trong một lúc lâu sau. Có thể nó cũng ngồi lại ở phòng khách, nhìn ra cửa sổ và suy nghĩ như tôi đã làm vào buổi chiều, khi hai đứa vừa đi khỏi. Sau đó, tôi nghe tiếng chân Ý Nhi bước nhẹ lên lầu. Tôi biết nó có dừng lại một lúc trước cửa phòng tôi. Trong ánh sáng của ngọn đèn đêm nhỏ gắn ở chân tường, tôi chờ đợi nhìn cái nắm đồng xoay nửa vòng. Tôi chờ đợi nghe tiếng gõ cửa khe khẽ rồi Ý Nhi chạy vào ôm lấy tôi, nói ríu rít để khỏa lấp tội về trễ. Không. Ý Nhi đi luôn về phòng nó.

Tôi muốn ngồi dậy gọi Ý Nhi. Tôi muốn bật đèn sáng lên để nhìn lại nó. Tôi muốn xem màu môi màu má con tôi đã nhạt đi bao nhiêu khi trở về. Nhưng không. Chúng tôi cùng yên lặng. Có lẽ tôi đâu cần phải nhìn lại Ý Nhi, khi tôi biết chắc rằng nó không còn nguyên vẹn dung nhan như lúc ra đi.

Chúng tôi còn thức sau đó rất lâu. Tôi nằm nghe hết những tiếng động rón rén Ý Nhi gây ra trong đêm tối. Bước chân đi nhẹ trên thảm, nước chảy trong nhà tắm, một vật gì rất nhỏ như lọ nước hoa hay thỏi son rơi xuống bồn rửa mặt, cánh cửa sổ mở ra đóng vào. Tôi xoay người nằm úp mặt xuống gối. Tôi cắn chặt môi và khóc. Thuở mới gặp Khắc, mỗi khi đi chơi về tôi cũng trằn trọc rất lâu trước khi đi vào giấc ngủ. Tôi cũng cố hết sức tránh mặt mẹ tôi. Không phải tôi sợ bị khiển trách khi về trễ mà tôi sợ sự mẫn cảm của tình mẫu tử làm bà khám phá ra ngay rằng tôi đã yêu. Tôi cũng rón rén đi vào nhà tắm, để nguyên quần áo phấn son nhìn sững mình rất lâu trong gương, tìm kiếm cái dấu vết say mê mà tình yêu vừa để lại. Tôi ôn lại từng cử chỉ, từng lời nói chúng tôi đã trao đổi. Tôi mường tượng lại những nơi chốn chúng tôi đã tới, những con đường chúng tôi đã đi qua. Có khi tôi nhớ đắm đuối hai vành tai Khắc tôi nhìn thấy từ phía sau khi Khắc chỉ tôi trên chiếc xe gắn máy bụi bám của chàng. Có khi tôi hồi tưởng lại cơn ướt lạnh lúc một trận mưa bất chợt đổ ào xuống trên đường. Tôi run rẩy nép vào bờ lưng Khắc. Lưng áo chàng nồng mùi vải ẩm, mùi bụi bặm, mùi mưa và mùi của chàng. Tôi nhai lại. Giác quan tôi nghiền ngẫm lại mỗi mùi vị, âm thanh và hình ảnh của cuộc hẹn hò cho tới khi chúng tôi gặp lại nhau lần khác.

Tôi đã yêu và lấy người tôi yêu. Tình yêu đó chưa bị sự

quen thuộc của thời gian sống chung làm cho trở thành nhàm chán. Tình yêu đó bị cơn biến động lịch sử làm nên đắm đuối, bị thời gian sinh ly làm nên nồng nàn, bị sự ngộ nhận tử biệt làm nên thê thiết. Cuối cùng nó bị nhiều sự phi lý của đời sống chất chồng làm nên cay đắng.

Dù muốn dù không, tôi vẫn mường tượng tới một người đàn bà nào đó có thể đã có mặt trong đời Khắc. Rồi tôi mường tượng tới một người đàn ông nào đó có thể sẽ có mặt trong đời tôi.

Tôi vẫn có khả năng mài dũa lại sự quyến rũ của tôi. Sự quyến rũ của một sương phụ một con, cộng với niềm tự tin rất thực tế của một người đàn bà đã độc lập về mặt kinh tế. Nhưng tôi không làm gì hết. Tôi ở trong một vị thế khá chênh vênh khi giao tiếp với người đồng chủng. Trước kia thì người ta kính trọng lòng chung thủy của tôi. Bây giờ sự kính trọng đó biến thành một mối nghi hoặc phức tạp. Tuy vẫn sống cuộc sống phẳng lặng, tôi đột nhiên trở thành một người đàn bà có thể đang tìm kiếm tình yêu. Đàn bà thì nghi kỵ tôi còn đàn ông thì nhìn tôi như một sinh vật nữ có thể yêu đương. Nếu tôi muốn, tôi vẫn dễ dàng chọn lựa được một người đàn ông xứng hợp để làm bạn. Nhưng những người mà tuổi tác và địa vị xứng hợp để làm bạn tôi đều là những người mà cuộc đời đã lỡ dở ít ra một lần. Phần lớn họ là những người đang phải gầy dựng lại cuộc sống, sinh kế không ổn định. Họ bị giằng xé triền miên giữa mặc cảm tự tôn và tự ti. Và tôi thì không thấy gì vui trong cái cảnh kết hợp trai lỡ phong vân gái lỡ tình. Có một lúc, tôi thốt nhiên giật mình khi nhận ra họ, những người đàn ông mà tôi đã nhìn như những người tôi có thể lựa chọn, đều là những phó bản của Khắc.

Thật ra, những lý do xã hội và kinh tế tôi đã dụng công phân tích chỉ là những lý do phụ. Lý do chính vẫn nằm trong trái tim tôi. Tôi không còn đủ năng lực để yêu ai nữa.

Tôi có những mối liên hệ bằng hữu tốt đẹp hơn với

người bản xứ ở nơi tôi làm việc, đàn ông cũng như đàn bà.

Chúng tôi liên hệ với nhau trước hết vì công việc, sau đó chia sẻ cùng nhau một phần đời sống mà mỗi người tự ý muốn phơi bày. Ngoài ra, mỗi người vẫn là một cá nhân với những khoảng cách riêng biệt không ai xâm phạm tới ai. Giao thiệp với họ trên cung cách đó, tôi không phải cố gắng tỏ ra thế này hay thế kia. Tôi được hoàn toàn thoải mái và tự do.

Sự thoải mái và tự do đó làm cho một người trong bọn họ bất ngờ bước đến gần tôi.

*

Đó là một người đàn ông có địa vị khá cao. Anh đến làm việc sau tôi vài năm nhưng thăng tiến rất nhanh trong khi tôi vẫn chỉ là một nhân viên bình thường với một chút thâm niên. Một người đàn ông da trắng có học và có tham vọng thì thăng tiến rất nhanh. Nói như vậy, tôi có vẻ như ganh tị với anh và tự ti về thân phận đàn bà thiểu số của tôi. Thật ra, tôi không ganh tị vì tôi không có tham vọng. Tôi cũng không có gì để phiền hà anh. Anh là một người chỉ huy giỏi, làm việc hết lòng và gần gũi với tất cả mọi nhân viên.

Anh nghỉ phép ba tuần lễ vào dịp cuối năm. Trước ngày anh đi, mọi người chúc tụng anh một mùa Giáng Sinh và Tết dương lịch vui vẻ. Anh nói sẽ chỉ về thăm bà mẹ chứ không đi chơi đâu, nhưng tin rằng những ngày lễ sẽ đầm ấm trong không khí gia đình đang chờ đợi anh. Buổi chiều, tôi đem một số giấy tờ sang văn phòng anh, chúng tôi bàn về những công việc anh giao phó cho tôi trong lúc anh vắng mặt. Khi tôi sắp sửa bước ra, anh đột nhiên hỏi. *Chị muốn gửi gì không?* Tôi trả lời sau vài giây suy nghĩ. *Nếu không có gì bất tiện thì tôi muốn có một chiếc vỏ ốc. Một con ốc lớn để tôi có thể áp tai vào và nghe tiếng sóng vỗ.* Anh kêu lên. *Mùa đông mà chị bắt tôi ra bãi biển nhặt vỏ ốc cho chị! Nhưng thôi được, tôi đã dại dột hỏi thì cũng cố làm vậy.* Tôi giao hẹn. *Nhưng anh phải hứa là sẽ ra biển nhặt chứ không phải tới tiệm mà mua đâu.* Anh cười ha hả. *Làm sao chị biết được. Con ốc tôi sẽ nhặt và con ốc người ta bán có khác gì nhau đâu? Cái đó thì chỉ tùy thuộc vào mức độ thành thật của anh thôi.* Tôi nói.

Khoảng hai tuần lễ sau, khi tôi đã quên bẵng chuyện cái vỏ ốc thì người thư ký mang đến bàn tôi một hộp nhỏ đóng con dấu từ thành phố Hannover, Tây Đức. Chiếc hộp chỉ để tên người nhận là tôi và không có tên người gửi, nhưng người thư ký quả quyết là của anh. Đúng là chữ ông R. mà, nhưng tại sao ông ấy lại ở Tây Đức nhỉ? Một người khác lên tiếng. Cha mẹ ông ấy là người Đức mà, chắc họ quyết định về nước thay vì ở lại Florida rồi.

Lúc bấy giờ nhiều người đã đến vây quanh chiếc hộp của tôi. Khoảng thời gian cuối năm, giữa những ngày lễ, khi mà phần lớn nhân viên đã đi nghỉ phép thường niên, những người còn lại cũng không làm việc ở hiệu năng cao nhất của họ. Họ lơ đãng hơn. Lòng họ dễ rung động hơn. Mỗi người tự động thu nhỏ lại cái khoảng cách cá nhân để đến gần nhau và bận rộn vì những chuyện riêng tư của nhau. Họ đợi tôi mở chiếc hộp như thể nó được gửi cho cả sở chứ không phải cho riêng tôi.

Giữa những lớp giấy bản mỏng bao kín như bao một món dễ vỡ là một tặng vật đã vỡ. Một mảnh tường vụn. Và một tấm thiệp của anh. Tôi đã đến Berlin. Nghĩ đến chị và đất nước chị. Hy vọng chị sẽ vui lòng hơn là có con ốc ở Miami. R.. Mảnh tường được đặt một cách trang trọng trên bàn tôi. Tấm thiệp được gắn lên tường. Tất cả mọi người đều nhìn ngắm, sờ mó và trò chuyện về chúng. Bên cạnh mối xúc cảm sâu xa mà mảnh tường vỡ đem lại, tôi cũng nghĩ anh thật khôn ngoan nên mới gửi nó đi trước để tôi phải xúc động, suy nghĩ và chờ đợi anh về.

Một tuần lễ sau, buổi sáng ngày anh trở lại làm việc, mọi người đều quây vòng quanh anh, trò chuyện rôm rả không dứt. Tôi không tham dự vào vòng người ấy. Tôi biết anh làm việc ở đây đã đủ lâu để hiểu cá tính từng người. Một phụ nữ nhỏ bé và trầm lặng như tôi sẽ khó có thể chen vào đám đông để nói với anh một lời cảm ơn. Nhưng người ta cũng không để tôi yên. Có một người nói lớn lên điều tôi ngại phải nghe. *Sao trong sở này có biết bao nhiêu người mà anh chỉ gửi quà về cho mình Quyên? Quyên đâu rồi?*

Vòng người giãn ra. Mọi con mắt quay về phía tôi. Anh cười lớn tiếng. *Tôi sẽ tặng mảnh tường vỡ ấy cho tất cả quý vị nếu quý vị cũng là người tị nạn như Quyên.*

Suốt ngày hôm ấy anh bận rộn với những công việc dồn lại trong vòng ba tuần lễ. Nhưng tôi vẫn có cảm tưởng anh cố không để tôi có dịp cảm ơn anh. Gần cuối ngày, anh bước vào phòng tôi, nhập đề trực khởi. *Tối nay chị có bận gì không?*

Tôi hỏi lại. *Có chuyện gì vậy anh? Chị có thể đi dùng cơm tối với tôi không?*

Khi đặt tôi vào cái thế bất đắc dĩ như vậy, anh có vẻ coi tôi như một thiếu nữ lúng túng và cả thẹn, không phải một người đàn bà đã sống hết nửa đời người. Điều này làm tôi khó chịu. Bức tường Bá Linh đã đổ nhưng bức tường giam giữ lòng tôi thì vẫn còn nguyên đây. Tôi cười tươi. *Tiếc quá, tối nay tôi bận việc mất rồi. Nhưng anh có thể ngồi xuống cho tôi nói với anh vài câu không? Tại sao cả ngày hôm nay anh không để tôi có dịp cảm ơn anh vậy?*

Anh chậm chạp ngồi xuống chiếc ghế trước mặt tôi. Đôi mắt anh xanh biếc như mắt một con mèo rình mồi. Đôi khi tôi thấy chị không giống người Á Đông chút nào cả Quyên ạ. Tôi làm bộ nghiêm trang. *Tôi cố tập ra như vậy đó chứ. Cuộc sống tôi đã có quá nhiều trắc trở rồi, tôi phải cố giản dị hóa nó được bao nhiêu hay bấy nhiêu. Bây giờ thì nói cho tôi biết, anh đâu có định đi Berlin. Mẹ anh đẩy anh lên phi cơ phải không?*

Anh ngửa cổ cười ha hả. *Chị biết hết. Bà già làm tôi

mệt quá. Tôi đã xếp đặt một chương trình nghỉ ngơi đúng nghĩa. Nhưng tôi đâu có ngồi yên được phút nào. Mẹ tôi cứ chạy tới chạy lui như ở trên đống lửa. Cái giọng của bà khi nói tới Berlin nghe giống y như giọng chị khi nói về Sài Gòn. Y hệt. Chị giống y như mẹ tôi.

Khi một người đàn ông ví bạn với mẹ hắn là khi hắn bắt đầu kiếm chuyện. Tôi mỉm cười, hỏi vặn. *Anh không định nói tôi già như mẹ anh phải không? Nhưng thôi bỏ qua cái chuyện giống nhau đó đi, tại sao anh không mang mảnh tường về cho tôi mà gửi bưu điện cho mất công? Nó chỉ đến tay tôi có vài ngày trước khi anh về thôi.*

Anh giơ hết hai tay lên phân bua. *Nếu tôi mang nó về đây, biết đâu chị chẳng nghi ngờ rằng tôi đã đập nó ra từ bức tường phía sau nhà tôi. Tôi thà mất công một chút mà giữ được đủ chính nghĩa hơn.*

Tôi không nhịn cười được nữa. *Xét cho cùng thì cái chính nghĩa của anh cũng vẫn không được rõ rệt lắm đâu. Vì anh đâu có lấy được con dấu của bưu điện thành phố Berlin. Nếu tôi muốn, tôi vẫn có thể nói mảnh tường của anh là đồ giả mạo lắm chứ.*

Tôi tưởng anh lại sẽ cười lên ha hả như cái cách chúng tôi vẫn trao đổi những câu chuyện đùa với nhau. Nhưng anh lại hóa ra hết sức chân thành. *Tôi cũng định như vậy đó chứ, nhưng làm sao tôi có thể đứng xếp hàng trong cái dòng người dài dằng dặc ở nhà bưu điện được, trong khi mẹ tôi thì cứ như là có xỏ vào chân một đôi giày điên cuồng. Bà không thể đứng một chỗ nào lâu quá hai phút, mà tôi thì không dám để bà đi đâu một mình. Khi chúng tôi đến, người ta không còn khiêu vũ trên bức tường nữa, nhưng mẹ tôi vẫn cứ cười nói không ngớt với người không quen biết ở trên đường phố, rồi ôm chầm lấy họ mà không sợ trở nên lố bịch chút nào. Người ta vẫn mời nhau uống rượu, chen lấy nhau mà đi trong một thứ cảm giác say sưa hoan lạc quá độ. Mẹ tôi cứ hết cười lại* khóc. Lạy trời. Cuối cùng thì bà tắt tiếng nên tôi khỏi phải nghe bà phát thanh ở bên tai nữa. Bà giống như một con cá được thả về dòng sông cũ. Rồi đột nhiên tôi nghĩ tới chị. Tôi nhớ lại mẹ tôi hai mươi tám năm trước, lúc đem tôi ra khỏi Berlin. Tôi tưởng tượng ra chị mười mấy năm trước, lúc chị đem Ý Nhi ra khỏi Sài Gòn. Có một mối liên hệ giữa hai thời điểm đó, chị thấy không? Rồi tôi lại nghĩ nếu bức tường của chúng tôi đổ xuống sớm hơn, biết đâu biến cố trên đất nước chị đã không xảy ra và chúng ta đã không gặp nhau ở nơi này. Nếu có một bài học nào mà lịch sử đem đến cho chúng ta, thì đó là chúng ta quen dần với việc đón nhận ngay cả những điều khó tưởng tượng nhất.

Mẹ tôi cầm khư khư một mảnh tường trên tay. Tôi bỏ một mảnh khác vào túi. Chúng tôi đi trở về Wunstorf thăm một ông chú. Từ đó, mọi người lại quyết định trở sang phía Đông để thăm viếng bạn bè, dòng họ cũ. Toàn là những người đã răng long đầu bạc. Ở đâu cũng là những câu chuyện về một nước Đức vẹn toàn, những kỷ niệm xưa cũ, những cái tang lâu đời và những niềm vui mà trái tim con người hầu như không chứa hết. Mẹ tôi cứ ngày một trẻ hơn và điên rồ hơn vì cái ánh lửa cứ bừng bừng lên ở trong đáy mắt. Còn tôi, cứ nhìn bà mà nghĩ đến chị. Tôi nghĩ nếu không có một biến chuyển tương tự xảy ra trên đất nước chị thì chị sẽ hóa ra như thế nào đây? Năm năm, mười năm, hai mươi năm nữa... Tôi thật không cam lòng nhìn một người đàn bà đẹp đẽ dịu dàng như chị phải sống già nua héo hắt đi như mẹ tôi đã sống. Mảnh tường ở trong túi tôi cứ nặng trĩu xuống khi chúng tôi về lại Hannover nên tôi bắt buộc phải gửi nó đi. Nếu không, hoặc nó, hoặc tôi sẽ nổ tung ra. Tôi đứng lên nói với anh rằng mảnh tường của anh đã không nổ tung ra nhưng nó làm tôi nhỏ lệ vì cảm động, rằng tôi hết sức cảm ơn những ý nghĩ tốt đẹp của anh về tôi. Nhưng tôi cũng tin rằng tôi sẽ không phải sống cho tới héo hắt già nua đi trong cảnh ngộ này. Tôi sẽ không phải đợi đến hai mươi tám năm *mà chỉ vài năm nữa thôi, tôi cũng sẽ được làm con cá trở về dòng sông cũ.*

Anh thận trọng ôm lấy hai vai tôi, siết chặt. Vòng tay anh khỏe và rộng. Tôi đứng chỉ thấp đến ngực anh. Bộ râu quai nón vàng hoe của anh chạm vào tóc tôi. Tôi vụt thấy mình giống như người đàn bà khốn khổ, cầu khẩn mãi không gặp được Bụt quê nhà mà lại gặp một vị thánh Tây phương.

Khi anh ra khỏi phòng, tôi ngồi mân mê mảnh tường trên tay, tưởng tượng ra mẹ anh. Một người đàn bà người Đức hiền lành phúc hậu đã nuôi dưỡng anh nên người và đã sống lẻ loi cho tới tuổi già. Tôi có giống bà không và có thể sống hết đời tôi như bà không? Anh đã quên đi một điều khác biệt lớn giữa tôi và bà. Bà đã thực sự là một góa phụ khi rời khỏi Berlin, còn tôi thì không. Anh muốn làm gì đây nếu không đành lòng nhìn tôi già nua đi? Ra tay cứu độ cuộc đời tôi chăng?

Rất nhanh, tôi nghĩ tới Ý Nhi và Devin. Tôi nghĩ tới cái cộng đồng người Việt ở chung quanh tôi. Người ta sẽ nói về mẹ con tôi. Hai mẹ con nhà ấy, con gái đi với một thằng Mỹ, mẹ nó cũng đi với một thằng Mỹ. Thật là mất công biết bao nhiêu nếu cứ phải phân trần rằng người Mỹ ấy thật ra là một người gốc Đức. Rồi lại phải giải thích về mối cảm thông kỳ diệu giữa một người Đức và một người Việt trên những mảnh vụn hoang tàn của một chủ nghĩa đang sụp đổ.

Thật ra, tôi không biết có phải chính mối cảm thông ấy đã đưa tôi và anh đến gần nhau không? Hay chỉ vì tôi đã nhìn anh như là một chiếc bóng nối dài của Ý Nhi. Cũng như anh, Ý Nhi là thế hệ thứ hai của một sắc dân tị nạn tới mảnh đất này. Ý Nhi sẽ được hưởng ít ra là gần đầy đủ cơ hội thăng tiến như anh, có một chỗ đứng vững vàng trong xã hội như anh. Và cũng như anh, những năm tháng tốt đẹp nhất trong đời nó sẽ trôi qua ở đây, không phải ở Bá Linh hay Sài Gòn. Khi rời khỏi thành phố ấy, anh là một cậu bé đã có đủ trí khôn để suy luận, để ghi nhận sự kiện và hồi ức. Vậy mà anh vẫn nói về Bá Linh như là một thành phố lịch sử, không phải thành phố kỷ niệm. Tôi làm sao hy vọng Ý Nhi sẽ chia với tôi niềm rung cảm về Sài Gòn, vào một ngày chúng tôi trở lại?

Tôi ắt khó có thể đi yêu một người chỉ vì người đó là hình ảnh tương lai của con tôi.

Dầu vậy, tôi vẫn biết rằng tôi không được công bằng đối với anh. Tôi biết tôi phải bỏ đi hết cái yếu tố chính trị và chủng tộc để nhìn xuống lòng mình. Tôi chưa bao giờ suy nghiệm về lịch sử như một sự thật trong đời sống mà chỉ nhìn nó từ một góc của trái tim.

Tôi không còn đủ khả năng để yêu ai nữa.

Không phải tôi đã yêu Khắc không thôi mà tôi còn yêu cả những đau đớn của tôi và yêu cả hương vị lạnh nhạt của những năm tháng xuân sắc đã trôi qua cùng với nỗi đau đớn đó.

Có lẽ tôi vẫn tiếp tục chờ đợi Khắc vì một điều gì ở ngoài tình yêu.

*

Bây giờ thì nỗi đau đớn của tôi dường như đã hết. Tôi không còn giận dữ khi nghĩ tới cái giả thiết Khắc đã phản bội tôi. Tôi cũng không còn nghĩ đến việc trở về Việt Nam tìm chàng. Nhưng như thế cũng không có nghĩa là tôi đã ngừng hẳn mọi nỗ lực tìm kiếm. Tôi chỉ dò tìm tông tích Khắc một cách lặng lẽ hơn. Tôi biết câu chuyện của chúng tôi sẽ phải có lúc đi tới hồi chung cuộc. Rất có thể Khắc cũng tìm được tình yêu, bên cạnh một người đàn bà khác. Nhưng bản chất lãng mạn và cầu toàn của Khắc sẽ không cho phép chàng sống yên lòng với một chuyện đời còn dở dang. Rất có thể chúng tôi gặp lại nhau chỉ để nói, một cách thừa thãi và muộn màng, rằng chúng tôi trả tự do cho nhau. Nhưng chúng tôi cũng vẫn cứ phải gặp nhau. Tôi muốn gặp lại Khắc để nói với chàng rằng tôi đã chọn sự tự do ở lại trong số phận lẻ loi của tôi. Tôi muốn gặp lại Khắc để nghe chính Khắc, chứ không phải bất cứ ai khác, kể về cuộc đời chàng trong mười mấy năm qua. Cái cuộc đời cứ dần xa lạ đi vì chia cách, giống như những bức ảnh của chàng, những kỷ niệm về chàng cứ héo hon dần theo dòng đời. Trong khi đó thì cuộc đời của tôi giống như một khúc khuê oán cứ mỗi ngày mỗi réo rắt não nùng hơn vì sự lựa chọn lẻ loi của tôi. Lòng thiếp riêng bi thiết mà thôi. Tôi đã có rất nhiều năm nhìn xuống lòng mình, soi xét mình, dày vò mình và hãnh diện về mình. Niềm hãnh diện chẳng vì đâu. Chẳng ích lợi cho ai. Ý Nhi không muốn tôi sống như vậy. Khắc không cần tôi sống như vậy. Tôi đã không ước tính nổi cái giá của sự đợi chờ. Tôi đã mất đi bao nhiêu hạnh phúc vì sự phi lý của chiến tranh. Rồi tôi lại đi giam giữ mình trong sự phi lý của chính tôi. Những sự phi lý ấy tự nó cũng bị hủy diệt đi. Chỉ riêng có sự phi lý của thời gian thì tôi không thể vượt qua. Tôi không thể giữ mãi Ý Nhi ở bên lòng. Tôi không thể hình dung ra được khuôn mặt ngày hôm nay của Khắc. Và khuôn mặt của chính tôi thì cũng không còn làm rung động lên được cái hơi thở xao xuyến nào của tình yêu. Những tiếng chuông ngân khẩn thiết kêu gào trong thân thể tôi không được đáp lại đã nằm im tiếng. Những nếp nhăn của tuổi già đã tuần tự xuất hiện, không đoái hoài tới mọi nỗ lực tuyệt vọng của phấn son. Tôi đã già. Tôi không còn là sương phụ nửa chừng xuân mà là thiếu phụ trung niên. Tôi không còn nắm tay đưa Ý Nhi những bước chập chững vào đời. Ý Nhi đưa tôi vào thời đại của nó. Rồi bỏ tôi lại phía sau vì tôi đi quá chậm.

Thời đại của Ý Nhi.

Tôi không muốn làm vỡ đi cơn mộng đẹp vô tâm của con tôi. Tôi không muốn kêu lớn tiếng để nó biết rằng câu chuyện dở dang của chúng tôi sẽ còn tiếp tục giữa những biên cương thời đại. Nhưng tôi không biết cách nào để đi hết chặng cuối cùng của thế kỷ này, khi trận chiến giữa các quyền lực đối nghịch đang đi đến hồi kết cuộc, mà không bị thất lạc Ý Nhi quá xa. Sẽ có lúc nó phải biết rung động như R., trên những mảnh vỡ của bức tường bạo lực. Sẽ có lúc nó hiểu được rằng tôi đã phải góp một phần quá đắt của đời tôi vào trong cuộc chinh chiến vừa qua. Đó là một trò chơi cay đắng và hoàn toàn vô nghĩa.

Trước kia, Khắc đã tham dự vào cuộc chiến tranh ấy một cách khắc khoải. Bây giờ, trong bất cứ hoàn cảnh nào, tôi tin rằng Khắc vẫn chiến đấu một cách khắc khoải. Có thể để giữ gìn sự toàn vẹn tương đối nào đó giữa cuộc sống đa đoan chung quanh chàng và thế giới trắc trở của lòng chàng. Có thể chỉ để tìm kiếm lại tình yêu say mê thời tuổi trẻ mà tôi không còn mang tới được. Cuộc vượt trại của Khắc và anh T. nhiều năm trước đã không làm tôi ngạc nhiên. Nó là phản ứng tất yếu của những người có cá tính như Khắc. Nó đã đưa đẩy chàng đi rất xa với số phận các đồng đội còn lại. Nó đã đưa đẩy chàng đi rất xa tôi. Trong bất cứ hoàn cảnh nào, tôi tin rằng Khắc vẫn đang chiến đấu. Trong bất cứ hoàn cảnh nào, tôi tin rằng tôi cũng đọc được lòng Khắc như đọc những cuốn sách ngày trước chúng tôi đã chia nhau. Có thể tôi và Ý Nhi sẽ là niềm khắc khoải cuối cùng trong những trang sách của đời chàng.

Có thể chúng tôi là những kẻ lãng mạn cuối cùng của thời đại. Những kẻ ấy sẽ không nhất thiết phải chung sống với nhau cho tới hết đời. Họ tiếc nhau. Nhưng họ không tiếc gì về cuộc đời mà họ đã lựa chọn để sống.

Vũ Quỳnh Hương

Thạch Lam by Đinh Cường

# VŨ QUỲNH N.H.

Tên thật Vũ Quỳnh Như.
Đã cộng tác với các tạp chí: *Văn, Văn Học, Hợp Lưu* (Mỹ),
Diễn Đàn Forum (Pháp).
Hiện sống cùng gia đình tại San Jose, Bắc California.

Con công mardi-gras

Có tiếng rên rỉ của người nghệ sĩ vang vọng đằng trước quán:

Yesterday, I saw you leave,
I laughed and sang,
I wouldn't grieve.
But after my laughter came tears.
I told my friends, I didn't care.
I laughed about the whole affair.
But after my laughter came tears.
My pride kept me from showing you,
That I was blue.
Oh, but by myself,
Don't nobody know what I've gone through.
My lips don't feel,
My heart in pain.
I made believe, but never again,
because after my laughter came tears.

(Ngày hôm qua, nhìn người lìa xa,
Tiếng cười và lời ca,
Nhất định không buồn thở than
Nhưng khi nụ cười tắt nước mắt bỗng tuôn tràn
Tôi nói với người thân
Tôi bất cần
Tôi phì cười cho những chuyện chung quanh
Nhưng khi nụ cười tắt nước mắt bỏng tuôn tràn.
Blues cho cuộc tình
Ôi, nỗi cô đơn một mình
Chẳng ai hiểu thấu những nỗi buồn qua đi
Đôi môi tôi tê dại
Quả tim giờ tái tê
Bao nỗi ước mong, tiếc nuối chi
Vì khi nụ cười tắt nước mắt bỗng tuôn tràn).

Tôi không cảm nhận được nỗi buồn trong lời nhạc, dù đã có một thời tôi mê nhạc Blues. Hình như ai cũng phải yêu nó, như kẻ hoạn nạn bỗng chốc trở về với tôn giáo.

Đây cũng không phải là Highway 61, cũng chẳng có được một chiếc xe Cadillac hồng đuôi cá, để chạy vào lòng Mississippi. Người ta nói rằng You got to have the Blues to feel the Blues,giờ thật sự nỗi buồn đó đã xa bay nên lời nhạc chẳng còn cái thấm thía của thuở nào.

Ồn ào từ bên trong, ồn ào vang vọng mãi ra đến ngoài; người ca sĩ với giọng ca lải nhải chẳng ai buồn để ý như bị khung cảnh nơi đây làm mờ dần vào màn đêm. New Orleans về đêm nhộn nhịp, nhất là hôm nay. Gió ngoài lạnh thổi, cái lạnh âm ẩm làm tôi rùng mình khiến hai đầu vú săn lai. Cũng may trước ngực áo được phủ một lớp lông, nếu không có lẽ tôi phải khoanh tay nguyên tối. Thời buổi bây giờ đã khác, chẳng vào đầu thập niên 70 với cô đào Farrah Fawcett nổi tiếng trên hình poster với hai đầu núm vú chĩa ra sau bộ áo tắm mỏng dính, khiến các bà, các cô thay vì đi thẩm mỹ viện bơm ngực, thì họ lại bơm núm vú, đến như báo chí cũng quảng cáo những đầu vú làm bằng cao su giả dùng để gắn lên.

Tôi đẩy cửa bước vào, cái ngộp của khói thuốc làm mắt hơi cay.

"Đông như thế này làm sao mà tìm thấy". Tôi lo ngại, đâm ra thấy tiếc tại sao không để hắn tới khách sạn đón, như vậy có phải tiện hơn không.

Một tay tôi ôm bó lông bị dính chặt sau mông, tay kia giữ mấy sợi kim tuyến đeo lủng lẳng trên đầu. Chen lấn trong đám đông tìm kiếm, mãi đến khi nghe tiếng ai gọi đến tên mình tôi mới thở phào nhẹ nhõm.

"Mimi!" Hắn vẫy tay gọi lớn, tiếng gọi to dần sau những câu xin lỗi chen lấn.

Tôi chạy lại, đứng yên trước mặt hắn ngắm nhìn, vẫn đẹp trai như thuở nào. Nét đẹp có phần già dặn nhưng vẫn làm mềm lòng phái nữ dễ dàng. Dù đã mười năm.

Hắn ôm chầm lấy tôi hôn trên môi. Nhóm dân đạo đức vẫn bảo New Orleans là "Sin City" thành phố "Tội Lỗi". Thời huy hoàng ăn chơi, trụy lạc của những trò chơi làm tình tập thể mà tiền nhân Hy Lạp để lại.

Tôi tháo bỏ mặt nạ bằng giấy xuống để nhìn cho rõ. Mardi Gras về đêm nhộn nhịp đủ loại màu áo hóa trang. Khu vực Vieux Carré như trẻ lại dù chung quanh dấu tích lịch sử vẫn còn vương vấn như làn sương mù dày đặc từ ngoài sông cuộn vào.

Những cổng sắt, ngõ hẻm ngoằn nghèo về những huyền thoại Madame Lalaurie's tra tấn nô lệ, bùa ngải voodoo của Marie Laveau, Quadroon Balls – nơi phụ nữ bị mang ra đấu giá cho đàn ông lựa chọn làm vợ bé, chỉ là những chuyện trong ngàn câu chuyện làm dân du khách hồi hộp lắng nghe.

Jacob nhìn tôi trìu mến.

"Mimi! Mày hóa trang thành con công đẹp quá". Hắn xoay tôi một vòng ngắm nghía "Con công Mardi Gras, mười năm Mimi chẳng đổi tí nào".

Tôi cười, nụ cười sung sướng của một người con gái được người khác khen đẹp, dù tuổi tôi lúc này cũng chẳng còn nhỏ gì.

"Mày cũng vậy". Tôi ấp úng lí nhí trong mồm như đang nói với chính mình. Mắt lướt nhanh vào bộ mông chạy đua thể vận hội của dân da đen được ôm chặt theo cặp giò chắc nịch của hắn. Tôi vẫn thích những người đàn ông có dáng gầy gầy như hắn. Loại gầy chắc thịt chứ không phải thứ gầy ốm đói.

Trời lạnh, về đêm gió lùa của đầu tháng ba giờ chẳng

thấm thía gì như lúc ban đầu bước chân vào quán. Giờ này bà con bắt đầu tràn ra đường ném hoa giấy và thảy bột vào mặt nhau, hô hào "laissez les bons temps rouler". Những đứa con nít xô đẩy nhau xếp hàng từng dãy một chờ những dàn xe giấy đi qua để có dịp hò reo "Throw me something, mister" (Làm ơn ném cho một cái gì). Và khi những mề đai bằng vàng giả được ném xuống thì tiếng nhạc Jazz lại trỗi lên từ khắp nơi. Xa xa hình như tiếng rên rỉ của người ca sĩ vẫn còn vang vọng đâu đó.

- Well I drink to keep from worrying
andIlaugh to keep from crying.
I keep a smile on my face so the public won't know my
mind
Some people thinks I'm happy but they sure don't know
my mind,
They see this smile on my face, but my heart is bleeding
all the time.

(Ừ, thì hãy say cho quên đi âu lo
và hãy cười cho giọt lệ đừng rơi.
Tôi giữ khuôn mặt vui tươi cho thiên hạ không đoán
được cõi lòng
Dù có kẻ cho rằng tôi hạnh phúc nhưng nào ai hiểu
được cõi lòng
Họ nhìn thấy nụ cười này, nhưng ngàn đời tim vẫn mãi
đớn đau).

Jacob đưa tay lên gỡ nhẹ những bông giấy dính trên mặt tôi khẽ nói.

"Hồi xưa Mimi thích bản này".

"Mày cũng vậy".

"Ờ, hồi xưa mình đều thích bản này". Jacob choàng tay lên vai tôi kéo nhẹ vào lòng, như dạo nào dưới hầm William's

Pub mù mịt khói thuốc, với gã Mỹ đen thổi saxophone trùm mền kín đầu cho tiếng nhạc ấm cả căn phòng

Thì hồi xưa. Mười năm, như bản nhạc quen thuộc nghe mãi rồi cũng chán. Thời đó Jacob không khác gì giờ nhiều, vẫn giữ được bản tính dễ chịu, dù gốc hắn Thụy Điển, dòng giống Viking vai đô ngực nở. Dân Viking mang tiếng hung bạo và nơi tôi sống dân Thụy Điển chiếm số khá nhiều, đến đội banh nhà cũng mang tên Viking. Hằng năm vào khoảng cuối tháng chín tháng mười gì đó, họ tổ chức thi múa kiếm, giương oai để kỷ niệm thuở huy hoàng xa xưa. Cũng nhờ vậy nên tôi được dịp quen Jacob. Tôi không mắt xanh, cũng không tóc vàng và chẳng nói được một câu tiếng họ. Nhưng may dân Thụy Điển qua đây nhập gia tùy tục sớm, nên đời con cháu sau này quên hẳn đi tiếng cha sinh mẹ đẻ. Bất quá tôi cũng như một người Mỹ lần đầu bước vào khu Phước Lộc Thọ, có chút ngỡ ngàng khó chịu như gã cowboy cỡi ngựa vào một thành phố nhỏ không tên. Một chút ngượng ngập của những con mắt soi mói, dần dà rồi cũng quen. Jacob mắt xanh tóc vàng cần gì biết gốc gác. Trông vào lại càng mát mắt như mấy anh người mẫu quảng cáo taylor suit trong tạp chí GQ. Đứng gần bên hắn tôi cảm thấy hãnh diện như những bà lấy được chồng làm bác sĩ. Dù sự đi lại giữa tôi và Jacob lúc đó chỉ là tình bạn trên căn bản hoạt động và sự tò mò của hai văn hóa khác nhau. Như những cô gái đến tuổi cặp kê, được người bạn trai cỡ Jacob kể ra ai chả thích, dù chị Tàu Trung Cộng bạn tôi, thứ Made In China hẳn hòi, loại chương trình PhD, không tán thành. Nước nó nghèo và đông đến cả tỷ dân số, được nhà nước gửi qua du học thì cũng phải đến nơi đến chốn, xách mảnh bằng BS hay MS về nước ai nhìn. Đâu phải loại được cha mẹ bỏ tiền cho ra ngoại quốc học, bằng gì cũng được rồi về nước giương oai, cả họ hàng nở mày nở mặt. Nghĩ thế nên tôi cứ tà tà lãnh Financial Aid mà học, bất quá đến tuổi lấy chồng là xong không thì chờ Việt Nam với Mỹ bang giao, lúc đó về nước khối người phục. Chị Tàu Trung Cộng bạn tôi lắc đầu quầy quậy:

"Không thể nào được. Hai văn hóa khác nhau khó mà hạnh phúc".

"Làm sao lại không được". Tôi gân cổ lên cãi "Mày nên nhớ tình yêu không phân biệt màu da".

"Đúng!" Chị Tàu tỏ ra đồng ý, gật gù như để lấy thêm hơi rồi nói tiếp "Màu da nhìn mãi cũng quen, ngôn ngữ học rồi cũng biết nhưng văn hóa ngược lại như blood tranfusion, một khi vào người rồi thì chẳng gội bỏ được".

"Mày chỉ là con nhỏ kỳ thị. Thôi tao không muốn bàn thêm chi cho mệt!" Con Chang, văn hóa nước nó với nước tôi đâu khác nhau mấy nói gì đến màu da. Có thể là tư tưởng sống của mỗi người đều khác nhau. Có người đã sống ở nước ngoài mà cứ ôm khư khư cái phong tục nước mình rồi trách thân trách phận, trách luôn cả con cái. "Mày mà lấy ngoại quốc tao từ mày". Xà bông rửa chén, cà phê sữa đá, quần xà lỏn với áo sơ mi, đố ai lúc đó bảo "Mấy đứa bây lại sủa tiếng Tây nữa rồi". Cho con vào trường Tây, gửi nó đi du học cả họ hàng đều biết chẳng sao, còn có phần hãnh diện, chứ bây giờ qua Mỹ thì cứ phải mang thân ty nạn. Đến tên tuổi cũng phải đổi thay. Nguyễn thành Win hay Nugent, Hồng thành Rose, Tuân thành Tony, Trần thành Tranberg, mà nhỡ tên mình lỡ là Phúc hay Dũng hoặc Đôn thì đổi mấy hồi. Ở thì Frank, David hay Don nghe cũng oai thế nhưng cũng phải đòi cho được lá cờ Việt Nam. Thành phố ty nạn Little Saigon với bản xanh cắm ngoài xa lộ, thiên hạ cuối tuần đi phòng trà nghe ca sĩ Việt Nam hát nhạc New Wave, hay mặc váy đầm ngồi xỉa răng trong tiệm phở 99. Thế mới là Việt Nam. Jacob có phần Việt Nam hơn và tính tình lại còn dễ dãi gấp mấy lần tôi. Đúng là trái ngược với giống dân Viking. Hủ tiếu, bún bò món gì nó cũng ăn một cách ngon lành. Có đều tính tình hơi có vẻ con gái, ít khi nào có sự quyết định dứt khoát về bất cứ vấn đề gì. Tôi hay chọc.

"Tính mày như con gái".

"Có lẽ vậy vì tao hợp với đàn bà".

Chuyện Jacob tính tình như đàn bà hay thích đàn bà hơi đâu suy nghĩ bận tâm. Tôi đã có cảm tình với người nào rồi thì cũng như mấy cô gái khi mới biết yêu lần đầu, loại "yêu anh mù quáng". Và đầu óc tôi giàu tưởng tượng nên hay nghĩ theo chiều hướng riêng. Đôi khi thấy trắng thành đen, ừ thì tính tôi đàn bà. Và đã là đàn bà thì hơi đâu tìm hiểu chi cho mệt.

Cây cầu bắt ngang dòng sông Mississippi, chia đôi West Bank và East Bank của khuôn viên đại học, mỗi khi có nhóm biểu tình hô hào là có tôi và hắn. Tuổi trẻ đầy nhiệt huyết và thích bạo động. Được dịp lôi nhau bỏ lớp. Có những con chạy ra khoe mọi người "Tao vừa mới phá thai xong", nhóm phụ nữ Women Lib vỗ tay tán thưởng. Có bọn nửa đêm chui vào những phòng thí nghiệm thả chuột khỏi chuồng để rồi hôm sau hô hào "Hội Bảo Vệ Súc Vật đã cứu thoát hàng trăm con chuột để khỏi bị dùng làm vật nghiên cứu". Anh Đen đòi bình quyền xóa bỏ kỳ thị, anh Đỏ than nước này hồi đó thuộc về tao… Tôi cũng hăng máu đứng gần Jacob hô hào "Cứu người vượt biển".

Thì bây giờ tôi cũng có dịp lại được đứng gần Jacob ở một khung cảnh khác. Khung cảnh mà con người hình như đã mất đi sự hồn nhiên của tuổi trẻ, thay vào những tính toán con số. Hắn quay qua nhìn tôi hỏi:

"Hình như trông mày cao hơn dạo nọ thì phải?"

"Không phải đâu, tại đứng gần mày thành như vậy". Tôi cười chỉ vào đôi giày cao gót dưới chân.

Thật ra cũng nhờ Jacob mà lưng tôi đỡ khòm. Dạo nọ ngồi dí đầu vào sách riết lưng cong, mấy con bạn Mỹ chọc, tại người Á Đông không chịu uống sữa tươi như tụi nó nên người thiếu chất calcium lớn không nổi, vừa thấp mà lưng lại khòm. Nhớ lại khi còn nhỏ, mẹ tôi hay thuyết rằng con người muốn bổ phần gì trong cơ thể thì nên ăn phần đó. Ăn tim heo cho bổ tim, thông minh nên ăn óc, gan đi với gan, thận đi với thận… Còn sữa chắc vì đắt đỏ hay sợ cho con bú hư vú hoặc sợ sau này con gái lớn lên vú bự không tốt nên tôi vẫn còn bò trong nôi là đã bắt ăn cơm. Bây giờ thì muộn mất rồi, một ngày uống năm bảy ly sữa cũng vậy, không gỡ gạt được thêm phân nào.

"Dạo này mày vẫn làm cho hãng IBM". Tôi quay qua hỏi Jacob.

"Ừ, chả gì thay đổi, còn mày vẫn bay đều".

"Nếu không mình làm sao có dịp gặp gỡ ngày hôm nay". Tôi cười.

"Nghĩ cũng lạ".Jacob nói "Hai đứa mình không người nào làm đúng nghề đã học".

"Đâu ai biết mày học âm nhạc để bây giờ làm nghề gõ computer".

"Cũng đâu ngờ mày học hóa học để bây giờ bay đó bay đây".

"Tại tao là boat people". Tôi trả lời "Vượt biển qua đây sợ quá nên phải tìm công việc gì trên trời cho đỡ sợ".

"Mimi lúc nào cũng giữ được bản tính vui nhộn. Gần mày bao giờ tao cũng thấy trẻ lại cả chục tuổi".

Pha trò cũng như một lối che đậy khó hiểu vậy thôi, nhưng Jacob lại hiểu tôi nhiều nhất. Lối suy nghĩ về đời sống cũng giống tôi, bảo sao tôi không thích hắn.

"Lâu rồi mới có dịp gặp lại nhau, tao có chuyện muốn nói với mày". Hắn khom người xuống nói nhỏ.

Tôi gật đầu nhìn hắn.

"Mình đi tìm quán café nào đó được không? Đang lên cơn thèm một ly café brulot".

Đoàn xe giấy đã đi khỏi, thiên hạ kéo nhau nối đuôi theo sau. Chúng tôi đứng đó như hai bia đá cắm trên ngôi mộ của Louis Amstrong và của Sidney Bechet, mà lời nhạc hình như vẫn mãi mãi trải đều theo thời gian.

"Mình đến quán Café du Monde đi".Jacob rủ. "Hình như chỉ có chỗ này là mở trễ".

Tôi tán thành. Nhớ lại khi xưa, mỗi khi học thi trễ, chỉ có khu vực West Bank với tiệm Café Ridleys chớp ánh đèn màu néon của thập niên 60 đề chữ Espresso ngay cửa kính. Tôi với hắn không hẹn chỉ cần nhìn nhau là xách giò chạy một mạch vào đó. Cũng nhờ dưới hầm chơi "Stand up comedy" nên tiệm này là tiệm cuối của khu vực đại học đóng cửa sau cùng. Bên Mỹ đâu phải Việt Nam hay Paris, đâu có người rảnh rỗi la cà uống café buổi tối. Bọn Mỹ cái gì cũng kiêng với cử, caffeine vào tối ngủ không được, sáng làm sao dậy sớm đi làm? Caffeine để tỉnh người, caffeine không phải để thức trắng đêm trò chuyện rồi ngày mai kéo lê thân xác thiếu ngủ vào sở. Nhưng đây là New Orleans, một thời thuộc về Tây. Nước Pháp thiếu tiền nên Napoléon bán lại cho dân Mỹ với giá mười lăm triệu cộng thêm vào đó văn hóa Tây, để sau này mới có những giờ phút thức trắng đêm ăn chơi. Tôi thầm cám ơn cái văn hóa còn sót lại để bây giờ tôi và hắn có dịp ngồi thưởng thức ly café nóng về đêm.

Jacob cầm tay tôi hỏi.

"Nghe đâu mày ly dị".

"Mừng cho tao đi". Tôi ngước mặt nhìn.

Một nụ cười thông cảm trên môi hắn. Khi xưa mỗi khi có chuyện buồn tôi vẫn hay đến tìm hắn. Giờ hình như tôi cũng có nỗi niềm riêng.

"Vì sao?" vẫn giọng nói nhẹ nhàng làm người nghe dễ tâm sự.

"Thằng chồng cũ tao vẫn còn quyến luyến tình mẫu tử. Tao cứ tưởng lấy chồng cùng một văn hóa dễ hiểu nhau. Ai cũng bảo vậy". Tôi kể lể "ở đời có nhiều chuyện cười ra nước mắt. Tao lấy chồng đâm ra lấy luôn cả mẹ hắn".

"Thì mẹ chồng nàng dâu. Văn hóa của mày qua đây vẫn còn giữ được là hay. Tụi tao đến tuổi trưởng thành ông bà già tống cổ ra khỏi nhà, nên khi già họ vào viện dưỡng lão nằm, không đòi hỏi con cái phải trông nom". Jacob nháy mắt làm tôi vui.

"Nhưng ở đời có mẹ chồng nào tán thành việc con trai mình ngủ với con khác sau lưng vợ bao giờ đâu".

"Thì bây giờ có mẹ chồng mày đó!"

"Mày đừng quên tao đã ly dị". Tôi nứt nẻ cười đến chảy cả nước mắt.

"Cũng tại mày bỏ đi". Tôi buột miệng trách hắn.

Dạo nọ Jacob bỗng dưng rời bỏ tiểu bang. Một ngày mưa gió chả đẹp đẽ gì tự nhiên biệt tăm không nói được đến một câu giã từ. Hình như lúc đó tôi có khóc, và hình như lúc đó tôi có giận.

"Lúc đó tao giận mày kinh khủng".

"Tao biết".

"Tại sao mày bỏ đi không nói một tiếng với tao. Dầu sao tao với mày cũng…"

"Có những chuyện không nói ra được nên tao phải đi. Nghĩ lại thấy có lỗi với mày".Jacob cắt ngang câu nói của tôi để phân trần.

"Đáng ra tao phải tâm sự với mày vì mày là đứa hiểu

tao nhất. Nhưng lúc đó vì áp lực của gia đình mà tao cũng không biết mày có thông cảm để mà hiểu nỗi khó khăn tao phải đương đầu với. Chỉ có thời gian may ra con người cởi mở và dễ chấp nhận hơn".

"Tao vẫn không hiểu". Tôi uống ngụm café nhìn hắn chờ đợi. Cái chờ đợi của những dấu hỏi vần trong đầu một cách chậm chạp.

"Tao yêu một người nhưng gia đình không chấp nhận".

Tim tôi đập mạnh. Yêu thì có gì lại không chấp nhận? Màu da, tuổi tác hay văn hóa? Xã hội Mỹ này, dễ dàng mở rộng tay chào đón mọi giống dân từ xa tới nhưng đôi khi lại quá khắt khe một cách vô ý thức. Nước Mỹ không cấm cản sự kỳ thị nhưng lại lên án những phụ nữ ăn mặc quần áo tắm hở hang.

"Có gì mà gia đình mày không chịu hiểu và mày cũng không thể nào nói cho tao biết". Tôi hối giục hắn.

"Vì người tao yêu cùng một giống với tao".

"Hả?" Tôi hình như nghe không rõ hay muốn những gì mình mới nghe là một sự lầm lẫn.

"Tao muốn nói tao đồng tình luyến ái".Jacob nói nhỏ tôi đủ nghe.

"Không thể nào được!" Trong một phút xúc động mạnh tôi hét lớn.

"Đó là sự thật. Hồi đó tao yêu hắn nhưng gia đình tao, mày hiểu gia đình tao chứ gì?"

Đúng vậy, dân Viking khi đứa con ra đời người cha đi tới trước mặt đứa trẻ sơ sinh, cầm thanh kiếm ném xuống đất tuyên bố "Ta sẽ không cho ngươi hưởng bất cứ một thứ gì. Ngươi chỉ được hưởng những gì chiếm được từ món vũ khí này". Một dân tộc tự hào như vậy, một dân tộc có truyền thống chia gia tài ra làm ba phần. Một phần cho gia đình; một phần giữ riêng, và một phần còn lại thuộc về Nabidh (một thứ rượu đặc biệt dùng để uống trước khi lìa xa cõiđời, ngày mà nàng hầu bị giết và hỏa táng theo chủ) làm sao chấp nhận có một đứa con không thích gần gũi đàn bà.

Tôi thấy nghẹn ở cuống họng. Tại sao? Những cái tại sao như vây quanh không một câu trả lời.

"Có lẽ mày là người không có lối nhìn phán xét, chỉ tiếc dạo đó…"

"Tao không muốn nghe!" Tôi lắc đầu.

Lúc này hình như hắn xa hẳn, cái nhìn cũng đã là xa lạ. Một tội lỗi. Đúng rồi một cái tội không thể chấp nhận được. Hắn là tên tội phạm không cần phải xử xét. Cho hắn vô tù, nhốt hắn lại. Không được nói, hai mươi lăm cents không cho gọi luật sư.

"Mày phải nghe tao Mimi ạ!" Jacob cầm vai tôi lắc mạnh.

"Tình yêu, tình yêu mày hiểu không? Chính mày chẳng bảo rằng tình yêu không kỳ thị màu da, văn hóa và phong tục. Những thứ đó chỉ là những danh từ dùng để biện minh cho sự lầm lẫn của con người".

Tôi lặng nghe hắn nói. Một nỗi lạc lõng cô đơn của kẻ đang nghe? Hay lời tâm sự của những người đang bị xã hội ruồng bỏ? Một dân tộc đang chờ cánh cửa thông cảm hé mở của nhân loại. Hình như cái gì cũng cần thời gian. Tôi thọc tay vào túi lấy tiền. Tay đụng phải bao condom "Don't leave home without it". Có lẽ sẽ chẳng bao giờ có cơ hội dùng vào đêm nay.

"Thôi mình đi!"

VŨ THỊ THANH MAI

Vũ Thị Thanh Mai sinh năm 1962 tại Sài Gòn, theo học Saint-Exupéry rồi Fraternité đến giải thể chuyển sang Chu Văn An, Lê Thị Hồng Gấm. Vượt biên đến Mã Lai tháng 5-1979, tốt nghiệp kỹ sư điện toán và làm systems architect tại California.

Viết tùy bút và truyện ngắn, bài đăng trên báo *Trẻ* (Texas).

Bút hiệu khác: Trầm Hương.

Mưa qua sân thượng

Về Lưu Linh Vũ, người thanh niên của đêm sinh nhật tháng 3-1978

Sáu tấu khúc của một tuổi hoa niên đến khi chấm dứt vẫn là đột ngột. Tôi từng tự hỏi nén được không những thứ như tình yêu, quá khứ, kỷ niệm và cả mặt đại dương đã tràn vào phố? Tôi tự trả lời là một giọt nước mắt cắt làm sáu khúc vẫn giữ nguyên những óng ánh trong suốt của tuổi thơ và niềm chua xót. Viết là một hành động thao thức. Viết thành truyện là mang trả cho đời sống những gì đời sống đem đến: sự khắc khoải của chính mình.

Hồ nước

Căn nhà của tôi cao ốm, bốn tầng lầu đứng chen chân trong khu phố sầm uất mà sân thượng trơ trọi giữa trời với tầm nhìn quanh vun vút xa. Sân thượng im lìm tựa đám mây treo trên cao ngắm nhìn những hình ảnh bận rộn không âm thanh của nhịp đời dưới phố. Đôi khi sân thượng thở nhẹ bằng những hơi gió đứt đoạn làm nhiễu mặt nước của chiếc hồ to nằm lặng lẽ chờ những trận mưa qua.

Trong ký ức sớm nhất, tôi đã rất thích tắm mưa. Khi mưa đổ xuống gợn sóng mặt hồ, mấy chị em tôi thích thú leo vào tạt nước cho sóng cao hơn. Chúng tôi nhảy nhót trên đầu ngón chân, nước ngập khoảng vai và mưa trút trên đầu. Chúng tôi cười nghiêng ngả như những lần bị sóng Vũng Tàu đánh bật. Trong chơi vơi, tôi rơi vào vùng biển thâm sâu, nơi ánh sáng xuyên qua khó khăn mà sự sinh dưỡng vẫn không ngừng phát triển. Nền biển nhấp nháy màu sắc của vô số đàn cá rực rỡ lượn quanh những cụm lá thuôn dài. Lá không ngừng uốn mình theo dòng nước đùa vui chung với bầy cá.

Tôi làm công chúa nhỏ được cha Long Vương cưng chiều, đưa đi nhặt những cánh sao rơi cất vào bảo tàng của mình. Mỗi cánh sao rơi là tặng phẩm của trời đem chút ánh sáng đến lòng biển tăm tối. Sóng xô đẩy tôi ra rồi tấp vào lại giấc mơ. Đến khi người lớn lôi chúng tôi ra khỏi hồ, đứa nào cũng đã thâm đen nhăn nhúm như quả táo tàu.

Mùi thuốc phiện len qua khe cửa của một căn phòng nhỏ ở lầu ba. Mùi thơm ngọt ngầy ngậy quyện vào không gian muốn biến những nơi mình qua thành cõi u mê. Những buổi sáng trễ học, tôi ôm cặp thấp thỏm trước cửa phòng, muốn gõ cửa, muốn nhắc bố chở đi học mà không dám. Tôi dán mắt vào khung kính mờ nhưng không lần nào tìm thấy gì hơn một ngọn lửa nhỏ leo lét. Bố rất thương tôi, khi trở ra sẽ chở tôi đi học. Mẹ kể khi tôi mới chào đời, buổi chiều mát, bố thường ẵm tôi trên tay ngồi xích lô dạo quanh phố phường. Tôi được vài ba tuổi, bố bắt đầu cho đứng phía trước xe vespa chở đi hóng gió. Sau này tôi có nhiều em, bố vẫn thương nhất đứa con gái đầu lòng. Nhưng khi bố vào căn phòng đó, dù trời sập bên ngoài, tôi cũng không được phép gõ cửa.

Bà nội cho tôi niềm tin vào cuộc sống. Những buổi sớm khi cả nhà còn yên giấc, tôi dậy theo bà hái hoa cúng Phật. Gốc hoa sứ trồng trong chậu nên không được cao, nhưng nhánh xòe ngang đến mấy thước ra vô số hoa trắng nõn nhụy vàng. Tôi đi trên cạnh hồ nước với tay bẻ nhẹ cuống hoa đặt vào chiếc rổ trong tay bà. Cánh sứ màu sữa nhã nhặn thoảng hương tinh khiết, đẹp như một điều thiện. Hai bà cháu đem hoa vào phòng thờ xếp lên những đĩa tráng men, thay đi hoa cũ. Bà thắp ba nén nhang vào chiếc lư trên mỗi bàn thờ rồi quỳ trước Phật Như Lai gõ mõ tụng kinh. Bà thuộc nằm lòng những lời kinh tiếng Phạn, dù bà không hiểu gì song vẫn đọc rất thành tâm, mong đức Phật độ cho con cháu bình an. Bà còn dạy tôi hứa ngoan ngoãn, học hành chăm chỉ và không được nói dối rồi Phật sẽ độ cho những điều tốt đẹp trong cuộc sống mai này. Tôi quỳ cạnh bà, đã quen quỳ ngay ngắn với hai tay chắp lại, khấn nguyện nhiều lần lời hứa. Tôi thấy đức Phật trên cao mỉm cười hiền lành, như ngài bằng lòng ban phát cho tôi một sự che chở bao la. Đợi bà tụng kinh xong, hai bà cháu tiếp tục sang khấn vái trước bàn thờ Quán Thế Âm, bàn thờ Quan Công rồi bàn thờ tổ tiên. Như thể bà quyết tâm xin cả đất trời trông chừng chúng tôi, cho tôi niềm tin rằng cả đất trời trông chừng mình.

Bà nội mất năm tôi mười một tuổi. Ngày ấy, nhiều cơn dông không ngừng đi qua sân thượng, nước dâng đầy hồ rồi tràn ra ngoài, trôi đi hết bảo tàng của công chúa nhỏ. Tôi cầm dải khăn sô trắng buộc lên cây sứ rồi ngồi lặng lẽ trên cạnh hồ. Mưa rơi trên cây sứ khiến hoa lá tang thương, tôi cũng không phân biệt được nữa đâu là nước mưa đâu là nước mắt của mình. Trong hồ, chiếc bóng công chúa nhỏ nhìn vô cùng ủ rũ. Chắc cô buồn vì bảo tàng đã trôi xa, mà cô lo cha Long Vương sẽ không đưa cô đi nhặt sao rơi nữa. Cô khóc nức nở không ngừng, nước mắt lênh láng làm nhòa mặt hồ và bóng cô tan mất. Tôi đoán cô sẽ không quay về, mặc tôi và cây sứ nhớ thương bà. Buổi chiều hôm ấy, bà than không khỏe bảo tôi gọi bố. Tôi đứng chần chừ mãi trước ngọn lửa leo lét, ngón tay gắng gượng gõ trên mặt kính không gây nổi mấy tiếng vang. Trả lời tôi là sự im lìm vô vọng của mùi hương ngầy ngật mê man. Trên đường mẹ đưa bà đi nhà thương, bà thấy mệt dựa vào mẹ ngủ êm đềm không dậy nữa. Mẹ nói bà có tâm nguyện về nương tựa tại chùa Hương Tự ở miền Bắc. Quê bà xa vời như trong chuyện cổ tích, nên bà cần bỏ thân xác nặng nề để linh hồn nhẹ nhàng bay về. Nơi bà muốn đi, bà sắp đến. Niềm tin bà muốn thấy trong lòng tôi ở mãi với tôi.

Căn phòng nhỏ ở lầu ba nuốt dần bố. Mẹ một mình quán xuyến việc buôn bán cùng những việc trong gia đình không còn thì giờ dạy học và kể chuyện cho chúng tôi nghe. Tôi đã biết tự đi bộ đến trường, mà tôi không ngại đi bộ, nhưng tôi nhớ những hôm hai bố con ghé qua quán ăn sáng. Bố luôn gọi hai tô phở và hai ly cà phê, một ly nhiều sữa ít cà phê. Tôi nghiện sự quan tâm của bố khi dặn dò đến mấy lần rằng một ly chỉ lấy tí cà phê, nghiện một sở thích duy nhất mà bố đã chia sẻ với mình. Tôi đã từng mong được hơn. Bố cũng vậy, cũng từng mong tham dự hơn vào đời sống của gia đình. Bố đã tự giam mình trong phòng ba ngày để cai thuốc, chịu trải qua những dằn vặt thân xác. Khi trở ra dù còn yếu mệt, bố bảo tôi đi mua mấy xe đồ chơi con về để dạy tôi luật đi đường. Những bánh xe con lăn trên mặt bàn đem về làn gió mát rượi của những buổi chiều tôi đứng trên xe vespa, cho tôi niềm hy vọng được bố tiếp tục chở đi vào những ngõ ngách mới. Nhưng tôi còn chưa hiểu luật thì ánh lửa leo lét lại soi qua tấm kính mờ, thiêu tàn rụi những ý chí cuối cùng của bố. Bị bỏ rơi, mấy chiếc xe con nằm vô tri vô giác tựa như lòng đứa trẻ không còn biết trông mong. Dù vậy, tôi vẫn tin rằng bố rất thương mình. Chỉ là cơn nghiện, giống sự khao khát một ly cà phê, thật khó từ bỏ.

Trong nắng gắt mưa dông, thân hoa sứ cùng với tôi tiếp tục trưởng thành. Gốc cây to ra nhờ những luồng nước đổ xuống từ trời hòa với đất đem dinh dưỡng thấm vào cây. Vài chiếc rễ vỏ sần sùi đủ tự bảo vệ, bật khỏi mặt đất vươn về hướng nguồn nước. Những chùm hoa đua nhau trổ rộ trong nắng. Không có bà và tôi thường xuyên hái, những cánh hoa mơn mởn đành héo úa lìa cành, xác mục rã lại thành đất nuôi cây, và sự sống luân chuyển tiếp tục như chưa từng mất mát. Tôi cũng không còn là đứa trẻ cần nhón chân lên để tránh nước ngập miệng. Mực nước hồ thấp dần xuống ngực, thân thể nhú lên dưới làn vải ướt khiến mấy chị em chúng tôi ngượng ngùng thôi dầm mưa chung. Vắng tiếng cười đùa, sân thượng ngập một nỗi buồn cô quạnh, và lòng tôi hứng giá lạnh của mưa. Giữa tầng mây xám dày che tối bầu trời và nền xi măng xám đen là không gian mù của vùng trí tưởng. Một mình tôi buông thả thân thể nổi trôi trong thênh thang, tâm hồn mong manh như hạt nước rơi sắp vỡ trên thành hồ. Mưa không ngừng tuôn tràn, nước không ngừng rơi vỡ. Những hạt nước rào rạt trên da tôi để lại những vết kim xâm âm âm vô hình. Tôi ngắm chúng, cảm giác lạ lẫm như đang có những mầm non bé tí trồi từ da thịt mình, mọc lên và hóa thành những suy nghĩ lãng mạn nhẹ nhàng bay theo trận mưa.

Đến cuối mùa, trời gom những đám mây đen còn lại đổ hết một trận mưa sau cùng. Mưa từ rất cao, rất xa, giăng xuống tựa một tấm màn khổng lồ với nhiều lớp mỏng lung linh như kết bằng thủy tinh. Những lớp màn tung trong gió uốn lượn quanh tôi, rồi vỡ ra thành trăm nghìn viên nước đá nhỏ li ti. Những viên đá thủy tinh phản chiếu ánh sáng long lanh, khi va chạm vào nhau gây ra âm thanh rổn rảng, mà rơi xuống mặt hồ nhẹ nhàng như bụi rồi tan thành dòng nước lũ ấm như hơi thở. Dòng nước ấm áp tuôn tràn bao ngộp lấy tôi, khiến làn da tôi trở nên trong suốt như đang hòa vào nước. Nhịp mưa có khi dồn dập từng lúc, nặng nề trên nền xi măng rồi lại mềm mại khi chạm vào nước hồ, hòa với tiếng phong linh ngân của gió tạo nên một bản đàn kỳ bí.

Tiếng phong linh vẫn ngân, nhưng tôi vừa bắt đầu nghe thấy.

Tháng Tư

Một buổi sáng tháng Tư, nắng còn mới trên sân sỏi, những tiếng nổ ầm vang từ xa làm náo động toàn trường. Thầy giáo và chúng tôi kinh hãi chui xuống gầm bàn. Đợi một lúc không còn nghe nổ, thầy cô triệu tập các học sinh trước phòng giám thị rồi vội vã ra về. Chúng tôi đứng hoang mang không bao lâu thì phụ huynh lần lượt đến. Họ có vẻ lo lắng vì thấu rõ việc gì sắp xảy ra, nên hấp tấp. Chỉ hơn một giờ sau sân trường vắng tênh, còn lại mình tôi với một con bé cùng lớp. Con bé cao khoảng tôi, mái tóc đen mượt dài đến ngang lưng khác với mái tóc nâu ngắn của tôi. Chúng tôi nhìn quanh rồi xích lại gần nhau để giảm bớt sự trống trải. Mấy năm chung lớp, hai đứa ít khi trò chuyện nhưng lúc ấy lại có chung sự lo lắng. Chờ thêm một hồi, cô giám thị bảo chúng tôi tự về vì cô phải đóng cửa trường. Cánh cổng nặng nề đóng sập lại sau lưng khiến chúng tôi giật mình nắm chặt tay nhau. Các ngón tay của con bé giúp tôi cảm thấy bớt bơ vơ. Phố xá vắng vẻ đến lạ lùng. Sự nguy hiểm nào đó đang rình rập, có thể sau những tàng cây xao xác hoặc từ những trực thăng sẽ vụt ra từ trời cao. Khi chúng tôi thả tay, những ngón tay vô hình của con bé vẫn còn nằm yên trong lòng tay tôi và mãi mãi, dù chưa ý thức, chúng tôi đã thành đôi bạn thân. Chúng tôi về đến nhà bình yên, nhưng sự hỗn loạn trong thành phố chỉ mới bắt đầu.

Hỗn loạn lên cao ngày những bánh xe tăng khổng lồ cán trên mặt đường. Mẹ tập họp gia đình và những người giúp việc vào một phòng giữa tầng trệt, tránh pháo kích, bom đạn từ máy bay trên trời và từ ngoài đường bắn vào nhà. Mẹ đã có chuẩn bị sẵn, trữ thêm gạo và mua một số bao cát chất chung quanh phòng. Mẹ còn cột vào người mỗi đứa một bao nhỏ đựng ít tiền, lương khô và giấy ghi rõ tên tuổi cha mẹ để phòng chạy loạn bị thất lạc, và giao mỗi đứa cho một người giúp việc. Chúng tôi ngồi bệt trên nền nhà, trong tầm che chở của những bao cát, chuẩn bị chịu đựng một tai biến khủng khiếp. Mẹ dặn dò xong, căn phòng chỉ còn tiếng máy phát thanh. Những người lớn chăm chú nghe, thỉnh thoảng một người chạy ra cửa trước nhìn qua kẻ hở xem động tĩnh ngoài đường. Tôi cố gắng chú tâm đọc thầm những lời cầu nguyện bà đã dạy để xua đuổi những hình ảnh đói khát và đổ máu cứ hiện ra trước mắt. Bỗng có tiếng đập rầm rầm lên cửa khiến chúng tôi giật thót người. Bố đưa tay ra dấu cho mọi người ngồi yên, một mình bước ra phía trước và trở lại mau với sáu người lính Cộng Hòa. Họ mặc quân phục tay cầm súng ống, yêu cầu cho lên sân thượng để nhìn xuống đường cho rõ. Có lẽ họ chọn nhà tôi vì căn nhà cao nhất khu phố. Mẹ lo căn nhà sẽ biến thành một bãi chiến trường, năn nỉ họ rời khỏi với lý do nhà rất đông con nít. Những người lính ngồi trên những chiếc nón sắt úp xuống nền, băn khoăn nhìn về phía chúng tôi như không biết phải tính sao. Mỗi thời khắc trôi qua nặng nề trong lòng chúng tôi, và có lẽ, cũng không yên lành trong lòng họ. Một lúc sau, họ đứng dậy bỏ đi. Chúng tôi lại quay về với sự chờ đợi hồi hộp trong bất an, cho đến khi đài phát thanh loan tin bàn giao và bố kết luận không cần chạy nạn nữa. Tôi thấy bố mẹ chỉ ứa nước mắt được một thoáng rồi lại lo lắng bàn về những bất định sắp tới. Thỉnh thoảng hai tiếng "hòa bình" vang lên rồi lại lấp đi bằng các chữ "di cư", "quân quản"… Tôi linh cảm ngày cuối cùng của tháng Tư đã xóa đi thành phố tuổi thơ của mình và cuộc sống trước mặt sẽ đếm từng ngày một.

Bàn giao xong, hỗn loạn không chấm dứt mà tràn từ ngoài phố vào trong nhà. Trong hẻm phía sau nhà có nhiều súng đạn, lưỡi lê và một số quân phục rằn ri bị vứt bỏ. Em trai tôi lén nhặt một cây súng đem về rồi mang lên sân thượng tập bắn, khiến bố mẹ hốt hoảng, sẵn bố mẹ đang lo lắng đến mất bình tĩnh vì sợ bị tịch biên tài sản như năm 54 ở ngoài miền Bắc. Tôi biết tình trạng rất nghiêm trọng vì thấy bố không nằm lâu trong căn phòng nhỏ ở lầu ba mà bỏ nhiều thì giờ xếp đặt với mẹ. Thỉnh thoảng, mấy chị em tôi núp ở lan can lầu hai nhìn xuống, hễ thấy có nhiều xe quân đội đi ngang là chạy báo tin cho bố mẹ biết. Mẹ để ý "họ" ăn mặc thô sơ nên dặn tất cả mọi người phải ăn mặc thật giản dị, đàn bà phải chùi hết sơn móng tay và không trang điểm, và con nít không được ra đường. Mẹ còn dặn người làm chỉ nấu những món thanh đạm lỡ "họ" vào xét nhà. Người lớn lục lọi khắp nhà tìm một số sách báo tranh ảnh đem đi đốt. Mấy ngày không có một tiếng cười, tôi thấy nhà như cảnh chùa có nhiều người mặc áo xám hoặc nâu trầm tư đốt nhang đèn, khấn vái xin tai qua nạn khỏi. Thêm một nhóm lính khác mặc quân phục và đội nón cối xanh vào nhà chúng tôi đòi đặt súng chống máy bay trên nóc sân thượng. Họ cho biết muốn đề phòng máy bay Mỹ trở lại quan sát thành phố. Cũng may, một phần sân thượng được che bằng mái tôn không đủ sức chịu đựng súng phòng không cỡ lớn nên cuối cùng họ bỏ đi. Sự xáo trộn và bấp bênh không biết đến bao giờ mới hết. Mẹ lắc đầu chép miệng bảo người ta sao thì mình vậy, miễn cả nhà được bình yên. Con đường phía trước dù sao chúng tôi vẫn phải tiếp tục đi.

Tôi đã dọn vào một căn phòng ở lầu ba, bên cạnh gian thờ. Mẹ sợ sau này đồ dùng bị quản thúc như gạo nên mua lắm bàn ghế, giường tủ chất vào mỗi phòng trống trong nhà. Mẹ nói sau này mấy chị em tôi lớn lên lập gia đình sẽ có đồ dùng. Tôi thay tấm màn trên cánh cửa phòng bằng một loại vải dịu mềm in hình những hoa hồng li ti. Màu hồng phấn nhạt e dè tựa nụ hoa vừa hé mở, tựa một niềm hạnh phúc sắp sửa thành hình. Đối diện cửa phòng, khung cửa sổ lớn chấn song sắt mở ra một vòm trời xanh rộng. Buổi trưa, làn gió nóng bức len vào ru tôi ngủ. Giấc ngủ trưa nhiều mộng mị để khi thức giấc đầu tôi thấy nặng và dòng máu trong thân như đã ngừng lưu chuyển. Đây là những thời khắc mà tâm trí tôi không xác định được mốc thời gian, cứ chập chờn giữa quá khứ và hiện tại. Những mơ ước của đứa con gái vừa kịp lớn lên trong năm cuối cùng của Sài Gòn phồn vinh và lãng mạn xa vời hơn với mỗi ngày mới. Cũng như cuộc sống đang mất dần với những sổ gạo, đổi tiền, đánh tư sản và những vụ xét nhà bất chợt. Trong một hộc tủ của chiếc bàn học, tôi giấu những tập thơ, băng nhạc và tiểu thuyết mà lũ con gái trong lớp lén truyền tay nhau. Chúng tôi cùng gìn giữ những mơ ước của riêng mình dù vài ba năm nữa thành phố sẽ chẳng còn lại mấy cho chúng tôi. Trên kệ tủ quần áo, con búp bê mắt xanh tóc vàng chực chớp đôi mi cong vút; những món hàng xa xỉ phẩm như vậy sẽ không bao giờ được bày bán nữa.

Mỗi mùa mưa trở về trên sân thượng gây thêm chút chao động trong tâm hồn tôi. Tôi dệt mộng như tương lai vẫn có thể đem đến những gì đẹp nhất mà tôi đã biết từ tuổi mười hai. Con bé ngồi cạnh tôi trong lớp bảy ở trường Saint Exupéry thường kể cho tôi nghe những cuộc hẹn hò của anh chị nó lúc ấy đang học ở Marie Curie. Chuyện tình của họ đẹp như những chuyện tình của công chúa và hoàng tử trong thần thoại. Tôi mê man đến quên mất trường Pháp đã đóng cửa và cả thành phố cũng đã đổi thay. Cho đến một ngày tôi bất chợt chồm qua lan can nhìn xuống phố. Sắc màu đỏ ối của những lá cờ và biểu ngữ giăng khắp nơi đánh thức tôi từ một giấc mộng dài. Tôi đã quá xa với thực tế mà chỉ những ước mơ vừa vặn với hiện thực mới có thể thành hình. Những gì tôi mong không phải ở trên mây mà ở dưới phố. Có thể trong cuộc sống khắt khe, những ước mơ cần thu nhỏ lại.

Nhưng trước tiên, tôi cần phải xuống phố.

Sinh nhật

Mẹ mua cho một chiếc xe gắn máy vừa lúc tôi muốn tìm những cảm giác mới. Bước tập xe đầu tiên thật bỡ ngỡ vụng về. Nhưng ý chí muốn tập làm người lớn cho tôi can đảm, thêm một chút liều lĩnh, và tôi đã làm quen mau. Tôi thấy mình chững chạc hẳn khi ngồi vững vàng trên xe máy.

Sinh nhật của người bạn vào một ngày cuối tháng Ba. Bức thiệp mời được viết với tất cả sự trân trọng của một thiếu nữ sắp tròn mười sáu tuổi. Mấy năm nay chúng tôi không hề tổ chức tiệc sinh nhật; mỗi năm một lần là xa xỉ trong hoàn cảnh khó khăn chung. Hôm ấy, trời ngả chiều với một thoáng mưa xuân gội trôi khói bụi ám mờ không khí. Lúc tôi đến trước thềm, mưa đã tạnh, mây đã qua hết để lại một bầu trời trong. Tôi đoán khi ra về, đêm sẽ rất đẹp và trời sẽ đầy những vì sao lấp lánh sáng như tuổi cặp kê của chúng tôi.

Phòng khách nhìn sang trọng hơn hẳn ngày thường với ánh đèn mờ ảo xóa đi hết những vết loang trên tường. Bộ tràng kỷ được phân tán, những chiếc ghế kê sát tường và chiếc bàn lui vào một góc. Giữa phòng bài trí bàn ăn khá dài phủ khăn trắng. Những chiếc bát sành khác màu, những ly nhựa trong và những đôi đũa gỗ được xếp ngay ngắn từng bộ dọc theo mỗi cạnh bàn. Chiếc bánh kem trắng nằm giữa bàn được tô điểm bằng những đóa hoa hồng. Mỗi bên của chiếc bánh là một thố to đựng ra-gu bò nấu với đậu trắng còn tỏa vài lượn khói thơm, hai đĩa bánh mì cắt khúc, một khay tôm chiên và một khay sandwich kẹp thịt nguội. Xen kẽ là những chai nước ngọt và vài xô đá nhỏ. Thật lâu rồi tôi mới thấy lại một tiệc thịnh soạn như vậy. Thường thì dù có khả năng, người ta cũng không dám phô trương hoặc không dám tiêu xài hơn cần thiết tối thiểu vì sự bấp bênh của ngày mai.

Bạn bè đến thật đông, có những khuôn mặt tôi không quen biết. Chúng tôi tươm tất hơn ngày thường với những chiếc áo ủi phẳng lì, tay cầm những món quà gói bằng giấy hoa thắt thêm chiếc nơ xinh xắn. Căn phòng biến mình vào trong một khung cảnh của Sài Gòn hoa lệ khi các thanh niên và thiếu nữ trịnh trọng ngồi vào bàn. Chốc nữa đây, sau khi tiêu thụ xong những món ăn ngon, chúng tôi sẽ làm lễ cắt bánh, và sẽ hát những bản nhạc tình cấm lưu truyền. Tất cả thơ mộng sẽ tụ thành một kỷ niệm vĩnh viễn đẹp trong lòng mỗi người dự. Khung cảnh này, tuổi chúng tôi đã biết đến từ lâu, lẽ ra tiếp tục đầy ắp mà sau tháng Tư lại vắng dần đi để đến một lúc chỉ còn là ký ức. Chúng tôi muốn quên đi thời gian nhưng chiếc đồng hồ to treo trên tường không ngừng quay tích tắt khiến buổi tối không ngừng trôi.

Bất chợt, tôi để ý người thanh niên nhìn tôi bằng ánh

mắt say sưa của tuổi trẻ đầy hiếu kỳ. Mắt nhìn như mất hút trên tôi khiến tôi bối rối. Tôi quay vội xuống nhìn tấm khăn trải bàn trắng muốt. Không gian bỗng xôn xao khác thường. Ý nghĩ ánh mắt đó đang di chuyển trên người tôi khiến tôi thấy nóng ran trên má. Tôi ngước mặt lên vừa đủ để tầm nhìn ngừng lại ở giữa bàn, vờ chăm chú vào chiếc bánh kem. Từng ngọn nến nhỏ đang được mồi lửa sáng lung linh. Khi đèn điện tắt đi đem u tối tràn ngập căn phòng, những tia lửa rạng rỡ hào quang trên cô bạn tôi. Cô xinh đẹp thuần khiết như một thiên thần trong chiếc áo lụa màu vàng nhạt. Chiếc áo mỏng ôm dịu dàng thân hình, phô trương những đường nét của người thiếu nữ trong tuổi dậy thì. Nét mặt cô hạnh phúc khi thì thầm lời ước nguyện, như nguyện ước sẽ xảy ra đêm nay. Tôi đưa mắt nhìn chung quanh bàn. Mọi người đang chăm chú nhìn cô chuẩn bị thổi nến. Ánh mắt của các thiếu nữ đầy mộng mơ xen kẽ với những ánh mắt chiêm ngưỡng của các thanh niên. Tôi thoáng dừng lại ở người thanh niên khi nãy. Tôi hy vọng tìm kiếm nơi anh, hoặc nơi những người thanh niên đã để ý đến tôi, một người mà tôi đang chờ đợi. Một chiếc bóng vô hình vô danh, mà tôi sẽ biết nhận ra khi đến với tôi. Tôi vụt ý thức, chúng tôi cùng tròn mười sáu tuổi đêm nay và đêm sinh nhật ghi dấu mốc thời điểm này không phải của riêng ai, không của riêng một người mà là của tất cả chúng tôi đã sẵn sàng dấn bước vào đời sống. Mười sáu tuổi, chúng tôi đẹp như những búp hồng nhung muốn bật tung cánh.

Không gian chùng hẳn khi những tiếng hát thay phiên nhau cất lên. Mỗi người hát dùng lời nhạc để âm thầm bày tỏ tâm sự của mình, tâm sự cất giấu đã lâu và cần nói cho ai nghe. Mỗi người nghe, nghe trong im lặng, tìm sự cảm thông của người hát đối với tâm sự của mình. Và như vậy tâm hồn chúng tôi tìm nhau trong âm vang hư ảo của những bản nhạc tình. Tôi mất tan trong tiếng hát của mình, như giọng hát vang lên từ một thể xác mà linh hồn đã thoát ra và không chịu trở về. Chỉ cần tôi chưa tỉnh dậy thì buổi tiệc không thể tàn. Ban chiều tôi đã đánh một vòng qua khu trung tâm, khung cảnh lộng lẫy xưa đã thay bằng những sắc màu đỏ vàng nghiêm khắc. Trên đại lộ Nguyễn Huệ vẫn còn hai hàng cây cao ngất nhưng thương xá Tax đã trở thành nơi triển lãm hàng hóa công nghiệp. Chung quanh, một ít nhà hàng sang trọng và tiệm bánh Pháp còn kinh doanh nhưng bên trong nhìn trống rỗng, ít hàng, ít khách. Mấy năm nay, gạo trắng đã trở thành hàng cao cấp, cả đường trắng cũng khó mua được. Tôi muốn kéo dài hơn cơn mộng mị này. Chỉ cần tôi chưa tỉnh dậy thì Sài Gòn hoa lệ chưa biến mất. Nhưng tôi hiểu, miễn thân xác còn cần hơi thở thì tôi cần phải tỉnh dậy.

Khi tôi ra về, đêm tĩnh mịch sâu như vô tận. Mặt trăng không tròn không khuyết giống mơ ước mới đang chớm nở trong tôi vẫn còn méo mó. Tôi suy gẫm ánh mắt của người thanh niên đã chăm chú nhìn mình. Tôi yêu thích sự say sưa trong ánh mắt của anh, ánh mắt đã đem xúc động đến trong lòng tôi. Tôi thường mơ ước tình yêu trong xa hoa. Nhưng ngay lúc này, nếu có lựa chọn, tôi sẵn sàng chối bỏ một tình yêu xa hoa để đổi lấy một tình yêu cuồng nhiệt. Nhưng hình như tôi không có tình yêu xa hoa nào, và khi tôi quay đầu nhìn lại, ánh mắt đó cũng không đi theo tôi. Có lẽ vì tôi ít nói và vẻ bên ngoài hơi lạnh khiến người khác ngại ngùng, tôi muốn tin như vậy. Bạn bè khi chưa quen biết thường cho là tôi nghiêm, nhưng đó chỉ là một cách che giấu sự nhút nhát của mình. Đêm thật trong, như tôi đã đoán, thật sống động với triệu triệu vì sao chiếu sáng. Nền trời lấp lánh ước mơ của thành phố. Lấp lánh sự hiện hữu hòa đồng trong sắc màu đồng dạng của đêm. Tôi chạy xe thật chậm dưới các vì sao, dường như tinh tú vây quanh và dẫn đường, như thể tinh tú thúc giục nếu tôi cứ tiếp tục đi mãi thì sẽ tìm ra mơ ước của mình, không phải ở trên mây, mà phía trước. Tôi không muốn ngủ đêm nay, đêm quá đẹp để chui vào phòng, vả lại đời sống sẽ có ý nghĩa hơn khi mình có ước mơ và tôi muốn thấy rõ hơn ước mơ của mình.

Vượt biên

Có những gặp gỡ bất chợt giúp tôi hiểu rõ hơn mình cần gì trong cuộc sống, như ánh mắt ngày nào đã thay đổi những mơ ước thơ dại của tôi. Đoạn đường ngắn ngủi chung với anh, một nụ hôn chưa đến, một tình yêu không hiện hữu, dạy tôi ước mơ lớn hơn cho tuổi trẻ của mình.

Hai bên cha mẹ chúng tôi thân nhau đã mấy mươi năm. Khi chúng tôi còn bé, hai bác mời gia đình tôi cùng đi nghỉ hè ở Vũng Tàu, tại ngôi biệt thự nghỉ mát mà hai bác vừa mua. Sóng biển và cát vàng còn lưu trữ bao kỷ niệm đẹp của đám trẻ con chúng tôi. Sau đó tôi không gặp lại anh, hình ảnh cũng nhạt nhòa. Một hôm mẹ cho biết anh đang trốn nghĩa vụ ở nhà một người quen và bảo tôi đem một gói đồ trao cho anh. Căn nhà nằm trên đường Lê Thánh Tôn, là một tiệm vàng lộng lẫy với đèn đuốc sáng trưng. Người đàn bà tuổi trung niên dáng vóc gầy và sắc đứng sau quầy bảo tôi đi qua hai cánh cửa và thẳng lên lầu tư. Không hiểu họ có móc nối gì mà dám chứa người trốn nghĩa vụ ngay giữa trung tâm thành phố và không biết họ còn chứa những gì. Cầu thang chật hẹp, chìm trong u tối và vắng lặng. Tôi nắm chặt thành, mò mẫm bực thang. Những nấc thang cao hơn bình thường khiến mỗi bước chân tôi khó khăn và lòng thêm hoang mang. Ngang qua lầu hai, một cánh cửa phòng mở rộng để lộ đôi mắt sáng chiếu ra từ bên trong. Tôi trông thấy lờ mờ một người đàn bà ngồi bệt trên nền nhà, tay ôm một đứa trẻ sơ sinh không động đậy. Tôi gật đầu chào nhưng bà không tỏ vẻ gì. Dù bà đầy vẻ kỳ lạ, sự hiện diện của một người đàn bà cho tôi chút yên tâm. Lầu ba phảng phất mùi thuốc phiện, mùi vị này tôi đã biết nhiều năm và không thể nào nhầm lẫn, và người đang hút chắc chắn là đàn ông. Tôi bước nhanh hơn. Căn nhà dị quá, nếu không vì mẹ bảo phải trao tận tay, tôi đã quay đầu chạy trở xuống. Lầu tư có hai căn phòng đều đóng cửa, vài tia ánh sáng mỏng xuyên qua khe hở của một cửa sổ nhỏ trên hành lang. Cả gian lầu hoàn toàn im lặng chỉ nghe được tiếng tim tôi đập loạn vì sợ. Người đàn bà đứng sau quầy không hề dặn căn phòng nào. Tôi ôm chặt gói đồ đứng trước căn phòng đầu tiên vài phút, rồi thu hết can đảm gõ lên cánh cửa. Gõ nhè nhẹ rồi gõ mạnh vẫn không có tiếng trả lời. Cho đến khi tôi gọi tên anh.

Thì ra, ký ức con người đầy kỳ lạ. Đôi khi mình tưởng đã quên mất nhưng chỉ với chút manh mối là có thể nhớ ra. Anh lớn hơn tôi mấy tuổi, hao hao giống bác trai, gương mặt vuông, chiếc cằm hơi chẻ, và hai hàng chân mày ngắn rậm. Tôi không nhận ra ánh mắt, vẫn đôi mắt đen nhưng ánh mắt hoàn toàn thất lạc. Cậu bé hôm nào đuổi sóng với bao nhiệt tình trong nắng cháy da ngồi trước mặt tôi nhợt nhạt xanh xao. Hình như anh đã ngồi đóng khung như vậy trên mép giường qua nhiều ngày tháng, chỉ đôi môi mấp máy câu chuyện trao đổi với tôi. Tuy lần đầu ở riêng trong một căn phòng kín, giữa chúng tôi không có sự ngại ngùng, có lẽ vì tình thân của hai bên gia đình rõ rệt hẳn trong căn nhà quái dị. Một nỗi buồn nhẹ thấm khi anh cho biết đang đợi tìm chỗ vượt biên. Tôi thường hay như vậy, nghe ai đi thì cũng buồn, dù quen dù lạ. Có lẽ tôi buồn cho tình cảnh chung của dân tộc mình, ai mà không yêu quê hương mà vẫn thấy cần thiết bỏ đi. Chắc anh rất cô đơn, nói mãi không để tôi ra về. Nhắc đến quá khứ, anh mau mắn tìm lại được ánh mắt nghịch ngợm của cậu bé từng xoa cát lên vết phỏng nắng trên người tôi. Tôi còn nghe được tiếng kêu la thất thanh của mình. Cô bé vẫn còn trong tôi, nhưng khi tôi bước ra khỏi căn phòng, cậu bé sẽ biến mất trong chiếc khung tái nhợt. Tôi có thể trở lại bãi biển phủ nắng thân mến nhưng anh sẽ không còn cơ hội nào nữa, rồi ký ức sẽ nhạt phai và anh sẽ đánh mất quá khứ. Lòng tôi đầy thương cảm. Tôi định về đến nhà sẽ hỏi xem mẹ còn nhớ những kỷ niệm gì ở Vũng Tàu để chuyến thăm sau, tôi sẽ kể giúp vui cho anh.

Thành phố ít khi nào mưa như vậy, mưa dông cả tuần cho đến sáng nay mới tạnh. Những đám mây vẫn chưa đi hết, một ít rải rác trên nền trời. Tôi chạy xe dọc theo dòng sông Sài Gòn, mực nước lên cao hơn bình thường, trôi như thác lũ, gấp rút xuôi ra biển cả. Tôi nghĩ đến anh, đến chúng tôi, đến những người vượt biên, số mệnh tựa mưa xuống dòng sông đang xuôi ra biển, một phần nước bay hơi thành mây quay về thành phố, một phần khác nổi trôi đến bến bờ xa xăm, và phần còn lại ở với biển muôn đời. Không bao lâu nữa, tôi sẽ cùng anh làm mưa trôi vô định. Lần gặp gỡ trao gói đồ thật ra là lễ xem mắt. Bác muốn hỏi tôi cho anh và cho cả hai đi vượt biên chung; mẹ cũng đã đồng ý. Mẹ không dám đem cả nhà đi vượt biên, sợ không thoát, khi trở về nhà cửa bị tịch thu thì sẽ không nơi trú thân. Cách tốt nhất cho anh và tôi là nương tựa lẫn nhau trong việc truy tìm một cuộc sống trọn vẹn, có tự do và cơ hội phát triển. Một ngày trước ngày vượt biên, mẹ sẽ kín đáo đãi một tiệc nhỏ ở nhà, chỉ mời những người rất thân và không quà lễ phô trương để tránh sự nghi ngờ của phường. Sau đó, anh ở lại nhà tôi một đêm và hai chúng tôi sẽ cùng lên đường. Mọi chi tiết đã được bàn thảo xong, chỉ còn chờ xác định ngày. Ngày này có thể đến bất cứ lúc nào để chấm dứt sớm tuổi thiếu niên của tôi. Rồi tôi sẽ nhập vào dòng nước mới mãi xa, hoặc biển sẽ giữ tôi ở lại.

Người chồng tương lai của tôi đã thoát ra khỏi chiếc khung khô cứng, cử chỉ và ánh mắt sống động như anh yêu vô cùng cuộc đời. Anh nắm tay tôi, bằng giọng trìu mến hứa sẽ che chở cho tôi. Tôi không rút tay ra, vì hình như tôi không có quyền rút tay, lặng thinh nghe anh sắp đặt cho những ngày sau này. Đôi lúc hơi thở của anh đến gần bên tai, bàn tay vén mái tóc đang rơi che mắt tôi khi tôi bất chợt cúi đầu. Người đàn ông trước mặt muốn hôn tôi, tôi không nên tránh né, nhưng lại không có cảm giác gì. Anh muốn thân mật nhưng anh có hiểu những mơ ước tầm thường nhất của tôi? Tôi muốn gì? Giản dị là một lời hát. Một bài nhạc vút cao thành tiếng sáo trời hay tiếng đàn đệm trầm ấm. Tầm thường hơn nữa, một đôi guốc cao. Hay cao sang hơn nữa, được tự do lựa chọn. Anh đem đến tôi hoài bão đi tìm tự do cho một tuổi trẻ không tương lai, ở đây, trên đất nước này. Nhưng anh không biết rằng chính anh lại như các biểu ngữ áp đặt lên tôi ước muốn của riêng mình: Một định chế cùng những lời động viên mà tôi không cần. Anh không hiểu.

Buổi trưa hầm trong thời tiết oi ả. Tôi và cô bạn thân nằm im lặng nhìn lên trần nhà, những suy tưởng riêng tư cuốn theo cánh quạt xoay tít. Sau khi tôi báo ngày đi chính xác, chúng tôi không còn lời gì khác chưa nói ra để chuẩn bị cho một cuộc chia ly vĩnh viễn. Cơn nóng hầm tăng lên với mỗi giờ khắc trôi qua cho đến khi trận mưa vỡ òa. Những giọt nước mắt nén mãi trong lòng cuối cùng cũng rơi ra, rồi như mưa từ từ khô cạn. Chúng tôi hiểu gặp gỡ và ly biệt là việc tự nhiên trong đời sống như nắng và mưa. Tôi ra về sau khi mưa tạnh, trên con đường tôi đã đi biết bao nhiêu lần và đây có lẽ là lần cuối. Đêm sinh nhật thứ mười sáu của cô bạn đã qua hơn một năm mà như mới đây. Chỉ mới đây thôi, tâm hồn tôi còn như trang giấy mới sẵn sàng thu thập tất cả dữ kiện về tình yêu. Chỉ mới đây thôi, tuổi trẻ mở rộng trước mặt chờ tôi khám phá, và hôn nhân nằm trong xa vời. Tôi dừng gấp chiếc xe bên đường rồi quay nhìn về phía sau, nhìn mãi cho đến khi bóng tối phủ ngập. Trong lòng tôi vẫn thiết tha với ánh mắt của người thanh niên cùng tuổi, với tình yêu mà tôi chưa thực sự biết là gì và mong chờ thử nghiệm. Nhưng năm ngày nữa mọi thứ tự của một trật tự lý lẽ sẽ bị đảo lộn.

Tôi sẽ đám cưới với một người chồng chọn sẵn, sẽ trở thành một người đàn bà không có tuổi trẻ, một người phản bội tâm hồn mình để đổi lấy một sự bình yên trên con đường đi tìm tự do. Nhưng tự do có ý nghĩa gì khi bị ràng buộc bởi một hôn nhân gượng ép, khi tôi có thể sống hết lòng nhưng không bao giờ yêu hết lòng. Mười bảy tuổi còn quá trẻ để bỏ rơi mơ ước chưa kịp thành hình và chấp nhận một cuộc sống máy móc. Tôi thà đi một mình và gánh chịu hậu quả của sự chọn lựa này.

Tôi quyết định bãi bỏ hôn ước.

Căn phòng

Căn phòng vuông vức với khung cửa sổ to mở ra vòm trời rộng là thế giới của riêng tôi. Thế giới lãng đãng những suy tư của tuổi trẻ trước một lối rẽ phân nhiều ngõ ngách. Tôi bước vào đây năm mười ba tuổi, cùng lúc thành phố cũng như tôi ngẩn ngơ tìm phương hướng. Sau tháng Tư, tôi đã tự hỏi bao lần: Tôi là ai? Tôi ước muốn gì cho tương lai? Tôi đã ướm thử nhiều hình tượng và đặt ra nhiều viễn ảnh, tất cả đều được cất giấu trong căn phòng riêng. Không ai biết những bí mật của tôi. Anh cũng không ngoại lệ. Anh muốn xâm nhập nhưng tôi đã cự tuyệt. Bằng những nét bút vô hình, tôi sắp xếp mỗi suy nghĩ bắt đầu từ chân tường cho đến khi các thao thức lấp đầy trên vách.

Căn phòng giúp tôi gìn giữ niềm tin. Vách tường dựa vào gian thờ truyền sang những hương trầm thơm ngát trong đó có chút dư âm của tiếng gõ mõ tụng kinh cùng những lời cầu nguyện của hai bà cháu. Lời cầu xin của bà cho một cuộc sống tốt đẹp đã thuần thục trong tôi hóa thành sự ao ước cho một cuộc sống phóng khoáng và trọn vẹn, có tự do và sống hết lòng. Những áp bức gò bó của hiện tại gieo vào lòng tôi một sự chống đối âm thầm, để tôi hiểu ra những cần thiết căn bản của sự tốt đẹp. Có lẽ anh, cũng như họ, sẽ cho rằng tôi lý tưởng hóa ý nghĩa của cuộc sống.

Tôi thân thiết với chiếc tủ đứng ngày ngày nhìn tôi chải tóc thay áo. Ánh phản chiếu trên tấm kính là một người con gái với ánh mắt ưu tư trên gương mặt. Mưa đã thấm vào tôi thành làn da sáng mỏng và nắng đã phủ lên nhiều chấm tàn nhang. Bên trong tủ treo quần áo gồm nhiều áo cánh trắng. Tôi chọn cho mình một bề ngoài giản dị như hình ảnh của cánh hoa sứ yêu nắng mưa. Anh chưa trông thấy cây sứ đã cùng tôi trưởng thành.

Trên trần nhà, tôi treo lên những nốt nhạc của các tình khúc mà tôi ưa chuộng suốt những năm vừa lớn. Anh không biết đến tâm sự lãng mạn của tôi. Đến những âm thanh gây xúc động tâm hồn tôi mà trí óc không bao giờ hiểu nổi. Đến những giai điệu của cuộc sống mà tôi muốn thử nghiệm. Chúng tiêu biểu cho một phần tâm hồn, ước muốn, sở thích của cá nhân tôi, đã được chọn lọc từ một nền văn hóa mà tôi quen thuộc. Khi tôi nằm nhìn lên trần, chỉ cần tôi hướng mặt về phía trần nhà, dù tôi nhắm mắt, những nốt nhạc sẽ sống dậy để hòa lên những âm thanh kỳ diệu nhất. Trần nhà sẽ trở thành một dải ngân hà lấp lánh, quá bao la để cho mọi thứ trên quả đất còn có mảy may quan trọng. Và tôi có thể chìm đắm hoàn toàn vào trong một giấc mơ đẹp, không muộn phiền khắc khoải.

Anh không biết tôi có bao nhiêu hoài niệm. Tôi thích ngồi ở bàn học nhìn ra ngoài khung cửa sổ, ngắm dãy ngói ống bao la tăm tắp đều đặn của những mái nhà bên cạnh. Tôi đã ngắm những mái nhà nhấp nhô này nhiều năm. Có khi chúng uốn lượn như sóng của đại dương lại có khi tựa sự thăng trầm của con người. Màu ngói ống đậm sẫm trước khi hừng đông sáng dần thành nâu sòng giống mái tóc tôi, nhiều năm nay vẫn vậy. Dáng dấp của thành phố nhìn từ trên cao nguyên vẹn như những ngày tôi còn bé, khi tôi yêu mảnh đất nơi mình sống không một chút đắn đo.

Tôi là ai? Tôi là người chấp nhất cho tình cảm của mình đối với quá khứ. Bản chất của tôi là do quá khứ tạo thành. Nhưng anh không quan tâm, còn họ muốn xóa đi quá khứ. Những gì tôi từng quý mến, tôi đã mất rất nhiều. Còn lại là những kỷ niệm mà tôi cố gìn giữ trong căn phòng này. Tôi khóa chặt cửa phòng để bảo vệ sự tư ẩn của mình. Hiện tại trừng phạt sự xa cách của tôi bằng cách gieo vào lòng tôi một cảm giác bất ổn liên miên.

Tôi cố gắng mường tượng tương lai với tất cả niềm tin trong lòng. Nhưng trên các vách tường chỉ là những hình ảnh nhòe nhoẹt, những nét dở dang, những sắc màu nhợt nhạt. Tôi vẽ hoài không ra một hình ảnh có ý nghĩa cho sự ở lại với thành phố, dù thâm tâm vẫn chưa nỡ rời xa. Cuối cùng, khi bốn bức tường đã đầy ắp và trí tưởng tượng đã cạn sạch, tôi chấm dứt bằng một ánh trăng và một chiếc cầu vồng. Qua bao thất vọng, tôi vẫn muốn tin vào ánh trăng sáng sẽ đưa đường trong đêm tối và cầu vồng sẽ xuất hiện khi trời rối loạn nửa mưa nửa nắng. Vẫn muốn tin mù quáng vào niềm tin bà nội đã cho tôi.

Nhưng tôi không gắng gượng được bao lâu. Khi cảm giác bất ổn tích lũy đủ độ trầm kha, lòng tin bị khuấy động. Tôi không còn biết tin vào gì. Không có tương lai, linh hồn trở nên lười biếng, không một chủ tâm, không một mục đích. Tôi máy móc qua ngày, thỉnh thoảng tự hỏi sống để làm gì. Sống khép mình trong vâng phục thì có khác gì là sống để chịu khổ rồi chết đi. Trong những giờ khắc trống trải nhất, tôi nằm vùi vào mặt nệm chịu đựng sự trừng phạt nặng nề. Tôi là ai hình như không còn quan trọng nữa. Vách tường không khuyên giải được tôi. Trần nhà không khiến tôi khuây khỏa. Những mái ngói không còn gây ấm lòng tôi. Những suy tư tiếp tục phình to chiếm hết không gian khiến tôi ngộp thở. Không bao lâu nữa khung cửa sổ sẽ không còn lùa vào đủ không khí để tôi hô hấp, giúp tôi thở những làn hơi thở khát khao của đời sống. Có lẽ đó là lúc tôi phải mở toang cửa phòng, loan báo những tư ẩn của mình với tập thể, chấp nhận một sự kiểm soát vô lý lẽ. Và đó cũng sẽ là lúc tôi bỏ rơi bản thân.

Anh chưa bước chân vào căn phòng của tôi nhưng tôi thường nhìn thấy anh từ đây. Trong những đêm trăng rất sáng, anh và tôi có thể nhìn thấy nhau. Mặt trăng phản chiếu chiếc tàu mang anh băng qua đại dương. Anh trở lại thế ngồi của một chiếc khung cứng ngắt và nét mặt anh tỏ rõ sự bất an. Nhưng đôi mắt của anh tinh anh vì sự tuyệt vọng không hiện diện trong lòng anh. Anh biết khi anh đến bờ bên kia, tất cả đau khổ của những ngày trốn chạy sẽ tan biến. Anh tin tương lai mà anh chọn lựa sẽ chờ anh đến gặp. Nên anh sẵn sàng chịu đựng bề tăm tối của biển. Không chỉ anh mà cả vô số lớp lớp người vượt biển, cả vô số lớp người trước đã di cư từ Bắc vào Nam. Tất cả cho cùng một nguyên tắc sống. Nếu anh nhìn vào mặt trăng, anh sẽ thấy tôi nằm bất động trên chiếc giường. Dáng tôi buông xuôi và tôi mang đôi mắt của một người không còn hơi thở. Nhưng anh đừng lo lắng, không cần an ủi tôi. Sau khi nằm chán, tôi sẽ biết mò dậy và tìm lại chính mình.

Anh suýt đem theo tôi, chúng ta đã vuột tay, nhưng ý nghĩ đi tìm tự do đã mọc gốc rễ trong tâm trí tôi, phóng đại theo từng giờ khắc.

Sân thượng

Với những cuộc ra đi, biển đã tràn vào thành phố.

Cùng với biển là những viễn tượng của sự chết xâm chiếm mọi không gian. Tôi không thể không nghi vấn một nguyên tắc sống mà giá trả bằng tính mạng. Thật ra, sự chết luôn áp cận con người nhưng người ta không quan tâm cho đến khi phải đối diện. Sự chết là gì mà đầy uy quyền, chỉ nghe phong thanh đã khiến con người sợ hãi? Một thiếu nữ cần bao nhiêu can đảm để đi gặp thần chết cũng như đối đầu với những xâm phạm còn tệ hơn cái chết?

Khi nhớ bà, tôi thường liên tưởng đến thần chết xuất hiện lần đầu vào năm tôi mười một tuổi. Ngày đưa ma, tôi đã kết luận rằng thần chết không đáng sợ. Tôi đã ngắm bà suốt ba ngày liệm. Bà nằm im không xúc động với mọi đau khổ đang xảy ra chung quanh, hững hờ với cơn đau nhức đã quấy rầy mình. Bà đã về chùa Hương Tự và hài lòng đạt tâm nguyện cuối cùng bằng linh hồn. Chết là không u buồn bệnh tật, là thoát thân xác chấm dứt khỏi mọi ràng buộc. Vậy, chết có gì đáng sợ?

Đáng sợ có lẽ là khoảnh khắc trước khi chết, khi phải chấp nhận sự mất mát lớn nhất trong cuộc đời là chính sinh mạng của mình. Có lẽ sự tiếc nuối cho một tương lai muốn khám phá sẽ níu kéo tôi, dù không còn quan trọng nữa, hay sự tiếc nuối cho một tuổi thanh xuân chưa sống, và rồi hình ảnh trông mong tuyệt vọng của từng người thân sẽ lần lượt chất ân hận đầy lòng mình... Có lỗi nhất là tôi đã khiến bố mẹ phải tự tay đưa con mình vào chỗ chết. Thần chết vừa thoáng qua đã khiến tôi ngập ngừng: Sự đáng sợ nằm trong chính những món nợ mà mình không trả nổi đành phải mang theo.

Đáng sợ không kém là sức tưởng tượng ra thần chết to dần trong chờ đợi, làm choáng đầu, vì chừng như chỉ là vấn đề thời gian rồi sự hành hình sẽ xảy ra và cách hành hình sẽ phong phú. Những ngày cận đi giống ngày áp lễ hành hình, sự chết không ngừng động kinh, không chỉ cá nhân tôi mà cả toàn gia đình chúng tôi. Đêm đêm chúng tôi như chết đi sống lại với tin khí tượng tường thuật chi tiết bão gia tăng rồi lại áp thấp và gió bất chợt chếch hướng thổi vào vịnh Xiêm La. Ngày ngày chúng tôi hoang mang bấn loạn với những mẩu chuyện đồn đãi về những chuyến đi trước. Tuy không ai trở lại nhưng những cánh thư đem tin của thần chết được truyền miệng với tất cả hốt hoảng. Tôi chưa bao giờ biết thần chết khoác nhiều lớp áo mang nhiều màu sắc đến vậy. Họ kể ông đến như chập sóng xanh đen cao ngút rầm rộ đem theo một bản án tử hình; tức khắc chiếc tàu bể nát thành nhiều mảnh vụn, xác tung khắp nơi. Có khi ông mang cảnh tượng của nắng soi thủng trên những làn da kiệt nước lở loét; của nắng gắt trên boong tàu nhớn nha bập bềnh, chồng chất những thân thể cạn lực; của đảo hoang giam cầm những kiếp người. Đến câu chuyện hải tặc, tôi bịt tai, đầu óc vội vã chuẩn bị cho mình một cái chết chỉnh tề. Trước những điều tệ hại hơn cái chết thì cái chết sẽ là một chọn lựa không tệ.

Giấc ngủ chập chờn hằng đêm với những cơn mơ rối rắm xen kẽ nhiều sắc màu khác nhau. Tâm hồn của cô gái Sài Gòn chưa đủ tuổi vị thành niên, chưa bao giờ xa nhà có bao nhiêu can đảm? Tôi sợ trông thấy máu ngay cả chỉ từ mũi kim tiêm, sợ sóng to nước sâu, không chịu được đói khát và cho rằng cướp bóc hãm hiếp chỉ xảy ra cho người khác. Nói chính xác, tôi thật khiếp sợ những câu chuyện chết chóc trên biển mà người ta đã kể lại.

Những lúc không ngủ được, tôi nhờ bốn vách tường cố vấn: tâm trí vùng vẫy trước quyết định đi hay ở. Sự bất an mà hiện tại đã gieo vẫn còn nơm nớp trong lòng tôi. Cả căn phòng thúc đẩy tôi liều lĩnh, thuyết phục đừng ở lại vì đa phần sẽ thành một xác chết biết đi trong khi cơ hội chết trên biển không nhiều hơn. Tôi muốn tin như vậy. Tôi tự nói với mình rằng ngay cả biển cũng đã tràn vào thành phố.

Bố hỏi "Có sợ không", tôi trả lời "Không sợ". Bố lắc đầu bảo tôi khờ như ếch con nằm đáy giếng xem trời bằng vung. Mẹ dặn chỉ đem theo vài món đồ dùng cần thiết. Những thứ cần thiết thì không thể quên vì không thể quay lại lấy. Còn những thứ khác đều phải để lại. Không thể đem theo gì. Không thể quay trở lại. Vài chữ thôi mà đem nước mắt ngập lòng tôi và nuối tiếc không ngừng sinh sôi nảy nở. Tôi bắt đầu thấy nhớ thương tất cả những quen thuộc sắp đánh mất.

Trời gầm những lời hối gọi từ xa xăm khi tôi bước chân lên sân thượng giã từ. Tôi trông thấy một cô bé đứng ủ rũ bên cạnh hồ nước chậm chạp nhìn quanh. Ánh mắt cô bé đầy mất mát, nhìn luyến tiếc mỗi nơi mỗi vật như muốn ôm hết vào lòng mãi không buông. Tôi chạnh lòng liên tưởng đến sự mất mát của mình, không được như những cánh hoa sứ trắng làm đẹp nơi mình sinh ra và khi chết rơi xuống cội nguồn. Cô bé thổi nhẹ sang tôi một nụ bình an. Tôi thấy một thiếu nữ xoay người dõi mắt theo nụ hoa đang bay bổng, gió lại cuốn hoa bay chung quanh tôi. Hoa và tôi rượt đuổi nhau qua bao vòng xoay, lênh đênh qua bao thời gian. Bà vẫn đứng đó cầm chiếc rổ con, trông chừng sợ tôi ngã. Người thiếu nữ không ngừng quay tròn ở giữa sân. Trời nổi gió lại đổ mưa lại xuyên nắng, xoay vần những bình minh trong những vạt nắng màn mưa, xoay vần mực nước hồ đầy vơi, xoay vần những tiếng cười nắc nẻ của mấy chị em tôi, tiếng reo vui gọi cha của cô công chúa nhỏ. Lòng tôi cảm thấy nặng dần, mọi vật trước mắt nhòa đi và trong tai chỉ còn tiếng gió trở xoáy, xoáy điên cuồng thành cơn lốc nhấc bổng người tôi lên cao lao vào một cảnh đêm lạnh. Thành phố hiện dần ra với những con đường tôi vẫn đi về, với trường lớp còn đóng cửa và những mái nhà có bạn bè thân đang ngủ say. Tôi yêu từng tấc đất con người, trước phút ra đi tình yêu chợt thâm sâu che khuất sự bất an. Mùi đất ẩm quen thuộc xông lên theo gió thấm qua từng tế bào trên da thịt vào đến tận tâm tủy. Tôi để mặc từng lớp gió thấm vào mình, mặc sự tê buốt trong xương. Và như vậy, quê hương ở lại trong tôi.

Gió đã hạ và trong hương sứ trắng, cô gái bé nhỏ của cha Long Vương đang tấm tức khóc. Tôi chậm vòng xoay rồi dừng lại nhìn cô. Nước mắt cô là những hạt trân châu từng thấm trên da tôi. Ánh mắt cô là ánh mắt tôi tha thiết niềm thương tiếc. Cô không nỡ xa rời sân thượng đầy kỷ niệm, nên cô ở lại. Người thiếu nữ đã biến mất còn tôi sẽ không thể trở về.

Tôi rời sân thượng khi trời hừng đông. Trên nền trời ban mai, những vì sao đã thu xong mười bảy năm ký ức, yếu ớt dần rồi ẩn vào ánh nắng. Tôi khép lại cánh cửa sắt dẫn ra sân thượng, khép vĩnh viễn cánh cửa của tuổi thơ. Có lẽ những vì sao ấy đang rực rỡ trên nền trời đại dương. Tôi bước thật nhanh xuống thang nhìn cánh cửa mở rộng phía trước mà nước mắt không ngừng trôi.

[California, tháng 4-2010]

Vũ Thị Thanh Mai

VŨ THÙY HẠNH

Tên thật. Quê cha Hà Nội, quê mẹ Bắc Ninh.
Cô giáo, công chức.
Ngâm thơ, ca hát với tứ ca Thùy Dương, làm nhạc với *Soundtecch Studio*, cũng tài tử như làm phát thanh với *VOA* hay làm thơ với *Văn Học*.
Định cư tại Sài Gòn trước 1975. Nam California sau 1975.

Xuân

Nắng nghiêng nửa mái
phân vân
Giá băng mùa cũ tần ngần
ngại tan
Trao tay Trời Đất mơ màng
Xôn xao hồn cỏ
rộn ràng lòng mây.

Hạ

Nắng run hơi thở
Cỏ oằn thân cong
Lửa hạ thiêu đốt
Nấu nung trong lòng.

Thu

Đêm qua Đất vỡ mạch sầu
Sáng nay cây cỏ ứa màu máu tươi
Lá đau từng giọt lìa đời
Thấm lòng sương trắng hồn Trời cư tang.

Đông

Ta nằm như cỏ mùa đông
Thân chôn mộ tuyết, ý hồng còn tươi
Ngủ im theo nhịp đất trời
Ươm trong tim giá biếc ngời mầm xuân.

Tôi yêu

Tôi yêu chú cuội trên trời
yêu trăng dưới nước
yêu người trong tranh

Và tôi gọi cuội bằng anh
gọi trăng bằng chị
gọi tranh là người
Một hôm
lên hỏi ông trời
Cả cười ông bảo
rõ người dương gian.

Ba thương

Một thương sông chảy lạc dòng
Hai thương suối cạn phơi lòng khát khao
Ba thương sỏi đá xanh xao
Biết xuôi dòng đục hay vào dòng trong.

Đâu rồi

Qua đền hỏi khẽ cây đa
Rằng cây còn đó mà ma đâu rồi
Cây rằng đã biệt phương trời
Chỉ còn miếu lạnh mơ hồi khói nhang.

Tuổi tôi

Ở đây đêm hết lại ngày
Đêm sâu mong đợi ngày dài chờ trông
Ở đây thăm thẳm mùa Đông
Mênh mông mùa Hạ trùng trùng mùa Thu

Đất trời sao chẳng thay mùa
Thời gian thay nhịp cho vừa tuổi tôi.

Thơ ngày nghỉ bệnh

Buổi sáng nghe chim hót
Muốn vui cùng cỏ cây
Chiều qua sân lá rụng
Lại buồn như mọi ngày

Có phải thời gian bệnh
Thiêm thiếp những vòng quay
Hay ta ngầy ngật ốm
Lả trên lưng tháng ngày

Có phải chiều đang thắm
Hay bình minh đang phai
Hay mặt trời thấm mệt
Nên mênh mông đêm dài

Có phải hồ chóng mặt
Nên trăng thấy lao đao
Hay ta lòng nước cạn
Trăng đã mất lối vào

Có phải ta bóng núi
Hay ta hồn biển sâu
Hay là ta hạt bụi
Thở nhịp tim địa cầu

Có phải nghe chim hót
Thoáng vui cùng cỏ cây
Chợt nhìn sân lá rụng
 Lại buồn như mọi ngày.

Đêm im lặng

Đêm qua tôi trở về
Có con gió khuya thầm thì han hỏi
Vì sao quen trắc ẩn mắt nhìn
Xin cảm ơn đất trời lạnh lẽo
Đã vì tôi
còn hé mở trái tim

Tôi thấy mình bước khẽ
Ngập ngừng những bước lo âu
Ôi đời sống vô tri vật lầm lì thô bạo
Đang núp rình tôi
giữa quãng đường nào

Đêm chảy quanh tôi dòng định mệnh
Thầm thầm tiếng sóng oan khiên
Đáy
thẳm thiên thu
Ngọn
mù tiền kiếp
Hỏi lòng sâu u hiểm bến bờ đâu

Có phải trong tôi dội niềm thổn thức
Từ lòng nhân thế lao lung
Những kiếp gian nan vật vờ khốn khó
Cưu mang nhau một nỗi sống vô cùng

Tôi về nơi trú ẩn
Một mình
giữa cõi lòng riêng
Nghe gió vi vu một miền hiu quạnh
Có vì sao lấp lánh mắt nhìn

Xin cảm ơn đất trời vô lượng
Đã cho tôi
còn
Cõi lặng im.

Noel 89

VŨ THƯ HIÊN

Vũ Thư Hiên sinh ngày 18 tháng 10 năm 1933 tại Hà-Nội. Năm 1953, làm việc trong lĩnh vực điện ảnh. Từ 1955 đến 1958, ông đi Liên-Xô học viết kịch bản điện ảnh và khi về, làm việc cho *Xưởng phim Việt Nam tại Hà-Nội*. Năm 1960, làm biên tập viên và phóng viên cho *Báo Ảnh Việt-Nam*. Từ 1967 đến 1976, trong Vụ án Xét Lại xem là chống Đảng, ông bị chính quyền Hà-Nội bí mật bắt và giam giữ sau khi đã bắt cha ông (Vũ Đình Huỳnh) trước đó. Chính quyền thả ông không án cũng như không xét xử.

Ra tù năm 1976, nhưng còn bị quản thúc bằng khẩu lệnh của chính quyền mãi cho đến mùa Thu năm 1980 mới được phép vào Nam.

Năm 1989, là hội viên Hội Nhà Văn Việt-Nam.

Năm 1993, ông qua Nga làm phiên dịch viên cho một công ty xuất nhập khẩu. Cuối năm 1995, ông bị tấn công nên tìm cách sang Ba Lan và cuối cùng xin tỵ nạn tại Pháp – nơi đây, ông đã hoàn thành tập hồi ký *Đêm Giữa Ban Ngày*.

Đêm Giữa Ban Ngày ("Hồi Ký Chính Trị Của Một Người Không Làm Chính Trị") được nhà Văn Nghệ, Hoa-Kỳ, xuất-bản năm 1997.

Đêm giữa ban ngày - Chương kết

Chương này gồm những ghi chép lộn xộn về số phận những nhân vật được nói tới ở trên. Nó được viết thêm do yêu cầu của những bạn đã đọc bản thảo muốn biết đoạn tiếp nằm ngoài những hồi tưởng.

Tôi rời Phong Quang ngày 7 tháng Chín năm 1976.

Cuộc giã biệt đời tù của tôi, trái với hình dung thông thường, diễn ra không được êm ả. Chuyện thế này. Theo lệ, người tù ra trại (tức là được tha, mãn hạn hoặc không có hạn để mà mãn) phải viết một bản nhận tội, một bản cam đoan không tái phạm, không tiết lộ bí mật của trại giam. Bản nhận tội, bản cam đoan đã được soạn sẵn thành mẫu, chỉ việc chép lại, ký tên, là xong. Tù được tha làm cái roẹt, nộp Ban Giám thị rồi cuốn xéo. Không ai nấn ná thêm một phút.

Không hiểu sao, vào đúng cái thời khắc sung sướng nhất đời tù tôi lại nổi điên, nhất định không chịu làm cái việc đối với mọi người chỉ có giá trị hình thức ấy. Tôi tuyên bố sẵn sàng ở tù thêm, ở bao lâu nữa cũng được, nhưng tôi sẽ chờ cho tới khi việc giam giữ tôi được làm cho sáng tỏ. Tôi nói: tôi không có tội. Mà đã không có tội thì không thể nhận tội được.

Nhùng nhằng một hồi, phó giám thị kéo tôi về phòng anh uống trà. Đó là một anh công an đã đứng tuổi, tính tình nhân hậu, dễ thương, được tù nhân mến." Chúng tôi chẳng qua chỉ là một thứ thủ kho thôi, anh ạ. Lệnh trên bảo nhập thì chúng tôi cho hàng vào, lệnh trên bảo xuất thì cho hàng ra, - anh phân trần - Trên lệnh xuống bảo xuất mà anh không chịu ra thì chỉ khổ mấy thằng tôi, rồi hỏi han kiểm điểm rắc rối lắm". Mấy hôm trước chính anh chạy vào trại vui vẻ gọi tôi ra một chỗ rồi thì thào báo cho tôi biết có tin đồn Mao sắp chết: "Anh được về đến nơi rồi! Mao chết là xong hết".

Tôi bảo anh:"Chớ vội mừng. Con cháu Mao đông lắm!". Trà thuốc xong chúng tôi thỏa thuận mỗi bên nhân nhượng một ít. Tôi ra về không viết bản nhận tội nữa, anh làm thế nào thì làm, tự xoay xỏa, chống đỡ với trên. Nhưng đổi lại, tôi phải nhận tờ Lệnh Tạm Tha, trong đó tội của tôi được ghi rõ rành rành là "phản động chống chế độ".

Cái Lệnh Tạm Tha tôi giữ được hơn một tuần. Anh công an khu vực, lại cũng một chàng trai dễ thương nốt, đến hỏi thăm tôi, đòi xem, xem xong nhét luôn vào xà-cột, bảo để làm chứng từ gốc cho việc nhập hộ khẩu sau này.

Anh Hoàng Minh Chính tiếc mãi: "Bằng ấy anh em, mỗi mình cậu nắm được tờ giấy quý như thế làm bằng mà để xổng mất. Tài liệu lịch sử đấy!".

Đúng là chỉ mình tôi có tờ giấy như thế, anh em khác chỉ được công an đọc cho nghe chứ không cho giữ. Tiếc thật! Nhưng nếu nhà cầm quyền đã quyết không thích chúng tôi giữ nó thì họ chẳng thiếu gì cách, tôi nghĩ. Mà đúng thế. Lũ đệ tử của Duẩn-Thọ, những Trần Trọng Tân, Đào Duy Tùng, Nguyễn Đức Bình về sau này, khi Duẩn-Thọ băng hà hết cả rồi, vẫn lấp liếm vụ án chúng tôi bằng đủ mọi giọng lưỡi trí trá, thiên hạ đều biết. Tôi có giữ được tờ giấy ấy cho tới bây giờ thì đám ấy cũng chẳng ngại. Ai chứ họ dám xưng xưng bảo rằng giấy giả lắm. Tôi cũng không nghĩ ra phải giữ nó làm bằng cớ, hoặc làm kỷ niệm. Hồi ấy Hà Nội chưa có tiệm photocopy nào. Chụp ảnh cũng nhiêu khê. Chưa chắc tiệm ảnh nào đã dám chụp thứ giấy tờ kiểu như thế, với tinh thần cảnh giác bảo vệ nồi cơm họ sẽ lễ phép hỏi chụp để làm gì, nhằm mục đích gì?

Thế là vật chứng cuối cùng và duy nhất về vụ "nhóm xét lại chống Đảng" mất tăm.

Giờ thậm chí người ta có chối băng rằng chúng tôi không hề bị giam giữ cũng được. Có lệnh tống giam tống giếc gì đâu. Được cái nhà cầm quyền của chúng ta không đến nỗi mặt trơ trán bóng quá. Họ tránh không nói tới chuyện họ đã bỏ tù chúng tôi, quả có vậy, nhưng họ cũng không chối rằng không. Khi cần dằn mặt, họ khéo léo nhắc chúng tôi chớ quên chúng tôi là kẻ đã có tiền sự [1].

Ngày rằm Tháng Tám năm ấy gia đình chúng tôi ăn bữa cơm đoàn tụ đầu tiên sau chín năm mỗi người mỗi ngả. Cha tôi cũng đã được trở về Hà Nội sau ba năm lưu đầy ở Nam Định. Ông già xọm, da bọc xương. Lê Duẩn, Lê Đức Thọ, Trường Chinh, Trần Quốc Hoàn nhìn thấy ông như thế chắc hả dạ. Mẹ tôi vẫn lúc trên nhà lúc dưới bếp, tất tả đủ việc, y như trong ngôi nhà chưa hề có bão táp đi qua. Con gái út tôi đứng từ xa quan sát tôi, chào tôi bằng chú. Sau khi so kỹ bức ảnh tôi chụp với vợ con trước khi bị bắt với người vừa từ nhà tù trở về nó mới ngượng nghịu gọi tôi bằng bố. Vợ tôi gày còm, xanh xao, các con tôi võ vàng trong quần áo vá chằng vá đụp.

Tôi được tha có điều kiện: Bộ Nội Vụ báo cho gia đình tôi biết Đảng chủ trương tha tôi rồi, nhưng phải có một cơ quan nhận tôi vào làm thì tôi mới được về. Mẹ tôi, vợ tôi, cả nhà tôi nhờ hết người này tới người khác, chạy vạy khắp nơi để kiếm cho tôi một chỗ làm. Cái điều kiện Đảng ra khó quá, oái oăm quá - chẳng ai dại gì nhận một nhân vật chống Đảng về cơ quan, xí nghiệp mình. Rách việc lắm. Không dưng lại bị công an theo dõi. Thời buổi thì khó khăn, ai cũng phải sai một tí để mà sống, cái gì cũng đúng nguyên tắc thì chết nhăn răng. Thế mà rồi cũng có người dám nhận, mới kỳ, mới quý. Tôi được thả ra, nhưng không phải thả về nguyên quán, mà về Công ty cung ứng vật liệu xây dựng Hà-Sơn-Bình [2]. Tiếng là tôi được nhận về công ty làm chân bốc vác (cái hợp đồng tạm tuyển làm công nhân bốc vác đến nay tôi còn giữ được), nhưng các anh lãnh đạo công ty không cho tôi đi bốc vác lấy một buổi, giữ tôi ở văn phòng công ty gọi là để giúp việc ban giám đốc.

Trong chín năm tù, xã hội thay đổi nhiều. Bạn bè người mất người còn. Nhiều cháu khi tôi ở ngoài còn đánh khăng đánh đáo nay đã thành liệt sĩ, đến thăm gia đình bạn chỉ thấy cháu từ trên ban thờ ngó mình hờ hững.

Anh Nguyễn Trọng Luật đã qua đời mấy năm trước, không ai báo nên tôi không được tin. Thành thử cái dự định ôm ấp trong tù rằng khi trở về thể nào cũng phải đến thăm anh ngay không thành. Chị và các cháu vẫn ở ngõ Chân Cầm, cuộc sống vẫn đạm bạc như khi anh còn sống. Chị nói anh chẳng để lại gì cho vợ con. Tôi an ủi chị, rằng theo chỗ tôi biết thì những người cách mạng chân chính đều chẳng để lại gì cho những người thân. Trừ lòng kính trọng của người đời. Thế đã là nhiều lắm rồi, đã quý lắm rồi. Tôi đạp xe đi Văn Điển thăm mộ anh, cùng với bác sĩ Phan. Bác sĩ Phan nói trước khi chết anh thường nhắc tôi. Anh buồn, nói rằng anh là người thua cuộc, nhưng thua trong canh bạc bịp vĩ đại với một bande des salauds [3] thì cũng chẳng xấu hổ cho lắm. Anh được chôn ở Khu A, khu "vĩnh viễn", là khu không phải cải táng để rời đi nơi khác. Chúng tôi thắp hương cho anh và cho những ngôi mộ gần đấy, của những người đáng kính và của cả những người không đáng kính bao nhiêu.

Tôi được bác sĩ Phan, anh Đích nhiệt tình giúp đỡ trong việc điều trị cấp tốc những bệnh mạn tính đeo đẳng theo tôi từ nhà tù. Anh Đích không trách tôi một câu về vụ tôi khuyên anh trở lại công tác để bị thải hồi. Bạn bè mang tới cho tôi số quần áo đủ dùng ít nhất cũng hai mươi năm, đến nỗi tôi phải mang cho bớt các bạn nghèo hơn. Tuy tôi vừa ở tù ra, nhưng số bạn còn nghèo hơn tôi trong tình trạng đó hóa ra cũng không ít.

Hà Nội còn tiêu điều hơn khi tôi chưa bị bắt. Người ta vẫn nháo nhác đi Nam, "miền Nam nhận họ, miền Bắc nhận hàng". Nhà tôi đã có vô tuyến truyền hình, cũng quà của họ hàng miền Nam cho. Tối đến cả nhà quây quần xem phim tình báo Bungari Trên Từng Cây Số. Cơm độn mì sợi, mì bột, bo bo, ngô, cái gì cũng có mùi bao tải. Một lần, mẹ tôi hớt hải từ dưới bếp chạy lên: "Sao, có phát thêm phiếu sa-tanh à?". Cả nhà cười ầm. Mẹ tôi lầm - đó là phát thanh viên báo trên tivi chương trình chiếu phim sắp tới: "Miếu Sa-tăng".

Dương Tường tất tả kiếm việc cho tôi làm. Công việc đầu tiên tôi có được là dịch các bài báo khoa học và làm tổng thuật các sách nước ngoài cho Viện thông tin khoa học xã hội. Trong sự cấp việc cho tôi làm chị Đỗ Thúy Hà, cán bộ của Viện, là người đỡ đầu hăng hái. Tình hình chính trị tuy có khác trước, nhưng khác không nhiều lắm, ai giúp đỡ tôi người đó phải bỏ ra nếu không nhiều thì cũng một ít tinh thần dũng cảm.

Anh Lê Sĩ Thiện, giảng viên thông tin thời trường Lục quân, tìm được tôi trong lúc tôi đang lúc túng quẫn. Cũng như Trần Quốc Thành, trong anh có một anh bộ đội sống dai. Anh thương tôi lắm. Anh khuyến khích tôi mạnh dạn bước vào những công việc trước kia nằm mơ cũng không thấy để kiếm sống. Tôi đi làm thợ cán cao su, đúc tay phanh xe đạp, đùn đồ nhựa, nấu gang dẻo, làm "ve" quét tường, làm bột nở cho các bà bán cháo quẩy... Cái gì không hiểu anh giảng cho cặn kẽ. Tôi cũng cố học các nghề anh dạy để kiếm sống. Vất vả rất nhiều, nhưng tôi cảm thấy sung sướng vì mình được là mình. Giá họ có cho tôi trở về với nghề báo chắc tôi cũng nghĩ cách chối từ.

Có hôm đi làm ở xưởng cao su về qua Yết Kiêu tôi rẽ vào thăm Văn Cao. Nhìn tôi gày còm lam lũ, Văn Cao để rơi nước mắt xuống chén rượu.

Những công việc phải làm ở chỗ khác thì thôi, chứ công việc nào làm ở nhà đều có bàn tay vợ tôi tham gia. Nhất là hồi tôi làm nhuộm mạ kim loại, chốc lại rửa, nhát lại rửa, vợ tôi chạy trên gác xuống nhà, dưới nhà lên gác, cứ như đèn cù, da tay ngâm nước nhiều bợt ra, trông mà thương. Được cái có công việc thì có tiền, vợ con tôi dần có da có thịt, không đến nỗi gày còm như trước, là điều phấn khởi nhất cho tôi. Có tiền rồi, tôi mua cái tủ lạnh trước tiên, sau mua xe máy, tivi. Hồi đó ở Hà Nội có câu: "Tivi, tủ lạnh, Honda. Có ba thứ ấy mới ra con người". Lại nhớ tới Huỳnh Ngự và câu nói của anh ta "Đảng nuôi dạy anh nên người. Không có Đảng ấy à, có mà rã họng!". Thời đại bắt đầu đổi thay. Người ta cảm thấy hoàn toàn có thể làm người được mà không cần có Đảng, nhất là cái Đảng lúc nào cũng bù lu bù loa kể công với những kẻ gắn bó với Đảng bằng sợi xích.

Trong thời gian còn ở Hà Nội tôi muốn tìm anh Trần Quốc Thành lắm, nhưng không sao tìm được. Vụ của anh người nói có xử, người nói không xử. Cũng như vụ xét lại Đảng quyết định chỉ xử lý nội bộ để tránh tiếng. Không biết nên tin ai. Có người nói anh đã vào Sài Gòn, nhưng ở trong Sài Gòn mấy năm, tôi hỏi thăm đã nhiều mà cũng không tìm thấy anh. Nếu tình cờ cuốn sách tới tay anh, xin anh tin cho tôi biết anh ở đâu.

Trung úy Dứa cũng biệt tăm. Nghe nói anh về Mỹ Tho. Thế mà mấy lần đi Mỹ Tho tôi hỏi thăm bất kỳ ai có thể cho tôi biết tin anh, vào Ty Công an để hỏi cũng chẳng ai biết anh ở đâu. Thế mới biết "nhất ẩm nhất trác giai do tiền định", không phải cứ muốn mà được.

Bận kiếm sống, khi ở Hà Nội mấy lần tôi định đi Vĩnh Phú tìm Nguyễn Xuân Cao nhưng rồi lại không đi được. Vả lại, tôi chỉ nhớ được một cái tên làng là Đình Chu. Làng này nằm ở huyện nào trong tỉnh Vĩnh Phú tôi không biết. Cứ chần chừ mãi. Đến khi vào Sài Gòn rồi thì lại ít khi ra. Nhưng nỗi nhớ Cao vẫn canh cánh bên lòng.

Trung úy Bưởi đi học đại học công an. Tôi đến anh em làm công tác nghiên cứu xin họ sách và tài liệu cho Bưởi. Phan Kế Hoành là người cho nhiều nhất: "Nếu có một cậu công an tốt thì phải giúp cho cậu ta nên người". Đưa sách cho Bưởi, tôi nói: "Đây không có tài liệu chống chế độ đâu, toàn sách nhà nước cả, đừng sợ". Bưởi bùi ngùi: "Bằng ấy thời gian em ở bên anh, em không hiểu anh sao. Em không tin những gì người ta nói về anh đâu. Cũng mong anh đừng vì bộ quần áo em mặc mà hiểu sai về em". Tôi tin Bưởi sẽ trở thành một cán bộ công an tốt. Chế độ nào cũng cần tới công an, nhưng phải là công an tốt.

Marinét chết ở trong tù, như anh tiên đoán về cuộc đời mình. Chẳng bao giờ có ai tới để đặt lên mồ anh một nhành hoa, thắp cho anh một nén hương. Rồi thời gian sẽ xóa nhòa mọi dấu tích của một con người đã từng sống, đã từng chiến đấu và mơ ước về một thế giới đại đồng, bốn biển là anh em. Hôm đặt nhành hoa lên lò thiêu người ở Katowicze để tưởng niệm những nạn nhân đã chết trong trại tập trung Auschwitz-Birkenau, tôi nhớ anh nhiều quá, Marinét ạ.

Lại có tin khi mối tình Trung-Việt "vừa là đồng chí vừa là anh em" tan vỡ, cuộc xung đột biên giới trở nên gay gắt, "đồng chí" Đặng Tiểu Bình đòi "dạy cho Việt Nam một bài học" bằng súng và tên lửa, chứ không phải chỉ "tỉu na má" không thôi, thì bất ngờ Huỳnh Ngự bị phát hiện là người Việt gốc Hoa, bị buộc phải về hưu. Không biết tin có đúng không, tôi nghe mà thương Huỳnh Ngự quá! Mới biết cái kiếp đảng viên thèo đảnh lắm, mong manh lắm. Nếu đúng thế thì lần này Đảng lại nhầm mất rồi - Huỳnh Ngự là người rất mực trung thành với Đảng, cho dù có gốc gì đi chăng nữa.

Lại cũng có tin đồn Lý Cà Sa, lúc ấy đã được tha ra một nông trường, được quân đội Trung Quốc vượt biên giới đón về. Ít lâu sau mấy người tù cũ đi lang thang bị quân Trung Quốc bắt. Họ nhận ra tướng chỉ huy của phía bên kia chính là Lý Cà Sa. Lý Cà Sa cũng nhận ra bạn tù cũ, hồ hởi đón tiếp họ, mở tiệc chiêu đãi nồng hậu rồi tha về. Những người này có lẽ không biết quân hàm Trung Quốc thế nào, cho nên người nói họ Lý đeo lon trung tướng, người nói không phải, lon thượng tướng. Nếu tin này đúng thì cái huyền thoại về đạo quân thứ năm của Trung Quốc có cơ sở lắm.

Một buổi tối tôi ngồi uống chè chén trong một quán ở phố Hàm Long thì nghe người ta đùa cợt chuyện anh chàng Căn bị bắn hụt. Anh ta cũng ngồi đấy, béo tròn, cười hi hí. Tôi cũng tham gia câu chuyện, như một khách qua đường. Căn chăm chú nhìn tôi. Dường như anh ta nhận ra giọng tôi. Nhưng tôi tảng lờ không biết. Anh ta rồi nghĩ mình nhận nhầm, không để ý đến tôi nữa. Thế là anh ta đã được ra. Kiếp người thế vẫn còn may.

Việt Hùng vẫn làm công an. Anh đối với tôi mặn mà hơn trước, bè bạn hơn trước nhiều. Anh cũng nhiệt tình giúp tôi trong sự quan hệ với nhà cầm quyền. Chắc chắn họ hỏi anh về tôi và anh đã nói những lời trung thực.

Tôi có hỏi Việt Hùng về Hoàng. Thì ra họ biết nhau cả. Việt Hùng khen Hoàng là người có học, tử tế, có tư cách. Đến giai đoạn này những khái niệm đúng - sai, phải - trái không còn được đương nhiên là khái niệm thống trị nữa. Người ta bỗng nói nhiều tới những cặp khái niệm đối xứng bị bỏ quên như tử tế - ba que, đứng đắn - vô lại, quân tử - tiểu nhân. Nghe nói sau khi làm việc với đám tù xử lý nội bộ Hoàng bị điều động vào công tác ở Huế. Tôi tính có dịp qua Huế thế nào cũng phải ghé thăm anh, nhưng rồi chưa đến Huế được lần nào, trừ nửa giờ phơi nắng trên sân bay Phú Bài trong một lần hạ cánh bắt buộc. Bây giờ chắc Hoàng cũng đã về hưu. Tôi vẫn còn để đấy một chai rượu cho buổi tái ngộ.

Trước khi qua đời ít lâu Nguyễn Tuân một hôm đùng đùng kéo tôi đi ăn chả cá Lã Vọng. Ngồi vào bàn ông rút trong túi vải ra một chai rượu. "Rượu bộ, thưa bác?", tôi hỏi ông. "Không phải, rượu bộ hết rồi, ông nói, cả cái thời rượu bộ cũng hết rồi!". Chúng tôi uống. Tôi xin lỗi, nói tôi xa ông gần chục năm là tại tôi không thuộc cái véc-bờ sợ mà ông dạy. Ông lắc đầu nói: thời này lẽ ra mình không nên làm văn. Làm văn mà sợ, mà lấm lét, mà run rẩy thì còn ra cái văn quái gì! Nhưng thôi, cái gì đã qua thì nó cũng qua rồi, ông nói tiếp trong hơi rượu, tôi bây giờ đếch thèm sợ nữa, thì đã muộn. Bây giờ các anh phải sống theo cách khác cái lũ già hèn nhát chúng tôi, phải học chia một véc-bờ khác: Tôi đếch sợ anh, anh đếch sợ tôi, chúng ta đếch sợ chúng nó..., thế mới phải, hà hà!

Gần bốn chục năm đã qua, tôi đã ở nước ngoài, ông bạn họa sĩ đã đánh cắp cuốn nhật ký của tôi theo lệnh đại sứ Nguyễn Văn Kỉnh để cho Kỉnh nộp công an, nhờ con rể tôi nhắn lời cho tôi rằng ông xin lỗi tôi vì hành động hèn mạt nọ. Tôi nhắn lại rằng chuyện cũ quá rồi, tôi đã quên. Mà Kỉnh thì cũng đã chết rồi. Trước khi Kỉnh chết, công an bắt được mấy tên lưu manh mang kim cương đi bán; chúng khai lấy ở nhà Kỉnh, nhưng hỏi Kỉnh thì Kỉnh không nhận. Dù sao thì việc này cũng làm cho Kỉnh không được chôn ở nghĩa trang Mai Dịch, theo lời bình của anh bạn công an kể cho tôi nghe câu chuyện trên. Thì ra hồi ấy tôi đoán đúng: cái sự lập công, ra cái điều trung thành với Đảng thường được dùng để che giấu những việc làm tồi tệ, và ngài đại sứ trung thành với Đảng không quên bỏ lỡ dịp may buôn lậu.

Bùi Xuân Phái thết tôi một chầu cà phê nhân dịp tôi ra tù. Anh vẫn trung thành với chủ nghĩa sợ. "Tôi là thằng nhát nhất thế giới!", anh nhỏ nhẻ tuyên bố. Nguyễn Sáng lầm lì cấm cung trong căn phòng của anh, bên cạnh con nghê vỡ trán đựng gạo, vẫn vẽ những bức tranh không bán được, vẫn nghèo. Cách phòng anh mấy bước Trần Đông Lương sống sung túc nhờ vẽ bưu thiếp lụa, sáng tác mẫu rồi cho gia công, theo cách hiện đại. Kiếm được tiền rồi, anh mới vẽ tranh cho mình. Nguyễn Sáng biết thế, nhưng theo không được.

Ông Lâm toét tiếp tục cho các họa sĩ ăn chịu, uống chịu. Phòng tranh của ông ngày một phong phú. Nguyễn Sáng rủ tôi "đi Lâm đi". Gặp tôi ông Lâm vồn vã lắm. Chúng tôi lại có dịp ngồi với nhau trên gác, phòng triển lãm tranh của riêng ông, được ông đãi rượu, thuốc lá thơm và thưởng tranh. Nếu ông Lâm giàu hơn, ông có thể trở thành một Mạnh Thường quân cho nền hội họa Việt Nam lắm. Kém gì đại phú gia Tretiakov của nước Nga. Ông rất tế nhị, không hỏi tôi một câu rằng mấy năm nay tôi đi đâu, ở đâu. Cứ như thể ông không biết rằng từ cuộc gặp gỡ lần trước tới giờ đã có chín năm nước chảy qua cầu.

Về chuyện "nhóm xét lại chống Đảng", tôi luôn luôn gặp những câu hỏi khó trả lời. Bộ máy tuyên truyền của Đảng làm việc theo kiểu Goebbels [4] : "nói mãi, nói mãi, thì sự giả cũng thành sự thật", làm cho nhiều người cứ ngẩn ngơ không biết có nên tin tôi hay không khi tôi nói rằng tôi chưa hề ở trong một nhóm nào như thế, rằng theo tôi thì chẳng hề có một nhóm nào như thế. Chẳng cứ người ngoài, ngay khi tôi vừa được thả, Huy Vân ra tù trước tôi ba năm còn hỏi: "Cậu có ở trong tổ chức chống Đảng nào không?". Tôi cười: "Chắc chắn không ở trong tổ chức chống Đảng của cậu rồi. Nếu có chắc cậu với mình phải sinh hoạt cùng trong một tiểu tổ hoặc một chi bộ".

Hắn anh cho rằng có "nhóm xét lại chống Đảng" thật, và anh bị bắt oan vào nhóm đó. Đến khi biết chắc chẳng có "nhóm xét lại chống Đảng" nào hết thì anh tức lắm, anh nói anh sẽ làm cho ra nhẽ. Cách anh sẽ làm cho ra nhẽ thế nào thì chẳng ai biết, anh cũng không nói cho tôi nghe. Anh yêu nghề điện ảnh lắm, vì nó anh đã bỏ phứt cái hoạn lộ thênh thang của anh. Huy Vân là một trong những người biết tiếng Nga đầu tiên ở Việt Nam. Anh học tiếng Nga ở Trung Quốc cùng với Nguyễn Mạnh Cầm, bộ trưởng Bộ Ngoại giao sau này. Anh đã chạy chọt, xin xỏ, nhưng chẳng ai dám liều mạng nhận anh trở lại Xưởng phim. Năm 1977, anh lại bị bắt, lần này vì tội ăn cắp xe đạp. Người ta kể anh cứ lừng lững dắt khỏi cổng cơ quan một cái xe đạp không khóa và cũng chẳng buồn bỏ chạy khi bị công an đuổi bắt. Anh ra tù, tôi hỏi tại sao lại làm chuyện bậy bạ thế thì Huy Vân trả lời: "Mình cần được ra tòa để nói lại chuyện trước, nhưng cả lần này nữa chúng nó cũng không chịu xử". Anh bị bắt lần thứ ba trên một ngọn đồi giáp biên giới Trung Quốc cùng với một nữ biên tập viên báo Phụ Nữ hay Nhà xuất bản Phụ Nữ, tôi không rõ. Người ta buộc anh tội vượt biên. Tôi không tin anh có ý định vượt biên sang Trung Quốc - anh sang đấy làm gì? Huy Vân bị đưa về Hỏa Lò Hà Nội, sau chết trong tù, không rõ ở nhà tù nào, Hỏa Lò hay một trại Trung ương. Có người nói anh chết ở Sơn La. Chuyện Huy Vân ăn cắp xe đạp chứng tỏ những năm dài ở xà lim đã làm cho anh thành một bệnh nhân tâm thần mà không ai biết.

Anh là người thứ ba qua đời trong số những người thuộc "nhóm xét lại chống Đảng". Người thứ hai là ông Bùi Công Trừng, một trong những tên "xét lại hiện đại" là ủy viên Trung ương nên được Đảng xử lý nhẹ nhàng, chỉ khai trừ Đảng chứ không tống vào Hỏa Lò. Ông mất sau khi tôi được tha ít lâu. Trước khi chết ông nói với tôi:"Bác thương nước quá!". Người thứ tư là Trần Minh Việt, nhà lý luận của "nhóm xét lại chống Đảng", theo sự phong chức hào phóng của những người tự xưng bảo vệ Đảng. Anh từ giã cuộc đời bình thản, hiền lành, nho nhã, chẳng giống bất cứ thứ kẻ thù nào của bất cứ ai. Tôi đi theo linh cữu, đưa anh đến nơi an nghỉ cuối cùng. Sau anh đến lượt tướng Đặng Kim Giang, rồi cha tôi, rồi tướng Lê Liêm, rồi ông Ung Văn Khiêm.

Nguyễn Lộc không trở lại với triết học và mỹ học nữa. Anh không viết gì, làm nghề dịch thuê để nuôi vợ con. Thỉnh thoảng chúng tôi vẫn gặp nhau. Trong những lần gặp ấy Lộc chỉ cười hiền lành, anh chán chính trị đến tận cổ, thứ chính trị "lăn tròn trên mọi lưỡi". Tôi được tin anh chết trong cảnh nghèo khổ khi tôi đã không còn ở Việt Nam. Anh mới đích thực là người thua cháy túi trong canh bạc bịp vĩ đại.

Phùng Mỹ làm kế toán cho một lò gốm Bát Tràng. Năm thì mười họa anh tạt qua Hà Nội. Gày và già đi rất nhanh, Phùng Mỹ nhìn đời bằng cặp mắt hờ hững. Anh chán ngán tất cả, thậm chí không buồn phục hồi kinh tế gia đình như một số anh em khác, cho rằng đó là sự bon chen. Anh chỉ vui ở chỗ được chia tay một lần cho mãi mãi với Đảng của anh.

Vũ Huy Cương tiếp tục cuộc sống độc thân trong căn phòng nhỏ xíu nằm sâu sau mặt đường Bà Triệu. Tôi giục anh lấy vợ. Cương cười méo mó: "Cô nào lấy mình bây giờ là phải lấy kèm mấy anh công an mật, mấy anh cán bộ tổ chức, như thế nhiều quá, vất vả quá!" Anh là người quảng giao. Nhờ bạn bè giúp đỡ, anh làm công việc in ấn trăm thứ bà dằn, nghe nói cũng sống được. Cho tới khi tôi viết những dòng này Vũ Huy Cương vẫn chưa lấy vợ. Bây giờ anh nói: "Ai lấy mà lấy? Lấy nhau bây giờ để dắt díu nhau đi Hoàn Vũ [5] à?"

Vợ Trần Châu đi lấy chồng, anh trở về sống cô độc mấy năm rồi gá nghĩa với vợ một liệt sĩ thời chống Mỹ, hai vợ chồng mở một quán tạp hóa trong làng bán vở và kẹo bột cho học sinh, nước mắm và mì ăn liền cho người lớn, nghe nói sống cũng được.

Hoàng Thế Dũng điếc đặc sau những năm tù, lẽo đẽo theo tôi làm ve quét tường, buổi tối trở về mặt xanh lè bột màu phtalocyanine, nhưng không để mất nụ cười yêu đời. Anh làm hợp đồng cho tờ Lịch Sử Quân Sự, viết được nhiều tài liệu tổng kết các chiến dịch, trong đó có mấy bài hay về cuộc vượt biên giới của quân đội Việt Nam giải phóng vùng Thập Vạn Đại Sơn cho Trung Quốc. Hoàng Thế Dũng có kể cho tôi nghe một câu chuyện cảm động. Một hôm anh đi cùng một phái đoàn quân sự tới thăm một quân khu, việc của anh là thu thập các tài liệu lịch sử của quân khu này cho Tập san, thì tư lệnh trưởng quân khu, một thiếu tướng chạy tới trước mặt anh rập gót, đưa tay lên vành mũ chào anh theo đúng quân phong: "Chào thủ trưởng!". Thì ra đó là một cán bộ cấp dưới của anh từ những năm đầu kháng chiến chống Pháp. Sau khi chào phái đoàn, tư lệnh trưởng mời thủ trưởng cũ ngồi bên cạnh mình, điềm nhiên như không hề biết chuyện gì xảy ra với anh những năm qua.

Lê Trọng Nghĩa thỉnh thoảng lại vào Sài Gòn. Chị Thảo, vợ anh, công tác tại đây lâu, có một chỗ ở trên đường Võ Thị Sáu. Nhà lãnh đạo ngành tình báo quân đội trong cuộc chiến tranh Việt-Pháp già đi nhanh, nhưng minh mẫn. Những nhận định thời cuộc của anh vẫn sắc sảo như khi anh còn trẻ. Tôi uống trà với anh, nghe anh kể chuyện bằng cách nào Cục 2 đã phát hiện người Pháp chuẩn bị mặt trận Điện Biên Phủ, chuyện cán bộ Cục 2 đi vào Nam ngay từ khi Hiệp nghị Genève về Đông Dương vừa được ký kết. Chị Thảo kể khi đại tướng Hoàng Văn Thái sắp nhận chức bộ trưởng Bộ Quốc phòng, ông mời chị tới nhờ chị nói với anh hãy bỏ qua chuyện cũ để trở lại công tác. Nhưng nói chuyện với chị hôm trước thì hôm sau ông đột tử. Hà Nội đồn cái chết của ông do Lê Đức Thọ gây ra. Tiếp đến cái chết của đại tướng Lê Trọng Tấn. Ông cũng sửa soạn nhận chức bộ trưởng Bộ Quốc phòng thì lại đột tử. Cái chết của ông cũng được buộc cho Lê Đức Thọ. Đúng là một lần ia bậy, lần sau thấy cứt người ta gọi đến.

Trần Thư bắt đầu cuộc sống ngoài biên chế bằng cách chữa nước mắm thối, làm nước mắm từ cá khô, in nhãn hương và dịch sách. Mấy năm nay anh mang một khối ung thư trong bụng. Cuốn Chuyện Người Tù "Xử Lý Nội Bộ" của anh, mới xong phần đầu, đã được in ở nước ngoài, hé mở một phần vụ án được Đảng giữ bí mật. Nguyễn Kiến Giang cũng ra được một tuyển tập những bài viết về chủ nghĩa Mác thời hiện đại trong mối quan hệ với vận mệnh đất nước, được người đọc chú ý. Cũng như phần lớn anh em trong vụ án, anh sống bằng nghề dịch - sách văn học, sách chính trị, sách triết học, tài liệu thương mại, đủ thứ.

Lưu Động vẫn ầm ầm chửi "bọn tiếm quyền khốn nạn", nhưng Lê Đức Thọ trước khi chết đã ngán Lưu Động lắm, giả vờ điếc không nghe thấy. Không thể bắt Lưu Động một lần nữa. Lại càng không thể bắt Lưu Động câm mồm. Thấy quan thầy không dám động tới Lưu Động, lũ đệ tử cũng đành làm ngơ. Khi tôi rời Việt Nam, nghe sức khoẻ anh đã kém lắm, nhưng vẫn còn minh mẫn.

Được biết nhiều trường hợp oan ức xảy ra với dân chúng trong những nhà tù mà tôi đi qua, vừa từ nhà tù về tới nhà tôi viết ngay một bức thư cho ông Nguyễn Lương Bằng: "Chuyện của cháu hãy để đấy cho lịch sử. Nhưng nỗi oan của dân thì phải giải quyết ngay. Cháu đề nghị bác hãy tới các nhà tù để nghe dân khiếu oan. Cháu tình nguyện làm người dẫn đường cho bác...". Ông Nguyễn Lương Bằng không trả lời. Ông im lặng như một lãnh tụ chính cống. Tôi hoàn toàn thất vọng về người anh hùng cách mạng trong thuở ấu thơ của mình. Lúc đó tôi cũng còn chưa được biết về ông khi đi tìm tư liệu cho cuốn sách này, tôi chưa biết rằng ông rồi nhảy vào Ban chuyên án vụ "nhóm xét lại chống Đảng", trở thành cai ngục của tôi. Tôi tiếc đã viết bức thư nọ - cái hi vọng mới hão huyền làm sao! Hôm đưa tang ông, cha tôi rủ tôi cùng đi. Tôi từ chối. Tôi không có mối quan hệ thân thiết trong quá khứ với Nguyễn Lương Bằng như cha tôi. Tôi không rộng lượng như cha tôi. Tôi cũng không thừa thời giờ cho một con người đã bán mình cho danh vọng.

Trường Chinh sau khi rút lui khỏi cuộc đọ sức với Lê Đức Thọ vào chân tổng bí thư, buồn bã ngồi nhà. Ông qua đời vì chấn thương não trong một cú ngã ở cầu thang. Có tin ông bị Lê Đức Thọ sai tên bảo vệ ông, người của Trần Quốc Hoàn, hạ sát. Tên này lẽ ra phải đi sát ông từng bước, nhưng đã để ông ngã khi có một mình. Vết thương ở gáy có thể do mép bậc thang gây ra, mà cũng có thể do một vật bằng gỗ khác đập vào. Việt Nam nghèo cái gì thì nghèo nhưng không nghèo tin đồn. Chẳng biết hư thực ra sao.

Hoàng Minh Chính tiếp tục cuộc đấu tranh cho dân chủ và tự do. Anh bị bắt lần thứ ba [6], năm 1995, lần này bị xử án hẳn hoi, vì tội "lợi dụng các quyền tự do dân chủ". Trước tòa anh bình thản nhận bản án một năm tù, không khiếu nại, đơn giản vì "tôi không công nhận cái bản án xử tôi", như anh phát biểu. Hoàng Minh Chính không công nhận bản án là phải. Nó không những vô lý mà còn vô đạo.

Cùng với vụ xử Hoàng Minh Chính bắt đầu một thời kỳ mới, thời kỳ cuộc đổi mới cài số lùi, thời kỳ ông Đỗ Mười hạ lệnh cho các quan tòa xử lấy được, bất chấp đúng sai. Với cách giải thích luật pháp của Đảng không ai có thể biết cái lằn ranh các quyền tự do dân chủ được Đảng đặt ở đâu, cho nên công dân nào đi luạng quạng đều có cơ may bị các cảnh sát viên mác-xít thổi còi tống vào bót. Lê Đức Thọ chết rồi, nhưng hồn ma của Thọ vẫn lởn vởn trên cung đình.

Nhưng khác với thời trấn áp "nhóm chống Đảng", vụ bắt Hoàng Minh Chính lần này dấy lên cả một làn sóng phản đối, âm ỉ ở trong nước, ồn ào trên thế giới. Có cả một ủy ban bảo vệ Hoàng Minh Chính và Đỗ Trung Hiếu được thành lập ở Paris gồm những trí thức đã từng ủng hộ Việt Nam trong thời kỳ chiến tranh chống Mỹ. Một luật sư Pháp gửi đơn xin chiếu khán đi Việt Nam để bảo vệ Hoàng Minh Chính, nhưng đại sứ quán Việt Nam, theo truyền thống ngoại giao lì lợm, không thèm trả lời.

Những người nào cổ không đúng cỡ "lợi dụng các

quyền tự do dân chủ" thì đã có cái tròng khác, đại loại như "chiếm đoạt bí mật nhà nước" như trường hợp xảy ra với Hà Sĩ Phu, Lê Hồng Hà, Nguyễn Kiến Giang... Những người này bị trấn áp, nhưng, vẫn như thường lệ, không được xử đúng cái tội mà chính quyền chuyên chính vô sản muốn trị, mà vì một cớ khác, được bịa ra một cách ngớ ngẩn, như mọi người đều biết. Vở kịch xử án họ do chính Bộ Chính trị Trung ương Đảng đạo diễn không được hưởng dù chỉ vài tiếng vỗ tay lẹt đẹt ngay trong đám khán giả được Đảng cử tới.

Cũng khác với "nhóm xét lại chống Đảng" những người đối lập mới không còn đòi xét lại chủ nghĩa Mác nữa, mà thẳng thắn bác bỏ nó. Nền tảng của cái gọi là nhà nước vô sản chuyên chính bị xói mòn bởi trào lưu dân chủ trên thế giới, bởi nền kinh tế thị trường, cho nên cái cùm của nó cũng rệu rã, lỏng lẻo hơn trước nhiều. Với cuốn sách nổi tiếng Từ Bỏ Ý Thức Hệ, Hà Sĩ Phu kêu gọi sự tống tiễn ôn hòa có tình có nghĩa đối với chủ nghĩa Mác ngoại lai ra khỏi Việt Nam, đặt tên cho chế độ xã hội chủ nghĩa ở nước ta là triều đại phong kiến cuối cùng. Ngang tàng là thế, ngạo ngược là thế mà tác giả chỉ bị có một năm tù.

Một buổi tối năm 1983 Hoàng Đạo đến thăm tôi. Anh vừa biết địa chỉ tôi là tới liền, rủ tôi đi nhậu. Tác giả vụ điệp báo lừng danh một thời già xọm, người như thấp đi, cặp mắt đã mờ, cái nhìn buồn bã. Tôi nhắc chuyện "Jean Valjean gọi bằng cụ". Anh nói suốt từ năm 1946 anh không nghe nói tới Tôn Thất Tần nữa, nhưng "chuyện anh ấy kể là có thật". Tối đó tôi có cái hẹn không thể bỏ, đành hẹn anh bữa khác. Bữa khác ấy rồi không có. Người nói anh đã bỏ đi Đồng Nai, người nói anh ở trong rừng Đồng Tháp. Năm 1995 tôi thấy hình anh trên một tờ báo công an. Người ta kỷ niệm vụ đánh đắm thông báo hạm Amyot d Inville và nhắc đến cái chết của chị Lộc. Trước đây, trong một thời gian dài người ta không nói tới cái chết cảm tử của chị. Có người có chức quyền hắn hoi còn nói chị mang va li thuốc nổ lên chiến hạm để tự sát - chị bị lao nặng đã hết cách chữa. Vì thế mà Trung ương không phong cho chị danh hiệu anh hùng. Cũng có thể ngày ấy người ta còn sợ uy Trường Chinh. Danh hiệu này chỉ được truy tặng cho người nữ anh hùng khi ở Việt Nam bắt đầu có "đổi mới".

Nguyễn Chí Thiện được thả ra năm 1977. Từ ga Trần Quý Cáp anh tới thẳng nhà tôi, ăn với tôi bữa cơm rồi mới về Hải Phòng. Thỉnh thoảng anh lên Hà Nội chơi lại rẽ vào thăm tôi. Vẫn ngơ ngác nhìn đời qua cặp kính trắng, ít nói hơn cả trong khi ở tù, còn ít cười hơn nữa, Nguyễn Chí Thiện hoàn toàn thu mình vào nội tâm. Tôi giao cho anh bột nở về bán cho các hàng cháo quẩy của thành phố cảng. Khi tôi chế bột nở cho cao su, anh cũng bán được một ít cho những người buôn hàng vào Nam. Nhưng anh không có khiếu thương mại. Tôi vào Sài Gòn hẳn từ năm 1983. Năm 1988 tôi ra chơi, Lê Trình báo tin Nguyễn Chí Thiện đã bị bắt lại. Anh chạy vào sứ quán Anh ở Hà Nội, trao cho họ tập thơ anh làm trong tù rồi bước ra để vào Hỏa Lò, ở thêm mấy năm nữa. Trình kêu gọi anh em bạn tù góp tiền cho gia đình Nguyễn Chí Thiện tiếp tế cho anh. Năm 1994 Nguyễn Chí Thiện sang Mỹ, từ đó anh đi khắp thế giới để chửi chính quyền Hà Nội. Tôi đọc báo và buồn lòng thấy anh chống cộng vung vít, chống luôn cả những hành động cứu trợ nhân đạo cho đồng bào, chỉ vì những khoản cứu trợ, theo anh nói, nuôi béo chính quyền cộng sản. Tôi biết có những vụ tham ô hàng và tiền cứu trợ, nhưng không phải tất cả đều thế. Anh còn nói rằng không thể tin được bọn cộng sản ly khai, quên khuấy rằng họ cũng là những người yêu nước không kém gì anh, ít nhất là như thế. Nhưng nghĩ tới những gì Nguyễn Chí Thiện đã trải qua, tôi hiểu nỗi căm giận của anh. Có điều, như các cụ nói, no mất ngon, giận mất khôn, nên anh mới khai trừ thẳng cánh những người trước kia là cộng sản ra khỏi đám con cháu Lạc Hồng, vĩnh viễn tước của họ cái quyền yêu nước.

Sau khi ra khỏi nhà tù, khoảng năm 1977, Kiều Duy Vĩnh và tôi gặp nhau luôn. Anh sảng khoái hơn bao giờ hết vì chuyến viễn du bất đắc dĩ cuối cùng rồi cũng đã kết thúc. Chúng tôi kéo nhau lên Hàng Vải Thâm rủ Lê Trình đi uống cà phê. Đôi khi có cả Văn Thợ Mộc, Phổ Gián Điệp. Vĩnh giàu nhất trong bọn chúng tôi, vì chị Vĩnh có sạp bán trà ở chợ Bắc Qua. Nhưng Trình Hàng Vải, cao niên hơn cả, bao giờ cũng tranh trả tiền. Có thể nói đây là hạt nhân của Hội Cựu Tù Nhân Việt Nam, nếu như một ngày nào đó nó ra đời.

Phổ Gián Điệp được các đồng chí cũ thanh minh, được thả ra, nhưng gia đình đã tan nát, ngôi nhà bị thu vẫn chưa lấy lại được.

Văn Thợ Mộc đã lấy vợ. Cuộc hôn nhân bắt nguồn từ việc ông thợ mộc hiền lành của chúng tôi đi đóng giường thuê cho vợ một liệt sĩ. Chị kể với anh chị ước mong có một ban thờ tử tế để thờ chồng mà mãi chưa thực hiện được. Đúng ngày 27.7 [7] anh xuất hiện ở nhà chị, hì hục đóng cho chị cái ban thờ mà chị muốn có, không lấy tiền. Chị xúc động trước tấm lòng cởi mở của anh. Hai người trở thành bạn. Rồi anh trở thành chồng chị, chăm nom những đứa con của người mà lẽ ra anh phải coi là kẻ thù. Những đứa con của người đã khuất rất yêu quý anh.

"Jean Valjean gọi bằng cụ" cũng đã ra khỏi nhà tù. Như tôi đã kể, thật ra chính quyền cũng không có ý định nâng cao kỷ lục tù cho ông, nhưng vì lúng túng không biết thả ông thế nào, nên đành để ông đó cái đã. Tiễn tôi ra trại, trung úy Bưởi hứa với tôi sẽ giúp đỡ "Jean Valjean gọi bằng cụ". Anh cho tôi biết nếu bây giờ có người nhận, ông sẽ được về ngay. Tôi tới gặp nhà sử học Chiêm Tế, cũng là người trong hoàng tộc, đề nghị anh bảo lãnh cho Tôn Thất Tần thì Chiêm Tế kêu lên: "Anh bị chín năm chưa chán sao mà còn dây vào những chuyện này! Tôi sợ lắm!". Chỉ có Bửu Tiến là hăng hái giúp. Anh vào Nam, tìm được con gái Tôn Thất Tần. Cô làm đơn xin bảo lãnh cho người cha chưa biết mặt. Qua nhà thơ Trần Mạnh Hảo tôi mới gặp lại Tôn Thất Tần. Hóa ra anh là con rể người tù vĩ đại.

Một hôm tôi đang phóng xe máy trên đường Thụy Khê thì bị một công an viên nhảy ra giơ hai tay chặn lại. Thì ra thiếu úy Nguyễn Văn Nhẩm.

- Anh còn nhớ em không?

- Nhớ chứ! - tôi ôm lấy anh - Tôi quên những tên khốn nạn, nhưng nhớ rất lâu những con người tốt bụng.

Nhẩm khoe với tôi anh đã ra khỏi ngành quản lý trại giam, bây giờ làm công an đường phố. Chúng tôi kéo nhau vào một quán bia gần đấy, uống bia Thanh Đảo và ôn lại chuyện những ngày ở Tân Lập. Nhẩm hẹn tôi một bữa ăn trên nhà hàng nổi Hồ Tây.

Tôi hỏi Nhẩm về số phận của gián điệp quốc tế Dịp Pún Mằn. Nhẩm cho biết anh ta đã được tha ra một nông trường gồm những tù nhân không nơi nương tựa ở gần trại. Sau anh ta có về Hải Phòng không thì Nhẩm không biết. Tôi hỏi Nhẩm đã gặp bao nhiêu gián điệp quốc tế kiểu như Diệp Bản Minh thì Nhẩm nói mới gặp có một. Tôi nói thế thì hồng phúc cho nước nhà.

Kể từ khi tôi ra tù, sự kiện ồn ào nhất về vụ "nhóm xét lại chống Đảng" là vụ Nguyễn Trung Thành, nguyên vụ trưởng Vụ Bảo vệ Đảng, cánh tay phải của Lê Đức Thọ trong thời kỳ chúng tôi bị trấn áp, bỗng dưng đùng đùng lên tiếng đòi xét lại vụ án. Ông tuyên bố chúng tôi hoàn toàn vô tội. Ông nói việc tham gia vụ án này làm cho ông bị lương tâm cắn rứt ngày đêm. Đã đến lúc ông không còn có thể im lặng.

Bức thư gửi Ban chấp hành Trung ương Đảng đề ngày

3.2.1995 là một tiếng sét giữa trời quang, làm sửng sốt không phải chỉ các nhà lãnh đạo mà cả chúng tôi. Có ai ngờ một người như ông mà lại đủ can đảm làm một việc tầy trời như thế - trước hết là lòng dũng cảm phủ định chính mình, sau là sự dấn thân vào một việc khó khăn, vô vọng mà hậu quả có thể rất nặng nề.

Nguyên vụ trưởng Vụ tổng hợp Bộ Nội vụ vào thời gian nói trên là ông Lê Hồng Hà, cũng có dính líu với vụ án của chúng tôi, đã nhiệt tình ủng hộ ông Nguyễn Trung Thành trong việc lập lại lẽ công bằng cho những người cộng sản bị đàn áp.

Tổng bí thư Đỗ Mười nổi giận. Ông gặp Nguyễn Trung Thành, trách móc, khuyên can, dọa nạt. Nhưng Nguyễn Trung Thành vẫn trơ trơ.

Lê Hồng Hà còn đi xa hơn. Nhân dịp này ông rà soát lại nhận thức của mình, rồi thẳng thắn vạch ra rằng mọi điều tồi tệ xảy ra là hậu quả sự du nhập chủ nghĩa Mác ngoại lai vào Việt Nam, sự áp dụng những nguyên tắc "dân chủ tập trung " và "chuyên chính vô sản", về thực chất là nền tảng của thói chuyên quyền, độc đoán.

Không làm gì được hai nhân vật phản tỉnh, Đỗ Mười ra lệnh khai trừ họ khỏi Đảng. Chưa đủ. Lê Hồng Hà bị bắt, cùng một lượt với Hà Sĩ Phu, bị tòa xử hai năm tù giam, nhưng không phải vì lập trường chống chủ nghĩa Mác, vì thái độ phản kháng sự bạo hành của chính quyền đối với nhân dân, mà vì... "có hành vi chiếm đoạt bí mật nhà nước". Mà bí mật nhà nước ở đây là cái gì? Là bức thư của đảng viên Võ Văn Kiệt gửi các đồng chí của ông trong Bộ Chính trị, mà đồng bào Việt Nam ở nước ngoài đã được biết từ lâu.

Sau khi biết việc ông Nguyễn Trung Thành gửi thư cho Trung ương Đảng, mẹ tôi đi xích-lô lên tận nhà ông ở Ngọc Hà để nói với ông:

- Trước kia, tôi căm thù anh không kém gì căm thù Lê Đức Thọ. Nhưng nay tôi lại thấy ở anh một đồng chí, hay nếu ta không dùng cái chữ ấy nữa vì nó bị người ta làm cho ô uế rồi thì ta dùng chữ khác vậy, anh là một người tử tế...

- Cảm ơn chị.

- Mà này, tuổi đời cũng như tuổi cách mạng anh đều kém tôi, chi bằng tôi gọi anh bằng chú cho thân mật.

- Thưa chị, - ông Nguyễn Trung Thành nói - chị đã tha tội cho em, lại còn nhận em làm em nữa thì lòng chị thật là rộng rãi, thật là bao dung! Em rất biết ơn chị.

Mẹ tôi cười vui vẻ:

- Đã coi là em rồi thì mọi sự là tình nghĩa chị em, đâu còn chuyện ai rộng rãi với ai, ai bao dung với ai?

- Nhưng nếu em rồi cũng bị bắt, thì chị lại đi tiếp tế cho em nhá?

- Chú yên tâm. Mẹ tôi nói: - Cái việc này chị quen rồi. Thời Pháp chị đã đi tiếp tế, thời Nhật chị đã đi tiếp tế, thời ta lại được đi tiếp tế cả cho chồng lẫn cho con, như thế gọi là có thâm niên đấy. Chị sẽ đi tiếp tế cho chú...

Hà Nội - Sài Gòn - Moskva - Warszawa - Paris 1993 - 1997

1- Khái niệm tư pháp của Việt Nam về chuyện này như sau: người có tiền án là người phạm tội, bị đưa ra tòa xử, có án hình rõ ràng, người có tiền sự là người phạm tội nhưng xét chưa tới mức phải đưa ra xử, chỉ bị đưa đi giáo dục cải tạo, trong lý lịch tư pháp được coi như chưa can án lần nào. Thành thử có thứ tiền án 3 tháng tù treo, có thứ tiền sự thôi mà người được hưởng nó phải ở hàng chục năm (tù) cải tạo.

2- Đã có một cái tỉnh như vậy theo sáng kiến của Lê Duẩn

3- Một băng đểu cáng (tiếng Pháp).

4- Paul Joseph Goebbels (1897-1945), bộ trưởng Bộ Tuyên truyền của nước Đức phát-xít

5-Lò thiêu xác ở Hà Nội

6- Mãi gần đây, cuối năm 1996, Hoàng Minh Chính mới biết lý do thật khiến anh bị vào tù lần chót. Số là vào tháng 5 năm 1995 anh và một số cựu đảng viên Đảng dân chủ Việt Nam, là những đảng viên đầu tiên của đảng này trước khi nó trở thành một đảng bù nhìn, có gặp nhau trong một bữa trà dư tửu hậu tại nhà anh. Trong cuộc gặp gỡ này có người nêu ý kiến nên có một cuộc họp mặt rộng hơn nhân ngày kỷ niệm Đảng dân chủ Việt Nam ra đời, vào giữa tháng 6. Cuộc nói chuyện bị ghi âm trộm. Thế là người ta tá hỏa, nghĩ rằng Hoàng Minh Chính và các cựu đảng viên Đảng dân chủ Việt Nam có ý tái lập đảng, do đó vội vã bắt ngay Hoàng Minh Chính. Lý do thì không có, người ta viện cớ Hoàng Minh Chính dám gửi hộ Đỗ Trung Hiếu những kiến nghị của ông tới địa chỉ các vị lãnh đạo, là hành động tán phát những tài liệu chống nhà nước và chủ nghĩa xã hội, để buộc tội. Thế là ông Đỗ Trung Hiếu trở thành đầu vụ một cách oan uổng.

7-Ngày thương binh liệt sĩ Việt Nam

Vũ Thư Hiên

VŨ TRÀ MY

Tên thật Nguyễn Xuân Hương.
Sinh quán tỉnh An Giang. Quê gốc ở Huế.
Định cư tại Hoa Kỳ từ năm 1990. Hiện ở Fremont, California.
Trước 1975, có viết cho *Tuổi Ngọc*.
Ở hải ngoại, có bài đăng *Hợp Lưu* và cộng tác với nhiều website văn học nghệ thuật trong và ngoài nước.

Ở San jose tháng 11

Người ta lùi đồng hồ lại một tiếng
Bắt đầu chờ đợi mùa đông
Mặt trời đi ngủ sớm và thức trễ tràng
Ngày tháng úa dần tàn phai
Anh thì ở xa
Làm sao nghe được tiếng hát não nề
Ngân nga trong lòng em chật hẹp
Anh thì ở xa
làm sao nghe được nhịp tim em thổn thức
Vỗ theo tiếng tí tách của mưa rơi
Đều đều…buồn bã
Bắt đầu một ngày bằng chút co ro xuýt xoa vào buổi sáng
Nhìn sương muối bám vào đám cỏ trước sân
Long lanh màu ủ dột
Thấy mình cũng buồn theo
Con sóc nhỏ lười lĩnh ngồi thu lu trong hốc cây trước nhà
không buồn chạy nhảy
Nó và em câm nín nhìn nhau thắm thía
Về quãng lặng của thời tiết
Khi trời sắp sang đông
Mưa rét mướt và lòng sầu thêm nữa.

Ảo ảnh

Đâu cũng là ảo ảnh
Đóng gói hành lý
Trong những điều thấy được
Tôi còn thấy thêm nỗi nhớ ngậm ngùi
Và một chút âu lo
Mưa phi trường
trời San Francisco âm u
Lạnh…
gió thổi hắt một điều tủi thân
Ảo ảnh
Khi trôi bồng bềnh trên chiếc thuyền sắt
Người và sự việc như ẩn hiện
thoắt chìm khuất trong mây
qua một đại dương tối ngòm
Tối cũng ngập chìm trong đó
Mối tơ vò ngổn ngang… không lối thoát

Đi từ một nỗi nhớ này
… tìm sang một nỗi nhớ mới
Đi từ sự ray rứt này
Tìm ra điều ân hận mới.

Mới đó mà… 43 năm

Bốn mươi ba năm
chưa hề đi qua đường xưa cũ
Dù Sài Gòn không là nơi lạ mặt
Không dám đi qua… bởi vì khiếp nhược
Sợ nhớ lại một mắt nhìn
Khi tiếng còi hụ giới nghiêm buồn se sắt
Sợ nhớ lần cầm tay quyến luyến dặn dò
"Sẽ gặp lại, mừng sinh nhật cuối tháng này nơi chỗ cũ"
Chuyện cổ tích đứt phim không tưởng
Tháng năm
Ngôi nhà gỗ đã trở thành chỗ công quyền
Người hứa hẹn giờ là dĩ vãng
Lời hứa trôi như mây bay mất dạng
Giờ ai thoát, cứ thoát
Riêng cột đèn đứng lại buồn hiu
Sài Gòn những ngày ấy!
người ta ùn ùn chạy vào kho hàng khuân vác
Quên người lạ, chuyện lạ
Sài Gòn…những ngày ấy
Rặc mùi núi rừng sốt rét… hăng hăng
Rờn rợn những bài hát với ca từ sắt máu
Sài Gòn… những ngày ấy
Bệnh ghẻ lạ… đồng tiền lạ… rồi mùa hạ không dưng mà rét
mướt

Sài Gòn… những ngày ấy
Có bàn tay nắm lấy bàn tay hẹn nhau 10 ngày gặp lại
Lời dặn dò gặp gỡ
Lời hẹn ước 10 ngày
cứ như là gió thoảng mây trôi, không còn thời gian tính
Người thiếu nữ năm xưa giờ đã thành thiếu phụ
ngoái nhìn ngày cũ như một giấc mơ
Dù nỗi khiếp nhược vẫn hằn trong ám ảnh
Bàn tay vẫy ngày xưa giờ đã chìm trong ký ức
Chông chênh đau buồn…
43 năm… cứ như là hôm qua
trong sách ước Trang Tử, một đời lẫn lộn.

VŨ UYÊN GIANG

Tên thật là Nguyễn Quang Vinh, cựu ký giả nhật báo miền Nam và Hòa Bình ở Sài Gòn (1966-1968). Sĩ Quan Trừ Bị QLVNCH phục vụ trong ngành Quân Báo (1968-1973).

Sau khi giải ngũ Tháng 1/1973, là nhân viên Tòa Đại sứ Hoa Kỳ tại Sài Gòn (1973-1975).

Tù nhân trong các trại biến hình cải tạo của Cộng sản (1975-1981).

Vượt ngục và vượt biển tìm tự do đến Thái Lan 1981.

Nhân viên Tòa Đại sứ Hoa Kỳ tại Bangkok, Thailand (1981-1983).

Sinh viên Trường Đại Học Cộng Đồng Wilbur Wright College tại Chicago, Illinois (1983-1986).

Chủ bút Chicago Việt Báo (1986-1987).

Chủ nhiệm/ chủ bút Nguyệt san *Thời Việt* tại Chicago (1987-1992).

Chủ nhiệm/ chủ bút Tạp chí *Đất Sống* tại Charlotte, North Carolina (1999-2002).

Chủ nhân cơ sở thương mại tại Charlotte, North Carolina và San Leandro, CA (1993-2007).

Chủ trương nhà xuất bản *Đất Sống*, 2006.

Về hưu kể từ tháng 6/2007 và hiện cư ngụ tại thành phố Bonaire, Georgia.

Tác phẩm đã xuất bản:
- *Đi Trên Đỉnh Buồn* (Biên Hòa, 1970)
- *Tuổi Hoa Niên* (truyện dài thiếu nhi đăng nhật báo *Hòa Bình*)
- *100 Khuôn Mặt Văn Nghệ Sĩ* (Đất Sống, 2006).
- *Trên Đường Biên Giới* (tập truyện; Văn Tuyển, 1999; Đất Sống tái bản, 2007)
- *Chiến Trường Xưa* (Đất Sống, 2008).
- *Nét Hoa Tường Cũ* (viết chung với hiền thê Minh Tú Ái Giang; Đất Sống, 2014).

Kỷ niệm trong tù
với nhà văn Dương Hùng Cường

(Để nhớ đến bạn tôi nhà văn quân đội Dương Hùng Cường đã bị Cộng sản bức hại trong lao tù)

1.

Vũ đi dọc con suối nhỏ chạy giữa khu rừng tre già ở Vùng Kinh Tế Mới Cẩm Đường (Long Giao, Long Khánh) mong tìm kiếm được ít rau tàu bay, cải trời để làm món ăn độn cho cả bọn, vì hôm nay tới phiên anh "đi chợ"… (1) Kinh nghiệm tù đày trong "vòng tay nhân ái" của Đảng Cộng sản đã cho bọn anh những bài học quý giá; nếu không muốn bị chết vì đói khát dưới sự lao động khổ sai và sự quản lý hà khắc của cai ngục thì phải biết đoàn kết, phải biết kết hợp thành từng nhóm nhỏ từ 2, 3 người để giúp đỡ lẫn nhau trong lao động cũng như sinh hoạt và ngay cả trong công việc tìm kiếm những cọng rau lang, rau muống, củ sắn, củ khoai… làm đầy cái bao tử vốn thường xuyên lép kẹp. Rừng tre già với những thân tre cao vút, oằn xuống. Tàn tre đan kín không gian, che khuất ánh sáng mặt trời chói chang bên trên, khiến khu rừng trở nên âm u, hoang vắng lạ lùng. Tiếng gà rừng xao xác, xen lẫn với tiếng kẽo kẹt của thân tre cọ vào nhau sau mỗi cơn gió thoảng. Tiếng chặt tre chan chát xen lẫn với tiếng reo hò của đám cải tạo mỗi khi chặt được một cây tre tạo thành những thanh âm hỗn độn, ồn ào, vang động cả một góc rừng. Vũ men theo triền suối, nước trong vắt chảy lững lờ. Một vài con cá lòng tong bơi tung tăng ngược dòng nước tạo thành những vệt sóng nhỏ lăn tăn. Vũ nghĩ, nếu giờ này mà có một cái vợt, anh sẽ vớt được những chú cá lòng tong bé tí kia, và đến chiều, cả bọn anh sẽ có một nồi canh rau với chút mùi tanh tanh của cá. Nghĩ đến đó tự dưng anh nuốt nước miếng… Anh chợt cười vu vơ, xua đuổi ý nghĩ vừa thoáng hiện trong đầu. Đời sống khổ ải trong lao tù khiến con người trở nên ti tiểu; suốt ngày chỉ nghĩ kế làm sao đánh lừa được cái bao tử bằng những cọng rau, những mẩu khoai, mẩu sắn nhặt nhạnh được trong khi lao động.

Vũ dừng lại lắng tai nghe ngóng. Dường như có tiếng nói cười lao xao vọng lại từ bên kia bờ suối. Anh thận trọng nghe ngóng, dò xét để đi đến quyết định có nên sang bên đó không? Đây là một chọn lựa khôn khéo mà bắt buộc bất cứ người nào được cử "đi chợ" cũng phải đắn đo, thận trọng vì có thể đó là tiếng nói cười của bọn vệ binh canh tù. Lớ ngớ để chúng tóm được thì ốm đòn; có khi dám xơi cả băng AKAMICINE (2) vào người không chừng; nhưng cũng có thể đó là tiếng nói cười của đám tù nhân trại khác cùng lao động ở khu vực này... Nhưng béo bở nhất là gặp được những người dân đi làm rừng, làm rẫy; đúng là trúng số, vì sẽ có cơ hội mua được tí đường, tí đậu, tí thuốc lào... Đôi khi có anh còn mua được cả lít "máu nhân dân" (3) hoặc ký thịt, ký cá v.v... về để dành ăn cả tháng. Anh còn đang phân vân không biết có nên băng qua con suối sang bên kia không, thì loáng thoáng nghe trong gió thoảng tiếng nói vọng đến: "Tụi mày biết không? Lúc tao ở Không Quân..." Giọng nói quen thuộc lắm anh nhớ là đã nghe tiếng người này nói ở đâu đó một đôi lần thì phải nên chắc là quen với anh. Vũ mỉm cười quyết định bước sang bên kia bờ suối.

2.

Người đàn ông gầy guộc, làn da sạm đen, hai má hóp lại và khi cười để lộ hàm răng có những chiếc răng cửa bị gãy Anh ta nằm ngửa dưới tàn một cây "cám" lớn. Chung quanh anh, lố nhố những người tù quần áo vá chằng, vá đụp đang kẻ đứng, người ngồi nghe anh nói chuyện. Chiếc điếu cày lỏng chỏng trên nền đất. Trong trại tù thì chiếc điếu cầy là hình ảnh quen thuộc lúc nào cũng đi sát với cải tạo như vũ khí bên mình, chẳng thế mà có nhiều anh ví von là đeo Bazôka đó sao? Tiếng nói của người đàn ông sang sảng, ánh mắt sáng và khuôn mặt cương nghị khiến Vũ nhớ đến một người bạn thân của một thời xa xưa: Dương Hùng Cường, tức Dê Húc Càn, nhà văn Quân Đội ở binh chủng Không Quân QLVNCH, tác giả của *Buồn Vui Phi Trường, Vĩnh Biệt Phượng...* Vũ mạnh dạn bước về phía những người cải tạo đang quây quần nói chuyện. Người đàn ông ngồi bật dậy như giây lò xo, gọi:

- Vũ! Mày phải không? Lại đây

- Sao "ông" thay đổi nhiều quá vậy? Ở Trại nào?

Vừa hỏi, Vũ vừa đưa mắt ngầm chào những người bạn chung quanh Cường. Từ lâu, mặc dù chơi với anh, nhưng Vũ vẫn có thói quen gọi anh bằng "ông", vì Cường lớn hơn Vũ khoảng 5, 6 tuổi gì đó; nhưng vì cùng là đồng nghiệp trong giới viết lách, văn nghệ văn gừng, báo chí; hơn nữa hai người lại chơi thân với nhau; nên trong đối xử Cường vẫn coi Vũ như một người bạn cùng trang lứa; ngược lại Vũ vẫn coi Cường như một người anh. Cường có thói quen gọi bất cứ người bạn thân nào cũng bằng mày, tao; nên Vũ cũng không ra khỏi cái thói quen thân tình đó.

- Mẹ kiếp! Mày thì có hơn gì tao? Cũng thay đổi như bất cứ thằng tù nào. Vào đây mà mày không thay đổi, cứ phây phây mập mạp là làm hỏng kế hoạch của đảng và nhà nước mất. Tao ở T.11, L.2. Còn mày? Cường hỏi Anh vẫn giữ lối nói ồn ào, dí dỏm ấy.

- T.5, L.1.

- Mày có gặp thằng nào "phe ta" không? Tao chẳng gặp thằng nào cả.

Vũ đáp:

- Có Trần Ngọc Tự (4), Nguyễn Đăng Thạch (5), Nguyễn Thanh Trang (6) ở T.5 chung với tôi. Nguyễn

Nguyên Phương (7), Phí Ích Bành (8), Nguyễn Đức Quang (9), Dương Kiền (10), Dương Cự (11) ở T.1; Đỗ Kim Bảng (12), Đào Văn Khánh (13) ở T.3, Khả Năng (14) ở T.2 và khi ở Phú Quốc gặp Nghiêm Phú Phát (15) và Võ Thế Hào (16)…

Nói xong Vũ cầm chiếc điếu cày rít một hơi. Những sợi thuốc lào Lạng Sơn chính hiệu, vàng óng, được cắt thật nhuyễn đưa anh vào cơn say ngầy ngật, tê dại.

Dương Hùng Cường quay sang giới thiệu Vũ với đám bạn bè anh đang bu chung quanh:

- Đây là thằng Vũ, đồng nghiệp làm báo của tao. Thằng này nhiều tài vặt lắm viết văn cũng được, làm thơ nghe cũng khá, đặc biệt nó chẳng học trường vẽ mà vẽ cũng có nét lắm… Trong đám viết lách tao chịu thằng này nhất vì nó thẳng thắn, không lươn lẹo, quanh co. Nhiều lúc nó "phang" những búa mà cả tuần sau thằng bị phang mới biết, mới hiểu. Đau không chịu được… Như hôm Tết Mậu Thân, nó phang thằng Cả Quỷnh, Giám Đốc Trị sự của tờ báo nó đang làm ngay trên tờ báo Xuân; vậy mà mãi sau Tết con nhà Cả Quỷnh mới biết. Đau không để đâu cho hết đau. Bọn làm báo tụi tao thằng nào cũng căm mấy ông chủ báo keo kiệt, hà tiện mà chẳng làm được gì, chẳng dám lên tiếng; chỉ có thằng này hiên ngang phang cả nhà thằng Quản Đốc tờ báo mình đang làm trên báo nhà; mà lại là báo Xuân nữa mới đau điếng. Dường như lúc đó mày làm chung với thằng Viên Linh (17) phải không?

- Ừ! Nhưng Viên Linh đã rời tòa soạn vì xích mích với Cả Quỷnh. Bấy giờ chỉ còn Anh Hoàng Sơn và Đạm Phong…

- Mày có nghe tin tức gì của thằng Nguyên Vũ và Du Tử Lê không?

- Không!

- Tao nghe mấy thằng nó nói, chính mắt bọn nó trông

thấy thằng Du Tử Lê bị chết ở chân cầu Thị Nghè. Có thằng còn quả quyết nhìn thấy chiếc xe Vespa của nó nằm lật gọng ở lề đường. Còn thằng Nguyên Vũ thì có đứa nói với tao là đến chiều ngày 30-4-75 còn gặp nó ở Sài Gòn; mãi ngày 2-5-75 nó mới lần mò ra Vũng Tàu và "tếch" ở đó. Tao thích tính thằng Nguyên Vũ, nó chơi chí tình với bạn bè, hơi màu mè một chút nhưng không thủ. Có tiền là xả láng… Mày nhớ bữa tiệc lột lon ở Trung Thành Quán ngày nó giải ngũ không? Vui quá hả mày?

- Ông nghe những tin đồn về Phách và Chiêu (18) ở đâu vậy? Nhiều khi chỉ là những tin đồn nhảm thôi. Sau ngày đứt phim, thiếu gì những huyền thoại! Vũ đáp.

- Ừ, tao cũng nghĩ thế.

Nỗi mừng vui xôn xao trong lòng; Vũ không thể nào ngờ gặp lại Dương Hùng Cường trong hoàn cảnh tù đày này. Hai thằng ngồi nhắc nhở nhau về những kỷ niệm của thời làm báo; nhắc đến bạn bè, đứa ở, đứa đi mà ngậm ngùi. Cường thở dài:

- Chắc chẳng có dịp gặp lại bọn nó quá! Mày có tính gì không?

- Tính toán gì được ông? Bây giờ còn chưa biết sống chết ra sao; cứ được ngày nào hay ngày đó đã.

- Ừ! Đành vậy. Mày còn trẻ. Rán sống mà về. Còn tao bệnh hoạn hoài. Không biết có ra được không?

- Hai Trại ở xa nhau quá; chứ nếu không tôi tìm cách gửi cho ông ít thuốc tây. Vũ nói.

- Mẹ kiếp! Làm sao mà gặp được? Hôm nay đúng là may mắn, tao không ngờ gặp lại được mày. Tao mừng lắm. Nhất là biết tin tức của một số bạn bè… Để tao gói cho mày ít thuốc lào và ít đường thẻ tao vừa mua được của người làm rẫy.

3.

Sau lần gặp gỡ tình cờ ở khu rừng tre Cẩm Đường, Vũ không gặp lại Dương Hùng Cường nữa; dù anh cố tình dò hỏi các anh em bên trại T.1 và T.3 là hai trại kế cận với T.5 của Vũ; nhưng không có kết quả gì. Vì dù ở trong cùng một Liên Trại (19) gặp được nhau đã là khó, huống gì Cường ở Liên Trại L.3, còn Vũ ở Liên trại L.1… Khi về đến Trại, Vũ mang niềm vui bâng khuâng vì gặp được bạn cố tri trong hoàn cảnh khốn cùng nhất. Vũ kể chuyện gặp gỡ Cường cho Trần Ngọc Tự nghe khiến Tự cứ tiếc hùi hụi là đã né không đi rừng hôm đó nên không được gặp Cường, vì Tự và Cường cùng phục vụ trong tờ báo *Lý Tưởng* của Binh chủng Không Quân. Bẵng đi cả năm sau, Vũ chẳng có cơ hội nào gặp lại Cường và cũng không nghe bất cứ tin tức gì về Cường nên không biết anh còn bị giam ở T.11 hay không? Trần Ngọc Tự thì đã bị chuyển ra ngoài Bắc trong đợt chuyển một số lớn anh em cải tạo thuộc thành phần "ác ôn, có nhiều nợ máu với nhân dân" như An Ninh, Tình Báo, Chiến Tranh Chính Trị… bị cho là nguy hiểm nên phải đày ra núi rừng Việt Bắc vào đầu năm 1977. Cái lý do Tự bị đưa đi Bắc chỉ vì anh đã khai cấp bậc và chức vụ là: Trung úy Chiến Tranh Chính Trị, Thư ký Tòa soạn Tập san Lý Tưởng Không Quân. Bọn Việt cộng vốn ghét An Ninh, Tình Báo và Chiến Tranh Chính Trị, mà Tự lại khai là Thư ký Tòa soạn Tập san Lý Tưởng Không Quân; bọn Việt cộng ngu dốt cho là anh có nhiệm vụ soạn tài liệu về lý tưởng cho Không quân chống cộng. Hơn nữa trong một lần học tập chính trị, Tự đã phát biểu một cách văn hoa là: "Thưa các bạn, xuyên qua quá trình lịch sử Việt Nam cận đại, Đảng Cộng sản Việt Nam xuyên suốt sợi chỉ hồng…" Tên quản giáo Việt cộng ngồi theo dõi buổi học tập đã chặn anh lại và "giáo dục những kẻ lầm đường lạc lối" (20) như sau:

- Anh Tự. Anh là một người cực kỳ phản động, vào đến đây rồi mà anh vẫn còn tiếp tục chống phá cách mạng bằng cách dùng thủ đoạn chiến tranh tâm lý để tuyên truyền xuyên tạc đường lối của đảng và nhà nước ta; đổi trắng thay đen làm suy yếu đi cái tính chất vĩ đại thần thánh của Đảng Cộng sản ta. Đảng Cộng sản Việt Nam là một đảng vĩ đại với sự lãnh đạo tài tình, sáng suốt và vĩ đại của Bác, nên đã chiến thắng được 3 tên đế quốc sừng sỏ đó là Thực dân Pháp, Phát xít Nhật và Đế quốc Mỹ; đã dẫn dắt đến chiến thắng ngày nay, giành được tự do, độc lập. Đánh bại Đế quốc Mỹ và phá tan bộ máy chiến tranh khổng lồ của Ngụy quân, Ngụy quyền Sài Gòn. Vậy mà anh dám xuyên tạc lịch sử Việt Nam là cận đại Lịch sử Việt Nam chỉ có vĩ đại chứ làm gì có cận đại? Đảng Cộng sản Việt Nam với biểu tượng là lá cờ đỏ rực rỡ thì anh xuyên tạc ra là sợi chỉ hồng là thế nào?Cả Tổ đã không nhịn được cười trước sự lý luận ngu dốt và sự hiểu biết nông cạn của tên cán bộ Việt cộng. Chính vì vậy mà y đã ghim Tự vào trong hồ sơ đen của những người ngoan cố chống đối; và hậu quả là trong đợt chuyển trại lần này nhằm đem những tên nguy hiểm ra miền Bắc, nơi có điều kiện giam giữ khắc nghiệt hơn.

Hôm Tự đi, Vũ đưa tiễn ra tận cổng trại, một đoàn người tiễn đưa bịn rịn. Tự cười toe toét, đưa tay sửa lại gọng kiếng cận thị nói:

- Kỳ này tớ lại có dịp thăm lại Ninh Bình quê tớ rồi.

Vũ nhét vào tay Tự mấy vần thơ anh viết tặng Tự và dặn "… Đọc xong thì đốt đi!"

4.

Đến cuối năm 1977, khi mặt trận vùng biên giới Việt-Miên trở nên sôi động, tình hình chiến sự không còn ở mức va chạm nho nhỏ vì hiểu lầm nhau nữa mà chuyển sang mức độ giao tranh lớn. Khi ấy tình nghĩa của hai nước "cộng sản xã hội chủ nghĩa anh em đời đời bền vững" Việt-Miên đã tan vỡ sau khi tình hữu nghị Việt-Hoa đã biến thành thù hận. Mặt trận ở biên giới phía Bắc đã khiến cho "tên đàn em phản trắc Bắc Việt" phải nghĩ đến chuyện thanh toán "tên đàn em phản trắc" Khmer. Khu vực Liên Trại L.1/ Trại giam Long Giao được lệnh giải tán, dồn tù cải tạo sang Liên Trại L.3 để lấy khu L.1 trống làm chỗ huấn luyện tân binh cho lực lượng SPK. Lực lượng Cách Mạng Giải Phóng Kampuchia là con đẻ của Cộng sản Việt Nam. Chúng lập ra lực lượng này gồm một số lớn là đồng bào Việt gốc Miên ở vùng biên giới Gò Dầu Hạ, Vĩnh Bình, Bạc Liêu, Sóc Trăng, Châu Đốc… bị Việt cộng lùa bắt dồn về L.1. Chúng bắt đủ mọi thành phần dân chúng, người già, trẻ em, đàn bà… không từ một ai; tất cả những người sống ở những vùng giáp ranh với Miên đều chúng bắt lùa vào các trại thuộc Liên Trại L.1, mà chúng đã dụ dỗ họ là chở đi tị nạn, tránh sự tấn công sát hại của người Miên. Ngay khi vào Trại, chúng liền lập thành đội ngũ, phát quân phục bộ đội và cho tập tành thao diễn cơ bản. Xen lẫn vào đám dân lành này là những cán binh Việt cộng được cài vào để nằm chung trong đội ngũ Lực lượng SPK, chuẩn bị cho kế hoạch xâm lược Kampuchia. Bọn tù cải tạo như Vũ nhìn thấy cảnh những người dân lành bị lùa vào trại tập trung như một bầy gia súc mà thương hại cho họ vô cùng; có những em bé mũi dãi còn chảy lòng thòng đói ăn mặt mũi vêu vao; có những bà mẹ trẻ, bồng con còn đỏ hỏn trên tay; có những cụ già móm mém tóc bạc da mồi… họ chẳng biết gì về chiến lược lớn của đảng nên khóc lóc, kể lể, phản đối đòi về quê hương xứ sở thì bị bọn cán bộ canh gác đánh đập tàn nhẫn… Bọn Vũ thấy vậy thương hại thường nhín phần ăn thiếu thốn của mình ném sang cho họ. Nhất là lúc này đang là mùa thu hoạch lúa, ngô, khoai, sắn, nên bọn Vũ có "chôm" (21) được nhiều lương thực cất giấu dự trữ phòng khi đói. Bây giờ được dịp cứu đói mấy người dân lành bị Việt cộng bắt ở vùng giao tranh với Miên lùa về đây…

Các tù nhân cựu quân nhân VNCH thuộc Liên trại L.1 bị lùa sang Liên Trại 3, họ dồn các trại lại với nhau: Hai trại T.2 và T.5 dồn chung vào trại T.13 ở sát hàng rào trại T.11; hai trại T.3 và T.1 dồn vào trại T.12. Ngay buổi chiều hôm ấy, bên hàng rào trại T.11 và T.13 đã trở thành cái chợ trời ồn ào. Tù nhân hai trại túa ra hàng rào tìm bạn bè, thân thuộc. Tiếng kêu réo nhau vang động cả một khu vực. Dịp này Vũ cũng gặp lại một số bạn bè cũ như Dương Hùng Cường, Trần Quan Điêu (22), Đoàn Đức Thuận (23), Trần Văn Quốc (24)…

Vũ và Cường đứng bên hàng rào vừa trò chuyện, vừa thông báo cho nhau tất cả những diễn biến sau hơn một năm đứt liên lạc. Thôi thì đủ thứ chuyện… từ chuyện tiễn Trần Ngọc Tự đi Bắc, đến chuyện Thanh Trang, Nguyễn Đăng Thạch được thả về… miên man mãi đến tối mịt.

Vũ ném sang cho Cường mấy cuốn truyện mà anh giấu được trong trại. Suốt thời gian này, Vũ được anh em đồng tù gọi đùa là "Thư Viện Quốc Gia" vì cất giấu nhiều sách chống cộng được xuất bản từ trước năm 1975, và bí mật chuyền tay cho anh em trong trại đọc; dĩ nhiên chỉ chuyền trong số những người thật thân thiết và tin cậy được. Trong số này có các quyển của Djilas (25), Georghiu, Nguyễn Mạnh Côn, Vũ Khắc Khoan v.v… anh đã chuyền sang cho Cường đọc. Một hôm gặp nhau ở hàng rào, khi trả lại cho Vũ quyển *Giờ Thứ 25* (La Vingt-Cinquième Heure) của Georghiu, Cường nói:

- Mẹ kiếp! Bây giờ đọc lại mấy quyển sách này mới thấm thía cái cảnh tù đày triền miên, đi hết trại tù này sang trại tù khác của anh chàng Moritz. Mình thì cũng vậy. Có khác gì đâu? Cũng chuyển hết trại này sang trại khác, cũng khổ như chó…

- Ông có xem cuốn phim đó chưa? Thằng Anthony Quinn đóng vai Moritz sao mà hay thế. Vũ nói:

- Có. Tao chịu nhất cái scène nó phải diễn xuất nửa

cười nửa mếu của anh chàng Moritz khi hai thằng phóng viên phỏng vấn, chụp hình…

Ngày và tháng cứ trôi đi hờ hững, những người tù sống chen chúc trong các trại T.11 và T.13 Long Giao, hằng ngày vẫn bị đày ải trong các công tác lao động khổ sai. Trại L.1 cũ nơi Vũ bị giam sau một thời gian giam giữ những người Khmer Krôm (người Việt gốc Miên), bây giờ lại nhốt thêm những người Khmer chính gốc bị bắt ở những làng giáp ranh biên giới đem về và họ cũng được cấp phát quân phục bộ đội, hằng ngày cũng ra sân tập diễn hành và cơ bản thao diễn (Việt cộng sau này sử dụng họ núp dưới chiêu bài là Lực Lượng SPK để tràn sang Kampuchia cướp chính quyền của bọn Pon Pot và Ieng Sari). Số tù Miên mỗi ngày một đông ở xen lẫn với đám bộ đội Việt cộng hằng ngày cứ đứng dọc hàng rào chờ nhóm tù cải tạo đi lao động về để ngửa tay xin củ sắn, củ khoai đám tù mót được ngoài ruộng, ngoài rẫy.

Lại sắp đón một cái Tết nữa trong tù, Tết Mậu Ngọ… và cũng là thời điểm sắp đến hạn 3 năm tù mà trước đây Việt cộng thường cho tù nhân học tập về cái mốc để học tập cải tạo tiến bộ. Nhân dịp này trại tổ chức một đợt học tập nhằm trấn an sự nôn nóng của một số tù nhân nhẹ dạ ngây thơ tin vào những hứa hẹn của Việt cộng. Đa số tù cải tạo đã quá ê chề với những lời nói của Việt cộng nên trong trại họ thường nhắc nhở nhau câu nói của Ông Nguyễn Văn Thiệu, cựu Tổng Thống VNCH: "Đừng nghe những gì Cộng sản nói mà hãy nhìn kỹ những gì Cộng sản làm" nên anh em thường bỏ ngoài tai những tuyên truyền láo toét của cán bộ cai tù. Vì vậy khi Cộng sản đưa ra chiêu bài cái mốc học tập cải tạo 3 năm, anh em chỉ cười và an tâm với cái mốc ở tù "mút mùa lệ thủy" cho nó chắc. Tiêu đề của đợt học tập kỳ này là: "Củng cố niềm tin vào Đảng Cộng sản và hạ quyết tâm học tập cải tạo cho đến khi nào tiến bộ thì về". Cái tiêu chuẩn mơ hồ "đến khi nào tiến bộ thì về" là một cái bánh vẽ nhằm trấn an, lừa mị những người ngây thơ, ngu dốt chứ chẳng gạt được ai. Nhiều người khi trước vì quá tin vào lời hứa hẹn học tập 3 năm nên đã tích cực lao động hùng hục, đoạt nhiều thành tích xuất sắc, được biểu dương trước Đội, trước Trại và trước Liên Trại…; trong sinh hoạt hằng ngày thì tích cực đấu tranh phê bình bới móc người khác. Họ nghĩ rằng như thế là học tập – thật là tội nghiệp cho hai chữ học tập vô cùng – nghĩ rằng như thế thì sẽ chóng được thả về… Nhưng nay được học về "Củng cố tư tưởng" họ sinh ra bất mãn, căm phẫn; vì thế để cho số này bớt uất ức, trong một buổi lên lớp ở Trại T.11, Cường đã đứng giữa hội trường lớn tiếng chất vấn giảng viên về sự thiếu thành thật của bài học về cái mốc cải tạo 3 năm và bài học mới về củng cố tư tưởng quyết tâm học tập lâu dài này mà anh kết án là sai chính sách, lừa mị và gian dối… Tên giảng viên cứng họng trước lý lẽ sắc bén của Cường. Anh em sửng sốt trước lời phát biểu cứng rắn, mạnh mẽ của Cường. Ai cũng nghĩ rằng thế nào anh cũng sẽ bị nhốt vào nhà kỷ luật; nhưng anh chỉ bị gọi lên làm bản tự kiểm điểm rồi được cho vào trại.

Sau khi các Cải tạo viên làm xong Bản Thu Hoạch và hạ quyết tâm tin tưởng vào đường lối chính sách nhất quán của Đảng Cộng sản Việt Nam là giam giữ lâu dài bọn Ngụy quân, Ngụy quyền phản động; để an tâm ngồi tù. Toàn thể 3 trại T.11, T.12 và T.13 đều bị giải tán để biên chế sang hai trại T.14 và T.15 ở gần sát hàng rào tiếp giáp với Quốc lộ. Trại 11 và một nửa trại 13 được đưa vào T.14; còn T.12 và một nửa còn lại của T.13 chuyển vào Trại T.15. Cường về T.15, còn Vũ sang T.14. Khi vào Trại, Vũ gặp Dương Cự, Dương Kiền, Châu Kim Thi (26), Khả Năng (14)… cùng ở chung một trại với anh. Về trại mới, Khả Năng được giao làm trưởng bếp lo nấu nướng cho anh em toàn trại.

Đêm thứ hai, ngay sau khi chuyển sang Trại T.14, Vũ lợi dụng đêm tối đã leo rào chui sang T.15 tìm Dương Hùng

Cường. Phải mất khá nhiều thì giờ anh mới tìm thấy dãy nhà Cường ở, sau khi dò hỏi nhiều người. Dãy nhà giam Cường nằm gần khu nhà bếp. Đây là những barracks bằng ván thông do Quân đội Mỹ cất lên làm doanh trại đồn trú của Sư đoàn Không Kỵ số 1 từ trước năm 1972. Cũng như tất cả các trại giam khác, tù nhân nằm xếp lớp như cá mòi hai bên, mỗi người chỉ có một chiều ngang vừa đủ thân mình. Sở dĩ Vũ liều lĩnh leo rào sang thăm Dương Hùng Cường là vì buổi chiều, trong khi lao động ngoài rẫy anh được Đoàn Đức Thuận báo cho biết Cường đang bị đau nặng, có lẽ do chuyển trại phải khuân vác mệt quá sức anh chăng? Vì vậy Vũ quyết định vượt rào sang thăm bạn và mang cho Cường một ít thuốc tây.

Cường đang nằm dài trên nền đất, dưới ánh sáng vàng vọt, èo uột của ngọn đèn chai. Trông anh có vẻ mệt mỏi nhiều. Cường mừng rỡ ngồi nhỏm dậy khi nhìn thấy Vũ.

- Làm sao mày sang đây được?

- Nghe nói ông bị bệnh, tôi vượt rào sang xem ông thế nào, nhân tiện mang cho ông ít thuốc tây.

- Tao cảm thấy mệt nhiều. Mấy năm nay cái phổi hành tao muốn chết luôn. Không biết có qua khỏi không?

- Sao ông bi quan quá vậy? Rán uống thuốc và giữ gìn sức khỏe. Mình phải sống để viết chứ. Phải nói cho hậu thế biết cái thảm trạng của đất nước ngày nay do ai gây ra chứ!

- Ừ! Tao cũng nghĩ như vậy nên cố rán sống cho qua ngày. Mày cũng biết đấy. Nhà tao chẳng dư giả gì, nên thỉnh thoảng bà ấy mới có điều kiện thăm nom tao. Mấy năm nay tao đâu dám cho bà ấy biết tình trạng sức khỏe suy yếu của tao…

- Thôi! Ông đừng nghĩ ngợi vớ vẩn. Tôi sẽ đi kiếm thêm cho ông một số thuốc nữa. Đừng lo lắng làm gì cho hại sức khỏe. Tôi tin rằng với sự giao thiệp rộng của tôi, bằng hữu sẽ sẵn sàng giúp lại khi cần.

Cường miên man nhắc nhở những kỷ niệm trong đời sống quân ngũ của anh; những kỷ niệm của đời viết văn, viết báo. Cường cũng thổ lộ cho Vũ biết anh có một người bà con rất gần là cán bộ khá lớn ở miền Bắc, họ đã bảo lãnh cho anh. Mới đây, anh được tên Chính trị viên trại cho biết anh có thể sẽ được về phép vài ngày do sự can thiệp của người bà con là cán bộ Cộng sản nói trên. Có lẽ chính vì thế mà dù hôm học tập về an tâm cải tạo lâu dài anh nổi máu Dê Húc Càn đứng giữa hội trường bắt bẻ tên giảng viên mà chỉ bị làm bản tự kiểm mà thôi.

Ngồi nói chuyện với Dương Hùng Cường cho đến khuya, Vũ chia tay leo rào trở về Trại. Ngày hôm sau Vũ tìm cách gói một gói thuốc tây đủ loại, quyên góp được của bạn bè, ném sang bên kia rào cho Cường.

Một hôm, khi đi lao động về, Vũ được Khả Năng cho biết tin Dương Hùng Cường vừa được đi phép 15 ngày về Sài Gòn. Khi đi ngang rào T.14, Cường có nhờ Khả Năng nhắn lại cho Vũ biết…

5.

Ngày tháng trôi qua như chiếc bóng; quay qua quay lại đã đến Tết Nguyên Đán nên toàn thể trại được nghỉ lao động 3 ngày để vui xuân. Việt cộng cũng phát cho tù vài điếu thuốc lá Hoa Mai khét lẹt và một ít thuốc lào. Khẩu phần ăn cũng được thêm tí thịt, tí mỡ to bằng đầu ngón tay cái… Trưa mùng một Tết, Vũ đang ngồi bên hông nhà tán dóc với bạn bè thì Dương Hùng Cường leo rào sang thăm. Hai thằng ngồi trò chuyện bên hiên nhà nơi Vũ quây tấm poncho làm chỗ ngồi ăn cơm cho cả bạn. Vì là ngày Xuân, nên anh cũng vẽ một cành mai trên vách và chưng mấy nhánh hoa vạn thọ. Vũ đã viết hai chữ nho: "Sinh Sinh" trên vách với hàm ý mọi người đều được sinh tồn. Cường cho Vũ biết anh mới trở lại trại chiều hôm 29 Tết sau khi đã nghỉ 15 ngày phép ở Sài Gòn.

Vũ hỏi:

- Sao ông không lặn luôn mà còn trở vào làm gì?

- Lúc đầu tao cũng nghĩ như vậy, nhưng khi về nhà thấy hoàn cảnh gia đình, tao sợ liên lụy đến mọi người nên thôi. Hơn nữa tao cũng gặp người bà con cán bộ Việt cộng, họ nói kỳ này tao trở lên trại là về.

- Vậy 15 ngày nghỉ ở Sài Gòn ông làm được những gì? Tình hình chung ra sao?

- Mày thấy đó. Nó cho tao 15 ngày phép về Sài Gòn để xin một Giấy Chứng Nhận của bất cứ cơ sở nào xác nhận là sẽ thâu nhận tao vào làm, cầm nộp cho trại thì nó sẽ thả. Vì vậy suốt mười mấy ngày tao chỉ lo chạy đôn chạy đáo gõ hết mọi cửa, đến mọi cơ quan, xí nghiệp của nhà nước xin một chân lao công, tùy phái ngõ hầu được trả tự do. Tao nhớ đến thằng Ngô Công Đức đang có trong tay tờ *Tin Sáng*, nên mò đến nó. Tao đâu có mơ ước cầm bút viết lách trở lại; mà viết cái chó gì ở cái xã hội này khi người cầm bút chỉ là một thứ mõ làng, một thứ máy móc viết theo toa đặt hàng của nhà nước, nói theo lời nói của đảng, nghĩ theo suy nghĩ của đảng. Tao chỉ cần nhận vào làm thợ sắp chữ, lao công lau chùi, quét dọn v.v… để được thả về. Mẹ kiếp! Thằng này dã man không chịu được. Tao đợi nó suốt 3 ngày, ngày nào cũng từ sáng đến chiều. Nó cứ cho thư ký ra nói bận, không tiếp. Đến ngày thứ tư, nó để tao chờ suốt buổi sáng mới cho vào gặp. Gặp tao nó cũng giả vờ mừng rỡ, tay bắt mặt mừng, hỏi han đủ thứ chuyện. Rõ kịch! Khi tao cho nó biết tình trạng của tao. Tao không cần phải có công ăn việc làm thật, mà chỉ cần tờ giấy chứng nhận sẽ thâu nhận để nộp cho Trại thì mới được thả về. Thế mà nó từ chối mày ạ. Tức đ. chịu được.

Vũ chen vào:

- Ông đến nhờ vả cái thằng phản phúc ấy làm gì? Sao

không thử xoay sở mấy chỗ khác?

- Tao lang thang suốt mười mấy ngày như vậy, hết chỗ này đến chỗ nọ. Khi đưa giấy cải tạo là chúng lắc đầu nguầy nguậy, xua đuổi như xua đuổi tà. Thế mới biết tụi nó chèn ép mình, đẩy mình vào tuyệt lộ, cùng đường; coi mình như hủi không muốn dây vào. Ngày thứ 14, tao đang đạp xe lang thang trong tuyệt vọng; bất ngờ lại gặp thằng Hoàng Trọng Miên ở bùng binh chợ Bến Thành. Mày còn nhớ thằng Hoàng Trọng Miên không? Đúng là trời giúp mày ạ! Gặp tao nó hỏi han tíu tít, thân tình lắm chứ không lạnh nhạt đẩy đưa như thằng Ngô Công Đức; và khi nghe tao tả oán về cái vụ chạy đi xin 1 tờ Giấy Chứng Nhận sẽ tuyển dụng làm công nhân viên, nó liền kéo tao vào một quán cà phê lề đường, móc trong cặp ra một tờ giấy đã đánh máy sẵn hí hoáy viết. Viết xong, cũng lại lôi trong cặp ra một con dấu in vào đấy một phát, rồi đưa cho tao. Nó nói:

- Đây là Giấy Chứng Nhận sẽ tuyển ông làm Nhân Viên Hậu Đài của Đoàn Văn Công Thành Phố. Ông đem lên trại nộp cho họ rồi chờ ngày được phóng thích nhé.

Tao kinh ngạc nhìn thằng Hoàng Trọng Miên, rồi nhìn tờ giấy… Thì ra nó là Giám Đốc Đoàn Văn Công Thành Phố mày ạ! Thế là tao có tờ giấy trong tay. Ai ngờ có ngày mình lại làm "gã kéo màn". Mình đã nhố nhăng nhiều quá rồi, bây giờ đi kéo màn cho thiên hạ đóng tuồng cũng vui…

- Kể cũng may. Thôi cũng hy vọng ông sớm được về cho chị ấy đỡ lo lắng và ông có phương tiện chữa bệnh. Bây giờ ông nói chuyện tình hình bên ngoài như thế nào? Liệu có sáng sủa không?

Cường kể tóm tắt cho Vũ nghe tình hình xã hội bên ngoài, từ chuyện bọn đầu sỏ Hà Nội hấp tấp gạt bỏ tụi Giải Phóng Miền Nam và bọn tay sai ăn cơm Quốc Gia thờ ma Cộng sản; gây nên một làn sóng bất mãn và chia rẽ trong nội bộ đến tình hình dân chúng chống đối ở miền Nam… và tình hình an ninh chung trong xã hội của Việt cộng sau hơn 2 năm cưỡng chiếm miền Nam v.v… Cường nói:

- Tóm lại, tình hình xã hội thì vô cùng khó khăn vì bọn Việt cộng kiểm soát gắt gao về lương thực. Đời sống người dân nghèo khổ. Nhiều nơi nổi lên chống đối bị bọn chúng thẳng tay đàn áp và tiêu diệt một cách dã man. Tin đồn về các ông Ngô Quang Trưởng, Nguyễn Cao Kỳ thì nhiều, giống như mình được nghe trong trại, nhưng vẫn chỉ là những tin đồn vô căn cứ và khó phối kiểm. Người ta thi nhau vượt biên nhiều vô số kể; nó đang trở thành một cái mode, một phong trào mà Việt cộng không cách nào ngăn cản nổi. Có những thằng vừa ngồi uống cà phê với mình bữa nay, ngày mai đã nghe tin biến rồi. Phe Việt cộng trốn đi cũng không phải là ít, chúng từ Hải Phòng chỉ cần đi thuyền buồm là sang đến Hồng Kông dễ dàng. Mày đừng có nản chí; rán sao về được, bọn mình tìm cách chơi lại tụi nó. Tao đã liên lạc được mấy thằng đệ tử của ông Kỳ, tụi nó còn hăng lắm, còn cất giấu nhiều súng đạn lắm…

Hai thằng ngồi nói chuyện với nhau suốt mấy tiếng đồng hồ. Đến chiều Cường mới từ giã trở về trại T.15. Trước khi về, Cường nhìn trên vách thấy 2 chữ "Sinh Sinh" nên hỏi: "Mày viết phải không? Nét chữ mày vẫn bay bướm lắm. Để tao đối lại nhé". Nói xong, Cường lấy cây bút viết hai chữ "Xuất Xuất" (với hàm ý mọi người được ra khỏi trại) lên vách tạo nên một vế cân đối và ý nghĩa: mọi người sống sót và được về hết cả. (27)

Dương Hùng Cường đi rồi mà Vũ còn bâng khuâng ngồi nhìn ra sân nắng. Mặt trời đang ngả dần về hướng Tây, hắt những tia nắng vàng vọt trải dài trên những tàn cây cao. Bất giác thi hứng nổi lên, Vũ cầm bút viết một bài thơ Xuân để kỷ niệm buổi gặp gỡ đầu xuân trong lao tù giữa hai người bạn cố tri.

Buổi tối, Vũ leo rào sang trại T.15 đưa cho Cường bài thơ Đọc xong, Cường tỏ vẻ xúc động, khóe mắt có những giọt long lanh. Anh nói:

- Có lẽ vài ngày nữa tao được về. Mày có cần nhắn gì ở nhà không? Chắc không có dịp gặp mày trước khi về quá; vì sợ lúc đó mày đi lao động. Thôi thì cố giữ gìn sức khỏe và vững tinh thần nghe mày.

Hai thằng ngồi dưới hiên nhà cho đến khuya. Sương xuống lành lạnh. Văng vẳng từ đám đông gần đó, tiếng anh chàng Kháng Sơn đang hát một bản nhạc lời Việt dựa theo nhạc của bài "Proud Mary" của Mỹ:

"Rồi một ngày nào trong tù cải huấn
Anh với tôi cùng nhau ra sức phấn đấu.
An tâm! An tâm! Nhưng còn tin mù mờ...
Rồi một ngày nào được phân công đi vùng kinh tế mới
Anh với tôi chúng ta cùng nhau bối rối.
Không đi! Không đi! Ta cùng nhau ù lì..."

Tiếng cười giòn giã của các tù nhân khi nghe bài hát của Kháng Sơn đã làm vơi đi nỗi buồn xa nhà của những người tù trong ngày đầu Xuân.

6.

Sau mấy ngày nghỉ Tết Mậu Ngọ, toàn thể tù nhân hai trại T.14 và T.15 lại bắt đầu lao vào công tác lao động khổ sai dưới sự quản thúc hà khắc của lũ cai ngục răng đen mã tấu Cộng sản. Khu vực Long Giao trước kia có 10 trại giam gọi là T. thuộc hai Liên Trại L.1 và L.3; ngày nay chỉ còn 2 trại phải thu hoạch lúa, ngô, khoai, sắn, bầu, bí, rau... của 10 trại, nên ngày nào cũng phải gánh gồng, khiêng, vác từ mờ sáng đến tối mịt. Khu lao động cách xa trại trên 10 cây số, nên phải đi bộ đến hiện trường lao động, xong lại phải khiêng sản phẩm thu hoạch được về trại nhập vào kho của Hậu Cần.

Sở dĩ chúng giữ lại 2 Trại T.14 và T.15 là để có nhân công thu hoạch lúa, ngô, khoai, sắn nhập vào kho trước khi chuyển họ đi nơi khác. Các anh chàng tù cải tạo cũng đâu có dại dột gì, đoán biết được âm mưu của Cộng sản, nên khi thu hoạch thường lén cho dân đi mót lúa, khoai, sắn rất nhiều sản phẩm vì có hai cái lợi: một là đỡ phải khiêng về trại nặng nề, hai là cho dân chúng để họ có lương thực cho đỡ đói, bù lại người dân cũng cho lại các anh thuốc hút hoặc đường, kẹo, bánh v.v… Có những ngày bọn cán bộ quản giáo phải tập họp tù lại để chửi bới vì những đống lúa ngô khoai mót của người dân còn cao hơn, nhiều hơn đống của cải tạo thu hoạch. Từ trên cao nhìn xuống thung lũng vàng rực lúa chín, từng đoàn tù nhân như cả một đàn kiến lớn xúm vào gặm nhấm những cánh đồng lúa vàng mênh mông, trĩu nặng bông và trên con đường nhựa dẫn về Trại Cải tạo Long Giao, từng đoàn tù nhân nhếch nhác mồ hôi, kĩu kẹt quang gánh, gánh lúa về Trại… "gánh lúa về, gánh về, gánh về…" Ngày xưa trong những ngày mùa thì niềm vui "gánh lúa về" đã được nhạc sĩ Phạm Duy diễn tả trong bản nhạc của anh khiến người nghe cũng cảm thấy vui lây cái vui được mùa; còn đám cải tạo thì chẳng vui chút nào vì họ biết chắc, có gánh lúa về thì họ cũng chỉ được những lát sắn khô chua loét, sượng sùng… Cái độc ác và dã man của Việt cộng là ở chỗ đó, bắt người tù lao động cực nhọc, làm ra rất nhiều lúa gạo nhưng không cho họ được ăn gạo mà chỉ được ăn ngô, khoai, sắn… Không chỉ những người cải tạo mới bị chúng bắt ăn độn kiểu này mà cả nước đều bị đẩy xuống đáy vực thẳm giống nhau, đều bị chúng cho hóa thú giống nhau. Có như vậy đảng mới đạt được chỉ tiêu bần cùng hóa nhân dân để khống chế cái bao tử của người dân, bắt họ phải thuần phục theo chúng muốn.

Cường được phóng thích sau Tết khoảng 5 ngày. Hôm đó tình cờ Vũ cũng lên cơn "chây lười lao động", nên khai bệnh nghỉ ở nhà phụ Tổ tăng gia tưới rau. Khi anh đang múc nước ở giếng, bỗng nhiên nghe tiếng ồn ào bất thường bên trại T.15; anh ngừng tay đứng xem chuyện gì xảy ra thì thấy tên Chính trị viên đang dẫn Cường đi ra cổng Trại T.15, theo sau là một đám tù bàn tán xôn xao… theo đưa tiễn. Cường mặc một bộ treillis còn tương đối lành lặn, tay cầm một túi xách nhỏ, miệng cười tươi rạng rỡ. Cường dừng lại trước cổng, giơ tay vẫy từ biệt bạn bè rồi cúi đầu lủi thủi đi về phía cổng lớn của Trung đoàn để ra Quốc lộ. Vũ chạy ra sát hàng rào, đứng đón Dương Hùng Cường, vì muốn ra cổng Trung đoàn phải đi dọc hàng rào T.14. Hàng rào dày hơn 3 mét, không thể bắt tay nhau được, nên cả hai chỉ đưa tay vẫy chào nhau. May mà hàng rào mới được dãy cỏ trống trơn nên hai người mới nhìn thấy nhau.

- Mày ở lại rán giữ sức khỏe và giữ mồm nghe không? Cường nhắc nhở Vũ vì anh biết tính của Vũ thẳng thắn không sợ bất cứ một thế lực, khống chế nào… Uy vũ bất năng khuất mà! Cường cũng nghe anh em nói cho biết Vũ hay phát ngôn châm chích mỗi khi học tập phải phát biểu. May mà lũ cán bộ Việt cộng ngu dốt (Vũ thường hay gọi chúng là giặc dốt và đã có lần phát biểu kêu gọi mọi người phải đứng lên diệt giặc dốt) không hiểu được cách nói của một thằng cầm bút như anh.

- Ừ! Ông về cũng cẩn thận giữ mình. Thì ông có thua gì tôi? Cho gửi lời thăm chị và các cháu. Vũ nói.

Cường dừng lại, nhìn Vũ thật lâu mắt ướt sũng, rồi quay lưng lầm lũi bước đi. Dáng người gầy gò, lỏng khỏng bước thất thểu về phía cổng Trung đoàn. Vũ thấy mắt mình cay cay. Anh đứng lặng bên hàng rào nhìn Cường đi mỗi lúc một xa, nhòe nhoẹt trong màn sương mỏng của buổi sáng. Anh khẽ thở dài! Anh không ngờ đó là lần cuối cùng trong đời anh được nhìn thấy Dương Hùng Cường. (28)

(Trích trong "Trên Đường Biên Giới", Đất Sống tái bản, 2007)

Ghi chú:

(1) Đi chợ: người tù chia phiên nhau mỗi ngày một người trong toán đi nhặt nhạnh rau cỏ, khoai sắn cho anh em trong toán ăn thêm nên gọi là đi chợ.

(2) AKAMICINE: ám chỉ đạn AK.47.

(3) Máu nhân dân: để chỉ rượu đế.

(4) Trần Ngọc Tự: Trung úy CTCT Không Quân. Cùng bị bắt và bị xử chung trong vụ Dương Hùng Cường, Hoàng Hải Thủy, Doãn Quốc Sĩ v.v… móc nối với nhân viên Bưu Điện gửi tài liệu ra hải ngoại.

(5) Nguyễn Đăng Thạch: Trung úy Biệt phái, Giáo sư Đại học. Thạch là con trai cụ Nguyễn Đăng Thục, Khoa trưởng Đại học Văn Khoa Sài Gòn. Hiện Thạch còn đang ở Sài Gòn.

(6) Nguyễn Thanh Trang: Trung úy, Giáo sư Trường Võ Bị Đà Lạt, Nhạc sĩ. Hiện Thanh Trang đang cư ngụ ở Nam California.

(7) Nguyễn Nguyên Phương: Trung úy, Giáo sư Triết. Phương còn ở Việt Nam.

(8) Phí Ích Bành: Trung úy, Chủ sự Phòng Văn Nghệ/ Đài Phát Thanh Sài Gòn. Bành là em ruột của nhà văn Dương Nghiễm Mậu (Phí Ích Nghiễm). Phí Ích Bành hiện cư ngụ ở Nam California.

(9) Nguyễn Đức Quang: Trung úy, Nhạc sĩ. Quang cư ngụ ở Nam California và đã qua đời.

(10) Dương Kiền: Trung úy, Ủy Viên Chính Phủ Tòa Án Quân Sự Vùng 2. Kiền cư ngụ ở Na Uy và đã qua đời.

(11) Dương Cự: Trung úy, Ủy Viên Chính Phủ Tòa Án Quân Sự Vùng 4, sau khi ra tù còn ở Sài Gòn; đã qua đời từ năm 2007.

(12) Đỗ Kim Bảng: Trung úy, Giáo sư, Nhạc sĩ hiện cư ngụ ở California.

(13) Đào Văn Khánh: Trung Úy, Ký giả báo Tiền Tuyến của Quân Đội. Khánh là phu quân nhà văn nữ Lệ Hằng. Hiện nay Khánh đang cư ngụ ở Houston, Texas và viết văn ký dưới bút hiệu Đào Khanh.

(14) Kịch sĩ Khả Năng: Chuẩn úy, tên thật là Nguyễn Văn Tây, phục vụ tại Biệt Đoàn Văn Nghệ Trung Ương. Sau khi cải tạo về có làm việc cho Đoàn Văn Công Thành Phố một thời gian. Đã chết khi vượt biên.

(15) Nghiêm Phú Phát: Trung úy Công Binh. Đoàn trưởng Đoàn Văn Nghệ Sinh Viên Học Sinh Nguồn Sống cùng với Hà Quốc Bảo. Phát là em ruột của nhạc sĩ Nghiêm Phú Phi. Phát cư ngụ ở California.

(16) Võ Thế Hào: Trung úy, Giáo sư Toán.

(17) Viên Linh là Tổng Thư ký Tòa soạn nhật báo *Hòa Bình* thay thế cho Mặc Giao Phạm Hữu Giáo đắc cử Dân biểu Hạ Nghị viện. Nhưng làm được một thời gian ngắn thì nghỉ vì xích mích với Trần Hữu Quỳnh, Quản đốc của tờ báo. Hiện nay Viên Linh đang trông coi tờ *Khởi Hành* ở Nam California.

(18) Du Tử Lê tên thật là Lê Cự Phách hiện ở Nam California. Nguyên Vũ tên thật là Vũ Ngự Chiêu hiện cư ngụ ở Houston, Texas.

(19) Liên Trại cấp bộ tương đương như Trung đoàn. Gồm nhiều Trại; mỗi Trại thường mang bí số T hoặc K để giam giữ tù cải tạo.

(20) Việt cộng thường gọi tù cải tạo là những "kẻ lầm đường lạc lối được đảng giáo dục".

(21) "Chôm": ăn trộm.

(22) Trần Quan Điêu, Trung úy Huấn luyện viên Trường Quân Báo Cây Mai. Hiện đang định cư ở San Jose, California.

(23) Đoàn Đức Thuận, Trung úy thuộc Phòng 2 Quân đoàn 3 Biên Hòa. Hiện đang định cư ở Garden Grove, CA.

(24) Trần Văn Quốc (tên thật là Tô Hoàng Dũng), Trung úy Quân Báo thuộc Trung Tâm Thẩm Vấn Biên Hòa, hiện cư ngụ ở San Jose, CA.

(25) Djilas: Lý thuyết gia hàng đầu của Cộng sản Nam Tư. Ông thoát ly Đảng Cộng sản và viết quyển "Giai Cấp Mới" để tố giác trước công luận những tội ác của Cộng sản.

(26) Châu Kim Thi, Trung úy thuộc Chiến Tranh Chính Trị Sư đoàn 18 Bộ Binh.

(27) Không ngờ việc đối đáp tình cờ giữa Dương Hùng Cường và Vũ lại trở thành sự thật sau đó vài tháng; toàn thể khu Trại giam Long Giao đã giải tán, mọi người đều rời khỏi Trại giam này. Cường được thả về, còn Vũ và các bạn bè khác bị chuyển đi các Trại tù khác ở Hóc Môn, Bù Gia Mập hoặc Xuyên Mộc v.v…

(28) Dương Hùng Cường sau khi ra khỏi nhà tù Long Giao (Long Khánh), anh đã viết bài phiếm "Khi Chàng Trương Chi Không Đẹp Trai", nội dung ví von Cộng sản như anh chàng Trương Chi và nhân dân miền Nam Việt Nam như Công chúa Mỵ Nương mê tiếng sáo của Trương; nhưng khi gặp được chàng thì thất vọng vì dung nhan xấu xí của Trương Chi. Cũng như nhân dân miền Nam nghe lời tuyên truyền đường mật của Cộng sản nhưng thất vọng não nề khi phải sống dưới chế độ hà khắc của Cộng sản. Bài này đã được nhiều báo ở hải ngoại đăng tải. Dương Hùng Cường đã cùng một số anh em văn nghệ sĩ như Hoàng Hải Thủy, Trần Ngọc Tự, Duy Trác, Doãn Quốc Sỹ v.v… móc nối với 1 nhân viên Bưu điện để chuyển các bài viết ra nước ngoài và bị Việt cộng kết án là "Những Tên Biệt kích cầm bút", bị bắt giam ở Trại Phan Đăng Lưu, Gia Định. Anh đã bị chết trong lao tù này.

Vũ Uyên Giang

Nguyễn Vy Khanh by Nguyễn Quốc Tuấn

 # VƯƠNG ĐỨC LỆ

Tên thật: Lê Đức Vượng. Sinh ngày 15-11-1937 tại Bạch Mai, Huyện Hoàn Long, Tỉnh Hà Đông.

Năm 1989, ông tham gia nhóm Diễn Đàn Tự Do, bị bắt và bị giam cho tới cuối năm 1995.

Định cư tại Hoa-Kỳ năm 2000, hoạt động với nhà xuất bản Tủ Sách Tiếng Quê Hương (Uyên Thao), Tổng thư ký Nguyệt san *Kỷ Nguyên Mới* (Hoa Thịnh Đốn) và viết bài bình luận cho Đài Phát Thanh Sài Gòn Houston (Texas).

Mất tại Annandale, Virginie, Hoa-Kỳ ngày 20-1- 2008.

Tác phẩm đã xuất bản:
- *Hoa Mười Phương* (tuyển tập thơ 14 tác giả, Sài Gòn 1959)
- *Đường Lên Thiên Thai* (thơ, Sài Gòn, 1962)
- *40 Bài Thơ* của Mai Trung Tĩnh và Vương Đức Lệ (Sài Gòn, 1960; Giải Thưởng Văn Chương Toàn Quốc 1960-1961)
- *Tình Thơ Vương Đức Lệ* (Sài Gòn 1970)
- *Thiên Nga Trên Ngọn Đỉnh Trời* (Sài Gòn 1974)
- *Thơ Vương Đức Lệ* (Tủ sách Tiếng Quê Hương, Virginia 2000)
- *Thơ Tình Vương Đức Lệ* (Tủ sách Tiếng Quê Hương, Virginia 2003)
- *Thơ Giữa Đời Thường* (Tủ sách Tiếng Quê Hương, Virginia, 2005)

Sài Gòn và tháng Tư đen

Tháng Tư đen mặt trời không đủ sáng
Chiều không màu, bóng tối bủa sau lưng
Ngày vỡ ra đêm sâu từng mảng trắng
Ngó trân trân. Em giấu mặt Sài Gòn.

Tháng Tư đen rợp trời hoa phượng đỏ
Máu bầm xanh rơi lả tả sân trường
Đêm ngắn lại, ngày càng dài đổ lửa
Bóng Hạ vàng từng vết rạn trong gương.

Tháng Tư đen người phố phường chạm mặt
Sững nhìn nhau mà chẳng thấy nhau đâu!
Ta hụt hẫng giữa hai bờ hư thực
Thực và hư - hai mặt một con sầu!

Tháng Tư đen Sài Gòn như ngộp thở
Hàng cây già thành phố chít khăn tang
Chân bước vội trên đường quen thuộc cũ
Lòng ngổn ngang trăm nỗi nhớ kinh hoàng.

Tháng Tư đen hỏi ai còn ai mất
Bạn bè ta người ở, kẻ ra đi
Còn và mất, ta cũng lòng quặn thắt
Thịt da này núi cách với sông chia.

Tháng Tư đen hiện về vây quá khứ
Ta còn dăm ngày cuối cũng tha hương
Và xa lắc quê nhà không thấy nữa
Giữa đêm trường vang khúc nhạc bi thương.

Tháng Tư đen Sài Gòn từng mảnh vỡ
Nhập hồn ta thành cõi nhớ không tên
Em vẫn đó cuối chân trời phượng đỏ
Ta bên này chờ hóa thạch con tim.

Tháng Tư đen mặt trời như chảy máu
Máu Sài Gòn và máu của riêng ta
Kỷ niệm cũ bồi hồi ta cất giấu
Vết thương đời, vá mãi chẳng liền da.

Muối mặn gừng cay

Mai này muôi mặn, gừng cay
Thương nhau anh biết tỏ bày cùng ai?
Song thưa trăng khuyết non đoài,
Gio tru cửa gió mây ngoài dặm xanh
Ngẩn ngơ mình lại với mình
Lò cừ nung nấu mộng tình đa đoan
Đêm qua rượu tỉnh canh tàn,
Hồn mê chợt thức giấc vàng thiên thu
Sợi buồn tóc rối tương tư
Chăn đơn gối lẻ ngàn xưa bão bùng.

Lưỡi tê mặn muối, cay gừng
Dặn lòng thôi nhé xin đưng nhớ ai!...

Xuân không có tết

Bên ấy đã vào Xuân
Bên này không có Tết
Tháng Giêng trời đổ tuyết
Lá chết, cành cây khô
Bỗng nhớ con đường xưa
Hàng me thay áo mới
Em mòn con mắt đợi
Người đi chưa thấy về…
Em héo tuổi xuân thì
Người đi chưa thấy lại
Tóc mềm thơm lược chải
Gối chiếc lệ đầm mi
Thao thức giấc nửa khuya
Nhạt màu son phấn cũ
Em thương vầng trăng vỡ
Anh xót cảnh sao kề
Đêm nồng giấc ngủ mê
Ngọt ngào hơi Em thở
Anh ghe sầu viễn xứ
Mưa tuyết rơi thầm thì

(Virginia 2001)

VƯƠNG TRÙNG DƯƠNG

Tên thật Trần Ngọc Dưỡng, sinh năm 1945 tại Quảng Nam. Xuất thân khóa I Nguyễn Trãi Đại Học CTCT Đà Lạt (12/1966-5/1969). Trong Ban Biên Tập SVSQ liên khóa 23& 24 nguyệt san *Bộ Binh Thủ Đức*. Đã cộng tác với nhiều tờ báo Việt ngữ ở hải ngoại. Tổng Thư Ký các tờ *Việt Express, Thế Giới Nghệ Thuật, Tình Thương, Đất Nước, KBC, Tân Văn…*

Sinh hoạt trong Trung Tâm Văn Bút Nam Cali (có một nhiệm kỳ làm Tổng Thư Ký) và Hội Ký Giả Việt Nam Hải Ngoại (có một nhiệm kỳ làm Phó Chủ Tịch nội vụ). Khoảng mười năm Trưởng Khối Báo Chí cho Ban Đại Diện Các Trung Tâm Việt Ngữ Nam Cali.

Chủ Nhiệm tờ báo và trang web *Cali Weekly*. Hiện làm Chủ Bút nguyệt san *Chiến Sĩ Cộng Hòa*, năm thứ chín (2018).

Trước năm 1975 với bút hiệu Trần Lư Nguyên Khanh và Hoàng Bích Yên. Ngoài bút hiệu Vương Trùng Dương còn có các bút hiệu khác viết về phiếm luận *Chuyện Trong Tuần, Chuyện Ruồi Bu, Thiên Hạ Sự, Thế Thái Nhân Tình, Ngẫm Chuyện Xưa Nay…*

Tác phẩm đã xuất bản:
- *Ngẫm Chuyện Nhân Sinh* (2004)
- *Văn Nhân & Tình Sử* (2015)

Phố cổ trường xưa & bóng dáng nhà thơ

Đất Quảng Nam "đất cày lên sỏi đá" nhưng mới đó được phủ bóng "rừng thi sĩ" từ hậu bán thế kỷ XIX cho đến nay. Với những bậc tiền bối nhà thơ, nhà cách mạng như: Thái Xuyên Trần Quý Cáp (1870-1908), Mính Viên Huỳnh Thúc Kháng (1876-1947), Tây Hồ Phan Chu Trinh (1872–1926)… đến Phan Khôi (1887-1959), Bùi Giáng (1926-1998), Tạ Ký (1928-1979)…

Trong hai thập niên, vào giữa thập niên 50 đến giữa thập niên 70, nơi phố cổ Hội An, các cựu học sinh trường trung học Trần Quý Cáp , trường Diên Hồng yêu thi ca và đi vào con đường nầy từ ngày ở mái trường cho đến tháng ngày tha hương nơi xứ người. Sở dĩ, tôi dùng chữ "bóng dáng" vì có những khuôn mặt đã ấn hành nhiều thi phẩm như Luân Hoán, Thái Tú Hạp, Hoàng Lộc, Trần Trung Đạo, Lê Văn Trung… Có người đã ra người thiên cổ được người thân ấn hành như Liên Thao và có người sau hơn sáu thập niên, bước sang tuổi thất thập ở hải ngoại mới cho ra đời thi phẩm như Đoàn Ngọc Nam… Tất cả khuôn mặt đó, hình ảnh cố hương và ngôi trường được gợi lại, thấp thoáng trong thơ.

Laurence Ferlinghetti cho rằng "Thơ, là cái gì tồn tại giữa các dòng chữ" thì những dòng chữ nầy ghi lại bóng dáng của "khuôn mặt thời gian".

Theo Hà Khánh Quân (Luân Hoán): "Ở cái đất 'chưa mưa đã thấm', chỉ cần cào nhẹ tay lên mặt đường, đã lượm được sỏi đá. Nhưng trong món quà trời cho ấy, nếu nhìn kỹ, ta sẽ thấy lẫn lộn trong sỏi đá còn có cả thơ… Phần đất nghèo nàn này, vốn rất giàu những tâm hồn thi ca, và có hơi nhiều thi sĩ.

Trong tuyển tập 'Trăm Năm Thơ Đất Quảng' do Hội Nhà Văn Việt Nam xuất bản năm 2005 ở trong nước, trình diện đến 167 người. Nhưng kiểm lại, trong 'đội ngũ thơ' rất hùng hậu đó, vẫn còn thiếu nhiều khuôn mặt thơ khá quen thuộc, chỉ vì một lý do tế nhị: lý lịch…".

Vì định kiến với lý lịch nên những nhà thơ Quảng Nam đã ấn hành các thi phẩm đóng góp trong thi đàn Việt Nam trước năm 1975 bị "bức tử" nên tuyển tập "Trăm Năm Thơ Đất Quảng" trở nên nghèo nàn!

Trong mảnh đất đó, dưới ngôi trường Trần Quý Cáp (nhà ái quốc của phong trào Duy Tân và cũng là nhà thơ) đã xuất hiện những nhà thơ: Luân Hoán, Thái Tú Hạp, Thành Tôn, Nguyễn Thị Liên Phượng (Nguyễn Nho Sa Mạc) (*), Hoàng Quy (*), Hoàng Lộc, Đinh Trầm Ca (Mạc Phụ) (**), Phùng Minh Tiến, Lê Đình Phạm Phú, Uyên Hà (**), Liên Thao (*), Nguyễn Tịnh Đông (**), Nguyễn Nho Nhượn (*), Dư Mỹ, Lê Văn Trung (**), Kiều Uyên (**), Hạ Đình Thao (**), Hồ Tuấn Nhã, Trần Trung Đạo, Lê Phi Điểu, Đoàn Ngọc Nam, Nguyên Hạ, Huỳnh Kim Sơn (*)…

Ghi chú: (*: qua đời; **: ở Việt Nam. Luân Hoán ở Canada, tất cả đều ở Hoa Kỳ. Với trí nhớ của tôi có lẽ còn thiếu sót. Một số xuất thân dưới mái trường ở Hội An sau năm 1975, tôi không biết).

Và, tránh sự dị ứng và tế nhị nên không đề cập đến vài khuôn mặt bên kia chiến tuyến. Những năm đầu của thập niên 60 đến giữa thập niên 70, khoảng thời gian chỉ hơn mười năm mà nơi phố cổ nầy "bóng dáng nhà thơ" tỏa sáng. Mỗi bài thơ xuất hiện trên trang báo ở Sài Gòn được đi vào ngôi trường, chia sẻ cho nhau.

Tiếc rằng không có bóng dáng nàng thơ. Vào khoảng năm 1964, khi dạy trường Nguyễn Duy Hiệu ở Vĩnh Điện, thầy xuất hiện với tên Hoàng Thị Bích Ni cùng thời điểm với Trần Như Liên Phượng (người mà Luân Hoán viết trong giai thoại đi tìm đến khi vỡ mộng). Năm 1963 tôi ở trong nhóm

Đất Hàn, Đà Nẵng, hình như lúc đó "phong trào nàng thơ" xuất hiện nên "mấy thằng bạn" lại thích làm nàng thơ. Khi đó Chu Tân làm Giám Thị trường Nam Tiểu Học Đà Nẵng, nên dành cho căn phòng để sinh hoạt cuối tuần, chẳng có nàng thơ nào cả.

Có nhiều bài viết đề cập đến phố cổ và ngôi trường TQC. Trích hai bài viết của Trần Trung Đạo. Trong tác phẩm "Dưới Bóng Đa Chùa Viên Giác" của Trần Trung Đạo, bài viết "Hội An Ngày Ấy" mô tả vị trí trường Trần Quý Cáp "... Con đường chính chạy dọc qua Tòa Tỉnh Trưởng và khu hành chánh cũng như bệnh viện Quảng Nam và trường Trần Quý Cáp. Dọc theo đó có hai hàng phượng vĩ rất lớn. Thông thường, các sân trường ở Việt Nam hay trồng những cây hoa phượng; tôi không biết họ có ý gì khi trồng; nhưng theo tôi, mỗi lần mà ve sầu kêu inh ỏi trên những tàng cây phượng và lúc hoa phượng bắt đầu nở bông, là mùa hè được báo hiệu đã đến...

... Hội An có những trường Trung Học như Trần Quý Cáp xây dựng theo lối Pháp-Việt Nam; ngôi trường Diên Hồng xây dựng theo lối cổ người Hoa; ngôi trường Bồ Đề xây theo lối tân thời...

... Trường Trần Quý Cáp cung cấp rất nhiều nhân tài cho đất nước, ngay cả ở trong cũng như ngoài..."

Trong bài viết "Phố Cổ Hội An & Những Ngôi Trường Cũ" của Trần Trung Đạo gợi lại vài hình ảnh ngôi trường Trần Quý Cáp:

"... Hiệu trưởng của chúng tôi ở Trung học Trần Quý Cáp trong ba năm tôi học từ cuối năm 1969 đến tháng 6 năm 1972 là thầy Lưu Chí Kiên và Tổng Giám Thị là thầy Tống Khuyến. Vì là trường lớn nhất của tỉnh nên trường Trần Quý Cáp có một ban giáo sư đông đảo và số lượng thầy cô tăng rồi giảm, đến rồi đi, cũng rất nhanh. Tôi chưa đọc một danh sách giáo sư Trung học Trần Quý Cáp nào đầy đủ. Theo một tài liệu được viết khá sư phạm và khách quan, năm tôi vào học, trường Trần Quý Cáp có đến 2.190 học sinh, trong đó có 27 lớp đệ nhất cấp và 17 lớp đệ nhị cấp. Tôi không nhớ hết thầy cô nhưng tên thầy cô mà tôi học trong ba năm vẫn còn nhớ: Thầy Nguyễn Văn Liêu dạy Việt Văn, thầy Phan Khôi dạy Anh Văn, cô Trần Phương Lan dạy Anh Văn, cô Bích Ty dạy Triết, thầy Phạm Phú Lợi dạy Triết, thầy Nguyễn Ngọc Anh dạy Sử Địa, thầy Đặng Văn Bôn dạy Vạn Vật, thầy Phùng Rân dạy Lý Hóa, thầy Nguyễn Văn Thọ dạy Toán, cô Nguyễn thị Nguyệt dạy Việt Văn, thầy Tống Nhạn dạy Pháp Văn, thầy Tăng Kim Lân dạy Sử Địa, thầy Tống Diệu dạy Anh Văn…

… Viết về trường Trần Quý Cáp không thể nào quên nhắc đến Hội An. Dù bây giờ là thành phố UNESCO hay gì đi nữa tôi luôn gọi Hội An là thành phố của tôi. Thành phố trầm lặng có những ngôi chùa tên nghe rất lạ, chùa Ngũ Bang, chùa Âm Bổn, chùa Cầu, nhưng nghe riết nên cảm thấy vô cùng thân thiết. Hội An trong tâm hồn tôi chẳng khác gì một căn nhà riêng, nơi đó, từng góc phố, từng con đường, từng mái ngói, từng giọng nói êm đềm của cô bé bưng cà phê, từng giọng rao cao vút của chị bán cao lầu rong đã gắn liền trong một phần đời. Ngày đó Hội An cũng đã có nhiều quán cà phê; nhưng chúng tôi thích uống cà phê ở quán phía trước Tiểu khu Quảng Nam và gần nhà nhất là cà phê Số Một sát bên con hẻm nhỏ đi vào khu Khổng Miếu.

Hội An những ngày tôi sống buồn và vắng vẻ. Thành phố buồn đến nỗi trong một phóng sự đăng trong trang địa phương của báo Sóng Thần, tôi đã gọi Hội An là 'Thành phố chết'. Không những con người chẳng ai ngó ngàng đến Hội An mà cả chiến tranh cũng bỏ sót Hội An. Thật vậy, ngoại trừ trận Mậu Thân và những lần pháo kích, trong suốt mấy mươi năm của cuộc chiến, thành phố của tôi như rơi vào quên lãng.

Điều rất lạ, ngay cả Mỹ, trong thời cao điểm với cả trăm ngàn quân đóng ở Đà Nẵng, cách đó vài chục cây số, không có đơn vị nào lớn đóng ở Hội An. Các đơn vị Đại Hàn thuộc sư đoàn Thanh Long hay Mãnh Hổ gì đó đóng ở Cẩm Hà, Lai Nghi chứ không đóng ở Hội An. Hẳn nhiên lý do chính vì Hội An không còn giữ một ví trí kinh tế chiến lược như 300 năm trước. Dù sao, nhờ những lãng quên đó mà ngày nay những mái ngói cong còn nguyên vẹn, những cột nhà chạm trổ tinh vi đã giúp thu hút du khách để nuôi sống người dân phố Hội sông Hoài…

… Một bài thơ của Bùi Giáng về Hội An:

Mơ màng phố cũ hoang liêu
Cánh buồm con sóng sương chiều Hội An
Tờ mây chan chứa mộng vàng
Tuổi đời em kết mấy ngàn cánh hoa
Mừng vui giọt tuổi chan hòa
Bước đi từ đó gió xa bay về
Ngậm ngùi đàn lệ ai nghe
Cội nguồn bên tháng năm thề xẻ chia
Dấu mờ hoen hận còn kia
Hồn trăng soi bóng sầu khuya một bờ...

Hầu hết các nhà thơ Hội An có ít nhất một bài viết về thành phố cổ này và thường là những bài thơ được yêu thích nhất của tác giả như trường hợp 'Bữa Say Ghé Chùa Ông' của Hoàng Lộc, 'Nụ Hoa Cho Người Em Hội An' của Luân Hoán, 'Trưa Ở Hội An' của Hoàng Quy, 'Ngọn Quế Viễn Phương' của Thái Tú Hạp, 'Hồi Âm' của Thành Tôn v.v…

Những người từ Hội An ra đi đều có một nhận xét giống nhau: 'Hội An là thành phố để về thăm chứ không phải nơi để ở'.Tuy buồn bã như thế, hằng năm, tôi vẫn về. Ngay cả những năm khó khăn sau 1975, tôi vẫn cố gắng về. Đi xa, nhớ Hội An da diết; nhưng khi vừa bước chân về lòng lại muốn ra đi. Trong những năm ở Sài Gòn, tôi về Hội An chỉ để đi một vòng phố cổ, đứng trước trường Trần Quý Cáp đảo mắt nhìn các em học sinh để tìm lại chính mình thời học trò, rồi lại ra đi trên những chiếc xe Renault màu xanh đậm và già nua không thua gì thành phố.

> *Chào cô gái học trò đang tới lớp*
> *Cho tôi làm viên sỏi dưới chân em*
> *Để xào xạc hồn tôi khi mới lớn*
> *Chút men tình năm tháng ấy chưa quên.*

(Giấc Mơ Nhỏ Của Tôi, thơ Trần Trung Đạo)

Hội An của tôi là những buổi chiều ngồi trước cửa nhà thơ Phạm Đình Nguyên ở Ngã Ba Tin Lành ngâm nga 'Dòng sông nào đưa người tình đi biển biệt' và nhìn các em nữ trung học Hội An đi học về trong cơn mưa.

> *Em về phố Hội chiều mưa lớn*
> *Vóc ngọc ngà khoe dưới lụa hồng*
> *Ta như giọt nước mùa mưa đó*
> *Đã cuốn trôi về trăm nhánh sông.*

(Em Về Phố Hội, Trần Trung Đạo)

Tôi viết những dòng thơ đầu tiên khi còn ở trường Duy Xuyên và sáng tác nhiều hơn khi chuyển qua trường Trần Quý Cáp…

… Ngoài Nguyễn Xuân Tường thuộc Thi Văn Đoàn Hải Phố do nhà thơ Huỳnh Kim Sơn sáng lập, nhóm bạn viết văn, làm thơ, viết nhạc trong lớp học sinh trường Trần Quý Cáp những năm đầu thập niên 1970 còn rất đông nhưng không được nhiều người biết đến. Tôi sẽ gọi là 'chúng tôi', đơn giản vì dù có kể hết tên và bút hiệu cả nhóm văn nghệ ra đây chắc cũng không ai biết…

… Nếu định nghĩa giáo dục là những gì còn lại sau khi quên hết, những gì còn lại trong tôi không phải là những nguyên tắc máy móc, những công thức khô khan mà là những bài giảng công dân giáo dục nhẹ nhàng; nhưng cần thiết của thầy cô, những khát vọng và ước mơ tuổi trẻ mà tôi nung nấu dưới mái ngói đơn sơ của ngôi trường mẹ, trung học Trần Quý Cáp Hội An".

(Trần Trung Đạo)

*

Luân Hoán đã sáng tác nhiều bài thơ về phố cổ. Trong bài viết "Nhìn Lại 40 Năm Luân Hoán" của tôi trước đây nhân kỷ niệm 40 năm làm thơ trong tuyển tập của anh chỉ tổng quát về tác phẩm & sinh hoạt văn học nghệ thuật. Với hồn thơ về nơi chốn nầy đã được đề cập qua bài viết của chị Ái Cầm.

Bài viết "Hội An Vẫn Hồn Nhiên Đậm Đà Trong Thơ Luân Hoán" của Ái Cầm:

"… Riêng Luân Hoán có sáu năm ấu thơ với Hội An, cùng một khoảng thời gian dài anh lưu tới giao du cùng các bạn văn, đủ để làm thơ. Trong đề tài viết về quê hương, Luân Hoán thường nhắc đến Hội An và chúng tôi tìm thấy có năm bài anh viết riêng cho thành phố này. Hai bài 'Nụ Hoa Cho Người Em Hội An', 'Đêm Mưa Về Hội An' nằm trong tập *Rượu Hồng Đã Rót*. Bài 'Bài Gởi Hội An' trong *Ngơ Ngác Cõi Người*. Bài 'Hội An Hội An Hội An…' trong *Cảm ơn Đất Đá Trổ Thơ*… và bài mới đây nhất trên tạp chí *Gió Văn*, bài 'Lượm Thơ Trên Đất Hội An'. Chúng ta có gặp được Hội An trong thơ Luân Hoán? Và cái tình của anh đối với con người của miền đất hiền hòa này ra sao?

… Lâu năm trở lại Faifo
Nghe hồn Phố Hội dạt dào cỏ cây
Chiêm, Hà, Bồ, Pháp, Tàu, Tây…
Còn vương trong hạt bụi bay hững hờ

Chỉ giùm ta vạt đất nào
Đã chôn cuống rún trổ thơ thành chùm…

Trên con đất đã chôn cuống rún của mình, Luân Hoán đã thong thả dạo qua những nơi đã ký thác trong lòng anh nhiều kỷ niệm. Với 'Chân hôn lòng phố ngổn ngang ổ gà'. Với 'Mắt theo lòng tột nóc nhà. Ngói âm dương nở cỏ hoa ngóng trời', Luân Hoán ghé Cẩm Phô, để cảm nhận cảnh cũ vẫn còn nguyên đấy, nhưng với cái nhìn theo tuổi đời đã như khác đi… Rồi từ đó, Luân Hoán ghé chùa Cầu, Chùa ông, Cẩm Nam, Cẩm Kim, Cẩm Sa… và khi đã mỏi, anh ghé lại những tụ điểm của đời thường trong thành phố. Một quán bán chè của bà Sỏ, một chỗ ngồi lắm rệp trong rạp chiếu bóng Phi Anh, một góc trước tấm màn trắng của hiệu chụp ảnh Hồng Hưng… đến những địa điểm rộng rãi thân quen hơn như Khổng Miếu, như sân trường Trần Quý Cáp… ở đâu Luân Hoán cũng xác nhận anh đã gặp lại anh. Và trong những hình ảnh Luân Hoán vẽ ra, chúng ta tưởng chừng như có thể với nắm được những gì thân thiết của chính mình.

Chẳng những cảnh sắc đặc thù, giàu nghệ thuật của Phố thu phục Luân Hoán. Chúng tôi nghĩ con người được hấp thụ những tinh khiết nơi đây cũng cù rủ người thơ. Chúng tôi không biết cụ thể có hay không một người yêu nào đó của Luân Hoán, xuất thân từ Hội An, nhưng khá thú vị khi đọc những gì anh đã viết cho những người em Hội An…

… Trong mỗi chuyến trở về thăm, anh vẫn gượng nhẹ từng bước chân của mình:

Gió tha thướt vỗ trăm lời thân mật
Mừng ta về thăm lại ấu thơ xưa
Lặng nhìn nhau, Phố đã nhận ra chưa?
Ta vĩnh viễn một thằng con bất hiếu
Thân phiêu bạt, giờ đây lòng trải chiếu
Bước bâng khuâng xin thâm tạ ơn đời

Ba mươi năm hồn thả sợi tình lơi
Bao giờ buộc đời ta vào với Phố?

(Đêm Mưa Về Hội An, Luân Hoán).

Năm 2002, Luân Hoán bất chợt về thăm nhạc phụ bị tai biến mạch máu não ở Đà Nẵng, anh có ghé vội Hội An một lần… Đi giữa những người đồng hương, những khách du lịch mang nhiều quốc tịch, vậy mà hình như Luân Hoán cảm thấy cô đơn. Anh chua xót chọn điểm nghỉ chân bên cái xác già nghèo khốn của Khổng Miếu. May thay dòng sông Hoài kịp thời giúp anh lượn được những câu thơ trên phố cổ của mình:

Rất tình cờ được về thăm Hội An
Na ná như xưa, vui vẻ một đàn
Thế chỗ bạn bè, năm mười đứa cháu
Xế nổ thay cho xe đạp tàng tàng
Ghé vội thăm qua vài nhà quen cũ
Ngói mái âm dương ngái ngủ cả đời
Nắng vẫn đỏ au nằm ôm cửa nhớ
Gió hát bao năm rả rích một lời
Bước khẽ qua đường bụi vây đầu gối
Mơ hồ tay lụa vỗ nhẹ bên vai
Chẳng hẹn chờ sao mắt tìm quanh quẩn
Bằng hữu bà con còn, thiếu những ai
Ghé những ổ tình thân thương thuở nọ
Xớ rớ mắt sờ, tay đọc bâng quơ
Con khỉ chùa Cầu nhờ đâu trẻ mãi?
Người đến người đi hương khói ơ thờ
Khổng Miếu thay tên hồ đồ dị hợm
Đá sống không yên tròn phận với người
Thế gốc sen vàng xanh dòng rau muống
Thảo mộc dường như cùng biết ngậm ngùi
Nắng tháng tám trong như dòng sông ngọt
Ngồi bệt giữa đường ăn chén xu xoa
Nhớ câu hát xưa. Che tay tủm tỉm

Cũng mê cái tình như thuở ông, cha
Chẳng gặp được ai, dân Trần Quý Cáp
Để bắt tay xứng đây bậc đàn anh
Tán dóc một hồi loanh quanh đỡ nhớ
Truy niệm cái thời có chút tinh ranh
Chờ mãi không nghe chuông chùa Phước Kiến
Không buồn. Cũng thả bước dọc bờ sông
Ghe gối đầu nhau lơ mơ canh mộng
Lượm được câu thơ ai rớt giữa dòng
Biết cất vào đâu câu thơ nóng hổi
Chẳng thấy ai tìm của lạc, đành thôi
Sông Thu mấy nhánh tôi không biết
Xin giữ trong lòng chỗ nằm nôi.

… Trong những nhà thơ sinh trưởng tại Hội An, hoặc chọn Hội An là nơi định cư trong khoảng một thời gian nào đó, không mấy ai gắn bó nồng nhiệt với Phố Cổ Hội An bằng Luân Hoán, chúng ta cảm nhận rõ nét về những con đường thân yêu, về những địa danh ngõ ngách đầy kỷ niệm của một thời để yêu và để nhớ. Những thương yêu, những ray rứt của một tình nhân ôm Phố Hội vào lòng. Từ thi phẩm *Cảm Ơn Đất Đá Trổ Thơ* qua đến thi phẩm *Rượu Hồng Đã Rót*… Và bài thơ 'Ngơ Ngác Cõi Người' ở hải ngoại. Luân Hoán vẫn là người tình trăm năm với Hội An. Điều đó thật ra không lạ, bởi càng sống với Hội An càng lâu năm, chúng ta càng cảm thấy Hội An càng đẹp não nùng. Buổi chiều nắng vàng hiu hắt trên những mái chùa rêu phong.

… Hội An đã hát với dòng sông Thu Bồn, đã thở với rêu phong trên mái ngói âm dương Khổng Miếu, Phước Kiến, Lai Viễn Kiều, Viên Giác… Hội An vẫn hiền hòa, bao dung giang đôi tay đón những đứa con ra đi không kịp nói lời giã biệt. Những đứa con trở về từ bốn phương lưu lạc như thuở Hội An còn mang tên Faifoo hồn nhiên trong sách vở, hồn nhiên trong thơ văn và hồn nhiên thơ mộng trong tâm hồn cõi sống đời thường. Ở cái mảnh đất linh hiển này hẳn còn có mãi một Luân Hoán, cùng các bạn bè thân mến của anh".

(Ái Cầm)

Với Luân Hoán, hình ảnh Hội An: "Trong hơn sáu mươi năm tiêu xài cuộc sống, tôi đã trôi dạt đến nhiều nơi trên mặt đất, dòng máu trong tim tôi bây giờ không biết đã hao hụt bao nhiêu, đậm nhạt thế nào. Nhưng có một điều chắc chắn, chúng vẫn đỏ, và vẫn nồng nàn khi nghĩ về những địa danh ở quê nhà, nhất là nơi đã chôn giữ cuống rún bé nhỏ của mình.

Nhớ về Hội An, viết về Hội An, nơi chôn cuống rún tôi, không thể không lấy lòng ra để sờ mó, nhìn ngắm lại một vóc dáng, một nhan sắc của một con đất kỳ diệu thuộc xứ Quảng Nam. Thịt da của đất đá, của cỏ cây, của con người ở chốn trầm hương này đã dần dần trưởng thành từ thế kỷ XVI. Khuôn mặt kinh tế, khuôn mặt văn hóa đã có thời phương phi, rạng rỡ, có thể là một vùng sống hợp chủng đầu tiên, được gọi bởi nhiều mỹ danh. Nhưng cho dù là Hải Phố, Hoài Phố, Hoa Phố, Faifoo, hay gọn nhẹ, thân mật chỉ một từ Phố, Hội An vẫn là Hội An, với cốt cách, phong thái vừa đủ để mời gọi, vừa đủ để nhớ tưởng…"

*

Thái Tú Hạp đã ấn hành nhiều thi phẩm… Riêng tập thơ *Miền Yêu Dấu Phương Đông* (1987) đã được các nhạc sĩ phổ thành ca khúc với Phạm Duy, Phạm Đình Chương, Trầm Tử Thiêng, Lê Uyên Phương, Anh Bằng, Nhật Ngân, Hoàng Quốc Bảo, Trọng Nghĩa, Vĩnh Điện, Khúc Lan, Trực Tâm, Andy Thanh, Huỳnh Nhâm… năm 2005. Trong 65 bài thơ của thi phẩm nầy cũng nói lên hình ảnh phương Đông, trong đó bàng bạc nơi chốn đã sinh ra và lớn lên.

Hình ảnh đó, Thái Tú Hạp mô tả: "Tại Hội An có 11 ngôi đình chùa, đa số của người Minh Hương với các lối kiến trúc khác nhau như một Hội Quán sinh hoạt của những đồng hương người Triều Châu, Phước Kiến, Gia Ứng, Hải Nam và Quảng Đông.

Những ngôi đình của người Việt tạo dựng như Đình Cẩm Phô, Đình Đế Võng, Đình Ông Voi, Đình Tiên Từ, Đình Sơn Phong… Chưa kể đến các ngôi chùa như Chùa Hải Tạng, Viên Giác, Phước Lâm, Vạn Đức, Chùa Bà Mụ, Chùa Ông, Chùa Tĩnh Hội, Chùa Long Tuyền, Chùa Sư Nữ…

Chính vì nhiều đình chùa cổ miếu như thế nên hằng năm cúng lễ hương khói triền miên, do đó người dân Hội An cũng có khuynh hướng mãnh liệt về đức tin tâm linh. Những hiện tượng xảy ra rất linh thiêng huyền diệu mà khoa học không thể nào chứng minh được… Cụ thể như trước năm 1975 có những cuộc đụng độ giữa các lực lượng VNCH và du kích CS bên sông Cẩm Thanh pháo kích vào trung tâm thị xã Hội An, nhưng đa số đều nổ ở ngoài đường hoặc rơi một số trong sân chùa nhưng đều không nổ… quả thật là điều kỳ lạ. Những câu chuyện được kể như cầu cơ lên đồng, xin xăm coi quẻ vào những ngày lễ hội đầu năm được ghi nhận thật là linh thiêng mầu nhiệm nếu chúng ta nghiêng sâu về đời sống tâm linh chắc không thể không chấp nhận những sự kiện siêu hình như thế…"

Khi sống ở hải ngoại, trong bài "Buồn Hội An", chỉ hai câu thơ của anh cũng thể hiện tâm trạng chung của những người lưu lạc:

Chừ về với phố u sầu
Với thành quách cũ lên mầu thời gian…

Với dòng sông Thu, với bao kỷ niệm của thuở học trò cũng ngậm ngùi theo thời gian:

Dòng sông đó mang tôi vào lịch sử
Lòng quê hương còn dấu đạn căm thù

Tháng năm buồn trôi qua bằng đau đớn
Nghe chán chường trong hơi thở cô đơn.

(Theo tài liệu thì xưa gọi là sông Hoài, sông Thu Bồn nên Hội An xưa gọi là Hoài Phố – phố chợ trên sông Hoài – sau biến âm thành Faifoo khi người Tây phương tìm đến nơi đây. Hội An tên cũ là Hải Phố – vào thế kỷ XVI viết là Haifo). Qua bao thập niên anh xa sông Thu nhưng dòng sông đó vẫn ở bên anh với nhà xuất bản *Sông Thu.*

Bất hạnh nhất là Hoàng Quy, quê của anh nằm ven bờ hữu ngạn sông Thu Bồn nhưng sau năm 1975, sau khi ở tù cải tạo ra, gia đình nhà thơ Hoàng Quy không được phép sống tại Quảng Nam mà phải đi "kinh tế mới" ở làng Phong Điền, Cái Răng, tỉnh Cần Thơ.

Bài thơ Người Xưa Phố Cổ bày tỏ tâm trạng bi thương:

Vẫn trăm năm nữa thầm thì
Bước chân phiêu lãng có về nữa không
Rêu phong mờ ảo tấc lòng
Em qua phố cổ tay bồng vai mang
Tội tình một kiếp đa đoan
Lá khô que củi man nan sầu đời
Đợi gì một hạt mưa rơi
Mà phương trời cũ vẫn nơi hẹn hò
Ngày qua hiu hắt trang thơ
Đêm qua ngậm ngải bơ vơ chỗ nằm
Người xưa đã quá xa xăm
Phố xưa úp mặt khóc thầm cùng ai
Ta về níu vạt áo dài
Che đầu hát khúc thiên thai tạ đời!

*

Trong ca dao và thi ca đề nhiều về phố cổ Hội An. Cao Bá Quát có bài thơ "Du Hội An Phùng Vị Thành Ca Giả"

(Chơi Phố Hội, Gặp Người Đào Hát Thành Vị). Trần Công Nghị & Laiquangnam có viết vài bài và đăng trên trang web Caliweekly của tôi năm 2005.

Trong phạm vi bài viết nầy, tôi trích đăng vài bài thơ của các nhà thơ xuất thân dưới mái trường TQC liên quan đến chốn xưa.

Bài thơ "Về Ru Tình Cũ" của Lê Đình Phạm Phú:

Một chiều Hội An nhớ về mấy ngã
Anh bâng khuâng nhìn suốt dãi sông Thu
Chảy trong lòng quê hương nghèo tơi tả
Nên rất buồn trên những bước phiêu du...

Bài thơ "Trường Xưa" của Phùng Minh Tiến

Tôi về thăm lại trường xưa
Tường rêu đứng lặng mấy mùa chia xa
Giảng đường chết lặng bên hoa
Bước chân ngày cũ ai qua chốn này
Áo bay từ độ trăng gầy
Đôi bờ nhật nguyệt đã đầy nhớ thương
Tóc xưa còn thoáng mùi hương
Năm mươi năm lẻ còn vương dấu giày
Phố chiều mờ mịt mây bay
Ngang qua lớp cũ hao gầy dáng ai?
Em giờ chắc đã khác xưa?
Thương em, đứng lặng, gió mưa đầy trời.

Bài thơ Hội An, "Trên Con Đường Cũ" của Hoàng Lộc

Con đường ngày xưa em đi học
Mông mênh nỗi nhớ buổi tôi về
Bốn mươi năm bỏ trời niên thiếu
Áo trắng còn run ngọn gió quê
Bốn mươi năm nước sông Hoài chảy
Cớ chi bến phố vẫn nguyên bờ?

Cớ chi tôi mấy mùa dâu bể
Vẫn cuối đường hoang nắng Cẩm Phô?
Em của một thời hương ngọc lan
Đám con trai lơ láo sân trường
Và tôi chỉ một lần theo gió
Mà cả đời thương nhớ Hội An
Bốn mươi năm trước cầu Lai Viễn
Em cao gót guốc động vai cầu
Giá như em biết dừng đôi phút
Có lẽ mùa sau gặp buổi đầu?
Cũng bởi vầng trăng phai mái cổ
Trách chi bóng áo chẳng về xưa
Bốn mươi năm có người qua phố
Nửa tóc chờ em đã bạc phơ
Tóc trắng chờ em giữa Hội An
Như chưa đổi phố đổi tên đường
Là em vẫn cứ thời con gái
Tôi, cái đuôi theo buổi tới trường...

Bài thơ "Về Lại Hội An" của Hoàng Thị Bích Ni:

Ta ghé lại trường xưa tìm chút nhớ
Đường phượng xanh một thuở trải trong mơ
Giở từng bước lao chao hương kỷ niệm
Những ngày vui xa biền biệt không ngờ
Chiều Kim Bồng vàng long lanh nắng xế
Nhuộm vàng thơ ký ức của ta xưa
Hồn khe khẽ mở từng trang sách vở
Bỗng dưng buồn ngơ ngác đến ơ sờ
Chiều Cẩm Phô vẫn ngày xưa mây trắng
Trôi lang thang qua những nẻo trời cao
Ta lần bước bâng khuâng tìm lối cũ
Lòng quạnh hiu giữa phố cổ xanh xao
Ván chùa Cầu khua bước chân lách cách

Âm vang trầm vọng mấy trăm năm
Ta một đời mấy mươi năm lật bật
Mai đây rồi chìm khuất cõi mù tăm
Nước chân cầu vẫn chảy xuôi thầm lặng...

Bài thơ "Phố Cổ" của Mạc Phi Hoàng:

Phố cổ ngàn năm tuổi có dư
Chân mày rấu tóc bạc phơ phơ
Vẫn còn thân thiết như người bạn
Mặc thế nhân thay đổi cuộc cờ
Nơi ấy thời gian lắng bước chân
Qua con phố nhỏ nét phong trần
In hằn trên những ngôi nhà cũ
Phảng phất còn vương bóng cổ nhân
Nơi ấy không gian vọng điệu hò
Trăng vàng bát ngát dệt xe tơ
Trãi trên thành phố đêm huyền ảo
Bàng bạc sông Thu tiếng gọi đò
Nơi ấy nhân gian chẳng bận lòng
Nhịp đời êm ả cứ thong dong
Thả thuyền bát nhả xuôi dòng sóng
Quên hết phong ba cõi bụi hồng.

Bài thơ "Hội An Nỗi Nhớ Trong Ta" của Dư Mỹ:

Nghe tuyết đổ nửa đêm ta chợt thức
Quê hương ơi, ta lạc bước phiêu linh
Giữa vùng trời Bắc Mỹ nhớ mông mênh
Con phố Hội hồn ta xưa thơ dại
Trường Bà Mụ tiếng thày cô vọng mãi
Bạn bè giờ dăm đứa lạc dăm nơi
Ta lớn lên bằng giọng hát tao nôi
Lời ru mẹ hò ơ trong giấc ngủ
Qua chùa Cầu, ai thương hoài quá khứ
Áo trắng về Âm Bổn đẹp trong mơ

Tuổi học trò ta tập tễnh làm thơ
Vần gieo lạc, ý còn nghe vụng quá
... Con phố cũng vui lây tình thơ dại
Chè bắp Cẩm Nam ngọt môi con gái
Hương cao lầu ấm dạ khách viễn phương
Hội An ơi, từng tên quán, tên đường
Từng con hẻm trong lòng ta sống lại
Ta nhớ mãi tiếng cười cô em gái
Buổi trưa hè gội tóc bãi Kim Bồng
Đêm trăng về ngồi vọc nước bờ sông
Xếp thuyền giấy thả xuôi giòng cửa Đại
Bến Cẩm Thanh thương giọng hò cô lái
Mau lên đò kẻo lỡ chuyến đò trưa
Ai có về thăm lại Vạn Gành xưa
Con cá nục thơm nồng rau Trà Quế
Hội An đó biết bao điều muốn kể
Đã đi vào cổ tích phải không em...

Bài thơ "Ôi! Hội An, Tôi Chỉ Là Khách Lạ" của Nguyễn Đông Giang sau năm tháng xa cố hương cho đến khi trở về:

Tôi đến đây cùng bọc giấy dầu
Gói sách vở, áo quần và nỗi mệt
Gói cô đơn và nhung nhớ mông lung
Tôi đến đây bụi đường vai còn nặng
... Ôi! Hội An! Hội An tiều tụy
Dáng quá gầy như con bệnh trăm năm
Tôi chợt yêu em như chợt nhớ vô cùng
Cái xác chết đạn đã xâu nhiều lỗ
Cái mái nhà đã cháy nám vô tư
Cái hồn tôi, cái đời sống mịt mù
Ôi! Hội An, tôi chỉ là khách lạ
Ghé lại em xin một giấc ngủ nhờ
Ghé lại em xin đôi niềm thân ái
Biết nên cười hay nên khóc hôm nay

Ôi! Hội An! Hội An!
Tôi đã có thêm hai, ba người bạn
Tôi đã có thêm dăm ba đứa học trò
Tôi đã có thêm rất nhiều đau đớn
Thôi cũng vừa, xin thành thật cám ơn.

*

Năm 2010, khi Trần Công Nghị (Liên Thao) ở Canada lâm trọng bệnh, Uyên Hà liên lạc với anh em khắp nơi còn lưu giữ sáng tác nào của TCN, gom góp lại để thực hiện "món quà lưu niệm" khi rời bệnh viện, tôi hứa sẽ đảm trách phần kỹ thuật nhưng theo ý hiền thê của anh (chị Kim Anh) đợi khi nào anh được khỏe… nhưng anh vĩnh biệt cõi trần vào tháng 9-2010. Tuy 3 người ở 3 nơi, không gặp nhau nhưng "món quà lưu niệm" đó ấn hành vào ngày giỗ đầu tiên của anh. Có các bài viết của bạn bè cùng thời dưới mái trường TQC. Liên Thao làm thơ hồi còn học sinh TQC nhưng khi vào học Đại Học Văn Khoa Sài Gòn và dạy học lại ngưng cho đến khi định cư tại Canada thì mới làm thơ.

Bài thơ "Thầy Cũ Trường Xưa"
(Gởi đến thầy Hoàng Trung và quí cô, thầy cũ)

Bao năm rời bỏ trường xưa
Cành hoa phượng thắm đong đưa có còn
Trăm năm nước chảy đá mòn
Nghĩa thầy, tình bạn sắc son tấc lòng
Ngày xuân xanh búp lá non
Tóc mây vóc hạc có còn uy nghi
Sông Hoài nước cuốn trôi đi
Lời thầy vẫn đó khắc ghi trong đời
Triều dâng của Đại đầy vơi
Học trò bao kẻ xa khơi ngút ngàn
Mây trời lúc hợp lúc tan
Nghĩa thầy, tình bạn muôn vàn thiết tha.

Một khuôn mặt trước đây xuất hiện các bài viết về sinh hoạt truyền thống của quê hương, anh có trí nhớ rất tốt trong tùy bút từ thuở học trò với thầy cô, bạn bè và lớp học. Tháng 9 năm 2016, Đoàn Ngọc Nam ấn hành tập thơ "Kỷ Niệm 50 Năm Thành Hôn" với khoảng ba trăm bài thơ.

Trích những dòng thơ trong bài Nhớ Hội An của Đoàn Ngọc Nam để thay cho lời kết bài viết nầy.

Ai về thăm phố Hội An
Cho tôi nhắn gởi lời vàng nhớ thương
Dầu cho phiêu bạt tha phương
Tình tôi vẫn mãi vấn vương ban đầu...
... Ra đi mang nặng khối tình
Hội An phố cổ bóng hình in sâu...

Nếu quan niệm rằng "Ngũ thập nhi tri thiên mệnh" thì nửa thể kỷ xa phố cổ trường xưa mà "khuôn mặt thời gian" vẫn ẩn hiện trong tâm thức khi đọc lại những dòng thơ bằng hữu.

XUÂN VŨ

Tham gia kháng chiến chống Pháp năm 1945.

Chống đối chế độ Cộng sản, năm 1967 từ Cao Miên trốn về Sài Gòn.

Sau đó liên tục cộng tác với các báo *Tiền Tuyến. Dân Chủ*, các đài phát thanh *Sài Gòn, Tự Do, Mẹ Việt Nam, Quân Đội, Gươm Thiêng, BBC, VOA...* (làm phóng viên đài *VOA* ở Sài Gòn).

Cộng tác với các báo: *Văn Nghệ Tiền Phong* (20 năm), *Việt Nam Tự Do* (12 năm), *Diễn Đàn Tự Do* (10 năm), *Chiêu Dương. Bán Nguyệt San Tự Do, Đời Sống* (3 năm), *Độc Lập, Quê Mẹ, Người Việt, Thế Kỷ 21, Sóng, Lửa Việt, Thằng Mõ, VN News, Đẹp, Xây Dựng...*

Ở miền Bắc đã in ba tập: *Chiến Lũy Ngà - Quá Nửa - Những Người Miền Nam*.

Sách in tại hải ngoại:
- Truyện, Ký, tiểu thuyết về Cộng sản: 30 cuốn.
- Truyện, tiểu thuyết viết về đồng quê, xã hội: 12 cuốn.
- Kịch: 1 cuốn
- Thơ: 1 cuốn
- Khảo luận: 1 cuốn

Xe đạp niềm vui

Bác sĩ trưởng phòng điều trị là Hoa Đà tái thế. Ông ta không cần hỏi bệnh nhân câu nào để ghi vào bệnh lịch. Chị Đởm vừa vào thì ông đã ghi toa xong. Chị cầm lấy toa thuốc, cũng không cần đọc mà thấy bệnh tật trong người đã cuốn vó chạy dài.

Chị về đến cơ quan đưa cho kế toán lấy tiền đi "mua thuốc" rồi về nhà luôn vì được coi là bệnh nhân, về nhà thì thấy anh Đởm nằm trong buồng. Nhà của gia đình miền Nam tập kết này là một cái ga-ra của tư sản, nay không còn xe hơi nên cho cán bộ mướn với giá năm đồng một tháng. Nó như cái hộp sắt chỉ trống một bề làm cửa ra vào. Hai cánh cửa lung lơ, xiềng bằng một sợi lòi tói nên khi mở đóng, cửa và lòi tói khua nghiến như cửa nhà tù.

"Thế nào, có khám khiếc gì không?" Thấy vợ về, Đởm nhảy tưng lên hỏi.

"Được mười đồng."

"Mười đồng làm sao đủ mua?"

"Biết làm sao bây giờ?" Chị Đởm ngồi phịch xuống cái giường ngủ làm bằng hai miếng ván ken lại và tính tiêu hành tỏi ớt cho chồng nghe.

"Ông bác sĩ Hương tốt bụng lắm. Ông kêu em vào khám trước nhất, lại cho cả bồi dưỡng."

"Bao nhiêu?"

"Bồi dưỡng cấp 2, 75 xu mỗi ngày, mười ngày là bảy đồng rưỡi. Tiền thuốc mười lăm. Cộng tất cả là hai mươi hai đồng rưỡi."

"Rồi sao còn có mười đồng?"

"Anh tưởng mình đút túi được cả sao? Biết mà còn

hỏi. Mình "tứ" còn bác sĩ và kế toán "lục". Em lại phải nhờ con nhỏ ở cơ quan đèo trả tiền săm lốp cho nó hết một đồng, nhưng nó không lấy, nó bảo mình mua xe mới, khi nào tới phiên mua săm lốp thì nhường cho nó. "

"Còn lương của bà đập vô nữa là vừa triến."

"Phải được nguyên một tháng thì vừa, nhưng bà giám đốc nhân đức cho lãnh có năm mươi đồng còn mười hai đồng thì để lại đó."

"Để lại đó là để lại đâu?"

"Chưa tới ngày lãnh mà người ta cho lãnh là phước đức ông bà rồi. Bà ấy nói bỏ xuất tiền túi cho mượn chớ có phải là công quỹ đâu. Còn không hiểu nữa à?"

Đởm gật đầu khe khẽ:

"Ừ nhỉ, bà ấy nhân đức dữ dội."

"Còn ông được bao nhiêu?" Bà vợ hỏi chồng.

"Phải bán cả nữ trang của bà, và ba kí lô thịt mông của tôi nữa mới đủ."

"Nữ trang. Xí! Ba cái vỏ sò vỏ ốc hay mấy cục sắt kế hoạch của sắp nhỏ đem mạ rồi bán hay nữ trang nào? Cái nhẫn cưới cũng bán ba mươi đời rồi."

Đởm vẫn tỉnh khô;

"Thôi dược, tôi có cách! " Đởm vung tay thoái mái và hỏi ngay "Bà có nhớ cái huy hiệu Thành Đồng Tổ Quốc của tôi bỏ đâu không?"

"Để làm gì?"

"Để tôi đem ra bờ hồ sơn lại. "

"Ai sơn?"

"Có thợ sơn. Mấy ông chiến sĩ Điện Biên đem sơn lại

huy hiệu của họ thiếu gì ngoài đó.”

“Mới đây mà tróc sơn hết rồi sao?”

“Có tróc mới sơn, chớ khi không sơn làm gì cho tốn tiền. Năm hào một nhát chớ phải sơn giùm hay sao? Cái huy hiệu của tôi sơn xong đem ra chợ bán được năm đồng đó.”

“Ai mua làm gì!”

“Củi mục bà bỏ trong rương hễ ai rớ tới, trầm hương của bà mà! ”

“Ở đó mà đóng kịch hoài. Ngày mai là cái phiếu hết hạn. Chờ mất ba năm nữa!”

Đởm thấy mình giễu hơi dở nên lại ngả ra giường thở dốc.

Có mùi hương phảng phất trước cửa. Chị Đởm ngó ra. Bà chủ nhà. Bà ta chải đầu rất suông, thắt bính từ cổ đến chót tóc nhỏ rứt quấn thành búi tóc sau gáy trắng muốt, còn đường ngôi thì rẽ rất thẳng. Bao giờ ra khỏi nhà để thu tiền phố bà ta cũng mặc áo trắng ngắn tay và quần xa-tanh láng mướt, môi thoa son rất khéo. Bà ta đứng ở trước cửa nói vọng vào.

“Anh chị cho tôi xin tiền nhà tháng trước được chưa ạ?”

Đởm nghe tiếng “tháng trước” nhói màng nhĩ nhưng cố nằm im. Chị Đởm bước ra.

“Bà chủ cho tôi vài hôm nữa lãnh lương sẽ trả luôn hai tháng.”

“Anh chị túng dữ vậy hả? Hai vợ chồng đi làm cả mà còn thế, tôi có việc gì làm đâu. Con tôi bốn đứa toàn đi học.”

“Không nói giấu gì bà chủ, vợ chồng tôi đang gom góp tiền mua chiếc xe đạp.”

“Có phiếu rồi cơ à?”

"Dạ"

"Xin anh chị nhớ giùm, tôi nghèo lắm." Bà chủ nhà nói vậy rồi đi ra ngõ, sang các nhà khác.

Chưa đủ số đắp cho chiếc xe, nếu rút mười đồng ra đóng tiền nhà thì càng hụt nặng! Chị Đởm đứng tần ngần, không biết nên mang ơn hay thù oán bà chủ nhà.

*

Chưa đến giờ mở cửa của bệnh viện mà Đởm đã đứng ở trước cổng hồi đời nào. Đêm qua Đởm hơi khó ngủ vì hình bóng chiếc xe đạp sắp với tới cứ lấp loáng qua đầu. Những gánh khoai lang củ mì luộc đơm hai bên cổng nhắc cho Đởm nhớ rằng mình chưa ăn sáng.

Mùi khoai sắn bùi bùi làm Đởm phát chảy nước miếng. Tuy chê nó, nhưng vẫn không quay mặt lại nó được. Còn cái gì khác tọng vào mồm được nữa đâu. Lắm lúc đi ngang qua cửa hàng ăn quốc doanh muốn vào làm một tô cho thỏa mãn dân cày, nhưng nhớ tới bầy con èo uột, lại thôi. Hơn nữa, bữa nay, Đởm bán máu. Đởm phải để bụng đói, Đởm biết, vì đây không phải là lần bán đầu tiên.

Cánh cửa sắt đỏ cũ tróc sơn rỉ sét không biết có từ đời nào, vừa hé mở là Đởm chen vào. Lão già khu Năm khó tính Đởm quen mặt, gầm lên khi Đởm càn qua người lão.

"Chưa tới giờ nhận bệnh."

"Tôi là nhân viên!"

"Thẻ đâu?"

"Nhân viên mới, chưa có thẻ! " Đởm nói ẩu rồi đi bừa vào bất kể sự hằn học của lão già.

Lão già đạp banh cánh cửa đánh rầm rồi chạy theo để bắt anh chàng Nam Kỳ vô nguyên tắc, nhưng cũng may, y tá Long vừa tới và nhận Đởm là nhân viên quét dọn của bệnh viện do Long đưa vào làm việc. Nhờ thế Đởm lọt. Đởm ngồi ở băng chờ đợi ngay dưới tấm bảng đỏ chữ vàng "Khoa Truyền Máu". Mỗi lần đến đây Đởm đều nghĩ: Đúng ra là phải để mậu dịch thu mua máu như Mậu Dịch Tổng Hợp thì mới phải. Vì ai vào đây cũng để bị hút máu cho chánh phủ chớ có ai được "truyền" tí huyết cầu nào đâu!

Cánh cửa phòng xịch mở. Đởm là người mãi huyết đầu tiên trong ngày bước vào. Qua cái lỗ vuông như lỗ ở chuồng bán vé xi-nê, y tá Long đưa ra cho Đởm tấm cạc tông cứng bằng ba ngón tay mang số 1. Đởm cầm lấy và ngồi xuống băng chờ. Vậy là mộng gần thêm chút nữa. Ở xã hội này không có cái gì chắc được cả. Xếp hàng ba giờ đồng hồ đến phiên mình chìa phiếu ra mua hai lạng thịt thì cô hàng thịt lạnh lùng bảo: Hết thịt. Hoặc đưa phiếu mua đường, thì bảo: Đường chưa tới. Có thể mình đưa cái phiếu mua chiếc xe đạp thì lão quản kho lại cũng bảo: Chờ xe bên Liên Sô, Tiệp Khắc qua.

Vài người đến sau Đởm. Một vị đội mũ cát két, áo xanh công nhân bạc màu, chân dép lốp sần sùi, ngón út trật ra ngoài quai dép như mang guốc kiểu nhà quê; một vị thì mặc áo chim cò, tóc lụp xụp.

Hai người có lẽ tự cảm thấy sự tương phản gay gắt của nhau nên giữ một khoảng cách tối đa: Người nào cũng ngồi mút đầu băng và quay lưng lại nhau. Đởm chiếm khúc giữa như một cái máy điều hòa hai thái cực.

Từ trong lỗ vuông, y tá Long chìa ra quyển sổ Truyền Máu. Đởm biết đây là câu trả lời sau sự mặc cả hôm qua tại nhà riêng của bác sĩ Hương, chủ nhiệm Khoa, nên vội vàng đứng dậy bước tới cầm lấy mẩu giấy, đưa lên mắt đọc và nói ngay:

"Một trăm năm mươi xê xê không đủ đồng chí ạ!"

Long khom người áp mặt vào chiếc khung vuông:

"Đó là quyết định của bác sĩ chủ nhiệm khoa. "

"Vậy thì tôi không đủ tiền mua xe kỳ này rồi! Phải đợi đến đời con tôi!"

"Nguyên tắc là phải hai tháng mới được "rút" một lần!"

Y tá Long biết Đởm dư hiểu nguyên tắc đó. Nó đã được y tá giải thích bằng mồm mỗi khi người bán máu chìa tay cho kim đâm vào huyết quản hút máu ra chai, hơn nữa nguyên tắc đó còn được ghi bằng chữ to trên bìa sổ: "Chú ý: Hai lần lấy máu phải cách nhau ít nhất sáu mươi ngày" Nhưng thấy Đởm cứ đứng tần ngần, Long nói tiếp:

"Trong sổ có ghi lần rút trước là ngày 3 tháng Hai, là ngày thành lập đảng. Vậy lần kế phải là 3 tháng Tư. Nhưng tôi thấy nét mặt của anh sạm, nước da cũng sạm quá kìa, điều đó chứng tỏ anh thiếu máu. Vậy tốt nhất là chờ tới ngày 1 tháng Năm là ngày Quốc Tế Lao Động hoặc tốt hơn nữa chờ đến 19 tháng Năm, sức khỏe anh vững chắc hơn. Hôm nay mới là ngày 18 tháng Ba, còn thiếu mười lăm ngày nữa tôi mới có thể hút máu của anh được. Vậy là bác sĩ chủ nhiệm đã chiếu cố mua cho anh một trăm năm mươi xê xê là đặc biệt lắm rồi."

Ông công nhân và anh chim cò hơi sốt ruột vì sự mà cả của Đởm nên họ xin số cho bảo đảm. Y tá vừa phát xong hai số lại có cả chục người vào. Người nào cũng nhớn nhác xanh xao nhưng đành phải bậm môi bán sức khỏe tiều tụy của mình để nuôi người thân tiều tụy hơn. Long phát luôn hết năm cạc tông vuông trên tay rồi tuyên bố:

"Hết số! Mỗi ngày chúng tôi chỉ hút máu mười hai người!" rồi quay lại Đởm "Rút máu có hại lắm anh ạ. Người khỏe cũng mất sức nhưng hồng huyết cầu sẽ tái lập lại đủ cơ số. Còn yếu như anh thì sẽ chóng mặt không làm việc được. Như vậy là sai chính sách!"

"Tôi còn khỏe lắm. Tôi biết mà! Cứ hút 200 xê xê cho tôi!" Đởm rên rỉ "Tôi đợi mất ba năm mới được cái phiếu mua xe. Mà được nó trên tay rồi lại càng khổ thêm vì không đủ tiền mua. Chạy hoài cũng không tìm đâu ra để tiếp vào số lương của hai vợ chồng cho đủ. Mượn bè bạn khắp chốn rồi nhưng vẫn còn thiếu. Tôi mới đánh liều đến nhà bác sĩ chủ nhiệm khoa hôm qua. Ông gật."

"Gật là gật cho 150cc thôi chứ 250cc thì không thể. Giá là lập trường chánh trị này nọ thì tôi còn linh động cho anh được còn đây là khoa học, làm sai là chết người tức khắc! Dầu tôi có ghi 250cc cho anh, nhưng đưa vô phòng hút máu, họ coi sổ họ cũng không hút đâu."

Đởm ứa nước mắt than:

"Anh Long ơi, anh có gọt thì gọt cho trơn, làm ơn thì làm ơn cho trót. Tôi đợi cái phiếu mới có ba năm mà đã bắt được rồi. Có người đợi cả đời mà chỉ bắt hụt. Như vậy chứng tỏ là đảng và chánh phủ đã sửa sai tới toàn dân tập kết mình rồi đó. Thiệt may mắn biết bao nhiêu. Con tôi cả lũ. Vợ đi làm. Mà nhà không có chiếc xe nên bữa nào cũng cuốc bộ, Gặp khi con đau phải năn nỉ ráo nước miếng bạn bè mới cho mượn xe chở con đi bệnh viện. Mượn vài lần đã ê mặt rồi, đâu dám mượn nữa. Kỳ này mà huốc thì tôi cuốc bộ muôn năm! " Đởm nuốt ực "Còn có ngày mai nữa là hết hạn anh Long à! Anh cứ việc ghi đi, chết tôi chịu."

"Chết thì không chết, nhưng anh chóng mặt không đi làm được. "

"Chóng thì ít ngày rồi hết chứ không mua được kỳ này chết sướng hơn! "

Vẫn nhớ đây không phải là nhà riêng của mình, nhưng Đởm cố kỳ kèo cho bằng được. Long cực chẳng đã phải vào trình chủ nhiệm khoa, Một chốc trở ra bảo: "Ông ấy chỉ cho 200 thôi."

Đởm nhăn mặt:

"Hai trăm là đâu? Chỉ thêm 50 nữa thôi mà! "

"Máu người chớ đâu phải nước lã. Tiêm năm mươi xê xê có thể cứu một mạng người, rút năm mươi xê xê cũng có thể chết người, anh hiểu không? Thôi, anh cứ vô phòng hút đưa sổ ra cho người ta hút. Tôi không thể giúp anh thêm gì nữa cả! " Long nói xong đưa quyển sổ cho Đởm rồi quay đi.

Đởm cầm lấy quyển sổ, nghe đầu nặng như chì, nhưng lòng lại thấy nhẹ hẫng như gan ruột mình biến đi đâu hết. Đởm bước sang phòng hút máu.

Người công nhân lẫn ông áo chim cò đều hoàn thành nhiệm vụ. Đến phiên Đởm. Những lần trước Đởm cũng đến đây nên đã quen với mọi đồ vật và động tác. Đởm leo lên nằm trên chiếc bàn gỗ sơn trắng có vài đốm máu khô vương vãi lau không sạch. Đởm duỗi thẳng chân và thọc tay vào khung lỗ vuông với quyển sổ trên tay.

Vốn quen nên y tá Tâm cầm lấy quyển sổ xem nhanh và hỏi giọng thân mật:

"Sao bán sớm vậy cha?"

"Xe đạp có đủ cả rồi, còn thiếu bánh trước."

"Hai trăm xê xê hơi nặng đấy!"

"Kệ nó, Chết bỏ!" Thấy không có ai trong phòng. Đởm nói tiếp "Nè, kỳ này muốn gì?"

"Cậu có cái gì mới được?"

"Có cả hai. Áo nâu lẫn áo trắng! "

"Áo nâu thì nếm đã đời rồi. "

"Vậy áo trắng nhé!"

"Ở đâu mà cậu có?"

"Cái nghề lơ xe hơi của tôi như chó răm lỗ chuột, chỗ nào mà tôi không đánh hơi ra."

"Ừ, cũng được, trả thù bố mẹ thêm tí nữa." Y tá Tâm buộc dây thun và chích.

"Để các em đi với tụi Gia Nã Đại và Chà chóp nghĩ cũng đau lòng con quốc quốc chớ ta!"

"Đau thì rán chịu. Mình không có tiền chi, các em lại cần tiền. Đau lòng chính là ở chỗ đó."

Đởm nhìn nghiêng thấy máu của mình đã chảy vào cái chai thủy tinh hòa với dung dịch ACD đựng sẵn trong đó làm cho máu loãng ra và từ từ dâng lên từng gạch một ghi ở thành chai. Lần nào nhìn thấy máu tuôn, Đởm cũng nghĩ ngợi một cách hài hước: Rau muống, cà pháo, khoai lang, mắm cáy, nhậu của đảng bao nhiêu trả lại đảng bấy nhiêu. Đảng lại trả tiền cho mua cà mua mắm. sướng thấy mẹ còn đòi gì nữa?

Thấy máu dâng lên gần đến gạch hai trăm, Đởm lại gợi chuyện:

"Nè cậu có nhớ tên đồng chí ủy viên trung ương gì giết vợ bằng vi trùng thương hàn không?"

"Có biết chuyện nhưng tên thì quên. Vụ đó ở bệnh viện C chớ không phải ở đây."

"Đồng chí ấy cuối cùng rồi cũng chẳng lấy được đứa con gái nuôi mà lại mất vợ, hả?"

"Chậc! Ấy chết, 220 rồi. Thôi nhé! " Y tá Tâm vừa nói vừa nhìn sắc mặt Đởm.

"Tôi có nghe chóng mặt chóng mày gì đâu. Rán 30 xê xê nữa đi! Lần này sẽ có một em (trường) Trưng Vương, da trắng như bông bưởi cho cậu đấy! Ăn cơm gạo nhự, dự gái Trưng Vương nhé! "

"Tắt đèn nhà lá như nhà tranh. Thôi, cha nội 240 rồi."

"Bứt dây oánh tuốt cho rồi! Chết tôi tôi chịu ở điệu chung tình. Con nhạn bay khó bắn con cá ở ao Quỳnh khó câu nghe ta!"

"Chà, còn nhiễm út Trà ôn dữ he! "

Chớn máu đã lên liếm 250. Y tá Tâm rút kim ra và lấy miếng bông gòn ép vào chỗ mũi kim chích trên da, bảo:

"Có chóng mặt thì vào đi-văng trong phòng tôi mà nằm! "

"Cậu có chạy đua không thì ra đường làm một trận với tớ nào?" Đởm ngồi bật dậy nói.

Y tá Tâm lấy bút sửa số 200 của bác sĩ chủ nhiệm ra số 250 rồi đưa quyển sổ cho Đởm. Đởm cầm quyển sổ trở ra đưa cho Long. Long xem con số và chắc lưỡi:

"Thôi, cũng được!" Rồi làm hóa đơn cho Đởm.

Đởm nhìn thấy con số rất rõ nét: 41 đồng 1 hào. Đởm ký đánh xoẹt ném cây bút chì một cách hài lòng. Y tá Long xỉa tiền đầy đủ. Đởm không đếm lại cứ quơ lấy đút vào túi áo trên cài nút rồi chìa tay cho y tá Long.

"Cám ơn nhé."

"Đừng có bán "mạ non" nữa nghe!"

"Có chuyện cần lúa giống cũng bán tuốt nữa, ở đó mà chờ tới mạ!"

Đởm đút quyển sổ xám ngoẹt vào túi quần và lững thững đi ra bệnh viện. Lão già gác cửa vẫn còn nhớ mặt, gắt hỏi:

"Thẻ nhân viên đâu?"

"Cần tiền mua xe đạp nên bán máu đây chứ nhân viên nhân veo gì?"

Đởm lê đôi dép Nhật ra đường. Bây giờ Đởm mới thực sự thấy buồn lan chiếm cả tâm hồn mình *"Máu* người không phải là nước lã.*"* Đó là tên một bộ phim đang chiếu ở rạp Thủ Đô, và câu đó được nhại lại khắp Hà Nội.

Không phải là nước lã thì là gì? Không phải là nước lã sao rẻ mạt thế? Hai trăm năm mươi phân khối cân bằng bốn mươi mốt đồng một hào. Cà đang lên giá và máu người đang xuống giá. Cứ mỗi lần bán đi ít máu thì Đởm lại thấy giải quyết được một vấn đề. Máu của ta thuộc loại A hay B hay O? Đởm cũng không cần biết. Chỉ biết đó không phải là nước lã.

Từ kháng chiến, Đởm đã từng làm liên lạc cho Tiểu đoàn 307. Rồi lên cầm súng trực chiến cho đến ngày hòa bình. Bị thương bốn lần, với cả chục vết thương khắp người. Cởi áo lính để lãnh sổ thương loại B với chức vụ Trung đội phó, Đởm đã từng nhìn thấy máu đồng đội, máu mình đổ nơi chiến trường.

> *Có những lúc nằm chung trận tuyến*
> *Xé khăn mình liền băng vết thương*
> *Choàng cánh tay ôm người bạn ta*
> *Làn môi xanh chưa tàn nụ cười*
> *Dòng máu tươi tràn ướt tay (1)*

Máu kháng chiến là máu anh dũng hy sinh, máu tình máu nghĩa, máu đồng đội đồng chí, máu vô giá, máu tô thắm ngọn cờ Độc Lập Tự Do của Tổ Quốc Việt Nam. Máu của chiến sĩ Phạm Hồng Sơn mà họa sĩ Diệp Minh Châu dùng thay cho màu để vẽ thi hài người dũng sĩ hy sinh ngay tại trận đánh sập đồn Vàm Nước trong quận Mỏ Cày tỉnh Bến Tre, trận hạ đồn Pháp lừng danh ở Nam Bộ năm 1947, máu của các chiến sĩ trận Gò Nát cũng do họa sĩ dùng vẽ những bức tranh máu bất hủ, máu của chính họa sĩ tự cắt lấy để vẽ chân dung Bác Hồ và ba em bé Nam, Trung, Bắc tượng trưng cho Đất Nước Thống Nhất trong lúc cử hành quốc ca và hoàn thành bức tranh khi quốc ca vừa chấm dứt.

Máu ngày xưa sao thiêng liêng cao cả đến thế?

Máu bây giờ sao rẻ rúng thế? Một cựu chiến binh như Đởm đã phải bán máu nhiều lần để nuôi gia đình và lần này để đủ tiền mua chiếc xe đạp. Kháng Chiến Thành Công, Thành Đồng Mất Giá, đó là sự thực. Người ta hết cần bộ ngực sắt của thằng dân Nam Kỳ để đỡ đạn cà-nông, cho nên bán máu nuôi miệng mà cũng phải chạy lót năm bảy cửa quyền mới bán được.

Xưa kia kiêu hùng bao nhiêu, bây giờ hèn mọn nhục nhã bấy nhiêu.

Vừa về đến nhà, Đởm bị vợ hạch ngay;

"Được bao nhiêu?"

"Bốn chục. May nhờ có ba tấm vé bóng đá với thứ nọ thứ kia lót đường, chứ không, theo nguyên tắc 3-3-3 thì mình còn chừng mười ba đồng."

"Vẫn còn thiếu."

'Thiếu gì mà thiếu hoài vậy?"

"Thì cái xe giá ba trăm sáu mươi lăm đồng lận mà ông tướng."

Như sực nhớ gói tiền cất giấu từ lâu không động đến, Đởm hộc tốc vào giở tung mền chiếu lên. Moi móc dưới góc giường, trên nóc mùng và những chồng vở cũ của đám con.

"Kiếm cái gì?" Chị Đởm gắt.

"Được cái này thì dư xăng. "

"Cái này là cái gì mới được chứ?"

Đởm đứng tần ngần một lúc. Đởm đưa tay quệt mồ hôi

trán, mắt ngó trừng trừng như thôi miên vợ:

"Cái bóp của bà bỏ đâu?"

"Tôi làm gì có bóp? Tôi chỉ có cái giỏ xách đi chợ thôi."

"À cái giỏ xách. Nó đâu rồi?"

"Ở ngoài hè! Rách nát rồi, kiếm làm gì?"

Đởm vọt ra hè rồi chạy trở vô, mặt mũi ngơ ngáo:

"Tôi nhớ mọi lần tôi đưa, bà bỏ trong đó mà. "

"Cà pháo hay rau muống?"

"Cái sổ thương binh bà ơi!" Đởm dậm chân nghiến răng:

Chị Đởm kêu lên rã rời:

"Tưởng cái gì!"

"Sổ thương binh hạng B, 28 đồng một tháng. Đem bán quách nó đi."

"Bán bao nhiêu nào?"

"Chắc được ngót nghét hai trăm! "

"Sao có hai trăm thôi?"

"Ừ nhẩy, mình chỉ nên cầm nó một năm thôi rồi chuộc lại nhẩy! "

"Nhưng đâu đã tìm ra mà cầm mà cố. "

Đởm lại hùng hục chạy đi tìm. Chị Đởm quắc mắt:

"Xí! Có bơi tới đất cái cũng không tìm ra. Hai mươi tám đồng một tháng, lãnh cả đời nhưng ông phải bán có trăm rưởi bạc mặt cái lần tôi sanh khó. Đây giờ thằng nhỏ đã chín tuổi rồi..."

Đởm đứng ngớ ra, đôi mắt phóng về một ngày u ám xa vời.

"Cái lần đó ông mới vào học trường lái xe nhờ sự chiếu cố thương binh miền Nam. Ông không biết thân lại dại mồm nói xe GMC lái nhẹ hơn Môlôtôva, nên bị đuổi và không được lãnh lương tháng đó rồi chạy tìm việc muốn chết, nhớ chưa?"

Lội ướt mồ hôi Đởm mới nhờ được thằng bạn đèo lên kho xe đạp ở tận Cầu Đuống. Nhưng cái thằng dân Thành Đồng đi đâu cũng gặp vận đen: Chiều Thứ Bảy. Hãy còn trong giờ làm việc nhưng không có ai làm gì. Người ta tự cho phép mình nghỉ từ trưa, bởi vì ngày Chủ Nhật phải lao động xã hội chủ nghĩa mất buổi sáng, cho nên họ công khai nghỉ bù chiều Thứ Bảy hôm trước. Lão quản kho đầu bạc trắng, mặt khía sâu như mặt thớt. Đởm hơi nhọn vì nghĩ rằng lão ta tuổi đảng có lẽ cao bằng tuổi đảng của bác Tôn. Cần kiệm liêm chính nằm trong lòng nên mới được giữ kho xe đạp. Nhưng, mình đã có đủ cả thể lệ rồi, đâu cần phải lo lót gì nữa. Đởm hồn nhiên rút cái phiếu như đã khâu dính trên da mình từ khi nhận được, đút vô cái lỗ vuông như một công thức muôn năm đi đâu cũng đụng.

"Hôm nay kho hàng kiểm kê nên đóng cửa! " Lão không nhìn và nói.

"Phiếu của cháu còn có bữa nay nữa là hết hạn thưa bác! "

Đởm suýt quát to nhưng kềm cơn nóng và hạ giọng ngọt ngào:

"Nghèo quá bác, mới chạy vay đủ hồi sáng nay. Vay lời cắt cổ đây. Nói để bác thương!"

"Người ta phát phiếu cho anh mấy tháng trước sao đợi đến hết hạn?"

"Lương không đủ mua rau muống..."

"Nguyên "téc" là kho đóng cửa chiều Thứ Bảy."

Đởm run từng miếng thịt, mắt hoa lên, nhưng rồi Đởm định tâm trở lại liền. Á à! Đ.M. lão này đòi Đ.M. thì Đ.

Ngôn ngữ Việt Nam phong phú thêm nhờ cách mạng. Hai tiếng Đ.M. giờ đây có thêm nghĩa. Phải Đấm Mõm. Phi đấm bất thành mọi việc. Từ trẻ tới già, từ bé tới nhớn, thằng nào, con nào cũng đòi đấm. Người muốn hoàn thành việc tư hay việc công phải biết đấm. Vợ chồng Đởm đã Đ.M. xong cô kế toán, bà giám đốc, y tá Long, y tá Tâm, bác sĩ hút máu, bác sĩ điều trị, rồi bây giờ tới cái màn cuối cùng của một vở kịch đấm: Quản kho! Đấm mõm! Đấm mạnh, đấm từ dưới lên trên, đấm từ trên xuống dưới. Có Đ.M. thì việc to bằng trời cũng lọt, không Đ.M. việc nhẹ như lông cũng kẹt cứng. Sông có thể cạn, núi có thể mòn, song nguyên "téc" ấy không bao giờ thay đổi.

"Chiều nay về Hà Nội thăm mẹ đĩ hả bác! Ghé mậu dịch làm một tô phở thập cẩm, ủa cơm ngỗng, lấy lại xí-oách nghe bác! " Đởm bo lão như cu mồi.

"Anh này! Lãng phí thế! Nào đưa tôi xem lại cái phiếu chút!"

Đởm quay lưng ra ngoài móc túi, lấy đồ nghề kẹp dưới cái phiếu đưa vô rồi quay ra giả đò nhảy mũi hai ba cái liền để lão quản có thì giờ kiểm kê cái phiếu một cách tự nhiên. Khi Đởm tốp được loạt hắt xì quay lại, lão nói:

"Mở cửa kho chiều Thứ Bảy là sai nguyên téc! "

Thấy trên tay lão chỉ còn cái phiếu, Đởm cười khè khè:

"Đâu có cái gì còn nguyên, tất cả đều téc béc rồi bác ạ! Bác cứ mở cửa cho téc luôn đi!"

Lão uể oải chậm chạp đứng dậy như chân lão có rễ dưới đất và làu bàu:

"Lần sau đến sơm sớm tí nhé! "

"Vâng ạ! Con của cha sẽ đến gặp cháu của bác sớm

hơn đấy ạ! Chứ còn đời cháu chỉ lần này là hết rồi!"

Lão già quay lưng đi rồi còn ngoái cổ lại:

"Hôm qua ông Bộ Trưởng cho lệnh xuất một lúc mười chiếc. Tôi hỏi nhỏ: Làm gì mà xuất dữ vậy? Người cầm phiếu bảo ông ấy làm phần thưởng... Thi đua."

"Thi đua cho con cháu, rể, dâu của ông ấy mà...!" Đởm tiếp.

"Để yên tôi nói cho nghe... do đó xe xanh xe đỏ hết rồi, chỉ còn rặt xe đen, anh có lấy không? Đen thì càng đỡ bẩn anh ạ! "

"Xe gì cũng lấy, miễn chạy được thì thôi. Đi xe đạp nhất định phải nhanh hơn đi bộ."

Thế là ước mơ của một đời người gần thành sự thực. Đởm đứng đợi. Giây phút căng thẳng và thú vị như phút cuối cùng của trận đấu hữu nghị Angiêri - Việt Nam tuần trước, trung phong đội nhà sút tung lưới bạn tìm được cây gậy về đường.

Lão quản kho trở lại với mụ Chung Vô Diệm trên vai, trên mặt mũi tay chân đều đen kịt chỉ có hai bánh xe răng là trắng lấp lánh cười tình. Nhưng Đởm kinh ngạc vô cùng... Lão toét mồm:

"Này, anh ở Hà Nội cần gì cái bơm nhỉ! Tôi đã bơm căng, siết thắng, kéo yên và ghi đông lên cao cho anh cả rồi đấy. Cứ thế mà đạp, tha hồ bay nhé. Các cô trông thấy là lé mắt! "

Đởm rút ống bơm đưa cho lão:

"Biếu bác đấy! Ra Hà Nội ghé nhà tôi chơi! Nhà tôi ở sau nhà đồng chí Lê Duẩn ấy mà."

... Về đến nhà, Đởm vừa dựng chiếc xe đạp ở trước cửa là lũ con, và cả hàng xóm bu lại đen kịt. Nhà rách được ông Phật vàng đen. Chị Đởm đi chợ về vẹt đám đông vào xem chiếc xe mong ước bấy lâu nay. Chị kêu lên:

"Xe gì đen thùi lùi vậy nè! Hết màu rồi sao quơ màu đen! Ngóc đầu sao nổi?"

"Chỉ còn màu đó thôi."

"Sao không lấy xe nữ cho tôi dùng với?"

"Ở nước bạn đàn bà không đi xe đạp nên không chế xe nữ."

"Ủa xe gì mà ghi đông cao nhòng vậy? Còn cái yên sao nhô lên thế kia?"

"Thì xe đạp chớ còn xe gì?"

"Sao bánh xe bé tí tèo vậy?" Chị Đởm lại nhăn nhó, vẻ mặt đau khổ cực độ.

"Đây là xe đạp của con nít Liên Sô. Chúng nó mười, mười một tuổi đã to như phổng, hiểu chưa? Người ta bảo đây là hàng kém phẩm chất ở bên đó nên gởi sang viện trợ cho mình."

"Kém phẩm chất thì mua làm gì? Ngồi lên yên cao lêu nghêu người ta tưởng anh hát xiệc."

"Không mua người khác mua hết! Ai người ta cần mình mà làm núng! "

Đởm quát om rồi bỏ vào nhà. Thằng con trai lớn leo lên đạp thử và reo to:

"Ối, con đạp vừa chân đây má! "

Vừa đến đó thì y tá Tâm tới. Anh ta đến để móc ngoéo cho chắc cái vụ kia và để lấy cái vé bóng đá mà Đởm hứa chạy chọt cho anh. Thấy chiếc xe đạp con nít dựng ở cửa và nét mặt hầm hầm của người đàn bà, Tâm đoán biết chiếc xe đã không mang niềm vui đến cho gia đình này.

"Anh Đởm đâu chị?" Tâm hỏi khẽ như mình là kẻ gây nên tội.

"Tôi đây anh Tâm! Mời anh vô nhà chút. Vô luôn trong này đi." Tiếng Đởm vọng ra.

Y tá nghe giọng Đởm khang khác nên đi thẳng vào, nhà không có vách ngăn.

"Anh làm sao thế?"

"Chóng mặt từ hôm qua, nhưng tôi nói cứng với anh đấy chớ. Tôi cố đạp từ Cầu Đuống về đây suýt té mấy lần. Bây giờ ngồi không vững, nhìn vật gì cũng hóa hai."

Tâm đứng tần ngần, ân hận lẫn thương tâm cho thằng đồng hương. Tâm nói:

"Anh phải đi đến khoa truyền máu thôi anh ạ! Nếu không sẽ biến chứng tim."

"Trời đất, hút nữa hả! "

"Anh cần "vô" ít nhất là một chai xê-rơm để quân bình số máu trong người mới được! "

"Tốn chừng bao nhiêu vậy anh?"

"Một chai hồi trước thì chừng 35-40. Còn bây giờ 50 là chót. Nhưng nếu nhờ bác sĩ Hương kiếm giùm thì cỡ 48 đồng chớ không hơn! Phải ông ấy chạy thì mới có."

"Vậy thì văng hết mẹ hai cái bánh xe của tôi rồi."

"Biết vậy để đi bộ cho khỏi mắc nợ! " Chị Đởm từ ngoài cửa vừa quệt nước mắt vừa nói vọng vào.

1989

Xuân Vũ

---

(1) Đoạn IV ca khúc "Niềm Thương Mến" rất phổ biến ở Nam Bộ thời kháng Pháp - được giải nhất Giải Văn Nghệ Cửu Long năm Ỉ950, nhạc của Phan Vân, lời của Xuân Vũ.

XUYÊN TRÀ

Tên thật Nguyễn Ninh, sinh ngày 27.01.1942
 tại Xuyên Trà Quận Duy Xuyên Tỉnh Quảng Nam
Bút danh khác Nguyễn Bình Phương, Phan Hội An, Ngụy
Vô Cầu..
Cựu Thiếu Tá QLVNCH Phục vụ tại BTL/QĐ I
Tù CS 12 Năm (Có 5 năm biệt giam)
Định cư tại Atlanta TB/Georgia từ năm 1991 (HO 8)
Thơ đăng trên các Tạp chí: *Văn, Văn Học, Hợp Lưu, Khởi
Hành, Sông Thu, Nguồn, Sài gòn Times, TT/Văn Bút Florida,
vv...*

Thơ đã xuất bản:
- *Ngọt, Đau Nỗi Nhớ* (thơ 2000)
- *Thêm, Một Đóa Hồ Nghi* (thơ 2004)
- *Biển Đã Xanh Dâu* (thơ 2009)
- *Tâm Khúc* (thơ 2012)

Thơ, gởi bạn quê nhà
(Gởi Đynh Trầm Ca và bằng hữu ở Vĩnh Điện)

Ta hiểu bạn, một cảnh hai quê
Vợ ở xa, sống một mình quán nhỏ
Ngôi nhà cũ, chưa có "sổ hồng sổ đỏ"
Đất của mình mà chủ ở đâu đâu…

Chồng chất bao năm đã vạn thành sầu
Lỡ núi lỡ non qua cầu rút ván
Ly rượu thấm, câu chuyện đời tảng mạn
Ngữa mặt lên trời cười khóc hồn nhiên

Khí cốt giang hồ có lúc cũng điên
Khố rách áo ôm xin đừng chửi tục
Lửa tắt bình khô, không chừng hạnh phúc?
Lang bạt bên đời sương khói mênh mông

Nhắc chi ngày xưa muối mặn tình nồng
Cuối kiếp sa cơ lòng đau ruột thắt
Trên quê hương có khi còn lạ hoắc
Sống quê người đâu chắc đã yên thân

Tiễn mối tình xa, vui chút tình gần
Bèo bọt trăm năm hề chi dâu bể
Ta với bạn ngàn câu chuyện kể
Đếm ngón tay còn mấy đứa trên đời

Giọt lệ hòa chén rượu tình ơi
Khúc ruột nhân gian ông trời khó hiểu
Lũ bạn ngày xưa những ai còn thiếu
Gà giục năm canh hồn ở phương nào…

Bờ kinh Nam triều đã dâng cao
Khúc hát ly hương " Ru con tình cũ"
Lận đận một đời sức đâu còn đủ
Bơi ngược dòng tình, níu áo giai nhân…

Tâm khúc cho đời

Con dơi hái mận sau vườn
Tàn khuya trăng cũng dẫn đường tìm nhau
Tóc khua sợi nhớ bạc màu
Kể làm chi những vàng thau nỗi đời

Đã đành dâu bể tình lơi
Trao vuông khăn lụa tơ trời làm tin
Mạch sầu vách đá còn in
Ngàn xưa, mây cũng dặm nghìn xa xôi

Nhớ ngày thơ ấu trong nôi
Cha cõng chạy giặc qua đồi cát bong
Đường cùng mấy bến đục trong
Mẹ thuyền Bát Nhã thơm dòng sông Thu

Nhân gian từ buổi mịt mù
Đừng đem dây buộc thâm thù Bắc Nam
Tiếc ai tay đã nhúng chàm
Nước làm sao sạch lòng tham con người

Chị ngồi hôn giọt máu tươi
Còn bên kia núi tiếng cười dòn tan
Người đi lớp lớp hàng hàng
Quay nhìn sông núi cờ tang rợp trời

Mười năm chân đất nón cời
Ta về hóa vượn bỏ trời lại mây
Biết em còn chú tình đầy
Thiên di bốn biển hẹn ngày lạc ca

Em cười vỡ kính vạn hoa
Rừng trăng phố núi lộng tà áo thơm
Bẫy tình như lửa gần rơm
Ta, con ngựa chướng dựng bờm hí vang

Bừng say con bướm lạc đàn
Câu thơ tình vụng hai hàng so le
Ơn đời mưa nắng chở che
Tóc em bay, giữa trưa hè cuồng lưu

Sống nhờ tâm hạnh vô ưu
Chết không đắp chiếu oan cừu thế gian
Nhẹ rơi như hạt sương ngàn
Rừng mai một chiếc áo quan cận kề

Chân trời tụ, tán sơn khê
Đưa nhau mấy bận đi về mây trôi
Chiều nghe chim hót trên đồi
Nhớ câu tình tự thề bồi năm xưa…

Tuổi ngọ

(Thân tặng những người tuổi Ngọ
Khi vó ngựa đã chồn chân...)

Ta, con ngựa không hay
Sao mỗi ngày mỗi chướng
Em hiền thục, ta một đời ngang bướng
Tội tình em, từ buổi theo về…

Ta, con ngựa đam mê
Hí lộng trời rong ruỗi
Xưa thất chí, bỏ đời lên núi
Những mười năm, khổ lụy em chờ…

Ta, con ngựa sa cơ
Nhớ bóng cờ trận mạc
Hồn thiên cổ quay cuồng trong gió cát
Ai người xưa, thấu được oan trường…

Ta, con ngựa không cương
Giữa vô thường nhật nguyệt
Vó câu ngàn xa…làm sao em biết
Sống quê người hay chết ở quê cha…

Xuyên Trà

Y CHI

Tên thật Hồ Thị Phương Anh, sinh năm 1967 tại Sài Gòn, lớn lên tại Paris trước khi sang định cư ở Sydney, Úc châu. Ký ba bút hiệu Y Chi, Miên Viễn, Nhược Thủy.
Từng là người viết trẻ của *Làng Văn, Độc Lập, Măng Non* và có truyện đăng trên *Văn Học, Hợp Lưu*.

Tác phẩm đã xuất bản:
- *Chân Trân* (Văn Nghệ Hoa-Kỳ, 1998).

Phiến diện

Miền núi, làng phố tuyệt vời. Tôi với đôi giày tuyết cồng kềnh, bước đi từng bước chậm trên con đường dẫn lên phố chính. Nền đất trơn tuột dưới chân, tôi leo lên thận trọng trên lề đường tuyết phủ dày kín. Trời nắng chói chang, gió thổi qua rất nhẹ nhưng lạnh cắt. Khăn choàng phủ kín gần nửa khuôn mặt, tôi lắng nghe da thịt mình buốt xót trong khi lạnh. Ở trước mặt không có người, và sau lưng cũng là con đường vắng. Làng phố nơi đây thưa thớt khách du lịch, và người dân trầm mặc với một cuộc sống bình dị vô cùng. Tôi đã bắt đầu quen với nơi chốn này, đã bắt đầu thuộc hết những con đường lớn, đường nhỏ. Những triền tuyết trắng và những căn nhà mái lợp đặc biệt. Bầu không khí như mở rộng ra, núi cao mây dày, rất gần mà cũng rất xa vì màu tuyết trắng xóa và màn sương phủ mịt mờ. Tôi đút sâu hai tay vào túi. Đã bước đến khu phố quen, mấy cửa hiệu nho nhỏ, mấy dãy nhà dựng san sát. Tôi rẽ qua con đường phía tay phải, và đẩy cửa bước vào quán nước duy nhất nơi đây.

Hơi nước phủ mịt mấy tấm cửa bằng kính trong. Tôi bước vào và chọn một chỗ ngồi ở phía trái, luôn luôn ở phía trái, tôi không hiểu tại sao. Bà chủ tiệm đứng sau quầy lau mấy ly nước, mỉm cười gật đầu chào, nhưng không bước ra tiếp khách ngay. Nhịp sống ở đây thong thả, chậm rãi. Tôi không vội, đốt vu vơ một điếu thuốc.

Một người con gái - cũng có thể là một đứa con nít còn rất trẻ, nhưng tôi nghĩ có lẽ gọi là một cô gái thì đúng hơn - ngồi ở tận góc phòng, đưa mắt nhìn tôi chăm chú. Khi tôi ngẩng lên và bắt gặp đôi mắt của cô gái đó, đột nhiên lạnh người. Cho một nỗi gì không hiểu rõ. Tôi đổi tầm nhìn về hướng khác. Nhìn ra bên ngoài cánh cửa. Con đường buổi sáng thưa thớt, phố xá đìu hiu không còn nếp nhộn nhịp, xô bồ của những thành phố lớn. Tôi nghĩ mình có thể mãi mãi từ bỏ những thành phố lớn để về sống với nơi chốn này; cuộc sống đô thị luôn tạo những nếp nhăn và những lo âu muộn phiền hoàn toàn vô lý. Quay theo những vòng quay để rồi không còn biết được mình là ai, ở đâu, thật vô cùng ngu xuẩn. Vậy mà rồi tôi vẫn phải tiếp tục ngu xuẩn, vẫn tiếp tục nhọc nhằn với cuộc sống tự tôi không chọn lựa. Tôi gạt tàn thuốc xuống dĩa thủy tinh nhỏ đặt trên mặt bàn. Một năm, tôi có được vài ngày hít thở cuộc sống, nhẩn nha nhâm nhi thời gian, trở về sống với chính mình. Là hạnh phúc hay là chuyện bình thường, tự tôi không bao giờ đặt thành câu hỏi.

Người đàn bà chủ quán bước đến bàn tôi. Với nụ cười hơi ngây ngô nhưng cởi mở chân thật, bà ta mở lời chào khách. Tôi khơi mào đối thoại bằng câu chuyện thời tiết, người đàn bà trước mặt hăng hái tiếp theo bằng hàng loạt chuyện kể lể không đâu. Khi người đàn bà quay lưng bước trở về quầy, thì tôi vừa bắt gặp trở lại đôi mắt của người con gái cuối phòng. Tôi ngạc nhiên, lần này để ý kỹ hơn. Không vui, không buồn, không già, không trẻ. Một tay này cất dưới mặt bàn, có thể là đang đặt trên chân, một tay lơ đễnh cầm ly nước ngọt. Tôi ngạc nhiên nhìn ly nước. Những bọt ga li ti còn nổi lên, bám quanh mấy viên nước đá. Tôi chợt rùng mình ớn lạnh. Xoa hai tay vào nhau, tôi ngoẹo cổ nhìn người con gái, mỉm một nụ cười. Người con gái cũng ngoẹo cổ nhìn tôi. Ngộ nghĩnh.

Bà chủ quán bưng ra tách cà phê đen. Hơi nóng bốc lên nghi ngút xua đi thoáng ớn lạnh bởi ly nước đá bạc hà. Tôi đưa muỗng khuấy nhẹ cho hơi nóng thoát lên nhiều hơn. Say sưa với làn khói mỏng, trong giây phút, tôi quên bẵng đi sự hiện diện của người con gái ở góc phòng. Khi hạ muỗng xuống và nâng tách cà phê ngước lên, tôi giật nảy mình. Cà phê sóng sánh đổ ra tay. Người con gái không còn ngồi ở góc phòng mà đang ngoẹo cổ nhìn tôi ngay trên chiếc ghế trước mặt. Tôi vừa rút một chiếc khăn giấy lau vết cà phê đổ, vừa nhìn người con gái, ngạc nhiên:

- Chào cô.

Người con gái rụt rè cười. Ly *diabolo* bạc hà vẫn cầm theo tay.

- Mùa đông uống cái này cô không thấy lạnh sao?

Người con gái rụt rè lắc đầu. Vẻ rụt rè của người con gái tạo thành chút gì quá mâu thuẫn khiến tôi hơi bối rối. Tôi nâng tách cà phê lên môi. Rồi đặt xuống im lặng.

Người con gái cũng nâng ly bạc hà lên môi. Màu môi của người con gái không đỏ, không tái. Làn da nửa như xanh, nửa như hồng. Tôi chăm chú nhìn và tưởng chừng trong giây phút, bị cuốn hút trong đôi mắt nhìn của người con gái. Tôi kéo ánh mắt mình lại và quay về phía bà chủ quán, như cố bám víu hay chờ đợi một điều gì đó, nhưng bà ta vẫn thản nhiên đứng lau ly tách. Bắt gặp đôi mắt tôi, bà cười ngây ngô. Tôi thất vọng cúi đầu châm điếu thuốc:

- Cô không phải người ở đây.

Người con gái lắc đầu.

- Cô là khách du lịch, nghỉ lễ mùa đông ở đây, phải không?

Người con gái lại lắc đầu. Tôi nhún vai, quyết định sẽ không hỏi gì thêm mà chỉ hút cho trọn điếu thuốc vừa châm.

- *Diabolo.*

Người con gái đột ngột lên tiếng. Tôi nhíu mày:

- Cô nói chi?

Người con gái đưa tay trỏ ly nước của mình và nói bằng giọng nói gần như là reo vui:

- *Diabolo.*

Tôi chợt thấy buồn cười:

- Ừ, *diabolo*. Sirop bạc hà pha với limonade. Ngon lắm nhưng mùa này uống vào tôi sợ hơi lạnh, cô không nghĩ vậy sao?

Người con gái cầm ly nước, lắc đầu. Cô ta xoay nhẹ ly nước trong tay như chơi giỡn với những chấm bọt li ti. Khuôn mặt trong sáng dị thường.

- *Diabolo. Diable.*

- Cô nói chi?

- Chữ *Diabolo* là từ chữ *Diable* mà ra.

- Không phải đâu. *Diabolo* dường như là một tên lấy từ màu sắc hóa học, tôi không rõ lắm, nhưng chắc không phải từ chữ Diable ra đâu, cô lầm rồi đó.

Người con gái nguầy nguậy lắc đầu:

- *Diable*, quỷ. *Diabolo*, con quỷ nhỏ. Nước này là nước uống quỷ con.

Tôi bắt đầu thấy người con gái có duyên. Cách nói chuyện hơi lẩn thẩn, nhưng vô cùng dễ thương. Tôi ngả người tựa ra sau thành ghế, vui vẻ nhả khói thuốc:

- Cô ở gần đây không?

Người con gái ngước lên nhìn tôi, rồi lại cúi xuống, mỉm cười:

- Lúc trước thì gần. Nhưng bây giờ thì hết rồi.

Tôi không muốn đi sâu vào chi tiết. Nhưng người con gái lại vẫn nói thêm:

- Bây giờ thì không ở đâu nữa hết.

Tôi nhíu mắt nghiêng đầu nhìn người con gái, tỏ vẻ không tin. Và cô bé cũng nhíu mắt ngoẹo đầu nhìn tôi. Biến mất nụ cười.

Tôi nghĩ tôi có thể gọi cô ta là cô bé. Dưới chiếc mũ bằng len là mái tóc nâu đen cắt tỉa. Tua tủa trông ngổ ngáo, nhưng cũng thật là hiền lành. Tôi có trăm ngàn cơ hội để nhìn ngắm cô bé kỹ hơn, nhưng khi vừa đưa mắt nhìn về hướng khác, tức thì khuôn mặt ghi trong ký ức tan loãng ra và biến đi như một cụm khói. Vì thế tôi có thể nhìn ngắm trở lại nhiều lần, rất nhiều lần, mà không thấy dư thừa. Tôi dẫn cô bé về khách sạn nơi tôi ở. Lý ra tôi phải vô cùng xấu hổ với sự việc xảy ra đó, nhưng tôi chẳng xấu hổ, mà thậm chí cũng không hề thấy thoáng hiện chút băn khoăn thắc mắc nào. Từ quán nước trở ra, tôi đi về khách sạn. Người con gái lẽo đẽo bước theo và tôi thấy đó như một chuyện đương nhiên. Cô bé không nói nhiều. Tôi cũng không thấy lời nói là cần thiết. Mở cánh cửa phòng, tôi chỉ cho cô bé tầm nhìn qua cửa sổ. Nhưng cô bé đứng yên, cười và lắc đầu. Từ mấy tiếng đồng hồ nay, tôi không bao giờ hiểu hết rõ ràng mấy cái gật đầu lắc đầu lung tung của cô bé, cùng những cử chỉ đôi khi khó hiểu. Hoặc là hoàn toàn không mang một ý nghĩa nào cả, làm sao mà biết được. Cô bé bước vào phòng và ngồi bên mé chiếc giường đơn. Ngay lúc đó tôi mới ngạc nhiên và thấy ra là cô bé theo tôi với hai bàn tay không. Hai bàn tay không, và chiếc áo lạnh trên người vô cùng mỏng manh, như một chiếc áo khoác mùa thu ở thành phố. Tôi thầm phục cho sức khỏe của những người con gái miền núi. Chợt nhớ ra điều gì, tôi lật đật mở tủ, khuấy một ly nước lạnh, trao cho người con gái. Đúng như tôi chờ đợi, nàng đón lấy ly nước cầm lắc nhẹ trong tay. Trên môi nở đẹp một nụ cười.

Vừa lúc đó, tôi nghĩ đến chuyện xuống nhà dưới để hỏi đổi lấy một căn phòng lớn hơn, nhưng ý nghĩ chỉ thoáng qua chứ không ở lại, tôi quên đi nhanh chóng và dễ dàng. Đôi mắt cô bé lại nhìn tôi. Tôi không biết có chút ngây thơ nào trong ánh mắt đó không. Tôi cởi cho nàng chiếc áo khoác, và nàng ngoan ngoãn ngồi đợi tôi trên mép giường. Cảm giác nàng có thể bốc thành khói khiến tôi chợt ngại ngùng. Nàng ngửa cổ uống cạn ly nước đá lạnh, và tôi thấy má nàng hơi ửng hồng như vừa uống cạn một ly rượu. Tôi bật cười với những phản ứng hoàn toàn ngược đời của người con gái. Tiếng cười của tôi làm cô bé giật mình. Nàng ngơ ngác trong giây lát, rồi rụt rè cười theo. Quỳ xuống bên cạnh giường, tôi thận trọng cởi mấy khuy nút của chiếc áo vải lụa mỏng trên người nàng. Tấm thân người con gái mở ra mong manh làm tôi chợt hoảng hốt. Ý nghĩ da thịt không phải là thịt da mà trong suốt như thủy tinh, mịn màng như màu ngọc trai, sáng mờ, trắng bạc, ở lại trong tâm tưởng tôi. Cảm tưởng tôi có thể làm cô bé đau, hay làm nàng vỡ tan thành nhiều mảnh chợt hiện ra, tôi ngơ ngác ngại ngùng. Tôi đón chiếc ly trên tay người con gái, rồi im lặng đứng lên, đi về hướng phòng tắm thận trọng tráng rửa. Tâm thần ngưng đọng trên những vùng tư tưởng kỳ lạ. Người con gái dõi mắt theo từng cử chỉ của tôi. Đôi mắt mở lớn với một nỗi dị kỳ làm tôi càng thêm mông lung. Tôi mở tủ tìm một tấm khăn màu đỏ, rồi quyết định tự cắt lìa mình với mọi ý tưởng. Tôi trở lại cúi đầu, nhắm mắt. Hòa tan biến mất vào một vùng thịt xương mát lạnh.

Người con gái mân mê tấm khăn trong tay. Hơi nhàu nhưng vẫn sạch nguyên. Tôi nhìn chăm chú màu đỏ rượu chát của tấm khăn, chợt ớn lạnh với nỗi buồn lùa về bất ngờ. Hai bàn tay người con gái trắng muốt nổi bật, mấy ngón tay thật thon như tranh vẽ đang tinh nghịch đùa giỡn với những ren chỉ ở viền khăn. Tôi chồm người lượm hộp diêm quẹt rơi dưới mặt đất, mở ra bẻ một chiếc, quẹt vu vơ lên thành giường. Đầu diêm lóe sáng. Mùi diêm sinh thơm nồng, khuấy động những mạch trầm của hương vị cuộc yêu thương vừa đang lắng xuống. Tôi thở một hơi dài, thật sâu:

- Cô nhỏ ơi, cô nhỏ tên gì vậy?

Tôi ngẩng đầu ngạc nhiên với chính mình. Tại sao điều

quan trọng như vậy mà đến bây giờ tôi mới thắc mắc? Người con gái đưa ngón tay búng nhè nhẹ mép khăn, cắn môi cười:

- Người ta gọi em là Mindy.

- Nhà em ở đâu?

- Ở đây mà, phải không?

Tôi chúi đầu xuống mặt nệm, cười vu vơ. Tôi đã từng sống ở nhiều nơi chốn, bao nhiêu năm trong cuộc sống, nhưng chưa bao giờ tôi trải qua những giờ phút như tôi vừa trải qua với cô bé. Tôi quay đầu lại nhìn thêm một lần nữa khuôn mặt trong sáng của người con gái, rồi nằm trở lại xuống mặt giường. Thịt da non nớt mát rượi. Tôi nghĩ nàng có thể còn là trẻ con và nàng có thể giận tôi. Nhưng nàng không phải trẻ con, và nàng không giận tôi. Tôi nhắm mắt, nghe còn chảy tràn trên thân thể cảm giác mát lạnh của da thịt. Tuy ngọt ngào và êm dịu, nhưng cũng là một vùng buốt lạnh, không chút khí ấm. Tôi ngả nghiêng người, thả tay gác ra khỏi mặt giường. Và tôi nhìn nàng. Khoảng cách thu ngắn lại. Đôi mắt thủy tinh xanh ngước tròn nhìn tôi. Không còn là người con gái xa lạ ngồi ở cuối phòng trong quán nước với ly bạc hà xanh, mà là ly bạc hà cho tôi, trong tôi. Tiếng nước đá lạnh còn khua chạm vào nhau, reo vui những nhịp trong. Tôi nghe rợn người với ý tưởng đó. Tung mình ngồi bật dậy, tôi thúc cô bé mặc lại áo quần và rối rít gọi nàng bước ra khỏi phòng. Đột nhiên tôi muốn dẫn nàng ra phố, đi đến bất kỳ nơi chốn nào. Bất kỳ. Người con gái vụng về luống cuống bước theo tôi. Tuyết lại lất phất rơi phía bên ngoài. Tôi bước ra khỏi căn nhà và nhìn mấy cụm tuyết trắng đậu nhẹ nhàng trên tóc nàng, bất chợt, thấy con phố nhỏ nơi đây như chợt rộng ra bất tận, và một tuần ở lại với nơi chốn này có thể sẽ là thiên thu, là vạn kiếp.

Nhưng vào buổi sáng thứ hai khi thức dậy, mọi ý tưởng lãng mạn của trọn vẹn ngày hôm trước chợt biến mất. Tôi nghĩ là tôi chỉ đang giản dị sống một cuộc ngoại tình. Hoặc một giấc mơ nào đó kỳ lạ, chỉ đánh lừa mình được trong khoảnh khắc bất ngờ chứ không làm sao có thể kéo dài. Tôi mở mắt dậy và sống với ý nghĩ đó trong vài phút đồng hồ. Dự tính về những gì sẽ nói với cô bé hiện ra rõ ràng mạch lạc.

Nhưng tôi bỗng bối rối và mất hết tự tin khi quay đầu sang bên cạnh, bắt gặp đôi mắt người con gái đang mở lớn nhìn mình.

- Mindy ngủ ngon không? Tôi ngập ngừng hỏi.

- Mindy không ngủ. Cô nhỏ trả lời.

- Ở đây lạ chỗ, em khó ngủ à?

Cô bé lắc đầu. Em không bao giờ ngủ, cô bé trả lời như vậy, nhưng tôi không tin. Tôi nằm nghiêng chống đầu lên một tay, trầm ngâm nhìn cô bé. Thật ra, tôi chẳng thấy gì. Tôi chỉ cố gắng rượt đuổi những ý tưởng đang thoát ra khỏi đầu. Nhưng không kịp. Đầu óc càng lúc như càng rộng ra, hoàn toàn trống rỗng.

- Em tên gì?

- Mindy.

Tôi lắc đầu:

- Không. Tôi muốn hỏi em tên Mindy gì? Nguyên tên và họ của em đó, tôi muốn biết.

- Mindy thôi. Người ta gọi em là Mindy, không Mindy gì cả. Mindy. Mindy.

Tôi kiên nhẫn:

- Thế cha mẹ của Mindy, người ta gọi là gì?

- Em không có mẹ. Còn cha, em nghe người ta gọi là Pinelli.

Tôi suy nghĩ giây lát, rồi vui vẻ kết luận:

- Vậy thì em là Mindy Pinelli.

Cô bé lắc đầu:

- Em không biết.

- Thế nhà em ở đâu?

Tôi lại hỏi. Nhưng lần này, Mindy không trả lời mà chỉ cười. Tôi đưa ngón tay vuốt theo đường cong của gò má người con gái. Làn da mịn óng cứ khiến tôi liên tưởng đến màu ngọc trai. Những viên ngọc của biển sâu quý giá, không phải thứ ngọc trồng cấy hàng ngàn triệu trong hồ. Tôi nói lên ý tưởng đó cho cô bé nghe. Cô bé chớp mắt:

- Em có quen một chú sò trai. Câu chuyện của ngọc trai, buồn lắm, anh muốn Mindy kể không?

Tôi thú vị gật đầu.

- Hạt cát. Phải vậy không? Bắt đầu là một hạt cát của lòng biển. Anh biết những hạt cát không? Không hiền, không dữ. Nhưng những chú sò trai thì sợ hãi vô cùng những hạt cát. Cát thì có đầy, có nhiều lắm, va chạm mỗi ngày đó thôi. Nhưng, nó bảo, điều quan trọng nhất là đừng bao giờ để cát lọt vào phía bên trong. Cát lọt vào trong, em đã được nghe kể, cát không bao giờ trở ra, không bao giờ biến mất, cát cứ ở đó hoài. Mà cát thì vẫn là cát và sò thì vẫn là sò. Anh có biết những con sò không? Em có quen một chú sò sống rất lâu năm. Nhả tinh hoa bọc hạt cát để khỏi phải đau. Viên ngọc bự bằng này rồi. Cha ngắm hoài, nhưng không muốn lấy ra. Em không dám trái ý cha. Viên ngọc làm đau đớn, nó khóc hoài. Trông thương lắm. Quý cho ai, đẹp cho ai, phần nó, chỉ đau đớn thôi chứ đâu hưởng được gì. Cứ phải chịu đựng hoài hoài, hoài hoài…

Hai bàn tay cô bé mỗi lúc mỗi thêm nhiều cử chỉ, đôi

mắt càng lúc càng lạc đi. Tôi ngạc nhiên cho tài kể chuyện của cô bé. Trong giây phút, tôi có thể tin câu chuyện nàng kể là chuyện thật, rằng nàng quả đã từng ngồi trò chuyện với những con sò. Tôi đưa tay vuốt tóc cô bé, và mỉm cười:

- Bây giờ chú sò bạn em đâu rồi?

Đôi mắt lạc đi chợt mất hút giữa trùng không:

- Chết rồi.

Tôi nghe điện chạy dài trong sống lưng. Không phải cho điều vừa nghe, mà vì thái độ của cô bé:

- Sao?

- Chết rồi.

Cô bé thở hắt ra từng ngụm không khí:

- Anh biết tại sao nó chết không?

Tôi lắc đầu. Cô bé chớp mắt:

- Tại hạt cát.

Tôi im lặng. Cô bé nói như kể lể:

- Tại hạt cát. Lớn nhanh quá, nó lớn theo không kịp. Lớn theo không kịp, vỡ tim mà chết.

Tôi bật cười. Muốn lấy tiếng cười để ngăn dứt nét trầm trọng bất thường của câu chuyện kể. Nhưng cô bé nhìn tôi, nhăn nhó:

- Anh đừng cười. Anh có biết chú sò chết rồi, viên ngọc thành cái gì, anh biết không?

Giọng nói như gay gắt chất vấn. Tôi mất hết kiên nhẫn, bực bội lắc đầu.

- Chết theo. Dĩ nhiên là viên ngọc chết theo. Viên ngọc đâu có là gì, chỉ hạt cát vậy thôi. Dĩ nhiên là chết theo. Đục ngầu như bất cứ một hòn đá tầm thường nào khác. Chú sò có nói với em, nếu người ta lấy ngọc, nó cũng chết. Không lấy, nó cũng chết. Hạt cát chỉ là tai họa. Nó dặn em, nhớ coi chừng những hạt cát. Anh biết không. Coi chừng những hạt cát.

Người con gái xúc động đến cực độ. Tôi bối rối, vụng về bất chợt. Tôi không biết làm gì hơn là kéo cô bé lại và ôm sát vào lòng, đưa đẩy, vỗ về. Tôi không nói gì vì tôi không biết nói gì. Người con gái còn run rẩy trong cơn xúc động thêm rất lâu. Rồi dần dà êm lắng trở lại. Tôi tưởng nàng đã quên câu chuyện con sò. Nhưng nàng lại nhỏ nhẹ cất tiếng:

- Coi chừng những hạt cát. Coi chừng những hạt cát. Anh không quen những con sò, không hiểu được đâu.

Tôi vỗ lưng cô bé nhè nhẹ, đều đặn. Nàng rúc đầu vào lồng ngực của tôi. Giọng nói càng lúc càng nhỏ hơn, nhưng tôi vẫn nghe rất rõ:

- Tại anh, em nuốt vào từng bụm cát. Từng bụm cát. Anh không hiểu được đâu. Pinelli không hài lòng. Nhưng em cũng mặc kệ. Từng bụm cát, anh biết không, từng bụm cát, em nuốt hết…

Tôi không muốn cô bé nói nhiều hơn những lời mê sảng. Tôi cúi xuống và hôn lên môi cô bé, muốn dẫn cô bé quên đi những điều không ổn đã xảy ra mà tôi không thể hiểu, tôi không thể thấy. Tôi cúi xuống và đánh thức hai bờ vai màu ngọc trai, tôi cúi xuống và đánh thức từng vùng da thịt mát lạnh. Tôi êm ái đẩy cô bé về lăn trên những triền thân thể tôi, tôi muốn quét sạch hết những hạt cát, cho cô bé lại trong suốt như viên nước đá trong ly bạc hà. Người con gái không nói nữa. Đôi mắt mở nhìn tôi và ánh dịu dàng trở về. Mười ngón tay tôi đan vào những bàn tay, bàn chân của nàng. Nụ cười cô bé nở ra ngọt lành. Tôi nhắm mắt và bắt đầu cho phép mình tự do trôi theo triền nước ấm khi biết chắc là nàng sẽ không bỏ rơi tôi lại giữa con đường. Tôi biết tôi đã không còn là tôi, và tôi biết cô bé còn là cô bé. Những hạt cát, nếu có, sẽ không làm trầy trụa vùng xương thịt này. Tôi nhắm mắt và chấp nhận buông rơi tất cả, chỉ nắm lại đôi bàn tay của nàng. Vào giây phút đó, tôi mới bắt đầu thật sự tin là mình không đang mơ ngủ hay lãng mạn một cách quá đáng. Thịt da của tôi, thịt da của nàng, tâm hồn của nàng, tâm hồn của tôi. Gặp nhau ở đây hay ở một nơi chốn nào đó không hay biết… Hãy đừng nói đến yêu thương, vì tôi hiểu yêu thương chỉ là những điều hạn hẹp trong vùng cảm giác mênh mông không bờ bến này.

Thật sự tôi chưa bao giờ ngờ rằng thể xác lại có thể sống dậy tự mình nó như hiện thời nó đang sống đây. Đối với tôi, thể xác luôn là một cái gì mang theo, sống với, thuộc về. Tôi chấp nhận thể xác tôi, và nó theo tôi, quy thuận, không biết đòi hỏi. Nhưng bây giờ, có gì đang dần dà thay đổi. Tôi thức dậy vào buổi sáng thứ ba, và - tựa như kẻ loạn trí - tôi mỉm cười cất lời chào cánh tay của mình. Cô bé vẫn mở tròn đôi mắt nhìn tôi. Và tôi lại mỉm cười, cất lời chào trọn vẹn tấm thân của cô nhỏ. Hôm nay ngày thứ ba, Mindy vẫn lẽo đẽo theo tôi như con mèo con đi lạc, tôi muốn chắp tay hạnh phúc chào nàng. Đôi lúc tôi có cảm tưởng như đồng thời với thân xác tôi, da thịt nàng cũng dần dà thức dậy. Sinh khí và sinh lực. Hơi ấm thoát ra từ tôi, và chảy về nàng. Ngày đầu tiên trải tấm khăn màu rượu chát, tôi đã có cảm tưởng là tấm thân nàng không có máu huyết. Lạnh như loài côn trùng máu lạnh. Đôi mắt mở không hề biết nhắm, có những giây phút nhìn tôi như xuyên qua không khí, ánh mắt mất hút giữa khoảng không. Tôi từ lúc đó như một đứa trẻ cầm hạt mầm vùi xuống đất ẩm, miệt mài và sung sướng chờ đợi. Hạt sẽ nảy mầm, sẽ trổ chồi non, sẽ lên lá xanh và rồi sẽ thành hoa, kết trái. Tôi kiêu hãnh ngắm nhìn mầm cây thần kỳ của tôi đang sống lên từng giờ, từng phút. Mindy thay đổi theo thời gian. Sự thay đổi li chi không thấy rõ, không chắc chắn, nhưng tôi biết nàng đang sống dậy cùng tôi. Và buổi trưa của ngày thứ tư tôi đã chết lịm người khi nàng chợt gọi, thay vì ly nước quý con quen thuộc, một ly cà phê đen. Khói nóng bốc lên làm đôi má nàng tái xanh giây lát. Nàng bẽn lẽn mỉm cười. Những phản ứng ngược ngạo như cơ thể đãng trí lầm lẫn có lẽ cũng là một trong những nét duyên dáng của người con gái. Tôi im lặng nhìn ngắm. Cô bé nâng tách cà phê, nhấp trên môi, rồi chớp mắt suy nghĩ. Lần này má nàng không lầm lẫn nữa, ửng hồng thật sự. Cơn sốt của thể xác, cơn sốt của tâm hồn. Tôi chợt biết là mình sẽ không bao giờ còn tìm được lối về từ vùng ngày tháng hôm nay.

Tôi lúng túng trên tay chiếc đầu nặn bằng thạch cao quanh bóng đèn. Đã tạm khô. Và cọ. Và sơn. Miếng vải lụa mềm may làm áo tôi đã chuẩn bị xong xuôi, có kết thêm hai cái nút màu vàng phía trước để làm duyên. Tất cả coi như đã tạm hoàn tất. Chỉ còn chờ tôi sơn lại cái đầu. Tôi đã học được cách chế tạo loại con rối này từ một người bạn vào thuở còn học trường trung học. Tôi đã thử lượm hết tất cả các bóng đèn cháy ở nhà, và mỗi bóng đèn trở thành một con rối. Con cái, con đực, con già, con trẻ, treo lủng lẳng đầy phòng. Tôi say mê thích thú. Lâu lắm rồi tôi mới cầm lại cái bóng đèn để trét thạch cao, nắn lại con mắt, cái mũi, cái miệng. Bàn tay lâu năm mất hết tài khéo léo, trở nên thô cứng vụng về. Nhưng tôi vẫn nghĩ là tôi còn có thể làm được một cái đầu thật xinh. Đẹp hơn tất cả những con rối tôi đã từng làm trong thời xa xưa, biết đâu được. Tôi đưa cái đầu ra xa ngắm nghía, rồi kéo lại gần, tỉ mỉ sơn vẽ.

Bất chợt cô bé đẩy cửa bước vào. Tôi lúng túng cầm cả cái đầu còn dở dang giấu về phía sau lưng. Tôi tưởng là tôi có trọn vẹn một buổi chiều để hoàn tất món quà tặng cho cô bé ngạc nhiên chơi, không ngờ nàng lại về quá sớm. Cô bé đứng giữa phòng trợn mắt nhìn tôi:

- Anh làm gì đó?

Tôi ngập ngừng:

- Không biết.

Cô bé vẫn đứng yên. Như là chờ đợi. Tôi lúng túng với chính mình. Rốt cuộc, tôi đành phải đưa ra cái đầu chưa kịp vẽ xong. Khuôn mặt cô gái chợt tối sầm. Tôi tưởng vì chiếc đầu tách lìa có cái đuôi xoắn của bóng đèn phía dưới làm cô bé sợ. Tôi vội quay người, vẽ thật nhanh cho kịp hoàn tất trọn vẹn một khuôn mặt, rồi vội vã chùi tay, loay hoay ráp chiếc đầu vào phần dưới của thân hình đã chuẩn bị sẵn sàng. Tôi chưa bao giờ thực hiện một con rối nhanh như lúc này, và có lẽ cũng chưa bao giờ là được đẹp và đạt như vậy. Tôi mau mắn xoay người và khoe với cô bé công trình của mình. Nhưng tôi chợt khựng lại. Cô bé vẫn đứng nguyên ở vị trí cũ, khuôn mặt vẫn tái xanh, đôi mắt thất lạc, sợ hãi. Tôi đưa con rối lên cao, điều khiển hai thanh gỗ hình chữ thập, và con rối khua chân múa tay rất là vui vẻ. Nhưng cô bé vẫn không nhúc nhích. Tôi bắt đầu lấy làm lạ, đặt con rối xuống mặt bàn, lo lắng gọi:

- Mindy.

Người con gái giật mình. Nàng ngơ ngác lặp lại lời tôi như một tiếng vang:

- Mindy…

Tôi sợ hãi:

- Em bị gì vậy? Em làm sao vậy?

Người con gái không trả lời, mà cúi đầu thật sâu. Thật lâu. Rồi nàng ngẩng lên, khuôn mặt từ từ bình thường trở lại:

- Anh làm gì đó?

Tôi vẫn chưa thôi lo lắng:

- Một con rối. Tôi làm một con rối để tặng em làm kỷ niệm.

Môi cô bé mong manh một nụ cười. Khuôn mặt dịu dàng thắp ánh sáng:

- Kỷ niệm?

- Ừ, kỷ niệm. Kỷ niệm tôi gặp em nơi đây.

Cô bé tiến tới vài bước, rồi đứng từ phía xa, nàng chắp hai tay sau lưng, nhón người nhìn con rối đặt trên mặt bàn, cùng với những sơn cọ và vụn vải chưa kịp thu dọn. Đôi mắt mở lớn:

- Anh làm hả?

- Ừ, tôi làm. Em thích không?

Người con gái vẫn chắp tay sau lưng, nguầy nguậy lắc đầu:

- Anh làm hả?

Tôi bật cười:

- Ừ, tôi làm. Tại sao em hỏi vậy?

Người con gái vẫn lắc đầu, lắc nghiêng từ vai phải sang vai trái, lắc lư, lắc lư:

- Anh làm hả?

Lần này thì tôi ngỡ là cô bé đang trêu chọc tôi. Tôi nhấc bổng nàng lên và vất lên giường:

- Ừ, tôi làm. Tôi làm. Tôi làm. Em tưởng tôi vụng về lắm sao? Em có biết là khi còn đi học tôi luôn đứng đầu trong môn thủ công? Em có biết là hồi đó bao nhiêu cô bé đã chạy theo năn nỉ tôi làm cho một con rối nho nhỏ thôi, mà tôi làm cao lắm, tôi không bao giờ chấp thuận. Sao em không tin là tôi làm? Tôi làm để tặng em đó mà, em không tin sao?

Cô bé bật cười khanh khách, chồm người lên ôm sát đầu tôi vào giữa hai cánh tay. Tôi choáng váng trong giây lát.

Có một cái gì đang vụt khỏi tầm nhận thức của tôi nhưng tôi không để ý. Tôi vùi đầu vào giữa hai cánh tay của cô nhỏ, hít đầy phổi mùi hương ngọt ngào. Và tôi muốn cô nhỏ cũng bay lên cùng lúc với tôi. Vì tôi biết là tôi đang bay. Tôi đang bay lên. Bay giữa những tầng không khí bềnh bồng. Tôi kéo cô bé lăn tròn, lăn tròn. Căn phòng chơi vơi quay ngược, quay xuôi, trời đất lẫn lộn. Hai bàn tay cô bé chới với bám riết vào tôi, như buông ra là rơi xuống, buông ra là biến mất, là không còn. Tôi siết chặt thêm vòng tay. Tôi mở hết năm, sáu, bảy, tám hay hàng chục giác quan của con người, mở hết, mở hết, mở ra và đón cô bé về. Giờ phút này tôi muốn tôi là như vậy đó và tôi đã thật sự là như vậy. Tôi chịu hết trọn vẹn tấm thân của người con gái trong tay mình, và bay lên, bay lên…

Chợt bàn chân tuột êm trên lớp chăn nệm, tôi đạp nhằm khoảng không, rơi xuống, hụt hẫng. Tiếng cười của cô bé vỡ dòn tan. Tôi ngơ ngác mở mắt nhìn lại xung quanh, thấy cả hai đang té ngồi dưới đất cạnh giường. Cô bé ôm bụng cười nghiêng ngửa. Tôi đỏ mặt xấu hổ trong giây lát, rồi cũng phì cười. Nhẹ ngả người tựa lên thành giường, hai tay thả lỏng trên đầu gối, tôi nhắm mắt và nhấp tiếp hương vị của cơn chóng mặt còn ở lại. Mindy vừa thôi cười. Nàng mon men đến cạnh bên và co tròn tấm thân mềm mại chui vào ngồi giữa lòng tôi. Tôi nhìn xuống, thấy qua mái tóc nâu là bờ vai với lớp áo vải lụa mỏng. Mong manh. Mong manh. Tôi đưa tay vuốt nhẹ lớp vai mong manh đó. Mindy im lặng. Có chút gì quá hiền lành và ngoan ngoãn trong cung cách của người con gái khiến tôi không ngừng chảy tan ra vì cảm động.

Mindy cựa mình. Nàng tuột xuống thấp hơn, và chắp tay kề má nằm tựa lên chân tôi. Cô bé chớp mắt:

- Con rối.

- Gì em?

Mindy ngửa cổ ngước mặt thật cao để nhìn tôi:

- Con rối. Anh có làm một con rối.

Tôi mỉm cười. Mindy lại nằm xuống, kề má lên đôi bàn tay chắp:

- Anh cũng làm rối. Làm những con rối. Giống như là Pinelli.

Tôi tò mò:

- Thật vậy sao? Cha em biết làm rối à?

- Cha biết làm. Cha làm khéo tay ghê lắm. Khéo hơn là người ở đây có thể ngờ.

Tôi hơi thất vọng:

- Vậy mà tôi lại bày đặt làm con rối để tặng em!

Cô bé lại ngước mắt, nhìn tôi như không kịp hiểu. Tôi kiên nhẫn giải thích:

- Em vừa nói ba em làm đồ chơi khéo tay lắm…

Cô bé vẫn ngơ ngác. Rồi bật miệng hỏi bất ngờ:

- Rối của anh có biết gì về những hạt cát không?

Bây giờ đến phiên tôi không hiểu kịp, nhưng tôi chỉ lặng lẽ lắc đầu. Tôi không muốn cô nhỏ nhắc nhiều về những hạt cát. Cô bé có vẻ như còn suy nghĩ rất lung, nhưng nàng không nói gì thêm nữa mà chỉ hạ đầu xuống, nằm yên ngoan ngoãn. Tôi nhẹ nhàng đỡ đầu cô bé dậy, rút chân ra và chồm người về hướng bàn. Đưa tay lượm lấy con rối, tôi trở lại quỳ trên đầu gối ngay trước mặt nàng. Điều khiển bằng hai thanh gỗ hình chữ thập, tôi cho con rối chắp tay, cúi đầu chào người con gái:

- Chào chị - Tôi nhái giọng lạ để giả lời con rối - em không xinh đẹp bằng chị và cũng không xinh đẹp bằng những con rối mà cha chị có thể làm cho chị, nhưng em biết chị sẽ không ghét bỏ em, em biết chị sẽ thương yêu em, tại vì - con rối bắt đầu tiến đến gần bên cô bé - em được tạo ra cho riêng chị, cho riêng một mình chị thôi...

Tôi cho con rối đi tới nhẹ nhàng. Tôi chờ đợi cô bé mở rộng vòng tay ra, ôm con rối vào. Nhưng cô bé chỉ ngồi yên, mở mắt nhìn chăm, bất động. Con rối đưa một tay lên, chạm nhẹ lên người nàng. Mindy bất chợt hét lên một tiếng kinh khiếp, nàng chụp lấy con rối ném mạnh về phía trước. Tôi ngơ ngác nhìn con rối bay lên, đâm đầu vỡ toang trên mặt tường. Hai thanh gỗ chéo rớt xuống, nhúm vải dị hình rớt theo, nằm thảm thương giữa đám vụn thạch cao và thủy tinh vỡ. Tôi quay lại. Mindy vẫn ngồi bên cạnh giường, run rẩy với đôi mắt mở lớn kinh hoàng. Tôi không dám tiếc cho con rối xinh đẹp. Tôi không có thì giờ moi móc đầu óc để hiểu chuyện gì đang xảy ra. Tôi chỉ vừa kịp bước đến và ôm cô bé vào giữa vòng tay. Nhẹ nhàng vỗ về xoa dịu, mặc dù tôi không biết mình xoa dịu những gì. Tôi nhắm mắt nghe chua xót vô cùng. Chút gì vuột khỏi tầm nhận thức của tôi đang trở về, trong hình dạng mù mờ đe dọa. Cô bé bớt run rẩy và ngước lên nói với tôi:

- Không được. Anh biết không? Nó ở đây không được. Nó không biết gì về những hạt cát hết, nhưng nó vẫn không thể ở đây được. Ba sẽ không hài lòng, em cũng không muốn anh nghĩ xấu về em...

Tôi lắc đầu, kéo đầu cô bé ép sát vào lòng mình và không cho cô bé nói nữa. Tôi ấp trong tay tấm thân nhỏ màu ngọc trai, nhưng đang ấp giữa lòng mình cả trời đất, cả vũ trụ. Tôi biết là tôi đang ngồi cheo leo giữa một vùng trời không lối thoát. Và tôi biết tôi cũng đang bám vào cô bé, như giờ phút này đây, cô bé đang bám víu vào tôi.

Tuyết của buổi sáng ngày thứ sáu phủ dày hơn mọi hôm. Đêm qua dường như có trận gió lớn thổi qua. Mấy triền dốc trắng xóa mịn màng không có dấu chân người mà chỉ là những gợn tuyết chồng lên nhau. Người con gái gọi tôi bước lên triền dốc soãi. Tiếng cười của cô bé nhỏ và trong, reo gợn lăn tăn như những nốt nhạc vui. Rừng thông xanh cao vút tuyết phủ từng cụm trắng. Tôi chỉ lên trời cao, và gọi cô bé:

- Em có thích trời ở đây không?

- Em chưa ra tới đây bao giờ, nhưng chắc là em thích. Chắc vậy, thích lắm.

Tôi mỉm cười. Cho đến hôm nay tôi vẫn chưa thật sự quen với lối nói chuyện lẩn thẩn của cô bé. Tôi chỉ hơi nghi ngờ là thật ra, nó chẳng lẩn thẩn tí nào cả. Nhưng tôi chẳng muốn suy nghĩ sâu xa. Tôi không muốn khiến mình băn khoăn, cũng không muốn làm cô nhỏ bối rối.

Tôi bước hụt một bước và té xuống nền tuyết mịn. Thở dốc ra mệt nhọc, tôi nhăn nhó cười:

- Có phải là em sinh ra ở triền núi này? Em leo tuyết giỏi quá.

Cô bé mon men bước lại gần tôi:

- Em sinh ra ở đây, nhưng em không quen đi tuyết đâu. Đi như vậy là giỏi lắm sao?

Tôi vuốt tóc cô bé:

- Giỏi lắm.

Cô bé dụi đầu và ngực tôi. Như con mèo đã quen hơi, hết sợ người lạ. Tôi ôm cô bé vào lòng. Và bất kể giờ giấc, bất kể nơi chốn, sinh lực tôi cứ cuồn cuộn thoát đi với ý tưởng điên cuồng muốn nhập vào thân cô nhỏ. Tôi bứt rứt:

- Tại sao em theo tôi? Tại sao tôi không muốn rời em? Tại sao lạ vậy, hả Mindy?

- Em không biết.

Tôi thở dài:

- Em có biết là tôi đã có gia đình và tôi không muốn vợ tôi buồn vì tôi?

- Tại sao vợ anh buồn vì anh?

- Vì tôi không chung thủy.

Cô bé cười rụt rè. Nét rụt rè của những ngày đầu, trở lại đôi khi, làm lòng tôi nhói đau vô nghĩa.

- Ngày thứ sáu.

- Gì anh?

Tôi vỗ nhẹ lên đỉnh đầu cô nhỏ:

- Hôm nay là ngày thứ sáu. Em biết chỉ còn một hôm nữa thôi, rồi là tôi về?

Cô bé không trả lời. Nàng bất ngờ luồn khỏi tay tôi và đứng lên chạy về phía trước mặt. Quay người lại, nàng đưa bàn tay rối rít ngoắc vẫy. Tôi không còn biết tôi đang đi đến đâu trong những băn khoăn suy tưởng. Chậm rãi đứng lên, tôi khó khăn bước đuổi theo nàng trên con đường tuyết ngập.

Thật ra tôi không bứt rứt băn khoăn nhiều như tôi tưởng. Tôi cứ lần mò bước sâu hơn vào vùng đất lạ, rồi biếng lười vùi mình trong đó, không hề có ý định muốn bước trở ra. Băn khoăn bứt rứt, nếu có, không phải vì tôi cảm thấy mình sai trái đối với vợ, cũng không phải vì một nguyên tắc, một lý do nào cả. Băn khoăn bứt rứt đến từ một điều hoàn toàn khác, một điều vượt ra ngoài tầm tri thức của tôi. Sáng thứ bảy thức dậy, tôi nghe tiếng cười khúc khích bên tai. Mở bừng mắt, và tôi lại thấy đôi mắt cô bé lấp lánh nhìn tôi. Tôi chợt hiểu, đỏ mặt và thu giấu vội vàng hai bàn tay. Hai bàn tay mồ côi, tìm kiếm trong giấc ngủ. Hai bàn tay tội nghiệp sợ hãi, sợ vụt thoát đi một điều không thuộc về quyền chọn lựa hay níu kéo của mình. Tôi mếu máo:

- Em đi đâu, hồi nãy em đi đâu vậy?

Người con gái bật cười. Nàng ngồi xếp chân trên mặt giường và khua múa hai bàn tay, cùng phân nửa phần trên của thân hình. Tôi trở lại làm trẻ nhỏ, nhìn không chớp mắt màn múa rối huyền hoặc đang diễn ra trước mắt. Nước mắt chợt trào ra, tôi bật khóc bất ngờ. Người con gái bối rối hạ bàn tay xuống, nghiêng đầu nhìn tôi ngạc nhiên. Tôi khóc vùi như trẻ nhỏ. Tôi úp mặt và xua ra khỏi tầm mắt khuôn mặt cô bé, thân hình của cô bé, đôi mắt của cô bé. Tôi khóc như vắt cạn nguồn hy vọng cuối cùng. Rồi với xác thân hoàn toàn trống rỗng, tôi lăn xuống giường, cúi gầm đầu thu lượm mấy món đồ dùng lặt vặt. Thời gian đếm bằng giờ. Hạn kỳ nghỉ trên triền núi thu ngắn dần và trước sau gì tôi cũng phải quay về. Tôi thu dọn gần như là sạch sẽ căn phòng của khách sạn, rồi tôi đứng yên. Rồi tôi quay lại. Người con gái vẫn ngồi nguyên trên mặt nệm, dòng nước mắt chảy dài theo sóng mũi. Tôi ngạc nhiên. Tự dưng tôi biết là tôi sẽ không nhâm nha nhâm nhi hưởng trọn vẹn ngày hôm nay với cô bé. Tự dưng tôi biết giờ phút cuối không phải là chiều nay, bốn giờ, trên ga xe, mà là nơi này, ngay chính giờ phút này đây.

Tôi kéo cô bé lại và vuốt nhẹ mái tóc. Từng sợi tóc như chỉ cứng ngã nằm xuống ngoan ngoãn, rồi lại đứng lên. Tôi nhắm mắt đặt nhẹ một nụ hôn lên bờ môi rất ngọt:

- Nhà em ở đâu? Tôi sắp về rồi.

- Nhà em ở đây. Tại sao anh về?

- Nhà em không phải ở đây. Đây chỉ là căn phòng tôi mướn, ở tạm thôi.

- Căn phòng anh mướn?

Tôi gật đầu:

- Căn phòng tôi mướn. Hôm nay tôi về. Em muốn tôi đưa em về nhà em không? Nhà em ở đâu?

Giọt nước mắt của cô bé vẫn đều đặn chảy dài như

đôi mắt có thể quên đi và vẫn tiếp tục ứa lệ. Trọn khuôn mặt thắp sáng hồn nhiên, không có dấu vết của nỗi buồn. Tôi cầm khuôn mặt đó trong tay, cố gắng hỏi thêm một lần nữa:

- Nhà em ở đâu? Tôi muốn đưa em về. Năm sau tôi sẽ trở lại, và nếu em muốn, tôi sẽ tìm em.

- Nhà em không ở đâu cả. Anh mang em theo.

Tôi lắc đầu. Cô bé gật đầu. Đôi mắt lấp lánh như có một nụ cười.

- Ở thành phố nơi tôi ở, tôi đâu thể mang em theo như tôi đã sống với em ở đây!

Người con gái không trả lời mà chỉ cười và lại gật đầu. Tôi không hiểu gì về ý nghĩa của cái gật đầu đó. Nhưng tôi im lặng. Tôi cố gắng xua đi những nguồn suy tưởng, cúi xuống hôn cô bé. Hơi thở người con gái mát thơm có thể đưa tôi đi thật xa. Nhưng những ý tưởng chộn rộn vẫn tiếp tục lùa về. Tôi bứt rứt mở bừng con mắt.

- Tôi về. Tôi về thật mà Mindy. Tôi muốn đưa em về nhà em, nhưng dường như em không muốn điều đó. Tôi sẽ để em lại nơi đây, em đừng giận tôi. Tôi không biết tôi có cần phải cám ơn em, phải xin lỗi em, có cần phải nói gì hay phải làm gì. Tôi không biết tôi có quyền để em lại đây hay không, nhưng tôi sẽ để em ở lại đây, vì tôi phải về, và ở nơi chốn mà tôi về, tôi không thể mang em theo được. Em hiểu chứ?

Người con gái nhoẻn miệng cười. Tôi tuyệt vọng chìm rơi vào một khoảng không. Tôi buông tôi rớt xuống và thả mình đi tìm làn da của cô bé. Tôi nhắm mắt lại hoàn toàn. Khuôn mặt người con gái dịu dàng tan loãng và bay lên trong óc tôi như một giấc mộng đẹp.

Khi tôi giật mình tỉnh ra thì tôi thấy tôi lại ngồi trong quán nước. Người đàn bà mang ly cà phê đặt trước mặt tôi. Tôi ngơ ngẩn nhìn xung quanh. Quán cà phê không đông mấy, thưa thớt một vài khuôn mặt lạ. Tôi bần thần giây lát, rồi quyết định cầm ly cà phê, bước về quầy. Người đàn bà toét miệng cười chào tôi. Bà ta loay hoay lau mấy ly tách, như một trò giải trí để lấp thì giờ trống ở nơi đây.

- Chào ông.

Tôi cười. Chống hai khuỷu tay lên quầy, tôi khuấy tách cà phê. Cử chỉ mỏi rời như người trở về từ cơn bệnh nặng. Tôi ngần ngừ thật lâu. Rốt cuộc tôi quyết định lên tiếng hỏi:

- Bà có biết ông Pinelli ở vùng này?

Người đàn bà nhìn tôi ngạc nhiên:

- Pinelli? Có phải ông muốn hỏi A. Pinelli? Ông có quen à?

Tôi trầm ngâm lắc đầu. Người đàn bà vui vẻ:

- Dĩ nhiên. Làm sao ông quen được. Ông già ít giao thiệp lắm. Ông lại không phải là người ở nơi đây…

Tôi làu bàu:

-Tôi có biết người con gái. Cô Mindy.

Người đàn bà mở miệng tính nói gì, nhưng rồi chỉ lắc đầu và toét miệng cười. Tôi ngạc nhiên đưa mắt hỏi. Bà ta đặt một chiếc ly xuống và nhấc ly khác lên tiếp tục lau chùi:

- Làm gì có con gái. Ông già không có gia đình. Không vợ. Không con.

Tôi phản đối:

- Có một người con gái. Mindy. Cô nhỏ nhỏ hay đi cùng tôi đến đây uống nước, bà không nhớ sao?

Người đàn bà nhìn tôi bằng cặp mắt kỳ lạ. Bà ta không cười nữa, nhưng cũng không thèm trả lời thẳng câu hỏi của tôi, mà che miệng nói nhỏ giọng như đang tiết lộ một bí mật:

- Ông già Pinelli ở một mình. Ông ta suốt ngày vùi đầu với mấy con búp bê. Tài tình vô cùng. Khắp nơi ai sành sỏi cũng đều biết tiếng. Nhưng ông già khó tính lắm, không phải ai ông ta cũng nhận bán cho đâu.

Tôi ngơ ngác:

- Còn Mindy?

Người đàn bà lắc đầu.

Tôi như đi lạc vào một khoảng sương mù. Ngửa cổ nốc cạn ly cà phê, tôi tính rời quán. Nhưng chợt nhớ ra một điều, tôi lại chồm người lên quầy:

- Thế bà có biết gì về những hạt cát không?

- Ông moi móc ở đâu ra nhiều điều lạ thế? Những hạt cát? Thật ra ở vùng này có một truyền thuyết xưa lắm về những hạt cát, hình như vậy. Nhưng tôi không biết đâu. Tôi không nhớ được đâu. Chuyện xưa lắm rồi. Những hạt cát của thuở nơi chốn này còn là đại dương. Bây giờ thì đó, ông thấy đó, quanh đây là núi cao và tuyết trắng. Nhưng hình như những hạt cát xưa vẫn còn, lẫn lộn với đất cát của thời nay. Tôi không bao giờ hiểu gì về câu chuyện của hạt cát. Ông già Pinelli có lần nói đó không hẳn chỉ là một truyền thuyết. Hôm trước ông ta còn bảo tại một nhúm cát mà ông phải mất đi con búp bê bằng sứ đẹp nhất của ông ta. Ông già thật dễ thương, nhưng nhiều khi cũng thật là lẩn thẩn, ông thấy không?

Tôi không thấy gì cả, và tôi cũng không còn kịp suy nghĩ nhiều hơn. Vội vã vất tiền trả lên quầy, tôi rời quán nước và vắt giò chạy về khách sạn. Tuyết trợt dưới chân, tôi nhào té nhiều lần, nhưng tôi không biết đau. Tôi rùng mình nghĩ rằng tôi sẽ tìm được một điều rất lạ ở căn phòng khách sạn. Tôi nóng nảy chạy nhanh hơn. Đầu óc miên man xoay chuyển quanh những con búp bê và những hạt cát. Tôi nghĩ là tôi đã hiểu. Hiểu rất rõ ràng. Tim nhói đau, tôi sợ tôi sẽ nổi điên lên khi bắt gặp trong căn phòng một con búp bê bằng sứ với mái tóc nâu và chiếc mũ len sặc sỡ nhiều màu.

Nhưng tôi hụt hẫng khi đẩy cửa bước vào và thấy căn phòng hoàn toàn trống trơn. Trên nền nhà trong góc phòng chỉ còn lại một vài vụn thạch cao trắng quét không sạch, của con rối tôi làm tặng Mindy. Đã vỡ nát, đã không còn.

Tôi rời khách sạn và vừa kịp chạy ra ga đón chuyến xe lửa bốn giờ chiều hôm đó.

Paris, 1990
[Trần Vũ đánh máy lại từ *Văn Học* số 57, 11-1990]

Y Chi

 **YÊN SƠN**

Tên thật là Trương Nguyên Thuận; Tuổi Song Ngư. Sinh Quán Quảng Ngãi. Hiện định cư tại thành phố Kingwood, TX. Cựu Phi công Không quân VNCH.

Từng hành nghề Kỹ Sư Điện Toán, Quản trị Kinh Doanh địa ốc và 4 năm Giáo viên Trung học đệ nhị cấp tại Khu học chính Spring, Hoa Kỳ.

Xuất hiện trên văn đàn từ năm 1965 đến nay. Trước 1975, có văn thơ đăng thường kỳ trên các báo *Phổ Thông, Thời Nay, Phụ Nữ Diễn Đàn, Trắng Đen*. Thành viên Thi Văn Đàn "Chim Việt Trà Vinh".

Sau 1975, cộng tác thường xuyên với hầu hết các Diễn Đàn Internet Việt ngữ, Đặc san, các Văn Đàn Thi Ca Hải Ngoại, và báo chí Việt ngữ .

Tổng Thư Ký Trung tâm Văn Bút Nam Hoa Kỳ, nhiệm kỳ 2000-2004 và 2008-2011. Cựu Chủ tịch Uỷ Ban Định Chế VBVNHN nhiệm kỳ 2011-2014. Huyền đai đệ bát đẳng Taekwondo, đương kim Chủ Tịch và đồng sáng lập Tổng Hội Võ thuật Thần Phong Thế Giới.

Tác phẩm đã xuất bản:
- *Quê Hương và Tuổi Trẻ* (Saigon, 3-1975)
- *Cho Quê Hương – Tôi – Và Tình Yêu* (1998)
- *Một Đời Tưởng Tiếc* (2002)
- *Mưa Nắng Bên Đời* (Tập truyện ngắn, 2018).

Những nhánh rong xanh trong dòng sông tuổi nhỏ

Buổi sáng, khi mặt trời chưa thức dậy, hắn đã ở ngoài vườn, tỉa cành tưới nước, vuốt ve những cụm hoa đang khoe sắc. Mấy chậu hoa sứ nở ngào ngạt hương. Hương hoa sứ thơm dịu dàng như một thiếu nữ trang đài đứng trên lầu mộng. Hắn lượm mấy nụ hoa mới rụng dưới cội đưa lên mũi hít thở nhẹ nhàng. Mùi thơm dịu ngọt cho hắn một cảm giác thật dễ chịu và lấy làm tiếc là nó không giữ được lâu như những loại hoa khác. Hắn bỗng mỉm cười nghĩ tới câu "hồng nhan bạc mệnh"! Hương hoa sứ thanh khiết nhưng mong manh như một người con gái trang đài xinh đẹp.

Hôm nay đã là ngày thứ Sáu trong tuần! Hắn có cảm tưởng như hắn chỉ vừa chào ai đó trong ngày thứ Sáu… một hai hôm trước! Thứ Sáu đâu mà rộn rịp thế nhỉ? Thứ Sáu đại diện cho một tuần lễ sắp hết mà càng lúc thấy nó tới nhanh hơn mình tưởng! Tâm lý con người cũng vẫn quanh quẩn như vòng trầm luân của đời sống, như bánh xe nước ở mấy chặng sông Trà, sông Vệ năm xưa: con nít vô tư, hồn nhiên mong chóng lớn, người lớn sợ thời gian, người già thích trở lại cái thuở hồn nhiên vô tư lự! Nghĩ tới cái thời "vô tư lự" lòng hắn bồi hồi chạnh nhớ những kỷ niệm xưa dù có nhiều vết tích cũng đã lờ mờ sương khói.

Nhà hắn bên bờ xe nước sông Vệ, nơi hắn thường bơi lội với lũ bạn sau những buổi tan trường. Học mới lớp một, lớp hai mà hắn đã "bơi lội như rái" – theo lời kể của Mẹ hắn mỗi lần cùng Mẹ ôn lại chuyện xưa. Dưới chân bờ xe nước thường có nhiều tôm càng, cua xanh và cá bống mú. Cá bống sông Trà, sông Vệ mà kho rim tiêu, ăn với cơm nóng thì tuyệt cú mèo. Dòng sông này đã cho hắn khá nhiều kỷ niệm thuở thiếu thời. Một lần vô ý bị cua kẹp dưới đáy nước, hắn hét tướng lên làm nước tràn vô miệng, uống cành hông, từ dưới đáy ngoi được lên mặt nước tưởng như thời gian ngưng lại, may mà không bị chết đuối! Cũng dòng sông này đã cướp mất của hắn một người cô yêu quý! Đó là dịp kỵ giỗ hàng năm của đại gia đình bên Nội. Cô hắn cũng còn rất trẻ, thích bơi lội, biết anh em hắn bơi giỏi nên mỗi lần về là rủ đi tắm sông. Sự tin tưởng của cô đã bị phản bội khi dòng nước nhận chìm cô vì chân cô bị vọp bẻ, và anh em hắn cũng suýt chết đuối theo bà cô giã từ cuộc đời đầy bi lụy! Cũng dòng sông này anh em hắn đã từng nhặt những trứng vịt rơi rải rác nằm sâu dưới dòng nước, trên mặt cát mỗi buổi sáng khi những đàn vịt nuôi, hàng ngàn con được lùa qua; hay những đêm trăng thanh gió mát mang chiếu ra trải trên bãi cát trắng phau, nghe người lớn hò đối đáp rồi cùng ngủ qua đêm với các anh chị hàng xóm. Hắn cũng nhớ Mùa Vu Lan năm nào đó rất xa trong ký ức, giọng ca cao vút của một chị huynh trưởng, trong đoàn Phật tử, hát trong đêm văn nghệ trên khán đài lộ thiên nằm trên mặt cát trắng bên dòng sông Vệ. Hắn nhớ hoài giọng hát và gương mặt đó với bài hát Mục Kiền Liên… Đìu hiu gió bóng chiều rơi theo lá thu, có đàn chim bay vấn vơ, chuông chùa xa đưa huyền mơ! Mục Kiền Liên đứng nhìn cảnh đêm dần lan, nhớ Mẹ xót xa tâm hồn, bóng Mẹ biết bây giờ đâu… Không biết là vì vóc dáng của chị đoàn trưởng, hay là vì ánh sáng huyền hoặc của đêm trăng rằm hôm đó mà từng lời ca, từng dáng điệu in hằn lên tâm khảm hắn như một tỳ vết dễ yêu mỗi khi nghĩ đến, nhớ về! Dòng sông này cũng còn một kỷ niệm nguyên xi những lần hướng dẫn gia đình chạy nấp máy bay oanh kích của giặc Pháp, hoặc các trận đụng độ giữa Việt Minh và Pháp trước ngày đất nước chia đôi, trong các hầm cát bên bờ sông gần nhà hắn mà phía trên của hầm cát là những cụm xương rồng và cây lưỡng long tua tủa gai nhọn. Những hầm cát này đã được lũ trẻ con hàng xóm, bạn bè của anh em hắn cùng đào móc chơi đùa với nhau sau những giờ tan học, hoặc để tránh những cơn nắng hạ khắc nghiệt một thời. Dòng sông này cũng là nguồn thực phẩm nuôi sống cho anh em hắn và biết bao nhiêu gia đình ở hai bên ven sông…

Khi Ba Mẹ hắn quyết định đưa đàn con đi tìm vùng đất hứa ở miền Nam trong chiến dịch khẩn hoang lập ấp của cố Tổng thống Ngô Đình Diệm, anh em hắn đã bỏ ra mấy ngày, ngồi hàng giờ nơi chốn ấy để thì thầm những lời ly biệt, để gửi lại những tiếc nuối khôn nguôi! Cái quyết định rời bỏ nơi chôn nhau cắt rốn, xa lìa gốc gác, mồ mả tổ tiên đã bao đời gầy dựng để xuôi Nam "vì tương lai con cháu" của Ba hắn là một biến cố trọng đại cho gia đình và giòng họ. Cái quyết định đã gây sững sờ không những cho giòng họ mà còn cho cả xóm làng. Ba hắn đã thuyết phục một số bà con và những bạn bè thân cận cùng "đi lập nghiệp" ở một nơi chốn chỉ biết qua giấy tờ và lời thuyết phục từ các cấp chính quyền. Người ta xầm xì, bàn qua tán lại cho là "đi về chốn rừng thiêng nước độc" khiến một số gia đình thay đổi ý định, kẻ ở người đi! Cho tới lúc này, ngồi đây viết những dòng này, hắn cũng cảm nhận cái quyết định của Ba hắn thời đó là một quyết định "dữ dội", là một sự can đảm phi thường, là một sự liều lĩnh có tính toán! Hắn chợt nhớ nghĩ đến người cha thân yêu, hắn càng cảm phục sự nhìn xa thấy rộng của Người, cái quyết tâm dũng cảm của Người, và càng biết ơn Người!

Nói đến thời kỳ khẩn hoang lập ấp, hắn nhớ ngay đến hai dãy nhà tiền chế nằm hai bên con lộ đất đỏ mù trời duy nhất được ủi vội để chào đón những gia đình mới tới! Lúc đoàn xe vận tải nối đuôi đổ người xuống, sau mấy ngày di chuyển vô cùng vất vả trên đoạn đường dài từ miền Trung mịt mù xa lơ xa lắc, hắn không biết là khoảng thời khắc nào, chỉ nhớ mặt trời đã nằm sâu dưới những tàng cây đầy kỳ bí mà chung quanh là núi rừng dày đặc hoang vu! Có tiếng khóc bất an của một vài người đàn bà và em nhỏ hòa cùng tiếng côn trùng và chim muông kêu rả rích tạo nên những khúc nhạc thê lương ảm đạm! Những gốc cây trơ trụi còn sót lại chổi lên khắp nơi, những đống cây khô khổng lồ được xe ủi gom vào từng hàng dài càng làm cho cảnh vật thêm phần u tịch! Hắn nhớ như in vẻ mặt chịu đựng của Mẹ hắn, giấu vội đi những giọt nước mắt lăn dài khi vừa đẩy cửa bước vào một trong hai căn nhà dành cho gia đình hắn. Căn nhà khá rộng nhưng mái lợp bằng tranh, vách ngăn bằng lá. Mẹ nghẹn ngào nói với đàn con "các con ráng chịu khổ một thời gian, chắc chắn mình sẽ được chính phủ giúp đỡ để tạo dựng một đời sống ổn định hơn cho tương lai của các con"! Hắn nhớ quá thời gian tân khổ nơi này… những cánh đồng hoang vu mênh mông mầu mỡ, những khu rừng bát ngát vô tận, những rừng mai bạt ngàn mỗi khi xuân về tết đến. Những hồ ao, đồng lầy đầy ắp cua cá, con sông La Ngà lặng lờ chứa đựng dư thừa thủy sản… rồi những ruộng lúa mênh mông, những rẫy bắp, nương đậu xanh mướt một màu, rộng bao la cũng theo thời gian cùng với sức người hiện hữu khắp nơi. Rừng rậm và thú dữ càng ngày càng bị đẩy xa, xa tận tầm nhìn… Đặc biệt mỗi khi lên mùa nào đậu, nào bắp, nào lúa tràn ngập khắp nhà từ trước tới sau, từ trong ra ngoài, vun tràn từng đống lớn. Thế mới thấy cái quyết định của Ba hắn là đúng đắn chứ không như những ngày đầu đầy ân hận! Tuy nhiên, hắn vẫn thấy khổ ơi là khổ cho những nhà nông! Trong thâm tâm hắn đã có ý nghĩ "một ngày nào đó mình sẽ lìa xa"… Nhớ ơi là nhớ Cánh đồng lớn, khu rừng Mai, con sông La Ngà, ngọn Đồi Bảo Đại với những hàng cây vú sữa rợp bóng dọc theo con đường trôn ốc từ dưới lên tận đồi cao nhưng nay đã không còn chủ…

Hắn chợt nhớ ngày đầu tiên khai trương khu trường Trung Học Công Lập đệ nhất cấp Võ Đắt. Anh em hắn là một thành phần trong loạt học sinh Trung học đầu tiên vào học trường này. Ngày cắt băng khánh thành, anh em hắn được mặc đồng phục toàn trắng, trông rất oai nghiêm đứng hàng giờ dưới trời nắng chang chang để chờ sự xuất hiện của Cụ Ngô Tổng thống! Mặc bộ đồ đặc biệt này lòng hắn sung sướng xiết bao, hắn thấy như mình lớn hẳn ra, đi đứng trang nghiêm, nói năng chững chạc. Ở nhà, hắn đã phải đứng xoay qua xoay lại "cho Mẹ nhìn ngắm thanh niên của Mẹ một lúc". Hắn chợt nhớ quá những khuôn mặt thân thương cùng hắn chia sẻ những nỗi vui niềm buồn của một đời học sinh trên cái xứ đất đỏ buồn tênh xa cách thị thành! Nào Tươi, nào Thành, nào Hiền, nào Tư, nào Ánh, nào Thu, nào Hạnh… nay kẻ còn người mất… người phương này kẻ tận mờ xa!

Hình bóng Tươi bỗng nhiên xuất hiện. Tươi là thằng bạn thân nhất từ những ngày khốn khó đầu tiên. Hai đứa cứ quấn quít nhau từ trường về nhà, từ ruộng qua rẫy. Đi đâu, làm gì cũng có hai đứa. Rất lâu năm, hai đứa thường chụm đầu đánh cờ tướng mà bao giờ hắn cũng thua, có may mắn lắm cũng chỉ thí quân theo kiểu lưỡng bại câu thương để thủ huề. Tươi nói "làm sao mầy đánh lại tao được, tao nghĩ trước tới bảy nước cờ". Hắn nói với Tươi "mầy cũng có đánh lại tao đâu, tướng thư sinh của mầy chỉ cần ba mươi giây là tao cho chổng vó lên trời"! Mỗi lần nghe hắn nói vậy Tươi chỉ cười! Tươi không thích tập võ mặc dầu Ba hắn sẵn sàng dạy võ cho nó. Ba hắn chỉ dạy võ cho mấy anh em trai trong nhà mà thôi, dứt khoát không nhận dạy người ngoài, mà Tươi là trường hợp ngoại lệ, thế mà nó không chịu học mới tức chứ! Cũng vì cái tài đánh cờ của nó mà hắn cũng được hưởng lây khi đi đấu với các người lớn tuổi ở nhiều chỗ khác nhau trong thôn xóm hoặc các làng lân cận. Chiến thắng là những phần quà bánh tình cờ. Vâng, chỉ là những bánh kẹo tầm thường nhưng thời đó, nơi chốn đó đã là một ưu đãi! Bù lại thì hắn cũng giúp bảo vệ cho Tươi những lần gặp những người thua cờ nổi nóng. Mà cái vụ bị nổi nóng, đập bàn cờ, hoàn đi hoàn lại, cãi tới cãi lui luôn là chuyện thường tình!

Sau khi học xong lớp Đệ Tứ, Tươi với hắn tạm chia xa, vì hoàn cảnh gia đình đặc biệt nên Tươi không cùng lên tỉnh thành với hắn và một số bạn học cùng lớp, mặc dù Tươi học rất khá. Tươi ở lại với ruộng vườn cho đến năm 17 tuổi thì tình nguyện gia nhập Địa Phương Quân. Hắn không nhớ rõ Tươi làm chức vụ gì nhưng lâu lâu lại đưa lính đi huấn luyện ở tỉnh ly Bình Tuy. Có một lần, trong dịp nghỉ hè, hắn về thăm gia đình thì gặp lúc Tươi phải đưa lính đi. Tươi chạy chọt cách nào không biết mà hắn được cùng Tươi đi máy bay về tỉnh cùng với mấy chục người lính mới. Phải nói đó là lần đi phi cơ đầu tiên trong đời nên hắn rất vui và hồi hộp lẫn hãnh diện. Sau khi làm xong công vụ, hai đứa tới ở trọ nhà anh Cát, một người bạn vong niên trong lính của Tươi. Buổi tối hôm đó là một đêm trăng tỏ, anh Cát rủ hai đứa mang đầy đủ mùng mền chiếu gối, lò nướng, cần câu… đi câu và ngủ trên biển! Hắn nghe hấp dẫn quá chịu liền. Thế là ba anh em tất bật chuẩn bị cho chuyến đi chơi đêm trên thuyền và trên biển. Anh Cát không quên ghé một tiệm tạp hóa mua theo mấy lít rượu trắng. Đêm hôm đó là một đêm nhớ đời. Câu được con nào nướng con đó trên lò than hồng, gió mát trăng thanh, chén anh chén chú cụng suốt, xỉn hồi nào không hay. Khi thức dậy vào buổi sáng vẫn thấy con thuyền lênh đênh, loanh quanh trong vùng vịnh cách bờ khá xa mà Tươi và anh Cát vẫn đang ngủ ngáy tưng bừng! Ở Bình Tuy có một vùng biển rất đặc biệt. Từ bờ ngó ra Hòn Bà xa xa là một vùng rộng lớn nhưng rất an toàn vì dòng nước chỉ chảy vòng vòng bên trong vịnh, quanh năm sóng yên gió lặng. Phải nói chuyến đi này là một kỷ niệm khó quên. Lòng hắn vẫn luôn bồi hồi xao xuyến mỗi khi nghĩ về!

Hắn lại nhớ Thanh, đứa con gái 16 tuổi như nụ hoa quỳnh vừa chớm nở, hương sắc dịu dàng. Hắn quen Thanh trong những sinh hoạt của gia đình phật tử tại địa phương. Tuổi thiếu niên thuở ấy rất hồn nhiên, trong sáng. Mà người lớn dường như không ai để tâm phân biệt nữ nam như bây giờ. Có một lần cắm trại tại khuôn viên chùa, cả nam lẫn nữ cùng cho ngủ chung trong một "căn lều cộng đồng", nằm như xếp cá mòi. Cả nam lẫn nữ theo lệnh Thầy được nằm chung với nhau, chỉ cần quay đầu ngược lại nhau. Hắn và Thanh nằm ở giữa. Lúc chưa ngủ hai bên vẫn nghịch ngợm đạp chân nhau, nói cười vô tư lự đi vào giấc ngủ. Lúc gần sáng, khi tiếng chuông mõ khai kinh làm hắn giật mình tỉnh giấc, hắn mới phát giác ra cô bé đang ôm hắn ngủ ngon lành! Đứa con gái 16 tuổi đã trổ mã dậy thì như một đóa hoa xuân phơi phới đang gác tay gác chân lên người hắn! Tự nhiên cả người nổi gai lạnh với cảm giác nhột nhạt khắp châu thân. Hắn cảm thấy nhịp tim loạn xạ, thở hít khó khăn vì hương tóc nồng nàn quyện với mùi thịt da con gái làm hắn ngất ngây ngây ngất, nửa muốn gỡ ra, nửa muốn ôm chằm. Đầu óc phấn đấu kịch liệt cố nghĩ tới những điều trong sáng. Hắn tự nói cho hắn biết là mình đang ở chùa, là một phật tử thuần thành, là phải tôn nghiêm giới luật! Hắn lẩm nhẩm lặp đi lặp lại năm điều tâm nguyện của người thanh niên Phật tử: *"Phật tử quy y Phật Pháp Tăng và giữ giới đã phát nguyện; Phật tử mở rộng lòng thương, tôn trọng sự sống; Phật tử trau dồi trí tuệ, tôn trọng sự thật; Phật tử trong sạch từ thể chất đến tinh thần, từ lời nói đến việc làm; Phật tử sống hỷ xả để dũng tiến trên đường đạo!"* Hắn băn khoăn tự hỏi không biết Thanh vô tình hay cố ý, và càng lúc càng run hơn! Có lẽ sự run rẩy của hắn và tiếng chuông mõ công phu cũng đã làm cho Thanh thức giấc! Hắn thấy Thanh tự động buông ra và xoay người về hướng khác! Hắn thở phào như trút được gánh nặng dù sự nuối tiếc vẫn lâng lâng. Hắn nhanh lẹ ngồi bật dậy, ra ngoài sân chạy một vòng chùa để cố quên và giấu sự bẽn lẽn!

Mặc dù sau đó cố tránh mặt nhau một thời gian – có thể là tại vì đã có tình ý, và cũng muốn tránh cho nhau những cảm giác ngượng ngùng – nhưng tình cảm của hai người ngày càng thân thiết hơn. Tới một ngày kia, trong buổi sinh hoạt tuần lễ cuối cùng, hắn thông báo với đoàn là sắp đi học xa, Thanh mới tìm cách nói cho hắn biết là chiều hôm sau sẽ để phong thư trên đầu cây chuối thứ tư trên con đường chạy xe đạp nối liền hai xóm nhà. Sáng hôm sau hắn kín đáo leo lên cành mít cao, lén viết thư tình rồi nôn nao chờ đợi buổi chiều để trao đổi. Buổi chiều đang ngồi trước sân ngó mong ra ngõ, hắn thấy Thanh chạy xe đạp ngang qua mà không hề ngó vào như mọi lần. Chờ cho Thanh đi khuất một lúc sau, hắn lấy xe đạp chạy qua con đường nhỏ. Hắn tới cây chuối thứ tư, ngó trước ngó sau mới dò tìm phong thư ẩn giấu. Phần thì hồi hộp, phần lo có người đi qua, tim hắn đánh như trống làng mà tìm mãi vẫn không thấy thư đâu cả. Hắn trở lại đầu đường và đếm số lại, nhưng vẫn không tìm thấy thư của Thanh. Đang ngẩn ngơ, bối rối hắn mới kịp nghĩ hay là cây chuối thứ tư đếm từ bên kia sang? Quả đúng như thế, phong thư được gói ghém rất cẩn thận để phía trong bẹ chuối khuất tầm nhìn. Hắn để thư hắn vào thế chỗ rồi đạp xe ngang nhà Thanh. Thấy Thanh đứng trước hiên nhà, hắn nhẹ gật đầu và quay mặt về phía sau ý nói có thư chỗ đó. Thế là nguyên tuần lễ còn lại, ngày nào cũng lặp đi lặp lại bài bản cũ cho đến ngày hắn khăn gói lên xe đò đi về Long Khánh trọ học. Lúc xe lăn bánh hắn mới thấy bàn tay Thanh kín đáo vẫy chào!

Nhớ về những ngày trọ học ở Long Khánh thì không thể không nhớ một cuối tuần cùng Tư và Thành rủ nhau chạy xe đạp về Võ Đắt. Đoạn đường hơn ba mươi cây số với đồi giốc chập chùng, rừng cây cao rậm, cọp beo không thiếu… với chiếc xe đạp "typical one speed" thời đó nặng chình chịch… thế mà ba đứa quyết định "thử" một chuyến ra sao! Hôm đó trời mưa lất phất, ba đứa đang hân hoan đổ giốc sau khi cặp giò tê tái vượt lên một con giốc dài. Đang ngon trớn bỗng cả bọn xanh mặt, thắng gấp, dùng cả gót giày ép vào bánh xe vì phía trước không xa có một con voi to cao dềnh dàng đứng chắn lối đi. Theo kinh nghiệm người đi rừng dạy lại, ba đứa từ tốn dẫn xe vừa run vừa đi lùi lên đầu giốc… chờ một thời gian khá lâu cho con voi đi khỏi mới ngó trước ngó sau, phóng nước đại qua truông. Nói tới Long Khánh không thể không nhớ những vườn cà phê, sầu riêng, chôm chôm sai trái của mấy người bạn học bản xứ. Nhớ nửa trái sầu riêng con bé nhà hàng xóm khép nép để ở góc bàn học rồi chạy biến về nhà vào một buổi trưa khi hắn đang ngồi ôn luyện bài thi. Nhớ gia đình anh chị Ngữ đã cho ăn cơm tháng suốt mấy năm dài. Nhớ những lần đi biệt tăm cả tuần không dám đụng tới bát đũa vì sợ thịt chó! Hắn đã học được cái tính "không nên giận ai quá 15 phút" của anh Ngữ. Nhớ anh chị với nụ cười nhân hậu, tấm lòng bao dung luôn luôn khuyến khích hắn trong việc học hành! Nhớ những mũi kim thêu hai con chim yến bay song song trên vùng núi nhỏ ở góc chiếc khăn "mouchoir" trắng mà cô em gái của thằng bạn học chung lớp thẹn thùng gửi tặng khi hắn từ biệt về học Saigon. Cũng vì sự tích này mới nảy sanh ra một bút hiệu mà theo thời gian mất đi dấu sắc (vì có người phê bình chữ "Yến" nghe yếu xìu)! Nhớ tới hãng kem đậu xanh ngon tuyệt vời ở đầu ngõ nhà trọ là nơi lũ học trò xa nhà tụ tập sau những buổi cơm chiều. Nhớ giọng rao hàng của ông Tàu già bán bánh bò bánh tiêu mỗi xế trưa qua xóm, nhớ tiếng gõ lóc cóc hằng đêm của xe bán hủ tíu dạo bên đường của một ông Tàu khác mà hắn vẫn nghĩ chưa có đâu ngon bằng… nhớ ơi là nhớ!

Ôi những kỷ niệm vẫn bám theo hắn cả đời, thật gần nhưng cũng thật xa, xa tít mù trong tiềm thức! Có phải không khi nhìn bóng chiều rơi người ta thường nhớ về những bình minh có muôn sắc muôn mầu, tiếc những giọt sương long lanh trên đầu cánh lá?! Câu tiếng Pháp trong bài Triết học hồi còn lớp 12 làm cho hắn nhớ hoài: "chúng ta không bao giờ có được tâm hồn của buổi chiều hôm nay" (nous n'aurons jamais plus l'âme de ce soir), có thể rất đúng nhưng sao mỗi khi chạnh nhớ về những ngày thơ ấu lòng hắn cũng bâng khuâng rung động, cũng xao xuyến bồi hồi! Tai vẫn như nghe tiếng kẽo kẹt của bờ xe nước, mắt vẫn mơ màng thấy lũ con nít đứng trên bờ cao nhảy tùm xuống dòng sông tuổi nhỏ, mũi vẫn thoang thoảng mùi hương thơm của lúa chín, mùi rạ nặc nồng cuối mùa gặt…

(Viết ở rừng Kingwood, sáng mùa hạ 2007)

Mục Lục

NGUYỄN CẢN
CHUYỆN MỘT THỜI
Tập truyện ngắn

Nhà xuất bản HỘI NHÀ VĂN
Mua sách : Hệ thống Fahasa và
Nhà sách Minh Khai
125 Nguyễn Thị Minh Khai

Liên hệ tác giả:
nguyencan 416 @gmail. com
hay 0903811882

tháng giêng
tháng bảy
buồn như nhau
hoàng nga
làng văn 1997
KẺ KHÔNG CHIẾN TUYẾN
HOÀNG NGA
NHÂN ẢNH
2017
HOÀNG NGA
BAY ĐI CÁNH CHIM BIỂN
Tập Truyện
VĂN MỚI
đêm trắng
Hoàng Nga

Liên hệ:
tieuthunguyen@hotmail.com

Liên lạc Nhà xuất bản
Mở Nguồn
han.le3359@gmail.com
(408) 722-5626